ಡಾ. ಡಿ.ಎಸ್. ಶ್ರೀನಿವಾಸ ಪ್ರಸಾದ್

ಡಾ. ಡಿ.ಎಸ್. ಶ್ರೀನಿವಾಸ ಪ್ರಸಾದ್ ಹುಟ್ಟಿದ್ದು ಬೆಂಗಳೂರಿನಲ್ಲಿ. ೧೯೭೭ರಲ್ಲಿ ಜನಿಸಿದ ಇವರ ತಾಯಿ ದಿ. ಇಂದುಮತಿ ಸಂಗೀತ ಕಲಿತಿದ್ದು ಚೆನ್ನಾಗಿ ಹಾಡುತ್ತಿದ್ದರು. ತಂದೆ ಶ್ರೀಧರರಾವ್, ಅಕ್ಕ ಡಿ.ಎಸ್. ಸುಧಾರಾಣಿ.

ಬಾಲ್ಯದಿಂದಲೇ ಬರೆವಣಿಗೆಯಲ್ಲಿ ತೊಡಗಿಕೊಂಡಿದ್ದ ಶ್ರೀನಿವಾಸ ಪ್ರಸಾದ್ ಅವರು ೧೦ನೇ ವಯಸ್ಸಿನಲ್ಲೇ ಬೆಂಗಳೂರು ಆಕಾಶವಾಣಿಯಲ್ಲಿ ಬಾಲಕಲಾವಿದನಾಗಿ 'ಒಗ್ಗಟ್ಟಿನಲ್ಲಿ ಬಲವಿದೆ', 'ಸಮುದ್ರದಲ್ಲಿ ಆಹಾರ...' ಸೇರಿದಂತೆ ೧೦ ನಾಟಕಗಳಲ್ಲಿ ಅಭಿನಯಿಸಿದ್ದರು. ೧೦ನೇ ವಯಸ್ಸಿಗೇ ಇವರು 'ಜಮೀನ್ದಾರನ ಮಗನ ಪಾಂಡಿತ್ಯ' ಎಂಬ ಕಥೆಯನ್ನು ಬರೆದಿದ್ದರು.

ನಂತರ ಆಚಾರ್ಯ ಪಾಠಶಾಲೆಯಲ್ಲಿ ವಿದ್ಯಾಭ್ಯಾಸ ಮಾಡಿ ಅಲ್ಲಿ ಪದವಿಯನ್ನು ವ್ಯಾಸಂಗ ಮಾಡುವಾಗ ಆಶುಭಾಷಣ, ಪ್ರಬಂಧ, ಚರ್ಚಾಸ್ಪರ್ಧೆಗಳಲ್ಲಿ ಭಾಗವಹಿಸಿ ೩ ವರ್ಷದಲ್ಲಿ ೧೫೫ ಅಂತರಕಾಲೇಜು ಬಹುಮಾನಗಳನ್ನು ಪಡೆದು ಕಾಲೇಜಿನಿಂದ ಸತತ ೩ ವರ್ಷ ಪ್ರತಿಭಾವಂತ ವಿದ್ಯಾರ್ಥಿ ಪ್ರಶಸ್ತಿಗೆ ಭಾಜನರಾದರು.

ಶೇಷಾದ್ರಿಪುರಂ ಕನ್ನಡ ಸ್ನಾತಕೋತ್ತರ ಕೇಂದ್ರದಲ್ಲಿ ಕನ್ನಡ ಎಂ.ಎ./ಪದವಿಯನ್ನು ವ್ಯಾಸಂಗ ಮಾಡುವಾಗ ಇವರು ಮಂಡಿಸಿದ **'ಬೇಂದ್ರೆ ಕಾವ್ಯದ ನೆಲೆ ಬೆಲೆ ಅತ್ಯುತ್ತಮ ಪ್ರಬಂಧವೆಂದು ಸಂಚಯ ಪತ್ರಿಕೆಯಲ್ಲಿ ಪ್ರಕಟವಾಯಿತು.'**

ನಾಡಿನ ವಿವಿಧ ಪತ್ರಿಕೆಗಳಲ್ಲಿ ಕಲೆ, ಸಂಸ್ಕೃತಿ, ವಿಜ್ಞಾನ ಸಾಮಾಜಿಕ, ಚಿತ್ರರಂಗ... ಇವುಗಳ ಕುರಿತು ೩೬ ವರ್ಷದಿಂದ **ಒಟ್ಟು ೧೦೦೦ಕ್ಕೂ ಅಧಿಕ ಲೇಖನಗಳನ್ನು ಬರೆದಿದ್ದು ಇಂಗ್ಲಿಷ್‌ನಲ್ಲೂ ೨೫೦ ಲೇಖನಗಳನ್ನು ಬರೆದಿದ್ದಾರೆ.**

ಕರೆಂಟಾಯಣ ಎಂಬ ಇವರ ಹಾಸ್ಯ ಬರೆಹಕ್ಕೆ ಬೀchi ವಿದ್ಯಾಕೇಂದ್ರದ ಪ್ರಶಸ್ತಿ ಅಲ್ಲದೆ, ಪ್ರತಿಭಾಶ್ರೀ, ಕಲಾಶ್ರೀ ಪ್ರಶಸ್ತಿಗಳೂ ದೊರೆತಿವೆ. ದೂರದರ್ಶನ ಚಂದನ ವಾಹಿನಿಯ ಜನಪ್ರಿಯ ಕಾರ್ಯಕ್ರಮ **ಥಟ್ ಅಂತ ಹೇಳಿ**ಯಲ್ಲಿ ಭಾಗವಹಿಸಿ ೧೩೦ ಅಂಕಗಳೊಂದಿಗೆ ಪ್ರಥಮಸ್ಥಾನ ವಿಶೇಷ ಸಿ.ಡಿ. ಬಹುಮಾನ ಪಡೆದಿರುತ್ತಾರೆ.

ಇವರ ಬಗ್ಗೆ ಪ್ರಶಸ್ತಿಗಳ ಸರದಾರ, ಬಹುಶ್ರುತ ಶ್ರೀನಿವಾಸ... ಎಂಬ ಲೇಖನಗಳು ಪ್ರಕಟವಾಗಿವೆ. **ಈವರೆಗೆ ೪೫೨ ಉಪನ್ಯಾಸಗಳನ್ನು ನೀಡಿದ್ದಾರೆ.**

ದ್ರಾವಿಡ ವಿಶ್ವವಿದ್ಯಾಲಯ ದಿಂದ **'ಕನ್ನಡ ಚಿತ್ರರಂಗಕ್ಕೆ ಚಿ. ಉದಯಶಂಕರ್ ಕೊಡುಗೆ'** ಎಂಬ ಸಂಪ್ರಬಂಧ ಮಂಡಿಸಿ **ಎಂ.ಫಿಲ್.** ಪಡೆದುದಲ್ಲದೇ ಚಿ. ಉದಯಶಂಕರ್ ಅವರ ಕುರಿತೇ ಎರಡು ಕೃತಿಗಳನ್ನೂ ಬರೆದಿದ್ದು ಆ ಎರಡೂ ಕೃತಿಗಳೂ ಮುದ್ರಣವಾಗಿವೆ. **ವಿಶ್ವಶಕ್ತಿ ವಿವೇಕಾನಂದ** ಎಂಬ ಇವರು ಬರೆದ ಕೃತಿ ೬ ಮುದ್ರಣಗಳನ್ನು ಕಂಡಿದೆ.

'ಸಿನಿಪಯಣ ನಿಲ್ಲದು...' ಮತ್ತು **'ಸಮಾಜವೆಂದರೆ ಹೀಗೆ ನಮ್ಮ ನಿಮ್ಮ ಹಾಗೆ'** ಎಂಬ ೨ ಕೃತಿಗಳೂ ಬಿಡುಗಡೆಯಾಗಿವೆ.

ಇತ್ತೀಚೆಗೆ ಸಂಗೀತಕ್ಕೆ ಸಂಬಂಧಿಸಿದ **'ಸ್ವರ ರಾಗ ಸುಧಾ'** ಎಂಬ ಕೃತಿಯೂ ಲೋಕಾರ್ಪಣೆ ಆಗಿದ್ದು, ೪೬ ವರ್ಷದ ಶ್ರೀನಿವಾಸ ಪ್ರಸಾದ್ ಅವರು ೪೬ ಕೃತಿಗಳನ್ನು ರಚಿಸಿದ್ದಾರೆ.

ದ್ರಾವಿಡ ವಿಶ್ವವಿದ್ಯಾಲಯದಿಂದ **'ನವೋದಯದ ಹಿನ್ನೆಲೆಯಲ್ಲಿ ದೊಡ್ಡರಂಗೇಗೌಡರ ಕಾವ್ಯ ಒಂದು ಅಧ್ಯಯನ'** ಎಂಬ ಮಹಾಪ್ರಬಂಧಕ್ಕೆ **ಡಾಕ್ಟರೇಟ್** ಪದವಿಯನ್ನು ಪಡೆದಿರುವ ಡಾ. ಶ್ರೀನಿವಾಸ ಪ್ರಸಾದ್ **ಕೋಲಾರ ಜಿಲ್ಲಾ ರಾಜ್ಯೋತ್ಸವ ಪ್ರಶಸ್ತಿ**ಗೂ ಭಾಜನರಾಗಿದ್ದಾರೆ.

೧೫ ನಾಟಕಗಳನ್ನು ರಚಿಸಿರುವ ಡಾ. ಶ್ರೀನಿವಾಸ ಪ್ರಸಾದ್ ಅವರು ಕೆ.ಜಿ.ಎಫ್.ನ ಶ್ರೀ ಭಗವಾನ್ ಮಹಾವೀರ ಜೈನ್ ಕಾಲೇಜಿನಲ್ಲಿ ಕನ್ನಡ ಉಪನ್ಯಾಸಕರಾಗಿ ೧೮ ವರ್ಷದಿಂದ ಸೇವೆ ಸಲ್ಲಿಸುತ್ತಿದ್ದಾರೆ.

೨೦೦ಕ್ಕೂ ಹೆಚ್ಚು ಗೀತೆಗಳನ್ನು ಬರೆದು, ತಾವೇ ರಾಗಸಂಯೋಜಿಸಿದ್ದಾರೆ.

ಸಹಭಾಷಿಕರ ಕನ್ನಡ ಪ್ರೇಮ

ಡಾ. ಡಿ.ಎಸ್. ಶ್ರೀನಿವಾಸ ಪ್ರಸಾದ್

ವೀರಲೋಕ

ವೀರಲೋಕ ಬುಕ್ಸ್ ಪ್ರೈ.ಲಿ.
207, 2ನೇ ಮಹಡಿ, 3ನೇ ಮೇನ್, ಚಾಮರಾಜಪೇಟೆ
ಬೆಂಗಳೂರು–560018. ಮೊಬೈಲ್: 70221 22121
ಇಮೇಲ್: veeralokabooks@gmail.com
ವೆಬ್‌ಸೈಟ್: www.veeralokabooks.com

SAHABHASHIKARA KANNADA PREMA
A book about **101** Non-Kannadigas contributions to Kannada
written by **Dr. D.S. Srinivasa Prasad**

Published by:
VEERALOKA BOOKS PVT. LTD.
207, 2nd Floor, 3rd Main
Chamarajpet, Bengaluru-560018

Mobile : +91 7022122121
E-mail : veeralokabooks@gmail.com
Website: www.veeralokabooks.com

Price : Rs. 400/-
Pages : 352
First Impression : 2023

Paper used : 70 GSM NS Maplitho
Book size : 1/8th Demy

ISBN : 978-93-94942-73-8

Cover page illustration by : Madan C.P.
Inner pages design by : Vijaya Vikram

VEERALOKA FAMILY
Anand Rach - Anantha Kunigal - RajVishnu - Govind Vishnu
Vishwajith - Mamatha - Parvathi - Sai Raghav

ಅರ್ಪಣೆ:

ನಾನು ಕನ್ನಡ ಸ್ನಾತಕೋತ್ತರ ಪದವಿಗೆ ದಾಖಲಾಗುವ ಸಂದರ್ಭದಲ್ಲಿ ನನ್ನ ಪ್ರವೇಶ ಶುಲ್ಕವನ್ನು ತಾವೇ ಕಟ್ಟಿ ನನ್ನ ಓದಿಗೆ ಅನುವು ಮಾಡಿಕೊಟ್ಟು, ಕೊನೆಯವರೆಗೂ ಇದನ್ನು ಯಾರಿಗೂ ಹೇಳದೆ, ಈಗ ದಿಗಂತದಿಂದ ನನ್ನನ್ನು ಹರಸುತ್ತಿರುವ ನಿತ್ಯ ವಿದ್ಯಾರ್ಥಿವತ್ಸಲಿ, ತಂದೆಯ ಸಮಾನರಾದ ಗುರು

ದಿ. ಪ್ರೊ. ರಾಮರಾವ್ ಕುಲಕರ್ಣಿ

ಅವರ ದಿವ್ಯಾತ್ಮಕ್ಕೆ
ಈ ನನ್ನ ಕೃತಿ ಅರ್ಪಣೆ-ಸಮರ್ಪಣೆ.

ನನ್ನ ಮಾತುಗಳು

ಸಾಹಿತ್ಯದ ಸಾರವೇ ಎಲ್ಲವನ್ನೂ ಒಳಗೊಳ್ಳುವುದು. ಹೀಗಾಗಿಯೇ ಸಾಹಿತ್ಯಕ್ಕೆ ಸಾತತ್ಯದ ಗುಣವಿದೆ. ಕನ್ನಡಕ್ಕೆ, ಕನ್ನಡನಾಡಿಗೆ ಅನೇಕಾನೇಕ ನಿರ್ಮಲ ಮನಸ್ಸುಗಳು ಕೈಂಕರ್ಯವನ್ನು ಮಾಡಿದ್ದಾರೆ. ಮನೆಯಲ್ಲಿ ಆಡುವ ಭಾಷೆ ಬೇರೆಯಾದರೂ ಕನ್ನಡವನ್ನು ಕಟ್ಟುವ ಕಾರ್ಯನಿಷ್ಠೆಯಲ್ಲಿ ಅಸಂಖ್ಯರ ಶ್ರಮ–ಪರಿಶ್ರಮ, ಶುಭಚಿಂತನೆ ಎದ್ದು ಕಾಣುತ್ತದೆ. ಇಂಥ ಹಲವಾರು ಮಂದಿಯ ಕನ್ನಡಪರವಾದ ಧ್ಯೇಯೋದ್ದೇಶಗಳನ್ನು ತಿಳಿಯುವ, ತಿಳಿಸುವ ಆಕಾಂಕ್ಷೆ, ಅಭೀಪ್ಸೆಯ ಫಲಶ್ರುತಿಯೇ ಈ ಕೃತಿ.

ಮನೆಯ ಭಾಷೆ, ಉತ್ಥಾನಗೊಳಿಸುವ ಭಾಷೆಗಳು ಅನ್ಯವಾದರೂ ಎಲ್ಲವೂ ಸಹಭಾಷೆಗಳೇ, ಎಲ್ಲರೂ ಸಹಭಾಷಿಕರೇ ಹೊರತು ಇಲ್ಲಿ ಯಾವುದೂ, ಯಾರೂ ಅನ್ಯರಲ್ಲ. ಹೀಗಾಗಿಯೇ 'ಸಹಭಾಷಿಕರ ಕನ್ನಡ ಪ್ರೇಮ' ಎಂಬ ಹೆಸರಿನ ಈ ಕೃತಿ ೧೦೧ ಅಂಥ ಮಹಾನುಭಾವರ ಸೇವೆಯನ್ನು ಒಳಗೊಂಡಿದೆ.

ಈ ಕೃತಿಯನ್ನು ಪ್ರಕಾಶಿಸಲು ಉದ್ಯುಕ್ತರಾದ ಆತ್ಮೀಯ ಮಿತ್ರರಾದ ವೀರಲೋಕ ಪ್ರಕಾಶನ ಸಂಸ್ಥೆಯ ವೀರಕಪುತ್ರ ಶ್ರೀನಿವಾಸ ಅವರಿಗೂ ಅವರ ಸಂಪೂರ್ಣ ತಂಡಕ್ಕೂ ನನ್ನ ಹೃದಯಸ್ಥ ಧನ್ಯವಾದಗಳು.

ನನ್ನ ಈ ಕೃತಿಯ ಬಗ್ಗೆ ಕೇಳಿ "ಈವರೆಗೂ ಇಂಥ ಪ್ರಯತ್ನ ಆಗಿಲ್ಲ, ನೀನು ನನ್ನ ಶಿಷ್ಯ, ಕೇವಲ ಹಾರೈಕೆಯಷ್ಟೇ ಅಲ್ಲ, ಹಿತಚಿಂತನೆ, ಸಮೃದ್ಧ ಪ್ರೀತಿ ನನ್ನ ಕಡೆಯಿಂದ, ಈ ವಸ್ತುವಿಷಯ ಕೇಳಿಯೇ ಮಹದಾನಂದ ಕಣಯ್ಯ" ಎಂದು ಹರಸಿದ ನನ್ನ ಗುರು, ಪ್ರಖ್ಯಾತ ಸಾಹಿತಿ ಪ್ರೊ. ಅ.ರಾ. ಮಿತ್ರ ಅವರಿಗೆ ಗೌರವಪೂರ್ವಕ ಶಾಶ್ವತ ನಮಸ್ಕಾರ.

ಓದುಗರ ಪ್ರೀತಿ ನನ್ನಲ್ಲಿ ಉತ್ಸಾಹವನ್ನು ಇಮ್ಮಡಿ ಗೊಳಿಸುವಂತಾಗಲಿ.

ಹರಸಿ, ಹಾರೈಸಿ ಎಂದು ಮತ್ತೊಮ್ಮೆ ತಮ್ಮ ಬೆಂಬಲ, ಸಹಕಾರವನ್ನು ಅಪೇಕ್ಷಿಸುತ್ತೇನೆ.

ತಮ್ಮವ,

–ಡಾ. ಶ್ರೀನಿವಾಸ ಪ್ರಸಾದ್ ಡಿ.ಎಸ್.

ಕೋಲಾರ

ಕೃತಜ್ಞತೆಗಳು

* ಈ ಕೃತಿಯನ್ನು ಪ್ರಕಾಶಿಸುತ್ತಿರುವ ಉತ್ಸಾಹೀ ಮಿತ್ರ ವೀರಕಪುತ್ರ ಶ್ರೀನಿವಾಸ ಹಾಗೂ ವೀರಲೋಕ ಪ್ರಕಾಶನ ಸಂಸ್ಥೆಯ ವಿಶ್ವಾಸಕ್ಕೆ ನಾನು ಆಭಾರಿ.
* ನನ್ನ ಬರವಣಿಗೆಯ ಮೂಲಶಕ್ತಿಯಾಗಿ ನನ್ನನ್ನು ಆಶೀರ್ವದಿಸುತ್ತಿರುವ ನನ್ನ ತಾಯಿ ದಿ. ಇಂದುಮತಿ ಹಾಗೂ ಪ್ರೀತಿಯ ತಂದೆ ದಿ. ಶ್ರೀಧರ್ ರಾವ್ ಮತ್ತು ಮಾತೃಸ್ವರೂಪಿ ಸಹೋದರಿ ದಿ. ಸುಧಾರಾಣಿ ಅವರ ಶಾಶ್ವತ ಪ್ರೀತಿಗೆ ನಮಸ್ಕಾರ.
* ನನ್ನ ಎಲ್ಲ ಸಾಹಿತ್ಯ ಚಟುವಟಿಕೆಗಳಿಗೆ ಪ್ರೋತ್ಸಾಹ ನೀಡುವ ಹಿರಿಯ ಪತ್ರಕರ್ತರಾದ ಶ್ರೀ ಬಿ.ವಿ. ಗೋಪಿನಾಥ್, ಶ್ರೀ ಕೆ.ಎಸ್. ಗಣೇಶ್ ಮತ್ತು ಶ್ರೀ ಬಾಲವೆಂಕಟೇಶ್ ಅವರ ಸಂಪ್ರೀತಿಗೆ ಪ್ರಣಾಮಗಳು.
* ಈ ಕೃತಿ ಹುಟ್ಟಲು ಕಾರಣರಾದ ಶ್ರೀ ನಾಗಾನಂದ ಕೆಂಪರಾಜ್, ಕೋಲಾರ ಜಿಲ್ಲಾ ಕನ್ನಡ ಸಾಹಿತ್ಯ ಪರಿಷತ್ತು ನಿಕಟಪೂರ್ವ ಅಧ್ಯಕ್ಷರು, ಇವರಿಗೆ ನನ್ನ ಹೃದಯಪೂರ್ವಕ ವಂದನೆ.
* ಈ ಕೃತಿಗೆ ಸಹಭಾಷಿಕರ ಕನ್ನಡ ಪ್ರೇಮ ಎಂಬ ಹೆಸರಿತ್ತ ಮಿತ್ರರಾದ ಪ್ರಕಾಶ್ ಸದ್ಭಾವನಾ ಅವರ ಸದ್ಭಾವನೆಗೆ ಪ್ರಣಾಮಗಳು.
* ನನ್ನ ಈ ಎಲ್ಲ ಲೇಖನಗಳನ್ನು ಜೋಪಾನವಾಗಿರಿಸಿದ್ದ ಕಿರಿಯ ಗೆಳೆಯ ನಿತಿನ್ ನಾಯಕ್ ಅಂಕೋಲಾಗೆ ಆಭಾರಿ.
* ಅಚ್ಚುಕಟ್ಟಾಗಿ ಈ ಕೃತಿಗೆ ರೂಪ ನೀಡಿದ ಶ್ರೀ ಹರೀಶ್ ಪ್ರಧಾನ್, ವಿಶ್ವನಾಥ್, ಅನಂತ ಕುಣಿಗಲ್ ಹಾಗೂ ಸಹೃದಯೀ ವಿಜಯ ವಿಕ್ರಮ್ ಅಡಿಗ ಅವರ ಸಸ್ನೇಹಕ್ಕೆ ಋಣಿ.
* ನನಗೆ ಪಾಠ ಮಾಡಿದ ಎಲ್ಲ ಗುರುಗಳಿಗೂ ನನ್ನ ಹೃದಯಸ್ಥ ನಮಸ್ಕಾರಗಳು.
* ನನಗೆ ಅನ್ನ ನೀಡುತ್ತಿರುವ ಕೆ.ಜಿ.ಎಫ್.ನ ಶ್ರೀ ಭಗವಾನ್ ಮಹಾವೀರ ಜೈನ್ ವಿದ್ಯಾಸಂಸ್ಥೆಗೆ ನನ್ನ ಕೃತಕೃತ್ಯ ನಮಸ್ಕಾರ.
* ಈ ಕೃತಿಯು ಆಕೃತಿಯನ್ನು ಪಡೆಯಲು ತಮ್ಮ ಬಗ್ಗೆ ಮಾಹಿತಿ, ವಿವರ ವಿಶೇಷಗಳನ್ನು ಸಂತೋಷದಿಂದ ನೀಡಿದ ಎಲ್ಲ ಬಾಂಧವರಿಗೂ ನನ್ನ ಅಮಿತ ಧನ್ಯವಾದಗಳು.
* ಕೋಲಾರ ಜಿಲ್ಲೆಯ ಸಮಸ್ತ ಮಿತ್ರರಿಗೂ, ಮಾಧ್ಯಮ ಮಿತ್ರರಿಗೂ ನನ್ನ ಸಾಷ್ಟಾಂಗ ಪ್ರಣಾಮಗಳು.

–ಡಾ. ಶ್ರೀನಿವಾಸ ಪ್ರಸಾದ್ ಡಿ.ಎಸ್.
ಕೋಲಾರ

ಪ್ರಕಾಶಕರ ನುಡಿ

ಕೇವಲ ಓದುಗನಾಗಿದ್ದಾಗ 'ಸಾಹಿತ್ಯ ಲೋಕ ಎನ್ನುವುದು ಜೇನುಗೂಡು, ಓದುಗನಿಗೆ ಸಿಹಿ ನೀಡುವುದಕ್ಕಾಗಿಯೇ ಆ ಜೇನುಗಳು ಒಟ್ಟಾಗಿರುತ್ತವೆ' ಎಂದು ಭಾವಿಸಿದ್ದವನು. ಪ್ರಕಾಶಕನಾದ ನಂತರ ಒಂದೊಂದೇ ಒಳಮರ್ಮಗಳ ದರ್ಶನವಾಗುತ್ತಿದೆ. ಅವುಗಳು ದಿಗಿಲುಗೊಳಿಸುತ್ತಿವೆ. ಇತ್ತೀಚೆಗಷ್ಟೇ ಪ್ರೀತಿಯ ಆಹ್ವಾನದ ಮೇರೆಗೆ ಒಂದು ಪುಸ್ತಕ ಬಿಡುಗಡೆ ಸಮಾರಂಭದಲ್ಲಿ ಭಾಗಿಯಾಗಿದ್ದೆ. ಸಾಹಿತ್ಯ ಲೋಕದೊಂದಿಗೆ ಒಂದೂವರೆ ವರ್ಷದ ಒಡನಾಟ ಇರುವುದರಿಂದ ಯಾವುದೇ ಪುಸ್ತಕ ಬಿಡುಗಡೆ ಸಮಾರಂಭಕ್ಕೆ ಹೋಗಲಿ, ಅಲ್ಲೊಂದಷ್ಟು ಪರಿಚಿತರು ಇದ್ದೇ ಇರುತ್ತಾರೆ. ಇಲ್ಲೂ ಕೂಡ ಪರಿಚಿತರು ಸಿಗುವರೆಂಬ ನಂಬಿಕೆಯಿತ್ತು. ಅದು ಸುಳ್ಳಾಗಿತ್ತು.

ಅಚ್ಚರಿ ಎಂದರೆ 'ಕರೆದಾತ'ನೊಬ್ಬನ ಹೊರತಾಗಿ ಉಳಿದವರೆಲ್ಲರಿಗೂ ನಾನು ಅಪರಿಚಿತ. ಒಂದೂವರೆ ವರ್ಷದಲ್ಲಿ ೬೫ ಕೃತಿಗಳನ್ನು ಪ್ರಕಟಿಸಿ, ೪೫ ಸಾವಿರಕ್ಕೂ ಹೆಚ್ಚು ಕೃತಿಗಳನ್ನು ಮಾರಾಟ ಮಾಡಿ, ಹತ್ತಕ್ಕೂ ಹೆಚ್ಚು ಕಾರ್ಯಕ್ರಮಗಳನ್ನು ಆಯೋಜಿಸಿರುವೆ. ಸಾವಿರಾರು ಸಾಹಿತ್ಯಾಸಕ್ತರ ಜೊತೆ ಒಡನಾಡಿರುವೆ. ಆದರೆ, ಅಲ್ಲಿನ ಆ ಇನ್ನೂರು ಜನರನ್ನು ನನಗೆ ತಲುಪಲು ಆಗಿರಲೇ ಇಲ್ಲ. ಅವರೂ ನನ್ನ ಹತ್ತಿರ ಸುಳಿದಿರಲಿಲ್ಲ. ಯಾಕೆ ಹೀಗೆ? ಸಾಹಿತ್ಯ ಲೋಕ ಜೇನುಗೂಡಿನಂತಿಲ್ಲ ಎಂಬ ಸತ್ಯ ನನ್ನ ಅರಿವಿಗೆ ಈಗೀಗ ಬರುತ್ತಿದೆ. ಸಾಹಿತ್ಯ ಲೋಕ ವರ್ಗಗಳಾಗಿ ಹಂಚಿಹೋಗಿದೆ ಎನ್ನುವ ಕಟು ಸತ್ಯ ಬಾಧಿಸುತ್ತಿದೆ. ನನಗೇ ಗೊತ್ತಿಲ್ಲದಂತೆ ನನ್ನನ್ನೂ ಈ ಗ್ರೂಪಿಸಂ ವರ್ತುಲಕ್ಕೆ ಸೇರಿಸಿ ಬಿಟ್ಟಿದ್ದಾರಲ್ಲ ಎನ್ನುವ ವಿಷಾದ ಕಾಡುತ್ತಿದೆ. 'ಅವರ ಪುಸ್ತಕ ಇವರು ಓದಲ್ಲ, ಇವರ ಪುಸ್ತಕ ಅವರು ಮುಟ್ಟಲ್ಲ' ಎನ್ನುವ ವಾತಾವರಣ ಸೃಷ್ಟಿಯಾಗಿದೆ. ಹಾಗಾಗಿ ಅವರಿಗೆ ಇವರು, ಇವರಿಗೆ ಅವರು ಅಪರಿಚಿತರಾಗಿ ಉಳಿದು ಬಿಟ್ಟಿದ್ದಾರೆ ಅನಿಸುತ್ತಿದೆ.

ಪರಿಸ್ಥಿತಿ ಹೀಗಿರುವಾಗ ಪ್ರಕಾಶನ ಸಂಸ್ಥೆಯೊಂದು ಇನ್ನಷ್ಟು ಪಾರದರ್ಶಕವಾಗಿರಬೇಕಾದ, ಎಲ್ಲರನ್ನೂ ಒಳಗೊಳ್ಳಬೇಕಾದ ಅಗತ್ಯ ತುಸು

ಹೆಚ್ಚೇ ಇದೆ ಎಂದು ಭಾವಿಸಿದ್ದೇನೆ. ಹೇಗೆಂದರೆ, ಪ್ರಕಾಶನ ಸಂಸ್ಥೆಯನ್ನು ಸಿನಿಮಾ ಥಿಯೇಟರಿನ ಹಾಗೆ ಇಟ್ಟುಕೊಳ್ಳಬೇಕಿದೆ. ಅಲ್ಲಿ ಯಾವ ಸಿನಿಮಾ ಬೇಕಾದರೂ ಬರಬಹುದು, ಯಾವ ಪ್ರೇಕ್ಷಕನಾದರೂ ವೀಕ್ಷಿಸಬಹುದು. ನನ್ನದೇನಿದ್ದರೂ ಥಿಯೇಟರ್, ಪರದೆ, ಧ್ವನಿ ವ್ಯವಸ್ಥೆಯನ್ನು ಸರಿಯಾದ ಸ್ಥಿತಿಯಲ್ಲಿಡುವುದಷ್ಟೇ!

ಅದೇ ಕ್ರಮದಲ್ಲಿ ನವೆಂಬರ್ ತಿಂಗಳಲ್ಲಿ ವಿವಿಧ ಲೇಖಕರ ಹನ್ನೊಂದು ಕೃತಿಗಳು ವೀರಲೋಕದಿಂದ ಬಿಡುಗಡೆ ಆಗುತ್ತಿವೆ. ಹೊಸಬರ ಕೃತಿಗಳನ್ನು ಪ್ರೋತ್ಸಾಹಿಸುತ್ತಿದ್ದ ವೀರಲೋಕ ಇದೀಗ ಸಾಹಿತ್ಯ ಲೋಕದ ದಿಗ್ಗಜರ ಕೃತಿಗಳನ್ನು ಕನ್ನಡ ಸಾರಸ್ವತಲೋಕಕ್ಕೆ ನೀಡುತ್ತಿದೆ. ಅಬ್ದುಲ್ ರಶೀದ್, ಕೌಂಡಿನ್ಯ, ಡಾ. ಡಿ.ಎಸ್. ಚೌಗಲೆ, ಡಾ. ಲಕ್ಷ್ಮಣ ಕೌಂಟೆ, ವಿಕ್ರಂ ಹತ್ವಾರ್, ಡಾ. ಡಿ.ಎಸ್. ಶ್ರೀನಿವಾಸ ಪ್ರಸಾದ್, ಪ್ರೇಮಾನಂದ ಕಾಮತ್, ಡಾ. ಗೀತಾ ಸುನೀಲ್ ಕಶ್ಯಪ್, ಸುಧಾ ಆಡುಕುಳ, ಸಂತೆಬೆನ್ನೂರು ಫೈಜ್ನಟ್ರಾಜ್, ಜಯರಾಮಾಚಾರಿ, ರವೀಂದ್ರ ವೆಂಶಿ ಅವುಗಳ ಲೇಖಕರು. ಈ ಎಲ್ಲಾ ಕೃತಿಗಳು ಇದುವರೆಗಿನ ವೀರಲೋಕದ ಕೃತಿಗಳಿಗಿಂತ ಭಿನ್ನವಾಗಿವೆ ಎಂಬ ಭರವಸೆ ಕೊಡುತ್ತಿದ್ದೇನೆ.

ಡಾ. ಡಿ.ಎಸ್. ಶ್ರೀನಿವಾಸ ಪ್ರಸಾದ್ ಅವರು ನಮ್ಮೂರು ಕೋಲಾರದವರು. ಡಿವಿಜಿ, ಟಿಪಿ ಕೈಲಾಸಂ ಆದಿಯಾಗಿ ಅನೇಕ ಹಿರಿಯ ಸಾಹಿತಿಗಳ ಕೃತಿಗಳು ನಮಗೆಷ್ಟು ಪರಿಚಿತವೋ ಅವರ ಕಥೆಗಳೂ ಅಷ್ಟೇ ಪರಿಚಿತ. ಆದರೆ ನಮ್ಮ ತಲೆಮಾರಿನವರು ಆ ಕಥೆಗಳನ್ನು ಕೇಳಿದ್ದಾರೆಯೇ ವಿನಃ ನೋಡಿಲ್ಲ. ನಮ್ಮ ಶ್ರೀನಿವಾಸ ಪ್ರಸಾದ್ ಅವರು ಈ ತಲೆಮಾರಿಗೆ ದಕ್ಕಿದ ಶ್ರೇಷ್ಠ ಸಾಹಿತಿ ಮತ್ತು ವಾಗ್ಮಿ. ಅವರು ಬರೆಹಗಳಷ್ಟೇ ಅವರ ಮಾತು ನನಗಿಷ್ಟ. ಅವರ ಓದಿನ ಅರಿವು ಅಪಾರ. ಬದುಕೇ ಭಗವಂತ ಎಂಬ ಕೃತಿಯನ್ನು ವೀರಲೋಕ ಈ ಹಿಂದೆ ಪ್ರಕಟಿಸಿತ್ತು. ಅದು ಆರೇ ತಿಂಗಳಲ್ಲಿ ಎರಡನೇ ಮುದ್ರಣ ಕಂಡು ಓದುಗರ ಖುಷಿ ಇಮ್ಮಡಿ ಮಾಡಿತ್ತು. ಇದೀಗ ರಾಜ್ಯೋತ್ಸವದ ಹಿನ್ನಲೆಯಲ್ಲಿ 'ಸಹಭಾಷಿಕರ ಕನ್ನಡ ಪ್ರೇಮ' ಎಂಬ ಮಹತ್ವದ ಕೃತಿಯನ್ನು ಓದುಗರ ಕೈಗಿತ್ತಿದ್ದಾರೆ. ನವೆಂಬರಿನಲ್ಲಿ ಉಕ್ಕಿ ಹರಿಯುವ ನಮ್ಮ ಕನ್ನಡಪ್ರೇಮಕ್ಕೆ ಈ ಮಹನೀಯರ ಬದುಕು, ಬರೆಹ ಮತ್ತು ಸಾಧನೆಗಳ ಅರಿವು ಹೊಸ ಆಯಾಮವನ್ನು ನೀಡುತ್ತದೆ ಎಂಬ ನಂಬಿಕೆ ನನ್ನದು. ಆ ಕಾರಣದಿಂದ ಇದು ಪ್ರತಿ ಕನ್ನಡಾಭಿಮಾನಿಯೂ ಓದಲೇಬೇಕಾದ ಪುಸ್ತಕವೆಂಬುದು ನನ್ನ ಅಭಿಪ್ರಾಯ.

ಓದಿನ ನಶೆ ನಿಮಗೇರಲಿ...

ವೀರಕಪುತ್ರ ಶ್ರೀನಿವಾಸ

ಪ್ರಕಾಶಕ, ವೀರಲೋಕ ಬುಕ್ಸ್

ಪರಿವಿಡಿ

೧

ಕನ್ನಡದ ತವನಿಧಿ

ಡಾ. ಆರ್. ನರಸಿಂಹಾಚಾರ್

ಹಲವಾರು ವಿಶ್ವವಿದ್ಯಾಲಯಗಳು ಮಾಡಲಾಗದಷ್ಟು ಕೆಲಸಗಳನ್ನು ಒಬ್ಬ ವ್ಯಕ್ತಿ ಮಾಡಿ ಯಾವ ಪ್ರಚಾರವನ್ನೂ ಬಯಸದೆ ಅಮರರಾದವರಲ್ಲಿ ಡಾ. ಆರ್. ನರಸಿಂಹಾಚಾರ್ ಬಹಳ ಮುಖ್ಯ ಹೆಸರು.

ಸಂಶೋಧನೆ, ಶಾಸನಗಳ ಅಧ್ಯಯನ, ಕವಿ-ಕಾವ್ಯಗಳ ಚರಿತ್ರಾರ್ಹ ಅನುಸಂಧಾನ, ಭಾಷಾವಿಜ್ಞಾನ, ಗ್ರಂಥ ಸಂಪಾದನೆ ಈ ಎಲ್ಲ ಕ್ಷೇತ್ರಗಳಲ್ಲಿ ಅನೂಹ್ಯ ರೀತಿಯಲ್ಲಿ ದುಡಿದು ಕನ್ನಡ ಸಾರಸ್ವತ ಲೋಕಕ್ಕೆ ಚಿರಸ್ಥಾಯಿಯಾದ ಕಾಣಿಕೆ ನೀಡಿದ ಆರ್. ನರಸಿಂಹಾಚಾರ್ ಅವರ ಕೊಡುಗೆಗೆ ಕನ್ನಡ ಸಾಹಿತ್ಯಜಗತ್ತು ಎಂದೆಂದೂ ಕೃತಜ್ಞರಾಗಿರಬೇಕು.

ಮಂಡ್ಯ ಜಿಲ್ಲೆಯ ಕೊಪ್ಪಲಿ ಗ್ರಾಮದಲ್ಲಿ ತಿರುನಾರಾಯಣ ಪೆರುಮಾಳ್ ಮತ್ತು ಶಿಂಗಮ್ಮಾಳ್ ದಂಪತಿಗಳಿಗೆ ಜನಿಸಿದ ನರಸಿಂಹಾಚಾರ್ ಅವರು ತಮಿಳುನಾಡಿನ ಆನಂದಂ ಪಿಳ್ಳೈ ವಂಶ ಸಂಜಾತರು. ಮಾತೃಭಾಷೆ ತಮಿಳು. ಕನ್ನಡ ಇಂಗ್ಲಿಷ್ ಸಂಸ್ಕೃತ ಭಾಷೆಗಳಲ್ಲಿ ಪರಿಣಿತರಾಗಿದ್ದ ನರಸಿಂಹಾ

ಚಾರ್ ಅವರು ೧೮೯೪ರಲ್ಲಿ ವಿದ್ಯಾ ಇಲಾಖೆಯಲ್ಲಿ ಬಿ.ಎಲ್. ರೈಸ್ ಅವರಿಗೆ ಸಹಾಯಕರಾಗಿ ನೇಮಕವಾದರು. ಇದು ಕನ್ನಡ ಸಂಶೋಧನಾ ಲೋಕಕ್ಕೆ ಹೊಸದಾರಿಗಳನ್ನು ನಿರ್ಮಿಸಲು ಅನುವಾಯಿತು. ರೈಸ್ ಅವರು ಪರಿಷ್ಕರಿಸುತ್ತಿದ್ದ ಪಂಪಭಾರತ ಕೃತಿಯ ಕೆಲಸದಲ್ಲಿ ಬಹಳ ಪರಿಶ್ರಮದಿಂದ ಅದನ್ನು ಅಚ್ಚುಕಟ್ಟಾಗಿ ನಿರ್ವಹಿಸಿದ್ದು ರೈಸ್ ಅವರ ನಂಬಿಕೆಗೆ ಕಾರಣವಾಯಿತು.

ನರಸಿಂಹಾಚಾರ್ ಅವರು ಸಂಪಾದಿಸಿದ ಮೊದಲನೇ ನಾಗವರ್ಮನ ಕೃತಿಗಳಾದ ಭಾಷಾಭೂಷಣ ಹಾಗೂ ಕಾವ್ಯಾವಲೋಕನಗಳಿಗೆ ನರಸಿಂಹಾಚಾರ್ ಅವರು ನೀಡಿದ ವಿವರಣೆ, ಸೂಕ್ತ ವಿಶ್ಲೇಷಣೆ ಅವರ ತಜ್ಞತೆಗೆ ದ್ಯೋತಕವಾಗಿತ್ತು.

ಪ್ರಾಚ್ಯ ವಸ್ತು ಸಂಶೋಧನಾ ಕೇಂದ್ರದ ಮುಖ್ಯಸ್ಥರಾಗಿ ಇವರು ನೇಮಕವಾದಾಗ ಸರಿಸುಮಾರು ೫೦೦೦ ಹೊಸ ಶಾಸನಗಳು ಸಂಶೋಧನೆಗೊಂಡವು. ಹಿಂದೂ, ಶೈವ, ಮಹಮ್ಮದೀಯರುಗಳಿಗೆ ಸಂಬಂಧಿಸಿದ ೧೦೦೦ಕ್ಕೂ ಅಧಿಕ ಕಟ್ಟಡಗಳು ಪರಿಶೀಲನೆ ಗೊಳಪಟ್ಟಿತು. ೧೨೦ ನಕಾಶೆಗಳು, ೧೨೫೦ ಛಾಯಾಚಿತ್ರಗಳಲ್ಲದೆ, ಇವರು ನಾಣ್ಯಗಳ ಸಂಶೋಧನೆ ನಡೆಸಿದರು. ೪೦೦೦ಕ್ಕೂ ಹೆಚ್ಚು ನಾಣ್ಯಗಳ ಸಂಶೋಧನೆ, ೧೨೫ಕ್ಕೂ ಹೆಚ್ಚು ಪ್ರಾಚೀನ ಕನ್ನಡ ಸಂಸ್ಕೃತ ಗ್ರಂಥಗಳು ಹೊರಜಗತ್ತಿಗೆ ಕಂಡು ಅವುಗಳ ೧೦೦ ಸಂಪುಟಗಳು ಪ್ರಕಟವಾದವು.

ನೀತಿಮಂಜರಿ, ನಗೆಗಡಲು, ಪುರುಷಾರ್ಥ ಕಲ್ಪದ್ರುಮ, ವಸ್ತುಪಾಠಗಳು, ಶಬ್ದ ರೂಪಾವಳಿಯ ಸಂಶೋಧಿತ ಮುದ್ರಣ, ಮುಂತಾದ ಕೃತಿಗಳಿದ್ದರೂ ನರಸಿಂಹಾಚಾರ್ ಅವರನ್ನು ಶಾಶ್ವತವಾಗಿ ನೆನಪಿಸಿಕೊಳ್ಳುವ ಹಾಗೆ ಮಾಡಿರುವ ಅಮೋಘ ಕೃತಿ ಕರ್ಣಾಟಕ ಕವಿಚರಿತೆ. ೧,೧೪೮ ಕವಿಗಳ ಚರಿತ್ರೆಯನ್ನು ಆರ್. ನರಸಿಂಹಾಚಾರ್ ಬರೆದು, ಸಂಪುಟಗಳಲ್ಲಿ ಪ್ರಕಟಿಸಿದರು. ೧೯೨೩ರಲ್ಲಿ ಇವರು ಪ್ರಕಟಿಸಿದ ಶಾಸನ ಪದ್ಯ ಮಂಜರಿಯಲ್ಲಿ ಒಟ್ಟು ೧೪೪೬ ಶಾಸನ ಪದ್ಯಗಳಿವೆ.

ಹರಿಹರನ ಕಾಲನಿರ್ಣಯದ ಶಾಸನ, ಚಂದ್ರವಳ್ಳಿಯ ಉತ್ಖನನ, ಅರಿಷ್ಟನೇಮಿಯ ಸಮಾಧಿ, ತಾಳಗುಂದ ಶಾಸನಾಧ್ಯಯನ, ಪಲ್ಲವ, ಚಾಳುಕ್ಯ, ಗಂಗ, ಕದಂಬ ವಿವಿಧ ರಾಜವಂಶಗಳ ಆಳ್ವಿಕೆಯ ಕಾಲದ ಶಾಸನಗಳಲ್ಲಿ ಕಂಡುಬರುವ ಕನ್ನಡ ಭಾಷೆ, ಆ ಕಾಲಘಟ್ಟದಲ್ಲಿ ಇದ್ದ ರಾಜಕೀಯ ಪರಿಸ್ಥಿತಿ ಗತಿಸ್ಥಿತಿಗಳ ಮೇಲೆ ಬೆಳಕು ಚೆಲ್ಲುವ ನೂರಾರು ಶಾಸನಗಳನ್ನು ಓದಿ ಸಂಗ್ರಹಿಸಿ ಕೃತಿಗಳಾಗಿ ಪ್ರಕಟಿಸಿದ ನರಸಿಂಹಾಚಾರ್ ಅವರ ಶ್ರಮಕ್ಕೆ ಬೆಲೆ ಕಟ್ಟಲು ಸಾಧ್ಯವೇ ಇಲ್ಲ. ಹೊಯ್ಸಳ–ಚಾಳುಕ್ಯ ಶಿಲ್ಪಗಳ ಕೆತ್ತನೆಯ ಶೈಲಿಗಳ ವಿನ್ಯಾಸ ಸಂಪೂರ್ಣ ವಿಭಿನ್ನ ಎಂದು ಪ್ರತಿಪಾದಿಸಿದ ಇವರು ಮುಳುಬಾಗಿಲಿನ ತಾಮ್ರದ ಶಾಸನ, ಹಕ್ಕ ಬುಕ್ಕರ ಕಾಲಾವಧಿ, ವಿಜಯನಗರದ ಅರಸರ ಸಂಸ್ಥಾನ, ನೊಳಂಬರ

ಕಾಲದ ಶಾಸನಗಳ ಹಸ್ತಪ್ರತಿಗಳ ಶೋಧನೆ, ಪರಿಶೀಲನೆ ನರಸಿಂಹಾಚಾರ್ ಅವರ ಸಂಯಮ, ಸಹನೆ ಹಾಗೂ ಪ್ರಬುದ್ಧ ಜ್ಞಾನ ಸಂಪತ್ತಿಗೆ ನೇರ ನಿದರ್ಶನ.

ಭಾಸ ಕವಿಯ ಸ್ವಪ್ನವಾಸವ ದತ್ತದ ಪ್ರತಿಯ ಸಂಶೋಧನೆ, ಬಾದಾಮಿ ಎಲ್ಲೋರ ಶಿಲ್ಪಗಳ ಸಂಶೋಧನಾ ಕ್ಷಮತೆ ಹೀಗೆ ನರಸಿಂಹಾಚಾರ್ ಅವರ ಕಾರ್ಯಸಾಧ್ಯ ವಿಧಾನಗಳು ಸೋಜಿಗ ವಾಸ್ತವವೆನ್ನಲಷ್ಟೇ ಸಾಧ್ಯ. ಕರ್ನಾಟಕದ ವ್ಯಾಪಾರ ವಹಿವಾಟುಗಳು ರೋಮ್, ಪರ್ಷಿಯ, ಚೀನಾ ದೇಶಗಳೊಂದಿಗೆ ಇತ್ತು ಎನ್ನುವುದನ್ನು ಖಚಿತ ನಿಖರ ಆಧಾರಗಳೊಂದಿಗೆ ದೃಢ ಪಡಿಸಿದ ಮಹಾಮೇಧಾವಿ ಆರ್. ನರಸಿಂಹಾಚಾರ್.

History of Kannada Language, Epigraphia Karnataka, History of Kannada Literature ನರಸಿಂಹಾಚಾರ್ ಅವರ ವಿದ್ವತ್ಪೂರ್ಣ ಕೃತಿಗಳು. ಪ್ರಾಕ್ತನ ವಿಮರ್ಶಾವಿಚಕ್ಷಣ, ಪ್ರಾಚ್ಯವಿದ್ಯಾವೈಭವ, ಭಾರತದ ಮಹಾಮಹೋಪಾಧ್ಯಾಯ, ರಾಜ್ಯ ಸರ್ಕಾರದ ರಾವ್ ಬಹದ್ದೂರ್ ಪ್ರಶಸ್ತಿಗಳಲ್ಲದೆ, ರಾಯಲ್ ಏಷ್ಯಾಟಿಕ್ ಸೊಸೈಟಿ ಸದಸ್ಯತ್ವ ೧೯೧೮ರಲ್ಲಿ ಧಾರವಾಡದಲ್ಲಿ ನಡೆದ ಅಖಿಲಭಾರತ ಕನ್ನಡ ಸಾಹಿತ್ಯ ಸಮ್ಮೇಳನದ ಅಧ್ಯಕ್ಷತೆಗಳ ಗೌರವಗಳು ಸಂದಿದ್ದವು.

ಪ್ರಾಮಾಣಿಕತೆ, ನಿಷ್ಠೆ ಮತ್ತು ಕರ್ಮಬದ್ಧ ಕಾಯಕದ ಮಹತ್ವವನ್ನು ತಮ್ಮ ಮೂಲಕವೇ ಸಾಧಿಸಿ ತೋರಿಸಿದ ರಾಮಾನುಜಾ ಚಾರ್ಯ ನರಸಿಂಹಾಚಾರ್ ಅವರು ೧೯೩೬ರ ಡಿಸೆಂಬರ್ ೬ರಂದು ಈ ಲೋಕದಿಂದ ಮರೆಯಾದರೂ ಅವರು ಮಾಡಿರುವ ಕೆಲಸಗಳು ಎಂದಿಗೂ ಮರೆಯಾಗಿ ಹೋಗುವುದಿಲ್ಲ ಎನ್ನುವುದು ನಿಚ್ಚಳ ಸತ್ಯ.

೨

ಕನ್ನಡ ರಂಗಭೂಮಿಯ 'ನಾಟಕ ಶಿರೋಮಣಿ"

ಎ.ವಿ. ವರದಾಚಾರ್

ಅನಕೃ ಕನ್ನಡದ ಜನಪ್ರಿಯ ಕಾದಂಬರಿ ಸಾರ್ವಭೌಮ ಎಂದೇ ಹೆಸರಾದವರು. ಆದರೆ ಅವರ ಸಾಹಿತ್ಯ ರಚನೆ ಆರಂಭವಾದುದು ನಾಟಕದ ಮೂಲಕ. ೧೯೨೪ರಲ್ಲಿ ಅನಕೃ ಅವರಿಗಿನ್ನೂ ೧೬ ವರ್ಷ. ಅನಕೃ ಅವರ ತಂದೆ ನರಸಿಂಗರಾಯರಿಗೆ ಆಪ್ತರಾಗಿದ್ದ ಎ.ವಿ. ವರದಾ ಚಾರ್ಯರೊಂದಿಗೆ ಅನಕೃ ಅವರು ನಾಟಕಗಳ ಬಗ್ಗೆ ತಮ್ಮ ಅಭಿಪ್ರಾಯವನ್ನು ವ್ಯಕ್ತಪಡಿಸು ತ್ತಿದ್ದಾಗ, ವರದಾಚಾರ್ಯರು ಯುವಕ ಅನಕೃ ಅವರಿಗೆ 'ನೋಡಯ್ಯ ಮಾತನಾಡು ವುದು ಬಹಳ ಸುಲಭ, ಒಂದು ಸಾಮಾಜಿಕ ನಾಟಕವನ್ನು ಬರೆದು ತೋರಿಸು ನೋಡೋಣ!' ಎಂದು ಸವಾಲೊಡ್ಡಿದಾಗ ಅನಕೃ ಒಂದೇ ರಾತ್ರಿಯಲ್ಲಿ ಬರೆದ ಅವರ ಮೊದಲ ರಚನೆಯೇ ಮದುವೆಯೋ ಮನೆಹಾಳೋ (ಮುಪ್ಪಿನ ಮೋಹ) ಎಂಬ ಪ್ರಹಸನದ ನಾಟಕ. ಹೀಗೆ ನಾಟಕದ ಮೂಲಕ ಸಾಹಿತ್ಯ ರಚನೆಯನ್ನು ಆರಂಭಿಸಿ ಮುಂದೆ ಕಾದಂಬರಿಕಾರರಾಗಿ ಹೆಸರು ಮಾಡಿದ ಅನಕೃ

ಅವರೊಳಗಿದ್ದ ಬರೆಹಗಾರನನ್ನು ಹೊರಬರಲು ಕಾರಣ ಆದವರು ಎ.ವಿ. ವರದಾಚಾರ್ಯರು.

ಕನ್ನಡ ವೃತ್ತಿ ರಂಗಭೂಮಿಯಲ್ಲಿ ಹಲವು ದಶಕಗಳ ಕಾಲ ರಂಗಭೂಮಿಯ ಉತ್ತಮ ಕಲಾವಿದರಾಗಿ ವಿಜೃಂಭಿಸಿದ ವರದಾಚಾರ್ಯರು ನಾಟಕಗಳ ಕುರಿತು ವಿಶೇಷ ಅಧ್ಯಯನವನ್ನೇನೂ ಮಾಡಿರದೆ ಮುಂದೆ ನಿಬೆಸೆಂಟ್ ಅವರಿಂದ ನಾಟಕ ಶಿರೋಮಣಿ ಎಂಬ ಬಿರುದಿಗೆ ಪಾತ್ರರಾಗಿದ್ದು, ನಾಟಕವನ್ನು ಸ್ವಲ್ಪ ಹೊತ್ತು ಮಾತ್ರ ನೋಡಿ ಹೊರಡುವೆನೆಂದು ಹೇಳಿದ ರವೀಂದ್ರನಾಥ್ ಠಾಕೂರ್ ಅವರು ತದೇಕಚಿತ್ತರಾಗಿ, ಕುಳಿತಲ್ಲಿಂದ ಚೂರೂ ಕದಲದೆ, ಇಡೀ ನಾಟಕವನ್ನು ಸಂಪೂರ್ಣವಾಗಿ ವೀಕ್ಷಿಸಿ, ವರದಾಚಾರ್ಯರನ್ನು ಅಭಿನಂದಿಸಿದ್ದು ಇವರ ತಾಕತ್ತಿಗೆ ಸಾಕ್ಷಿ.

ನಾಟಕರಂಗದ ಕ್ರೆಸ್ಟ್ ಜ್ಯುವೆಲ್ ಎಂದು ಕರೆಸಿಕೊಂಡ ಇವರು ಕನ್ನಡ ರಂಗಭೂಮಿಗೆ ಸಲ್ಲಿಸಿದ ಸೇವೆ, ಹೊಸ ಮನ್ವಂತರವನ್ನೇ ಉಂಟು ಮಾಡಿದ ಅನನ್ಯತೆ ಬಹಳ ನಿರ್ಣಾಯಕವಾದುದು.

ವರದಾಚಾರ್ಯರು ಜನಿಸಿದ್ದು ಚಿತ್ರದುರ್ಗ ಜಿಲ್ಲೆಯಲ್ಲಿ. ತಂದೆ ರಂಗಸ್ವಾಮಿ ಅಯ್ಯಂಗಾರ್ ಅವರು ಶಿರಸ್ತೇದಾರ್ ಹುದ್ದೆಯಲ್ಲಿದ್ದವರು. ಸಂಗೀತದ ಬಗ್ಗೆ ಅಭಿಮಾನ ಹೊಂದಿದ್ದ ತಂದೆಯವರು ಮಗನಿಗೆ ಶಿಕ್ಷಣ ಮತ್ತು ಸಂಗೀತಾಭ್ಯಾಸ ಮಾಡಿಸಿದರು. ಸ್ಪುರದ್ರೂಪಿ, ಉತ್ತಮ ದೇಹಸೌಷ್ಠವದ ಜೊತೆಗೆ ಉತ್ತಮವಾಗಿ ಹಾಡುತ್ತಿದ್ದ ಬಾಲಕ ವರದಾಚಾರ್ಯರು ಮನೆಯ ಸುತ್ತಮುತ್ತಲಿನ ಧಾರ್ಮಿಕ ಕಾರ್ಯಕ್ರಮಗಳಲ್ಲಿ, ದೇವಸ್ಥಾನ, ಭಜನಾಮಂದಿರಗಳಲ್ಲಿ ಸೊಗಸಾಗಿ ಇಂಪಾಗಿ ಹಾಡಿ ಜನರ ಮೆಚ್ಚುಗೆ, ಕರತಾಡನಗಳಿಗೆ ಪಾತ್ರರಾಗು ತ್ತಿದ್ದರು. ಸೆಂಟ್ರಲ್ ಕಾಲೇಜಿನಲ್ಲಿ ವ್ಯಾಸಂಗ ಮಾಡಿ ಎಫ್.ಎ. ಪರೀಕ್ಷೆಯಲ್ಲಿ ಉತ್ತೀರ್ಣರಾದ ಮೇಲೆ ಬೆಂಗಳೂರಿನಲ್ಲೇ ನೆಲೆ ನಿಂತರು. ರೆಸಿಡೆನ್ಸಿ ರಸ್ತೆಯಲ್ಲಿದ್ದ ಕಚೇರಿಯಲ್ಲಿ ಸರ್ಕಾರೀ ಹುದ್ದೆಯೂ ದೊರಕಿತು. ಆದರೆ ವರದಾಚಾರ್ಯರ ಚಿತ್ತ ಸದಾ ರಂಗಭೂಮಿಯ ಕಡೆಗೇ ಸೆಳೆಯುತ್ತಿತ್ತು.

ಬೆಂಗಳೂರಿನ ಹವ್ಯಾಸಿ ರಂಗಭೂಮಿ ಸಂಸ್ಥೆಯವರ ನಾಟಕಗಳ ಸಣ್ಣ ಪುಟ್ಟ ಪಾತ್ರಗಳಲ್ಲಿ ಕಾಣಿಸಿಕೊಂಡರೂ ಸಹ ಇವರಿಗೆ ಇದರಿಂದ ಹೆಚ್ಚೇನೂ ಪ್ರಯೋಜನ ವಾಗಲಿಲ್ಲ. ಇಲ್ಲಿ ಇವರಿಗೆ ಹೇಳಿಕೊಳ್ಳುವಂತಹ ಗಮನಾರ್ಹ ಪಾತ್ರಗಳೇನೂ ಸಿಗದೆ ನಟನಾಗಿ ಗುರುತಿಸಿಕೊಳ್ಳಲು ಇದರಿಂದ ಆಗಲಿಲ್ಲ.

ಮಿಲಿಟರಿ ಅಧಿಕಾರಿ ಬುಳ್ಳಪ್ಪನವರು ವೃತ್ತಿರಂಗಭೂಮಿ ನಾಟಕಗಳಲ್ಲಿ ಅಭಿನಯಿಸಿದ್ದರು. ಇದನ್ನು ಪ್ರಖ್ಯಾತ ನಾಟಕ ಕಂಪನಿಯ ಮಾಲಿಕ ಗಮಕಿ,

ಸಂಗೀತ ವಿದ್ವಾಂಸ, ಮೈಸೂರು ಅರಮನೆಯಲ್ಲಿ ಸಂಗೀತ ಕಾರ್ಯಕ್ರಮಗಳನ್ನು ನೀಡಿ ಹೆಸರಾಗಿದ್ದ ಗೌರೀ ನರಸಿಂಹಯ್ಯನವರು ಗಮನಿಸಿ ವರದಾಚಾರ್ಯರ ಅಭಿನಯವನ್ನು ಮೆಚ್ಚಿಕೊಂಡಿದ್ದರು.

ಗೌರಿನರಸಿಂಹಯ್ಯನವರ ಒಡೆತನದ ಶ್ರೀ ಸರಸ್ವತೀ ವಿಲಾಸ ರತ್ನಾವಳಿ ನಾಟಕ ಸಭಾ ಮಂಡಳಿಯಲ್ಲಿ ಕವಿ ಕಾಳಿದಾಸನ ವಿಕ್ರಮೋರ್ವಶೀಯ ನಾಟಕ ಪ್ರದರ್ಶನದ ಸಿದ್ಧತೆಗಳನ್ನು ಮಾಡಿಕೊಳ್ಳುವ ಸಂದರ್ಭದಲ್ಲಿ ಪುರೂರವನ ಪಾತ್ರಕ್ಕೆ ವರದಾಚಾರ್ಯರೇ ಸರಿ ಎಂದು ನಿಶ್ಚಯಿಸಿ, ವರದಾಚಾರ್ಯರಿಗೆ ಈ ವಿಷಯವನ್ನು ತಿಳಿಸಿದಾಗ ಮೊದಲಿಗೆ ವರದಾಚಾರ್ಯರು ಇದಕ್ಕೆ ಒಪ್ಪಲಿಲ್ಲ. ಏಕೆಂದರೆ ಸರ್ಕಾರಿ ವೃತ್ತಿಯನ್ನು ಬಿಟ್ಟು, ಅಭದ್ರತೆಯ ರಂಗಭೂಮಿಯ ಕಡೆಗೆ ಬರಲು ಸಹಜವಾಗಿ ವರದಾಚಾರ್ಯರು ಮನಸ್ಸು ಮಾಡಲಿಲ್ಲ. ಆದರೆ ಗೌರಿ ನರಸಿಂಹಯ್ಯನವರು ಹಿಡಿದ ಪಟ್ಟು ಸಡಿಲಿಸಲಿಲ್ಲ, ಅಂತಿಮವಾಗಿ ಇವರ ಮಾತಿಗೆ ಒಪ್ಪಿ ಸರ್ಕಾರಿ ಹುದ್ದೆಗೆ ರಾಜೀನಾಮೆ ನೀಡಿ ಬಂದ ವರದಾಚಾರ್ಯರು ಪುರೂರವನ ಪಾತ್ರದಲ್ಲಿ ಅದ್ಭುತವಾಗಿ ಅಭಿನಯಿಸಿದ ಮೇಲೆ ಹಿಂಜರಿಯುವ ಪ್ರಶ್ನೆಯೇ ಉದ್ಭವಿಸಲಿಲ್ಲ.

ಹಲವಾರು ನಾಟಕಗಳಲ್ಲಿ ಭಿನ್ನ ವಿಭಿನ್ನ ಪಾತ್ರಗಳಲ್ಲಿ ಮನೋಜ್ಞವಾಗಿ ಅಭಿನಯಿಸಿ, ರಂಗ, ಸೀಸ ಪದ್ಯಗಳನ್ನು ಸಲೀಸಾಗಿ ಹಾಡಿ ಶರೀರ ಶಾರೀರದ ಸದೃಢತೆಯಿಂದಲೂ ಗಮನಸೆಳೆದ ವರದಾಚಾರ್ಯರಿಗೆ ಮೈಸೂರಿನಲ್ಲಿ ಒಳ್ಳೆಯ ಪಾತ್ರಗಳೂ ನೆಮ್ಮದಿಯೂ ದೊರಕಿತ್ತು. ಬೆಂಗಳೂರಿನ ರಂಗ ಸಂಸ್ಥೆಗಳಲ್ಲಿನಟಿಸುವಾಗ, ಇವರನ್ನು ತುಳಿಯುವ, ಅವರ ಮನಸ್ಸನ್ನು ಘಾಸಿ ಮಾಡುವ ಘಟನೆಗಳೂ ನಡೆದವು. ಇದು ನಿಲ್ಲದೆ ಸಾಗಿದಾಗ ಬಹಳ ನೊಂದುಕೊಂಡು ವರದಾ ಚಾರ್ಯರು ನಾಟಕ ರಂಗದ ಸಹವಾಸ ಸಾಕು ಎಂಬ ನಿರ್ಧಾರಕ್ಕೂ ಬಂದಿದ್ದರು. ಆದರೆ ಮೈಸೂರಿನಲ್ಲಿ ಇವರಿಗೆ ಇಂಥ ಸಂಕಷ್ಟಗಳು ಸಂಗತಿಗಳು ಘಟಿಸಲಿಲ್ಲ. ಶೂದ್ರಕನ ಮೃಚ್ಛಕಟಿಕಾ ನಾಟಕದಲ್ಲಿ ಇವರ ಪಾತ್ರ ಬಹಳ ಹೆಸರು ತಂದುಕೊಟ್ಟಿತು. ಚಂದ್ರಾವಳಿನಾಟಕವೂ ವರದಾಚಾರ್ಯರ ಕಲಾಪ್ರಪೂರ್ಣತೆಗೆ ನಿದರ್ಶನವಾಯಿತು.

ಇದ್ದಕ್ಕಿದ್ದಂತೆ ಗೌರಿನರಸಿಂಹಯ್ಯನವರು ತೀರಿಕೊಂಡಾಗ ಕಂಪೆನಿಯ ಸೂತ್ರಧಾರತ್ವವನ್ನು ಯಾರು ವಹಿಸಿಕೊಳ್ಳಬೇಕೆಂಬ ಪ್ರಶ್ನೆ ಎದುರಾಯಿತು. ೧೯ನೇ ಶತಮಾನದಲ್ಲಿ ದೊಡ್ಡ ಪಿಡುಗಾಗಿ ಕಾಡಿದ್ದ ಪ್ಲೇಗು ರೋಗ ವ್ಯಾಪಕವಾಗಿ ಹಬ್ಬಿಕೊಂಡಿತು. ಒಂದೆಡೆ ಗೌರಿ ನರಸಿಂಹಯ್ಯನವರ ಅಕಾಲಿಕ ಮರಣ, ಮತ್ತೊಂದೆಡೆ ಕಂಪೆನಿಯು ಸ್ಥಗಿತಗೊಳ್ಳುವ ಆತಂಕಗಳಿಂದ ಚಿಂತಾಕ್ರಾಂತ ರಾದ ವರದಾಚಾರ್ಯರಿಗೆ ಇಷ್ಟು ಸಾಲದೆಂಬಂತೆ ಪ್ಲೇಗ್ ರೋಗ ಅವರ ಹೆಂಡತಿ, ಪುತ್ರನನ್ನು ಬಲಿ ತೆಗೆದುಕೊಂಡಿತು.

ಇದರಿಂದ ಕಂಗೆಟ್ಟು, ವಿಷಣ್ಣ ರಾದ ವರದಾಚಾರ್ಯರು ಜುಗುಪ್ಸೆ ಹೊಂದಿದ್ದಾಗ ಇವರಿಗೆ ಸಾಂತ್ವನ-ಸಮಾಧಾನಗಳನ್ನು ಹೇಳಿದ ಗೆಳೆಯರು ಕಂಪೆನಿಯ ಮಾಲಿಕತ್ವದ ಹೊಣೆ ಹೊರೆಸಿ ದುಃಖವನ್ನು ಶಮನ ಗೊಳಿಸಲು ಪ್ರಯತ್ನಿಸಿದರು.

ಸರಸ್ವತೀ ವಿಲಾಸ ರತ್ನಾವಳೀ ನಾಟಕ ಸಭಾ ಕಂಪೆನಿಯ ಹೆಸರನ್ನು ಶ್ರೀ ರತ್ನಾವಳೀ ನಾಟಕ ಮಂಡಳಿ ಎಂದು ಹೊಸ ಹೆಸರಿನೊಂದಿಗೆ ಆರಂಭಿಸಲು ಬಹಳ ಯಶಸ್ವೀ ಪ್ರದರ್ಶನಗಳನ್ನು ಕಂಡಿದ್ದ ರತ್ನಾವಳಿ ನಾಟಕ ಪ್ರಮುಖ ಕಾರಣವಾಗಿತ್ತು.

೧೯ನೇ ಶತಮಾನದ ಆರಂಭದಲ್ಲಿಮರುಸ್ಥಾಪಿತವಾದ ಈ ನಾಟಕ ಕಂಪೆನಿಯ ನಾಟಕಗಳು ಮೈಸೂರು-ಆಂಧ್ರ-ತಮಿಳುನಾಡಿನಲ್ಲೂ ಬಹಳ ಜನಪ್ರಿಯತೆ ಗಳಿಸಿದವು.

ಇಂದಿರಾನಂದ ಮತ್ತು ವಿಮಲಾ ವಿಜಯ ಎಂಬ ನಾಟಕಗಳನ್ನು ಸ್ವಯಂರಚಿಸಿ, ಪ್ರಧಾನ ಪಾತ್ರಗಳಲ್ಲಿ ಮಿಂಚಿದ ವರದಾಚಾರ್ಯರ ಪರಿಶ್ರಮಕ್ಕೆ ತಕ್ಕ ಪ್ರತಿಫಲ ದೊರೆಯಿತು. ಇದಲ್ಲದೆ ಶಾಕುಂತಲ ನಾಟಕದ ದುಷ್ಯಂತ, ಭಕ್ತ ಪ್ರಹ್ಲಾದದ ಹಿರಣ್ಯಕಶಿಪು, ರಾಮವರ್ಮ-ಲೀಲಾವತಿ ನಾಟಕದಲ್ಲಿ ಸಂತಾಪಕ, ಪಾತ್ರಗಳಲ್ಲಿ ವರದಾಚಾರ್ಯರ ಅಮೋಘ ಅಭಿನಯ ಎಲ್ಲ ಪ್ರೇಕ್ಷಕರ ಮನಗೆದ್ದಿತ್ತು. ಸದಾರಮೆ, ಮನ್ಮಥ ವಿಜಯ, ಗುಲೇಬಕಾವಲಿ ನಿರುಪಮಾ, ಈ ನಾಟಕಗಳನ್ನು ಹೊಸ ವಿಧಾನಗಳಲ್ಲಿ, ವಿಶಿಷ್ಟ ಬೆಳಕಿನ ವಿನ್ಯಾಸದಲ್ಲಿ ಮೂಡಿಸಿದರು. ಈ ನಾಟಕಗಳು ಜಯಭೇರಿ ಬಾರಿಸಿದವು. ಅತಿಯಾದ ಮೇಕಪ್ ಇರದ, ಸಂಗೀತ-ನಾಟಕದ ಸಂಭಾಷಣೆಯ ಪರಿಭಾಷೆಯ ಮೂಲಕ ನಾಟಕ ರಂಗ. ಸಂಗೀತದ ಸಹಸ್ಪರ್ಶದ ನಾವೀನ್ಯತೆಯನ್ನು ತಂದ ವರದಾಚಾರ್ಯರ ವಿಭಿನ್ನ ಪ್ರಯೋಗಗಳಿಗೆ ಜನಸ್ಪಂದನೆ ಯೂ ಬಹಳ ಸಕಾರಾತ್ಮಕವಾಗಿ ಪ್ರಾಪ್ತವಾಗಿತ್ತು. ಜಟಿಲವಾದ, ಉದ್ದುದ್ದ ಸಂಭಾಷಣೆಗಳನ್ನು ಬಿಟ್ಟು ಸುಲಭ ರೀತಿಯಲ್ಲಿ ಸಂವಹನವಾಗಬಲ್ಲ ಮಾತುಗಳನ್ನು ಸೇರಿಸಿದ್ದೂ ಈ ನಾಟಕಗಳ ಯಶಸ್ಸಿಗೆ ಕಾರಣವಾಯಿತು.

ಆಂಗ್ಲ ನಾಟಕಗಳನ್ನು ಕನ್ನಡದ ರಂಗಾಸಕ್ತರ ಅಭಿರುಚಿಗೆ ತಕ್ಕಂತೆ ಮರು ರೂಪಿಸಿ, ಕನ್ನಡಕ್ಕೆ ಅನುವಾದ ಮಾಡಿದ ವಿಲಿಯಂ ಷೇಕ್ಸ್‌ಪಿಯರ್‌ನ ರೋಮಿಯೋ ಜೂಲಿಯೆಟ್ ನಾಟಕವನ್ನು ರಾಮವರ್ಮ-ಲೀಲಾವತಿ ನಾಟಕವಾಗಿ ರೂಪಾಂತರಿಸಿದಾಗ ಈ ನಾಟಕವನ್ನು ನೋಡಿ ಮೆಚ್ಚಿ ಆನಿಬೆಸೆಂಟ್ ವರದಾಚಾರ್ಯರಿಗೆ **"ನಾಟಕ ಶಿರೋಮಣಿ"** ಬಿರುದು ನೀಡಿದರು. ಭಕ್ತ ಪ್ರಹ್ಲಾದ ನಾಟಕವನ್ನು ವೀಕ್ಷಿಸಿದ ರವೀಂದ್ರನಾಥ್ ಠಾಕೂರ್

ಅವರು ವರದಾಚಾರ್ಯರ ಅಭಿನಯ, ರಂಗತಯಾರಿಕಾ ನೈಪುಣ್ಯತೆಯನ್ನು ಮನಸಾರೆ ಹೊಗಳಿ ತೆರಳಿದರು.

೧೯೨೬ರ ಏಪ್ರಿಲ್ ೪ರಂದು ೫೭ ವರ್ಷಕ್ಕೆ ಹಠಾತ್ ಕಣ್ಮರೆಯಾದ ವರದಾಚಾರ್ಯರ ಸ್ಮರಣೆಗಾಗಿ ಭಕ್ತ ಧ್ರುವ ಎಂಬ ವಾಕ್ಚಿತ್ರ ನಿರ್ಮಾಣವನ್ನು ಅವರ ಬಂಧುಬಳಗದವರೇ ವಹಿಸಿಕೊಂಡರು. ಆದರೆ ಹಲವು ಆರ್ಥಿಕ ಅಡಚಣೆಗಳಿಂದ ಕುಂಟುತ್ತಾ ಸಾಗಿದ ಈ ಚಿತ್ರವು ಕನ್ನಡದ ಪ್ರಪ್ರಥಮ ವಾಕ್ಚಿತ್ರವಾಗುವ ಅವಕಾಶದಿಂದ ವಂಚಿತವಾಗಿ ಆ ದಾಖಲೆ ಸತಿ ಸುಲೋಚನಾ ಚಿತ್ರಕ್ಕೆ ಸಂದಿತು.

ಕನ್ನಡ ರಂಗಭೂಮಿಯ ಇತಿಹಾಸದಲ್ಲಿ ಈ ಕ್ಷೇತ್ರಕ್ಕೆ ವರದಾಚಾರ್ಯರು ಸಲ್ಲಿಸಿದ ಸೇವೆ ಆಚಂದ್ರಾರ್ಕವಾದುದು. ಕನ್ನಡ ನಾಟಕ ರಂಗಕ್ಕೆ ಇವರ ಸೇವೆ, ಪ್ರಯೋಗಗಳು ಇಂದಿಗೂ ಮುಂದಿನ ಪೀಳಿಗೆಗೆ ಮಾರ್ಗದರ್ಶಕ ಎನ್ನುವುದು ನಿಸ್ಸಂಶಯ ಸತ್ಯ.

೩

ಕನ್ನಡದಲ್ಲಿ ವಿಜ್ಞಾನಾಭಿರುಚಿ ವರ್ಧಿಸಿದ ಸಾಹಿತಿ

ಬೆಳ್ಳಾವೆ ವೆಂಕಟನಾರಾಯಣಪ್ಪ

ಕನ್ನಡದಲ್ಲಿ ಕಲೆ, ಸಂಗೀತ, ಶಾಸನ, ಭಾಷೆಗಳ ಕುರಿತು ಅನೇಕ ಮಂದಿ ಸಾಹಿತಿಗಳು ಕೃತಿಗಳನ್ನು ಬರೆದು ಶ್ರೀಮಂತ ಗೊಳಿಸಿದ್ದಾರೆ. ಆದರೆ ೧೯ನೇ ಶತಮಾನದಲ್ಲಿ ಬ್ರಿಟಿಷ್ ಸಾಮ್ರಾಜ್ಯದ ಕಾಲದಲ್ಲಿ ವಿಜ್ಞಾನದ ಬರೆಹಗಳು ಎಂದಾಕ್ಷಣ ಇಂಗ್ಲಿಷ್‌ನಲ್ಲಿ ಬರೆಯುತ್ತಿದ್ದುದನ್ನು ಕಂಡು, ಕನ್ನಡ ಭಾಷೆಯಲ್ಲಿ ವಿಜ್ಞಾನದ ಲೇಖನಗಳು ಕೃತಿಗಳು ಹೊರ ಬರಬೇಕೆಂದು ಹಂಬಲಿಸಿದ ವಿದ್ವಾಂಸರು ಬೆಳ್ಳಾವೆ ವೆಂಕಟ ನಾರಣಪ್ಪನವರು ಕನ್ನಡ ಸಾಹಿತ್ಯ ಪರಿಷತ್ತಿನ ಹುಟ್ಟಿನ ನಾಂದಿಪುರುಷರಲ್ಲಿ ಒಬ್ಬರು.

ತುಮಕೂರಿನ ಬೆಳ್ಳಾವೆಯಲ್ಲಿ ಜನಿಸಿದ ಇವರ ಕುಟುಂಬದ ಭಾಷೆ ತೆಲುಗು, ಆದರೆ ಬೆಳ್ಳಾವೆ ವೆಂಕಟನಾರಾಯಣಪ್ಪನವರು ಕನ್ನಡ ನಾಡು ನುಡಿ ವಿಜ್ಞಾನದ ಪ್ರಪಂಚಕ್ಕೆ ನೀಡಿದ ಕೊಡುಗೆ ಅಗಾಧ ಮತ್ತು ಅಪಾರ.

ವಿಜ್ಞಾನದ ಸೆಳೆತ ಮತ್ತು ಆಕರ್ಷಣೆ ಇವರಲ್ಲಿ ಕೇವಲ ಉತ್ಸಾಹದ ರೂಪದಲ್ಲಿ ಮಾತ್ರ ಸೀಮಿತವಾಗಿರಲಿಲ್ಲ. ತಾವು

ಪಾಠ ಮಾಡಿದ ಭೌತಶಾಸ್ತ್ರ, ಶರೀರ ವಿಜ್ಞಾನವನ್ನು ಕನ್ನಡದ ಮೂಲಕವೇ ಕನ್ನಡಿಗರ ಮನೆ ಮನೆಗೆ ಮುಟ್ಟಿಸುವ ಅಭಿಲಾಷೆಯನ್ನು ಹೊಂದಿದ್ದ ಇವರು ಕಾರ್ಯ ಪ್ರವೃತ್ತರಾಗಿ ಸೆಂಟ್ರಲ್ ಕಾಲೇಜಿನಲ್ಲಿ ವಿಜ್ಞಾನ ಪ್ರಚಾರಿಣಿ ಎಂಬ ಚಿಕ್ಕ ಸಂಘ ಹಾಗೂ ವಿಜ್ಞಾನ ಎಂಬ ಕನ್ನಡ ಮಾಸಪತ್ರಿಕೆಯನ್ನು ಮುನ್ನಡೆಸಿದರು.

ಇವರ ವಿದ್ವತ್ತು, ವಿಜ್ಞಾನದ ಬಗ್ಗೆ ಇದ್ದ ಅದ್ಭುತ ಪಾಂಡಿತ್ಯವನ್ನು ಮನಗಂಡು ಮೈಸೂರು ವಿಶ್ವವಿದ್ಯಾನಿಲಯದವರು ಜೀವ ವಿಜ್ಞಾನದ ಬಗ್ಗೆ ಒಂದು ಕೃತಿಯನ್ನು ಬರೆದುಕೊಡಲು ವಿನಂತಿಸಿದಾಗ ಬೆಳ್ಳಾವೆ ವೆಂಕಟನಾರಾಯಣಪ್ಪನವರು ಬರೆದ ಹೊತ್ತಗೆಯೇ ಜೀವ ವಿಜ್ಞಾನ.

ಸರಳಗನ್ನಡದಲ್ಲಿ ಸಂಕೀರ್ಣವಾದ ವೈಜ್ಞಾನಿಕ ಪರಿಭಾಷೆಗಳನ್ನೂ ಹೇಳಲು ಸಾಧ್ಯ ಎಂದು ಸ್ಥಿರೀಕರಿಸಿದ ಜೀವ ವಿಜ್ಞಾನ ಕೃತಿಯು ಪ್ರಕಟವಾಗಿ ನೂರು ವರ್ಷದ ಮೇಲಾದರೂ ಇಂದಿಗೂ ವಿಜ್ಞಾನ ಕ್ಷೇತ್ರದ ಮಹತ್ತರವಾದ ಆಕರ–ಆಧಾರ ಗ್ರಂಥವಾಗಿದೆ. ನಂ. ವೆಂಕಟೇಶ ಅಯ್ಯಂಗಾರ್ ಮತ್ತು ಬೆಳ್ಳಾವೆ ವೆಂಕಟನಾರಾಯಣಪ್ಪನವರು ೧೯೧೮, ೧೯೧೯ರಲ್ಲಿ ಹೊರತಂದ ಬೃಹತ್ ವಿಜ್ಞಾನ ಸಂಪುಟ ಸಹ ವಿಜ್ಞಾನ ವಿಷಯದ ಬಗ್ಗೆ ಕನ್ನಡದಲ್ಲಿ ಇರುವ ಬಹಳ ಅಪರೂಪದ ಕೃತಿಯಾಗಿದೆ.

ಧಾರ್ಮಿಕ ಪ್ರಜ್ಞೆಯ ಸಾಹಿತಿ–ಭಕ್ತಿ ಧರ್ಮದ ಬಗೆಗಿನ ದೈವಶ್ರದ್ಧೆ ಯುಳ್ಳವರಾಗಿ ಬೆಂಗಳೂರಿನ ಮಲ್ಲಿಕಾರ್ಜುನ ದೇವಸ್ಥಾನ, ಗವಿಗಂಗಾಧರೇಶ್ವರ ಗುಡಿ, ದೊಡ್ಡ ಬಸವಣ್ಣ, ದೊಡ್ಡ ಗಣಪತಿ ದೇವಸ್ಥಾನಗಳ ನವೀಕರಣಕ್ಕೆ ಕಾರಣೀಭೂತರಾದರು.

ಗುಣಸಾಗರ, ಕನ್ನಡ ಐದನೆಯ ಪುಸ್ತಕ ಮೊದಲಾದ ಸ್ವತಂತ್ರ ಕೃತಿಗಳ ಜೊತೆಗೆ ಶಬ್ದಮಣಿ ದರ್ಪಣ, ಪಂಪ ರಾಮಾಯಣ, ಚಾವುಂಡರಾಯ ಪುರಾಣ, ಪಂಪ ಭಾರತದ ನಿಘಂಟು, ಸೋಮೇಶ್ವರ ಶತಕ, ಕುಸುಮಾವಳಿ ಕಾವ್ಯಗಳ ಸಂಪಾದನಾ ಕಾರ್ಯಗಳನ್ನು ನಿರ್ವಹಿಸಲು ಬೆಳ್ಳಾವೆ ವೆಂಕಟ ನಾರಾಯಣಪ್ಪನವರು ಅಹರ್ನಿಶಿ ದುಡಿದರು. ೧೯೩೭ರಲ್ಲಿ ಜಮಖಂಡಿಯಲ್ಲಿ ಜರುಗಿದ ಅಖಿಲಭಾರತ ಕನ್ನಡ ಸಾಹಿತ್ಯ ಸಮ್ಮೇಳನದ ಅಧ್ಯಕ್ಷರಾಗಿದ್ದ ಬೆಳ್ಳಾವೆ ವೆಂಕಟನಾರಾಯಣಪ್ಪನವರು ೧೯೪೩ರ ಆಗ ೩೦ರಂದು ತಮ್ಮ ೭೧ನೇ ವಯಸ್ಸಿನಲ್ಲಿ ನಿಧನರಾದರು. ಕನ್ನಡದ ವಿಜ್ಞಾನ ಸಾಹಿತ್ಯಕ್ಕೆ ಒಂದು ಸ್ವರೂಪವನ್ನು ನೀಡಿದ ಇವರದ್ದು ಚಿರಸ್ಥಾಯೀ ಹೆಸರು.

೪

ಕನ್ನಡದ ಕಣ್ಬೆಳಕು

ಪಂಜೆ ಮಂಗೇಶರಾಯರು

ರಾಯಚೂರಿನಲ್ಲಿ ನಡೆದ ಅಖಿಲ ಭಾರತ ಕನ್ನಡ ಸಾಹಿತ್ಯ ಸಮ್ಮೇಳನದ ಅಧ್ಯಕ್ಷತೆ ವಹಿಸಿದ್ದ ಸಾಹಿತಿಯು "ನನಗೆ ಈಗ ಇರುವುದು ಒಂದೇ ಆಸೆ, ನನ್ನ ಕಡೆ ಗಳಿಗೆಯಲ್ಲಿ ನನ್ನ ನಾಲಗೆ ಕೃಷ್ಣ ಕೃಷ್ಣ ಎಂದು ನುಡಿಯುವಂತೆ, ಕನ್ನಡ ಕನ್ನಡ ಎಂದೂ ನುಡಿಯುತ್ತಿರಲಿ" ಹೀಗೆ ಹೇಳಿದ ಕನ್ನಡದ ಹೃದಯವಂತ ಪ್ರೇಮಿ ಪಂಜೆ ಮಂಗೇಶರಾಯರು. ಮನೆಯ ಮಾತು ಕೊಂಕಣಿ, ವಾಸವಾಗಿದ್ದ ಊರಿನ ಭಾಷೆ ತುಳು, ಕನ್ನಡದ ಹಲವು ಮೊದಲುಗಳಿಗೆ ಕಾರಣರಾದ ಪಂಜೆ ಮಂಗೇಶರಾಯರು ಜೀವನದುದ್ದಕ್ಕೂ ಕನ್ನಡವನ್ನು ಪ್ರೀತಿಸಿದ ಪರಿ ಹೋಲಿಸಲಾಗದಷ್ಟು ಹಿರಿದು.

ಪಂಜೆ ಮಂಗೇಶರಾಯರು ೧೯೩೭ರಲ್ಲಿ ತೀರಿಕೊಂಡಾಗ ಅವರ ಶಿಷ್ಯರಾಗಿದ್ದ ಗೋವಿಂದ ಪೈ ಅವರು ತಮ್ಮ ಗುರುವನ್ನು ನೆನೆದು "ತುಳುನಾಡಿನ ಕನ್ನಡ ಸಾಹಿತ್ಯದ ದೀಪಸ್ತಂಭ

ಆರಿತು: ಬೆಳಕು ಬೆಳಕಿನೆಡೆಗೆ ಸಾರಿತು." ಮಂಗೇಶರಾಯರ ಪೂರ್ವಜರ ಊರು ಪುತ್ತೂರಿನ ಹತ್ತಿರದ ಪಂಜ ಎಂಬ ಊರಿನಿಂದ ಬಂದವರು. ಇದರಿಂದ ಮಂಗೇಶರಾಯರ ಹೆಸರಿನ ಹಿಂದೆ ಪಂಜ ಸೇರಿಕೊಂಡಿತು. ಮುಂದೆ ಇದು ಪಂಜೆ ಆಗಿ ಮಂಗೇಶರಾಯರ ಹೆಸರಿಗೆ ಶಾಶ್ವತವಾಗಿ ಅಂಟಿತು. ಬೆನಗಲ್ ರಾಮರಾವ್ ಅವರ ಸೋದರಿಯನ್ನು ವಿವಾಹವಾಗಿದ್ದರು. ಶಾಲಾ ಪರಿವೀಕ್ಷಕರಾಗಿ ರಾಜ್ಯದ ನಾನಾ ಊರುಗಳಲ್ಲಿ ಕೆಲಸ ಮಾಡಿದ ಪಂಜೆ ಮಂಗೇಶರಾಯರು ಆ ಕಾಲಕ್ಕೇ ಹರಿಜನ ವಿದ್ಯಾರ್ಥಿಗಳಿಗೂ ಶಾಲಾ ಪ್ರವೇಶ, ಸಾಮೂಹಿಕ ಸಹ ಭೋಜನಗಳನ್ನು ಯಶಸ್ವಿಯಾಗಿ ನೆರವೇರಿಸಿದ ಸಮದರ್ಶೀ ಸಮಾಜದ ದೃಷ್ಟಿಕೋನ ಉಳ್ಳವರಾಗಿದ್ದರು. ಹುತ್ತರಿ ಹಾಡು ಪಂಜೆ ಮಂಗೇಶರಾಯರ ಹೆಸರನ್ನು ಬಹಳ ಎತ್ತರಕ್ಕೆ ಏರಿಸಿತು. ಕೊಡವರ ಮತ್ತು ಕೊಡಗಿನ ಸಾಂಪ್ರದಾಯಿಕ, ಸಾಂಸ್ಕೃತಿಕ ಆಚರಣೆಗಳ ಸುತ್ತಲಿನ ಈ ಹುತ್ತರಿ ಹಾಡು.

ಎಲ್ಲಿ ಭೂರಮೆ ದೇವಸನ್ನಿಧಿ
ಬಯಸಿ ಬಿಮ್ಮನೆ ಬಂದಳೊ
ಎಲ್ಲಿ ಮೋಹನ ಗಿರಿಯ ಬೆರಗಿನ
ರೂಪದಿ ನಿಂದಳೊ

ಇದು ಇಂದಿಗೂ ಬಹಳ ಜನಜನಿತ ಪದ್ಯ. ಕವಿಶಿಷ್ಯ ಪಂಜೆ ಮಂಗೇಶ ರಾಯರ ಕಾವ್ಯನಾಮ. ಅಣ್ಣನ ವಿಳಾಸ, ನಕ್ಷತ್ರ ಇವರು ಬರೆದ ಕವಿತೆಗಳಾದರೂ ತೆಂಕಣ ಗಾಳಿಯಾಟ ಇವರ ಅತ್ಯಂತ ಜನಪ್ರಿಯ ಕವಿತೆ.

ಬರಲಿದೆ! ಅಹಹಾ! ದೂರದಿ ಬರಲಿದೆ–
ಬುಸುಗುಟ್ಟುವ ಪಾತಾಳದ ಹಾವೊ? ।
ಹಸಿವಿನ ಭೂತವು ಕೂಯುವ ಕೂವೊ? ॥
ಹೊಸತಿದು ಕಾಲನ ಕೋಣನ–ಓವೊ! ।
ಉಸಿರಿನ ಸುಯ್ಯೋ?–ಸೂಸೂಕರಿಸುತ,
ಬರುವುದು! ಬರಬರ ಭರದಲಿ ಬರುವುದು– ॥ ೧ ॥

ಇದು ಮಂಗೇಶರಾಯರ ಬಹಳ ಅರ್ಥವತ್ತಾದ ಕವಿತೆ.

೧೯೦೦ರಲ್ಲಿ ಇವರು ಬರೆದ ನನ್ನ ಚಿಕ್ಕತಾಯಿ ಕನ್ನಡದ ಮೊದಲ

ಸಣ್ಣ ಕಥೆ. ಹಾಗಾಗಿ ಇವರನ್ನು ಸಣ್ಣ ಕಥೆಗಳ ಪಿತಾಮಹ ಎನ್ನಲಾಗಿದೆ. ಕಮಲಾಪುರದ ಹೊಟೆಲಿನಲ್ಲಿ ಇವರು ಬರೆದ ಕನ್ನಡದ ಅತ್ಯುತ್ತಮ ಲಲಿತಪ್ರಬಂಧಗಳ ಪೈಕಿ ಒಂದು. ೧೮ ಶಿಶುಗೀತೆಗಳು, ೨೨ ಶಿಶುಕಥೆಗಳು,

೧೨ ಮಕ್ಕಳ ಸಾಹಿತ್ಯದ ಕಥೆಗಳು, ೧೧ ಬಾಲಸಾಹಿತ್ಯದ ಕವಿತೆಗಳನ್ನೂ ನೀಡಿದ ಕೊಂಕಣಿ ಮಾತೃಭಾಷೆಯ ಅಚ್ಚಗನ್ನಡದ ಅಭಿಮಾನಿ ಮತ್ತು ಆರಾಧಕ ಮಂಗೇಶರಾಯರ ಸಹಪಾಠಿ ನಂದಳಿಕೆಲಕ್ಷ್ಮೀನಾರಾಯಣಪ್ಪ (ಮುದ್ದಣ). ೧೯೩೭ ಅಕ್ಟೋಬರ್ ೨೪ರಂದು ತಮ್ಮ ೬೩ನೇ ವಯಸ್ಸಿನಲ್ಲಿ ಪಂಜೆಯವರು ನಿಧನರಾದರು.

೫

ಕನ್ನಡದ ಆರಾಧಕ

ಬೆನಗಲ್ ರಾಮರಾಯರು

"ಕನ್ನಡವನುಳಿದೆನಗೆ ಅನ್ಯ ಜೀವವಿಲ್ಲ" ಎಂದು ತನುಮನಧನಗಳಲ್ಲಿ ಕನ್ನಡವನ್ನು ಕಟ್ಟುವ ಕೆಲಸ ಮಾಡಿದ ಉದ್ಧಾಮ ಸಾಹಿತಿ ಬೆನಗಲ್ ರಾಮರಾಯರು ಬೆಳಗಾವಿಯಲ್ಲಿ ನಡೆದ ಅಖಿಲ ಭಾರತ ಕನ್ನಡ ಸಾಹಿತ್ಯ ಸಮ್ಮೇಳನದ ಅಧ್ಯಕ್ಷರಾಗಿ ತಮ್ಮ ಭಾಷಣದಲ್ಲಿ "ಕನ್ನಡಿಗರು ಕನ್ನಡದ ಬಗ್ಗೆ ಅಭಿಮಾನ, ಶ್ರದ್ಧೆಯನ್ನು ಹೊಂದಿ ಅಮೂಲ್ಯ ಕನ್ನಡದ ಗ್ರಂಥಗಳನ್ನು ಮನೆಯಲ್ಲಿ ಓದಬೇಕು" ಎಂದು ಆಡಿದ ಮಾತುಗಳು ರಾಮರಾಯರ ಕನ್ನಡದ ಕನ್ನಡಿಗರ ಮೇಲಿನ ಕಳಕಳಿಯನ್ನು ಸೂಚಿಸುತ್ತದೆ.

ಮಂಗಳೂರಿನ ಮುಲ್ಕಿಯಲ್ಲಿ ಜನಿಸಿದ ಬೆನಗಲ್ ರಾಮರಾಯರ ಮಾತೃಭಾಷೆ ಕೊಂಕಣಿ. ಆದರೆ ಕನ್ನಡ ಅವರ ಒಲವಿನ ಭಾಷೆ. ಬದುಕಿನ ಉದ್ದಕ್ಕೂ ಕನ್ನಡಕ್ಕಾಗಿ ದುಡಿದ ಬೆನಗಲ್ ರಾಮರಾಯರು ಮೊತ್ತಮೊದಲು ಏಕೀಕಣ ಕರ್ನಾಟಕದ ನಕಾಶೆಯನ್ನು ರೂಪಿಸಿದ ಮಹಾತ್ಮರು.

ಕನ್ನಡ ಹಾಗೂ ತೆಲುಗಿನಲ್ಲೂ ಸ್ನಾತಕೋತ್ತರ ಪದವಿ ಪಡೆದ ಬೆನಗಲ್ ರಾಮರಾಯರು ಮುಂದೆ ಕಾನೂನಿನ ವಿಷಯದಲ್ಲೂ ಪದವಿ ಗಳಿಸಿದರು. ಇಂಗ್ಲಿಷ್, ಸಂಸ್ಕೃತ, ಬಂಗಾಳಿ, ಮರಾಠಿ ಭಾಷೆಗಳಲ್ಲಿ ನುರಿತಿದ್ದ ಇವರು ಅನುವಾದಗಳ ಮೂಲಕವೂ ಕನ್ನಡಕ್ಕೆ ಬೇರೆ ಭಾಷೆಗಳ ಕೃತಿಗಳನ್ನು ಅನುವಾದಿಸಿ ಭಾಷಾ ಬಾಂಧವ್ಯದ ಬೆಸುಗೆ ಹಾಕಿದರು. ಸಂಸ್ಕೃತದ ದೂತಾಂಗದ, ಶಾಪಸಂಭ್ರಮ ಬಂಗಾಲಿಯ ಕೃಷ್ಣಕುಮಾರಿ(ಮಧುಸೂದನ ದತ್ತರ ದುಃಖಾಂತ್ಯ ನಾಟಕ)ಯನ್ನು ಕನ್ನಡಕ್ಕೆ ಅನುವಾದಿಸಿದ್ದ ಬೆನಗಲ್ ರಾಮರಾಯರು ಸುವಾಸಿನಿ ಪತ್ರಿಕೆಯ ಸಂಪಾದಕರಾಗಿ, ವಾಗ್ಭೂಷಣ ಪತ್ರಿಕೆಯ ಸಹಸಂಪಾದಕರಾಗಿ, ಅಪಾರ ಕ್ಷಮತೆಯಿಂದ ದುಡಿದ ಮಹಾನುಭಾವರು. ತಂಜಾವೂರಿನ, ಬಾಳೆಹೊನ್ನೂರಿನ, ಮನೆತನದ ಕೈಫಿಯತ್ತುಗಳನ್ನು ಸಂರಚಿಸಿ ಬಹಳ ಹೆಸರುವಾಸಿಯಾದರು.

ಪಾನ್ಯಂ ಸುಂದರಶಾಸ್ತ್ರಿಯವರೊಂದಿಗೆ ಇವರು ಸಿದ್ಧಪಡಿಸಿದ ಪುರಾಣ ನಾಮ ಚೂಡಾಮಣಿ ಇಂದಿಗೂ ಪುರಾಣೇತಿಹಾಸದ ಅನರ್ಘ್ಯ ಆಕರ ಗ್ರಂಥವಾಗಿದೆ.

ತೆಲುಗಿನಿಂದ ಕಲಹಪ್ರಿಯ ಎಂಬ ನಾಟಕವನ್ನು ಬೆನಗಲ್ ರಾಮರಾಯರು ಕನ್ನಡಕ್ಕೆ ಅನುವಾದಿಸಿದ್ದಾರೆ. ಭಾರತದ ಸಂವಿಧಾನ ಕರಡುರಚನಾ ಸಮಿತಿಯ ಸದಸ್ಯರಾಗಿ ಸಂವಿಧಾನ ರಚನಾ ವಿನ್ಯಾಸದಲ್ಲಿ ಪ್ರಮುಖ ಪಾತ್ರ ವಹಿಸಿದ್ದ ಬೆನಗಲ್ ನರಸಿಂಗ ರಾವ್ ರಾಮರಾಯರ ಹಿರಿಯ ಸಹೋದರ.

ಕರ್ನಾಟಕ ಕಂದಮಾಲೆ, ಕರ್ನಾಟಕ ಘೋಷಯಾತ್ರೆ, ಸತ್ಯರಾಜನ ಪೂರ್ವ ದೇಶದ ಯಾತ್ರೆ, ಸುಭದ್ರಾ ವಿಜಯ, ದಂಥ ಕೃತಿಗಳ ಮೂಲಕ ಕನ್ನಡ ಸಾಹಿತ್ಯ ನಾಡು ನುಡಿಗಳ ಸೇವೆಗೆ ತಮ್ಮನ್ನುಅರ್ಪಿಸಿಕೊಂಡ ಬೆನಗಲ್ ರಾಮ ರಾಯರು ತಮ್ಮ ೬೮ನೇ ವಯಸ್ಸಿನಲ್ಲಿ ನಿಧನರಾದರು.

ಕನ್ನಡದ ಏಳಿಗೆಗೆ ಸರ್ವಸ್ವವನ್ನೂ ಧಾರೆ ಎರೆದು, ಜೀವ ಸವೆಸಿದ ಈ ಮಹನೀಯರು ಬಿತ್ತಿ ಹೋದ ಕನ್ನಡ ಸಾಹಿತ್ಯ ಭಾಷೆ ಪರಂಪರೆಯನ್ನು ಉಳಿಸಿಕೊಂಡು ಹೋಗುವ ಮಹತ್ತ್ವದ ಹೊಣೆಗಾರಿಕೆಯನ್ನು ನಾವು ಹೊಂದಿ ಮುನ್ನಡೆಸುವುದೇ ಬೆನಗಲ್ ರಾಮರಾಯರಿಗೆ ಸಲ್ಲಿಸಬಹುದಾದ ಅರ್ಹ ಶ್ರದ್ಧಾಂಜಲಿ.

೬

ಕರ್ನಾಟಕ ಕವಿಕೇಸರಿ, ಆಸ್ಥಾನ ವಿದ್ವಾನ್

ಬೆಳ್ಳಾವೆ ನರಹರಿಶಾಸ್ತ್ರಿ

ಕನ್ನಡದ ಉದ್ದಾಮ ನಾಟಕಕಾರರಾಗಿ ವೃತ್ತಿ ರಂಗಭೂಮಿಯಲ್ಲಿ ನಾಟಕಗಳು ಹೆಚ್ಚು ಪ್ರದರ್ಶಿತವಾಗಲು ಪ್ರಚುರವಾಗಲು ಕಾರಣಕರ್ತರಾದವರಲ್ಲಿ ಬೆಳ್ಳಾವೆ ನರಹರಿ ಶಾಸ್ತ್ರಿ ಅವರ ಹೆಸರು ಸದಾ ಮುಖ್ಯ.

ತುಮಕೂರು ಜಿಲ್ಲೆಯ ಬೆಳ್ಳಾವೆ ಎಂಬ ಪುಟ್ಟ ಗ್ರಾಮದಲ್ಲಿ ೧೮೮೨ರ ಸೆಪ್ಟೆಂಬರ್ ೨೧ರ ಗುರುವಾರ ಜನಿಸಿದ ನರಹರಿ ಶಾಸ್ತ್ರಿಯವರ ಮನೆಯ ಮಾತು ತೆಲುಗು. ತೆಲುಗು, ಕನ್ನಡ, ಸಂಸ್ಕೃತ ಭಾಷೆಗಳಲ್ಲಿ ಪಾಂಡಿತ್ಯ ಪಡೆದಿದ್ದರು. ಬಾಲ್ಯದಲ್ಲಿ ಇವರು ಬಹಳ ಕಷ್ಟಗಳನ್ನು, ಆರ್ಥಿಕ ಬವಣೆಗಳನ್ನು ಅನುಭವಿಸಬೇಕಾಯಿತು. ಆದರೆ ಅಪಾರ ಗ್ರಹಣ ಸಾಮರ್ಥ್ಯ ಮತ್ತು ಸಾಹಿತ್ಯದ ಮೇಲೆ ಇವರಿಗಿದ್ದ ಅಧ್ಯಯನಶೀಲ ಸ್ವಭಾವ ಇವರನ್ನು ಮುಂದೆ ಬಹಳ ಉನ್ನತ ನಾಟಕಕಾರರನ್ನಾಗಿಸಿತು. ಸ್ಯಮಂತಕೋಪಾಖ್ಯಾನ ಇವರ ಮೊದಲ ನಾಟಕ. ೧೯೦೧ ರಲ್ಲೇ ಇದರ ರಚನೆಯಾಗಿತ್ತು. ವೃತ್ತಿಯಲ್ಲಿ ಶಾಲಾಮೇಷ್ಟ್ರಾಗಿದ್ದ ಶಾಸ್ತ್ರಿಯವರು ರಂಗಭೂಮಿಯ ಬಗ್ಗೆ ವಿಶೇಷ ಅಭಿಮಾನ,

ಆಸಕ್ತಿ ಹೊಂದಿದ್ದವರು. ಪೌರಾಣಿಕ, ಐತಿಹಾಸಿಕ ನಾಟಕಗಳು ಇವರನ್ನು ಆಕರ್ಷಿಸಿದವು.

ಗುಬ್ಬಿ ಚನ್ನಬಸವೇಶ್ವರ ಕೃಪಾ ಪೋಷಿತ ನಾಟಕ ಸಂಘದವರು ಬೆಳ್ಳಾವೆಯಲ್ಲಿ ಪ್ರದರ್ಶಿಸಿದ ಗುಲೇಬಕಾವಲಿ, ಚೋರಕತೆ ಶಾಸ್ತ್ರಿಯವರಿಗೆ ಬಹಳ ಹಿಡಿಸಿದ್ದವು. ಮುಂದೆ ಗುಬ್ಬಿ ವೀರಣ್ಣನವರಿಗಾಗಿಯೇ ಶಾಸ್ತ್ರಿಯವರು ಶ್ರೀ ಕೃಷ್ಣಲೀಲಾ ನಾಟಕವನ್ನು ರಚಿಸಿಕೊಟ್ಟಿದ್ದರು. ಶ್ರೀ ಕೃಷ್ಣ ರುಕ್ಮಿಣಿ ಸತ್ಯಭಾಮ, ಮಹಾಸತಿ ಅನಸೂಯ, ಆಂಗ್ಲ ನಾಟಕ ಕಥಾವಳಿ, ಸದಾರಮೆ, ದಶಾವತಾರ, ವಿಜಯವಿಲಾಸ ಶಾಸ್ತ್ರಿಯವರು ರಚಿಸಿದ ಕೆಲವು ಪ್ರಮುಖ ನಾಟಕಗಳು. ೫೧ ನಾಟಕಗಳನ್ನು ಇವರು ರಚಿಸಿದ್ದರು.

ಅವಧಾನ ವಿದ್ಯೆಯಲ್ಲೂ ಪಾರಂಗತರಾಗಿದ್ದ ಶಾಸ್ತ್ರಿಯವರ ಸಾಮರ್ಥ್ಯವೆಂದರೆ ಆಶುಶಕ್ತಿ. ಒಂದೇ ರಾತ್ರಿಯಲ್ಲಿ ನಾಟಕಗಳನ್ನು ಬರೆದು ಬಿಡುತ್ತಿದ್ದ ವಿದ್ವತ್ಪೂರ್ಣ ಪ್ರತಿಭೆಯ ಶಾಸ್ತ್ರಿಗಳನ್ನು ವೃತ್ತಿ ರಂಗಭೂಮಿಯ ಖ್ಯಾತ ನಾಟಕಕಾರ ಮೊಹಮ್ಮದ್ ಪೀರ್ ಸಾಹೇಬರು ಒಂದೇ ದಿನದಲ್ಲಿ ಪೌರಾಣಿಕ ನಾಟಕವನ್ನು ಬರೆದುಕೊಡಲು ಹೇಳಿದಾಗ, ಒಂದೇ ರಾತ್ರಿಯಲ್ಲಿ ಭಕ್ತ ಮಾರ್ಕಂಡೇಯ ನಾಟಕವನ್ನು ಇವರು ರಚಿಸಿ ಕೊಟ್ಟರು. ಇದು ರಂಗದ ಮೇಲೆ ಪ್ರದರ್ಶಿತವಾದ ಯಶಸ್ವೀ ನಾಟಕಗಳಲ್ಲಿ ಒಂದು. ಶಾಸ್ತ್ರಿಯವರನ್ನು ಕೆಣಕಿದ್ದ ಮೊಹಮ್ಮದ್ ಪೀರ್ ಅವರು ಶಾಸ್ತ್ರಿಯವರ ಸಾಮರ್ಥ್ಯಕ್ಕೆ ನಿಬ್ಬೆರಗಾಗಿದ್ದರು.

೧೯೩೪ರ ಮಾರ್ಚ್ ೩ರಂದು ಕನ್ನಡದ ಪ್ರಪ್ರಥಮ ಮಾತಿನ ಚಿತ್ರ ಸತಿ ಸುಲೋಚನಾ ತೆರೆ ಕಂಡಿತು. ಈ ಚಿತ್ರಕ್ಕೆ ಬೆಳ್ಳಾವೆ ನರಹರಿಶಾಸ್ತ್ರಿ ಅವರದ್ದೇ ಸಾಹಿತ್ಯ, ಸಂಭಾಷಣೆ ಕಥೆ, ಚಿತ್ರಕಥೆ. ಇವರ ಇಂದ್ರಜಿತ್ ವಧೆ ನಾಟಕವೇ ಸತಿ ಸುಲೋಚನ ಚಿತ್ರದ ಮೂಲ. **“ಭಲೇ ಭಲೇ ಪಾರ್ವತಿ ಬಲು ಚತುರೆ”** ಎಂಬ ಈ ಚಿತ್ರದ ಗೀತೆಯನ್ನು ನಟಿ ಲಕ್ಷ್ಮೀಬಾಯಿ ಯವರೇ ಹಾಡಿದ್ದರು. ನರಹರಿ ಶಾಸ್ತ್ರಿಯವರ ಈ ಸೂಪರ್ ಹಿಟ್ ಹಾಡು ಅಂದಿನ ದಿನಗಳಲ್ಲಿ ಎಲ್ಲರಿಗೂ ಪ್ರಿಯವಾಗಿತ್ತು. ರಂಗಭೂಮಿಯ ದಟ್ಟ ಪ್ರಭಾವದಿಂದಾಗಿ ಸತಿ ಸುಲೋಚನಾ ಚಿತ್ರ ಸಹ ಅದೇ ಮಾದರಿಯನ್ನು ಅನುಸರಿಸಿ ತೆರೆಕಂಡಿತ್ತು.

ಸದಾರಮೆ ಚಿತ್ರಕ್ಕೂ ಸಾಹಿತ್ಯವನ್ನು ಇವರು ರಚಿಸಿದರು. ಇದೂ ಸಹ ನಾಟಕವಾಗಿ ಬಹಳ ಪ್ರಸಿದ್ಧವಾಗಿತ್ತು. ನರಹರಿ ಶಾಸ್ತ್ರಿಯವರು ಬರೆದಿದ್ದ ಸದಾರಮೆ ನಾಟಕವನ್ನು ಅಲ್ಪಸ್ವಲ್ಪ ಬದಲಾವಣೆಗಳೊಂದಿಗೆ ಇತ್ತೀಚೆಗೆ ರಂಗ ಶಂಕರವು ನಾಟಕವನ್ನು ಮರು ರೂಪಾಂತರಗೊಳಿಸಿ ಪ್ರದರ್ಶಿಸಿದರು. **“ಭಂಗಿ ಆನಂದವೇನೆಂಬೆ ಲೋಕದಿ”** ಎಂಬ ಶಾಸ್ತ್ರಿಗಳ ರಚನೆ ಅಶ್ವತ್ಥಮ್ಮ ಅವರ ಕಂಠದಲ್ಲಿ ಸೊಗಸಾಗಿ ಮೂಡಿ ಬಂದಿದೆ. ಪುರಂದರದಾಸ ಚಿತ್ರ ೧೯೩೭ರಲ್ಲಿ

ತೆರೆ ಕಂಡಿತು. ಈ ಚಿತ್ರಕ್ಕೆ ಕಥೆ ಚಿತ್ರಕಥೆ ಸಾಹಿತ್ಯ ರಚಿಸಿದ ಶಾಸ್ತ್ರಿಯವರು ಬರೆದ ದೇವಿ ತುಳಸಿ, ಮುಯ್ಯಿಗೆ ಮುಯ್ಯಿ. ಸೇರಿದಂತೆ ಎಲ್ಲಾ ಹಾಡುಗಳೂ ಯಶಸ್ವಿಯಾದವು. ಸುಭದ್ರಾ ಪರಿಣಯ ಸಹ ಶಾಸ್ತ್ರಿಯವರ ನಾಟಕಾಧಾರಿತ ಚಿತ್ರ.

೧೯೪೩ರಲ್ಲಿ ತೆರೆಕಂಡ ಕೃಷ್ಣ ಸುದಾಮ ಚಿತ್ರದಲ್ಲಿ ಬೆಳ್ಳಾವೆ ನರಹರಿಶಾಸ್ತ್ರಿ ಅವರು ನಟಿಸಿ ಕಥೆ, ಚಿತ್ರಕಥೆ ಸಾಹಿತ್ಯ ಸಂಭಾಷಣೆ ರಚಿಸಿದರು. ಕೆ. ಸುಬ್ರಹ್ಮಣ್ಯಂ ಈ ಚಿತ್ರದ ನಿರ್ದೇಶಕರು. ಈ ಚಿತ್ರದಲ್ಲಿ ನಾಯಕಿ ಎಸ್.ಡಿ. ಸುಬ್ಬುಲಕ್ಷ್ಮಿಯವರು ಹಾಡಿದ 'ಇದಿಗೋ ಕಂಡೆನು', 'ಯದುಕುಲ ನಂದನ' ಹಾಡುಗಳು ಜನಪ್ರಿಯವಾದವು. ಹೇಮರೆಡ್ಡಿ ಮಲ್ಲಮ್ಮ ಚಿತ್ರಕ್ಕೆ ಸಹ ಶಾಸ್ತ್ರಿಯವರ ಸಾಹಿತ್ಯ ಸೇವೆ ಸಂದಿದೆ. ಕಥೆ ಚಿತ್ರಕಥೆ ಸಾಹಿತ್ಯ ಸಂಭಾಷಣೆ ರಚಿಸಿದ್ದಾರೆ. ಗುಬ್ಬಿವೀರಣ್ಣ ನವರ ನಿರ್ಮಾಣದ ಚಿತ್ರ ಇದಾಗಿದ್ದು ಕು.ರ.ಸೀ. ಅವರ ಸಾಹಿತ್ಯವೂ ಇದೆ.

ಇದು ಶಾಸ್ತ್ರಿಯವರ ಕಟ್ಟಕಡೆಯ ಚಲನಚಿತ್ರ ರಂಗದೊಂದಿಗಿನ ನಂಟು. ಶಾಸ್ತ್ರಿಯವರು ಬರೆದ ಶ್ರೀ ಕೃಷ್ಣ ಗಾರುಡಿ ನಾಟಕವನ್ನು ಹಿಸ್ ಮಾಸ್ಟರ್ ವಾಯ್ಸ್ ಕಂಪನಿಯು ರೆಕಾರ್ಡ್ ಮಾಡಿ ಬಿಡುಗಡೆ ಮಾಡಿತು. ಹಾಸ್ಯಪ್ರಧಾನ ನಾಟಕಗಳ ಮೂಲಕ ಶಾಸ್ತ್ರಿಯವರು ಕನ್ನಡ ನಾಟಕ ರಂಗಕ್ಕೆ ನೀಡಿದ ಕೊಡುಗೆ ಬಹಳ ವಿಶಿಷ್ಟ.

ಶಂಕರವಿಜಯ, ಪಾರಿಜಾತ, ಶಾಕುಂತಲದಂಥ ನಾಟಕಗಳ ಜೊತೆಗೆ, ನಸ್ಯದ ನಾಗಂಭಟ್ಟ, ರೈತನ ಫಿರ್ಯಾದು, ಭೂಪತಿ ರಂಗ, ಸೇಡಿನ ನೋಟು ಸೆಟ್ಟಿ ಏಟು, ಅತಿಥಿ ಸತ್ಕಾರ ಗೆದ್ದವರು ಯಾರು? ರೂಪಾಯಿಯ ಮಳೆ ಹೀಗೆ ಅನೇಕ ಹಾಸ್ಯ, ವಿಡಂಬನೆಗಳ ಪ್ರಹಸನಗಳನ್ನು ರಚಿಸಿದ ಬೆಳ್ಳಾವೆ ನರಹರಿಶಾಸ್ತ್ರಿ ಅವರಿಗೆ ಕನ್ನಡ ವಾಕ್ಚಿತ್ರ ಪ್ರಪಂಚದ ಮೊದಲ ಸಾಹಿತಿ ಎಂಬ ಹೆಗ್ಗಳಿಕೆ, ಆಸ್ಥಾನ ವಿದ್ವಾನ್, ಬಿರುದುಗಳೂ ಸಂದಿದ್ದವು.

ಕನ್ನಡ ಚಿತ್ರರಂಗದ ಪ್ರಮುಖ ಸಾಹಿತಿ, ನಿರ್ದೇಶಕರಾಗಿ ಹೆಸರು ಮಾಡಿದ ಗೀತಪ್ರಿಯ ಅವರ ತಾರುಣ್ಯದ ದಿನಗಳಲ್ಲಿ ಅವರು ಬರೆದಿಟ್ಟುಕೊಳ್ಳುತ್ತಿದ್ದ ಕವಿತೆಗಳನ್ನು ಓದಿ, ಸೂಕ್ತ ಮಾರ್ಗದರ್ಶನ ಮಾಡಿದ ಉದಾರಿ ಬೆಳ್ಳಾವೆ ನರಹರಿ ಶಾಸ್ತ್ರಿ. ಇದನ್ನು ಗೀತಪ್ರಿಯ ಅವರು ಹಲವಾರು ಬಾರಿ ಸ್ಮರಿಸಿದ್ದರು. ಬೆಂಗಳೂರಿನ ಮಲ್ಲೇಶ್ವರದ ೪ನೇ ಅಡ್ಡರಸ್ತೆಗೆ ಬೆಳ್ಳಾವೆ ನರಹರಿ ಶಾಸ್ತ್ರಿ ಅವರ ಹೆಸರು ಹೊತ್ತ ನಾಮಫಲಕವಿದೆ. ಇವರ ವಂಶಸ್ಥರು ಈಗಲೂ ಇಲ್ಲಿದ್ದಾರೆ. ೧೯೬೧ರ ಜೂನ್ ೨೧ರ ಬುಧವಾರ ತಮ್ಮ ೭೮ನೇ ವಯಸ್ಸಿನಲ್ಲಿ ಬೆಳ್ಳಾವೆ ನರಹರಿಶಾಸ್ತ್ರಿ ಅವರು ಕಣ್ಮರೆಯಾದರು.

೭

ಬಹುಮುಖೀ ವಿಶಾರದ

ಗೋವಿಂದ ಪೈ

ತಾಯೆ ಬಾರಾ ಮೊಗವ ತೋರ
ಕನ್ನಡಿಗರ ಮಾತೆಯೆ
ಹರಸು ತಾಯೆ
ಸುತರ ಕಾಯೆ
ನಮ್ಮ ಜನ್ಮದಾತೆಯೇ

ಈ ಹಾಡನ್ನು ಆಲಿಸದ ಕನ್ನಡಿಗರಿಲ್ಲ. ಕೊಂಕಣಿ ಮಾತೃಭಾಷೆಯ ಕವಿ ಕನ್ನಡಕ್ಕಾಗಿ ಸಾಹಿತ್ಯ, ಸಂಶೋಧನೆಗಳ ಪ್ರಕಾರಗಳಲ್ಲಿ ನೀಡಿರುವ ಕಾಣಿಕೆ ಅನಂತ ವಾದುದು. ಕನ್ನಡದ ಮೊತ್ತ ಮೊದಲ ರಾಷ್ಟ್ರಕವಿ (೧೯೪೯, ಮದ್ರಾಸ್ ಸರ್ಕಾರದ ಗೌರವ) ಗೋವಿಂದ ಪೈ ಅವರ ಹೆಸರು ಕನ್ನಡ ಸಾಹಿತ್ಯ ಚರಿತ್ರೆಯಲ್ಲಿ ಅತ್ಯಂತ ಘನವಾದುದು.

ತಾಯಿಭಾಷೆ ಕೊಂಕಣಿ. ಆದರೆ **"ಕನ್ನಡ ತಾಯಿ ಸದಾ ಪಯಸ್ವಿನಿ"** ಎಂದು ಕನ್ನಡ ನಾಡು-ನುಡಿಗೆ ದಶಕ ದಶಕಗಳ ಕಾಲ ಸೇವೆ ಸಲ್ಲಿಸಿದ ಮಹಾನ್ ವ್ಯಕ್ತಿ ಗೋವಿಂದ ಪೈ.

೧೮೮೩ರ ಮಾರ್ಚ್ ೨೩ರಂದು ಕಾಸರಗೋಡಿನ ಮಂಜೇಶ್ವರದಲ್ಲಿ ಜನಿಸಿದ ಗೋವಿಂದ ಪೈ ಅವರು ಬಹುಭಾಷಾ ವಿಶಾರದರು. ಕನ್ನಡ, ಕೊಂಕಣಿ, ತುಳು, ಇಂಗ್ಲಿಷ್, ಸಂಸ್ಕೃತ, ತೆಲುಗು, ತಮಿಳು, ಪರ್ಷಿಯನ್, ಬಂಗಾಳಿ ಉರ್ದು, ಗ್ರೀಕ್, ಲ್ಯಾಟಿನ್, ಪಾಲಿ, ಅರ್ಧ ಮಾಗಧಿ, ಜಪಾನಿ ಭಾಷೆಗಳನ್ನು ಅರಿತಿದ್ದ ಪೈ ಅವರು ಮಾಡಿದ ಜಪಾನಿ ಭಾಷೆಯ ಮೋ ನಾಟಕದ ಅನುವಾದ ಬಹಳ ವೈಶಿಷ್ಟ್ಯ ಪೂರ್ಣವಾಗಿದೆ. ಹಾಗೆಯೇ ಕುಮಸಾಕಾ, ಕಾಯೋಂ ಕೊಮಾಚಿ, ಸೋತೋಬಾ ಕೋಮಾಚಿ, ತ್ಸುನೆಮಾಸ, ಸೋಮಾಗೆ ಮಂಜಿ, ಚೋರಿಯೊಶೋಜೊ, ಹಾಗುರೋವೊ ಅನುವಾದಿತ ಕೃತಿಗಳು ಪ್ರಾಸವಿಲ್ಲದೆ ಕವಿತೆ ಬರೆಯುವ ಸಾಹಸಕ್ಕೆ ಕೈಹಾಕಿದ ಪೈ 'ಪ್ರಾಸವನೀಗಲೇ ತೊರೆವುದು ನಿಶ್ಚಯಂ' ಎಂದು ಖಚಿತ ನಿಲುವು ತಾಳಿ ಪ್ರಾಸ ರಹಿತ ಕವಿತೆಗಳನ್ನು ರಚಿಸಿದ್ದು ಆ ಕಾಲಘಟ್ಟದಲ್ಲಿ ಬಹಳ ಅಪರಿಚಿತ, ಅಪರೂಪದ ಸಂಗತಿಯಾಗಿತ್ತು. ಗಿಳಿವಿಂಡು, ಹೃದಯರಂಗ ನಂದಾದೀಪ, ಇಂಗಡಲು, ವಿಟಂಕ ಇವರ ಸುಪ್ರಸಿದ್ಧ ಕವನಸಂಕಲನಗಳು. ಗೋವಿಂದ ಪೈ ಅವರು ಕನ್ನಡ ಸಾಹಿತ್ಯಕ್ಕೆ ನೀಡಿದ ಮತ್ತೊಂದು ವಿಶಿಷ್ಟ ಕಾಣಿಕೆ ಗೋಲ್ಗೋಥಾ.

ಏಸುಕ್ರಿಸ್ತನ ಕೊನೆಯ ದಿನಗಳ ಬಗ್ಗೆ ಬರೆದ ಇದು ಖಂಡಕಾವ್ಯ ಪ್ರಕಾರದಲ್ಲಿದೆ. ಬುದ್ಧನ ಕೊನೆ ದಿನಗಳನ್ನು ಒಳಗೊಂಡ ಖಂಡ ಕಾವ್ಯವನ್ನು ವೈಶಾಖಿ ಎಂಬ ಹೆಸರಿನಿಂದ ಕರೆದಿರುವ ಗೋವಿಂದ ಪೈ ಬರೆದ ನಾಟಕ ಹೆಬ್ಬೆರಳು ಏಕಲವ್ಯನ ಅಂಗವಿಹೀನ ಸಂಗತಿಯನ್ನು ಮಾನವೀಯ ನೆಲೆಗಟ್ಟಿನಿಂದ ನೋಡಿದ ಆರಂಭಿಕ ಪ್ರಯತ್ನ.

ಪಂಜೆ ಮಂಗೇಶರಾಯರು ಗೋವಿಂದ ಪೈಗಳ ಗುರು. ಸರ್ವಪಲ್ಲಿ ರಾಧಾಕೃಷ್ಣನ್ ಇವರ ಸಹಪಾಠಿ. ಸದಾ ಕನ್ನಡದ ಓದಿಗೆ ಹಾತೊರೆಯುತ್ತಿದ್ದ ಗೋವಿಂದಪೈಗಳ ಮನೆಯಲ್ಲಿ ಕನ್ನಡದ ರಾಶಿ ರಾಶಿ ಪುಸ್ತಕಗಳ ಗ್ರಂಥಾಲಯವೇ ಇತ್ತು. ೪೦ ಸಾವಿರಕ್ಕೂ ಹೆಚ್ಚು ನಾನಾ ಭಾಷೆಗಳ ಅನನ್ಯ ಕೃತಿಗಳನ್ನು ಶೇಖರಿಸಿಕೊಂಡು. ಅವುಗಳನ್ನು ಸತತ ಓದಿಗೆ ಆಗುಮಾಡಿಕೊಳ್ಳುತ್ತಿದ್ದ ಗೋವಿಂದ ಪೈ ಅವರಿಗೆ ಬಿಡುವು ಎಂದರೆ ಓದುವುದೇ ಆಗಿತ್ತೇ ಹೊರತು, ಆಲಸ್ಯದ ಬದುಕನ್ನು ಅವರೆಂದಿಗೂ ಬಾಳಿದವರೇ ಅಲ್ಲ.

ಸಂಶೋಧನಾ ಕ್ಷೇತ್ರದಲ್ಲೂ ಪೈ ಅವರ ಕಾರ್ಯತತ್ಪರತೆಯನ್ನು ಅಳೆಯುವುದು ಮುಖ್ಯ. ಕಾಲ ನಿರ್ಣಯ ವಿಧಾನಗಳಲ್ಲಿ ಗೋವಿಂದ ಪೈ ಬ್ರಿಟಿಷ್ ಕ್ರೈಸ್ತ ಪಂಚಾಂಗದ ಪದ್ಧತಿಯನ್ನು ಅನುಸರಿಸದೆ, ಭಾರತೀಯ ಪಂಚಾಂಗದ ಕಾಲಮಾನದ ಅನುಸಾರವಾಗಿ ಕಾಲನಿರ್ಣಯ ವಿಧಾನಗಳನ್ನು ರೂಪಿಸಿದರು.

ಪ್ರಾಚೀನ ಗ್ರೀಕ್ ಭಾಷೆಯ ಪ್ರಹಸನದಲ್ಲಿ ತೆರಿಗೆ, ಸಂರಕ್ಷಿಸು, ಒಸೆ, ಹಬ್ಬ ಎಂಬ ಕನ್ನಡ ಪದಗಳಿವೆ ಎಂದು ಸಾಧಾರ ಪೂರ್ಣವಾಗಿ ಸಾಬೀತುಪಡಿಸಿದ ಪೈ ಅವರು ಜೈನ ಸಾಹಿತ್ಯ, ವೀರಶೈವ ಧರ್ಮದ ಸಾಹಿತ್ಯ, ತುಳುನಾಡಿನ ಇತಿಹಾಸ, ಗೌಡ ಸಾರಸ್ವತ ಮನೆತನದ ಮೂಲ ಹೀಗೆಲ್ಲ ಕ್ಷೇತ್ರಗಳಲ್ಲಿ ಅನ್ವೇಷಕರಾಗಿ ದುಡಿದ ಸಂಶೋಧಕರು. ೧೯೫೦ರಲ್ಲಿ ಮುಂಬೈನಲ್ಲಿ ನಡೆದ ೩೪ನೇ ಅಖಿಲಭಾರತ ಕನ್ನಡ ಸಾಹಿತ್ಯ ಸಮ್ಮೇಳನದ ಅಧ್ಯಕ್ಷರಾಗಿದ್ದರ ಗೋವಿಂದ ಪೈ ಅವರ ಬಹು ವಿಷಯಗಳ ಅಧ್ಯಯನ ಅಂತರ್ಶಿಸ್ತೀಯ ಕ್ಷೇತ್ರಗಳ ಜ್ಞಾನ ಸಂಪಾದನಾ ಸಾಮರ್ಥ್ಯ ಊಹೆಗೂ ನಿಲುಕಲಾರದು. ೧೯೬೩ರ ಸೆಪ್ಟೆಂಬರ್ ೬ರಂದು ತಮ್ಮ ೮೦ನೇ ವಯಸ್ಸಿನಲ್ಲಿ ನಿಧನರಾದ ಗೋವಿಂದ ಪೈ ಅವರ ಕನ್ನಡದ ಸೇವೆ, ಪ್ರೀತಿಯನ್ನು ಪದಗಳಲ್ಲಿ, ಪುಟಗಳಲ್ಲಿ ಹಿಡಿದಿಡಲು ಅಸಾಧ್ಯ. ಗೋವಿಂದ ಪೈ ಅವರ ಅದ್ವಿತೀಯ ಸಾಧನೆಗಳಿಗೆ ಇನ್ನೂ ಹೆಚ್ಚಿನ ಪ್ರಮಾಣದ ಪ್ರಾಶಸ್ತ್ಯ ದೊರೆತಾಗ ಮಾತ್ರ ಅವರ ಸುದೀರ್ಘವಾದ ಕನ್ನಡ ಸೇವೆಗೆ ನ್ಯಾಯ ಒದಗಿಸಿದಂತಾಗುತ್ತದೆ.

೮

ಕನ್ನಡಕ್ಕೆ ಒಬ್ಬರೇ
ಕೈಲಾಸಂ

ಆಗರ್ಭ ಶ್ರೀಮಂತ ಕುಟುಂಬದಲ್ಲಿ ಜನಿಸಿ, ಉನ್ನತ ಶಿಕ್ಷಣವನ್ನು ಒಳ್ಳೆಯ ಶ್ರೇಣಿಗಳಲ್ಲಿ ಪಡೆದರೂ ವಿಕ್ಷಿಪ್ತ ಅಲೆಮಾರಿತನ ಹಾಗೂ ರಂಗಭೂಮಿಯ ಕಾಳಜಿಯಿಂದ ಆಧುನಿಕ ಕನ್ನಡ ರಂಗಭೂಮಿಗೆ ಕೊಡುಗೆ ನೀಡಿದವರು ಟಿ.ಪಿ. ಕೈಲಾಸಂ.

ತಂದೆ ತ್ಯಾಗರಾಜ ಪರಮಶಿವ ಅಯ್ಯರ್ ಮೈಸೂರು ನ್ಯಾಯಾಲಯದ ಮುಖ್ಯ ನ್ಯಾಯಮೂರ್ತಿ ಆಗಿದ್ದವರು.

ತಮಿಳು ಮಾತನಾಡುವ ಕುಟುಂಬದ ಕೈಲಾಸಂ ಓದಿನಲ್ಲಿ ಬಹಳ ಚುರುಕು.

ರಾಯಲ್ ಕಾಲೇಜ್ ಆಫ್ ಸೈನ್ಸ್ ಲಂಡನ್‌ನಲ್ಲಿ ಓದುವ ಅವಕಾಶ ದೊರೆತು ಅಲ್ಲಿ ಫೆಲೋಶಿಪ್ ಪಡೆದ ಕೈಲಾಸಂ ಭೂವಿಜ್ಞಾನದ ಬಗ್ಗೆ ಅಷ್ಟೇನೂ ಆಸಕ್ತಿ ಹೊಂದಲಿಲ್ಲ. ಮೈಸೂರು ಸರ್ಕಾರದ ಭೂವಿಜ್ಞಾನ ಇಲಾಖೆಯ ಕೆಲಸವೂ ಕೈಲಾಸಂ ಅವರಿಗೆ ರುಚಿಸಲಿಲ್ಲ. ಮಗ ಈ ಕ್ಷೇತ್ರದಲ್ಲಿ ಉನ್ನತ ಸಾಧನೆ ಮಾಡುತ್ತಾನೆಂದು ಆಸೆಯಿದ್ದ ತಂದೆಗೆ ನಿರಾಶೆ–ಕೋಪ ಬಂತು. ಪರಿಣಾಮವಾಗಿ ತಮ್ಮ ಭವ್ಯೋಪೇತ ಬಂಗಲೆಯಿಂದ

ಮಗ ಕೈಲಾಸಂನನ್ನು ಪರಮಶಿವ ಅಯ್ಯರ್ ಹೊರಹಾಕಿದಾಗ ಇದಕ್ಕೆ ಚೂರೂ ವಿಚಲಿತರಾಗದೆ ಕೈಲಾಸಂ ಚಿಕ್ಕ ಔಟ್‌ಹೌಸ್‌ನಲ್ಲಿ ವಾಸವಿದ್ದರು. ಹಾಸ್ಯ, ಸ್ವವಿಮರ್ಶೆ ವಿಡಂಬನೆ ಕೈಲಾಸಂ ಅವರ ಹುಟ್ಟುಗುಣ.

ಔಟ್ ಹೌಸ್‌ಗೆ ಬಂದಾಗ ಕೈಲಾಸಂ 'ನಮ್ಮಪ್ಪನ ಮನೆ ವೈಟ್‌ಹೌಸ್, ನನ್ನದು ಔಟ್‌ಹೌಸು' ಎಂದು ತಮಾಷೆ ಮಾಡಿಕೊಳ್ಳುತ್ತಿದ್ದರು.

ಒಮ್ಮೆ ಒಂದು ಹೊಟೆಲ್‌ನಲ್ಲಿ ದೋಸೆಗೆ ಆರ್ಡರ್ ಮಾಡುವ ಕೈಲಾಸಂ ತಕ್ಷಣ ಮಾಣಿಯನ್ನು ಕರೆದು 'ಬೇಗ ಫ್ಯಾನ್ ಆಫ್ ಮಾಡಪ್ಪ" ಎಂದಾಗ ತಬ್ಬಿಬ್ಬಾದ ಮಾಣಿ 'ಯಾಕೆ ಸರ್, ದೋಸೆಯ ಬಿಸಿ ಆರಿಹೋಗುತ್ತೆ ಅಂತಾನಾ' ಎಂದರೆ ಕೈಲಾಸಂ, 'ಇಲ್ಲಪ್ಪ, ನೀನು ಕೊಡೋ ಫ್ಯಾನ್ ಗಾಳಿಗೆ ಎಲ್ಲಾದ್ರೂ ಹಾರಿ ಹೋದರೆ... ಅಂತ' ಎಂದುಬಿಟ್ಟರು.

ಇನ್ನೊಮ್ಮೆ ಒಬ್ಬ ಕಿರಿ ವಯಸ್ಕ ಕೈಲಾಸಂ ಅವರ ಬಳಿ ಬಂದು ತನ್ನ ಇಷ್ಟುದ್ದದ ಹೆಸರು ಹೇಳಿದ, ೨೦-೨೧ ಅಕ್ಷರಗಳಿದ್ದ ಆ ಹೆಸರನ್ನು ಕೇಳಿ ಕೈಲಾಸಂ 'I think your parents haven't just named You, But they have sentenced you' (Sentence=ವಾಕ್ಯ, ವಿಧಿಸುವ ಶಿಕ್ಷೆ) ಎಂದರು.

ತಮಿಳು ಮಾತೃಭಾಷೆಯಾದರೂ ಕೈಲಾಸಂ ಅವರ ತುಡಿತ, ಒಲವು ಕನ್ನಡ ಭಾಷೆ ಹಾಗೂ ರಂಗಭೂಮಿಯ ಮೇಲೆ ಇತ್ತು. ತಮ್ಮನ್ನು ತಾವು ಕರ್ನಾಟಕ ಪ್ರಹಸನ ಪ್ರಪಿತಾಮಹ, ಕೈಲಾಸಂ ನಮೋಸ್ತುಮೆ ಎಂದು ಕರೆದುಕೊಂಡ ಕೈಲಾಸಂ ಕನ್ನಡ ರಂಗಭೂಮಿಗೆ ಕೊಟ್ಟ ಕಾಯಕಲ್ಪ ವಿಶೇಷ.

ನಮ್ ತಿಪ್ಪಾರಳ್ಳಿ ಬಲುದೂರ...
ಕಾಶಿಗ್ ಹೋದ ನಂ ಭಾವ
ಕಬ್ಬಿದ್ ದೋಣೀಲಿ

ಹೀಗೆ ಆವರೆಗಿನ ಕನ್ನಡದ ಲಿಖಿತ ಭಾಷೆಗಿಂತ ಬೇರೆಯದೇ ಆದ ಸರಾಗವಾಗಿ ಸಂವಹನ ಗೊಳ್ಳುವ ಹಾಗೆ ಬರೆದ ಕನ್ನಡಕ್ಕೆ ಕೈಲಾಸಂ ಸೃಷ್ಟಿಸಿದ ಕೋಳೀಕೆ ರಂಗನನ್ನು ಯಾವತ್ತಿಗೂ ಕನ್ನಡದ ಜನತೆ ಮರೆಯಲು ಸಾಧ್ಯವಾಗುವುದಿಲ್ಲ.

ನಾನು ಕೋಳೀಕೆ ರಂಗ
ಕೋನು ಳಿನು ಕೆನು ರನು ಸೊನ್ನೆಗ ಕಕೊತ್ವ ಳಿ ಕಕೆತ್ವ ರ
ಮತ್ ಸೊನ್ನೆ ಯುನುಗ
ಇದ್ನ ಹಾಡಕ್ ಬರ್ದೆ ಬಾಯ್ ಬಿಡೋನು ಹಃ ಹಃ ಹಃ
ಬೆಪ್ ನನ್ಮಗ

ಹೀಗೆ ಭಾಷೆ, ಪದಗಳ ಬಳಕೆಯಲ್ಲಿ ಆಗಿನ ಕಾಲಕ್ಕೇ ಇಂಥ ಒಂದು ನುಡಿಕ್ರಾಂತಿಗೆ ಕಾರಣರಾದ ಕೈಲಾಸಂ ಅವರ ನಾಟಕಗಳು ಹಾಸ್ಯಲೇಪಿತ ವಾಗಿದ್ದೂ ಆಳದಲ್ಲಿ ಗಂಭೀರವಾದ ಸಾಮಾಜಿಕ ಕಾಳಜಿಯನ್ನು ಹೊಂದಿರು ವಂಥದ್ದು ಎನ್ನುವುದನ್ನು ನೆನಪಿಟ್ಟುಕೊಳ್ಳಬೇಕು.

ಟೊಳ್ಳು ಗಟ್ಟಿ (ಮಕ್ಕಳ್ ಸ್ಕೂಲ್ ಮನೇಲಲ್ವೇ). ಪೋಲಿ ಕಿಟ್ಟಿ, ಬಹಿಷ್ಕಾರ, ಹೋಂರೂಲು, ಗಂಡಸ್ಕತ್ರಿ, ವೈದ್ಯನ ವ್ಯಾಧಿ, ತಾಳಿಕಟ್ಟೋಕ್ಕೂಲೀನೇ, ಹುತ್ತದಲ್ಲಿ ಹುತ್ತ, ಬಂಡ್ವಾಳವಿಲ್ಲದ್ ಬಡಾಯಿ, ಸೀಕರ್ಣೆ ಸಾವಿತ್ರಿ, ಅಮ್ಮಾವ್ರ ಗಂಡ, ಸತ್ತವನ ಸಂತಾಪ, ಅನುಕೂಲಕ್ಕೊಬ್ಬಣ್ಣ, ನಮ್ ಬ್ರಾಹ್ಮಣ್ಕೆ, ನಮ್ ಕ್ಲಬ್ಬು, ನಮ್ ಕಂಪನಿ... ಹೀಗೆಲ್ಲ ಹೊಸ ರೀತಿಯ ಚಿಂತನೆಗಳ ಸಾಮಾಜಿಕ ಅಂಶಗಳನ್ನು ಒಳಗೊಂಡ ಕೈಲಾಸಂ ಅವರ ನಾಟಕಗಳು ಇಂದಿಗೂ ಕೂಡ ಬಹಳ ಪ್ರಸ್ತುತ. ಇಂಗ್ಲಿಷ್ ನಲ್ಲೂ ಕೈಲಾಸಂ ಅವರ Fulfilment, The burden, Brahmin's curse, ಬಹಳ ವಿಶಿಷ್ಟ. ೧೯೪೫ರಲ್ಲಿ ಅಖಿಲ ಭಾರತ ಕನ್ನಡ ಸಾಹಿತ್ಯ ಸಮ್ಮೇಳನದ ಅಧ್ಯಕ್ಷತೆಯ ಗೌರವಕ್ಕೂ ಕೈಲಾಸಂ ಭಾಜನರಾಗಿದ್ದರು.

ಕನ್ನಡದ ಚಲನಚಿತ್ರ ಪ್ರಪಂಚಕ್ಕೂ ಕೈಲಾಸಂ ಅವರ ಕೊಡುಗೆ ಇದೆ.

ಮೃಚ್ಛಕಟಿಕ ನಾಟಕ ಚಿತ್ರವಾದಾಗ ಅದರಲ್ಲಿ ಅಭಿನಯಿಸಿದ್ದ ಕೈಲಾಸಂ ಅವರು ಮುಂದೆ ಈ ಕ್ಷೇತ್ರದಲ್ಲಿ ಹೆಚ್ಚು ತೊಡಗಿಸಿಕೊಳ್ಳಲು ಇಷ್ಟಪಡಲಿಲ್ಲ.

ಕೈಲಾಸಂ ಬರೆದರೋ ಬರೆಸಿದರೋ ಆದರೆ ಅವರ ನಾಟಕಗಳ, ಪ್ರಹಸನಗಳ ವಿಡಂಬನೆ, ಸತ್ತ್ವ ಅಪಾರ. ಒಮ್ಮೆ ನಿಲ್ದಾಣದಲ್ಲಿ ನಿಂತಿದ್ದಾಗ ಕೋಮುಘರ್ಷಣೆಯ ಕಾರಣಕ್ಕಾಗಿ ಸನಿಹದಲ್ಲೇ ಎಳನೀರು ವ್ಯಾಪಾರಿಯೊಬ್ಬನ ಮೇಲೆ ಅನ್ಯ ಕೋಮಿನ ಗುಂಪು ದಾಳಿ ಮಾಡಿ ಮಚ್ಚು ಬೀಸಿತು. ಈ ಆಕ್ರಮಣಕ್ಕೆ ಆ ಎಳನೀರು ವ್ಯಾಪಾರಿಯ ತಲೆ ಎರಡು ಭಾಗ ಛಿದ್ರವಾಗಿ ಛಳ್ ಎಂದು ರಕ್ತ ಚಿಮ್ಮಿದ್ದನ್ನು ಕಂಡ ಕೈಲಾಸಂ ವಿಹ್ವಲಗೊಂಡು ಆಘಾತಕ್ಕೊಳಗಾದರು. ಆಸ್ಪತ್ರೆಗೆ ದಾಖಲಾದರೂ ಕಣ್ಣೆದುರೇ ನಡೆದ ಈ ಘಟನೆಯಿಂದ ಕೈಲಾಸಂ ಅವರ ಮನಸ್ಸು ವಿಚಲಿತಗೊಂಡಿತು.

೧೯೪೬ ನವೆಂಬರ್ ತಿಂಗಳಿನಲ್ಲಿ ಕೈಲಾಸವಾಸಿಯಾದರು. ಕೈಲಾಸಂ ಭೌತಿಕವಾಗಿ ಅಗಲಿ ೭೭ ವರ್ಷ. ಆದರೆ ಅವರ ಕೃತಿಗಳ ಮೂಲಕ ಅವರ ಇರುವಿಕೆ ಸದಾ ಜೀವಂತ.

೬

ಬ್ರಹ್ಮಪುರಿಯ ಭಿಕ್ಷುಕ

ಡಿ.ವಿ.ಜಿ.

ಅಕ್ಕಿಯೊಳಗನ್ನವನು ಮೊದಲಾರು ಕಂಡವನು
ಅಕ್ಕರದ ಬರೆಹಕ್ಕೆ ಮೊದಲಿಗ
ನದಾರುಲೆಕ್ಕವಿರಿಸಿಲ್ಲ ಜಗ ತನ್ನಾದಿ ಬಂಧುಗಳ
ದಕ್ಕುವುದೆ ಜಸ ನಿನಗೆ–ಮಂಕುತಿಮ್ಮ.

ಹೀಗೆ ಬರೆದು ಅದರಂತೆ ಮೌಲ್ಯಗಳಿಗೆ ಬದ್ಧರಾಗಿ ಬದುಕಿದ ಅಪೂರ್ವ ಸಾಹಿತಿ ಡಿ.ವಿ.ಜಿ.

ಹೆಸರು ಹೆಸರೆಂಬುದೇಂ ಕಸುರು ಬೀಸುವ ಗಾಳಿ
ಹಸೆಯೊಂದು ನಿನಗೇಕೆ ಬ್ರಹ್ಮ ಪುರಿಯೊಳಗೆ
ಶಿಶುವಾಗು ನೀ ಮನದಿಹಸುವಾಗು ಸಸಿಯಾಗು
ಕಸಬೊರಕೆಯಾಗಿಳೆಗೆ–ಮಂಕುತಿಮ್ಮ

ಕಡುಬಡತನದಲ್ಲೂ ಬರೆದೇ ಬದುಕು ಸಾಗಿಸಿದ ದಿವ್ಯಜೀವಿ ಡಿ.ವಿ.ಜಿ. ಲವಲೇಶವೂ ಪ್ರಖ್ಯಾತಿ, ಪ್ರಸಿದ್ಧಿಗಳ ಚಪಲಕ್ಕೆ ಒಳಗಾಗದೆ ಕಠೋರವಾದ ಆತ್ಮಬಲವನ್ನು ನಂಬಿ

ಬದುಕಿದ ಮಹನೀಯರು ಡಿ.ವಿ. ಗುಂಡಪ್ಪ. ಹತ್ತನೆಯ ತರಗತಿಯಲ್ಲಿ ಕನ್ನಡದಲ್ಲೇ ಅನುತ್ತೀರ್ಣರಾದ ಗುಂಡಪ್ಪನವರು ಕಾಲೇಜು ಮೆಟ್ಟಿಲನ್ನೇ ಏರಲಿಲ್ಲ, ಆದರೆ ಇವರ ವಿಶಾಲವಾದ ಸಾಹಿತ್ಯ ಸೃಜನಶೀಲತೆಯ ಹಾಸುಬೀಸಿಗೆ ಮೈಸೂರು ವಿಶ್ವವಿದ್ಯಾಲಯವು ಗೌರವ ಡಾಕ್ಟರೇಟ್ ಪದವಿ ನೀಡಿ ಗೌರವಿಸಿತು, ಇವರ ಪದ್ಯ, ಲೇಖನಗಳು ಅನೇಕ ವಿಶ್ವ ವಿದ್ಯಾಲಯಗಳಲ್ಲಿ ಪಠ್ಯವಾಗಿವೆ.

ಬೃಹಚ್ಚರಣ ಪಂಗಡದ ತಮಿಳು ಮನೆಮಾತಿನ ಗುಂಡಪ್ಪ ಅವರ ಜೀವನಪ್ರೀತಿ ಅಗಾಧ. ಕನ್ನಡದ ಭಗವದ್ಗೀತೆ ಎನ್ನಿಸಿದ ಮಂಕುತಿಮ್ಮನ ಕಗ್ಗ ಗುಂಡಪ್ಪನವರ ಮೇರು ಕೃತಿ. ಆಧುನಿಕ ಕನ್ನಡದ ಸರ್ವಜ್ಞ ಎಂದು ಕನ್ನಡದ ಸಾರಸ್ವತ ಲೋಕ ಕರೆದರೂ ಡಿವಿಜಿ ಅವರಿಗೆ ತಾವು ಬ್ರಹ್ಮಾನುಭವಿಯಾಗುವ ಬ್ರಹ್ಮಪುರಿಯ ಭಿಕ್ಷುಕ ಎಂಬ ನಮ್ರತೆ ಸದಾ ಇತ್ತು. ಗುಂಡಪ್ಪ ಅವರ ಜೀವನ ಧರ್ಮಯೋಗ ಕೃತಿಗೆ ಮತ್ತು ಮಗ ಬಿ.ಜಿ.ಎಲ್. ಸ್ವಾಮಿ ಅವರ ಹಸಿರು ಹೊನ್ನು ಕೃತಿಗೆ ಕೇಂದ್ರ ಸಾಹಿತ್ಯ ಅಕಾಡೆಮಿ ಪ್ರಶಸ್ತಿ ಬಂತು. ಕನ್ನಡದಲ್ಲಿ ಈ ಸಾಧನೆ ಮಾಡಿದ ಮೊದಲ ಅಪ್ಪ-ಮಗನ ಜೋಡಿ ಎಂಬ ಅಗ್ಗಳಿಕೆ ಇದಕ್ಕಿದೆ. ವಸಂತ ಕುಸುಮಾಂಜಲಿ, ಸಾಹಿತ್ಯ ಶಕ್ತಿ, ಕಾವ್ಯಸ್ವಾರಸ್ಯ ಉಮರನ ಒಸಗೆ, ಮ್ಯಾಕ್‌ಬೆತ್, ಹೀಗೆಲ್ಲ ವಿಪುಲವಾಗಿ ಬರೆದ ಇವರ ಮರುಳ ಮುನಿಯನ ಕಗ್ಗ ಸಹ ಬಹಳ ಮನೋಜ್ಞವಾಗಿದೆ.

ಮಂಕುತಿಮ್ಮನ ಕಗ್ಗಕ್ಕಿಂತ ೧೨೦ ಪದ್ಯಗಳು ಕಡಿಮೆ ಇರುವ ಈ ಕಗ್ಗ ಪ್ರಕಟವಾದಾಗ ೧೯೮೪ರ ಡಿವಿಜಿ ಮತ್ತು ಮಗ ಸ್ವಾಮಿ ಇಬ್ಬರೂ ಬದುಕಿರಲಿಲ್ಲ. ಶಾಸನ ಪರಿಷತ್ತಿನ ಸದಸ್ಯ, ಪೌರಸಭಾ ಸದಸ್ಯ ಮೈಸೂರು ವಿಶ್ವವಿದ್ಯಾನಿಲಯದ ಸೆನೆಟ್ ಸದಸ್ಯರಾಗಿದ್ದ ಡಿವಿಜಿ ಸಂವಿಧಾನದ ತತ್ತ್ವಗಳು, ರಾಜ್ಯಶಾಸ್ತ್ರ, ರಾಜ್ಯಾಂಗದ ತತ್ತ್ವಗಳು, ರಾಜಕೀಯ ಪ್ರಸಂಗಗಳು, ಇವಿಷ್ಟಲ್ಲದೆ, ವಿದ್ಯಾರಣ್ಯ ವಿಜಯ, ತಿಲೋತ್ತಮೆ, ಜಾಕ್ ಕೆಡ್ ನಾಟಕಗಳನ್ನು, ಬೆಕ್ಕೋಜಿ, ಇಂದ್ರವಜ್ರ ಎಂಬ ಮಕ್ಕಳ ಸಾಹಿತ್ಯದ ಕೃತಿಗಳನ್ನೂ ರಚಿಸಿದ್ದಾರೆ. ಜ್ಞಾಪಕ ಚಿತ್ರಶಾಲೆ, ಅಂತಃಪುರ ಗೀತೆ ಯಂಥ ಅನನ್ಯ ಕೃತಿಗಳನ್ನು ರಚಿಸಿದ ಡಿವಿಜಿ ಸೂರ್ಯೋದಯ ಪ್ರಕಾಶಿಕಾ, ಮೈಸೂರು ಸ್ಟಾಂಡರ್ಡ್ಸ್, ಈವನಿಂಗ್ ಮೈಲ್, ಪತ್ರಿಕೆಗಳಲ್ಲಿ ಲೇಖನಗಳನ್ನು ಬರೆದು ಮುಂದೆ ಭಾರತಿ, ಕರ್ನಾಟಕ, ಇಂಡಿಯನ್ ರಿವ್ಯೂ ಆಫ್ ರಿವ್ಯೂಸ್, ಕರ್ನಾಟಕ ಜನಜೀವನ ಮತ್ತು ಅರ್ಥ ಸಾಧಕ ಪತ್ರಿಕೆ ಹೀಗೆ ಅನೇಕ ಪತ್ರಿಕೆಗಳನ್ನು ಆರಂಭಿಸಿದ ಸಾಹಸಿ.

ಪದ್ಮಭೂಷಣ ಪ್ರಶಸ್ತಿ ಪಡೆದ ಡಿವಿಜಿಯವರನ್ನು ೧೯೭೦ರಲ್ಲಿ ಕರ್ನಾಟಕ ಸರ್ಕಾರ ಸನ್ಮಾನಿಸಿ, ೯೦,೦೦೦ ರೂಗಳ ನಗದು ಹಣವನ್ನು ನೀಡಿದಾಗ ಆ

ಹಣವನ್ನು ಡಿವಿಜಿ ತಾವೇ ಸ್ಥಾಪಿಸಿದ್ದ ಸೋಶಿಯಲ್ ಸರ್ವೀಸ್ ಲೀಗ್(ಈಗ ಗೋಖಲೆ ಸಾರ್ವಜನಿಕ ಸಂಸ್ಥೆ)ಗೆ ನೀಡಿದ ಉದಾರಿ.

ಕಷ್ಟಗಳನ್ನು ಎದುರಿಸಿಯೂ ಸ್ವಾಭಿಮಾನ ಬಿಡದ ಡಿವಿಜಿ, ವಿಶ್ವೇಶ್ವರಯ್ಯ ಅವರು ನೀಡಿದ್ದ ಹಲವು ಚೆಕ್‌ಗಳನ್ನು ಬ್ಯಾಂಕ್‌ಗೆ ಹಾಕದೆ ಹಾಗೇ ಇರಿಸಿದ್ದರು. ಇಂಥ ಹಿರಿಯ ಬಾಳನ್ನು ಸಮಗ್ರವಾಗಿ ಬಾಳಿದ ಡಿವಿಜಿ ಅವರು ೧೯೭೫ ಅಕ್ಟೋಬರ್ ೭ರಂದು ತಮ್ಮ ೮೮ನೇ ವಯಸ್ಸಿನಲ್ಲಿ ನಿಧನರಾದರು. ಕನ್ನಡಿಗರ ಮನೆ ಮನಸ್ಸುಗಳಲ್ಲಿ ಸದಾ ರಾರಾಜಿಸುವ ಡಿವಿಜಿ ಅಚ್ಚಳಿಯದ ಅಚಲವಾದ ಹೆಸರು.

೧೦

ಬರೆಹಗಾರರ ಕೈಮರ

ಟಿ.ಎಸ್. ವೆಂಕಣ್ಣಯ್ಯ

ಕನ್ನಡದಲ್ಲಿ ಇಂದು ಅನೇಕ ಸಾಹಿತಿಗಳಿದ್ದಾರೆ, ಅವರ ಸಾಕಷ್ಟು ಪ್ರಮಾಣದ ಕೃತಿಗಳಿವೆ ಎನ್ನುವುದು ಸತ್ಯ. ಆದರೆ ತಮಗೇ ಬರೆಯುವ ಅವಕಾಶ ಸಾಮರ್ಥ್ಯ ಇದ್ದರೂ ಬರೆಯುವವರನ್ನು ತಿದ್ದುತ್ತಾ, ಪ್ರೋತ್ಸಾಹಿಸುತ್ತಾ ಅವರ ಅಭಿವೃದ್ಧಿಯನ್ನು ಕಂಡು ಮನಸ್ಸಂತೋಷಪಟ್ಟ ಕನ್ನಡ ಸಾಹಿತ್ಯ ಲೋಕದ ಹೆಮ್ಮರ ಟಿ.ಎಸ್. ವೆಂಕಣ್ಣಯ್ಯ ಬದುಕಿದ್ದು ಅಲ್ಪಕಾಲವೇ ಆದರೂ ವೆಂಕಣ್ಣಯ್ಯನವರು ತಮ್ಮ ಶಿಷ್ಯರ, ಆಪ್ತರ ಬರವಣಿಗೆಗೆ ಬೆಂಗಾವಾಲಾಗಿ ನಿಂತು ಅವರಿಂದ ಹೊಸಹೊಸ ಮಾದರಿಯ, ವಿಭಿನ್ನ ಸಾಹಿತ್ಯ ಪ್ರಕಾರಗಳ ಸೃಜನಾತ್ಮಕತೆಗೆ ಇಂಬಾದದ್ದು ಸಂಭಾವಿತ ನಡೆವಳಿಕೆಯ ಹೆಗ್ಗುರುತು.

ವೆಂಕಣ್ಣಯ್ಯನವರು ಬರೆಸಿದ, ಬೆಳೆಸಿದ ಅವರ ವಿದ್ಯಾರ್ಥಿಗಳು ಕನ್ನಡ ಸಾಹಿತ್ಯ ಪ್ರಪಂಚದಲ್ಲಿ ಅತ್ಯುನ್ನತ ಸಾಧನೆಗೈದಿದ್ದಾರೆ. ಕನ್ನಡಕ್ಕೆ ಮೊದಲ ಜ್ಞಾನಪೀಠ ಪ್ರಶಸ್ತಿಯನ್ನು ತನ್ಮೂಲಕ ತಂದಿತ್ತ ಕುವೆಂಪು ತಮ್ಮ ಜ್ಞಾನಪೀಠ ಪ್ರಶಸ್ತಿ

ಪಡೆದ ಮಹಾಕಾವ್ಯ ಶ್ರೀ ರಾಮಾಯಣ ದರ್ಶನಂನ್ನು ಗುರುಗಳಾದ ಟಿ.ಎಸ್. ವೆಂಕಣ್ಣಯ್ಯನವರಿಗೇ ಅರ್ಪಣೆ ಮಾಡಿದ್ದಾರೆ. ವೆಂಕಣ್ಣಯ್ಯನವರು ಅಪಾರ ಶಿಷ್ಯವತ್ಸಲಿ. ಒಮ್ಮೆ ಕುವೆಂಪು ಅವರು ಒಂದು ಸಂಕೀರ್ಣ ವಿಷಯದ ಕುರಿತು ತೀಕ್ಷ್ಣವಾಗಿ ಭಾಷಣ ಮಾಡಿದ್ದರು. ಇದು ಬಿ.ಎಂ.ಶ್ರೀ. ಅವರ ಕಿವಿ ಮುಟ್ಟಿತು. ಅವರು ಈ ವಿಷಯ ವಿವಾದಾಸ್ಪದ ಆಗಬಹುದು ಎಂದು ವೆಂಕಣ್ಣಯ್ಯನವರ ಬಳಿ ಆತಂಕವನ್ನು ವ್ಯಕ್ತಪಡಿಸಿದಾಗ ಪುಟ್ಟಪ್ಪನ ಭಾಷಣದಲ್ಲಿ ಆ ರೀತಿಯ ವಿವಾದದ ಅಂಶಗಳೇನೂ ಇಲ್ಲ, ಪ್ರಸ್ತುತ ಸಮಾಜಕ್ಕೆ ಅವನು ಆಡಿರುವ ಮಾತುಗಳು ಸರಿಯಾಗಿಯೇ ಇದೆ. ಇಂತಹ ಉಪನ್ಯಾಸ, ಭಾಷಣಗಳ ಅಗತ್ಯವಿದೆ ಎಂದು ವೆಂಕಣ್ಣಯ್ಯನವರು ತಮ್ಮ ವಿದ್ಯಾರ್ಥಿಯನ್ನು ಬೆಂಬಲಿಸಿ ಧೈರ್ಯ ತುಂಬಿದರು. ತಳುಕು ವೆಂಕಣ್ಣಯ್ಯನವರ ಮನೆತನದ ಹೆಸರಾದರೆ ತೆಲುಗು ಮಾತೃ ಭಾಷಿಕರಾದ ಈ ಕುಟುಂಬದ ವೆಂಕಣ್ಣಯ್ಯ ಮೃದು ಮತ್ತು ಮೆಲುಭಾಷಿ.

ವಿದ್ಯಾರ್ಥಿಗಳ ಆರ್ಥಿಕ ಪರಿಸ್ಥಿತಿ ಸರಿಯಲ್ಲ ಎಂದು ತಿಳಿದ ಕೂಡಲೇ ಅವರಿಗೆ ಆ ಸಮಸ್ಯೆಯನ್ನು ಪರಿಹರಿಸಲು ವೆಂಕಣ್ಣಯ್ಯನವರು ಹಿಂದೆ ಮುಂದೆ ನೋಡುತ್ತಿರಲಿಲ್ಲ. ಬ್ಯಾಂಕ್‌ನ ಸಾಲದ ಲೆಕ್ಕ ಏರಿದರೂ ಇದು ವಿದ್ಯಾರ್ಥಿಗಳಿಗಾಗಿ ಎಂಬ ಶಿಷ್ಯ ಪ್ರೇಮ ವೆಂಕಣ್ಣಯ್ಯ ನವರಲ್ಲಿತ್ತು ಆಳೆತ್ತರದ ವೆಂಕಣ್ಣಯ್ಯನವರು.

ಬಿ.ಎಂ.ಶ್ರೀ., ಡಿ.ವಿ. ಗುಂಡಪ್ಪ, ಕೈಲಾಸಂ, ಇವರೆಲ್ಲರ ಆತ್ಮೀಯ ಸ್ನೇಹಿತರಾಗಿದ್ದ ವೆಂಕಣ್ಣಯ್ಯನವರನ್ನು ಡಿ.ವಿ.ಜಿ. ತಮ್ಮ ಮಂಕುತಿಮ್ಮನ ಕಗ್ಗದಲ್ಲಿ ಮೇರು ಪರ್ವತವೆಂದು ಬಣ್ಣಿಸಿದ್ದಾರೆ. ಕೈಲಾಸಂ ಅವರಿಗೂ ಆಪ್ತಮಿತ್ರ ರಾಗಿದ್ದ ವೆಂಕಣ್ಣಯ್ಯನವರನ್ನು ಒಮ್ಮೆ ಕೈಲಾಸಂ ಅವರು ವಿನೋದದಿಂದ 'ವೆಂಕಣ್ಣಯ್ಯನವರೇ, ನೀವು ಹೇಗೂ ಬಹಳ ಎತ್ತರ ಇದ್ದೀರಿ, ಆಕಾಶವನ್ನು ನಮಗೆಲ್ಲರಿಗಿಂತ ನೀವು ಸುಲಭವಾಗಿ ನೋಡಬಹುದು, ಆದ್ದರಿಂದ ತಾವು ಈ ಸಲ ಆಕಾಶವನ್ನು ನೋಡುವಾಗ ತಪ್ಪದೆ ಸ್ವರ್ಗದಲ್ಲಿ ನಮ್ಮವರು ಎಷ್ಟು ಜನ ಮತ್ತು ಯಾರ್ಯಾರಿದ್ದಾರೆ ಸ್ವಲ್ಪ ತಿಳಿದು ಹೇಳಿ' ಎಂದು ಹಾಸ್ಯ ಮಾಡಿದ್ದರು.

ಶ್ರೀ ರಾಮಕೃಷ್ಣ ಪರಮಹಂಸರ ಪರಮ ಭಕ್ತರಾಗಿದ್ದ ವೆಂಕಣ್ಣಯ್ಯನವರು ಬಂಗಾಳಿ ಭಾಷೆಯಲ್ಲಿದ್ದ ಪರಮಹಂಸರ ಲೀಲಾಪ್ರಸಂಗವನ್ನು ಕನ್ನಡಕ್ಕೆ ಅನುವಾದ ಮಾಡಿದ್ದಾರೆ. ಬಸವರಾಜದೇವರ ರಗಳೆ, ಕರ್ನಾಟಕ ಕಾದಂಬರಿ ಸಂಗ್ರಹ, ಹರಿಶ್ಚಂದ್ರ ಕಾವ್ಯ ಸಂಗ್ರಹ, ಕುಮಾರವ್ಯಾಸ ಭಾರತದ ಭೀಷ್ಮಪರ್ವ, ಸಂಗ್ರಹಗಳ ಜೊತೆಗೆ, ಸಿದ್ಧರಾಮಚಾರಿತ್ರ್ಯ ಸಂಗ್ರಹದ ಕೆಲಸವನ್ನು ಅಚ್ಚು ಕಟ್ಟಾಗಿ ಮಾಡಿದ್ದಾರೆ. ಗ್ರಂಥ ಸಂಪಾದನ ಕಾರ್ಯಗಳನ್ನು ಡಿ.ಎಲ್. ನರಸಿಂಹಾಚಾರ್ ಅವರೊಂದಿಗೆ ಸಮರ್ಥವಾಗಿ ನಿರ್ವಹಿಸಿದ್ದ ವೆಂಕಣ್ಣಯ್ಯನವರು ಕನ್ನಡದ ಪ್ರಪ್ರಥಮ ಪ್ರೊಫೆಸರ್ ಆದವರು. ವಿಲ್ ಡ್ಯುರಾಂಟ್‌ನ ಗ್ರೀಕ್ ಇತಿಹಾಸದ

ಅನುವಾದ ಸ್ವಾಮಿ ಪರಮಾನಂದರ ಅಧ್ಯಾತ್ಮ ಚಿಂತನೆಗಳನ್ನು ಅಧ್ಯಾತ್ಮ ಸಂಜೀವಿನಿ ಎಂಬ ಹೆಸರಿನಲ್ಲಿ ಇಂಗ್ಲಿಷ್‌ಗೆ ಅನುವಾದಿಸಿದ್ದಾರೆ.

೧೯೩೯ರಲ್ಲಿ ಸಾಂಕ್ರಾಮಿಕವಾಗಿ ವ್ಯಾಪಿಸಿದ್ದ ಇನ್‌ಫ್ಲುಯೆಂಝಾದಿಂದ ಬಳಲಿ ವೆಂಕಣ್ಣಯ್ಯ ೫೪ ವರ್ಷಕ್ಕೇ ಕಾಲವಾದರು. ಇವರ ಸಾಹಿತ್ಯ ಸಾಧನೆಯನ್ನು ಎಚ್.ಎಸ್. ವೆಂಕಟೇಶಮೂರ್ತಿಯವರು ಸಮಗ್ರ ಸಾಹಿತ್ಯ ಸಂಪುಟ ಎಂಬ ಕೃತಿಯಲ್ಲಿ ಹಿಡಿದಿಟ್ಟಿದ್ದಾರೆ.

೧೧

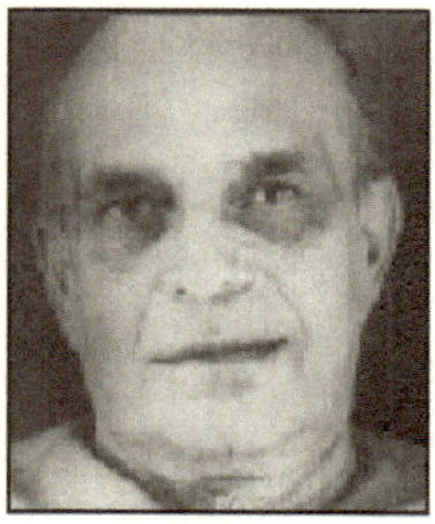

ದೈವಶ್ರದ್ಧೆ-ಧಾರ್ಮಿಕ ಪ್ರಜ್ಞೆಯ ಪ್ರಕಾಂಡ ವಿದ್ವಾಂಸ

ದೇವುಡು ನರಸಿಂಹಶಾಸ್ತ್ರಿ

ಧರ್ಮ, ಪುರಾಣ, ಇತಿಹಾಸ, ರಂಗಭೂಮಿ, ಸಾಹಿತ್ಯ, ಸಂಸ್ಕೃತಿ, ವಿಮರ್ಶೆ ಹೀಗೆ ಹತ್ತು ಹಲವು ಆಯಾಮಗಳ ಬಹುಕ್ಷೇತ್ರಗಳ ಬಹುಭಾಷೆಗಳ ವಿದ್ವಾಂಸರಾಗಿದ್ದ ದೇವುಡು ನರಸಿಂಹಶಾಸ್ತ್ರಿ ಅವರ ಕಾರ್ಯವ್ಯಾಪ್ತಿ ಬಹಳ ವಿಶಾಲವಾದುದು. ಪ್ರೌಢ ಹಾಗೂ ಉದ್ಗ್ರಂಥಗಳ ರಚನೆ, ರಾಮಾಯಣ ಮಹಾಭಾರತ ಭಾಗವತ, ಬ್ರಹ್ಮಾಂಡ ಪುರಾಣಗಳ ಅಧ್ಯಯನ, ರಚನೆಗಳ ಜೊತೆಯಲ್ಲೇ ಮಕ್ಕಳ ಸಾಹಿತ್ಯಾಭಿರುಚಿಯನ್ನು ಉತ್ತೇಜಿಸಿ, ಸಂಸ್ಥೆಗಳನ್ನು ಕಟ್ಟಿ, ಪತ್ರಿಕೆಗಳನ್ನು ಆರಂಭಿಸಿ, ನಟರಾಗಿ, ಕಾದಂಬರಿಕಾರರಾಗಿ ತೆಲುಗು ಮನೆಮಾತಿನದೇವುಡು ನರಸಿಂಹಶಾಸ್ತ್ರಿ ಅವರದ್ದು ಕನ್ನಡದಲ್ಲಿ ಅದ್ವಿತೀಯಸಾಧನೆ.

ಅಂತರಂಗ ಎಂಬ ದೇವುಡು ಅವರ ಮೊದಲ ಕಾದಂಬರಿ ವಿಶಿಷ್ಟವಾದುದು. ಸ್ವಗತದ ಮೂಲಕ ಕಾದಂಬರಿಯ ಕಥಾವಸ್ತುವನ್ನು ಒಳಗೊಂಡ ಪ್ರಪ್ರಥಮ ಕೃತಿ ಇದಾಗಿದೆ. ಕಾವ್ಯಮೀಮಾಂಸೆಗೆ ಸಂಬಂಧಿಸಿದಂತೆ ದೇವುಡು ಅವರು

ಬರೆದ ಮೀಮಾಂಸಾ ದರ್ಪಣ ಕಾವ್ಯಾಧ್ಯಾಯಿಗಳ ಕೈಪಿಡಿ. ಈ ಕೃತಿಯ ರಚನೆಗಾಗಿ ಮೈಸೂರು ಮಹಾರಾಜರು ದೇವುಡು ಅವರನ್ನು ವಿಶೇಷವಾಗಿ ಸನ್ಮಾನಿಸಿದ್ದರು.

೧೯೨೭ರಷ್ಟು ಹಿಂದೆಯೇ ಪತ್ರಿಕೋದ್ಯಮಕ್ಕೆ ಹೇಳಿಕೊಳ್ಳುವಂತಹ ಪ್ರೋತ್ಸಾಹದಾಯಕ ವಾತಾವರಣ ಇಲ್ಲದಿದ್ದ ಸಮಯದಲ್ಲೂ ದೇವುಡು ಅವರು ನವಜೀವನ ಎಂಬ ಪತ್ರಿಕೆ, ಹಾಗೇ ೧೯೩೬ರಲ್ಲಿ ಉಚಿತ ಮಕ್ಕಳ ಪತ್ರಿಕೆ ನಮ್ಮ ಪುಸ್ತಕ ಆರಂಭಿಸಿ ಅದನ್ನು ೧೯೫೭ ರವರೆಗೆ ೨೧ ವರ್ಷ ಮುನ್ನಡೆಸಿದ ಸಾಹಸಿ. ಮುಂದೆ ಕನ್ನಡ ಚಿತ್ರರಂಗದ ಪ್ರಖ್ಯಾತ ಸಾಹಿತಿಯಾದ ಚಿ. ಉದಯಶಂಕರ್ ಬಾಲಕನಾಗಿದ್ದಾಗ ಅವರ ಬರೆವಣಿಗೆಯನ್ನು ಪ್ರೋತ್ಸಾಹಿಸಿದವರಲ್ಲಿ ದೇವುಡು ನರಸಿಂಹಶಾಸ್ತ್ರಿ ಅವರೂ ಮುಖ್ಯರು ಚಿ. ಉದಯಶಂಕರ್ ಸಹ ಈ ಸಂಗತಿಯನ್ನು ಹೇಳಿಕೊಂಡಿದ್ದಾರೆ. ದೇವುಡು ಅವರು ಕರ್ನಾಟಕ ಫಿಲ್ಮ್ ಕಾರ್ಪೋರೇಷನ್, ಕರ್ನಾಟಕ ಸಾಹಿತ್ಯ ಸಂಘಗಳನ್ನು ಸ್ಥಾಪಿಸಿದರು. ಕರ್ನಾಟಕದ ಏಕೀಕರಣ ಚಳವಳಿಯಲ್ಲಿ ಭಾಗವಹಿಸಿದ್ದ ದೇವುಡು ನರಸಿಂಹಶಾಸ್ತ್ರಿ ಅವರು ಬೆಂಗಳೂರಿನ ಶಂಕರ ಪುರಂನಲ್ಲಿ ಗಿರಿವನ ವಿದ್ಯಾಪೀಠವನ್ನು ಆರಂಭಿಸಿದ್ದರು. ನಾಟಕಗಳಲ್ಲಿ ಅಭಿನಯಿಸುತ್ತಿದ್ದ ಇವರು ಕನ್ನಡದಲ್ಲಿ ಬಿಡುಗಡೆಯಾದ ಎರಡನೇ ವಾಕ್ಚಿತ್ರ ಭಕ್ತ ಧ್ರುವಕ್ಕೆ ಚಿತ್ರಕಥೆಯನ್ನು ರಚಿಸಿದ್ದರು. ಚಿರಂಜೀವಿ ಎಂಬ ಚಿತ್ರದಲ್ಲಿ ಮೃಕಂಡು ಮುನಿಗಳ ಪಾತ್ರವನ್ನೂ ವಹಿಸಿದ್ದರು.

ದೇವುಡು ನರಸಿಂಹಶಾಸ್ತ್ರಿ ಅವರ ಪ್ರಗಲ್ಭ ಪಾಂಡಿತ್ಯಕ್ಕೆ ಸಾಕ್ಷಿಯಾದ ಕೃತಿ ತ್ರಯಗಳು ಮಹಾಬ್ರಾಹ್ಮಣ, ಮಹಾಕ್ಷತ್ರಿಯ, ಮಹಾದರ್ಶನ. ಮಹಾಬ್ರಾಹ್ಮಣ ಕೃತಿಯು ವಿಶ್ವಾಮಿತ್ರನ ಜೀವನ ಸಾಧನೆಯನ್ನೂ, ಮಹಾಕ್ಷತ್ರಿಯ ಕಾದಂಬರಿಯು ನಹುಷನ ಶೌರ್ಯಗಾಥೆಯನ್ನೂ, ಹಾಗೂ ಮಹಾದರ್ಶನ ಯಾಜ್ಞವಲ್ಕ್ಯ ಮಹರ್ಷಿಗಳ ಸಾಧನೆಗಳನ್ನು ಒಳಗೊಂಡಿರುವ ಅಪೂರ್ವ ಕಾದಂಬರಿಗಳು. ಕೆಂಗಲ್ ಹನುಮಂತಯ್ಯ ಅವರು ಮುಖ್ಯಮಂತ್ರಿಯಾದಾಗ ಕನ್ನಡ ಸಂಸ್ಕೃತಿ ಇಲಾಖೆ ಆರಂಭಿಸಿ ಎಂದು ಸಲಹೆ ನೀಡಿದರು. ಕೆಂಗಲ್ ಹನುಮಂತಯ್ಯ ನವರು ಕನ್ನಡ ಮತ್ತು ಸಂಸ್ಕೃತಿ ಇಲಾಖೆಯನ್ನು ಪ್ರಾರಂಭಿಸಿ ದೇವುಡು ಅವರನ್ನೇ ಅಧ್ಯಕ್ಷರಾಗಲು ಕೇಳಿಕೊಂಡಾಗ ವಿನಯದಿಂದಲೇ ಅದನ್ನು ನಿರಾಕರಿಸಿದ ದೇವುಡು ನರಸಿಂಹಶಾಸ್ತ್ರಿ ಅವರು ಸಿ.ಕೆ. ವೆಂಕಟರಾಮಯ್ಯ ಅವರ ಹೆಸರನ್ನು ಸೂಚಿಸಿದ ಉದಾರಿ.

ಕರ್ನಾಟಕ ಸಂಸ್ಕೃತಿ, ಮಲ್ಲಿ, ಸೋಲೋ ಗೆಲುವೋ, ಅವಳ ಜನ್ಮ, ಒಡೆದ ಮುತ್ತು, ಭಾರತದ ಮಹಾಪುರುಷರು, ಮಯೂರ (ಕನ್ನಡ ಚಲನಚಿತ್ರವಾಗಿ ಬಹಳ ಯಶಸ್ವಿಯಾಯಿತು) ರಾಮಾಯಣದ ಮಹಾಪುರುಷರು, ಗೆದ್ದವರು

ಯಾರು, ಸಂಪೂರ್ಣ ವಾಲ್ಮೀಕಿ ಸಂಪೂರ್ಣ ರಾಮಾಯಣಹೀಗೆಲ್ಲ ಹಬ್ಬಿದ ದೇವುಡು ನರಸಿಂಹಶಾಸ್ತ್ರಿ ಅವರ ಸಾಹಿತ್ಯರಾಶಿ ಗುಣದಿಂದಲೂ ಹಿರಿದು. ೧೯೬೩ರಲ್ಲಿ ದೇವುಡು ಅವರ ಮಹಾಕ್ಷತ್ರಿಯ ಕಾದಂಬರಿಗೆ ಕೇಂದ್ರ ಸಾಹಿತ್ಯ ಅಕಾಡೆಮಿ ಪ್ರಶಸ್ತಿ ಘೋಷಿಸಲಾಯಿತು. ಆದರೆ ದೇವುಡು ನರಸಿಂಹ ಶಾಸ್ತ್ರಿ ಅವರು ಇದನ್ನು ನೋಡಲು ಬದುಕಿರಲಿಲ್ಲ.

ತಮ್ಮ ಜೀವನದ ಕಡೆಗಾಲದಲ್ಲಿ ಸಕ್ಕರೆ ಕಾಯಿಲೆ ಉಲ್ಬಣಿಸಿ ಕಾಲನ್ನು ಕಳೆದುಕೊಂಡು ನರಳಿದ ದೇವುಡು

"ಎದ್ದ ಬಿದ್ದ ಒದ್ದಾಡಿದ
ಗುದ್ದಾಡಿದ ದೇವುಡು
ಸುತ್ತಾಡಿದ ಲೆತ್ತಾಡಿದ
ಕಿತ್ತಾಡಿದ ದೇವುಡು
ಕುಂಟುಗಾಲಿನಿಂದ ಹೊರಟ
ವೈಕುಂಠಕೆ ದೇವುಡು
ಕುರುಡುಗಣ್ಣಿನಿಂದ ಕಂಡ
ಕೈಲಾಸದ ದೇವುಡು"

ವರಕವಿ ಬೇಂದ್ರೆಯವರು ತಮ್ಮ ಸಮವಯಸ್ಕ ಮಿತ್ರ ದೇವುಡು ಅವರ ಕುರಿತು ಬರೆದ ಈ ಸಾಲುಗಳು ಅವರ ಘನವಂತ ಬಾಳಿಗೆ ಸಾಕ್ಷೀ ರೂಪವಾಗಿದೆ. ದೇವುಡು ನರಸಿಂಹಶಾಸ್ತ್ರಿ ಅವರ ವಿದ್ವತ್ಪೂರ್ಣ ಲೇಖನಗಳ, ಕೃತಿಗಳ ಅಧ್ಯಯನವನ್ನು ಈಗಿನ ಪೀಳಿಗೆಯವರು ಮಾಡಿ ಧಾರ್ಮಿಕ, ಐತಿಹಾಸಿಕ ಪರಂಪರೆಯನ್ನು ಉಳಿಸ ಬೇಕಾಗಿದೆ.

೧೨

ಕನ್ನಡದ ಆಸ್ತಿ

ಮಾಸ್ತಿ ವೆಂಕಟೇಶ ಅಯ್ಯಂಗಾರ್

ಮಾಸ್ತಿ ವೆಂಕಟೇಶ ಅಯ್ಯಂಗಾರ್ ಅವರ ಕನ್ನಡ ಪರಸೇವೆ ವಿಶಿಷ್ಟವಾದ ರೀತಿಯಲ್ಲಿ ಹೇಳಲು ಸಾಧ್ಯವಿದೆ. ಮಾಸ್ತಿ ವೆಂಕಟೇಶ ಅಯ್ಯಂಗಾರ್ ಅವರು ಬಿ.ಎ. ಪದವಿಯನ್ನು ಚಿನ್ನದ ಪದಕ ಮೂಲಕ ಗಳಿಸಿದರು, ಇಂಗ್ಲಿಷ್ ಎಂ.ಎ.ನಲ್ಲಿ ರಾಂಕ್ ಪಡೆದವರು, ಜೊತೆಗೆ ಮಾತೃಭಾಷೆ ತಮಿಳು ಆಗಿದ್ದರಿಂದ ತಮ್ಮನ್ನು 'ತಮಿಳ್ಗನ್ನಡಿಗ' ಎಂದು ಕರೆದುಕೊಂಡರೂ ಸಹ ಅವರ ಅಮೂಲ್ಯ ಸಾಹಿತ್ಯದ ಸಂವೇದನೆ, ಸೃಜನಶೀಲತೆಯ ಆಯಾಮಗಳು ಹೆಚ್ಚು ತೆರೆದುಕೊಂಡಿದ್ದು ಓದಿದ ಆಂಗ್ಲ ಭಾಷೆ, ಮಾತೃ ಭಾಷೆ ತಮಿಳಿಗಿಂತ ಕನ್ನಡದಲ್ಲೇ ಎನ್ನುವುದು ನಿರ್ವಿವಾದ.

೧೮೯೧ರ ಜೂನ್ ೬ರಂದು ಕೋಲಾರದ ಮಾಸ್ತಿ ಗ್ರಾಮದಲ್ಲಿ ಹುಟ್ಟಿದ ವೆಂಕಟೇಶ ಅಯ್ಯಂಗಾರ್ ಅವರದ್ದು ಪೆರಿಯಾತ್ (ದೊಡ್ಡದಾದ) ಸ್ಥಿತಿವಂತ ಕುಟುಂಬ, ಆದರೆ ಇವರ ಜನನದ ಸಮಯದಲ್ಲಿ ದಯನೀಯ ಸ್ಥಿತಿಯಲ್ಲಿದ್ದ ಕುಟುಂಬದ ಕಾರಣ ಮಾಸ್ತಿ ಅವರು ವಾರಾನ್ನ ಮಾಡಿಕೊಳ್ಳುತ್ತಾ ಕಷ್ಟದ ದಿನಗಳನ್ನು ಕಳೆದರು.

ಮಾಸ್ತಿ ಅವರ ಕನ್ನಡ ಸೇವೆ

ಮಾಸ್ತಿ ವೆಂಕಟೇಶ ಅಯ್ಯಂಗಾರ್ ಅವರು ಅಜಾತಶತ್ರು ಹಾಗೂ ಸಂಯಮಿ. ಮೈಸೂರು ಸಿವಿಲ್ ಪರೀಕ್ಷೆಯಲ್ಲಿ ರಾಜ್ಯಕ್ಕೇ ಪ್ರಥಮ ಸ್ಥಾನ ಪಡೆದ ಇವರು ಮುಂದೆ ಸಹಾಯಕ ಆಯುಕ್ತರಾಗಿದ್ದಾಗ ಕೋಲಾರದ ಮಲ್ಲಸಂದ್ರಕ್ಕೆ ಕಂದಾಯ ತೆರಿಗೆಯನ್ನು ಗ್ರಾಮಸ್ಥರಿಂದ ಕಟ್ಟಿಸಿಕೊಳ್ಳಲು ತೆರಳಿದ್ದರು, ಆಗ ಕಂದಾಯ ಕಟ್ಟಿರದಿದ್ದ ಒಬ್ಬನನ್ನು ಮಾಸ್ತಿ ಅವರು "ಏನಯ್ಯ, ಏಕೆ ಕಂದಾಯವನ್ನು ಇನ್ನೂ ಕಟ್ಟಿಲ್ಲ, ರೂಲ್ಸ್ ಗೊತ್ತಿಲ್ಲವೇನು?" ಎಂದಾಗ, ಆತ "ಸ್ವಾಮಿ ನಿಮ್ಮ ರೂಲ್ಸು ಇಂಗ್ಲೀಷ್‌ನಲ್ಲಿದೆ, ನನ್ನಂಥವರಿಗೆ ಹೇಗೆ ತಿಳೀಬೇಕು?" ಎಂದಾಗ ಅದನ್ನು ಮಾಸ್ತಿ ಬಹಳ ಗಂಭೀರವಾಗಿ ಪರಿಗಣಿಸಿ ಕೂಡಲೇ ಸರ್ಕಾರೀ ಕಚೇರಿಯ ಎಲ್ಲ ಕಡತ, ಅರ್ಜಿಗಳು ಕನ್ನಡದಲ್ಲೇ ಇರಬೇಕೆಂದು ತಾಕೀತು ಮಾಡಿದರು.

ಗೋಪಾಲಕೃಷ್ಣ ಅಡಿಗರು ಇವರನ್ನು 'ಯಶೋರೂಪಿ ಮಾಸ್ತಿ' ಎಂದಿರುವುದು ಸೂಕ್ತವಾಗಿದೆ. ಏಕೆಂದರೆ ಮಾಸ್ತಿ ಅವರು ಬರೆದಿದ್ದು, ಬದುಕಿದ್ದು ಕಷ್ಟದಲ್ಲಿ ಇರುವವರ ಯಶೋ ಮಾರ್ಗದರ್ಶಕರಾಗಿ ಎನ್ನುವುದು ಸತ್ಯ. ಕವಿಗೆ ಕವಿ ಮುನಿವನ್ ಅಲ್ಲ, ಕವಿಗೆ ಕವಿ ಮಣಿವನ್ ಎನ್ನುವ ಹಾಗೆ ಬಾಳಿದವರು. ವರಕವಿ ಬೇಂದ್ರೆಯವರ ಜೀವನ ಕಡುಬಡತನದಿಂದ ಸಾಗುತ್ತಿದ್ದಾಗ ಹಣಸಹಾಯ ಮಾಡಿದವರು. ಮಾಸ್ತಿ ಅವರ ಈ ಉಪಕಾರವನ್ನು ನೆನೆದು ಬೇಂದ್ರೆಯವರು **"ನಾನು ಬೆಳೆಯುತ್ತಿರುವ ತಮ್ಮ, ನೀನು ಬೆಳೆದ ಅಣ್ಣ"** ಎಂದು ಮನಸಾರೆ ಮೆಚ್ಚಿದ್ದರು. ಬೇಂದ್ರೆಯವರ ನಾದಲೀಲೆ ಕವನಸಂಕಲನಕ್ಕೆ ಮಾಸ್ತಿ ಅವರು ಬರೆದ ಮುನ್ನುಡಿ ಕನ್ನಡದ ಅತ್ಯಂತ ಉತ್ತಮ ಸಹೃದಯ ವಿಮರ್ಶೆಗಳ ಪೈಕಿ ಒಂದು. ಕುವೆಂಪು ಅವರ ಸಾಹಿತ್ಯದ ಬೆಳವಣಿಗೆಗೆ ತಮ್ಮ ಜೀವನಪತ್ರಿಕೆಯ ಮೂಲಕ ಕಾರಣರಾಗಿ, ರಾಜರತ್ನಂ ಅವರ ಬದುಕಿಗೊಂದು ನೆಲೆ ಕಲ್ಪಿಸಿ, ಅವರಿಂದ ಜೈನ ಧರ್ಮದ, ಬೌದ್ಧ ಧರ್ಮದ ಕೃತಿಗಳು ಹೊರಬರಲು ಕಾರಣರಾದವರು ಮಾಸ್ತಿ ವೆಂಕಟೇಶ ಅಯ್ಯಂಗಾರ್. ಆಗಿನ ತರುಣ ಕವಿ ಶಿವರುದ್ರಪ್ಪ ಅವರ ಕವನವನ್ನೂ ಜೀವನ ಪತ್ರಿಕೆಯಲ್ಲಿ ಪ್ರಕಟಿಸಿ ಹುರಿದುಂಬಿಸಿದವರು ಮಾಸ್ತಿ. ತಮ್ಮ ಕವನ ಜೀವನ ಪತ್ರಿಕೆಯಲ್ಲಿ ಪ್ರಕಟವಾದಾಗ ಆದ ಸಂತೋಷ ಮರೆಯಲಾಗದ್ದೆಂದು ಜಿ.ಎಸ್. ಶಿವರುದ್ರಪ್ಪನವರು ಹೇಳಿದ್ದಾರೆ.

ಅನಕೃ–ಮಾಸ್ತಿ ಅವರ ಮಧ್ಯೆ ವೈಚಾರಿಕ ಸಾಹಿತ್ತಿಕ ಅಭಿಪ್ರಾಯಗಳ ಬಗ್ಗೆ ಕೆಲವು ಬಾರಿ ಭಿನ್ನ ಅಭಿಪ್ರಾಯಗಳಿದ್ದರೂ ಸಹ ಯಾವುದೇ ರೀತಿಯಲ್ಲೂ ಮಾಸ್ತಿ ಅವರು ಅದನ್ನು ವೈಯಕ್ತಿಕವಾಗಿ ಕಂಡಿರಲಿಲ್ಲ.

ಅನಕೃ ೧೯೭೧ರಲ್ಲಿ ತೀರಿಕೊಂಡಾಗ ತಮಗಿಂತ ೧೭ ವರ್ಷ ಕಿರಿಯ, ಚಿಕ್ಕ ಹುಡುಗ ಹೋಗಿಬಿಟ್ನೆ ಎಂದು ಮರುಗಿ ಅನಕೃ ಕನ್ನಡಪರ ಹೋರಾಟಗಾರ, ಅವನ ಹೆಣಕ್ಕೆ ಬಿಸಿಲು ತಾಗಬಾರದೆಂದು ತಮ್ಮ ಛತ್ರಿ ಅಡ್ಡ ಹಿಡಿದಿದ್ದ ಔದಾರ್ಯದ ಜೀವಿ ಮಾಸ್ತಿ. ಮಾಸ್ತಿ ವೆಂಕಟೇಶ ಅಯ್ಯಂಗಾರ್ ಅವರ ಚಿಕವೀರ ರಾಜೇಂದ್ರ ಕಾದಂಬರಿಗೆ ಜ್ಞಾನಪೀಠ ಪ್ರಶಸ್ತಿ ನೀಡಿ ಗೌರವಿಸಲಾಯಿತು. ಇದು ಕನ್ನಡಕ್ಕೆ ಬಂದ ನಾಲ್ಕನೆ ಜ್ಞಾನಪೀಠ ಪ್ರಶಸ್ತಿ. ಆಗ ಪತ್ರಕರ್ತರು 'ನಿಮಗಿಂತ ಬಹಳ ಕಿರಿಯರಿಗೆ ಬಂದ ಮೇಲೆ ಈ ಪ್ರಶಸ್ತಿ ತಮಗೆ ಬಂದಿದೆಯಲ್ವೇ' ಎಂದಾಗ ಮಾಸ್ತಿ ಅವರು ನಗುತ್ತಾ 'ಮೊದಲು ಚಿಕ್ಕ ಮಕ್ಕಳಿಗೆ ಸಿಹಿ ನೀಡಿ ಅವರು ತಿಂದು ಖುಷಿ ಪಟ್ಟ ಮೇಲೆ ತಾನೇ ನಾವೂ ಅದರ ಸವಿಯನ್ನು ಸವಿಯುವುದು' ಎಂದರು. ಇದು ಅವರ ತಿಳಿಯಾದ ನಿಷ್ಕಲ್ಮಶ ಮನಸ್ಸಿಗೆ ನದರ್ಶನ.

೧೯೧೦ರಲ್ಲಿ ಬರೆದ ರಂಗನ ಮದುವೆ ಕಥೆಯಿಂದ ೧೯೮೫ರಲ್ಲಿ ಬರೆದ ಮಾತುಗಾರ ರಾಮಣ್ಣನವರೆಗೆ ಅವರು ೧೨೩ ಕಥೆಗಳನ್ನು ಬರೆದು ಸಣ್ಣ ಕಥೆಗಳ ಜನಕ ಎಂಬ ಕೀರ್ತಿಗೆ ಪಾತ್ರರಾದರು. ಶ್ರೀನಿವಾಸ ಇವರ ಕೃತಿ–ಕಾವ್ಯನಾಮ. ಆದರೆ ಮದಲಿಂಗನ ಕಣಿವೆ ಯಂಥ ಕಥನಕವನ, ಜೀವರೇಶಿಮೆಯ ಹುಳು ಎಂಬ ವಿಭಿನ್ನ ಕವನಗಳೂ ಸೇರಿದಂತೆ, ಮಂಜುಳ, ಯಶೋಧರ, ಕಾಕನಕೋಟೆ ದಂಥ ನಾಟಕಗಳನ್ನು ಮಾಸ್ತಿ ಅವರು ರಚಿಸಿದ್ದಾರೆ. ಶ್ರೀ ರಾಮಪಟ್ಟಾಭಿಷೇಕ ಛಂದಸ್ಸಹಿತ ಮಹಾಕಾವ್ಯವನ್ನು ರಚಿಸಿದ ಮಾಸ್ತಿಯವರ ಬರೆವಣಿಗೆ ಜೀವನ ಎರಡೂ ಪ್ರಮಾಣದಲ್ಲೂ ಗುಣದಲ್ಲೂ ಹಿರಿದು. ೧೯೮೬ ಜೂನ್ ೬ರಂದು ೯೫ ವರ್ಷಗಳ ತುಂಬು ಜೀವನ ನಡೆಸಿ ಹುಟ್ಟಿದ ದಿನದಂದೇ ಕಣ್ಮರೆಯಾದ ಮಾಸ್ತಿ ವೆಂಕಟೇಶ ಅಯ್ಯಂಗಾರ್ ಅವರ ಆತ್ಮಚರಿತ್ರೆ ಭಾವ. ಅವರು ಸಾರ್ವಕಾಲಿಕ ಅದಮ್ಯ ಚೇತನ. ಮಾಸ್ತಿ ವೆಂಕಟೇಶ ಅಯ್ಯಂಗಾರ್ ಅವರು ತಮ್ಮ ಕೃತಿಗಳ ಮೂಲಕ ಶಾಶ್ವತವಾಗಿ ನೆಲೆಸಿರುತ್ತಾರೆ.

೧೩

ಮರೆಯಲಾಗದ ಸಾಹಿತಿ

ಕೆ.ವಿ. ಅಯ್ಯರ್

ಜೀವನದಲ್ಲಿ ನೂರಾರು ಸಂಕಷ್ಟಗಳನ್ನು ಸಹಿಸಿ, ಹಲವು ಸವಾಲುಗಳನ್ನು ಎದುರಿಸಿ, ಕನ್ನಡದಲ್ಲಿ ಶಾಂತಲಾ, ರೂಪದರ್ಶಿಗಳಂಥ ಶ್ರೇಷ್ಠ ಕಾದಂಬರಿಗಳನ್ನು ನೀಡಿದವರು ಕೆ.ವಿ. ಅಯ್ಯರ್.

ಕೋಲಾರ ವೆಂಕಟೇಶ ಅಯ್ಯರ್ ಜನಿಸಿದ್ದು ೧೮೮೯ರ ನವೆಂಬರ್ ೮ರಂದು. ಕೋಲಾರ ಜಿಲ್ಲೆಯ ದೇವರಾಯ ಸಮುದ್ರದಲ್ಲಿ ಹುಟ್ಟಿದ ಕೆ.ವಿ. ಅಯ್ಯರ್ ಅವರ ಮನೆಮಾತು ತಮಿಳು. ತಾಯಿ ಸುಬ್ಬಮ್ಮ, ತಂದೆ ಅಪ್ಪಾಜಿ ನಾರಾಯಣ ಅಯ್ಯರ್. ಬಾಲ್ಯದಲ್ಲೇ ತಾಯಿಯ ವಾತ್ಸಲ್ಯದಿಂದ ವಂಚಿತರಾದ ಅಯ್ಯರ್ ಅವರ ಜೀವನ ಕಷ್ಟಗಳಿಂದ ಆವೃತವಾಗಿತ್ತು.

೧೯೦೭ರ ಸುಮಾರಿಗೆ ತಂದೆಯೊಂದಿಗೆ ಬೆಂಗಳೂರಿಗೆ ಬಂದು ನೆಲೆಸಿದ ಅಯ್ಯರ್ ಬದುಕು ಸಾಗಿಸಲು ಬಹಳ ತ್ರಾಸಪಟ್ಟರು. ತಂದೆಯ ಜೊತೆಗೆ ಹೊಟೆಲ್‌ನಲ್ಲಿ ಕೆಲಸ ಮಾಡುವಾಗ ರಾಶಿರಾಶಿ ಪಾತ್ರೆಗಳನ್ನು ತೊಳೆಯುತ್ತ

ನೊಂದರೂ ಅಧೀರರಾಗಲಿಲ್ಲ, ರುಬ್ಬುಗುಂಡಿನಲ್ಲಿ ಇಡ್ಲಿಹಿಟ್ಟು, ದೋಸೆ ಹಿಟ್ಟುಗಳನ್ನು ರುಬ್ಬುವ ಕೆಲಸವನ್ನು ಅಚ್ಚುಕಟ್ಟಾಗಿ ಮಾಡುತ್ತಿದ್ದ ಅಯ್ಯರ್ ಆಜಾನುಬಾಹು, ಕಟ್ಟುಮಸ್ತಾದ ಶರೀರವುಳ್ಳವರಾಗಿದ್ದರು.

ವ್ಯಾಯಾಮದ ಶೈಕ್ಷಣಿಕ ಅಗತ್ಯವನ್ನು ಮನಗಂಡು ಅಯ್ಯರ್ ಅವರು ವ್ಯಾಯಾಮ ಶಾಲೆಯನ್ನು ತೆರೆದು ನೂರಾರು ವಿದ್ಯಾರ್ಥಿಗಳಿಗೆ ದೈಹಿಕ ಶಿಕ್ಷಣ ವ್ಯಾಯಾಮಗಳ ಮಹತ್ತ್ವವನ್ನು ಹೇಳಿಕೊಟ್ಟರು. Hercules Gymnasium ಶಾಲೆಯನ್ನು ಆರಂಭಿಸಿದರು. ವ್ಯಾಯಾಮ ಪ್ರದರ್ಶನಗಳನ್ನು ನೀಡಿ, ದೈಹಿಕ ಸೌಷ್ಟವದ ಬಗ್ಗೆ ಜನಸಾಮಾನ್ಯರಲ್ಲಿ ಶಾರೀರಿಕ, ಮಾನಸಿಕ ಆರೋಗ್ಯಕ್ಕೆ ಇದು ಅವಶ್ಯಕವೆಂದು ತಿಳಿವು ಮೂಡಿಸಿದರು. Perfect Physique& Figure, Suryanamaskar Chemical changes in Physical exercise ಎಂಬ ಎರಡು ಇಂಗ್ಲಿಷ್ ಕೃತಿಗಳನ್ನು ರಚಿಸಿದರು.

ಆಯುರ್ವೇದ ವೈದ್ಯಕೀಯ ಪದ್ಧತಿ, ವ್ಯಾಯಾಮ ಸಂವಹನ ವಿಧಾನಗಳನ್ನು ಅರಿತಿದ್ದ ಅಯ್ಯರ್ ಅವರಿಗೆ ಮಿಸೌಯೆ ವಿಶ್ವವಿದ್ಯಾಲಯವು ಗೌರವ ಡಾಕ್ಟರೇಟ್ ಪದವಿಯನ್ನು ನೀಡಿ ಗೌರವಿಸಿತು. ನಾಲ್ವಡಿ ಕೃಷ್ಣರಾಜ ಒಡೆಯರ್ ಅವರು ಅಯ್ಯರ್ ಅವರಿಗೆ ದೈಹಿಕ ಶಿಕ್ಷಣ ಮಾಣಿಕ್ಯ ಎಂಬ ಅಪೂರ್ವ ಬಿರುದನ್ನು ನೀಡಿ ಸನ್ಮಾನಿಸಿದ್ದರು.

ಅಯ್ಯರ್ ಅವರ ಸಾಹಿತ್ಯ-ಕೆ.ವಿ. ಅಯ್ಯರ್ ಎಂಬ ಹೆಸರನ್ನು ಜನಜನಿತವಾಗಿಸಿದ ಕೃತಿ ರೂಪದರ್ಶಿ. ರೀಡರ್ಸ್ ಡೈಜೆಸ್ಟ್ ಪತ್ರಿಕೆಯಲ್ಲಿ ಪ್ರಕಟವಾದ ಒಂದು ಪುಟದ ಕಥಾಲೇಖನವನ್ನು ಓದಿ ಅಯ್ಯರ್ ರೂಪದರ್ಶಿ ಕಾದಂಬರಿಯನ್ನು ಬರೆದರು. ಸುಪ್ರಸಿದ್ಧ ಚಿತ್ರಕಾರ ಮೈಕೆಲ್ ಎಂಜೆಲೊನ ಬದುಕಿನ ಸಮಗ್ರ ಸಂಗತಿಗಳನ್ನು ಒಳಗೊಂಡ ೩೦೦ ಪುಟಗಳ ಈ ಕೃತಿಯು ಅಯ್ಯರ್ ಅವರ ಕಲಾದೃಷ್ಟಿ-ಸಾಹಿತ್ಯಶಕ್ತಿಗೆ ನಿದರ್ಶನ. ಬಾಲ ಏಸುಕ್ರಿಸ್ತನ ರೂಪದರ್ಶಿಯಾಗಿ, ಅರ್ನೆಸ್ಟೋ ಮುಂದೆ ಗರಿಬಾಲ್ಡಿ ಯಾಗಿ ರೂಪಾಂತರಗೊಂಡು, ಜುದಾಸನ ಪ್ರತಿರೂಪವಾಗುವ ಸಂಕಥನವನ್ನು ಅಯ್ಯರ್ ಅಮೋಘವಾಗಿ ಈ ರೂಪದರ್ಶಿ ಕೃತಿಯಲ್ಲಿ ಕಟ್ಟಿಕೊಟ್ಟಿದ್ದಾರೆ.

ಈ ಕಾದಂಬರಿಯಲ್ಲಿ ಬರುವ ಪಾತ್ರಗಳ ಪೈಕಿ ಒಂದಾದ ಲೀನಾ, ಅಯ್ಯರ್ ಅವರ ಕಿರು ಕಾದಂಬರಿಯಾಯಿತು. ಅಯ್ಯರ್ ಅವರ ಮತ್ತೊಂದು ಆಕರ್ಷಣೀಯ ಹಾಗೂ ವಿಶೇಷವಾದ ಕಾದಂಬರಿ ಶಾಂತಲಾ. ಹೊಯ್ಸಳ ಸಾಮ್ರಾಜ್ಯದ ಪ್ರಸಿದ್ಧ ಅರಸ ವಿಷ್ಣುವರ್ಧನ ಹಾಗೂ ಆತನ ಅರಸಿ ನಾಟ್ಯರಾಣಿ ಶಾಂತಲೆಯ ಕುರಿತಾದ ಕೆಲವೇ ಕೆಲವು ಅತ್ಯುತ್ತಮ ಐತಿಹಾಸಿಕ ಕಾದಂಬರಿಗಳಲ್ಲಿ ಶಾಂತಲಾಗೆ ಗಮನಾರ್ಹ ಸ್ಥಾನವಿದೆ. ಸಣ್ಣ ಕಥೆಗಳನ್ನೂ ಬರೆದಿರುವ ಅಯ್ಯರ್ ಅವರ ಸಮುದ್ಯತಾ ಸೊಗಸಾದ ಕಥಾಸಂಕಲನ.

ಈ ಕಥಾಸಂಕಲನದಲ್ಲಿ ಒಟ್ಟು ೧೧ ಕಥೆಗಳಿದ್ದು, ದೆಯ್ಯದ ಮನೆ, ಚೇಳು ಅಜ್ಜಾ ಚೇಳು, ಸಮುದ್ಯತಾ, ಎದ್ದು ಬಂದ ಹೆಣ, ಮುಂತಾದ ಸಲೀಸಾದ ಸರಳವಾದ ಕಥೆಗಳಿವೆ.

ಕೆ.ವಿ. ಅಯ್ಯರ್ ಅವರ ಆಪ್ತರಾಗಿದ್ದವರು ಕೈಲಾಸಂ. ಇವರನ್ನು ಗುರು ಎಂದೇ ಅಯ್ಯರ್ ಗೌರವಿಸುತ್ತಿದ್ದರು. ಕೆ.ವಿ. ಅಯ್ಯರ್ ಅವರಿಗೆ ಕರ್ನಾಟಕ ಸಾಹಿತ್ಯ ಅಕಾಡೆಮಿ ಗೌರವ ದೊರೆತಿದೆ. 'ಕಾಯವೇ ಒಂದು ಕಾವ್ಯ' ಎನ್ನುತ್ತಿದ್ದ, ಇವರು ೧೯೮೦ರ ಜನವರಿ ೩ರಂದು ಕಣ್ಮರೆಯಾದರು. ಆದರೆ ಇವರ ರೂಪದರ್ಶಿ, ಶಾಂತಲಾ, ಲೀನಾ, ಸಮುದ್ಯತಾ... ಹಾಗೇ ಇವರ ಭೀಮಸದೃಶ ದೇಹದಾರ್ಢ್ಯ ಶಕ್ತಿ ಸ್ಮರಣೀಯ.

೧೪

'ಸಾವಿರದ' ವರಕವಿ ಅಂಬಿಕಾತನಯದತ್ತ

ಬೇಂದ್ರೆ

ಕನ್ನಡ ನಾಡಿನ ಹೆಮ್ಮೆಯ ಕವಿ ದ.ರಾ. ಬೇಂದ್ರೆಯವರು ಒಮ್ಮೆ ಕವಿತಾವಾಚನ ಮಾಡುತ್ತಿದ್ದಾಗ ಒಬ್ಬ 'ಅಜ್ಜ ನೀವು ಕನ್ನಡದಾಗ ಚೆಂದಾಗಿ ಪದ್ಯ ಬರೀತೀರಿ' ಅಂದ. ಆಗ ಬೇಂದ್ರೆಯವರು 'ಅಲ್ಲೋ ತಮ್ಮಾ, ನಾ ಚೆಂದಾಕ್ ಬರೀತೀನಿ ಅನ್ನೂದಲ್ಲ, ಕನ್ನಡಾನೇ ಚೆಂದಾಗೈತೋ' ಅಂದಾಗ ಸಭೆ ಬೇಂದ್ರೆಯವರ ಮಾತಿಗೆ ಕನ್ನಡದ ಮೇಲಿನ ಅವ್ಯಾಜ ಪ್ರೀತಿಗೆ ಬಾಗಿತ್ತು.

ಮರಾಠಿ ಮಾತೃಭಾಷಿಕರಾದ ಬೇಂದ್ರೆ ಹಾಗೂ ಅವರ ಕುಟುಂಬಕ್ಕೆ ವಿದ್ಯಾಕಾಶಿ ಎನ್ನಿಸಿದ ಧಾರವಾಡವೇ ಜನ್ಮಭೂಮಿ ಕರ್ಮಭೂಮಿ ಎಲ್ಲವೂ ಆಗಿತ್ತು. ಬೇಂದ್ರೆಯವರು ಮರಾಠಿಯಲ್ಲಿ ಬರೆದಿದ್ದರೂ ಸಹ ಕನ್ನಡ ಜನಕ್ಕೆ ಬೇಂದ್ರೆಯವರು ತಮ್ಮ ಮಾತುಗಾರಿಕೆ ಹಾಗೂ ಕಾವ್ಯದಿಂದ ಬಹಳ ಹತ್ತಿರವಾದರು. ಶಬ್ಧಬ್ರಹ್ಮ ಎಂದೇ ಖ್ಯಾತರಾಗಿದ್ದ ಬೇಂದ್ರೆಯವರ ಕನ್ನಡ ಪ್ರೀತಿ ಅಗಾಧವಾದುದು. ಮೂಲ ತಾಯಿಭಾಷೆ ಬೇರೆಯಾದರೂ ಕನ್ನಡಕ್ಕೆ ಅವರಿತ್ತ ಕೊಡುಗೆ ಅವರಿಲ್ಲದೆ ೪೨ ವರ್ಷ ಆದರೂ ಇದೆ ಮತ್ತು ಯಾವತ್ತಿಗೂ ಇರುತ್ತದೆ.

ಸತ್ಯವಾನ ಸಾವಿತ್ರಿ ಬಗ್ಗೆ ಮಾತನಾಡುವಾಗ ಬೇಂದ್ರೆಯವರು ಸಾವಿತ್ರಿ ಜೀವನದಾಗ ಸಾವು ಇತ್ರೀ ಅದಕ್ಕ ಅವಳು ಆದದ್ದು ಸಾವಿತ್ರಿ ಎಂದಿದ್ದರು. ಕನ್ನಡವು ಕನ್ನಡವ ಕನ್ನಡಿಸುತಿರಬೇಕು ಎಂದು ನುಡಿದು ಹಂಬಲಿಸಿದ ಬೇಂದ್ರೆಯವರು ೯ ಮಕ್ಕಳ ಪೈಕಿ ೬ ಮಕ್ಕಳನ್ನು ಕಳೆದುಕೊಂಡಾಗ ವಿಲಪಿಸಿದ್ದು, ಹೆಂಡತಿಯ ಆ ಕ್ಷಣದ ನೋಟ ಎದುರಿಸಲಾಗದೆ ನೀ ಹೀಂಗ ನೋಡಬ್ಯಾಡ ನನ್ನ ನೀ ಹಿಂಗ ನೋಡಿದರ ನನ್ನ, ತಿರುಗಿ ನಾ ಹ್ಯಾಂಗ ನೋಡಲೇ ನಿನ್ನ ಎಂದು ಬರೆದದ್ದು, ಮಗನ ಹೆಣವನ್ನು ಹುಣ್ಣಿಮಿ ಚಂದಿರನ ಹೆಣ ಬಂತು ಎಂದಿದ್ದು, ನಾ ತೊಟ್ಟ ಹೆಣಗಳ ಲೆಕ್ಕ, ಯಮ ನೋಡಿ ನಕ್ಕ ಎಂದು ನೊಂದಿದ್ದೆಲ್ಲವೂ ಕನ್ನಡದಲ್ಲೇ.

ಶ್ರಾವಣ ಬಂತು ಕಾಡಿಗೆ ಬಂತು ನಾಡಿಗೆ ಎಂದು ಸಡಗರಿಸಿದ ಈ ವರಕವಿ ಕನ್ನಡಿಗರು ಎಂದೂ ಮರೆಯದ ಯುಗಾದಿಯ ಹಬ್ಬದ ಹಾಡನ್ನು ಯುಗಯುಗಾದಿ ಕಳೆದರೂ ಯುಗಾದಿ ಮರಳಿ ಬರುತಿದೆ ಹೊಸ ವರುಷಕೆ ಹೊಸ ಹರುಷವ ಮರಳಿ ಮರಳಿ ತರುತಿದೆ ಎಂದು ಸಂಭ್ರಮದ ಚಣಗಳನ್ನು ಅನುಭವಿಸಿ ನೀಡಿದವರು.

ದೇಹ ಕೊಟ್ಟ ತಾಯಿ
ಮಾತು ಕಲಿಸಿದ ತಾಯಿ
ಸಂಸ್ಕಾರ ಸಂಪನ್ನ ಮಾಡಿದ ತಾಯಿ
ಭೂಮಂಡಲದ ಮಾನವತೆಯ ತಾಯಿ
ವಿಶ್ವೋದರದಲ್ಲಿ ಧರಿಸಿದ ತಾಯಿ

ಪಂಚಗರ್ಭಕೋಶದ ಕೂಸು ನಾನು ನನಗೈವರು ತಾಯಂದಿರು ಎಂದು ತನ್ನ ತಾಯಿ ಅಂಬವ್ವನ ಹೆಸರನ್ನೇ ಕಾವ್ಯನಾಮವಾಗಿ ಇರಿಸಿಕೊಂಡು ಬೆಳಗಿದ ಬೆಳಕಿನ ಕವಿ ಅಂಬಿಕಾತನಯದತ್ತರಿಗೆ

ನಿನ್ನ ತನಯದತ್ತನು
ನೀನು ಇತ್ತುದಿತ್ತನು
ನಿನ್ನ ಹೆಸರಿನಲ್ಲಿ ನಾನು
ಬರೆವುದೇನು ಸೋಜಿಗ
ಮರೆಯಲಾರದೀ ಜಗ

ಹೀಗೆ ತಾಯಿಯ ಮತ್ತು ಅದರ ವಿಶಾಲಾರ್ಥದಲ್ಲಿ ವರ್ಣಿಸಲು ಅಂಬಿಕಾತನಯದತ್ತರಿಗಷ್ಟೇ ಸಾಧ್ಯ. ಗಂಗಾವತರಣವೂ ಅವರಿಗೆ ಇಳಿದು ಬಾ ತಾಯಿಯೇ ಹಾಗೇ ತಾಯಿ ಮಾಯಿ ಶಿವಜಾಯಿ ಕಾಯಿಯೇ... ಮತ್ತು

ಇದೆಲ್ಲವನ್ನೂ ಅವರು ಹೇಳಿದ್ದು ಕನ್ನಡದ ಧಾರವಾಡದ ಮಣ್ಣಿನ ಭಾಷೆಯಲ್ಲೇ ಎನ್ನುವುದು ವಿಶೇಷ. ಸಾಧನಕೇರಿಯ ಸಾಧಕನಿಗೆ ಕುರುಡುಕಾಂಚಾಣ, ಜೋಗಿ, ಪುಟ್ಟ ವಿಧವೆ, ಸಚ್ಚಿದಾನಂದ, ಗರಿ, ನಾದಲೀಲೆ, ನಾಕುತಂತಿ, ಎಲ್ಲವನ್ನೂ ಅವರು ಮಿಡಿದದ್ದು ಕನಲಿದ್ದು ಕನ್ನಡದಲ್ಲೇ ಹೆಚ್ಚು. ನಾಟಕ, ಕಥೆ, ವಿಮಶೆ, ಗದ್ಯ... ಹೀಗೆಲ್ಲ ಕನ್ನಡವನ್ನು ವ್ಯಾಪಿಸಿಕೊಂಡ ಬೇಂದ್ರೆ ಮಹಾಕವಿ ಕಾಳಿದಾಸನ ಮೇಘದೂತ ಮಹಾಕಾವ್ಯವನ್ನು ಕನ್ನಡದಲ್ಲಿ ಅನುವಾದಿ ಸುವುದರ ಮೂಲಕ ಕಾಳಿದಾಸ ಮತ್ತು ಅವನ ಕೃತಿಯನ್ನು ಕನ್ನಡ ಜನತೆಗೆ ಪರಿಚಯಿಸಿದ ಹೆಗ್ಗಳಿಕೆ ಬೇಂದ್ರೆಯವರದ್ದು. ಅರವಿಂದರ ಸುಪ್ತಮಾನಸ ದರ್ಶನ, ಮಧುರಚೆನ್ನರೊಂದಿಗಿನ ಸಖ್ಯ ಎಲ್ಲವನ್ನೂ ಕನ್ನಡದಲ್ಲೇ ಅರಳಿಸಿದವರು ಬೇಂದ್ರೆ.

ಕನ್ನಡದ ಮಣ್ಣಿನಲ್ಲಿ ಧಾರವಾಡದದ ಶ್ರೀಮಾತಾ ನಿವಾಸದಲ್ಲಿ ಜೀವಿಸಿದ್ದ ಬೇಂದ್ರೆ **"ಅಂತಃ ಪಟದಾಚೆ ವಿಧಿ ತಂದ ವಧು"**ವಾದ ಲಕ್ಷ್ಮಿಬಾಯಿಯ ಜೊತೆಗೆ **"ಸಪ್ಪೆ ಬಾಳುವೆಗಿಂತ ಉಪ್ಪು ನೀರು ಲೇಸು"** ಎಂದು ಬಾಳು ಸವೆಸಿದ ಮಹಾನ್ ಪಥಿಕ.

೧೯೮೧ರ ಅಕ್ಟೋಬರ್ ತಿಂಗಳ ಕೊನೆಯ ವಾರದಲ್ಲಿ ಮುಂಬೈನ ಹರಕಿಶನ್ ದಾಸ್ ಆಸ್ಪತ್ರೆಯಲ್ಲಿ ಬೇಂದ್ರೆಯವರಿಗೆ ಕರುಳಿನ ಶಸ್ತ್ರಚಿಕಿತ್ಸೆ ಆಗಿ, ಕಲ್ಲುಗಳನ್ನು ತೆಗೆಯಲಾಯಿತು. ಶಸ್ತ್ರಚಿಕಿತ್ಸೆ ಯಶಸ್ವಿ ಯಾಯಿತು. ಆಗ ಬೇಂದ್ರೆ 'ನಾ ನನ್ನ ಇಡೀ ಜೀವಮಾನ ಕನ್ನಡ ನಾಡಿಗೆ ಕೊಟ್ಟಿದ್ದೇನೆ, ಈ ಮಹಾರಾಷ್ಟ್ರ ನೆಲದಾಗ ಜೀವ ಬಿಡ್ತೀನೋ ಏನೋ' ಎಂದರು. ಹಾಗೇ ಆಯಿತು. ಅಕ್ಟೋಬರ್ ೨೬, ೧೯೮೧ರ ಮಧ್ಯಾಹ್ನ ೧-೧೮ಕ್ಕೆ ಬೇಂದ್ರೆಯವರ ಜೀವ ಬಂಗಾರ ನೀರ ಕಡಲಾಚೆಯ ದೂರ ದೂರತೀರ ಸೇರಿತು.

ಮರಾಠಿಯಲ್ಲಿ ಬೇಂದ್ರೆಯವರ ಕೃತಿಗಳಿದ್ದರೂ ಅವರ ಕನ್ನಡದ ಅಪಾರ ಪ್ರಮಾಣದ ಗುಣ-ಸಂಖ್ಯೆಗಳ ದೃಷ್ಟಿಯಲ್ಲಿ ಬೇಂದ್ರೆ ಯವರ ಕನ್ನಡ ಸಾಹಿತ್ಯದ ವಿರಾಟ್ ಸಾಧನೆಗೆ ಅವರಷ್ಟೇ ಸರಿಸಾಟಿ.

೧೫

ಭಾರತದ ಪ್ರಖ್ಯಾತ ನ್ಯಾಯಾಂಗ ತಜ್ಞ

ಸರ್ ಬೆನಗಲ್ ನರಸಿಂಗರಾವ್

ಮಂಗಳೂರು ಜಿಲ್ಲೆಯ ಕಾರ್ಕಳದ ಸಮೀಪ ಇರುವ ಪುಟ್ಟ ಊರು ಬೆನಗಲ್‌ನಲ್ಲಿ ಜನಿಸಿ ಭಾರತ ದೇಶಕ್ಕೇ ಆ ಹೆಸರು ಸುಪರಿಚಿತಗೊಳಿಸಿದ ಬೆನಗಲ್ ನರಸಿಂಗರಾವ್ ಪ್ರಮುಖರು. ಕೊಂಕಣಿ ಮಾತೃಭಾಷಾ ಕುಟುಂಬದಲ್ಲಿ ಜನಿಸಿದ ಬೆನಗಲ್ ನರಸಿಂಗ ರಾಯರು ೧೮೮೭ ಫೆಬ್ರವರಿ ೨೬ರಂದು ಸುಶಿಕ್ಷಿತ ಪರಿವಾರದಲ್ಲಿ ಹುಟ್ಟಿ, ಕನ್ನಡ ನಾಡು ಮತ್ತು ಭಾರತ ದೇಶದ ಕೀರ್ತಿಯನ್ನು ಹೆಚ್ಚಿಸಿದರು.

ಇವರ ತಂದೆ ರಾಘವೇಂದ್ರ ರಾಯರು ಬಹಳ ಜನಾನುರಾಗಿ ವೈದ್ಯರಾಗಿದ್ದರು. ಮಂಗಳೂರಿನ ಕೆನರಾ ಶಾಲೆಯಲ್ಲಿ ತಮ್ಮ ವಿದ್ಯಾಭ್ಯಾಸ ಮಾಡಿದ ನರಸಿಂಗರಾಯರು ಎಸ್.ಎಸ್.ಎಲ್.ಸಿ. ಪರೀಕ್ಷೆಯಲ್ಲಿ ಆಗ ಮದ್ರಾಸ್ ಪ್ರಾಂತ್ಯಕ್ಕೆ ಸೇರಿದ್ದ ತಮ್ಮ ಊರಿಗೆಲ್ಲ ಮೊತ್ತಮೊದಲ ಸ್ಥಾನ ಪಡೆದು, ಉತ್ತೀರ್ಣ ರಾದರು. ಆಗ ಪ್ರೆಸಿಡೆನ್ಸಿ ಕಾಲೇಜ್ ಬಹಳ ಪ್ರಖ್ಯಾತ ವಾಗಿತ್ತು. ಎಲ್ಲ ವಿದ್ಯಾರ್ಥಿಗಳಿಗೂ ಅಲ್ಲಿ ಸುಲಭದಲ್ಲಿ ಪ್ರವೇಶ ಸಿಗುತ್ತಿರಲಿಲ್ಲ, ಆದರೆ ಇವರ ವಿಷಯದಲ್ಲಿ ಹಾಗಾಗದೆ ಇವರ

ಅಂಕಗಳಿಕೆಯ ಸಾಧನೆಯಿಂದ ಬಹಳ ಅರ್ಹವಾಗಿ ಪ್ರವೇಶ ದೊರೆತು, ಇಂಗ್ಲಿಷ್, ಸಂಸ್ಕೃತ, ಗಣಿತ ವಿಷಯಗಳನ್ನು ಅಭ್ಯಾಸ ಮಾಡಿ ಎಫ್.ಎ. ಪರೀಕ್ಷೆಯಲ್ಲಿ ಮತ್ತೆ ಇಡೀ ಪ್ರಾಂತ್ಯಕ್ಕೇ ಪ್ರಥಮ ಸ್ಥಾನ ಪಡೆದರು. ಇವರ ಈ ಸಾಧನೆಗೆ ವಿದ್ಯಾರ್ಥಿ ವೇತನ ದೊರೆಯಿತು. ಈ ಕಾರಣದಿಂದ ಉನ್ನತ ವ್ಯಾಸಂಗಕ್ಕಾಗಿ ಇಂಗ್ಲೆಂಡಿಗೆ ತೆರಳಿದ ನರಸಿಂಗರಾಯರು ಮೂರು ವರ್ಷ ತಮ್ಮ ಪದವಿಯ ವಿದ್ಯಾಭ್ಯಾಸವನ್ನು ಟ್ರಿನಿಟಿ ಕಾಲೇಜ್‌ನಲ್ಲಿ ಪೂರ್ಣ ಗೊಳಿಸಿದರು. ೧೯೦೯ರಲ್ಲಿ ಟ್ರೈಪೋಸ್ ಪರೀಕ್ಷೆಯಲ್ಲಿ ಉತ್ತೀರ್ಣರಾದರು. ಅಪರಿಮಿತವಾದ ಜ್ಞಾನಪಿಪಾಸುವಾಗಿದ್ದ ನರಸಿಂಗರಾಯರು ಭಾರತೀಯ ನಾಗರಿಕ ಸೇವಾ ಪರೀಕ್ಷೆಯಲ್ಲಿ ಬರೆದು ಅದರಲ್ಲೂ ಉನ್ನತ ಸ್ಥಾನವನ್ನು ಪಡೆದರು. ಇದರಿಂದ ಆಗಿನ ಬ್ರಿಟಿಷ್ ಸರ್ಕಾರ ಇವರನ್ನು ಕಲ್ಕತ್ತಾದ ನ್ಯಾಯಾಲಯದ ನ್ಯಾಯಾಧೀಶ ರನ್ನಾಗಿ ನೇಮಿಸಿತು.

ಈ ಸಂದರ್ಭದಲ್ಲಿ ನರಸಿಂಗ ರಾಯರಿಗೆ ಭಾರತದ ಕಾನೂನು, ನ್ಯಾಯಾಂಗ ವ್ಯವಸ್ಥೆಯ ಕುರಿತು ಸಾರ್ವಜನಿಕರಲ್ಲಿ ಹೆಚ್ಚಿನ ಅರಿವು ಮೂಡಿಸುವ ಹಂಬಲ ಮತ್ತು ಜವಾಬ್ದಾರಿ ಎರಡೂ ಉಂಟಾಯಿತು. ಸ್ವಯಂ ತಾವೇ ಈ ಹೊಣೆಗಾರಿಕೆಯನ್ನು ಹೊತ್ತುಕೊಂಡು ಮತ್ತಷ್ಟು ಆಳವಾಗಿ ಅಭ್ಯಸಿಸಿದರು. ಬ್ರಿಟಿಷ್ ಸರ್ಕಾರ ನರಸಿಂಗ ರಾಯರ ಈ ಕಾರ್ಯಕ್ಕೆ ಆಡಳಿತಾತ್ಮಕವಾಗಿ ಅನುವು ಮಾಡಿಕೊಟ್ಟಿತು.

ಭಾರತದ ಕಾನೂನು ಸಂಹಿತೆಯ ಪರಿಚ್ಛೇದ-ಅನುಚ್ಛೇದಗಳ ಸಹಿತ ಆಮೂಲಾಗ್ರ ಕೋಶವನ್ನು ಎರಡೇ ವರ್ಷಗಳಲ್ಲಿ ಅವರು ಮುಗಿಸಿಕೊಟ್ಟರು. ಇದನ್ನು ಬ್ರಿಟಿಷ್ ಸರ್ಕಾರ ಬಹಳ ಮೆಚ್ಚಿ, ಇವರಿಗೆ ಪ್ರತಿಷ್ಠಿತ ನೈಟ್ ಹುಡ್ ಪ್ರಶಸ್ತಿಯನ್ನು ನೀಡಿ ಗೌರವಿಸಿತು. ಅಂದಿನಿಂದ ನರಸಿಂಗರಾವ್ 'ಸರ್' ಬೆನಗಲ್ ನರಸಿಂಗರಾವ್ ಆದರು.

ಕಾನೂನು, ನ್ಯಾಯಾಂಗ ವ್ಯವಸ್ಥೆ, ನೀತಿಸಂಹಿತೆಗಳ ಜೊತೆಗೆ, ರಾಯರಿಗೆ ಜಲಜ್ಞಾನ ಬಹಳ ಸಮರ್ಥವಾಗಿತ್ತು. ಆಗ ಸಿಂಧ್ ಪ್ರಾಂತ್ಯದಲ್ಲಿ ನದಿ ನೀರಿನ ಸಮಸ್ಯೆ ಉಲ್ಬಣಗೊಂಡು ಅಲ್ಲಿಯ ಸಾರ್ವಜನಿಕರ ಜನಜೀವನ ದುಸ್ತರವಾಗಿತ್ತು. ಅಲ್ಲಿಯ ಸಣ್ಣ ಪುಟ್ಟ ಹಳ್ಳಿಗಳಲ್ಲಿ ಕುಗ್ರಾಮಗಳಲ್ಲಿ ನದಿ ನೀರಿನ ಅಸಮರ್ಪಕ ಪೂರೈಕೆಯಿಂದ ಸಾಕಷ್ಟು ಜನರು ನೀರು ಸಿಗದೆ, ಕುಡಿಯುವ ನೀರಿಗೂ ಸಂಚಕಾರ ಬಂದೊದಗಿತ್ತು. ಇಂತಹ ಗಂಭೀರ ಹಾಗೂ ಸಂಕೀರ್ಣ ಸಮಯದಲ್ಲಿ ಬ್ರಿಟಿಷ್ ಸರ್ಕಾರ ಈ ನದಿ ನೀರಿನ ಹಂಚಿಕೆಯ ಸಾಧಕ ಬಾಧಕಗಳನ್ನು ಅವಲೋಕಿಸಿ, ಅಧ್ಯಯನ ಮಾಡಲು ನರಸಿಂಗರಾಯರನ್ನೇ ನೇಮಿಸಿತು. ಇವರ ನೇತೃತ್ವದ ಸಮಿತಿಯು ಈ ಜಲ ಸಮಸ್ಯೆಯನ್ನು ಬಹಳ ತೀವ್ರವಾಗಿ ಪರಿಗಣಿಸಿತು.

ಗಣಿತದಲ್ಲಿ ಬಹಳ ನಿಷ್ಣಾತರಾಗಿದ್ದ ರಾಯರು ದಶಕದಶಕಗಳಿಂದ ಸಿಂಧ್ ಪ್ರಾಂತ್ಯದ ಈ ನೀರಿನ ಸಮಸ್ಯೆಗೆ ಮೂಲಭೂತ ಕಾರಣಗಳೇನು? ನೀರಿನ ಉಪದ್ರವಗಳಿಗೆ ಪರಿಹಾರವನ್ನು ಕಂಡುಕೊಳ್ಳಲು ಇರುವ ಮಾರ್ಗೋಪಾಯಗಳೇನು ಎನ್ನುವುದರ ಕುರಿತು ಬಹಳ ಗಹನವಾಗಿ ಚಿಂತನ ಮಂಥನ ನಡೆಸಿದರು. ನೀರಿನ ಸಮಸ್ಯೆಯ ಬಗ್ಗೆ ತಡಮಾಡದೆ, ಆದರೆ ಸಾಕಷ್ಟು ಪ್ರಮಾಣದಲ್ಲಿ ಕೂಲಂಕಷವಾದ ಅಧ್ಯಯನದಿಂದ ಸಿದ್ಧಪಡಿಸಿದ ಸಿಂಧ್ ಪ್ರಾಂತ್ಯದ ಜಲಸಮಸ್ಯಾ ನಿವಾರಣಾ ವರದಿ ಇಂದಿಗೂ ಬಹಳ ಶ್ರೇಷ್ಠ ಸಾಧನೆ. ಏಕೆಂದರೆ ಇವತ್ತಿನವರೆಗೂ ಭಾರತ–ಪಾಕಿಸ್ತಾನದ ನಡುವೆ ಏನೇ ಅಂತಾರಾಷ್ಟ್ರೀಯ, ರಾಜತಾಂತ್ರಿಕ ಸಂಬಂಧಗಳ ನಡುವಿನ ಭಿನ್ನಾಭಿಪ್ರಾಯಗಳಿರ ಬಹುದು, ಜಲಸಮಸ್ಯೆಯ ಬಾಧೆ ಉಭಯ ದೇಶಗಳಿಗೂ ತೊಂದರೆಯಾಗದೆ, ಬಗೆಹರಿದು, ಮತ್ತು ಇಂದಿನವರೆಗೂ ಆ ಸಮಸ್ಯೆ ಭಾರತ–ಪಾಕಿಸ್ತಾನದ ಮಧ್ಯೆ ಯಾವುದೇ ಗೊಂದಲಕ್ಕೆ ಎಡೆ ಮಾಡಿಕೊಟ್ಟಿರದಿರಲು ಮೂಲ ಕಾರಣಕರ್ತರು ಬೆನಗಲ್ ನರಸಿಂಗರಾಯರು.

ಸಿಂಧ್ ಪ್ರಾಂತ್ಯದ ನದಿನೀರಿನ ಹಂಚಿಕೆಯ ವಿಷಯದಲ್ಲಿ ನರಸಿಂಗರಾಯರು ತೋರಿದ ನಿಷ್ಠೆ ಹಾಗೂ ಅದ್ಭುತ ಜ್ಞಾನದ ಸಂಚಯನವನ್ನು ಮನಗಂಡ ಆಂಗ್ಲ ಸರ್ಕಾರವು ಇವರನ್ನು ಮರಳಿ ಕಲ್ಕತ್ತಾದ ಸರ್ವೋಚ್ಚ ನ್ಯಾಯಾಲಯದ ಮುಖ್ಯ ನ್ಯಾಯಾಧೀಶರನ್ನಾಗಿ ನೇಮಕ ಮಾಡಿತು.

೧೯೪೪ರಲ್ಲಿ ರಾಯರು ಈ ಹುದ್ದೆಯಿಂದ ನಿವೃತ್ತರಾದ ಮೇಲೆ ಜಮ್ಮು–ಕಾಶ್ಮೀರದ ಪ್ರಧಾನ ಮಂತ್ರಿ ಯಾಗಿ ಆಯ್ಕೆಯೂ ಆದರು. ೧೯೪೬ರಲ್ಲಿ ಭಾರತ ದೇಶವು ಬ್ರಿಟಿಷರ ದಾಸ್ಯದಿಂದ ವಿಮುಕ್ತ ರಾಗುವ ಕಾಲ ಸನ್ನಿಹಿತವಾಗ ತೊಡಗಿತು. ಆಗ ಭಾರತದ ಸಂವಿಧಾನ ಸಮಿತಿಯ ರಚನೆಯ ಸಂದರ್ಭದಲ್ಲಿ ನರಸಿಂಗ ರಾಯರು ಭಾರತದ ಸಂವಿಧಾನ ಸಮಿತಿಯ ಸದಸ್ಯರಾಗಿ ನಿಯುಕ್ತರಾದರು. ಸಂವಿಧಾನದ ಮೂಲ ಕರಡನ್ನು ಅಣಿಗೊಳಿಸಿದರು.

ಭಾರತರತ್ನ ಡಾ. ಬಿ.ಆರ್. ಅಂಬೇಡ್ಕರ್ ಸಂವಿಧಾನ ಶಿಲ್ಪಿ ಎನ್ನಿಸಿದ ಮಹಾನುಭಾವರು. ಭಾರತದ ಸಂವಿಧಾನ ರಚನಾ ಸಮಿತಿಯ ಅಧ್ಯಕ್ಷರಾಗಿದ್ದ ಇವರು ನರಸಿಂಗರಾಯರ ಈ ಮಹತ್ಕಾರ್ಯವನ್ನು ಮುಕ್ತವಾಗಿ ಶ್ಲಾಘಿಸಿದ್ದರು. ಇದು ಅಂಬೇಡ್ಕರ್ ಅವರ ಉದಾರತೆಗೂ ಬೆನಗಲ್ ನರಸಿಂಗರಾಯರ ವಿಚಕ್ಷಣಾ ನಿಪುಣತೆಗೂ ನಿದರ್ಶನವಾಗಿದೆ.

ಬೆನಗಲ್ ನರಸಿಂಗರಾಯರು ವಿಶ್ವಸಂಸ್ಥೆಯ ಪ್ರತಿನಿಧಿಯಾಗಿ ಆಯ್ಕೆಯಾಗಿ ಬರ್ಮಾ ರಾಷ್ಟ್ರದ ಸಂವಿಧಾನದ ಕರಡನ್ನು ಸಿದ್ಧಪಡಿಸಿದರು. ಮುಂದೆ ವಿಶ್ವಸಂಸ್ಥೆಯ ಅಂತಾರಾಷ್ಟ್ರೀಯ ಭದ್ರತಾ ಮಂಡಳಿಯ ಅಧ್ಯಕ್ಷರಾಗಿ ದಕ್ಷತೆಯಿಂದ ಕಾರ್ಯ ನಿರ್ವಹಿಸಿದರು. ವಿಶ್ವಸಂಸ್ಥೆಯ ಮಹಾ

ಕಾರ್ಯದರ್ಶಿಯಾಗಲು ಸರ್ವ ವಿಧದಲ್ಲೂ ಅರ್ಹರೂ, ಸಮರ್ಥರೂ ಆಗಿದ್ದ ನರಸಿಂಗರಾಯರು ಆ ಹುದ್ದೆಗೇರಲು ಸಾಧ್ಯವಾಗಲಿಲ್ಲ. ಆ ಮೂಲಕ ಕನ್ನಡ ನಾಡಿನ ಜ್ಞಾನ ಚೇತನವೊಂದು ಅಂತಾರಾಷ್ಟ್ರೀಯ ಸಂಸ್ಥೆಯ ಪ್ರತಿಷ್ಠಿತ ಹುದ್ದೆಗೇರುವುದಾಗದೆ ಅದು ಕನ್ನಡಿಗರ, ಭಾರತೀಯರ ದುರ ದೃಷ್ಟವೆನ್ನಿಸಿತು. ಆದರೆ ಹೇಗ್‌ನ ಅಂತರಾಷ್ಟ್ರೀಯ ನ್ಯಾಯಾಲಯದ ನ್ಯಾಯಾಧೀಶ ರಾಗಿ ಅಪ್ರತಿಮ ಕರ್ತವ್ಯ ಸಲ್ಲಿಸಿದ ಬೆನಗಲ್ ನರಸಿಂಗ ರಾಯರು ಜ್ಞಾನದ ಅಕ್ಷಯ ಸಂಪದವೆಂದರೆ ಅತ್ಯುಕ್ತಿಯಲ್ಲ.

ಬೆನಗಲ್ ನರಸಿಂಗರಾಯರನ್ನು ಕನ್ನಡಿಗರು ಮತ್ತು ಕನ್ನಡನಾಡು ಮರೆಯಬಾರದು, ರಾಷ್ಟ್ರದ ಇಂಥ ದಿಗ್ಗಜರನ್ನು ಭಾರತ ದೇಶ, ಸಮಸ್ತ ಭಾರತೀಯರೂ ವಿಸ್ಮೃತಿಗೆ ಸರಿಸಬಾರದು.

ಬೆನಗಲ್ ಅವರ ಕುಟುಂಬವೇ ನಾಡಿಗೆ, ರಾಷ್ಟ್ರಕ್ಕೆ ಅದ್ಭುತ ಕೊಡುಗೆಗಳನ್ನು ನೀಡಿದೆ ಎನ್ನುವುದನ್ನೂ ಈ ಸಂದರ್ಭದಲ್ಲಿ ಮರೆಯಬಾರದು. ಇವರ ಹಿರಿಯ ಸಹೋದರ ಬೆನಗಲ್ ರಾಮರಾಯರು ಕನ್ನಡದ ಪ್ರಸಿದ್ಧ ಸಾಹಿತಿಗಳಲ್ಲಿ ಒಬ್ಬರಾಗಿ, ಭಾರತೀಯ ರಿಸರ್ವ್ ಬ್ಯಾಂಕ್‌ನ ಅಧ್ಯಕ್ಷರೂ ಆಗಿದ್ದರು. ಇನ್ನೊಬ್ಬ ಸೋದರ ಬೆನಗಲ್ ಶಿವರಾಯರು ಅಂತಾರಾಷ್ಟ್ರೀಯ ಮತ್ತು ದೇಶ ವಿದೇಶಗಳಲ್ಲಿ ಖ್ಯಾತರಾಗಿದ್ದ ಕಾರ್ಮಿಕ ಹಕ್ಕು ಸಂಘಟನೆಗಳ ಹೋರಾಟಗಾರರಾಗಿದ್ದವರು. ಬೆನಗಲ್ ನರಸಿಂಗರಾಯರು ೧೯೫೩ರಲ್ಲಿ ನವೆಂಬರ್ ೩೦ರ ಸೋಮವಾರ ತಮ್ಮ ೬೬ನೇ ವಯಸ್ಸಿನಲ್ಲಿ ಜ್ಯೂರಿಚ್ ನಗರದಲ್ಲಿ ಕೊನೆಯುಸಿರೆಳೆದರು.

ಭಾರತದ ಈ ಅನನ್ಯ ನ್ಯಾಯಾಂಗ ಪರಿಣತ, ಕಾನೂನು ತಜ್ಞ, ರಾಜತಾಂತ್ರಜ್ಞರನ್ನು ಭಾರತೀಯರು ಈಗಲಾದರೂ ಹೆಚ್ಚುಸ್ಮರಿಸಿ ಕೊಳ್ಳುವುದರ ಮೂಲಕ ಈ ಮಹಾನುಭಾವರಿಗೆ ಸೂಕ್ತ ಗೌರವವನ್ನು ಸಲ್ಲಿಸಬೇಕಾಗಿದೆ.

೧೬

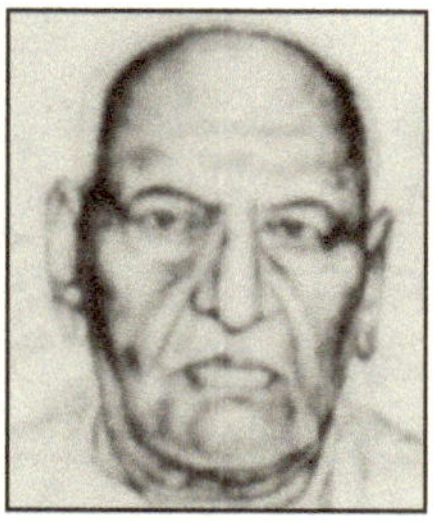

ಹರಿತ ಸಾಹಿತಿ ಸ್ವಾತಂತ್ರ್ಯ ಹೋರಾಟಗಾರ, ಪತ್ರಕರ್ತ

ವೀರಕೇಸರಿ ಸೀತಾರಾಮಶಾಸ್ತ್ರಿ

ಖಡ್ಗಕ್ಕಿಂತ ಲೇಖನಿ ಹರಿತ ಎಂಬ ಮಾತನ್ನು ತಮ್ಮ ನಡೆ ನುಡಿ, ಬರೆಹಗಳ ಮೂಲಕ ದೃಢೀಕರಿಸಿ ಕನ್ನಡ ಸಾರಸ್ವತ ಲೋಕದ ಪ್ರಜ್ವಲಿಸಿ ಮಿನುಗಿದ ಉಜ್ವಲ ವ್ಯಕ್ತಿ-ವ್ಯಕ್ತಿತ್ವದ ಶಾಸ್ತ್ರಿಯವರ ಬದುಕು ಸದಾ ಪ್ರೇರಣಾದಾಯಕ.

ಆಂಗ್ಲರ ದರ್ಪ, ದಬ್ಬಾಳಿಕೆಯ ವಿರುದ್ಧ ತೊಡೆ ತಟ್ಟಿ ನಿಂತ ಶಾಸ್ತ್ರಿಯವರು ಆತ್ಮಬಲ, ಸಂಕಲ್ಪಸಿದ್ಧಿ, ಅಸಾಮಾನ್ಯ ಧೈರ್ಯ-ಸ್ಥೈರ್ಯಗಳ ಮೊಹರನ್ನು ಒತ್ತಿದವರು.

ಸ್ವಾತಂತ್ರ್ಯ ಹೋರಾಟದಲ್ಲಿ ಭಾಗವಹಿಸಿದ್ದ ಇವರು ಜೀವನದಲ್ಲಿ ಎದುರಾದ ಆರ್ಥಿಕ ಸಂಕಷ್ಟ, ಬವಣೆಗಳಿಂದ ವಿಚಲಿತರಾಗದೆ, ಗಟ್ಟಿ ಆತ್ಮ ವಿಶ್ವಾಸವನ್ನು ಉಸಿರಾಗಿಸಿ ಕೊಂಡು ಬದುಕಿದ್ದ ಅನನ್ಯ ಪ್ರತಿಭಾಶಾಲಿ. ರಾಷ್ಟ್ರೀಯತೆ, ರಾಷ್ಟ್ರ ಪ್ರಜ್ಞೆ ಹೊತ್ತು ಬ್ರಿಟೀಷ್ ಸರ್ಕಾರದ ವಿರುದ್ಧ ಸಾಲು ಸಾಲು ಪ್ರತಿಭಟನೆ, ದೇಶದ ಸ್ವಾತಂತ್ರ್ಯಕ್ಕಾಗಿ ತುಡಿಯುತ್ತಿದ್ದ ಮನಸ್ಸಿನ ಶಾಸ್ತ್ರಿಗಳು ಜೀವನದಲ್ಲಿ ಹೆಜ್ಜೆಹೆಜ್ಜೆಗೂ ಎದುರಾದ ಸಂಕಷ್ಟಗಳ ಸರಮಾಲೆಯನ್ನು ದಿಟ್ಟತನದಿಂದ ಎದುರಿಸಿ ಬದುಕಿಗೇ ಸವಾಲೊಡ್ಡಿದ್ದ ಧೀರರು.

ತೆಲುಗು ಮನೆಮಾತಿನ ಇವರು ೧೮೯೩ರ ನವೆಂಬರ್ ೪ರ ಶನಿವಾರದಂದು ಮೈಸೂರು ಜಿಲ್ಲೆಯ ನಂಜನಗೂಡಿನಲ್ಲಿ ಜನಿಸಿದರು. ಬಾಲ್ಯದಿಂದಲೂಶಾಸ್ತ್ರಿಯವರ ಬದುಕು ನಂಜಿನ ಗೂಡೇ ಆಗಿತ್ತು. ಅಪ್ಪನಮುಖ, ವಾತ್ಸಲ್ಯದಿಂದ ವಂಚಿತರಾದರು. ಇವರ ತಂದೆ ನಾಗೇಶ ಶಾಸ್ತ್ರಿಗಳು ಅಕಾಲಿಕ ವಾಗಿ ಮರಣಿಸಿದಾಗ ಶಾಸ್ತ್ರಿ ಇನ್ನೂ ಒಂದು ವರ್ಷದ ತೊಟ್ಟಿಲ ಕೂಸು. ಇವರನ್ನು ಸೋದರಮಾವಂದಿರು ಸಾಕಿ ಬೆಳೆಸಿದರು. ಬಹುಬೇಗನೆ ತೆಲುಗಿನ ಜೊತೆಗೆ ಕನ್ನಡ, ಸಂಸ್ಕೃತ, ಆಂಗ್ಲ ತಮಿಳು ಭಾಷೆಗಳಲ್ಲಿ ಪರಿಣಿತಿ ಗಳಿಸಿದ ಈ ಬಾಲಕನಿಗೆ ಆಟಗಳಲ್ಲಿ ಪಾಲ್ಗೊಳ್ಳುವುದೆಂದರೆ ಎಲ್ಲಿಲ್ಲದ ಹುರುಪು ಹುಮ್ಮಸ್ಸು.

ಆದರೆ ಕ್ರೀಡೆಯೇ ಇವರ ಬಾಳಿಗೆ ಮುಳ್ಳಾಗಿದ್ದು ಕಟುವಾಸ್ತವ. ಓರಗೆಯ ಗೆಳೆಯರೊಡನೆ ಚಿನ್ನಿ ದಾಂಡು ಆಡುವಾಗ ಆಕಸ್ಮಿಕವಾಗಿ ಬಿದ್ದ ಏಟು ಒಂದು ಕಣ್ಣಿನ ದೃಷ್ಟಿಯನ್ನೇ ಕಿತ್ತುಕೊಂಡು ಒಂದೇ ಕಣ್ಣಿನಲ್ಲಿ ಬಾಳನ್ನು ಸವೆಸಬೇಕಾಗಿ ಬಂತು. ಆಗಲೂ ಹೆದರದ ಬೆದರದೆ ವಿದ್ಯಾರ್ಜನೆಯತ್ತ ಮುಖ ಮಾಡಿದರು. ಚುರುಕು, ಲವಲವಿಕೆಯ ಕುಶಾಗ್ರಮತಿಯ ಗುಣ ವಿದ್ಯಾ ಕಲಿಕೆಯನ್ನು ಸಲೀಸಾಗಿಸಿತು.

ಶ್ರೀ ಶಂಕರಾಚಾರ್ಯರು ಸ್ಥಾಪಿಸಿದ್ದ ಶೃಂಗೇರಿ ಶಾರದಾ ಪೀಠದಲ್ಲಿ ಜಗದ್ಗುರು ಶ್ರೀ ಚಂದ್ರಶೇಖರ ಭಾರತೀ ಮಹಾ ಸ್ವಾಮಿಗಳು ಇವರ ಸಹಪಾಠಿ ಹಾಗಾಗಿ ಇನ್ನೂ ಹೆಚ್ಚು ಆಪ್ತ ರಾದರು. ಸ್ವಾಮಿಗಳ ಕೃಪಾಶೀರ್ವಾದಕ್ಕೆ ಪಾತ್ರರಾದ ಇವರದ್ದು ಸರ್ವಗ್ರಾಹೀ ಸಾಮರ್ಥ್ಯದ ಕ್ಷಿಪ್ರ ಪ್ರತಿಭಾಶಾಲಿ. ಇದು ಸ್ವಾಮಿಗಳ ಗಮನಕ್ಕೆ ಬರಲು ಹೆಚ್ಚು ಸಮಯ ಬೇಕಾಗಲಿಲ್ಲ.

ಹಾಗಾಗಿ ಸ್ವಾಮಿಗಳ ಸನ್ನಿಧಾನ ಸಾಹಚರ್ಯದಲ್ಲಿದ್ದು ವೇದ, ವೇದಾಂತ ಧರ್ಮ ಶಾಸ್ತ್ರ, ತರ್ಕಶಾಸ್ತ್ರ, ಇತಿಹಾಸ, ತತ್ತ್ವಶಾಸ್ತ್ರ ಸಂಸ್ಕೃತಿಗಳನ್ನು ಆಳವಾಗಿ ಮತ್ತು ಗಂಭೀರವಾಗಿ ಕಲಿತು ನಿಪುಣತೆಯನ್ನು ಗಳಿಸಲು ಸಾಧ್ಯವಾಯಿತು. ಬೆಂಗಳೂರಿನ ಶಂಕರಮಠದಲ್ಲಿ ಅಲ್ಪಕಾಲ ಕೆಲಸ ಮಾಡಿದ ಶಾಸ್ತ್ರಿಯವರು ಗೀರ್ವಾಣ ಭಾರತಿ ಸಂಸ್ಕೃತ ಮಹಾವಿದ್ಯಾಲಯದಲ್ಲಿ ಸಂಸ್ಕೃತ ಬೋಧಕರಾಗಿ ಕರ್ತವ್ಯ ನಿರ್ವಹಿಸಿದರು.

ಭಾರತದಲ್ಲಿ ಸ್ವಾತಂತ್ರ್ಯದ ಕಿಚ್ಚು ವ್ಯಾಪಕವಾಗಿ ಹಬ್ಬಿದ ಪ್ರಕ್ಷುಬ್ಧ ಪರಿಸ್ಥಿತಿಯಲ್ಲಿ ಶಾಸ್ತ್ರಿಯವರಿಗೆ ಮದನಮೋನ ಮಾಳವೀಯ, ಲೋಕಮಾನ್ಯ ಬಾಲಗಂಗಾಧರ ತಿಲಕ್, ಗಾಂಧೀಜಿಯವರ ಒಡನಾಟ ಪ್ರಾಪ್ತವಾಗಿ ಹೋರಾಟದ ಬಿಸಿ ತೀವ್ರವಾಗಿ ಮಡುಗಟ್ಟಿತು. ಗಾಂಧೀಜಿಯವರ ಗ್ರಾಮೋದ್ಧಾರ, ಸಾಕ್ಷರತೆ, ಶಿಕ್ಷಣಕಾಳಜಿಯತ್ತ ಒಲಿದ ಇವರು ಗ್ರಾಮಜೀವನ ಪತ್ರಿಕೆಯ ಸಂಪಾದಕರಾಗಿ ನಂತರ ವೀರಕೇಸರಿ ಪತ್ರಿಕೆಯನ್ನು ಪ್ರಾರಂಭಿಸಿದರು. ಈ ಪತ್ರಿಕೆಯ ಜನಪ್ರಿಯತೆಯಿಂದ ಶಾಸ್ತ್ರಿಗಳಿಗೆ ವೀರಕೇಸರಿ ಸೀತಾರಾಮಶಾಸ್ತ್ರಿ

ಎಂಬ ಹೆಸರೇ ಶಾಶ್ವತವಾಗಿ ಉಳಿಯಿತು. ಲೋಕಮಾನ್ಯ ತಿಲಕರು ಆರಂಭಿಸಿದ್ದ ಪತ್ರಿಕೆಯ ಹೆಸರನ್ನೇ ಈ ಪತ್ರಿಕೆಗೂ ಇರಿಸಿದ ಶಾಸ್ತ್ರಿಯವರು ಈ ಪತ್ರಿಕೆಯಲ್ಲಿ ಬ್ರಿಟಿಷ್ ಸರ್ಕಾರದ ದುರಾಡಳಿತ, ದೌರ್ಜನ್ಯಗಳನ್ನು ಕಟುವಾಗಿ, ವಿಡಂಬನಾತ್ಮಕವಾಗಿ, ಮುಲಾಜಿಲ್ಲದೆ ಖಂಡತುಂಡವಾಗಿ ಟೀಕಿಸಿ ಬರೆದರು. ಇವರ ಸಂಪಾದಕೀಯದಲ್ಲಿ ದೇಶಾಭಿಮಾನ, ಕನ್ನಡ ನೆಲದ ಹೆಚ್ಚುಗಾರಿಕೆ, ಚಳವಳಿಗಳ, ಸ್ವಾತಂತ್ರ್ಯ ಸಂಗ್ರಾಮದ ಅಗತ್ಯಗಳ ಬಗ್ಗೆ ಪುಂಖಾನುಪುಂಖವಾಗಿ ಲೇಖನಗಳು ಪ್ರಕಟವಾಗಿ ಕನ್ನಡಿಗರಲ್ಲಿ ಹೋರಾಟದ ಕಾವು ಹೆಚ್ಚಿತು.

ದೇಶ ರಾಜ್ಯಗಳ ಇತಿಹಾಸಗಳ ಬಗ್ಗೆ ಅತೀವ ಕಾಳಜಿ ಆಸಕ್ತಿ ಹೊಂದಿದ್ದ ಇವರು ೧೯೫೦ರ ದಶಕದಲ್ಲಿ ತಮ್ಮ ಇನ್ನೊಂದು ಕಣ್ಣನ್ನು ಕಳೆದುಕೊಳ್ಳಬೇಕಾಗಿ ಬಂದು ಸಂಪೂರ್ಣ ದೃಷ್ಟಿಹೀನರಾದರು. ಆದರೆ ಇದು ಅವರ ಅಂತಃ ಶಕ್ತಿಯನ್ನು ಎಂದೂ ಕುಗ್ಗಿಸಲಿಲ್ಲ. ಹೇಳಿ ಬರೆಸುವ ಮೂಲಕ ತಮ್ಮೊಳಗಿನ ಲೇಖಕನನ್ನು ಜತನವಾಗಿರಿಸಿಕೊಂಡ ಜೀವನೋತ್ಸಾಹದ ಶಾಸ್ತ್ರಿಯವರು ಟಿಪ್ಪು ಸುಲ್ತಾನ್ ಬಗ್ಗೆ ಬರೆದ ದೌಲತ್ ಆರು ಮುದ್ರಣಗಳನ್ನು ಕಂಡಿತು. ಛತ್ರಪತಿ ಶಿವಾಜಿ, ಆದಿಲ್ ಶಾಹಿಯ ಕಡೆಯ ದಿನಗಳು, ಶ್ರೀರಂಗರಾಯ ಗೋಲ್ಕೊಂಡ ಕೋಟೆಯ ಪತನ, ನಗರದ ರಾಣಿ, ರಾಜಪಂಜರ, ಬಿದನೂರಿನ ರಾಣಿ ಸೇರಿದಂತೆ ಐತಿಹಾಸಿಕ ಕಾದಂಬರಿಗಳ ಕ್ಷೇತ್ರಕ್ಕೆ ಅನನ್ಯ ಕೃತಿಗಳನ್ನು ನೀಡಿದ ವೀರಕೇಸರಿ ಸೀತಾರಾಮಶಾಸ್ತ್ರಿಗಳ ಮಗ ಮ. ರಾಮಮೂರ್ತಿ ಕನ್ನಡ ಚಳವಳಿಯ ನೇತಾರರು. ಆದರೆ ಮಗ ಹಾಗೂ ಮೊಮ್ಮಕ್ಕಳ ಅಕಾಲಿಕ ಮರಣ, ಸೊಸೆಯ ದೈನ್ಯದ ಸಂಕಟವನ್ನು ಎದುರಿಸಿ, ಮಮ್ಮಲಮರುಗಿ ಬಾಳನ್ನು ನೂಕಿದ ಶಾಸ್ತ್ರಿಯವರ ನೈತಿಕ ಶಕ್ತಿ, ಮಾನಸಿಕ ಗಟ್ಟಿತನ ನಿಜಕ್ಕೂ ಬಹಳ ಹಿರಿದು. ಬಾಳಿದ ಪ್ರತಿದಿನ, ಪ್ರತಿಕ್ಷಣವೂ ಜೀವನ್ಮುಖಿಯಾಗಿ ಬದುಕಿದ್ದ ಶಾಸ್ತ್ರಿಯವರ ಕಡೆಗಾಲದಲ್ಲಿ ಕ್ಯಾನ್ಸರ್ ಕಾಯಿಲೆ ಆವರಿಸಿ ಕೊಂಡಿತು. ಜನವರಿ ೭ ೧೯೭೧ರ ಗುರುವಾರ ಕನ್ನಡನಾಡಿನ ಈ ಜ್ವಾಜಲ್ಯಮಾನವಾದ ದೀಪ ತಮ್ಮ ೭೭ನೇ ವರ್ಷದಲ್ಲಿ ಆರಿಹೋಯಿತು.

ವೀರಕೇಸರಿ ಸೀತಾರಾಮಶಾಸ್ತ್ರಿಗಳನ್ನು ಕನ್ನಡ ನಾಡು ನುಡಿ ಇರುವತನಕ ಸ್ಮರಿಸುವುದು ನಮ್ಮ ನಾಡಿನ ಸಮಸ್ತರ ಮೊದಲ ಕೆಲಸವಾಗಬೇಕು. ಈ ದಿಸೆಯಲ್ಲಿ ಪ್ರಯತ್ನಗಳು ಏನೇನೂ ಸಾಲದು. ಕನ್ನಡನಾಡಿನ ಏಳಿಗೆಗೆ, ಕನ್ನಡಿಗರ ಉದ್ಧಾರಕ್ಕಾಗಿ ಶ್ರಮಿಸಿದ ಶಾಸ್ತ್ರಿಯವರನ್ನು ಅವರ ಕೃತಿಗಳನ್ನು ಮನನ ಮಾಡಿ ಮರು ಓದಿಗೆ ಅಣಿಮಾಡಿಕೊಳ್ಳುವ ಕೆಲಸ ಸಮರ್ಪಕವಾಗಿ ಆದಾಗ ಆ ಸ್ಮರಣೀಯ ಹೆಸರು, ಹೋರಾಟಗಳಿಗೆ ಸೂಕ್ತ ಗೌರವ ಅರ್ಪಿಸಿದಂತಾಗುತ್ತದೆ. ಹಾಗಾಗಲಿ ಎಂಬ ನಂಬಿಕೆಯನ್ನು ಉಳಿಸಿ ಕೊಳ್ಳಬೇಕಿದೆ.

೧೭

ಹಾಸ್ಯದ ಅರಸ

ನಾ. ಕಸ್ತೂರಿ

ಕನ್ನಡ ಸಾಹಿತ್ಯದಲ್ಲಿ ಹಾಸ್ಯಕ್ಕೆ ವಿಶೇಷ ಸ್ಥಾನವಿದೆ. ದಾಶರಥಿದೀಕ್ಷಿತ್, ಎಸ್.ಎನ್. ಶಿವಸ್ವಾಮಿ, ವೈ.ಎನ್.ಕೆ., ಎನ್. ಕೆ., ಅ.ರಾ. ಮಿತ್ರ, ವೈ.ಎನ್. ಗುಂಡೂರಾವ್, ಎಂ.ಎಸ್. ನರಸಿಂಹಮೂರ್ತಿ. ಹೀಗೆ ಆದರೆ ಕೇರಳದಲ್ಲಿ ಹುಟ್ಟಿ ಮಲೆಯಾಳಂ ಮಾತೃಭಾಷೆಯ ವ್ಯಕ್ತಿ ಕರ್ನಾಟಕಕ್ಕೆ ಬಂದು ಕನ್ನಡವನ್ನು ಓದಲು ಬರೆಯಲು ಕಲಿತು ಮುಂದೆ ನಗೆಯನ್ನು ಮೂಡಿಸುವ ಹಾಸ್ಯಸಾಹಿತ್ಯದ ದಿಗ್ಗಜರೆನ್ನಿಸಿದವರು ನಾ. ಕಸ್ತೂರಿ.

ಕೇರಳದ ತ್ರಿಪುನಿತ್ತುರ ಎಂಬಲ್ಲಿ ೧೮೯೭ರಲ್ಲಿ ಹುಟ್ಟಿದ ನಾರಾಯಣ ಕಸ್ತೂರಿ ರಂಗನಾಥ ಶರ್ಮ ಎಂಬ ಇಷ್ಟುದ್ದದ ಹೆಸರನ್ನು ತಾಯಿ ಕತ್ತರಿಸಿದಾಗ ಉಳಿದುಕೊಂಡಿದ್ದು ನಾ. ಕಸ್ತೂರಿ. ಕನ್ನಡವನ್ನು ಆಡಲು, ಓದಲು ಬರೆಯಲು ಬಾರದಿದ್ದ ಕಸ್ತೂರಿ ಅವರು ಮುಂದೆ ತಮ್ಮ ಸ್ವ-ಆಸಕ್ತಿ ಪ್ರೀತಿಯಿಂದ ಕನ್ನಡವನ್ನು ಕಲಿತು ಪಂಡಿತರಾಗಿ ಕುವೆಂಪು ರಾಜರತ್ನಂ ಅವರಂಥವರಿಗೆ ಗುರುಗಳಾಗಿದ್ದರು ಎನ್ನುವುದು ಕುತೂಹಲಕರ ವಾಸ್ತವ. ವೃತ್ತಿಬದುಕನ್ನು ಅರಸಿಕೊಂಡು ಮೈಸೂರಿಗೆ ಕಸ್ತೂರಿ

ಅವರು ಬಂದುದು ವೈಯಕ್ತಿಕವಾಗಿ ಮತ್ತು ಕನ್ನಡದ ಸಾಹಿತ್ಯಜಗತ್ತಿಗೆ ಮರೆಯಲಾಗದ ಕಾಣಿಕೆಯನ್ನು ಕೊಡಮಾಡಿಕೊಳ್ಳುವಂತಾಯಿತು.

ಕಸ್ತೂರಿ ಅವರು ಕಸ್ತೂರಿ ಕನ್ನಡವನ್ನು ಕಲಿಯಲು ಪ್ರಾರಂಭಿಸಿದ್ದು ಅದರಲ್ಲಿ ಯಶಸ್ಸು ಸಾಧಿಸಿ ಕನ್ನಡದ ವಿಶೇಷ ಸಾಹಿತಿಯಾಗಿ ಕಂಗೊಳಿಸಿದ್ದು ಒಂದು ವಿಸ್ಮಯವಾದರೆ, ಮತ್ತೊಂದು ಕಸ್ತೂರಿ ಅವರ ಕನ್ನಡದ ಪ್ರೇಮ ಎಷ್ಟರಮಟ್ಟಿಗೆ ಎಂದರೆ ಮೈಸೂರಿನ ರಾಮಕೃಷ್ಣಾಶ್ರಮ, ಬನುಮಯ್ಯ ಕಾಲೇಜಿನಲ್ಲಿ ಪ್ರಾಧ್ಯಾಪಕರಾಗಿದ್ದಾಗ ಕನ್ನಡ ನಾಟಕಗಳನ್ನು ಆಡಿಸಲು ಉತ್ತೇಜಿಸಿ, ಮೈಸೂರಿನ ಕುಸ್ತಿಕಲೆಯನ್ನು ಪ್ರಚುರ ಪಡಿಸಲು ಮುಂದಾದ ಕಸ್ತೂರಿ ರೇಡಿಯೊಗೆ ಆಕಾಶವಾಣಿ ಎಂಬ ಹೆಸರಿತ್ತ ಮಹಾನ್ ಕನ್ನಡಾಭಿಮಾನಿ. ಮಲೆಯಾಳಂ ಭಾಷೆಯ ಕಸ್ತೂರಿ ಅವರು ತಮ್ಮ ಹೆಸರಿನ ಮೊದಲಿನ ನಾ ಮತ್ತು ಕಸ್ತೂರಿ ಸೇರಿಸಿ ನಾ. ಕಸ್ತೂರಿ ಗೊತ್ತೇ ಹಾಗಾಗಿ ಕನ್ನಡವೂ ಕಸ್ತೂರಿ, ನಾ ಸಹ ಕಸ್ತೂರಿ ಎಂದು ನಗೆ ಉಕ್ಕಿಸುತ್ತಿದ್ದವರು.

ಆಂಗ್ಲ ಭಾಷೆಯ ಆಸ್ಕರ್ ವೈಲ್ಡ್ ಪದಗಳ pun ಮತ್ತು funನ್ನು ಚೆನ್ನಾಗಿ ಮಾಡುತ್ತಿದ್ದರು. ಆದರೆ ಕಲಿತ ಭಾಷೆಯಲ್ಲಿ ನೂರಾರು ರೀತಿಯ pun-fun ಪ್ರಪಂಚ ಸೃಜಿಸಿದ ಕೀರ್ತಿ ನಾ. ಕಸ್ತೂರಿ ಅವರಿಗೇ ಸಲ್ಲಬೇಕು. ಆಂಗ್ಲ ಭಾಷೆಯ ಸುಪ್ರಸಿದ್ಧ ಕೃತಿಯಾದ Alice in Wonderlandನ್ನು ಯಥಾವತ್ ಅನುವಾದಿಸದೆ ಅದನ್ನು ಕನ್ನಡದ ದೇಸಿತನ ಮತ್ತು ಸೊಗಡಿಗೆ ತಕ್ಕಂತೆ ಪಾತಾಳದಲ್ಲಿ ಪಾಪಚ್ಚಿ ಎಂದು ಅನುವಾದಿಸಿದ ನಾ. ಕಸ್ತೂರಿ ಅವರಿಗೆ ಅಪಾರ ಜನಪ್ರಿಯತೆ ಮತ್ತು ಹೆಸರು ತಂದುಕೊಟ್ಟ ಕೃತಿ ಅನರ್ಥಕೋಶ. ನಿಘಂಟಿನ ಮಾದರಿಯಲ್ಲೇ ಪದಗಳು ಮತ್ತು ಆ ಪದಗಳಿಗೆ ನಾ ಕಸ್ತೂರಿ ಅವರು ನೀಡಿದ ಹಾಸ್ಯದ, ಮನರಂಜನಾತ್ಮಕ ಉತ್ತರರೂಪದ ಪದಗಳು ಕಸ್ತೂರಿ ಹಾಗೂ ಅನರ್ಥಕೋಶವನ್ನು ಇಂದಿಗೂ ಜೀವಂತವಾಗಿರಿಸಿದೆ. ಅನರ್ಥಕೋಶದ ಪದಗಳ punನ್ನು ನೋಡಬಹುದು.

ಕಾರಾಗೃಹ=ಖಾರಾಗೃಹ, ತಿಂಡಿಗೆ ಹೆಚ್ಚು ಖಾರ ಹಾಕುವ ಹೊಟೆಲ್‌ಗಳೇ ಖಾರಾಗೃಹ

ಬಿಲ್ವಿದ್ಯೆ=ಹೊಟೆಲ್‌ನಲ್ಲಿ ತಾನು ಚೆನ್ನಾಗಿ ತಿಂದು ಆಪ್ತರಿಂದ ಬಿಲ್ ಸಂದಾಯ ಮಾಡುವುದೇ ಬಿಲ್ವಿದ್ಯೆ.

ವೈಣಿಕ=ವೀಣೆ ನುಡಿಸುವವನ ಗಂಡ.

ಅಷ್ಟೋತ್ತರ=ಎಷ್ಟು ಪ್ರಶ್ನೆಯೋ ಅಷ್ಟೇ ಉತ್ತರ.

ಆಶ್ವಾಸನೆ=ಹಲ್ಲುಗಳನ್ನು ತೊಳೆಯದ ಆಶಾಳ ಬಾಯಿಂದ ಬರುವ ವಾಸನೆಯೇ ಆಶ್ವಾಸನೆ.

ವೈಕುಂಠ=ಕುಂಟನಿಗೆ ಏಕೆ (Why) ಹೋಗುವೆ ಎಂದು ಕೇಳುವುದು.

ನಿರ್ವಾಹಕಿ=ನೀರು ತರುವವಳು.

ತಿಲಾಂಜಲಿ=ಅಂಜಲಿ ಎನ್ನುವವಳು ಎಳ್ಳು ಬೀರಿದ್ದು.

ಗಾಯತ್ರಿ=ಮೂರು ಸಲ ಗಾಯ ಮಾಡಿಕೊಂಡವಳು.

ಆರತಿ=ರತಿಯ ಪಕ್ಕ ಕೂತು ಆಕಳಿಸುವವನು

ಅಗ್ನಿಮಿತ್ರ=ಪೆಟ್ರೋಲ್

ಸಂಪಾದಕರು=ಚೆನ್ನಾಗಿ ಬೆಳೆದ ಕರು.

ವಧು=ಮಾವನಿಂದ ವರ ಪಡೆಯುವ ಮೊದಲ ವಸ್ತು.

ಕಿವುಡ=ವಾಕ್ಚಿತ್ರಗಳನ್ನು ಮೂಕಿಚಿತ್ರಗಳಂತೆ ನೋಡುವ ಪುಣ್ಯವಂತ.

ಪತಿ=ಮೂಲೆಯಲ್ಲಿ ಕುಳಿತ ದೇವರು.

ಹೊಟ್ಟೆ ನೋವು=ತುಂಬಿದ ಹೊಟ್ಟೆಯ ಪಶ್ಚಾತ್ತಾಪ.

ಭಾವಜೀವಿ=ಭಾವನ ಮನೆಯಲ್ಲೇ ಜೀವನ ಮಾಡುವವನು.

ಅವಿವಾಹಿತ=ಪತ್ನಿಯನ್ನು ಕಾಡಿಸುವ ಅವಕಾಶ ಕಳೆದುಕೊಂಡವನು.

ನಕುಲ=ಕುಲವೇ ಇಲ್ಲದವನು.

ತಿಲೋತ್ತಮೆ=ಎಳ್ಳನ್ನು ಉತ್ತಮವಾಗಿ ಮಾರುವವಳು

ಕಾಕತಾಳೀಯ=ಕಾಗೆಗೆ ತಾಳಿ ಕಟ್ಟಲು ಹೋಗುವ ಸಾಹಸಿ.

ಹೀಗೆ ಅನರ್ಥಕೋಶವನ್ನು ಇಂದಿಗೂ ಹಾಸ್ಯದ ರಸದೌತಣವನ್ನು ಬಡಿಸುವ ನಗೆಯ ಪಾಕಶಾಲೆ ಎಂದರೆ ಅತಿಶಯೋಕ್ತಿಯಾಗುವುದಿಲ್ಲ. ಒಮ್ಮೆ ಕಸ್ತೂರಿಯವರು ಪ್ರಭುಶಂಕರ ಅವರೊಂದಿಗೆ ಮಾತನಾಡುತ್ತಾ 'ನಿನ್ನೆ ತಾವು ಒಂದು ಸಮಾರಂಭಕ್ಕೆ ಹೋಗಿದ್ರಲ್ಲ, ಅದರ ಫೋಟೋ, ವರದಿ ಪತ್ರಿಕೆಯಲ್ಲಿ ಬಂದಿದೆ' ಎಂದಾಗ ಪ್ರಭುಶಂಕರ ಅವರು ಪೇಪರ್ ನೋಡಿ 'ಸರ್, ತಮ್ಮ ಹೆಸರೇ ಕಾಣ್ತಾ ಇಲ್ವಲ್ಲ' ಎಂದಾಗ ನಸುನಕ್ಕು ಕಸ್ತೂರಿ ಅವರು 'ಇದೆಯಲ್ಲ, ಅತಿಥಿಗಳ ಜೊತೆ ಮುಂತಾದವರು ಅಂತ, ಅದೇ ನಾನು' ಎಂದಾಗ ಪ್ರಭುಶಂಕರರೂ ನಗೆಗಡಲಲ್ಲಿ ಮುಳುಗಿದರು.

ಬದುಕಿನುದ್ದಕ್ಕೂ ಕನ್ನಡ ಮತ್ತು ಹಾಸ್ಯ ಎರಡನ್ನೇ ಜೀವನದ ಭಾಗವಾಗಿಸಿಕೊಂಡು ಬದುಕಿದ ನಾ. ಕಸ್ತೂರಿ ಅವರು ೧೯೮೭ ಆಗಸ್ಟ್ ೧೪ರಂದು ತಮ್ಮ ೯೦ನೇ ವಯಸ್ಸಿನಲ್ಲಿ ಕಣ್ಮರೆಯಾದರು. ಕಸ್ತೂರಿ ಅವರು ದೈಹಿಕವಾಗಿ ಅಗಲಿ ೩೬ ವರ್ಷವೇ ಆದರೂ ಕಸ್ತೂರಿ ಅವರ ಕನ್ನಡ ಸೇವೆ, ಸಾಹಿತ್ಯ ಸೃಜನೆ ಎಂದಿಗೂ ಮಾಸದೆ ಉಳಿದೇ ಇರುತ್ತದೆ.

೧೮

ಕನ್ನಡದ ಧೀಮಂತ ಚೇತನ

ತಿ.ತಾ. ಶರ್ಮ

ಪ್ರಖರ ವಾಗ್ಮಿ, ಪತ್ರಕರ್ತ, ಶಾಸನಶೋಧಕ, ಸ್ವಾತಂತ್ರ್ಯ ಹೋರಾಟಗಾರ, ಕನ್ನಡ ನುಡಿ ಚಿಂತಕರಾಗಿದ್ದ ಧೀರ ವ್ಯಕ್ತಿ–ವ್ಯಕ್ತಿತ್ತ್ವದ ಶಕ್ತಿ ತಿರುಮಲೆ ತಾತಾಚಾರ್ಯ ಶರ್ಮರು. ಅವಿಭಜಿತ ಕೋಲಾರ ಜಿಲ್ಲೆಯ ಚಿಕ್ಕಬಳ್ಳಾಪುರದಲ್ಲಿ ೧೮೯೭ರಲ್ಲಿ ಜನಿಸಿದ ತಿ.ತಾ. ಶರ್ಮರ ಜನ್ಮನಾಮ ಲಕ್ಷ್ಮೀಕುಮಾರ. ಇವರದು ಪೆದ್ದಿಲ್ಲು ಮನೆತನ. ಆದರೆ ತಿ.ತಾ. ಶರ್ಮರು ದುಡಿದದ್ದು ಸಾಹಿತ್ಯ ಸರಸ್ವತಿಯ ಉತ್ಥಾನಕ್ಕೆ. ಮನೆಯ ಮಾತು ತೆಲುಗು, ಆದರೆ ಶರ್ಮರ ತನುಮನ ಧನವೆಲ್ಲ ಅರ್ಪಣೆಯಾದದ್ದು ಕನ್ನಡ ಭಾಷೆ, ಸಾಹಿತ್ಯ, ಶಾಸನ, ಸಂಸ್ಕೃತಿಯ ಉಳಿವಿಗೆ.

ಕಾಲೇಜು ಶಿಕ್ಷಣ ಪಡೆಯುವ ಸಂದರ್ಭದಲ್ಲಿ ಹೊತ್ತಿಕೊಂಡ ಸ್ವಾತಂತ್ರ್ಯದ ಕಿಚ್ಚು, ಮತ್ತು ಗಾಂಧೀಜಿಯವರ ಹೋರಾಟದ ಕರೆ ತಿ.ತಾ. ಶರ್ಮರನ್ನು ರಾಷ್ಟ್ರದ ಒಳಿತಿಗೆ ಹೋರಾಡಲು ದಾರಿ ಮಾಡಿಕೊಟ್ಟಿತು. ಸ್ವಾತಂತ್ರ್ಯ ಹೋರಾಟದಲ್ಲಿ ಭಾಗವಹಿಸಿ ಸೆರೆವಾಸವನ್ನೂ ಅನುಭವಿಸಿದ ಶರ್ಮರ ದೇಶಪ್ರೇಮ ಮತ್ತಷ್ಟು ಜಾಗೃತವಾಯಿತು.

ತೆಲುಗು, ಕನ್ನಡ ಸಂಸ್ಕೃತಗಳಲ್ಲಿ ಪರಿಣಿತರಾಗಿದ್ದ ತಿ.ತಾ. ಶರ್ಮರು ಅಪ್ಪಟ ಗಾಂಧೀವಾದಿ. ಶಾಸನ ಇಲಾಖೆಯಲ್ಲಿ ಕೆಲಸಕ್ಕೆ ಸೇರಿದ್ದ ಶರ್ಮರಿಗೆ ಗಾಂಧಿಯವರು ನೀಡಿದ ಸಲಹೆ ಪತ್ರಿಕಾ ರಂಗಕ್ಕೆ ಸೆಳೆಯಿತು. ಶಾಸನಗಳಲ್ಲಿ ಕಂಡುಬರುವ ಕನ್ನಡ ಕವಿಗಳು ತಿ.ತಾ. ಶರ್ಮರ ಮೊದಲ ಕೃತಿ. ಆದರೆ ತಿ.ತಾ. ಶರ್ಮರ ಉಜ್ವಲ ಪ್ರತಿಭೆ, ಹರಿತವಾದ ಭಾಷಾಶೈಲಿ, ಉತ್ಕಟವಾದ ಭಾವಪ್ರಕಟಣೆಗೆ ನಿದರ್ಶನವಾದುದು ವಿಕ್ರಾಂತ ಭಾರತ. ಸ್ವಾತಂತ್ರ್ಯಹೋರಾಟದ ಬಿಸುಪಿನ ಬಿಸಿ ಕಾವಿನಲ್ಲಿ ಸ್ವಾತಂತ್ರ್ಯ ಹೋರಾಟಗಾರರ ದಿಟ್ಟ ಹೆಜ್ಜೆ, ರಾಷ್ಟ್ರೀಯತೆಗಳ ಸ್ಪಷ್ಟ ಚಿತ್ರಣ ಹೊಂದಿದ ವಿಕ್ರಾಂತ ಭಾರತ ಈಗಲೂ ಬಹಳ ಗೌರವವನ್ನು ಪಡೆದಿರುವ ಕೃತಿ. ಕರ್ನಾಟಕದಲ್ಲಿ ಸ್ವಾತಂತ್ರ್ಯ ಸಂಗ್ರಾಮ ತಿ.ತಾ. ಶರ್ಮರ ವೀರೋಚಿತ ಭಾಷೆ ಭಾವಗಳ ಉತ್ಕೃಷ್ಟ ಕೃತಿ. ತಾವು ಸಂಶೋಧನೆ ನಡೆಸಿ ಅಧ್ಯಯನ ಮಾಡಿ ವಿಸ್ತಾರವಾದ ಲೇಖನಗಳನ್ನು ಬರೆದ ಕೃತಿ ವಿಚಾರ ಕರ್ನಾಟಕ. ನೆಹರು ಅವರ Glimpses of World History ಕೃತಿಯನ್ನು ತಿ.ತಾ. ಶರ್ಮರು ಆಪ್ತ ಗೆಳೆಯ ಸಿದ್ಧವನಹಳ್ಳಿ ಕೃಷ್ಣಶರ್ಮರ ಜೊತೆ ಸೇರಿ ಕನ್ನಡಕ್ಕೆ ಅನುವಾದಿಸಿದ್ದರು. ಇದಲ್ಲದೆ ತಿ.ತಾ. ಶರ್ಮರು ಬರೆದ ನೇತಾಜಿ, ವಿಶ್ವೇಶ್ವರಯ್ಯ, ಅಶೋಕ ಚಕ್ರವರ್ತಿ, ಎ.ವಿ. ವರದಾಚಾರ್, ಜೂಲಿಯಸ್ ಸೀಸರ್ ಲೇಖನಗಳಿಗೆ ಈಗಲೂ ಮನ್ನಣೆಯಿದೆ. ಹಸ್ತಪ್ರತಿಗಳ ಸಂಗ್ರಹದಲ್ಲೂ ಸೈ ಎನ್ನಿಸಿದ್ದ ಶರ್ಮರು ಬೆಂಗಳೂರಿನ ಮಿಥಿಕ್ ಸೊಸೈಟಿಯ ಅಧ್ಯಕ್ಷರಾಗಿ, ಸ್ವಾತಂತ್ರ್ಯ ಸಂಗ್ರಾಮದ ಇತಿಹಾಸ ರಚನೆಯ ಸಮಿತಿಯ ಅಧ್ಯಕ್ಷರಾಗಿ ಸಲ್ಲಿಸಿದ ಸೇವೆ ಅವಿಸ್ಮರಣೀಯವಾದುದು.

ಕನ್ನಡದ ನಾಟಕಗಳು ಹೆಚ್ಚು ರಂಗಪ್ರದರ್ಶನಗಳನ್ನು ಕಾಣುವಂತೆ ಆಗಬೇಕು ಎಂದು ಸಂಕಲ್ಪಿಸಿದ ತಿ.ತಾ. ಶರ್ಮರು ಈ ನಿಟ್ಟಿನಲ್ಲಿ ಹೋರಾಟ ಮಾಡಿ, ಉಪನ್ಯಾಸಗಳನ್ನು ನೀಡಿ ಅದು ಕಾರ್ಯರೂಪಕ್ಕೆ ತರುವಲ್ಲಿ ಯಶಸ್ವಿಯಾದರು.

ಶ್ರೀರಂಗಪಟ್ಟಣದ ಪತನ, ಟಿಪ್ಪು ಸುಲ್ತಾನ ಎಂಬ ನಾಟಕಗಳನ್ನು ಬರೆದು ಅದು ಪ್ರದರ್ಶನ ಕಂಡು ಆ ನಾಟಕಗಳಲ್ಲಿ ಅಭಿನಯಿ ಸಿಯೂ ಇದ್ದ ಶರ್ಮರು ವಿಶ್ವ ಕರ್ನಾಟಕ ವಾರಪತ್ರಿಕೆಯ ಸಂಪಾದಕರಾಗಿ ದಶಕ ದಶಕಗಳ ಕಾಲ ಈ ಪತ್ರಿಕೆಯನ್ನು ಮುನ್ನಡೆಸಿದರು. ಸ್ವಾತಂತ್ರ್ಯ ಹೋರಾಟದ ಫಲವಾಗಿ ಸೆರೆವಾಸವನ್ನು ಅನುಭವಿಸುತ್ತಿದ್ದಾಗಲೇ ತಿ.ತಾ ಶರ್ಮರನ್ನು ೩೧ನೇ ಅಖಿಲ ಭಾರತ ಕನ್ನಡ ಸಾಹಿತ್ಯ ಸಮ್ಮೇಳನದ ಅಧ್ಯಕ್ಷರನ್ನಾಗಿ ಆಯ್ಕೆ ಮಾಡಲಾಯಿತು.

ಮಿತ್ರ ಸಿದ್ಧವನಹಳ್ಳಿ ಕೃಷ್ಣ ಶರ್ಮರು ತಿ.ತಾ ಶರ್ಮರ ಅಂತರಂಗದ ಸಖ. ಇವರಿಬ್ಬರ ಮೈತ್ರಿ ಅನುಪಮ ಮತ್ತು ಅನುಕರಣೀಯವಾದುದು.

ಸಿದ್ಧವನಹಳ್ಳಿ ಕೃಷ್ಣಶರ್ಮರು ತೀರಿಕೊಂಡಾಗ ತಿ.ತಾ. ಶರ್ಮ ರಿಗೆ ಆತ್ಮೀಯ ಸ್ನೇಹಿತನ ಅಗಲಿಕೆಯನ್ನು ಸಹಿಸಲಾಗಲೇ ಇಲ್ಲ. ಸಿದ್ಧವನಹಳ್ಳಿ ಕೃಷ್ಣ ಶರ್ಮರು ಕಣ್ಮರೆಯಾದ ಒಂದೇ ವಾರಕ್ಕೆತಾವೂ ಗೆಳೆಯನನ್ನು ಹಿಂಬಾಲಿಸಿ ೧೯೭೩ರ ಅಕ್ಟೋಬರ್ ೨೦ರಂದು ಹೊರಟೇ ಹೋದರು. ತಿ.ತಾ. ಶರ್ಮರ ಧೀರೋದಾತ್ತ ಸುಸಂಸ್ಕೃತ ವ್ಯಕ್ತಿತ್ತ್ವ ಸದಾ ಅಮರ ಮತ್ತು ಚಿರನೂತನ.

೧೯

ಕನ್ನಡದ ಗೌರವ ಹೆಚ್ಚಿಸಿದ ಸಾಹಿತಿ

ಗೊರೂರು ರಾಮಸ್ವಾಮಿ ಅಯ್ಯಂಗಾರ್

೧೯೦೪ರಲ್ಲಿ ತಮಿಳು ಭಾಷಿಕ ಕುಟುಂಬದಲ್ಲಿ ಜನಿಸಿದ ಗೊರೂರು ರಾಮಸ್ವಾಮಿ ಅಯ್ಯಂಗಾರ್ ಅವರು ಜೀವನದಲ್ಲಿ ಬಡತನ, ಆರ್ಥಿಕ ಅಡಚಣೆ, ಸಾಲು ಸಾಲು ಬವಣೆಗಳನ್ನು ಎದುರಿಸ ಬೇಕಾಯಿತು. ಆದರೆ ಯಾವುದಕ್ಕೂ ಜಗ್ಗದೆ ಬಾಳಿ ಹಾಸ್ಯವನ್ನೇ ಉಣಬಡಿಸಿದ ಗೊರೂರು ರಾಮಸ್ವಾಮಿ ಅಯ್ಯಂಗಾರ್ ಅವರಲ್ಲಿ ಹಾಸ್ಯವೊಂದೇ ಮೂಲಸ್ಥಾಯಿ ಯಾಗಿರಲಿಲ್ಲ. ಟಿ.ಪಿ. ಕೈಲಾಸಂ ಹೇಳಿದಂತೆ ಗೊರೂರದ್ದು 'ಕಂಬನಿಯ ಕಡಲಾಳದ ಮೇಲೆ ಹಾಸ್ಯದ ಹರಿಗೋಲು' ಎಂಬಂಥ ಬದುಕು.

ಗರುಡಗಂಬದ ದಾಸಯ್ಯ, ಹಳ್ಳಿಯ ಚಿತ್ರಗಳು, ಹೀಗೆ ಹಳ್ಳಿಗಳ, ಗ್ರಾಮಗಳ ಮೂಲಕ ದೇಶ ಎನ್ನುವುದನ್ನು ಗೊರೂರು ರಾಮಸ್ವಾಮಿ ಅಯ್ಯಂಗಾರ್ ಅವರು ತಮ್ಮ ಕೃತಿಗಳಲ್ಲಿ, ಬದುಕಿನಲ್ಲಿ ಮೈದಾಳಿಸಿದವರು. ಇವರ ಕೃತಿಗಳು 'ಹಳ್ಳಿಗಳ ಮಹಾಭಾರತ' ಎಂಬ ಗೋಕಾಕ್ ಅವರ ಮಾತು ಸತ್ಯ. ಗೊರೂರು ರಾಮಸ್ವಾಮಿ ಅಯ್ಯಂಗಾರ್ ಅವರು ಈ

ಮಣ್ಣಿನ ಸಹಜ ಹಾಸ್ಯದ ದೇಸಿತನದ ವಿನೋದದ ಜಗತ್ತನ್ನು ಅರಳಿಸಿದವರು, ಅದು ಎಲ್ಲಿಂದಲೋ ಎರವಲು ಪಡೆದ ಸರಕಲ್ಲ, ಜೊತೆಗೆ ಗಾಂಧಿಯವರ ಅಸಹಕಾರ ಚಳವಳಿ ಹೋರಾಟದಲ್ಲಿ ಭಾಗವಹಿಸಲು ಶಾಲಾ ಶಿಕ್ಷಣಕ್ಕೇ ತಿಲಾಂಜಲಿಯಿಟ್ಟ ಇವರು ಮುಂದೆ ಗುಜರಾತ್‌ಗೆ ತೆರಳಿ ಗಾಂಧೀಜಿಯವರ ಆತ್ಮೀಯರಾಗಿ ಖಾದಿಧಾರಿಯಾಗಿ, ಸ್ವಾತಂತ್ರ್ಯ ಹೋರಾಟದಲ್ಲಿ ಭಾಗಿಯಾದರು. ಗಾಂಧೀಜಿಯವರ ಆತ್ಮಚರಿತ್ರೆ My Experiments with truthನ್ನು ನನ್ನ ಸತ್ಯಾನ್ವೇಷಣೆ ಎಂದು ಕನ್ನಡಕ್ಕೆ ಅನುವಾದಿಸಿ ಗಾಂಧೀಜಿಯವರ ಬದುಕನ್ನು ಕನ್ನಡಿಗರಿಗೆ ಸಮೀಪವಾಗಿಸಿದ ಹೆಗ್ಗಳಿಕೆ ಗೊರೂರು ರಾಮಸ್ವಾಮಿ ಅಯ್ಯಂಗಾರ್ ಅವರದ್ದು. ೧೯೪೨ರ ಚಲೇ ಜಾವ್ ಚಳವಳಿಯಲ್ಲಿ ಸಕ್ರಿಯವಾಗಿ ಪಾಲ್ಗೊಂಡಿದ್ದರು. ಇದಕ್ಕಾಗಿ ಸೆರೆವಾಸವನ್ನು ಅನುಭವಿಸಿದ್ದ ಗೊರೂರರು ಬಹುವರ್ಷಗಳ ನಂತರ ಗೊರೂರಿಗೆ ಬಂದು ಗೆಳೆಯರ ಜೊತೆ ಸನ್ಮಿತ್ರಸಂಘ ಸ್ಥಾಪಿಸಿ, ಗ್ರಾಮೋದ್ಧಾರ, ಹರಿಜನೋ ದ್ಧಾರ, ಹಳ್ಳಿಗರಲ್ಲಿ ಜಾಗೃತಿ ಮೂಡಿಸಲು ಕಾರಣರಾದರು. ಗೊರೂರು ರಾಮಸ್ವಾಮಿ ಅಯ್ಯಂಗಾರ್ ಅವರಲ್ಲಿದ್ದ ಜೀವ-ಜೀವನಪ್ರೀತಿ ಬಹಳ ಹಿರಿದು. ೧೯೪೮ರಲ್ಲಿ ದೇಶಕ್ಕೆ ಸ್ವಾತಂತ್ರ್ಯ ಬಂದ ಹೊಸದರಲ್ಲಿ ನಡೆದ ಗೋಲಿಬಾರ್‌ನಲ್ಲಿ ಇವರ ಮಗ ಪೊಲೀಸರ ದಾಳಿಗೆ ಸಿಕ್ಕಿ ಮರಣಹೊಂದುತ್ತಾರೆ, ಆಗ ತಮಗೆ ಸಾಂತ್ವನ ಹೇಳ ಬಂದವರಿಗೆಲ್ಲ ಧೈರ್ಯ ಹೇಳಿ, ಕರ್ತವ್ಯ, ಸಮಯಪಾಲನೆಯ ಮಹತ್ತ್ವವನ್ನು ಹೇಳಿದ ಸಂಯಮಿ ಗೊರೂರು ರಾಮಸ್ವಾಮಿ ಅಯ್ಯಂಗಾರ್. ಗೊರೂರು ರಾಮಸ್ವಾಮಿ ಅಯ್ಯಂಗಾರ್ ಅವರು ತಮ್ಮ ಕೃತಿಗಳಲ್ಲಿ ಮಾಡಿದ ಮತ್ತೊಂದು ಪ್ರಮುಖ ಕೆಲಸವೆಂದರೆ ತಮ್ಮ ಹುಟ್ಟಿದ ಊರಾದ ಗೊರೂರು, ಆ ಊರಿನ ಹೇಮಾವತಿ ನದಿಯನ್ನು ಜೀವಂತವಾಗಿರಿಸಿದ್ದು.

ಕೋರ್ಟಿನಲ್ಲಿ ಗೆದ್ದ ಎತ್ತು, ವೈಯ್ಯಾರಿ (ಇದೇ ಮುಂದೆ ಬೂತಯ್ಯನ ಮಗ ಅಯ್ಯು ಎಂಬ ಹೆಸರಿನಿಂದ ಚಲನ ಚಿತ್ರವಾಯಿತು. ಹೇಮಾವತಿ, ಊರ್ವಶಿ ಸಹ ಚಿತ್ರಗಳಾದವು. ವಿಧಾನಪರಿಷತ್ ಸದಸ್ಯ, ಗೌರವ ಡಾಕ್ಟರೇಟ್‌ಗಳನ್ನೂ ಪಡೆದ ಗೊರೂರರು ಶಿರಸಿಯಲ್ಲಿ ನಡೆದ ಅಖಿಲಭಾರತ ಕನ್ನಡ ಸಾಹಿತ್ಯ ಸಮ್ಮೇಳನದ ಅಧ್ಯಕ್ಷರಾಗಿದ್ದರು. ಅಮೇರಿಕದಲ್ಲಿ ಗೊರೂರು ಕೃತಿಗೆ ಕೇಂದ್ರ ಸಾಹಿತ್ಯ ಅಕಾಡೆಮಿ ಪ್ರಶಸ್ತಿಯೂ ಒಲಿಯಿತು. ಗೊರೂರು ರಾಮಸ್ವಾಮಿ ಅಯ್ಯಂಗಾರ್ ಅವರುಅನುವಾದಗಳನ್ನೂ ಮಾಡಿದ್ದಾರೆ. ಪ್ರಬಂಧಗಳ ಸಂಕಲನದಲ್ಲಿ ಇವರ ಹೆಸರು ಬಹಳ ಮುಂಚೂಣಿಯಲ್ಲಿ ದ್ದರೂ ಸಹ ಗೊರೂರರ ಮಲೆನಾಡಿನವರು, ಭಕ್ತಿ ಯೋಗ, ಭಗವಾನ್ ಕೌಟಿಲ್ಯ ಎಂಬ ಅನುವಾದ ಕೃತಿಗಳಲ್ಲದೆ, ಪುನರ್ಜನ್ಮ, ಕನ್ಯಾಕುಮಾರಿ, ರಾಜನರ್ತಕಿ ಎಂಬ ಕಾದಂಬರಿಗಳೂ ಗಮನಾರ್ಹವಾಗಿವೆ.

ಸುದೀರ್ಘ ಕಾಲದ ಅನಾರೋಗ್ಯದಿಂದ ಬಳಲಿ ೧೯೯೧ರಲ್ಲಿ ತಮ್ಮ ೮೭ನೇ ವರ್ಷದಲ್ಲಿ ತೀರಿಕೊಂಡ ಗೊರೂರು ರಾಮಸ್ವಾಮಿ ಅಯ್ಯಂಗಾರ್ ಅವರು ಕರ್ನಾಟಕ ರಾಜ್ಯದ ಏಕೀಕರಣದ ಬಗ್ಗೆ ದೇಶದ ಸ್ವಾತಂತ್ರ್ಯ ಹೋರಾಟದ ಬಗ್ಗೆ, ಹಳ್ಳಿಗಳ ಬಗೆಗೆ, ಸದಭಿರುಚಿಯ ಹಾಸ್ಯದ ಬಗ್ಗೆ ಮಾಡಿದ ಕೆಲಸ ಅಪರಿಮಿತವಾದುದು. ತಮಿಳು ಮನೆಮಾತಿನ ಗೊರೂರು ರಾಮಸ್ವಾಮಿ ಅಯ್ಯಂಗಾರ್ ಅವರು ಕನ್ನಡದಲ್ಲಿ ಮಾಡಿರುವ ಕೆಲಸ, ಸಾಹಿತ್ಯ ಸೇವೆ ತಮಿಳಿಗಿಂತ ಹೆಚ್ಚು. ಇಂಥ ದಿವ್ಯ ಶಕ್ತಿ ಗೊರೂರು ರಾಮಸ್ವಾಮಿ ಅಯ್ಯಂಗಾರ್ ಅವರು ಕನ್ನಡ ನೆಲದ ಅಮರ ಜೀವಿ.

೨೦

ಸಾಹಿತ್ಯ–ಸಂಗೀತ ಬೆಸೆದ ಸಾಹಿತಿ

ಪುತಿನ

ಹುಲ್ಲುಗಾವಲಿನ ಹೂತ ಮರಗಳ ಎಲೆಗಳು ಬಡಿಸುವ ಬಾನಬಿಂದುಗಳ ಲೆಕ್ಕದೊಳಾಯ್ತು ನನ್ನಾಸಕ್ತಿ ಹೀಗೆ ಕವಿಯ ಭೂಮಿಕೆ ಮತ್ತು ಅವನ ಆತ್ಮಕೇಂದ್ರಿತವಾದ ಸ್ವಾಯತ್ತ ಜಗತ್ತನ್ನು ಹೇಳಿದ ಕವಿ ಪು.ತಿ. ನರಸಿಂಹಾಚಾರ್.

ಧಾರ್ಮಿಕ ಪ್ರಜ್ಞೆ, ಚಿಂತನ ಶೀಲತೆ ಮತ್ತು ಭಕ್ತಿ–ಶ್ರದ್ಧೆಗಳ ಸಂಗಮವಾಗಿದ್ದ ಪುತಿನ ಅವರನ್ನು ಭಾಗವತ ಪ್ರಜ್ಞೆಯ ಕವಿ ಎಂದು ಕರೆಯಲಾಗುತ್ತದೆ.

ಸಂಗೀತ ಮತ್ತು ಸಾಹಿತ್ಯವನ್ನೂ ಸಹ ಮೇಲುಕೋಟೆಯ ಚೆಲುವನಾರಾಯಣ ಸ್ವಾಮಿಯ ದೇವಸ್ಥಾನ, ರಥಸಪ್ತಮಿಯ ಆಚರಣೆ, ಅಲ್ಲಿನ ಓಲಗ, ವೀಣಾ ಸಹಿತ ವಾದನ, ಸಂಗೀತ ಬದ್ಧ ಶ್ಲೋಕಗಳ ಪಠಣಗಳಿಂದ ಪ್ರಭಾವಿತ ರಾಗಿದ್ದದ್ದು ನಿಜ, ಇದಲ್ಲದೆ ಹಂಸದಮಯಂತಿ, ಅಹಲ್ಯ ಮೊದಲಾದ ಗೀತ ನಾಟಕಗಳಿಗೆ ಅವರು ಹಾಕಿರುವ ಸಂಗೀತದ ಪ್ರಸ್ತಾರಗಳು ಮತ್ತು ಗಾಂಧಾರ ದೋಲ, ಋಷಭ ವಿಲಾಸ, ಹರಿಣಿ, ಋತು

ವಿಲಾಸ, ಸಂಜೀವಿನಿ, ಹೀಗೆ ಅನೇಕ ರಾಗಗಳನ್ನು ಸೃಜಿಸಿದ ಪುತಿನ ಅವರ ಸುಪ್ರಸಿದ್ಧ ಗೀತೆ ಆಲಿಸು ಕೃಷ್ಣನ ಕೊಳಲಿನ ಕರೆ. ಇದನ್ನು ಸಿಂಧುಭೈರವಿ ರಾಗದಲ್ಲಿ ಹಾಡಲು ಸ್ವತಃ ಪುತಿನ ಅವರೇ ಹೇಳುತ್ತಿದ್ದರು.

ತಮಿಳು ಮಾತೃಭಾಷೆಯ ಪುತಿನ ಅವರ ಪೂರ್ಣ ಹೆಸರು ಪುರೋಹಿತ ತಿರುನಾರಾಯಣಯ್ಯಂಗಾರ್ ನರಸಿಂಹಾಚಾರ್. ತಮಿಳು, ಕನ್ನಡ, ಸಂಸ್ಕೃತ ಇಂಗ್ಲಿಷ್ ಜೊತೆಗೆ ಪುತಿನ ಅವರು ಫ್ರೆಂಚ್ ಭಾಷೆಯನ್ನೂ ಬಲ್ಲವರಾಗಿದ್ದರು.

ಶ್ರೀಹರಿ ಚರಿತೆ ಮಹಾಕಾವ್ಯ ವಾದರೆ, ಗೋಕುಲನಿರ್ಗಮನ ಗೀತನಾಟಕ, ವಿಕಟಕವಿ ವಿಜಯ, ಶಬರಿ, ಶ್ರೀ ರಾಮ ಪಟ್ಟಾಭಿಷೇಕ, ದೀಪಲಕ್ಷ್ಮಿ, ಕುಚೇಲಕೃಷ್ಣ, ಹರಿಣಾಭಿಸರಣ ಪುತಿನ ಅವರ ಪ್ರಖ್ಯಾತ ಗೀತ ನಾಟಕಗಳು. ಧ್ವಜರಕ್ಷಣೆ ಮತ್ತು ಇತರ ಕಥೆಗಳು, ರಥಸಪ್ತಮಿ ಮತ್ತು ಇತರ ಕಥೆಗಳು ಸಹ ಪುತಿನ ಅವರ ಮಹತ್ತರವಾದ ಸಣ್ಣ ಕಥಾಸಂಕಲನಗಳಾಗಿವೆ. ಹಣತೆ ಪುತಿನ ಅವರ ಮೊದಲ ಕವನ ಸಂಕಲನವಾದರೆ, ಹಣತೆಯ ಹಾಡು ಕೊನೆಯ ಕವನಸಂಕಲನ. ಮಾಂದಳಿರು, ಶಾರದಾಯಾಮಿನಿ, ಗಣೇಶ ದರ್ಶನ, ರಥಸಪ್ತಮಿ, ರಸ ಸರಸ್ವತಿ, ಮಲೆದೇಗುಲ, ಹೃದಯವಿಹಾರಿ, ಎಂಬತ್ತರ ನಲುಗು, ಹಳೆ ಬೇರು ಹೊಸ ಚಿಗುರು ಇವರ ಪ್ರಸಿದ್ಧ ಕವನ ಸಂಕಲನಗಳಲ್ಲಿ ಪ್ರಮುಖ ವಾದವು.

ಲಘುವಾಗೆಲೆ ಮನ ಗೆಲುವಾಗು
ಹಾರು ನನ್ನ ಬಿಟ್ಟು ಹಾರಿ ಹರಿಯ ಮುಟ್ಟು

ಹೀಗೆ ಪುತಿನ ಸೀಮಿತ ವಲಯಗಳಲ್ಲಿ ಬಂಧಿಯಾಗದ ಸೀಮಾತೀತ ನೆಲೆಯಲ್ಲಿ ಬದುಕಿನ ಶಕ್ತಿಯನ್ನು ಗುರುತಿಸುತ್ತಾರೆ.

ಮೇಲೊಂದು ಗರುಡ ಹಾರುತಿಹುದು
ಕೆಳಗದರ ನೆರಳು ಓಡುತಿಹುದು
ಅದಕೋ ಅದರಿಚ್ಛೆ ಹಾದಿ
ಇದಕೋ ಹರಿದತ್ತ ಬೀದಿ

'ನೆರಳು' ಎಂಬ ಈ ಕವಿತೆಯಲ್ಲಿ ಗರುಡ ಗಾಂಧೀಜಿಯವರನ್ನು ಸಂಕೇತಿಸುವ ಭವ್ಯಪ್ರತಿಮೆ.

ಇಂಥ ನೆಳಲೇನು ಗಾಂಧಿಯೆಂದು
ಹರಿದತ್ತ ಹರಿಯ ಚಿತ್ತ
ಈ ಧೀರ ನಡೆವನತ್ತ

ಹೀಗೆ ಗಾಂಧೀಜಿಯವರ ವ್ಯಕ್ತಿತ್ತ್ವವನ್ನು ಭವ್ಯ ಭೂಮತೆಗೆ ಹೋಲಿಸುವ ಪುತಿನ ಅವರು ವಿಶ್ವ ಕುಟುಂಬಿಯ ಕಷ್ಟ ಕವಿತೆಯಲ್ಲಿ ಅಜ್ಜಿಯ ಸಂಕಟಗಳನ್ನು ಎಲ್ಲ ಹಿರಿಯ ಬಡ ಜೀವಗಳ ಸಾಂಕೇತಿಕ ಪ್ರಾತಿನಿಧಿಕ ರೂಪದಲ್ಲಿ ಕಂಡಿರಿಸಿದ್ದಾರೆ.

ಅಜ್ಜಿಯ ಹಾಡುಪಾಡಿನ ದೈನೇಸಿ ಸ್ಥಿತಿಯನ್ನು ಪುತಿನ ಅವರು ಏನೇಳ್ಳಿ ನಮ್ಮವ್ವ ಇರುವೊರು ಮೂವರು ನಾನು ನಮ್ಮೆಣ್ಣು ಮೊಲೆಗೂಸು ಕಾಣಿರಾ ಒಪ್ಪೊತ್ತು ದುಡಿಯದೆ ಕೂತರೂ ಪ್ರಾಣಾವ ನೀಸೋದು ಕಷ್ಟ ಹೀಗೆ ಗ್ರಾಮ್ಯಭಾರತದ ಹಳ್ಳಿಯ ಸೊಗಡಿನ ಅಜ್ಜಿಯ ಬಡತನ, ಜೀವನ ನಿರ್ವಹಣೆಯ ಅಡಚಣೆಗಳನ್ನು ಇದಕ್ಕಿಂತ ಚೆನ್ನಾಗಿ ವಿವರಿಸಲು ಅಸಾಧ್ಯ. ಈಚಲ ಮರದ ಕೆಳಗೆ, ರಾಮಾಚಾರಿಯ ನೆನಪು, ನನ್ನ ನಾಯಿ ಪುತಿನ ಅವರ ಸಾಹಿತ್ಯದ ಬಗ್ಗೆ ಗೌರವ ಸಂಪ್ರೀತಿ ಹುಟ್ಟಿಸುವ ರಚನೆಗಳು. ಗೌರವಡಾಕ್ಟರೇಟ್, ೧೯೮೧ರಲ್ಲಿ ಚಿಕ್ಕಮಗಳೂರಿನಲ್ಲಿ ನಡೆದ ಅಖಿಲ ಭಾರತ ಕನ್ನಡ ಸಾಹಿತ್ಯ ಸಮ್ಮೇಳನದ ಅಧ್ಯಕ್ಷತೆ, ನಾಡೋಜ, ಪಂಪ ಪ್ರಶಸ್ತಿ, ರಾಜ್ಯೋತ್ಸವ ಪ್ರಶಸ್ತಿಗಳಿಗೆ ಭಾಜನರಾಗಿದ್ದ ಪುತಿನ ಅವರು ಶ್ರೀ ಹರಿಯ ಪಾದ ಸೇರಿದ್ದು ೧೯೯೮ರಲ್ಲಿ.

೨೧

ಕನ್ನಡದ ಪ್ರಕಾಂಡ ಪಂಡಿತ

ಡಿ.ಎಲ್. ನರಸಿಂಹಾಚಾರ್

ನಡೆದಾಡುವ ವಿಶ್ವಕೋಶ ಎಂದು ಕನ್ನಡ ಸಾಹಿತ್ಯ ಪ್ರಪಂಚವು ಗೌರವಿಸಿದೆ. ಆದರೆ ಚಲಿಸುವ ನಿಘಂಟು, ಚಲಿಸುವ ವಿಶ್ವ ಕೋಶ ಎಂಬ ಅಭಿದಾನಕ್ಕೆ ಪಾತ್ರರಾಗಿದ್ದ ವಿದ್ವಾಂಸರು ಡಾ. ಡಿ.ಎಲ್. ನರಸಿಂಹಾಚಾರ್. ದೊಡ್ಡ ಬೆಲೆ ಲಕ್ಷ್ಮಿನರಸಿಂಹಾಚಾರ್ ಕನ್ನಡ ಸಾಹಿತ್ಯ ಶಾಸನ, ಗ್ರಂಥ ಸಂಪಾದನೆ ಹಸ್ತ ಪ್ರತಿ ಶಾಸ್ತ್ರಗಳ ಬಗೆಗಿನ ತಜ್ಞರಾಗಿ ಅಗಾಧವಾದ ಕೊಡುಗೆಯನ್ನು ನೀಡಿದ್ದಾರೆ.

೧೯೦೬ರಲ್ಲಿ ತುಮಕೂರಿನ ಚಿಕ್ಕನಾಯಕನ ಹಳ್ಳಿಯ ತಮ್ಮ ತಾತನ ಮನೆಯಲ್ಲಿ ಜನಿಸಿದ ಲಕ್ಷ್ಮಿನರಸಿಂಹಾಚಾರ್ ಅವರ ತಂದೆ ಶ್ಯಾಮ ಅಯ್ಯಂಗಾರ್. ಮನೆಯ ಮಾತು ತಮಿಳು. ಎಳೆಯ ವಯಸ್ಸಿನಲ್ಲಿಯೇ ಕನ್ನಡದ ಪ್ರಸಿದ್ಧ ಕಾವ್ಯಗಳನ್ನು ಓದಿ ಕರಗತ ಮಾಡಿಕೊಂಡಿದ್ದ ಲಕ್ಷ್ಮಿ ನರಸಿಂಹಾಚಾರ್ ಅವರು ಮುಂದೆ ಪದವಿಯನ್ನು ವ್ಯಾಸಂಗ ಮಾಡುವ ಸಂದರ್ಭದಲ್ಲಿ ಉತ್ತಮ ಅಂಕಗಳನ್ನು ಗಳಿಸಿಯೂ ವಿಜ್ಞಾನ ವಿಷಯಕ್ಕೆ ಸೇರಲಾಗಲಿಲ್ಲ, ಇದರಿಂದ ಡಿ.ಎಲ್.ಎನ್. ಅವರನ್ನು ಬಿ.ಎ.

ಪದವಿಗೆ ಸೇರಿಕೊಂಡರು. ಕನ್ನಡದಲ್ಲಿ ಅತ್ಯಧಿಕ ಅಂಕಗಳನ್ನು ಪಡೆದು ಇವರು ಚಿನ್ನದ ಪದಕ, ಬಹುಮಾನಗಳನ್ನು ಪಡೆದರು. ಮೈಸೂರು ವಿಶ್ವವಿದ್ಯಾನಿಲಯದ ಮಹಾರಾಜ ಕಾಲೇಜಿನಲ್ಲಿ ಕನ್ನಡ ಸ್ನಾತಕೋತ್ತರ ಪದವಿಯನ್ನು ಪ್ರಥಮ ಸ್ಥಾನದೊಂದಿಗೆ ಮೊದಲಿಗರಾಗಿ ಉತ್ತೀರ್ಣರಾದ ಡಿ.ಎಲ್.ಎನ್. ಅವರಿಗೆ ಮುಂದೆ ಸಾಹಿತ್ಯ ಸಂಶೋಧನಾ ಕ್ಷೇತ್ರಗಳತ್ತ ಮನಸ್ಸು ಮಾಡಿದರು.

ಬಿ.ಎಂ.ಶ್ರೀ., ವೆಂಕಣ್ಣಯ್ಯ, ಅನಂತಕೃಷ್ಣ ಶರ್ಮ ಮುಂತಾದವರು ಇವರ ಗುರುಗಳಾದರೆ, ಕುವೆಂಪು ಇವರ ಸಹಪಾಠಿಯಾಗಿದ್ದರು. ವೀರಶೈವ ಸಾಹಿತ್ಯದ ಆರಂಭದ ಕಾಲ ಎಂಬ ಪ್ರಬಂಧ ಬಹಳ ಮೆಚ್ಚುಗೆ ಪಡೆಯಿತು.

ಮೈಸೂರಿನ ಪ್ರಾಚ್ಯ ಸಂಶೋಧನಾ ಸಂಸ್ಥೆಯಲ್ಲಿ ಕೆಲಸಕ್ಕೆ ಸೇರಿದ ಡಿ.ಎಲ್. ಎನ್ ಅವರು ಸಕಲವೈದ್ಯ ಸಂಹಿತ ಸಾರಾರ್ಣವ, ಕುಮಾರವ್ಯಾಸ ಕೃತ ಗದುಗಿನ ಭಾರತದ ಭೀಷ್ಮ ಪರ್ವವನ್ನು ಸಂಗ್ರಹಿಸಿದರು. ಇದು ಇವರ ಆರಂಭದ ಸಂಶೋಧನಾ ಕಾರ್ಯಗಳು. ೧೯೬೪ರಲ್ಲಿ ಕನ್ನಡ ಗ್ರಂಥ ಸಂಪಾದನೆ, ೧೯೭೧ರಲ್ಲಿ ಪಂಪಭಾರತ ದೀಪಿಕೆಗಳನ್ನು ರಚಿಸಿದರು. ಗ್ರಂಥ ಸಂಪಾದನಾ ಕ್ಷೇತ್ರ ಮತ್ತು ವಿಕ್ರಮಾರ್ಜುನ ವಿಜಯದ ಕುರಿತು ಈ ಕೃತಿಗಳು ಇಂದಿಗೂ ಮಹತ್ತರವಾದ ಆಕರ ಗ್ರಂಥಗಳಾಗಿವೆ. ನಂತರ ಕನ್ನಡ–ಕನ್ನಡ ನಿಘಂಟು ರಚನಾ ಸಮಿತಿಯ ಅಧ್ಯಕ್ಷರಾಗಿ ಡಿ.ಎಲ್.ಎನ್. ಅವರು ಮಾಡಿದ ಕೆಲಸ ಅಭೂತಪೂರ್ವವಾದದ್ದು. ೭೫–೮೦ ಸಂಶೋಧನಾ ಲೇಖನಗಳನ್ನು ಬರೆದ ಡಿ.ಎಲ್.ಎನ್. ಕಣ್ಮರೆಯಾದ ಕನ್ನಡ, ಕುಮಾರವ್ಯಾಸನ ದೃಷ್ಟಿಯಲ್ಲಿ ಕರ್ಣ, ಮಹಾರಾಷ್ಟ್ರದ ಮೂಲ ಎಂಬ ಕೆಲವು ಬಿಡಿಲೇಖನಗಳನ್ನೂ, ಸಿದ್ದರಾಮ ಚರಿತೆಯನ್ನು ಸುಕುಮಾರ ಚರಿತೆ, ಪೊನ್ನನ ಭುವನೈಕ ರಾಮಾಭ್ಯುದಯ ಕಾವ್ಯಗಳ ಬರೆಹಗಳನ್ನು ಬರೆದು ತಮ್ಮ ಅಧ್ಯಯನದ ಸಾಮರ್ಥ್ಯವನ್ನು ಶ್ರುತಪಡಿಸಿದರು.

ಮಾನಸೋಲ್ಲಾಸದಲ್ಲಿ ಛಂದಸ್ಸು, ಕುಮುದೇಂದು ರಾಮಾಯಣ, ಲಕ್ಷ್ಮೀಶನ ಕಾಲ, ಅಭಿನವ ಪಂಪ, ಸಾಹಿತ್ಯ ಚರಿತ್ರೆಯ ಸ್ವರೂಪ ಈ ಲೇಖನಗಳು ಡಿ.ಎಲ್.ಎನ್. ಅವರ ಪ್ರಖರ ಪಾಂಡಿತ್ಯಕ್ಕೆ ಭೂಷಣಪ್ರಾಯವಾಗಿವೆ. ಪಂಪರಾಮಾಯಣ ಸಂಗ್ರಹ, ವಡ್ಡಾರಾಧನೆಯ ಕಾಲನಿರ್ಣಯ ಇವರ ಇತರ ಉತ್ಕೃಷ್ಟ ಕೆಲಸಗಳು. ವಡ್ಡಾರಾಧನೆಯ ೮ ಪ್ರತಿಗಳನ್ನು ಹೆಕ್ಕಿ ಈ ಗದ್ಯ ಗ್ರಂಥದ ವಿಸ್ತೃತ ಅಧ್ಯಯನಕ್ಕೆ ಕಾರಣರಾದ ಡಿ.ಎಲ್.ಎನ್. ಅವರು ಗೋವಿನ ಹಾಡು, ಹಂಪೆಯ ಹಾಡು, ಶಬ್ದ ವಿಹಾರಗಳಂಥ ಅಪರೂಪದ ಪುಸ್ತಕಗಳನ್ನೂ ರಚಿಸಿದ್ದಾರೆ. ಕನ್ನಡ ಗ್ರಂಥಸಂಪಾದನೆ ಎಂಬ ಇವರ ಕೃತಿ ಅಂದಿನಿಂದ ಇಂದಿನ ವರೆಗೂ ಶಾಸ್ತ್ರಾಭ್ಯಾಸಿಗಳಿಗೆ, ಮುಂಪೀಳಿಗೆಯ ಸಾಹಿತ್ಯಾಸಕ್ತರಿಗೆ ಲಭ್ಯವಿರುವ ಬಹಳ ಘನವಾದ ಕೃತಿ. ಜ್ಞಾನೋಪಾಸಕ, ಉಪಾಯನ ಡಿ.ಎಲ್.

ಎನ್. ಅವರಿಗೆ ಅರ್ಪಿಸಲಾದ ಅಭಿನಂದನಾ ಗ್ರಂಥಗಳಾಗಿವೆ. ೧೯೬೦ರಲ್ಲಿ ಇವರನ್ನು ಬೀದರ್ ಜಿಲ್ಲೆಯಲ್ಲಿ ನಡೆದ ಅಖಿಲ ಭಾರತ ಕನ್ನಡ ಸಾಹಿತ್ಯ ಸಮ್ಮೇಳನದ ಅಧ್ಯಕ್ಷ ರನ್ನಾಗಿ ಮಾಡಲಾಯಿತು. ಮೈಸೂರು ವಿಶ್ವವಿದ್ಯಾಲಯವು ಡಿ.ಎಲ್.ಎನ್. ಅವರಿಗೆ ಗೌರವ ಡಿ.ಲಿಟ್. ನೀಡಿತು. ತಮ್ಮ ಸಹಪಾಠಿಯಾಗಿದ್ದ ಮಿತ್ರ ಡಿ.ಎಲ್.ಎನ್. ಅವರ ಬಗ್ಗೆ ತೀ.ನಂ. ಶ್ರೀಕಂಠಯ್ಯ ಅವರ ಮಾತುಗಳು ಬಹಳ ಅರ್ಥಪೂರ್ಣ.

'ಡಿ.ಎಲ್.ಎನ್ ಎಂದರೆ ಪಾಂಡಿತ್ಯ, ಪಾಂಡಿತ್ಯ ಎಂದರೆ ಡಿ.ಎಲ್.ಎನ್.' ಎಂದಿರುವುದು ಬಹಳ ಗಮನೀಯ.

೧೯೭೧ರಲ್ಲಿ ತಮ್ಮ ೬೫ನೇ ವಯಸ್ಸಿನಲ್ಲಿ ಕಣ್ಮರೆಯಾದ ದೊಡ್ಡಬೆಲೆ ಲಕ್ಷ್ಮೀನರಸಿಂಹಾಚಾರ್ ಅವರ ಸಾಧನೆಗೆ, ಬಿಟ್ಟು ಹೋಗಿರುವ ಅಪಾರ ಸಾಹಿತ್ಯ ಸಂಶೋಧನಾ ಕೃತಿಗಳಿಗೆ ಎಂದೂ ಕಳೆಗುಂದದು. ವಿದ್ವತ್ತು, ಜ್ಞಾನ ಸಂಚಯನಗಳ ಸಂಗಮವಾಗಿದ್ದ ಡಿ.ಎಲ್.ಎನ್. ಕನ್ನಡ ಸಾಹಿತ್ಯ ಗ್ರಂಥ ಸಂಪಾದನೆ ಹಾಗೂ ಸಂಶೋಧನಾ ಕ್ಷೇತ್ರಗಳಲ್ಲಿ ಸಲ್ಲಿಸಿದ ಸೇವೆ ಹಿರಿದಾದುದು.

೨೨

ಕನ್ನಡದ ತಾಯಿಹೃದಯಿ

ತ.ಸು. ಶಾಮರಾಯರು

ಜಿ.ಎಸ್. ಶಿವರುದ್ರಪ್ಪನವರು ಬರೆದಿರುವ ಎದೆ ತುಂಬಿ ಹಾಡಿದೆನು ಅಂದು ನಾನು ಮನವಿಟ್ಟು ಕೇಳಿದಿರಿ ಅಲ್ಲಿ ನೀವು ಎಂಬ ಭಾವಗೀತೆ ಬಹಳ ಪ್ರಸಿದ್ಧ. ಈ ಭಾವಗೀತೆಯನ್ನು ಶಿವರುದ್ರಪ್ಪನವರು ಬರೆದಿದ್ದು ಗುರುಗಳಾದ ಶಾಮರಾಯರಿಗೆ. ತಳುಕಿನ ರಾಮಸ್ವಾಮಯ್ಯ ಶಾಮರಾಯರು ತ.ಸು. ಶಾಮರಾಯ ಎಂದೇ ಖ್ಯಾತರು. ಶಿಷ್ಯ ವಾತ್ಸಲ್ಯ ಮತ್ತು ಅವರ ಸಾಹಿತ್ಯ ಕೃತಿಗಳ, ಶೈಕ್ಷಣಿಕ ಜೀವನದ ಬೆಂಗಾವಲಾಗಿ ನಿಂತ ಮಹಾ ಗುರು ತ.ಸು. ಶಾಮರಾಯರು.

ಬಿ.ಎಂ.ಶ್ರೀ. ಅವರಂಥ ಗುರುವಿನ ಮಾರ್ಗ ದರ್ಶನದಲ್ಲಿ ಬಿ.ಎ. ಪದವಿ, ಕುವೆಂಪು ಅವರ ಮಾರ್ಗ ದರ್ಶನದಲ್ಲಿ ಕನ್ನಡ ನಾಟಕಗಳು ಎಂಬ ಸಂಶೋಧನಾ ಪ್ರಬಂಧಕ್ಕೆ ಮೈಸೂರು ವಿಶ್ವವಿದ್ಯಾಲಯದ ಎಂ.ಎ. ಪದವಿಯನ್ನು ಪಡೆದವರು ಶಾಮರಾಯರು. ತ.ಸು. ಶಾಮರಾಯರ ಕನ್ನಡ ಸೇವೆ–ಶಾಮರಾಯರ ಮಾತೃಭಾಷೆ ತೆಲುಗು, ಆದರೆ ಶಾಮರಾಯರ ಬದುಕಿನ ಭಾಷೆ ಕನ್ನಡ. ಕನ್ನಡ ಸಾರಸ್ವತ

ಲೋಕಕ್ಕೆ ಶಾಮರಾಯರು ಬರೆದ ಕೃತಿಗಳು ಹಾಗೂ ಅವರ ಶಿಷ್ಯವೃಂದ ಮತ್ತು ಅವರು ತೋರಿದ ಹಾದಿಯ ಬೆಳಕಿನ ಮೂಲಕ ಇಂದಿಗೂ ಬಹಳ ಸ್ಮರಣೀಯರು. ಮೈಸೂರು ವಿಶ್ವವಿದ್ಯಾಲಯದ ಮಹಾರಾಜ ಕಾಲೇಜಿನಲ್ಲಿ ಕನ್ನಡ ಪ್ರಾಧ್ಯಾಪಕರಾಗಿ, ಪ್ರಸಾರಾಂಗದ ನಿರ್ದೇಶಕರಾಗಿ ಸೇವೆ ಸಲ್ಲಿಸುವಾಗ ಒಂದೇ ವರ್ಷದಲ್ಲಿ ಕನ್ನಡದ ಬಹುಮೂಲ್ಯ ೨೬ ಪಠ್ಯಪುಸ್ತಕಗಳನ್ನು ಪ್ರಕಟಿಸಿದ ಹಿರಿಮೆ ಶಾಮರಾಯರದ್ದು. ಮುಂದೆ ನೂರಾರು ಕೃತಿಗಳು ಮೈಸೂರು ಪ್ರಸಾರಾಂಗದಿಂದ ಪ್ರಕಟಗೊಂಡಾಗ ಆಗಿನ ಮೈಸೂರು ಸಂಸ್ಥಾನದ ರಾಜ್ಯಪಾಲರಾಗಿದ್ದ ವಿ.ವಿ. ಗಿರಿಯವರು ಶಾಮರಾಯರ ಕನ್ನಡದ ಈ ಕ್ರಿಯಾಶೀಲ ಕೆಲಸಕ್ಕೆ ಆಶ್ಚರ್ಯ ವ್ಯಕ್ತಪಡಿಸಿ ಮನಸಾರೆ ಶ್ಲಾಘಿಸಿದ್ದರು.

ತಳುಕಿನ ವೆಂಕಣ್ಣಯ್ಯ ಸ್ಮಾರಕ ಗ್ರಂಥಮಾಲೆ ಎಂಬ ತಮ್ಮ ಸ್ವಂತ ಪ್ರಕಾಶನದಿಂದ ಪ್ರಕಟವಾದ ಶಾಮರಾಯರ ಶಿವಶರಣ ಕಥಾರತ್ನಕೋಶ ಅವರ ಅದ್ಭುತ ಕೃತಿ. ಶಿವಶರಣರ ಬಗ್ಗೆ ಮಾಹಿತಿ ಮತ್ತು ವಿಶದೀಕರಿಸಿದ ಅನೇಕ ಅಪರೂಪದ ಸಂಗತಿಗಳನ್ನು ಈ ಕೃತಿ ಒಳಗೊಂಡಿದೆ. ಈ ಕೃತಿ ವಚನ ಸಾಹಿತ್ಯ ಶಿವಶರಣರ ಕಾಲಘಟ್ಟ, ವಚನಗಳ ವೈವಿಧ್ಯ ಸಾರಗಳನ್ನು ಅರಿಯಲು ಇರುವ ಉಪಯುಕ್ತ ಗ್ರಂಥಗಳಲ್ಲಿ ಒಂದು. ಶಾಮರಾಯರ ರತ್ನಾಕರವರ್ಣಿ ಮತ್ತು ಮುದ್ದಣ ಕೃತಿಗಳ ಗಾತ್ರ ಪುಟಗಳು ಬಹಳ ಕಡಿಮೆ, ಆದರೆ ಈ ಇಬ್ಬರೂ ಕವಿಗಳ ಸಾಹಿತ್ಯ ರಚನೆಯ ವಿಧಾನ, ಶೈಲಿ, ಅರ್ಥಸಾಂದ್ರತೆಗಳನ್ನು ಬಹಳ ಸರಳವಾಗಿ ಆದರೆ ಅಷ್ಟೇ ಪರಿಣಾಮಕಾರಿಯಾಗಿ ಹೇಳುವ ಕೃತಿಗಳಾಗಿ ಇವು ಗಮನಾರ್ಹ. ಇವರು ಬರೆದ ಮತ್ತೊಂದು ಚಿಕ್ಕ ಪುಸ್ತಕ ಪಂಪ ಸಹ ಸಾಹಿತ್ಯಾಭ್ಯಾಸಿಗಳಿಗೆ ಬಲು ಪ್ರಯೋಜನಕಾರಿ.

ವಚನರಾಮಾಯಣ ವಚನ ಭಾಗವತ ಶಾಮರಾಯರು ಕನ್ನಡ ಸಾಹಿತ್ಯಕ್ಕೆ ನೀಡಿದ ಮತ್ತೆರಡು ಮಹತ್ತ್ವದ ಕೊಡುಗೆಗಳು. ಆದರೆ ಶಾಮರಾಯರ ಮಕುಟ ಪ್ರಾಯವಾದ ಸಾಹಿತ್ಯ ಸೇವೆಯಲ್ಲಿ ಎದ್ದು ಕಾಣಿಸುವ ಕೆಲಸವೆಂದರೆ ಕನ್ನಡ ಮಹಾಭಾರತ ಸಂಗ್ರಹ ಭಾಗ-೧, ಕುಮಾರವ್ಯಾಸ ಭಾರತಕೃತಿಗಳ ರಚನೆ. ೧೭೦೦ ಪದ್ಯಗಳಲ್ಲಿ ಕುಮಾರವ್ಯಾಸ ಭಾರತದ ಪ್ರಮುಖ ಸಾರವನ್ನು ಸಂಕ್ಷೇಪಿಸಿ ಸೇರಿಸಿದ ಶಾಮರಾಯರು ಕುಮಾರವ್ಯಾಸ ಭಾರತದ ನಿಘಂಟನ್ನೂ ಹೊರತಂದರು.

ರತ್ನಾಕರವರ್ಣಿಯ ಭರತೇಶ ವೈಭವ ಸಾಂಗತ್ಯ ಕೃತಿಯಲ್ಲಿನ ೧೦,೦೦೦ ಪದ್ಯಗಳನ್ನು ೨೬೦೦ ಪದ್ಯಗಳಲ್ಲಿ ಸಂಗ್ರಹಿಸಿ ಭಾವಕ್ಕೆ ಚ್ಯುತಿಯಾಗದಂತೆ ಇದನ್ನು ಅಚ್ಚುಕಟ್ಟಾಗಿ ಮಾಡಿದರು. ಇದೇ ರೀತಿ ಲಕ್ಷ್ಮೀಶನು ವಾರ್ಧಕ ಷಟ್ಪದಿಯಲ್ಲಿ ರಚಿಸಿದ ಜೈಮಿನಿ ಭಾರತ ಕೃತಿಯ ೨೦೦೦ ಪದ್ಯಗಳನ್ನು ೯೦೦ ಪದ್ಯಗಳಲ್ಲಿ ಅಡಕಗೊಳಿಸಿ ಹೊರತಂದ ಸಾಹಸಿ ಶಾಮರಾಯರು

ಆಚಣ್ಣನ ವರ್ಧಮಾನ ಪುರಾಣ ಕೃತಿಗೆ ಸರಳಗನ್ನಡದಲ್ಲಿ ಗದ್ಯಾನುವಾದವನ್ನು ಮಾಡಿರುವುದು ಬಹಳ ಉಪಕೃತ ಕಾರ್ಯವಾಗಿದೆ. ಗ್ರಂಥ ಸಂಪಾದನಾ ಕಾರ್ಯದಲ್ಲೂ ಬಹಳ ಪರಿಶ್ರಮದಿಂದ ದುಡಿದವರು ಶಾಮರಾಯರು. ಕರ್ಣಾಟಕ ಶಬ್ದಾನುಶಾಸನಂ ಎಂಬ ವ್ಯಾಕರಣ ಗ್ರಂಥದ ಸಂಪಾದನೆ ಅವರ ಕಾರ್ಯಕುಶಲತೆಗೆ ಸಾಕ್ಷಿ. ಸಹಸಾಹಿತಿಗಳೊಡನೆ ಸಂಪಾದಿಸಿದ ಕೇಶಿರಾಜನ ಶಬ್ದಮಣಿದರ್ಪಣ ಕೃತಿಯ ಸಂಪಾದನೆಯಂತೂ ಕನ್ನಡ ವ್ಯಾಕರಣ ಲೋಕಕ್ಕೆ ನೀಡಿದ ಅದ್ಭುತವಾದ ಕಾಣಿಕೆ.

ಕಥಾವಲ್ಲರಿ, ತಳುಕಿನ ವೆಂಕಣ್ಣಯ್ಯ (ಹಿರಿಯಣ್ಣ) ಗುರುನಾನಕ್, ಭದ್ರಾಚಲ ರಾಮದಾಸರು, ಸ್ವಾಮಿ ಶ್ರೀ ಚಿದಂಬರರು, ಹರಿಹರನ ಉಡುತಡಿಯ ಅಕ್ಕಮಹಾದೇವಿಯ ರಗಳೆ ಶಾಮರಾಯರ ಮೌಲಿಕ ಕೃತಿಗಳು. ತಳುಕಿನ ತಮ್ಮ ಕುಟುಂಬದ ಬಗ್ಗೆ ಬರೆದ ಮೂರು ತಲೆಮಾರು ಶಾಮರಾಯರ ಹೆಸರಾಂತ ಕೃತಿ. ಮೂವರು ಹಿರಿಯ ತಲೆಗಳ ಬದುಕನ್ನು ಕಂಡುಕೊಂಡ ವಿಧಾನವನ್ನು ಶಾಮರಾಯರು ಬಹಳ ಸಲೀಸಾಗಿ ಮತ್ತು ಮನಮುಟ್ಟುವಂತೆ ರಚಿಸಿದ್ದಾರೆ.

ಚಾವುಂಡರಾಯ ಪ್ರಶಸ್ತಿ, ಮೈಸೂರು ವಿಶ್ವವಿದ್ಯಾಲಯದ ಗೌರವ ಡಾಕ್ಟರೇಟ್ ಪದವಿಗೆ ಭಾಜನರಾಗಿದ್ದ ಶಾಮರಾಯರ ಬದುಕಿನ ಮತ್ತೊಂದು ಪ್ರಮುಖ ಸಂಗತಿ ಎಂದರೆ ಅವರ ಅಪಾರ ವಿದ್ಯಾರ್ಥಿ ಬಳಗ. ಶಿವರುದ್ರಪ್ಪ, ಪ್ರಭುಶಂಕರ, ಎನ್.ಎಸ್. ಲಕ್ಷ್ಮೀನಾರಾಯಣ ಭಟ್ಟ ಇವರೆಲ್ಲರೂ ಶಾಮರಾಯರ ಮೆಚ್ಚಿನ ವಿದ್ಯಾರ್ಥಿಗಳು. ರಾಜಕಾರಣಿ ಮಾಜಿ ಸಚಿವರಾಗಿ ನೀರ್ ಸಾಬ್ ಎಂದೇ ಹೆಸರಾದ ನಝರ್ ಸಾಬ್ ಸಹ ಶಾಮರಾಯರ ವಿದ್ಯಾರ್ಥಿ. ಅವರು ಮಂತ್ರಿಯಾಗಿದ್ದಾಗ ಶಾಮರಾಯರಿಗೆ ಒಂದು ನಿವೇಶನ ಒದಗಿಸಲು ಮುಂದಾಗುತ್ತಾರೆ, ಆದರೆ ಅದನ್ನು ಅನುನಯದಿಂದಲೇ ನಿರಾಕರಿಸುವ ಶಾಮರಾಯರು ನಾಲ್ಕು ಜನಕ್ಕೆ ಒಳ್ಳೆಯ ದಾಗುವಂತೆ ನೀನು ಕೆಲಸ ಮಾಡಿದರೆ, ಅದೇ ತನಗೆ ಸಲ್ಲುವ ಗುರುಕಾಣಿಕೆ ಎಂದ ಶಾಮರಾಯರ ಆದರ್ಶ ಕಲಶ ಪ್ರಾಯವಾದುದು. ೯೨ ವರ್ಷದ ತುಂಬು ಬಾಳುವೆ ನಡೆಸಿ ಗುಣ ಮತ್ತು ವಯಸ್ಸು ಎರಡರಲ್ಲೂ ಧನ್ಯ ಜೀವನ ನಡೆಸಿದ ತ.ಸು. ಶಾಮರಾಯರು ೧೯೯೮ರ ಆಗಸ್ಟ್ ೨೧ರಂದು ಇಹಲೋಕವನ್ನು ತೊರೆದರು.

ಆದರೆ ತ.ಸು. ಶಾಮರಾಯರ ಔದಾರ್ಯ ಅವರ ವಿದ್ಯಾರ್ಥಿ ಪ್ರೀತಿ ಮತ್ತು ಸಾಹಿತ್ಯ ಸೇವೆ ಎಂದೆಂದಿಗೂ ಉಳಿದಿರುತ್ತದೆ.

೨೩

ಕನ್ನಡದ ಅನರ್ಘ್ಯ ರತ್ನ

ಜಿ.ಪಿ. ರಾಜರತ್ನಂ

‘ನರಕಕ್ ಇಳ್ಸಿ
ನಾಲ್ಗೆ ಸೀಳ್ಸಿ
ಬಾಯ್ ವೊಲ್ಸಾಕಿದ್ರೂನೆ
ಮೂಗ್ನಲ್ ಕನ್ನಡ ಪದವಾಡ್ತೀನ್
ನನ್ ಮನ್ಸನ್ ನೀ ಕಾಣೆ’

ಎಂಡ್ಕುಡುಕನ ಬಾಯಲ್ಲೂ ಕನ್ನಡದ ಪ್ರೀತಿಯನ್ನು ಆಡಿಸಿದವರು ರಾಜರತ್ನಂ.

ಏಳ್ಕೊಳಕ್ ಒಂದೂರು
ತಲೆಮ್ಯಾಗ್ ಒಂದ್ಸೂರು
ಮಲಗಾಕೆ ಬೂಂತಾಯಿ ಮಂಚ
ಕೈಯಿಡ್ಕೊಳ್ ಪುಟ್ನಂಜಿ
ನಗ್ನಗ್ತಾ ಉಪ್ಗಂಜಿ
ಕೊಟ್ರಾಯ್ತು ರತ್ನನ್ ಪರಪಂಚ

ಹೀಗೆ ರತ್ನನಿಗೊಂದು ತಪ್ತ-ತೃಪ್ತ ಪ್ರಪಂಚವನ್ನು ರೂಪಿಸಿದ ರಾಜರತ್ನಂ ಅವರ ಮೂಲ ಚಾಮರಾಜನಗರದ ಗುಂಡ್ಲುಪೇಟೆಯಾದರೂ ಇವರ ಪೂರ್ವಿಕರು ತಮಿಳುನಾಡಿನ ನಾಗಪಟ್ಟಣಂನ ತಿರುಕ್ಕಣ್ಣಾ ಪುರದವರು. ತಂದೆ ಗೋಪಾಲಕೃಷ್ಣ ಅಯ್ಯಂಗಾರ್ ಶಾಲಾ ಮಾಸ್ತರರು. ರಾಜರತ್ನಂ ಅವರ ಮೂಲ ಹೆಸರು. ಹೆಸರು ಗುಂಡ್ಲುಪಂಡಿತ ರಾಜಯ್ಯಂಗಾರ್. ಶಾಲಾ ವಿದ್ಯಾಭ್ಯಾಸದ ಸಮಯದಲ್ಲಿ ಗುಮಾಸ್ತನೊಬ್ಬನಿಗೆ ಹೇಳಿ ಉದ್ದದ ಹೆಸರನ್ನು ರಾಜರತ್ನಂ ಎಂದು ಮೊಟಕಾಗಿಸಿಕೊಂಡರು. ಅಯ್ಯಂಗಾರ್ ಮನೆಯಲ್ಲಿ ಹುಟ್ಟಿದ್ದರಿಂದ ಮಾತೃಭಾಷೆ ಮಿಳಿನ ಜೊತೆಗೆ, ಕನ್ನಡ ಇಂಗ್ಲಿಷ್, ಪಾಲಿ, ಪ್ರಾಕೃತ ಭಾಷೆಗಳನ್ನೂ ಕಲಿತ ರಾಜರತ್ನಂ ಅವರು ತಂದೆಯವರ ಶಾಲೆಯಲ್ಲೇ ಮಾಸ್ತರಿಕೆ ಮಾಡುವಾಗ ಮಕ್ಕಳ ಜೊತೆಗಿನ ಒಡನಾಟದ ಫಲವಾಗಿ ಮಕ್ಕಳಸಾಹಿತ್ಯ ಬರೆದ ರಾಜರತ್ನಂ ಅವರ ನಾಯಿಮರಿ ನಾಯಿಮರಿ ತಿಂಡಿ ಬೇಕೇ, ಬಣ್ಣದ ತಗಡಿನ ತುತ್ತೂರಿ ಕಾಸಿಗೆ ಕೊಂಡನು ಕಸ್ತೂರಿ ಮುಂತಾದ ಸೊಗಸಾದ ಮಕ್ಕಳ ಪದ್ಯಗಳನ್ನು ಬರೆದರು. ರಾಜರತ್ನಂ ಅವರ ಜೀವನದಲ್ಲಿ ಆಘಾತಗಳು ಸಾಕಷ್ಟಿದ್ದವು. ಅನಾರೋಗ್ಯದಿಂದ ಪತ್ನಿ ಲಲಿತಮ್ಮ ತೀರಿಕೊಂಡರು. ಸೀತಮ್ಮ ಸಂಗಾತಿಯಾದ ಮೇಲೆ ನೆಮ್ಮದಿ ಸಿಕ್ಕಿತಾದರೂ ಸಾಹಿತ್ಯದ ವೈವಿಧ್ಯತೆಗೆ ಹಂಬಲಿಸುತ್ತಿದ್ದ ಓದಿನ ಹಸಿವಿದ್ದ ರಾಜರತ್ನಂ ಅವರು ಮಾಸ್ತಿ ವೆಂಕಟೇಶ ಅಯ್ಯಂಗಾರ್ ಅವರ ಉತ್ತೇಜನದಿಂದ ಜೈನ ಸಾಹಿತ್ಯ, ಬೌದ್ಧ ಸಾಹಿತ್ಯದ ಆಳವಾದ ಅಧ್ಯಯನ ಮಾಡಿ ಕೃತಿಗಳನ್ನು ರಚಿಸಿದರು.

ವಿದ್ಯಾರ್ಥಿಗಳಲ್ಲಿ ಕನ್ನಡ ಸಾಹಿತ್ಯದ ಬಗ್ಗೆ ಒಲವು ಆಸಕ್ತಿ ಮೂಡಬೇಕಾದರೆ ಅವರಿಂದ ಬರೆಸಿ, ತಿದ್ದಿ, ಪ್ರಕಟಿಸಬೇಕೆಂದು ಮನಗಂಡು ರಾಜರತ್ನಂ ವಿದ್ಯಾರ್ಥಿಗಳಿಂದ ಕನ್ನಡದಲ್ಲಿ ಲೇಖನಗಳನ್ನು ಬರೆಸಿ, ವಿದ್ಯಾರ್ಥಿ ವಿಚಾರವಿಲಾಸ ಎಂಬ ಪುಸ್ತಕವನ್ನು ಪ್ರಕಟಿಸಿ ಸಾವಿರಾರು ವಿದ್ಯಾರ್ಥಿಗಳ ಬರೆವಣಿಗೆಗೆ ದಾರಿದೀಪವಾದರು. ಕನ್ನಡದ ಕುರಿತು ಉಪನ್ಯಾಸ, ಭಾಷಣಗಳನ್ನು ಮಾಡುತ್ತಾ ತಾವು ಬರೆಯುವ ಸಾಮರ್ಥ್ಯವಿದ್ದರೂ ವಿದ್ಯಾರ್ಥಿಗಳಿಂದ ಕನ್ನಡದ ಲೇಖನಗಳನ್ನುಬರೆಸಿ ವಿದ್ಯಾರ್ಥಿ ಕನ್ನಡ ಸಂಘವನ್ನು ಕಟ್ಟಿದ ರಾಜರತ್ನಂ ಅವರು ಬಹಳ ಸಂತೋಷದಿಂದ ತಾನು ಕನ್ನಡ ಪರಿಚಾರಕ ಎಂದು ಹೇಳಿಕೊಳ್ಳುತ್ತಿದ್ದರು. ಭ್ರಮರ ಇವರ ಕಾವ್ಯನಾಮ. ಸಂಸ, ಅನಕೃ, ತರಾಸು, ಕೈಲಾಸಂ, ಇವರ ಆತ್ಮೀಯ ಸ್ನೇಹಿತ ರಾಗಿದ್ದರು.

ಮೈಸೂರು ವಿಶ್ವವಿದ್ಯಾನಿಲಯದ ಗೌರವ ಡಾಕ್ಟರೇಟ್, ಸಾಹಿತ್ಯ ಅಕಾಡೆಮಿ ಪ್ರಶಸ್ತಿ, ಸಾಹಿತ್ಯ ಸಮ್ಮೇಳನದ ಅಧ್ಯಕ್ಷತೆ ಹೀಗೆಲ್ಲ ಅರ್ಹ ಗೌರವಗಳಿಗೆ ಪಾತ್ರರಾದ ರಾಜರತ್ನಂ ಅವರ ಶಿಷ್ಯವರ್ಗದೊಡ್ಡದು. ಆರ್. ಎನ್. ಜಯ ಗೋಪಾಲ್, ಶ್ರೀನಿವಾಸರಾಜು, ನರಹಳ್ಳಿ ಬಾಲಸುಬ್ರಹ್ಮಣ್ಯ, ದೊಡ್ಡರಂಗೇಗೌಡ, ಎಚ್. ಎಸ್.

ವೆಂಕಟೇಶಮೂರ್ತಿ, ಎಚ್. ಎಸ್. ರಾಘವೇಂದ್ರರಾವ್... ಇವರೆಲ್ಲ ರಾಜರತ್ನಂ ಅವರ ಶಿಷ್ಯರು. ತುತ್ತೂರಿ, ರತ್ನನ ಪದಗಳು, ನಾಗನ ಪದಗಳು, ಕಂದನ ಕಾವ್ಯಮಾಲೆ, ಕಡಲೆಪುರಿ ಗುಲಗಂಜಿ ಮೊದಲಾದ ಸರಳ ಸುಂದರ ಸುಲಭ ಕೃತಿಗಳನ್ನು ನೀಡಿ ಕನ್ನಡದ ಓದುಗರ ಲೋಕವನ್ನು ವಿಸ್ತರಿಸಿದ ರಾಜರತ್ನಂ ಅವರಿಗೆ ಕನ್ನಡಾಭಿಮಾನವು ಉಸಿರಾಗಿತ್ತು. ಇಂತಹ ಕನ್ನಡ ನುಡಿಬಂಟ ೧೯೭೯ರಲ್ಲಿ ತಮ್ಮ ೭೦ನೇ ವಯಸ್ಸಿನಲ್ಲಿ ಹಠಾತ್ ಹೃದಯ ಸ್ಥಂಭನದಿಂದ ಪರಮಾತ್ಮನ ಪಾದ ಸೇರಿದರು. ಇಂದಿಗೂ ರಾಜರತ್ನಂ ಅವರು ತಮ್ಮ ಕೃತಿಗಳ ಮತ್ತು ಕನ್ನಡ ಸೇವೆಯ ಮೂಲಕ ಕನ್ನಡಿಗರ ಹೃದಯಗಳಲ್ಲಿ ಎಂದೆಂದೂ ನೆಲೆಸಿರುತ್ತಾರೆ.

೨೪

ಅಪ್ರತಿಮ ಮೇಧಾವಿ

ಡಾ. ಬಿ.ಜಿ.ಎಲ್. ಸ್ವಾಮಿ

ಸಸ್ಯವಿಜ್ಞಾನ, ಚಿತ್ರಕಲೆ, ಇತಿಹಾಸ, ಸಂಗೀತ, ಪಿಟೀಲುವಾದನ, ಭಾಷಾ ಸಂಶೋಧನೆ, ಹೀಗೆ ಬಹುಮುಖೀ ನೆಲೆಗಟ್ಟುಗಳ ವಿಚಕ್ಷಣೆಯಿದ್ದ ಪ್ರತಿಭಾವಂತರು ಡಾ. ಬಿ.ಜಿ.ಎಲ್. ಸ್ವಾಮಿ. ಸಂಗೀತಗಾರ್ತಿ ಎಂ.ಎಸ್. ಸುಬ್ಬುಲಕ್ಷ್ಮಿ ಅವರೊಂದಿಗೆ ಸಂಗೀತದ ಸೂಕ್ಷ್ಮತೆಗಳು, ಅದರ ಗಹನ ವಿಚಾರಗಳನ್ನು ಚರ್ಚಿಸುತ್ತಿದ್ದ ಸ್ವಾಮಿಯವರ ಸೃಷ್ಟಿಶೀಲ ಸಾಮರ್ಥ್ಯದ ಹಾಸು ಬೀಸು ಒಂದು ನಿರ್ದಿಷ್ಟ ಕಕ್ಷೆಗೆ ನಿಲುಕುವುದಿಲ್ಲ.

ಇಷ್ಟೆಲ್ಲಾ ಕ್ಷೇತ್ರಗಳಲ್ಲಿ ನಿಪುಣತೆಯಿದ್ದೂ ನಿರಾಡಂಬರವಾಗಿ ಬದುಕಿ ಹಾಸ್ಯ ಮತ್ತು ಉತ್ಸಾಹದಿಂದ ಬಾಳಿದ ಮಹಾಪ್ರತಿಭಾಶಾಲಿ ಡಾ. ಬಿ.ಜಿ.ಎಲ್. ಸ್ವಾಮಿ. ತಂದೆ ಪ್ರಸಿದ್ಧ ಸಾಹಿತಿ ಡಿ.ವಿ. ಗುಂಡಪ್ಪ. ಬೃಹಚ್ಚರಣ ಪಂಗಡಕ್ಕೆ ಸೇರಿದ ಬಿ.ಜಿ.ಎಲ್. ಸ್ವಾಮಿಯವರು ತಮಿಳು ಮಾತೃ ಭಾಷಿಕರಾದರೂ ಸಹ ಕನ್ನಡಕ್ಕೆ, ಕನ್ನಡ ಸಾರಸ್ವತ ಲೋಕಕ್ಕೆ ಬೇರೆ ಬೇರೆ ಕ್ಷೇತ್ರಗಳ ವಿಪುಲವಾದ ಜ್ಞಾನರಾಶಿಯನ್ನೇ ನೀಡಿದ್ದಾರೆ.

ಹಸಿರು ಹೊನ್ನು ಸ್ವಾಮಿಯವರ ಮೊದಲ ಕೃತಿಯಾದರೆ ಇವರ ಕೊನೆಯ ಕೃತಿ ಮೀನಾಕ್ಷಿ ಸೌಗಂಧ. ತಿಳಿಹಾಸ್ಯದ

ಮುಖಾಂತರ ವಿಜ್ಞಾನದ, ಅದರಲ್ಲೂ ಸಸ್ಯ ವಿಜ್ಞಾನಕ್ಕೆ ಸಂಬಂಧಿಸಿದ ವಿಷಯಗಳನ್ನು ಸರಳೀಕರಿಸಿ ತಿಳಿಯಪಡಿಸ ಬಹುದೆಂದು ನಿರೂಪಿಸಿದ ಕೃತಿ ಹಸಿರು ಹೊನ್ನು. ಈ ಕೃತಿಯು ಪ್ರಕಟವಾದಾಗ ತಂದೆ ಗುಂಡಪ್ಪ ನವರು ಬದುಕಿರಲಿಲ್ಲ, ಆದರೆ ಈ ಕೃತಿಗೆ ಕೇಂದ್ರ ಸಾಹಿತ್ಯ ಅಕಾಡೆಮಿ ಪ್ರಶಸ್ತಿ ಬಂತು.

ಬಿ.ಜಿ.ಎಲ್. ಸ್ವಾಮಿಯವರು ಕನ್ನಡಕ್ಕೆ ನೀಡಿದ ಮಹತ್ತರ ವಾದ ಕೊಡುಗೆ ಎಂದರೆ ವಿಜ್ಞಾನದ ಲೇಖನಗಳನ್ನು, ಪುಸ್ತಕಗಳನ್ನು ಸರಳೀಕರಿಸಿ ಸಂವಹನಕ್ಕೆ ಸುಲಭವಾಗುವಂತೆ ಬರೆದದ್ದು. ಹಸಿರು ಹೊನ್ನು ಕೃತಿಯೇ ಇದಕ್ಕೆ ನೇರ ನಿದರ್ಶನ. ಕಾಲೇಜು ಸಂಶೋಧನಾ ವಿದ್ಯಾರ್ಥಿಗಳೊಂದಿಗೆ ಪ್ರವಾಸ ಹೋಗಿ ಅಲ್ಲಿ ನಾನಾ ಬಗೆಯ ಸಸ್ಯ ಪ್ರಭೇದಗಳನ್ನು ಗುರುತಿಸುವ ಅನ್ವೇಷಿಸುವ ಕ್ರಮದಲ್ಲಿ ಹಸಿರು ಹೊನ್ನು ಕೃತಿಯು ಅದುವರೆಗಿನ ವಿಜ್ಞಾನ ಸಾಹಿತ್ಯದ ಬಗೆಗಿನ ನಿಲುವು, ರೂಪುರೇಷೆಗಳನ್ನೇ ಬದಲಾಯಿಸಿ ಹೊಸ ಮನ್ವಂತರಕ್ಕೆ ನಾಂದಿ ಹಾಡಿದ ಕೃತಿ. ಸಾರ್ಕೇಂಡ್ರಾ–ಕಾರ್ಸ್‌ಂಡ್ರಾ (Malapropism) ವಿದ್ಯಾರ್ಥಿಗಳ ತುಂಟಾಟ ತರ್ಲೆ ಪ್ರಶ್ನೆಗಳಿಗೆ ಉತ್ತರ ನೀಡುತ್ತಾ ಸಸ್ಯವಿಜ್ಞಾನದ ಕುತೂಹಲಕಾರಿ ವಿಷಯಗಳನ್ನು ಸ್ವಾಮಿಯವರು ಬಹಳ ರಂಜನೀಯವಾಗಿ ಮತ್ತು ಅಧ್ಯಯನ ಶೀಲವಾಗಿ ಕಟ್ಟಿಕೊಟ್ಟಿದ್ದಾರೆ. ಈ ಕೃತಿಯಲ್ಲಿ ಕಾಣುವ ಸಸ್ಯಗಳ ಚಿತ್ರಗಳನ್ನೂ ಸ್ವಾಮಿಯವರೇ ಬಿಡಿಸಿದ್ದಾರೆ.

ಹಾಗೆ ನೋಡಿದರೆ ಬಿ.ಜಿ.ಎಲ್. ಸ್ವಾಮಿಯವರು ವಿಜ್ಞಾನದ ಕೃತಿಗಳನ್ನು ಬರೆಯುವಾಗ ಬಹಳ ಗಂಭೀರವಾದ ಪೆಡಸು ಭಾಷೆಯಲ್ಲಿ ಬರೆದದ್ದೇ ಆದರೆ ಜನ ಓದುವುದಿಲ್ಲ, ವಿಜ್ಞಾನದ ಬರೆಹಗಳು ಎಲ್ಲರಿಗೂ ತಲುಪುವುದಿಲ್ಲ ಎಂಬ ಸ್ಪಷ್ಟ ಪ್ರಜ್ಞಾಪೂರ್ವಕ ತಿಳಿವಳಿಕೆ ಇದ್ದೇ ಹಾಸ್ಯ, ವಿಡಂಬನೆ, ಲವಲವಿಕೆಯ ಬರೆಹದ ಶೈಲಿಯಲ್ಲಿ ಇಂಥ ಕೃತಿಗಳ ರಚನೆಗೆ ಕೈ ಹಾಕಿದರು. ಅಮೇರಿಕಾದಲ್ಲಿ ನಾನು, ಪಂಚ ಕಲಶ ಗೋಪುರ, ದೌರ್ಗಂಧಿ ಕಾಪಹರಣ, ನಮ್ಮ ಹೊಟ್ಟೆಯಲ್ಲಿ ದಕ್ಷಿಣ ಅಮೇರಿಕ ಹೀಗೆ ಹಾಸ್ಯದ ದಾರಿಯಲ್ಲಿ ಬಹು ಸೂಕ್ಷ್ಮ ಮತ್ತು ಗಂಭೀರ ಸಂಗತಿಗಳನ್ನು ವಿವರಿಸುವ ಸ್ವಾಮಿಯವರ ಈ ಪ್ರಯತ್ನ ಆ ಕಾಲಕ್ಕೂ ಈ ಕಾಲ ಮಾನಕ್ಕೂ ಹೊಚ್ಚ ಹೊಸದು. ಕಾಲೇಜು ರಂಗ, ಕಾಲೇಜು ತರಂಗ, ಪ್ರಾಧ್ಯಾಪಕನ ಪೀಠದಲ್ಲಿ ತಣ್ಣಗಿನ ಒಳ ಶೋಷಣೆ, ಪ್ರತಿಭೆಯನ್ನು ಮತ್ಸರಿಸುವ ಗುಂಪು, ಅದರಿಂದ ನರಳುವ ಪ್ರಾಧ್ಯಾಪಕನ ಸಂಕಟ, ಬೇಗುದಿಗಳನ್ನು ಸ್ವಾಮಿಯವರು ಶೋಕತಪ್ತ ವಿಷಾದದಿಂದ ತುಂಬಿಸಿಲ್ಲ, ಆದರೆ ಸಮಾಜದಲ್ಲಿ ನಡೆಯುವ ಅಂತರ್ಗತ ಶೋಷಣೆಗಳ ಮುಖವಾಡವನ್ನು ಬಯಲಿಗೆಳೆಯುತ್ತಾರೆ.

ಸಸ್ಯಜೀವಿ ಪ್ರಾಣಿಜೀವಿ ಕೃತಿಯಂತೂ ಎಲ್ಲರ ಅದರಲ್ಲೂ ವಿಜ್ಞಾನದ ಪ್ರಾಧ್ಯಾಪಕರ, ವಿದ್ಯಾರ್ಥಿಗಳ ಮನೆಗಳಲ್ಲಿ ಇರಲೇಬೇಕಾದ ಕೃತಿ. ಸಸ್ಯಗಳನ್ನು ತಿಂದು ಬದುಕುವ ಪ್ರಾಣಿಗಳು–ಮಾಂಸಾಹಾರೀ ಪ್ರಾಣಿಗಳ ಬಗ್ಗೆ ಈ ಕೃತಿ

ವಿಸ್ತೃತವಾದ ವಿಶ್ಲೇಷಣೆಯನ್ನು ಒಳಗೊಂಡಿದೆ. ಬೆಳದಿಂಗಳಲ್ಲಿ ಅರಳಿದ ಮೊಲ್ಲೆ ಮತ್ತು ಇತರ ಪ್ರಬಂಧಗಳು ಮೇಲ್ನೋಟಕ್ಕೆ ಕಾವ್ಯಾತ್ಮಕ ಶೀರ್ಷಿಕೆ ಹೊಂದಿದ್ದರೂ ವಿವಿಧ ಹೂವುಗಳ ವಿಕಸನ, ಅರಳುವ ಕ್ರಿಯೆ ಪ್ರಕ್ರಿಯೆಗಳು, ಬಾಡುವಿಕೆ ಅವುಗಳ ಆಯುಷ್ಯವನ್ನು ಹೇಳುವ ಅದ್ಭುತ ಕೃತಿ. ಸಸ್ಯಪುರಾಣ ಸಹ ಇಂಥದ್ದೇ ಅದ್ಭುತ ಕೃತಿ. ನಡೆದಿಹೆ ಬಾಳೌ ಕಾವೇರಿ ಕೃತಿಯು ಕಾವೇರಿಯ ಉಗಮ ಸ್ಥಾನ, ಮಹತ್ತ್ವ, ಬಹೂಪಯೋಗೀ ಆಯಾಮಗಳನ್ನು ವಿಶದೀಕರಿಸುವ ಸಾರ್ಥಕ ಕೃತಿ. ಬೃಹದಾರಣ್ಯಕ ಕೃತಿಯು ಉಪನಿಷತ್ತಿನ ಹೆಸರು ಹೊತ್ತಿದ್ದರೂ ಈ ಕೃತಿಯು ಅರಣ್ಯ ಜೀವಿಗಳ, ಕಾಡಿನ ಸಂಪತ್ತಿನ ಅನಾವರಣವನ್ನು ಮಾಡಿಸುವ ಕೃತಿ. ಭಾಷಾವಿಜ್ಞಾನ ಕ್ಷೇತ್ರದಲ್ಲೂ ಸ್ವಾಮಿಯವರ ಸೇವೆ ಸಂದಿದೆ. ತಮಿಳು ತಲೆಗಳ ನಡುವೆ ಅಂತಹ ಒಂದು ಮೌಲ್ಯಯುತ ಕೃತಿ. ಭಾಷಾಧ್ಯಯನ, ಭಾಷಾ ವಿಂಗಡಣೆ, ಭಾಷಾ ಸಂಶೋಧಕರು ಅನುಸರಿಸಿರುವ ತಪ್ಪು ಗ್ರಹಿಕೆಗಳ ಮಾನದಂಡಗಳನ್ನು ಆಧಾರ ಸಮೇತ ಸಾಬೀತು ಮಾಡಿ ಅದರ ರೂಪ ಸ್ವರೂಪಗಳು ಹೇಗಿರಬೇಕು ಎನ್ನುವುದನ್ನೂ ವಿಡಂಬನಾತ್ಮಕ ಹಾಸ್ಯದಿಂದ ವರ್ಣಿಸಿರುವ ಸ್ವಾಮಿಯವರ ಶಾಶ್ವತ ಕೃತಿ. ಶಾಸನಗಳಲ್ಲಿ ಗಿಡಮರಗಳು ಕೃತಿಯಂತೂ ಸ್ವಾಮಿಯವರ ಶಾಸನಗಳ ಅಧ್ಯಯನದಿಂದ ಪಡೆದ ಅರಿವು ವಿದಗ್ಧತೆಯನ್ನು ಕಂಡು ಅಚ್ಚರಿಗೊಳ್ಳುವಷ್ಟು ಸಂತೋಷವಾಗುತ್ತದೆ.

ಕರ್ನಾಟಕ ಇತಿಹಾಸವನ್ನು ಮರುವಿಶ್ಲೇಷಿಸುವ ಕಾರ್ಯದಲ್ಲಿ ತಮ್ಮನ್ನು ತೊಡಗಿಸಿಕೊಂಡಿದ್ದ ಸ್ವಾಮಿಯವರು ಹಠಾತ್ತಾಗಿ ಹೃದಯಾಘಾತದಿಂದ ನವೆಂಬರ್ ೨, ೧೯೮೦ರ ರಾತ್ರಿ ನಿಧನರಾದುದು ಕೇವಲ ಅವರ ಪತ್ನಿ ವಸಂತ (ವಸಂತ ಅವರೂ ಸಹ ಸ್ವಾಮಿಯವರು ನಿಧನ ರಾದ ಕೆಲವೇ ತಿಂಗಳಲ್ಲಿ ಪತಿಯನ್ನು ಹಿಂಬಾಲಿಸಿದರು) ಮತ್ತು ಸ್ವಾಮಿ ಯವರ ವಿದ್ಯಾರ್ಥಿಗಳಿಗೆ ಮಾತ್ರವಲ್ಲ, ದೇಶಕ್ಕೆ, ವಿಶ್ವಕ್ಕೇ ಅತ್ಯಪೂರ್ವ ಸಸ್ಯಶಾಸ್ತ್ರಜ್ಞ, ಸಸ್ಯವಿಜ್ಞಾನಿಯೊಬ್ಬರ ಅಗಲಿಕೆಯ ಶೂನ್ಯವನ್ನು ಉಂಟು ಮಾಡಿತ್ತು. ಬಿ.ಜಿ.ಎಲ್. ಸ್ವಾಮಿಯವರು ತೀರಿಹೋಗಿ ೪೩ ವರ್ಷಗಳೇ ಆಗಿದ್ದರೂ ತಂದೆಗಿಂತ ಭಿನ್ನ ಹಾದಿ ತುಳಿದು ಯಾರ ನೆರಳಿಗೂ ಮಿತಿಗೊಳ್ಳದೆ ಸ್ವತಂತ್ರ ಪ್ರತಿಭೆ, ಬಹುಕ್ಷೇತ್ರ ಸಾಧನೆಗಳ ಸೃಜನಶೀಲರಾಗಿ ಸ್ವಾಮಿಯವರ ಎತ್ತರವನ್ನು ಏರಲು ಉಳಿದವರಿಂದ ಆಗುವುದು ಕಷ್ಟಸಾಧ್ಯ.

೨೫

ಕನ್ನಡ ಬಾವುಟದ ರೂವಾರಿ

ಮ. ರಾಮಮೂರ್ತಿ

ಕನ್ನಡ ಭಾಷೆ-ಸಂಸ್ಕೃತಿ ಮತ್ತು ಕನ್ನಡಿಗರಿಗೆ ಹೋರಾಟದ ನೈತಿಕ ಶಕ್ತಿಯನ್ನು ತುಂಬಿದ ಮಹಾನುಭಾವರ ಪೈಕಿ ಮ. ರಾಮಮೂರ್ತಿ ಸ್ಮರಣಾರ್ಹ ಹೆಸರು. ೧೯೧೮ರಲ್ಲಿ ನಂಜನಗೂಡಿನಲ್ಲಿ ಪ್ರಸಿದ್ಧ ಸ್ವಾತಂತ್ರ್ಯ ಹೋರಾಟಗಾರ, ಪತ್ರಕರ್ತ, ಸಾಹಿತಿಯಾಗಿದ್ದ ವೀರಕೇಸರಿ ಸೀತಾರಾಮಶಾಸ್ತ್ರಿಗಳ ಮಗನಾಗಿ ಜನಿಸಿದ ರಾಮಮೂರ್ತಿ ಅವರಿಗೆ ಶಾಲೆ-ಓದಿನ ಬಗ್ಗೆ ಆಸಕ್ತಿ ಇರಲಿಲ್ಲ. ಮೊದಲಿನಿಂದಲೂ ಧೈರ್ಯ ಖಂಡಿತವಾದಿ, ನಿಷ್ಠುರಿಯಾಗಿದ್ದ ಮ. ರಾಮಮೂರ್ತಿ ತಂದೆಯ ವೀರಕೇಸರಿ ಪತ್ರಿಕೆಯಲ್ಲಿ ತೊಡಗಿಸಿಕೊಂಡು, ಅವರ ಜೊತೆಗೆ ರಾಷ್ಟ್ರೀಯ ಹೋರಾಟಗಳಲ್ಲಿ ಕನ್ನಡ ನಾಡು-ನುಡಿ ಹೋರಾಟಗಳಲ್ಲಿದ್ದು ಸೆರೆವಾಸ ವನ್ನೂ ಅನುಭವಿಸಿದರು. ರಾಮಮೂರ್ತಿ ಅವರ ಮನೆಯ ಮಾತು ತೆಲುಗು. ಆದರೆ ಅವರ ತನುಮನ ಮಿಡಿದಿದ್ದು, ನುಡಿದದ್ದು ಕೆಚ್ಚೆದೆಯಿಂದ ಕನ್ನಡಪರ ಸಂಘಟನೆ, ಕರ್ನಾಟಸಂಯುಕ್ತ ರಂಗ ಕನ್ನಡ ಪಕ್ಷಗಳನ್ನು ಸ್ಥಾಪಿಸಿದ್ದರು. ೪೦ರ ದಶಕದಿಂದ ೬೦ರ ದಶಕ

ದವರೆಗೂ ಇವರು ಸಂಘಟಿತರಾಗಿ ಕನ್ನಡ ನಾಡು ನುಡಿಯ ರಕ್ಷಣೆಗಾಗಿ ಟೊಂಕ ಕಟ್ಟಿ ನಿಂತ ಮಹಾನ್ ಕನ್ನಡಾಭಿಮಾನಿ.

ಭಾಷಾವಾರು ವಿಂಗಡಣೆ, ಚೆದುರಿ ಹೋಗಿದ್ದ ಕನ್ನಡವನ್ನು ಒಗ್ಗೂಡಿಸಲು ರಾಮಮೂರ್ತಿ ಅವರು ವಹಿಸಿದ ಶ್ರಮ ಎಂದಿಗೂ ನೆನಪಿನಲ್ಲಿ ಉಳಿಯುತ್ತದೆ. ೫೦-೬೦ರ ದಶಕದ ಆರಂಭದಲ್ಲಿ ಕನ್ನಡವು ಇತರ ಭಾಷೆಗಳ ಪ್ರಾಧಾನ್ಯತೆಯಕಾರಣದಿಂದ ಕಡೆಗಣನೆಗೆ ಒಳಗಾಗುತ್ತಿದುದನ್ನು ಕಂಡ ರಾಮಮೂರ್ತಿ ಕೆರಳಿ ಕೆಂಡವಾದರು. ಕರ್ನಾಟಕದಲ್ಲಿ ಕನ್ನಡ ಭಾಷೆ, ಸಂಸ್ಕೃತಿಗೆ, ಧಕ್ಕೆಯಾದಾಗ ಅದನ್ನು ಇಲ್ಲವಾಗಿಸಲು ಕಾರ್ಯೋನ್ಮುಖರಾದ ರಾಮಮೂರ್ತಿ ಪ್ರತಿ ವರ್ಷ ನವೆಂಬರ್ ೧ ರಾಜ್ಯೋತ್ಸವದ ದಿನವೂ ನೌಕರರು ಕೆಲಸದಲ್ಲಿ ತೊಡಗಿ ಬಿಡುವೇ ಇರದೆ ದುಡಿಯುತ್ತಿರುವುದನ್ನು ಗಮನಿಸಿ, ಕನ್ನಡ ಕನ್ನಡಿಗ ಕರ್ನಾಟಕ ರಾಜ್ಯೋತ್ಸವದ ಬಗ್ಗೆ ಅವರಲ್ಲಿ ಅರಿವು ಮೂಡಿಸುವ ಕೆಲಸ ಮಾಡಿದರು.

ವೀರೋಚಿತ ಭಾಷಣಗಳ ಮೂಲಕ ಎಲ್ಲಾ ಕನ್ನಡಿಗರೂ ನಿರಭಿಮಾನ, ಅಂಜಿಕೆಯಿಂದ ಹೊರಬನ್ನಿ ಎಂದು ಕರೆಯಿತ್ತರು. ಇದು ಕನ್ನಡಿಗರಿಗೆ ಸ್ಫೂರ್ತಿ ಹುರುಪನ್ನು ಉದ್ದೀಪಿಸಿತು. ೧೯೬೫ರಲ್ಲೇ ೬೦ ವರ್ಷಗಳ ಹಿಂದೆ ರಾಮಮೂರ್ತಿ ಅವರ ಭಾಷಣಗಳಿಂದ ಪ್ರೇರಿತರಾಗಿ ಕನ್ನಡಿಗರು ಸೆಟೆದು ನಿಂತರು. ರಾಮಮೂರ್ತಿ ಬೆಂಗಳೂರಿನಲ್ಲಿ ಕನ್ನಡಿಗರ ಬೃಹತ್ ಸಮಾವೇಶ ಮಾಡಿ ಬೃಹತ್ ಸಾರ್ವಜನಿಕ ಕನ್ನಡ ರಾಜ್ಯೋತ್ಸವವನ್ನು ನಡೆಸಿಯೂ ಬಿಟ್ಟರು. ೧೯೬೫ರ ನವೆಂಬರ್ ೧ರಿಂದ ಮೂರು ದಿನಗಳ ಕಾಲ ಅದ್ಧೂರಿಯಾಗಿ ನಡೆದ ಈ ಉತ್ಸವ ರಾಜ್ಯದ ಮೂಲೆ ಮೂಲೆಗಳಿಗೂ ವ್ಯಾಪಿಸಿತು. ೧೫೦ಕ್ಕೂ ಹೆಚ್ಚು ಕನ್ನಡಪರ ಸಂಘಟನೆಗಳು ಹಾಗೂ ೧೦,೦೦೦ಕ್ಕೂ ಮಿಗಿಲಾಗಿ ಸಾರ್ವಜನಿಕರು ಈ ಉತ್ಸವದಲ್ಲಿ ಪಾಲ್ಗೊಳ್ಳಲು ಅವಕಾಶವಾಯಿತು. ಆ ದಿನ ರಜೆ ಬರಲು ರಾಮಮೂರ್ತಿ ಅವರ ಪ್ರಬಲ ಹೋರಾಟ ನಾಂದಿಯಾಯಿತು.

ತಮಿಳಿನ ಕಾಂಚಿತಲೈವ ಚಿತ್ರದಲ್ಲಿ ಕನ್ನಡದ ಹೆಮ್ಮೆಯ ಅರಸ ಇಮ್ಮಡಿ ಪುಲಕೇಶಿ ಹಾಗೂ ಕನ್ನಡ ಬಾವುಟಕ್ಕೆ ಅವಮಾನ ಮಾಡಿದ್ದನ್ನು ರಾಮಮೂರ್ತಿ ಮತ್ತು ಅನಕೃ ಉಗ್ರವಾಗಿ ಖಂಡಿಸಿದರು. ಇವರ ಹೋರಾಟದ ಕಾವು ಕಂಡು, ಸ್ವತಃ ಎಂ.ಜಿ. ರಾಮ ಚಂದ್ರನ್ ಬಂದು ಕನ್ನಡಿಗರ ಕ್ಷಮೆಕೇಳಿದರು.

ಮಂಗಳಕರವಾದ ಅರಿಶಿಣ ಕುಂಕುಮದ ಸಂಕೇತವನ್ನಿಟ್ಟು ಕೊಂಡು ಕನ್ನಡದ ಬಾವುಟವನ್ನು ಅನಕೃ ಜೊತೆ ಸೇರಿ ರೂಪಿಸಿದ ರಾಮಮೂರ್ತಿ ಅವರು ಕನ್ನಡಿಗರಿಗಾಗಿ ಕನ್ನಡ ಯುವಜನ, ವಿನೋದಿನಿ, ಕಥಾವಾಣಿ, ವಿನೋದವಾಣಿ ಪತ್ರಿಕೆಗಳನ್ನು ಪ್ರಾರಂಭಿಸಿದರು. ೨೦೦ಕ್ಕೂ ಹೆಚ್ಚು ಕಥೆಗಳನ್ನು ಬರೆದಿರುವ ರಾಮಮೂರ್ತಿ ಅವರು ಕನ್ನಡದಲ್ಲಿ ಮೊತ್ತ ಮೊದಲ ಪತ್ತೇದಾರಿ ಕಾದಂಬರಿಗಳ ಪರಂಪರೆಗೆ ಅಡಿಪಾಯ ಹಾಕಿದವರು. ಲಗಮಿಯ ಹೆಣ,

ಪತ್ತೆ ಮಾಡಬೇಡಿ, ಜುಲೇಕ, ಮತ್ತೆ ಜುಲೇಕ ಪುನಃ ಜುಲೇಕ, ತಪ್ಪಿ ಹೋದ ಪ್ರಿಯತಮ, ರಾಜಕಾಲುವೆ, ಹೀಗೆ ಹಲವಾರು ಪತ್ತೇದಾರಿ ಕಾದಂಬರಿಗಳ ಕರ್ತೃವಾದ ರಾಮಮೂರ್ತಿ ಅವರು ೧೯೬೭ ಡಿಸೆಂಬರ್ ೨೫ರ ಸೋಮವಾರ ತಲಘಟ್ಟ ಪುರದ ಬಳಿಯ ತಮ್ಮ ಜಮೀನಿನಲ್ಲಿ ಬಾವಿಯ ಮಣ್ಣು ಕುಸಿದು ನಿಮಿಷಗಳಲ್ಲೇ ತಮ್ಮ ಇಬ್ಬರು ಗಂಡು ಮಕ್ಕಳು ಹಾಗೂ ಕೂಲಿಗಳೊಂದಿಗೆ ಜಲಸಮಾಧಿಯಾದರು. ಆಗ ರಾಮಮೂರ್ತಿ ಅವರಿಗೆ ಕೇವಲ ೪೯ ವರ್ಷ. ಮಾರನೇ ದಿನದ ಶ್ರದ್ಧಾಂಜಲಿ ಸಭೆಯಲ್ಲಿ ಅನಕೃ ಅವರು ಕಣ್ಣೀರುಗರೆದು ಎಲ್ಲದರಲ್ಲೂ ತನ್ನನ್ನು ಮುಂದೆ ಬಿಡುತ್ತಿದ್ದ ನೀನು ಸಾವಿನ ವಿಷಯದಲ್ಲಿ ನನಗಿಂತ ಮುಂಚೆಯೇ ಹೊರಟು ಹೋದೆ ಎಂದು ಬಹಳ ದುಃಖಿಸಿದರು. ಕನ್ನಡ ನಾಡು ನುಡಿಯ ಏಳಿಗೆಗೆ ಕ್ಷಣಕ್ಷಣವೂ ಹಂಬಲಿಸುತ್ತಿದ್ದ ಮ. ರಾಮಮೂರ್ತಿ ಅವರು ಅಗಲಿ ೫೫ ವರ್ಷಗಳೇ ಆಗಿ ಹೋಗಿದೆ. ಅವರ ಪತ್ನಿ ಕಮಲಮ್ಮನವರನ್ನು ಚೆನ್ನಾಗಿ ನೋಡಿಕೊಳ್ಳುವ ಜವಾಬ್ದಾರಿಯನ್ನು ವಹಿಸಿಕೊಳ್ಳುವುದು ರಾಮಮೂರ್ತಿ ಅವರ ಸೇವೆಗೆ ಸಲ್ಲಿಸುವ ಕಿರುಕಾಣಿಕೆಯಾದೀತು.

೨೬

ಅಪ್ರತಿಮ ಯೋಗಸಾಧಕರು

ಬಿ.ಕೆ.ಎಸ್. ಅಯ್ಯಂಗಾರ್

ಕೋಲಾರದ ಪುಟ್ಟ ಊರಿನಲ್ಲಿ ಕಡುಬಡತನದ ಕುಟುಂಬದಲ್ಲಿ ಹುಟ್ಟಿ ಬೆಳೆದ ಹುಡುಗನಿಗೆ ಆರೋಗ್ಯದ ವಿಷಯದಲ್ಲೂ ಬಡತನ. ಸದಾ ಮಲೇರಿಯಾ, ಇನ್ಫ್ಲುಯೆಂಜ಼, ಕ್ಷಯ, ಟೈಫಾಯ್ಡ್ ರೋಗಗಳಿಗಂದ ತತ್ತರಿಸಿ ಜರ್ಜರಿತಗೊಂಡು ಕೃಶಕಾಯ ನಾದ ಬಾಲಕನೊಬ್ಬ ಮುಂದೆ ಇಡೀ ವಿಶ್ವವೇ ನಿಬ್ಬೆರಗಾಗುವಂತೆ ೯೫ ವರ್ಷಗಳ ತುಂಬು ಜೀವನ ನಡೆಸಿ, ವಿಶ್ವದ ಆರೋಗ್ಯಕ್ಕೆ ಯೋಗಸೂತ್ರಗಳನ್ನು ಪ್ರಖ್ಯಾತಿಗೊಳಿಸಿದ ವಾಸ್ತವದ ಕಥಾನಕ ಹೆಮ್ಮೆಯನ್ನು ಉಂಟು ಮಾಡುತ್ತದೆ. ಬೆಳ್ಳೂರು ಕೃಷ್ಣಮಾಚಾರ್ ಸುಂದರ ರಾಜಯ್ಯಂಗಾರ್ ಎನ್ನುವ ಉದ್ದ ಹೆಸರಿನಷ್ಟೇ ಬಿ.ಕೆ.ಎಸ್. ಅಯ್ಯಂಗಾರ್ ಅವರ ಯೋಗ ಸಾಧಕ ಬದುಕೂ ಕೂಡಾ ವಿಸ್ತಾರ ವಾದುದು. ಅಯ್ಯಂಗಾರ್ ಯೋಗ ಇಂದು ರಾಜ್ಯ ರಾಷ್ಟ್ರಗಳಲ್ಲಷ್ಟೇ ಅಲ್ಲದೆ ಅಂತಾರಾಷ್ಟ್ರೀಯವಾಗಿಯೂ ಅಯ್ಯಂಗಾರ್ ಯೋಗ ವಿಖ್ಯಾತ ಗೊಂಡಿರುವುದರ ಹಿಂದೆ ಅಯ್ಯಂಗಾರ್ ಅವರ ಅಗಾಧವಾದ ದೃಢತೆ ಇದೆ.

೧೯೧೮ರಲ್ಲಿ ಕೋಲಾರದ ಬೆಳ್ಳೂರಿನಲ್ಲಿ ಜನಿಸಿದ ತಮಿಳು ಮನೆತನದ ಅಯ್ಯಂಗಾರ್ ಅವರು ಭಾವನವರಿಂದ ಪುಣೆಯಲ್ಲಿ ಯೋಗವನ್ನು ಕಲಿತರು. ಆದರೆ ೧೯ನೇ ಶತಮಾನದ ಆರಂಭದಲ್ಲಿ ಅಲ್ಲಿನವರಿಗೆ ಯೋಗದ ಬಗ್ಗೆ ಹೆಚ್ಚಿನ ಒಲವು ತಿಳಿವುಗಳಿರದೆ ತಾತ್ಸಾರವಿತ್ತು. ಇದರಿಂದ ಬೇಸರಗೊಂಡ ಅಯ್ಯಂಗಾರ್ ಅವರು ಅನೇಕ ವಿದ್ವಾಂಸರು ಬರೆದಿರುವ ಯೋಗಶಾಸ್ತ್ರ ಸಂಬಂಧಿತ ಕೃತಿಗಳನ್ನು ಅಧ್ಯಯನ ಮಾಡಿದರು. ಆಗ ಅವರಿಗೆ ಕೃತಿಗಳಲ್ಲಿ ಉಲ್ಲೇಖ ವಾಗಿರುವುದಕ್ಕೂ, ಪ್ರಾಯೋಗಿಕವಾಗಿ ಆಚರಣೆಗೆ ಒಳಪಡಿಸುವಾಗಲೂ ಇದ್ದ ವ್ಯತ್ಯಾಸಗಳು ಸ್ಪಷ್ಟವಾಗಿ ತಿಳಿಯಿತು. ಆಗ ಅಯ್ಯಂಗಾರ್ ಅವರು ವೈಜ್ಞಾನಿಕವಾಗಿ ವೈಧಾನಿಕವಾಗಿ ಕ್ರಮಬದ್ಧ ಯೋಗಾಸನಗಳನ್ನು ಮರು ರೂಪಿಸಿ ಜಗತ್ತಿಗೆ ಪ್ರಚುರ ಪಡಿಸಿದರು. ಶರೀರ ಶುದ್ಧಿ-ಮಾನಸಿಕ ಶಾಂತಿಗಳ ಆಧಾರದ ಮೇಲೆ ರೂಪಿಸಿದ ಈ ಯೋಗವೇ ಅಯ್ಯಂಗಾರ್ ಯೋಗ ಎಂದು ಹೆಸರಾಯಿತು.

ಖ್ಯಾತ ಪಿಟೀಲು ವಾದಕ ಮೆಹೂದಿ ಮೆನಹನ್ ಇವರ ಯೋಗಾಭ್ಯಾಸವನ್ನು ಕಂಡುಅಭಿನಂದಿಸಿ ಬೆಲೆಬಾಳುವ ಕಾಣಿಕೆಯನ್ನು ನೀಡಿದ್ದರು. ಪಂಚಭೂತ-ಪಂಚೇಂದ್ರಿಯಗಳ ಸಂಯುಕ್ತತೆಯು ಪ್ರಾಣ-ಪ್ರಜ್ಞೆ, ಜ್ಞಾನೇಂದ್ರಿಯ, ಪ್ರಜ್ಞೇಂದ್ರಿಯಗಳ ಮೂಲಕ ಸದೃಢಗೊಳ್ಳುತ್ತದೆ ಎಂದವರು ಅಯ್ಯಂಗಾರ್.

Light on Yoga ಎಂಬ ಅಯ್ಯಂಗಾರ್ ಅವರುಬರೆದ ಕೃತಿಯ ೧೦ ಲಕ್ಷ ಪ್ರತಿಗಳು ಮಾರಾಟವಾಗಿ ೧೭ ಭಾಷೆಗಳಿಗೆ ತರ್ಜುಮೆಯಾಯಿತು. ವಿಶ್ವದ ೧೦೦ ಪ್ರಭಾವೀ ವ್ಯಕ್ತಿಗಳಲ್ಲಿ ಬಿ.ಕೆ.ಎಸ್. ಅಯ್ಯಂಗಾರ್ ಒಬ್ಬರೆಂದು ಟೈಮ್ಸ್ ಪತ್ರಿಕೆ ಬಣ್ಣಿಸಿತು. Light on Pranayama, The tree of Yoga, Light on the sutras of Pathanjali, Light of Life... ಹೀಗೆ ಅನೇಕ ಕೃತಿಗಳು ಯೋಗದ ಬಗ್ಗೆ ಜಾಗೃತಿಯನ್ನು ಮೂಡಿಸಲು ಸಾಧ್ಯವಾಯಿತು. ಅಯ್ಯಂಗಾರ್ ಯೋಗವು ಭಾರತ, ಅಮೆರಿಕ, ಬ್ರಿಟನ್, ಸ್ವಿಟ್ಜರ್ಲೆಂಡ್, ಜರ್ಮನಿ, ಜಪಾನ್. ಇಲ್ಲೆಲ್ಲ ಬಹಳ ಹೆಸರುಗಳಿಸಿದೆ. ಸ್ಯಾನ್ ಫ್ರಾನ್ಸಿಸ್ಕೋದ ಸರ್ಕಾರವು ಅಕ್ಟೋಬರ್ ೩ರಂದು ಅಯ್ಯಂಗಾರ್ ದಿನವೆಂದು ಘೋಷಿಸಿದೆ. ಜೂನ್ ೨೧ರ ಅಂತಾರಾಷ್ಟ್ರೀಯ ಯೋಗ ದಿನವನ್ನೂ ಸಹ ಅಯ್ಯಂಗಾರ್ ದಿನ ಎನ್ನುವುದೂ ಇದೆ. ವಿಶ್ವದ ೭೨ ದೇಶಗಳಲ್ಲಿ ಅಯ್ಯಂಗಾರ್ ಯೋಗ ಕೇಂದ್ರಗಳಿವೆ. ಪದ್ಮಶ್ರೀ, ಪದ್ಮಭೂಷಣ, ಪದ್ಮವಿಭೂಷಣ, ಮೈಸೂರು ವಿಶ್ವವಿದ್ಯಾಲಯದ ಗೌರವ ಡಾಕ್ಟರೇಟ್, ಹೀಗೆ ನೂರಾರು ಅರ್ಹ ಪುರಸ್ಕಾರಗಳಿಂದ ಸಾಲಂಕೃತವಾದ ಬಿ.ಕೆ.ಎಸ್. ಅಯ್ಯಂಗಾರ್ ಎಂಬ ಬತ್ತದ ಚಿಲುಮೆಯು ೯೫ನೇ ವಯಸ್ಸಿನಲ್ಲಿ ೨೦೧೪ರ ಆಗಸ್ಟ್ ೨೦ರ ಬುಧವಾರ ತಮ್ಮ ಬದುಕಿಗೆ ಇತಿಶ್ರೀ ಹಾಡಿತು. ಕೋಲಾರದ ಪುಟ್ಟ ಊರಿನಿಂದ ವಿಶ್ವಾದ್ಯಂತ ಪಸರಿಸಿದ ಬಿ.ಕೆ.ಎಸ್. ಅಯ್ಯಂಗಾರ್ ಅವರ ಮುಗಿಲೆತ್ತರದ ಸಾಧನೆಗಳಿಗೆ ಮಿಗಿಲಿಲ್ಲ.

೨೭

ಸರ್ವಾಂಗೀಣ ಪ್ರತಿಭಾಶಾಲಿ

ಕುಮಾರ ವೆಂಕಣ್ಣ

ಕನ್ನಡ ಸಾಹಿತ್ಯ ಕ್ಷೇತ್ರವು ವಿಪುಲವಾಗಿದೆ, ಆದರೆ ಅಲ್ಲಿ ಅನೇಕ ಸರ್ವಾಂಗೀಣ ಪ್ರತಿಭೆಯ ಸಾಹಿತಿಗಳಿಗೆ ಮನ್ನಣೆ ನೀಡುವಲ್ಲಿ ವಿಫಲವಾಗಿರುವುದೂ ಉಂಟು. ಅಂಥ ಎಲೆಮರೆಯ ಕಾಯಿ ಶ್ರೀ ಕುಮಾರ ವೆಂಕಣ್ಣ.

ಮಂಗಳೂರಿನ ದಕ್ಷಿಣ ಕನ್ನಡ ಜಿಲ್ಲೆಯ ಕೊಯಿಲ ಎಂಬಲ್ಲಿ ೧೯೧೬ರಲ್ಲಿ ಹುಟ್ಟಿದ ವೆಂಕಣ್ಣನವರು ಬಹುಮುಖೀ ಸೃಜನಶೀಲರು. ಅವರು ವ್ಯಾಪಿಸಿಕೊಂಡ ಕ್ಷೇತ್ರಗಳು ಹಲವಾರು. ಸಾವಿರಕ್ಕೂ ಹೆಚ್ಚು ಕಿರುಗಥೆಗಳನ್ನು ೧೦ಕ್ಕೂ ಹೆಚ್ಚು ಕಾದಂಬರಿಗಳನ್ನು ಬರೆದು, ಪಾಪಚ್ಚಿ ಎಂಬ ಮಕ್ಕಳ ಸಾಹಿತ್ಯ ಪತ್ರಿಕೆಯನ್ನು ಬಹಳಷ್ಟು ಹಿಂದೆಯೇ ಪ್ರಕಟಿಸಿದವರು. ನಾಟ್ಯಸರಸ್ವತಿ ಎನ್ನಿಸಿದ್ದ ಕುಮಾರ ವೆಂಕಣ್ಣ ನವರು ಯಕ್ಷಗಾನ, ಕಲೆ, ನೃತ್ಯ, ಸ್ವಾತಂತ್ರ್ಯ ಹೋರಾಟ, ಸಮಾಜಸೇವೆಗಳಿಗಾಗಿ ಜೀವ ಸವೆಸಿದ ನಿಸ್ವಾರ್ಥ ಸಾಹಿತಿ.

ಭರತನಾಟ್ಯ, ಕಥಕ್ಕಳಿ, ಕಂಡ್ಯನ್, (ಶ್ರೀಲಂಕಾದ ನೃತ್ಯಪ್ರಕಾರ) ವಿವಿಧ ಜಾನಪದ ನೃತ್ಯಗಳನ್ನು ಕೂಲಂಕಷವಾಗಿ

ಅಧ್ಯಯನ ಮಾಡಿದವರು. ಇಡೀ ಭಾರತ ದೇಶವನ್ನು ಈ ನೃತ್ಯಗಳ ಶ್ರೇಯೋಭಿವೃದ್ಧಿಗಾಗಿ ಅಲೆಮಾರಿಯಂತೆ ಸುತ್ತಿದ ಜಂಗಮಸದೃಶ ಪರಿಶ್ರಮಿ ಕುಮಾರ ವೆಂಕಣ್ಣನವರನ್ನು ಕನ್ನಡ ಸಾಹಿತ್ಯ ಲೋಕ ಗುರುತಿಸಿ, ಗೌರವಿಸಿದ್ದು ಬಹಳ ಅಪರೂಪ ಎನ್ನುವುದು ಬಹಳ ಖೇದನೀಯ ಸಂಗತಿ.

೨೮

ಕನ್ನಡ ಸಾಹಿತ್ಯದ ಶಿಖರ

ತ.ರಾ.ಸು.

"ಚಿತ್ರದುರ್ಗದ ಜನರಿಗೆ ಚಿತ್ರದುರ್ಗ ಎಂದರೆ ಒಂದು ಊರಲ್ಲ, ಕೋಟೆಯಲ್ಲ, ಬೆಟ್ಟವಲ್ಲ, ತಮ್ಮ ಕರುಳಿಗೆ ಹೊಂದಿಕೊಂಡು ಬೆಳೆದ ಜೀವಂತ ವಸ್ತು" ಹೀಗೆ ಬರೆದು, ಅದರ ಪ್ರತಿಯಕ್ಷರವೂ ನಿಜ ಆಗುವಂತೆ ಬಾಳಿದ ಅಪ್ರತಿಮ ಸಾಹಿತಿ ತ.ರಾ.ಸು. ದಾವಣಗೆರೆ ಜಿಲ್ಲೆಯ ಹರಿಹರದ ಮಲೆಬೆನ್ನೂರಿನಲ್ಲಿ ೧೯೨೦ ಏಪ್ರಿಲ್ ೨೧ರಂದು ಹುಟ್ಟಿದ ತ.ರಾ.ಸು. ಅವರ ಪೂರ್ವಿಕರು ಆಂಧ್ರಪ್ರದೇಶದವರು. ತೆಲುಗು ಮಾತೃಭಾಷೆಯ ತಳುಕು ಇವರ ಕುಟುಂಬದ ಹೆಸರು. ಕನ್ನಡದ ಮೊದಲ ಪ್ರಾಧ್ಯಾಪಕರಾಗಿದ್ದ ಟಿ.ಎಸ್. ವೆಂಕಣ್ಣಯ್ಯ ತ.ರಾ.ಸು. ಅವರ ದೊಡ್ಡಪ್ಪ. ತ.ಸು. ಶಾಮರಾಯರು ಚಿಕ್ಕಪ್ಪ.

ತಳುಕಿನ ರಾಮಸ್ವಾಮಿ ಸುಬ್ಬರಾವ್ ತ.ರಾ.ಸು. ಎಂದೇ ಸುಪ್ರಸಿದ್ಧರು. ದುರ್ಗಾಸ್ತಮಾನ ತರಾಸು ಅವರ ಶ್ರೇಷ್ಠ ಕಾದಂಬರಿಗಳಲ್ಲಿ ಒಂದು. ಈ ಕೃತಿಗೆ ಕೇಂದ್ರ ಸಾಹಿತ್ಯ ಅಕಾಡೆಮಿ ಪ್ರಶಸ್ತಿ ಬಂದಾಗ ತರಾಸು ಇಹಲೋಕವನ್ನು ತ್ಯಜಿಸಿದ್ದರು. ಅವರ ಆತ್ಮಚರಿತ್ರೆ ಹಿಂದಿರುಗಿ ನೋಡಿದಾಗ

ಸಹ ಅಪೂರ್ಣವಾಗಿಸಿ ತರಾಸು ಇಲ್ಲವಾದಾಗ ಆ ಕೃತಿಯನ್ನು ಸಂಪೂರ್ಣಗೊಳಿಸಿದವರು ತರಾಸು ಅವರ ಪತ್ನಿ ಅಂಬುಜ.

ತರಾಸು ಅವರಿಗೆ ಕಾದಂಬರಿ ಕ್ಷೇತ್ರ ಬಹಳ ಹೆಸರು ತಂದು ಕೊಟ್ಟಿತು ನಿಜ, ಆದರೆ ಅವರ ಸಾಹಿತ್ಯ ರಚನೆ ಆರಂಭ ವಾದುದು ಕಥೆಯ ಮೂಲಕ. ದೊಡ್ಡಪ್ಪ ವೆಂಕಣ್ಣಯ್ಯ ಅವರು ತಮ್ಮನ ಮಗನಿಗೆ ಸಾಮರ್ಥ್ಯ ಇದ್ದರೆ ಒಂದು ಕಥೆ ಬರೆದು ತೋರಿಸು ಎಂದು ಹಾಕಿದ ಸವಾಲಿಗೆ ಉತ್ತರವಾಗಿ ತರಾಸು ಬರೆದ ಕಥೆಯೇ ಪುಟ್ಟನ ಚೆಂಡು. ಆಗ ಭಾರತವು ಆಂಗ್ಲರ ಆಳ್ವಿಕೆಯ ಕಾಲದಲ್ಲಿತ್ತು. ಸ್ವಾತಂತ್ರ್ಯದ ಕಿಚ್ಚು ಹರಡಿದ್ದ ಸಮಯದಲ್ಲಿ ತರಾಸು ಗಾಂಧೀಜಿಯವರ ಕರೆಗೆ ಓಗೊಟ್ಟು ತಮ್ಮ ಶಾಲಾ ಜೀವನದ ಕಡೆಗೆ ನಿರ್ಲಕ್ಷ್ಯ ತಾಳಿ ಸ್ವದೇಶಿ ಚಳವಳಿ, ಬ್ರಿಟಿಷರೆ ಭಾರತ ಬಿಟ್ಟು ತೊಲಗಿ ಚಳವಳಿಗಳಲ್ಲಿ ಸಕ್ರಿಯವಾಗಿ ಭಾಗವಹಿಸಿದ್ದ ತರಾಸು ಬಾಗಲೂರು ಎಂಬಲ್ಲಿ ವೀರಾವೇಶದ, ರಾಷ್ಟ್ರಜಾಗೃತಿಯನ್ನು ಹುಟ್ಟಿಸುವ ಭಾಷಣ ಮಾಡುತ್ತಿದ್ದಾಗ ಬಂಧನಕ್ಕೆ ಒಳಗಾದರು. ಜೈಲುವಾಸವನ್ನೂ ಅನುಭವಿಸಿದರು. ಜೈಲಿನಿಂದ ಬಂದ ನಂತರ ತಿ.ತಾ. ಶರ್ಮರ ವಿಶ್ವಕರ್ನಾಟಕ, ಮತ್ತು ಪ್ರಜಾವಾಣಿ ಪತ್ರಿಕೆಗಳಲ್ಲಿ ದುಡಿದರೂ ತರಾಸು ಅವರ ಮನಸ್ಸಿಗೆ ತೃಪ್ತಿ ಇರಲಿಲ್ಲ. ಅನ್ವೇಷಕ ಮತ್ತು ತೀವ್ರ ತುಡಿತಗಳ ತರಾಸು ಅವರಿಗೆ ಸಾಹಿತ್ಯರಚನೆಯೆಡೆಗೆ ಮನಸ್ಸು ಹೊರಳಿತು.

ಕನ್ನಡದ ಕಥಾಜಗತ್ತಿಗೆ ತರಾಸು ರೂಪಸಿ (ಮೊದಲಕಥಾ ಸಂಕಲನ) ತೊಟ್ಟಿಲು ತೂಗಿತು, ಮಲ್ಲಿಗೆಯ ನಂದನದಲ್ಲಿ, ಇದೇ ನಿಜವಾದ ಸಂಪತ್ತು ಕಥಾ ಸಂಕಲನಗಳನ್ನು ನೀಡಿದ ಇವರ ೦-೦=೦, ಒಂದು ತುಂಡು ಸುದ್ದಿ, ಇನ್ನೊಂದು ಮುಖ ಗಮನಾರ್ಹ ಕಥೆಗಳು. ಜ್ವಾಲಾ, ಮೃತ್ಯು ಸಿಂಹಾಸನ ಎಂಬ ನಾಟಕಗಳನ್ನು ಮತ್ತು ಪ್ರಥಮ ಪ್ರಣಯ, ಗಾಂಧೀಜಿ ತರಾಸು ಅವರ ಅನುವಾದಿತ ಕೃತಿಗಳು.

ಕಾದಂಬರಿ ಕ್ಷೇತ್ರದಲ್ಲಿ ತರಾಸು ಅವರ ಕೃಷಿ-ಮನೆಗೆ ಬಂದ ಮಹಾಲಕ್ಷ್ಮಿ ತರಾಸು ಅವರ ಮೊದಲ ಕಾದಂಬರಿಯಾದರೆ, ಸಿಡಿಲ ಮೊಗ್ಗು ೨೫ನೇ ಕಾದಂಬರಿ, ರಾಜೇಶ್ವರಿ ೫೦, ಶ್ರೀ ಚಕ್ರೇಶ್ವರಿ ಉತ್ತರಾರ್ಧ ಕೊನೆಯ ಕಾದಂಬರಿ. ಕಂಬನಿಯ ಕುಯಿಲು, ರಕ್ತರಾತ್ರಿ, ಮುಂಜಾವಿನಿಂದ ಮುಂಜಾವು, ಮೊದಲ ನೋಟ, ಯಕ್ಷಪ್ರಶ್ನೆ, ರಾಜ್ಯದಾಹ, ರಾಜದ್ರೋಹ, ತರಾಸು ಅವರ ಇತರ ಪ್ರಮುಖ ಕಾದಂಬರಿಗಳು.

ಅನಕೃ-ತರಾಸು. ಕನ್ನಡ ಸಾಹಿತ್ಯ ಕ್ಷೇತ್ರದ ಮಹತ್ತ್ವದ ಜೋಡಿ. ೧೯೩೬ರಲ್ಲಿ ಲಕ್ನೋದಲ್ಲಿ ನಡೆದ ಅಖಿಲ ಭಾರತ ಪ್ರಗತಿ ಶೀಲರ ಮೊದಲ ಸಾಹಿತ್ಯ ಸಮ್ಮೇಳನಕ್ಕೆ ಪ್ರೇಮಚಂದರು ಅಧ್ಯಕ್ಷತೆ ವಹಿಸಿದ್ದರು. ಅಲ್ಲಿ ಅನಕೃ ಅವರ ವಿಚಾರ ಧಾರೆಯನ್ನು ಮೆಚ್ಚಿದ ತರಾಸು ಅನಕೃ ಅವರ ಸ್ನೇಹ. ವಲಯಕ್ಕೆ

ಹೆಚ್ಚು ಸನಿಹವಾದರು ಮುಂದೆ ಇವರಿಬ್ಬರ ಬಾಂಧವ್ಯ ಗಟ್ಟಿಯಾಯಿತು. ಆಪ್ತರ ಲೋಕದಲ್ಲಿ ಅನಕೃ-ತರಾಸು, ಕಿಟ್ಟಣ್ಣ-ಸುಬ್ಬಣ್ಣ ಎಂದೇ ಪ್ರಸಿದ್ಧರಾಗಿದ್ದರು.

ತರಾಸು ಅವರ ಬರೆವಣಿಗೆಯು ಅನಕೃ ಅವರ ಪ್ರಭಾವಕ್ಕೆ ಒಳಗಾಗಿತ್ತು ಎನ್ನುವುದು ಸತ್ಯ. ಚಂದವಳ್ಳಿಯತೋಟ, ಚಕ್ರತೀರ್ಥ, ನಾಗರಹಾವು (೩ ಕಾದಂಬರಿಗಳ ಆಧಾರಿತ ಚಿತ್ರ) ಮಾರ್ಗದರ್ಶಿ, ಚಂದನದ ಗೊಂಬೆ, ಬೆಂಕಿಯ ಬಲೆ, ಬಿಡುಗಡೆಯ ಬೇಡಿ, (ಕನ್ನಡದಲ್ಲಿ ಪ್ರಜ್ಞಾ ಪ್ರವಾಹ ತಂತ್ರದ ಪ್ರಥಮ ಕಾದಂಬರಿ) ಹಂಸಗೀತೆ, ತಿರುಗುಬಾಣ, ಮಸಣದ ಹೂವು ಚಲನಚಿತ್ರಗಳಾಗಿಯೂಯಶಸ್ಸು ಕಂಡಿವೆ. ಹಂಸಗೀತೆ ಹಿಂದಿಯಲ್ಲೂ ಬಸಂತ್ ಬಹಾರ್ ಎಂಬ ಹೆಸರಿನಲ್ಲಿ ಚಿತ್ರವಾಗಿತ್ತು.

ತರಾಸು ಅವರ ಜನ್ಮಮಾಸ ಮತ್ತು ನಿಧನರಾದ ಮಾಸ ಏಪ್ರಿಲ್. ೧೯೮೪ರ ಏಪ್ರಿಲ್ ೧೦ ತರಾಸು ಎಂಬ ಕನ್ನಡಿಗರ ಕಣ್ಮಣಿ ೬೩ನೇ ವಯಸ್ಸಿನಲ್ಲಿ ಮರೆಯಾಯಿತು. ಏಪ್ರಿಲ್ ೨೧ರ ತರಾಸು ಅವರ ೬೪ನೇ ವರ್ಷದ ಹುಟ್ಟುಹಬ್ಬದ ದಿನ ಅವರ ೧೧ನೇ ದಿನದ ಶ್ರಾದ್ಧದ ಕಾರ್ಯ ನೆರವೇರಿತು.

ಕನ್ನಡ ನಾಡು, ನುಡಿ ಸಾಹಿತ್ಯ, ರಾಷ್ಟ್ರಪ್ರೇಮದ ಹೆಗ್ಗುರುತಾಗಿ ಬಾಳಿದ ತರಾಸು ಅವರ ಭೂಮಿಕೆ ಕನ್ನಡ ಸಾಹಿತ್ಯ ಕ್ಷೇತ್ರದಲ್ಲಿ ಮಾಸುವುದಿಲ್ಲ.

೨೯

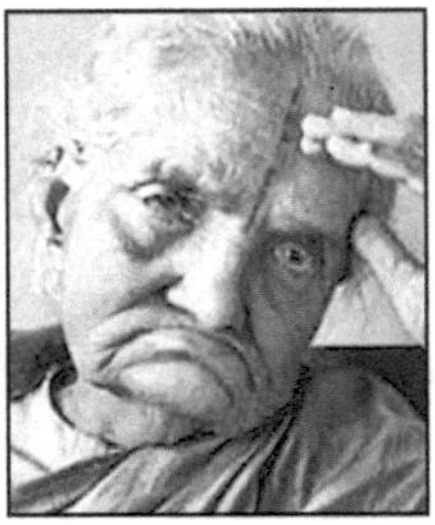

ದಿಟ್ಟತನದ ಸ್ತ್ರೀಶಕ್ತಿ

ನಂಜನಗೂಡು ತಿರುಮಲಾಂಬ

೧೮ನೇ ಶತಮಾನದಲ್ಲಿ ಸಾಮಾಜಿಕ ಪಿಡುಗುಗಳು ಅಧಿಕವಾಗಿದ್ದವು. ಬಾಲ್ಯವಿವಾಹ ಪದ್ಧತಿ, ವರದಕ್ಷಿಣೆಯ ದೌರ್ಜನ್ಯ, ಸತಿಸಹಗಮನ, ಮೊದಲಾದ ಕಂದಾಚಾರಗಳು ಅನಿಷ್ಟಗಳಾಗಿ ಸಾರ್ವಜನಿಕ ಮತ್ತು ಸಮಾಜದ ಸ್ವಾಸ್ಥ್ಯವನ್ನು ಹಿಂಸಾತ್ಮಕ ಘರ್ಷಣೆಗಳಿಗೆ ದಾರಿ ಮಾಡಿಕೊಟ್ಟಿತ್ತು. ಇಂಥ ವಿಷಮ ಪರಿಸ್ಥಿತಿಯನ್ನೆದುರಿಸಿ ಎಲ್ಲವನ್ನೂ ಧೈರ್ಯದಿಂದ ಎದುರಿಸಿ ಸೆಟೆದು ನಿಂತು, ಸಮಾಜಕ್ಕೇ ಸವಾಲಾಗಿ ಬದುಕಿದ ಹಿರಿಯ ಜೀವ ನಂಜನಗೂಡು ತಿರುಮಲಾಂಬ.

೧೮೮೭ರ ಮಾರ್ಚ್ ೨೫ರಂದು ನಂಜನಗೂಡಿನಲ್ಲಿ ತಮಿಳು ಮಾತನಾಡುವ ಮನೆತನದಲ್ಲಿ ಜನಿಸಿದ ತಿರುಮಲಾಂಬ ಅವರ ಬಾಳು ನಂಜಿನಗೂಡೇ ಆಗಿತ್ತು. ಕೇವಲ ೧೦ರ ವಯಸ್ಸಿನಲ್ಲೇ ವಿವಾಹವಾದ ತಿರುಮಲಾಂಬ ಸ್ವಲ್ಪ ದಿನಗಳಲ್ಲೇ ವೈಧವ್ಯದ ಶಾಪಕ್ಕೆ ಗುರಿಯಾಗಿ ಅತಂತ್ರ ಮತ್ತು ಡೋಲಾಯಮಾನವಾದ ಸ್ಥಿತಿಯಲ್ಲಿದ್ದರು.

ಆಗ ತಿರುಮಲಾಂಬ ತಂದೆ ಕೃಷ್ಣಯ್ಯಂಗಾರ್ ಮಗಳಿಗೆ ಸತ್ತ್ವಯುತ ಕೃತಿಗಳನ್ನು ಓದಲು ನೀಡಿದ್ದು ಒಂಟಿತನ, ಸಮಾಜದ ಅವಕೃಪೆ, ಅವಮಾನಗಳಿಗೆ ಈಡಾಗಿದ್ದ ೧೦ ವರ್ಷದ ಮುಗ್ಧ ಬಾಲಕಿಗೆ ಬೇಸರ ನೀಗಲು ಕಾರಣವಾಯಿತು. ಮಾತೃಭಾಷೆ ತಮಿಳಾದರೂ ತಿರುಮಲಾಂಬ ಅವರಿಗೆ ಕನ್ನಡ, ತೆಲುಗು ಚೆನ್ನಾಗಿ ಬರುತ್ತಿತ್ತು. ಮನೆಯಲ್ಲೇ ಪುಟ್ಟ ಶಾಲೆಯನ್ನು ಆರಂಭಿಸಿ, ಅಕ್ಕಪಕ್ಕದ ಮನೆಯ ಮಕ್ಕಳಿಗೆ ಪಾಠ ಹೇಳಲು ಶುರು ಮಾಡಿದರು. ಮಾತೃಮಂದಿರ ಎಂಬ ಹೆಸರಿನ ಈ ಶಾಲೆ ಮಕ್ಕಳನ್ನು ಬಹುಬೇಗ ಸೆಳೆದಿತ್ತು.

"ಗೋಪಾಲ ಕೃಷ್ಣ ಅಡಿಗರ ಕವನ" ಚಲನವೇ ಬದುಕು ನಿಶ್ಚಲವೇ ಮರಣ ಎಂಬಂತೆ ಸದಾ ಕ್ರಿಯಾಶೀಲರಾಗಿದ್ದ ತಿರುಮಲಾಂಬ ಅವರು ಸನ್ಮಾರ್ಗದರ್ಶಿನಿ ಎಂಬ ಪತ್ರಿಕೆಯನ್ನೂ, ಸತಿ ಹಿತೈಷಿಣಿ ಎಂಬ ಮುದ್ರಣಾಲಯವನ್ನೂ ಆರಂಭಿಸಿದ ತಿರುಮಲಾಂಬ ಅವರು ೧೯೧೩ರಲ್ಲಿ ತಮ್ಮ ೨೬ನೇ ವಯಸ್ಸಿನಲ್ಲೇ ತಮ್ಮ ಮೊದಲ ಕಾದಂಬರಿ ಸುಶೀಲೆಯನ್ನು ಬರೆದು ಮುದ್ರಿಸಿದರು. ಈ ಕೃತಿಗೆ ಬೇಡಿಕೆ ಹೆಚ್ಚಾಗಿ ನಾಲ್ಕು ಮುದ್ರಣಗಳನ್ನು ಕಂಡಿತು. ಮುಂದೆ ಈ ಕಾದಂಬರಿಯ ೭೦೦೦ ಪ್ರತಿಗಳು ಮಾರಾಟವಾದವು. ಪಾನ್ಯಂ ಸುಂದರ ಶಾಸ್ತ್ರಿಯವರ ಸನ್ಮಾರ್ಗ ಗ್ರಂಥಾವಳಿ, ಸರಗೂರ ವೆಂಕಟವರದಾಚಾರ್ಯರ ಸನ್ಮಾರ್ಗ ಗ್ರಂಥಮಾಲಿಕಾ, ನಂದಿನಿ ಗ್ರಂಥಮಾಲಾ ಕೃತಿಗಳನ್ನೂ ಮುದ್ರಿಸಿ ಪ್ರಕಾಶಿಸಿದ ತಿರುಮಲಾಂಬ ಅವರ ಧೀಶಕ್ತಿ ಬಹಳ ಉನ್ನತವಾದುದು. ಅಲಂಕಾರಿಕಾ ವಿಜ್ಞಾನ, ಸರಳ ಯುನಿಪತಿ ಚಿಕಿತ್ಸಕ, ಆಯುರ್ವೇದ ಚಿಕಿತ್ಸಕ ಮೊದಲಾದ ಕೃತಿಗಳನ್ನು ಪ್ರಕಟಿಸಿ ಕನ್ನಡದ ಮೊತ್ತಮೊದಲ ಮುದ್ರಕಿ, ಪ್ರಕಾಶಕಿ ಎಂಬ ಅಭಿದಾನಕ್ಕೆ ಪಾತ್ರರಾದರು.

ನಭ, ವಿದ್ಯುಲ್ಲತಾ, ಹರಿಣಿ ಕೃತಿಗಳನ್ನು ರಚಿಸಿ ಮುದ್ರಿಸಿದ ಇವರು ಸುಮಾರು ೩೦ ಕೃತಿಗಳನ್ನು ರಚಿಸಿದ್ದಾರೆ. ಕರ್ನಾಟಕ ನಂದಿನಿ ಎಂಬ ಪತ್ರಿಕೆಯನ್ನು ಪ್ರಾರಂಭಿಸಿ, ಕಡೆಂಗೋಡ್ಲು ಶಂಕರಭಟ್ಟರಿಂದ ಲೇಖನಗಳನ್ನು ಬರೆಸುತ್ತಿದ್ದರು.

ದಕ್ಷಕನ್ಯೆ, ವಿರಾಗಿಣಿ ಎಂಬ ಕವನಸಂಕಲನ, ಸಾವಿತ್ರಿ ಚರಿತ್ರೆ, ಜಾನಕಿ ಕಲ್ಯಾಣ ತಿರುಮಲಾಂಬ ಅವರ ಪ್ರಸಿದ್ಧ ನಾಟಕಗಳು. ಚಂದ್ರವದನ ರಮಾನಂದ, ಮಾತೃನಂದಿನಿ ಇವರ ವಿಶಿಷ್ಟ ಕೃತಿಗಳು.

೧೯೮೨ರ ಮಾರ್ಚ್ ೨೫ರಂದು ೯೫ನೇ ಇಳಿವಯಸ್ಸಿನಲ್ಲಿ ಕಾಲನೆಡೆಗೆ ತೆರಳಿದ ಈ ಹಿರಿಯ ಚೇತನ, ತಮಿಳು ಮಾತೃಭಾಷೆ ಯಾಗಿಯೂ ಕನ್ನಡಕ್ಕೆ, ಕನ್ನಡ ಸಾಹಿತ್ಯ, ಪತ್ರಿಕೋದ್ಯಮಕ್ಕೆ ನೀಡಿದ ಕೊಡುಗೆ ಅವಿಸ್ಮರಣೀಯ.

೩೦

ಕನ್ನಡದ ಅಪರೂಪ ಸಾಹಿತಿ

ತಿರುಮಲೆ ರಾಜಮ್ಮ

೧೯ನೇ ಶತಮಾನದ ಆರಂಭದಲ್ಲಿ ಜನಿಸಿದ ತೆಲುಗು ಮಾತೃಭಾಷೆಯ ಮಹಿಳೆ ಕನ್ನಡದ ಉದ್ದಾಮ ಸಾಹಿತಿಯ ಮಡದಿಯಾಗಿ ಕನ್ನಡವನ್ನು ಕಲಿತು ಅನೇಕ ಕಾವ್ಯ ನಾಟಕಗಳನ್ನು, ಪ್ರಬಂಧಗಳನ್ನು, ಅನುವಾದ ಕೃತಿಯನ್ನೂ ರಚಿಸಿದ್ದಾರೆ.

೧೯೦೦ರಲ್ಲಿ ತುಮಕೂರಿನಲ್ಲಿ ಹುಟ್ಟಿದ ತಿರುಮಲೆ ರಾಜಮ್ಮನವರು ಕನ್ನಡ ಸಾಹಿತ್ಯಕ್ಕೆ ಮಹತ್ತರವಾದ ಕೊಡುಗೆಯನ್ನು ನೀಡಿದ್ದಾರೆ.

ಸಾಹಿತ್ಯ, ಸಂಗೀತ, ರಾಷ್ಟ್ರಾಭಿಮಾನಗಳ ಬೆಸುಗೆಯಾಗಿದ್ದ ರಾಜಮ್ಮನವರಿಗೆ ಬಹಳ ಪ್ರಿಯರಾದ ವೀರೇಶ ಲಿಂಗಂ ಅವರ ಸಾಹಿತ್ಯವನ್ನು ಆಳವಾಗಿ ಅಧ್ಯಯನ ಮಾಡಿದ್ದ ರಾಜಮ್ಮನವರು ತೆಲುಗಿನ ಜೊತೆಗೆ ಮುಂದೆ ಕನ್ನಡವನ್ನೂ ಚೆನ್ನಾಗಿ ಅಭ್ಯಸಿಸಿ ಪ್ರಭುತ್ವ ಹೊಂದಿದರು.

೨೦ನೇ ವಯಸ್ಸಿನಲ್ಲೇ ರಾಜಮ್ಮನವರು ರವೀಂದ್ರನಾಥ ಠಾಕೂರರ ಬಂಗಾಳಿ ನಾಟಕವನ್ನು ದೃಢ ಪ್ರತಿಜ್ಞೆ ಎಂಬ ಹೆಸರಿನಲ್ಲಿ ಕನ್ನಡಕ್ಕೆ ಅನುವಾದ ಮಾಡಿದ್ದರು.

ಕಿರಿಯ ವಯಸ್ಸಿನಲ್ಲೇ ವಿವಾಹವಾದ ರಾಜಮ್ಮನವರು ಕನ್ನಡದ ಧೀಮಂತ ಪತ್ರಕರ್ತ, ಸ್ವಾತಂತ್ರ್ಯ ಹೋರಾಟಗಾರ ವಾಗ್ಮಿ ತಿರುಮಲೆ ತಾತಾಚಾರ್ಯ ಶರ್ಮರ ಮಡದಿಯಾಗಿ ಬಂದ ಮೇಲೆ ಪತಿಯ ನಿರಂತರ ಪ್ರೋತ್ಸಾಹದಿಂದ ಕನ್ನಡದಲ್ಲೇ ಅನೇಕ ನಾಟಕಗಳನ್ನು ಬರೆಯಲು ರಾಜಮ್ಮನವರಿಗೆ ಸೂಕ್ತ ವಾತಾವರಣ ದೊರಕಿತು.

ತಪಸ್ವಿನಿ, ಮಹಾಸತಿ, ವಾತ್ಸಲ್ಯ, ತರಂಗ ಲೀಲಾ ರಾಜಮ್ಮನವರು ಬರೆದ ನಾಟಕಗಳು. ಸ್ವರ್ಗ, ಉನ್ಮತ್ತ ಭಾಮಿನಿ ದುಂದುಭಿ, ಕಿರು ರೂಪಕಗಳನ್ನು ರಚಿಸಿದ ರಾಜಮ್ಮನವರು ಬರೆದ ಮತ್ತೊಂದು ಪ್ರಮುಖ ನಾಟಕ ಅಹಲ್ಯಾ. ಸಂಗೀತದ ಮೂಲಕ ನಾಟಕವನ್ನು ರೂಪಿಸಿರುವ ಈ ಸಾಮಾಜಿಕ ನಾಟಕ ರಾಜಮ್ಮನವರಿಗೆ ಹೆಸರು ತಂದುಕೊಟ್ಟಿತು.

ಪತಿಯೊಂದಿಗೆ ಊರೂರು ಸುತ್ತಿದ ರಾಜಮ್ಮನವರಲ್ಲಿ ದೇಶಾಭಿಮಾನ ಮತ್ತಷ್ಟು ಗಟ್ಟಿಗೊಂಡಿತು. ಅನೇಕ ಧುರೀಣರ, ರಾಷ್ಟ್ರಪ್ರೇಮಿಗಳ, ದೇಶಭಕ್ತರ ಭಾಷಣಗಳ ಪ್ರಭಾವ ರಾಜಮ್ಮನವರನ್ನು ಹುರಿಗೊಳಿಸಿತಲ್ಲದೆ ಆಗಿನ ಕಾಲದಲ್ಲಿ ತಾಂಡವವಾಡುತ್ತಿದ್ದ ಸಾಮಾಜಿಕ ಕಂದಾಚಾರಗಳು, ಮೂಢನಂಬಿಕೆಗಳ ಅನಿಷ್ಟ ಹಾಗೂ ದಬ್ಬಾಳಿಕೆ, ಸ್ತ್ರೀ ಶೋಷಣೆಗಳನ್ನು ಕುರಿತು ಬಹಳ ಮನೋಜ್ಞವಾಗಿ ಸುಖಮಾರ್ಗ ಎಂಬ ನಾಟಕವನ್ನು ರಚಿಸಿದ ರಾಜಮ್ಮನವರ ಈ ನಾಟಕಕ್ಕೆ ಅಮೆಚೂರ್ ನಾಟಕ ಸಂಘದ ಬಹುಮಾನವೂ ದೊರೆಯಿತು. ಬಾಲ್ಯವಿವಾಹ, ಹೆಣ್ಣಿನ ನಾನಾ ಸಂಕಟಗಳನ್ನು ಹೇಳುವ ಈ ನಾಟಕವನ್ನು ಕನ್ನಡದ ಅನೇಕ ಸಾಹಿತಿಗಳು ಮೆಚ್ಚಿ ರಾಜಮ್ಮ ನವರ ಬರೆವಣಿಗೆಯನ್ನು ಮುಕ್ತಕಂಠದಿಂದ ಶ್ಲಾಘಿಸಿದರು.

ಟಿ.ಪಿ. ಕೈಲಾಸಂ ಅವರಂಥ ನಾಟಕಕಾರರೂ ರಾಜಮ್ಮನವರ ಪ್ರತಿಭೆ, ನಾಟಕಗಳ ರಚನಾ ವಿಧಾನಗಳನ್ನು ಬಹುವಾಗಿ ಹೊಗಳಿದ್ದರು. ಗಾಂಧೀಜಿಯವರ ದರ್ಶನ ಪಡೆದು ಬಂದಿದ್ದ ತಿರುಮಲೆ ರಾಜಮ್ಮನವರು ಪತಿಯ ಸಾಹಚರ್ಯದಲ್ಲಿ ಅಪರಿಮಿತವಾಗಿ ಸಾಹಿತ್ಯ, ಸಂಸ್ಕೃತಿಗಳ ಅರಿವನ್ನು ಹೆಚ್ಚಿಸಿಕೊಂಡರು.

ತಿ.ತಾ. ಶರ್ಮರ ವಿಶ್ವಕರ್ನಾಟಕ ವಾರಪತ್ರಿಕೆ ನಾಡು-ನುಡಿ ರಾಷ್ಟ್ರೀಯತೆಗಳ ಲೇಖನಗಳನ್ನು ಒಳಗೊಂಡಿರುತ್ತಿತ್ತು. ರಾಜಮ್ಮನವರು ಈ ಪತ್ರಿಕೆಯ ಯಶಸ್ಸಿಗೆ ಕಾಯಾ ವಾಚಾ ಮನಸಾ ದುಡಿದರು. ಇದಲ್ಲದೆ, ರಾಜಮ್ಮನವರ ಮತ್ತೊಂದು ಆಸಕ್ತಿಯ ಕ್ಷೇತ್ರವೆಂದರೆ ಸಂಗೀತ.

ವೀಣೆ ಶೇಷಣ್ಣನವರ ಬಳಿ ಸಂಗೀತಾಭ್ಯಾಸ ಮಾಡಿದ್ದ ರಾಜಮ್ಮನವರು ಪ್ರಸಿದ್ಧ ದೇಶಭಕ್ತಿ ಗೀತೆಗಳನ್ನೂ ರಚಿಸಿದ್ದಾರೆ. ದೇಶಸೇವಾ ನಿರತರಾಗಿರೈ ಇವರ ಮೊದಲ ಗೀತೆ.

ಜೈ ಭಾರತ ಬುವಿಗೆ ಮಾತೆಗೆ ಶಾಲಾ ವಿದ್ಯಾರ್ಥಿಗಳ ಪ್ರಾರ್ಥನಾ ಗೀತೆಯಾಗಿತ್ತು. ಆಗಸ್ಟ್ ೧೫ ೧೯೪೭ರ ಬೆಳಿಗ್ಗೆ ರಾಜಮ್ಮನವರು ಬರೆದ ನಿದ್ದೆ ತಿಳಿದೆಚ್ಚರ ಕವನವೂ ಬಹಳ ಪ್ರಸಿದ್ಧ. ಗಾಂಧೀಜಿಯವರಿಗೆ ಬಹಳ ಪ್ರಿಯವಾಗಿದ್ದ ವೈಷ್ಣವ ಜನತೋ ತೇನೆ... ಹಾಡನ್ನು ವೈಷ್ಣವನವನೇ ನಿಜವೀ ಜಗದಿ ಎಂದು ಕನ್ನಡಕ್ಕೆ ಅನುವಾದ ಮಾಡಿದ ರಾಜಮ್ಮನವರು ಗಾಂಧೀಜಿ ಯವರ ಮುಂದೆಯೇ ಅದನ್ನು ಹಾಡಿ ಅವರಿಂದಲೇ ಶಹಭಾಷ್ ಗಿರಿ ಪಡೆದುಕೊಂಡರು. ಭಾರತಿ ಎನ್ನುವುದು ರಾಜಮ್ಮನವರ ಕಾವ್ಯನಾಮ.

೧೯೭೩ರಲ್ಲಿ ತಿ.ತಾ. ಶರ್ಮರ ಕಣ್ಮರೆ ರಾಜಮ್ಮನವರಿಗೆ ಆಘಾತ ತಂದಿತ್ತು. ಆದರೂ ನಿರಂತರ ಜೀವನಪ್ರೀತಿ ಹೊಂದಿದ್ದ ರಾಜಮ್ಮನವರು ಪತಿಯ ಅಗಲಿಕೆಯ ನಂತರವೂ ೧೧ ವರ್ಷ ಬದುಕಿನ ರಥವನ್ನೆಳೆದು ೧೯೮೪ರಲ್ಲಿ ಈ ಲೋಕದಿಂದ ಮರೆಯಾದರು.

ಸ್ವಪರಿಶ್ರಮ, ಸಾಹಿತ್ಯ ಸಂಗೀತ ದೇಶಪ್ರೇಮಗಳ ದ್ಯೋತಕವಾಗಿ ಬಾಳು ಸವೆಸಿದ ತಿರುಮಲೆ ರಾಜಮ್ಮನವರದ್ದು ಮರೆಯಲಾಗದ ಹೆಸರು.

೩೧

ಮಕ್ಕಳ ಕಲ್ಯಾಣದ ಅಧ್ವರ್ಯು

ಆರ್. ಕಲ್ಯಾಣಮ್ಮ

ಕಲ್ಯಾಣಮ್ಮ ಎನ್ನುವುದು ಕೇವಲ ಹೆಸರಿಗಷ್ಟೇ ಸೀಮಿತವಾಗಿ, ಜೀವನದುದ್ದಕ್ಕೂ ನೋವು ವಿಷಾದಗಳನ್ನೇ ಹೊತ್ತು ಬಾಳಿದವರು ಆರ್. ಕಲ್ಯಾಣಮ್ಮ. ಬಾಲ್ಯವಿವಾಹ ಪದ್ಧತಿಯಿದ್ದ ಕಾಲದಲ್ಲಿ ಮದುವೆಯ ಬಂಧನಕ್ಕೆ ಒಳಗಾದ ಕಲ್ಯಾಣಮ್ಮನವರು ಏನೂ ಅರಿಯದ ಮುಗ್ಧ ವಯಸ್ಸಿನಲ್ಲಿ ವಿವಾಹವಾದುದೊಂದು ಮನಕಲಕುವ ಘಟ್ಟವಾದರೆ ಅದಕ್ಕಿಂತ ಘೋರವಾದುದು ಬಾಲವಿಧವೆಯಾದುದು. 'ಕಲ್ಯಾಣ' ಎಂದರೆ ಶುಭ, ವಿವಾಹ ಎಂಬ ಎರಡು ಅರ್ಥಗಳಿವೆ. ಆದರೆ ಕಲ್ಯಾಣಮ್ಮನವರ ಜೀವನದಲ್ಲಿ ಶುಭ ವಿವಾಹ ಯಾವುದೂ ಕಲ್ಯಾಣಕರವಾಗಿರಲಿಲ್ಲ ಎನ್ನುವುದು ವಿಧಿಯ ಕ್ರೂರ ಚೋದ್ಯ.

ಸಂಪ್ರದಾಯಸ್ಥ ತಮಿಳು ಮನೆಮಾತಿನ ಕುಟುಂಬದಲ್ಲಿ ಜನಿಸಿದ ಕಲ್ಯಾಣಮ್ಮನವರಿಗೆ ಒಂಬತ್ತು ವರ್ಷವಾಗಿದ್ದಾಗ ೧೨ ವರ್ಷದ ಬಾಲಕನೊಂದಿಗೆ ಮದುವೆಯ ಏರ್ಪಾಡಾಗುತ್ತದೆ. ಆದರೆ ಕಾಯಿಲೆಗೆತುತ್ತಾಗಿ ಆ ಬಾಲಕ ಮರಣಿಸುತ್ತಾನೆ. ತನ್ನ ಗೆಳತಿಯರೊಂದಿಗೆ ಕುಂಟೆಬಿಲ್ಲೆ ಆಡುತ್ತಿದ್ದ ಕಲ್ಯಾಣಿಗೆ

ಮನೆಯವರು 'ಕಲ್ಯಾಣಿ, ಬಾರೇ ಒಳಗೆ ನಿನ್ನ ಗಂಡ ತೀರಿಕೊಂಡ,' ಎಂದಾಗ ಏನೂ ತಿಳಿಯುವುದಿಲ್ಲ. ಬಾಲ್ಯವಿವಾಹ ಪದ್ಧತಿಯ ಕರಾಳ ಕೂಪದ ಆ ಸಮಾಜದ ಕಟ್ಟಳೆಯಂತೆ ಅಲ್ಲಿಂದ ಆರು ದಶಕಗಳ ಕಾಲ ವೈಧವ್ಯದ ಶಾಪಗ್ರಸ್ತ ಕನ್ಯೆಯಾಗಿ ಕಲ್ಯಾಣಮ್ಮ ಬದುಕು ಸವೆಸಿದ ಹಂತ ನಿಜಕ್ಕೂ ಅಸಹನೀಯ. ಅರವತ್ತು ವರ್ಷಗಳ ಕಾಲ ತಮ್ಮ ಬದುಕನ್ನು ಮಕ್ಕಳ ಸೇವೆಗಾಗಿ ಮುಡಿಪಿಡುವ, ಸಾಹಿತ್ಯ-ಸಂಸ್ಕೃತಿಗಳ ಉದ್ಧಾರಕ್ಕಾಗಿ ಶ್ರಮಿಸುವ ಕಲ್ಯಾಣಮ್ಮನವರ ಬದುಕು ತ್ಯಾಗ ಮತ್ತು ನಿಸ್ವಾರ್ಥ ಕಾಳಜಿಯ ಅದ್ಭುತ ಚರಿತ್ರೆ.

೧೩ನೇ ವಯಸ್ಸಿನಲ್ಲಿ ಲೋಯರ್ ಸೆಕೆಂಡರಿ ಶಿಕ್ಷಣ ಮುಗಿಸಿ, ಕನ್ನಡ-ಆಂಗ್ಲಭಾಷೆಗಳಲ್ಲಿ ಹಿಡಿತ ಸಾಧಿಸುವ ಕಲ್ಯಾಣಮ್ಮನವರ ಮನೆಯ ಭಾಷೆ ತಮಿಳಾಗಿದ್ದೂ ಅವರ ಸೇವೆ, ಸಾಧನೆಗಳೆಲ್ಲ ಮೂಡಿರುವುದು ಕನ್ನಡದಲ್ಲೇ ಎನ್ನುವುದು ವಿಶೇಷ. ಇವರು ಬರೆಯುತ್ತಿದ್ದ ಲೇಖನಗಳೆಲ್ಲ ಅಂದಿನ ಪತ್ರಿಕೆಗಳಾಗಿದ್ದ ಒಕ್ಕಲಿಗರ ಪತ್ರಿಕೆ, ಕೊಡಗು, ಕಂಠೀರವ, ಮೊದಲಾದವುಗಳಲ್ಲಿ ಪ್ರಕಟವಾಗುತ್ತಿತ್ತು, ವೆಂಕಟಕೃಷ್ಣಯ್ಯ, ಆಲೂರು ವೆಂಕಟರಾಯರು, ಮುದವೀಡು ಕೃಷ್ಣರಾಯರು, ಮೊದಲಾಗಿ ಅನೇಕ ಉದ್ದಾಮ ಸಾಹಿತಿಗಳ ಉತ್ತೇಜನ ಕಲ್ಯಾಣಮ್ಮನವರ ಬದುಕಿಗೆ ಹೊಸ ಶಕ್ತಿ ನೀಡಿತು.

ಸೋದರ ರಾಜಯ್ಯಂಗಾರ್ ಅವರ ನೆನಪಿಗೆ ಕಲ್ಯಾಣಮ್ಮ ನವರು ರಾಜಿ ಎಂಬ ಹೆಸರಿನಲ್ಲಿ ಕೃತಿಗಳನ್ನು ರಚಿಸುತ್ತಿದ್ದರು ೧೯೨೧ ರಲ್ಲೇ ಕಲ್ಯಾಣಮ್ಮ ಝನವರು ಸರಸ್ವತಿ ಎಂಬ ಪತ್ರಿಕೆಯನ್ನು ಪ್ರಾರಂಭಿಸಿದರು.

ಇದನ್ನು ೪೨ ವರ್ಷಗಳ ಕಾಲ ಮುನ್ನಡೆಸಿದ ಗಟ್ಟಿಗಿತ್ತಿ ಕಲ್ಯಾಣಮ್ಮನವರು ವರದಕ್ಷಿಣೆ ಪದ್ಧತಿ, ಹೆಣ್ಣುಮಕ್ಕಳ ಶೋಷಣೆಗಳ ವಿರುದ್ಧ ಪ್ರತಿಭಟಿಸಿದರು. ಮಕ್ಕಳ ಶಿಕ್ಷಣದ ಬಗ್ಗೆ ಆಳವಾಗಿ ಪ್ರತಿಪಾದಿಸಿ, ೧೯೩೮ರಲ್ಲಿ ಇಂದಿಗೂ ಇರುವ ಬೆಂಗಳೂರಿನ ಚಾಮರಾಜ ಪೇಟೆಯಲ್ಲಿರುವ ಮಕ್ಕಳ ಕೂಟ ಕಲ್ಯಾಣಮ್ಮನವರ ಛಲಕ್ಕೆ ಸಾಕ್ಷಿ. ಈ ಮಕ್ಕಳ ಕೂಟದಲ್ಲಿ ಮಕ್ಕಳಿಗಾಗಿಯೇ ಬೇಸಿಗೆ ಶಿಬಿರ, ಸಾಹಿತ್ಯದ ಅಭ್ಯಾಸ, ಸಾಹಿತ್ಯೋತ್ಸವಗಳನ್ನು ನಡೆಸಿ ಮಕ್ಕಳ ಆಮೂಲಾಗ್ರ ಪ್ರತಿಭಾ ಪ್ರದರ್ಶನಕ್ಕೆ ನಾಂದಿಹಾಡಿದರು.

ಮಕ್ಕಳ ಸಾಹಿತ್ಯ ಕೂಟವನ್ನು ನಡೆಸಿ ಅದಕ್ಕೆ ಚಿಣ್ಣರನ್ನೇ ಅಧ್ಯಕ್ಷರನ್ನಾಗಿಸುತ್ತಿದ್ದರು. ಈ ರೀತಿಯಲ್ಲಿ ಅಧ್ಯಕ್ಷರಾಗಿದ್ದ ಅಂದಿನ ಪುಟ್ಟ ಬಾಲಕ ಎಚ್. ವೈ. ಶಾರದಾಪ್ರಸಾದ್ ಮುಂದೆ ಹೆಸರಾಂತ ಪತ್ರಕರ್ತ ರಾಗಿ ಇಂದಿರಾಗಾಂಧಿ ಯವರ ಪತ್ರಿಕಾ ಕಾರ್ಯದರ್ಶಿಯಾಗಿ ಉನ್ನತವಾದ ಸ್ಥಾನವೇರಿದರು.

ಆಗಿನ ಪ್ರಸಿದ್ಧ ಪತ್ರಿಕೆ ಮಕ್ಕಳ ಬಾವುಟಕ್ಕೆ ಕಲ್ಯಾಣಮ್ಮನವರು ಒಬ್ಬ ಚಿಕ್ಕ ವಯಸ್ಸಿನ ಹುಡುಗನನ್ನು ಸಂಪಾದಕನನ್ನಾಗಿ ನೇಮಿಸಿದರು. ಮುಂದೆ ಇದೇ

ಹುಡುಗ ಕನ್ನಡ ಚಿತ್ರರಂಗದಲ್ಲಿ ಚಿತ್ರಸಾಹಿತಿಯಾಗಿ ಅಪಾರ ಜನಪ್ರಿಯತೆ ಪಡೆದರು. ಅವರೇ ಸಾಹಿತ್ಯ ರತ್ನ ಚಿ. ಉದಯ ಶಂಕರ್. ತಮ್ಮ ಬದುಕಿನಲ್ಲಿ ಕಲ್ಯಾಣಮ್ಮನವರ ಸಹಾಯ, ಬೆಂಬಲವನ್ನು ತಾನೆಂದಿಗೂ ಮರೆಯಲಾರೆ ಎಂದು ಉದಯ ಶಂಕರ್ ಸದಾ ಕಲ್ಯಾಣಮ್ಮನ ವರ ಪ್ರೀತಿ ವಾತ್ಸಲ್ಯವನ್ನು ಸ್ಮರಿಸಿಕೊಳ್ಳುತ್ತಿದ್ದರು. ಆರ್. ಕಲ್ಯಾಣಮ್ಮನವರ ಈ ಅವಿರತ ಸಮಾಜ ಸೇವೆಯನ್ನು ನಾಲ್ವಡಿ ಕೃಷ್ಣರಾಜ ಒಡೆಯರ್, ಬಿ. ಎಂ. ಶ್ರೀ, ಮಾಸ್ತಿ ವೆಂಕಟೇಶ ಅಯ್ಯಂಗಾರ್, ಬೇಂದ್ರೆ, ಇಂದಿರಾ ಗಾಂಧಿ, ರಾಜರತ್ನಂ ರಂತಹವರನ್ನೆಲ್ಲ ಮೆಚ್ಚಿಸಿತ್ತು.

ಮೈಸೂರಿನ ಪುರಸಭೆಗೆ ಎರಡು ಸಲ ನಾಮನಿರ್ದೇಶಿತ ಸದಸ್ಯ ರಾಗಿ ಸೇವೆ ಸಲ್ಲಿಸಿದ ಕಲ್ಯಾಣಮ್ಮನವರು ಮುಸ್ಲಿಂ ಶಿಕ್ಷಣ ಸಮಿತಿಯ ಸದಸ್ಯೆ, ಕರ್ನಾಟಕ ಲೇಖಕಿಯರ ಸಂಘದ ಅಧ್ಯಕ್ಷೆ, ಬೆಂಗಳೂರು ಮಹಾನಗರ ಪಾಲಿಕೆಯ ಉಪಾಧ್ಯಕ್ಷೆಯಾಗಿ ನಿಸ್ಪೃಹ, ನಿಷ್ಠೆಯ ಸೇವೆ ಸಲ್ಲಿಸಿದ್ದಾರೆ. ಭಕ್ತೆ ಮೀರಾ, ಸತಿ ಪದ್ಮಿನಿ, ಷಹಜಹಾನ್, ಸ್ನೇಹಲತಾ, ಮಾಧವಿ, ನಿರ್ಮಲಾ, ನೀರದ, ರಣಕೇಸರಿ, ಇಂದಿರೆ, (ಕಲ್ಯಾಣಮ್ಮನವರಿಗೆ ಇಷ್ಟವಾದ ಕಥೆ) ಪ್ರಿಯಂವದೆ, ಸುಖಲತಾ ಎಂಬ ಕೃತಿಗಳೂ ಸೇರಿದಂತೆ, ಬಲಿಪೀಠ, ಬ್ಯಾರಿಸ್ಟರ್ ರಾಮಚಂದ್ರನ್, ಇಪ್ಪತ್ತನೆ ಶತಮಾನದ ಅಳಿಯ, ಯದುರಾಯ, ವರದಕ್ಷಿಣೆ, ದರಿದ್ರ ನಾರಾಯಣ ಎಂಬ ನಾಟಕಗಳನ್ನೂ ರಚಿಸಿದ್ದಾರೆ. ನಾಲ್ವಡಿ ಕೃಷ್ಣರಾಜ ಒಡೆಯರ್ ಅವರಿಂದ ಸ್ವರ್ಣಪದಕ, ವಂಗ ಸಾಹಿತ್ಯ ಸಂಘದಿಂದ ವಿದ್ಯಾವಿನೋದಿನಿ ಬಿರುದಿಗೆ ಪಾತ್ರರಾದ ಆರ್. ಕಲ್ಯಾಣಮ್ಮ ನವರ ಜೀವ ೧೯೬೫ರಲ್ಲಿ ಹಾರಿ ಹೋಯಿತು. ಜೀವಿಸಿದ್ದ ಪ್ರತಿ ಕ್ಷಣವೂ ಮಕ್ಕಳ ಮತ್ತು ಸಮಾಜದ ಕಲ್ಯಾಣಕ್ಕಾಗಿಯೇ ದುಡಿದ ಕಲ್ಯಾಣಮ್ಮನವರ ಹೆಸರು ಮತ್ತು ಸಾಧನೆಯ ಕೈಂಕರ್ಯವನ್ನು ಕನ್ನಡ ಜಗತ್ತು, ಮನಸ್ಸುಗಳು ಎಂದೆಂದೂ ಮರೆಯಬಾರದು.

೩೨

ದಣಿವರಿಯದ ಸ್ತ್ರೀರತ್ನ

ಕಮಲಾದೇವಿ ಚಟ್ಟೋಪಾಧ್ಯಾಯ

ಸ್ವಾತಂತ್ರ್ಯ ಹೋರಾಟ, ರಂಗಭೂಮಿ, ತೊಗಲು ಬೊಂಬೆಯಾಟ, ಕರಕುಶಲ ಕಲೆ ಇವುಗಳ ಸಕ್ರಿಯ ಶಕ್ತಿಯಾಗಿ ಭಾರತಕ್ಕೆ ಮತ್ತು ಕರ್ನಾಟಕಕ್ಕೆ ಮಕುಟ ಮಣಿಯಾದವರು ಶ್ರೀಮತಿ ಕಮಲಾದೇವಿ ಚಟ್ಟೋಪಾಧ್ಯಾಯ. ಮೂಲತಃ ಮಂಗಳೂರಿ ನವರಾದ ಕಮಲಾದೇವಿ ಅವರ ತಾಯಿ ಭಾಷೆ ಕೊಂಕಣಿ. ೧೯೦೩ರಲ್ಲಿ ಅನಂತಯ್ಯ ಧಾರೇಶ್ವರ, ಗಿರಿಜಾ ಬಾಯಿ ದಂಪತಿಗಳ ನಾಲ್ಕನೆ ಮಗುವಾಗಿ ಕಮಲಾದೇವಿ ಅವರು ಪ್ರೌಢಶಾಲೆಯಲ್ಲಿ ವ್ಯಾಸಂಗ ಮಾಡುವಾಗಲೇ ಆಗ ಬಾಲ್ಯ ವಿವಾಹ ಪದ್ಧತಿಯಂತೆ ಕೃಷ್ಣರಾವ್ ಎಂಬ ಬಾಲಕನೊಡನೆ ವಿವಾಹವಾದರು. ಆಗ ಕಮಲಾದೇವಿ ಅವರ ವಯಸ್ಸು ಕೇವಲ ೧೪ ವರ್ಷ. ಮದುವೆ ಎಂದರೇನು ಎಂಬ ಕಲ್ಪನೆಯೇ ಇರದ ವಯಸ್ಸಿನಲ್ಲಿ ಶುರುವಾದ ವೈವಾಹಿಕ ಜೀವನವು ಗಂಡ ಕೃಷ್ಣರಾಯ ಎರಡೇ ವರ್ಷದಲ್ಲಿ ತೀರಿಕೊಂಡಾಗ ಇನ್ನಷ್ಟು ತೊಡಕುಗಳು ಎದುರಾದವು. ಆದರೆ ಯಾವುದೇ ಸಂಕಟಗಳಿಗೂ ಹೆದರದ ಬೆದರದ ಕಮಲಾದೇವಿ

ಅವರದ್ದು ಧೈರ್ಯವಂತ ಜೀವ. ಹಾಗಾಗಿ ಅಳುಕದೆ ಮುಂದೆ ಸಾಗಿದ ಅವರು ಶಿಕ್ಷಣದಲ್ಲಿ ಉತ್ತಮ ಸಾಧನೆ ಮಾಡಿದರು.

೧೯ನೇ ಶತಮಾನದಲ್ಲಿ ಬ್ರಿಟಿಷ್ ಸರ್ಕಾರದ ವಿರುದ್ಧ ಭಾರತದ ಹೋರಾಟ ತೀವ್ರವಾಗಿ ಹಬ್ಬಿದ ಘಟ್ಟ, ಆ ಸಮಯದಲ್ಲಿ ಚೆನ್ನೈನಲ್ಲಿ ಕಮಲಾದೇವಿ ಅವರಿಗೆ ಪರಿಚಯವಾದ ಸುಹಾಸಿನಿ ಚಟ್ಟೋಪಾಧ್ಯಾಯ ಒಳ್ಳೆಯ ಗೆಳತಿಯಾದರು. ಇವರು ಸರೋಜಿನಿ ನಾಯ್ಡು ಅವರ ಸಹೋದರಿ. ಈ ಗೆಳೆತನವು ಸರೋಜಿನಿ ನಾಯ್ಡು ಅವರ ಸೋದರ ಹರೀಂದ್ರನಾಥ್ ಚಟ್ಟೋಪಾಧ್ಯಾಯ ಅವರ ಪರಿಚಯಕ್ಕೆ ಕಾರಣವಾಯಿತು. ಸಮಾನ ಆಸಕ್ತಿ ಅಭಿರುಚಿ ಇದ್ದುದರಿಂದ ಕಮಲಾದೇವಿ ಮತ್ತು ಹರೀಂದ್ರನಾಥ ಚಟ್ಟೋಪಾಧ್ಯಾಯ ಮದುವೆಯಾದರು. ರಾಮಕೃಷ್ಣ ಚಟ್ಟೋಪಾಧ್ಯಾಯ ಈ ದಂಪತಿಗಳಿಗೆ ಜನಿಸಿದರು.

ಗಾಂಧೀಜಿಯವರ ಉಪ್ಪು ಸತ್ಯಾಗ್ರಹ, ಧ್ವಜಾರೋಹಣ ಚಳವಳಿಗಳಲ್ಲಿ ಮುಂಚೂಣಿಯಲ್ಲಿದ್ದು ಬ್ರಿಟೀಷರ ವಿರುದ್ಧ ಹೋರಾಡಿದ ಕಮಲಾದೇವಿ ಚಟ್ಟೋಪಾಧ್ಯಾಯ ಅವರು ಎರಡು ಸಲ ಸೆರೆವಾಸವನ್ನೂ ಅನುಭವಿಸಿದರು. ಹರ್ಡೇಕರ ಅವರು ಸ್ಥಾಪಿಸಿದ್ದ ಭಾರತೀಯ ಸೇವಾದಳದಲ್ಲಿ ಹಗಲಿರುಳೂ ದುಡಿದ ಕಮಲಾದೇವಿ ಅವರು ಸ್ವಾತಂತ್ರ್ಯ ಹೋರಾಟದಲ್ಲಿ ಗತಿಸಿದ ಕುಟುಂಬಗಳಿಗೆ, ಅಶಕ್ತ, ಅಬಲೆಯರಿಗೆ ಆಸರೆ ನೀಡಿದರು.

೨೯೪೮ರಲ್ಲಿ ಗಾಂಧೀಜಿಯವರ ಹತ್ಯೆಯಾದಾಗ ಚತ್ತರಪುರ ಎಂಬಲ್ಲಿ ಜಮೀನು ನೀಡಿ ತಾವೂ ಅಲ್ಲೇ ನೆಲೆಸಿ, ನಿರ್ಗತಿಕರ ಪಾಲಿನ ಆಶಾಕಿರಣವಾದ ಕಮಲಾದೇವಿ ಚಟ್ಟೋಪಾಧ್ಯಾಯ ಒಮ್ಮೆ ಬರಡು ನೆಲವನ್ನು ಕಂಡು ಅದನ್ನೇ ಫಲವತ್ತಾದ ಭೂಮಿಯನ್ನಾಗಿಸಲು ಛಲ ಹೊತ್ತು ಅಲ್ಲಿ ಕುಶಲ ಕೈಗಾರಿಕಾ ಕೇಂದ್ರಗಳನ್ನು ಸ್ಥಾಪಿಸಿದರು.

ನಿರಾಶ್ರಿತ ಮಹಿಳೆಯರು ಇವರಿಂದ ಸ್ವತಂತ್ರ, ಸ್ವ ಉದ್ಯೋಗದ ಬದುಕನ್ನು ಕಂಡು ಕೊಳ್ಳಲು ಸಹಾಯವಾಯಿತು. ಹಲವಾರು ತರಬೇತಿ ಶಿಬಿರಗಳನ್ನು ನಡೆಸಿ ಕಮಲಾದೇವಿ ಚಟ್ಟೋಪಾಧ್ಯಾಯ ಅವರು ಅವರ ಸ್ವಾವಲಂಬಿ ಜೀವನಕ್ಕೆ ಇಂಬಾದರು.

ರಂಗಭೂಮಿಯ ಉನ್ನತಿಗೂ ಪರಿಶ್ರಮ ಪಟ್ಟ ಕಮಲಾದೇವಿ ಅವರು ತಮ್ಮ ಮನೆಯಲ್ಲೇ ರಂಗಸಜ್ಜಿಕೆ, ಕಲೆ, ನಾಟಕಗಳ, ನಾಟ್ಯ ಕಲಾವಿಭಾಗಗಳ ಅಕಾಡೆಮಿ ಸ್ಥಾಪಿಸಿ, ವಸ್ತು ಸಂಗ್ರಹಾಲಯವನ್ನೂ ಆರಂಭಿಸಿದರು.

ಇಂದು ಬಹಳ ಪ್ರಖ್ಯಾತವಾಗಿರುವ ರಾಷ್ಟ್ರೀಯ ನಾಟಕ ಶಾಲೆ (NSD) ಯನ್ನು ಹುಟ್ಟುಹಾಕಿದ ಕಮಲಾದೇವಿ ಚಟ್ಟೋಪಾಧ್ಯಾಯ ಅವರ ದೇಶ ಸೇವೆ, ಸಮಾಜ ಕಲ್ಯಾಣದ ಚಟುವಟಿಕೆಗಳು ಕ್ರಿಯಾತ್ಮಕವಾದುದು. ಪ್ರಸಿದ್ಧ ಪತ್ರಕರ್ತರೂ, ಪ್ರಕಾಶಕರೂ

ಆಗಿದ್ದ ವಿ.ಎಸ್. ನಾರಾಯಣ ರಾಯರು 'ಬಹಳ ಸುಂದರಿಯಾಗಿದ್ದ ಕಮಲಾದೇವಿ ಚಟ್ಟೋಪಾಧ್ಯಾಯ ಅವರು ಪರಗಂಡಸರಿಗೆ ಬೆಂಕಿಯ ಹಾಗೆ, ಶುದ್ಧ ಚಾರಿತ್ರ್ಯದ ಹೆಣ್ಣು ಮಗಳು. ದೇಶದ ಪರವಾದ ಹೋರಾಟ, ಅಭಿಮಾನ ಹಾಗೂ ವಿಮೋಚನೆಯ ವಿಷಯಗಳಲ್ಲಿ ಆಕೆ ಸದಾ ಸಂಪೂರ್ಣ ಕರ್ತವ್ಯದ ಕಡೆಗೆ ಲಕ್ಷ್ಯ ತೊಟ್ಟಿದ್ದ ಸಾಹಸೀ ಸ್ತ್ರೀ' ಎಂದಿದ್ದಾರೆ.

ಪದ್ಮಭೂಷಣ, ಪದ್ಮವಿಭೂಷಣ ರೋಮನ್ ಮ್ಯಾಗ್ಸೆಸೆ ಗೌರವಗಳಿಗೆ ಪಾತ್ರರಾಗಿದ್ದ ಶ್ರೀಮತಿ ಕಮಲಾದೇವಿ ಚಟ್ಟೋಪಾಧ್ಯಾಯ ತಮ್ಮ ೮೫ನೇ ವಯಸ್ಸಿನಲ್ಲಿ ೧೯೮೮ರಲ್ಲಿ ಕಾಲವಾದರು. ಭಾರತೀಯ ಸ್ವಾತಂತ್ರ್ಯ ಸಂಗ್ರಾಮದಲ್ಲಿ, ನಾಡಿನ ಕಲೆ ಸಂಸ್ಕೃತಿಗಳ ಏಳಿಗೆ ಗೆಸರ್ವತೋಮುಖವಾಗಿ ದುಡಿದ ಇವರ ಸಾರ್ಥಕ ಬದುಕು ನಮ್ಮೆಲ್ಲರಿಗೂ ಮಾದರಿಯಾಗಬೇಕು.

೨೨

ಕನ್ನಡ ಸಾಹಿತ್ಯ-ಸಮಾಜದ 'ತಾಯಿ'

ಜಯದೇವಿ 'ತಾಯಿ' ಲಿಗಾಡೆ

ಆಗರ್ಭ ಶ್ರೀಮಂತ ಕುಟುಂಬದಲ್ಲಿ ಜನಿಸಿ, ಅದನ್ನು ಲೆಕ್ಕಕ್ಕಿರಿಸದೆ, ಸಮಾಜದ ಶ್ರೇಯೋದ್ಧಾರಕ್ಕಾಗಿ ದಣಿದು ದುಡಿದ ಮರಾಠಿ ಮಾತೃಭಾಷೆಯ ಮಹಾನ್ ಚೇತನ ಜಯದೇವಿ ಲಿಗಾಡೆ ಅವರ ಕನ್ನಡ ಸೇವೆ ಅಗಾಧ ಮತ್ತು ಅಪೂರ್ವವಾದುದು. ಮದುವೆಯಾಗಿ ಮಕ್ಕಳಾದ ಮೇಲೆ ಕನ್ನಡದ ಬಗೆಗಿನ ಅತೀವ ಅಭಿಮಾನ ಆಸಕ್ತಿಗಳಿಂದ ನಿರಂತರವಾಗಿ ಅಭ್ಯಾಸ ಮಾಡಿ ಕನ್ನಡವನ್ನು ಕಲಿತ ಮಹಿಳಾಮಣಿ ಜಯದೇವಿ ಲಿಗಾಡೆಯವರು ಮುಂದೆ, ಕನ್ನಡದಲ್ಲಿ ತ್ರಿಪದಿ ಪ್ರಕಾರದಲ್ಲಿ ನಾಲ್ಕು ಸಾವಿರ ಪದ್ಯಗಳ ಕೃತಿಯಾದ ಶ್ರೀ ಸಿದ್ಧರಾಮೇಶ್ವರ ಪುರಾಣವನ್ನು ಬರೆದ ಅಪ್ರತಿಮ ಸಾಹಸಿ. ಜಿ.ಪಿ. ರಾಜರತ್ನಂ ಅವರು ಲಿಗಾಡೆಯವರ ಈ ಕೃತಿಯನ್ನು ಮನಸಾರೆ ಕೊಂಡಾಡಿದ್ದಾರೆ. ಕನ್ನಡ-ಕರ್ನಾಟಕ, ಸಮಾಜ-ಸಾಹಿತ್ಯ-ಸಂಸ್ಕೃತಿ, ಕನ್ನಡ ಪರ ಹೋರಾಟ, ಪ್ರಾದೇಶಿಕ ಹೋರಾಟಗಳಿಂದ' ತಾಯಿ' ಎಂದು

ವಿಶೇಷಣಕ್ಕೆ ಪಾತ್ರರಾದ ಜಯದೇವಿ ಲಿಗಾಡೆ ಅವರ ಪ್ರತಿ ಹೆಜ್ಜೆಯೂ ಕೆಚ್ಚಿನಿಂದ ಪಡಿಮೂಡಿವೆ.

ಮಹಾರಾಷ್ಟ್ರದ ಸೊಲ್ಲಾಪುರದಲ್ಲಿ ೧೯೧೨ರಲ್ಲಿ ಜನಿಸಿದ ಇವರು ಸಿರಿತನವನ್ನು ಹಾಸಿ ಹೊದ್ದ ಕುಟುಂಬದ ಐಷಾರಾಮೀತನಕ್ಕೆ ಒಳಗಾಗದೆ ವಿನಯ–ಸೇವೆ–ತ್ಯಾಗಶೀಲತೆಗ ಳಿಂದ ಬದುಕಿದ ಮಹಾ ಸಾಧ್ವಿ ಶಿರೋಮಣಿ.

'ಎಲ್ಲ ಬಲ್ಲವಳೆಂದು ಇಲ್ಲವದು ಭ್ರಮೆ ಎನಗೆ
ಬಲ್ಲವರ ಪಾದ ಹಿಡಿಯುವೆ
ಬಲ್ಲಿದರು ಕಲಿಸಿರಿ ಮತ್ತೆ ನುಡಿಸಿರಿ–ಸಿದ್ಧರಾಮ ಪುರಾಣ.'

ನುಡಿದಂತೆ ನಡೆದು ಬಾಳು ಸವೆಸಿದ ಲಿಗಾಡೆಯವರು ಸೊಲ್ಲಾಪುರದಲ್ಲಿ ಕನ್ನಡ ಶಾಲೆಯನ್ನು ಕಟ್ಟಲು ಮುಂದಾದಾಗ ಅಂದಿನ ಮಹಾರಾಷ್ಟ್ರ ಸರ್ಕಾರವು ಇಲ್ಲ ಸಲ್ಲದ ಕುಂಟು ನೆಪಗಳೊಡ್ಡಿತ್ತು. ಶಿಕ್ಷಕರ ಕೊರತೆ ಎಂಬ ವರಾತ ತೆಗೆದಾಗ ಧೃತಿಗೆಡದೆ ಲಿಗಾಡೆಯವರು ತಾವೇ ಕನ್ನಡ ಶಿಕ್ಷಕರನ್ನು ನೇಮಿಸಿ, ಸೊಲ್ಲಾಪುರದಲ್ಲಿ ಕನ್ನಡ–ಕನ್ನಡ ಬೋಧನೆಯ ಪ್ರಸರಣವಾಗಲು ಕಾರಣರಾದರು.

ಮಹಿಳೆಯರ ಸಬಲೀಕರಣಕ್ಕೆ ಮನಸ್ಸು ಮಾಡಿ ಅದನ್ನು ವಿವಿಧ ಮಹಿಳಾ ಸಂಘಟನೆಗಳ ಮೂಲಕ ಸಚೇತನಗೊಳಿಸಿ ಮಹಿಳಾ ಶಿಕ್ಷಣ, ದೌರ್ಜನ್ಯ ಶೋಷಣೆಗಳ ತಡೆಗಳನ್ನು ನಿವಾರಿಸುವಲ್ಲಿ ಮಹತ್ತರವಾದ ಪಾತ್ರ ವಹಿಸಿದ್ದರು. ಜಾತಿ ನಿರ್ಮೂಲನೆ, ಮೂಢನಂಬಿಕೆಗಳ ವಿರುದ್ಧದ ಜಾಗೃತಿ, ಜಾಥಾಗಳನ್ನು ಸಂಘಟಿಸಿದರು. ಅಂತರ್ಜಾತಿ ವಿವಾಹಗಳನ್ನು ಪ್ರೋತ್ಸಾಹಿಸಿ, ಸರ್ವಸಮಾನತಾ ಭಾವ, ಸರ್ವಸಮಷ್ಟಿ ಚಿಂತನೆಗಳ ಸಾಕಾರಕ್ಕೆ ಶ್ರಮಿಸಿದರು. ಸಮಾಜ ಸುಧಾರಣೆಯ ಜೊತೆಜೊತೆಗೆ, ಪ್ರಾದೇಶಿಕ ಅಸಮತೋಲನವನ್ನು ಸರಿದೂಗಿಸಲು ಕನ್ನಡದ ಅವಗಣನೆಯನ್ನು ಖಂಡಿಸಿ ಲಿಗಾಡೆಯವರು ರೊಚ್ಚಿಗೆದ್ದು ಸೊಲ್ಲಾಪುರವು ಕರ್ನಾಟಕದ ಭಾಗವಾಗಲೇಬೇಕೆಂದು ಪಣ ತೊಟ್ಟರು.

ಸಾಹಿತ್ಯ ಕೃಷಿ–ಸಿದ್ದರಾಮೇಶ್ವರ ಪುರಾಣವಷ್ಟೇ ಅಲ್ಲದೆ, ಜಯಗೀತೆ, ತಾಯಿಯ ಪದಗಳು, ಬಂದೇವು ಕಲ್ಯಾಣಕೆ, ತಾರಕ ತಂಬೂರಿ, ಸಾವಿರದ ಪದಗಳು, ಅರಿವಿನಾಗರದಲ್ಲಿ, ಎಂಬ ಕನ್ನಡ ಕೃತಿಗಳಲ್ಲದೆ, ಸಿದ್ಧವಾಣಿ, ಬಸವ ದರ್ಶನ, ಸಮೃದ್ಧ ಕರ್ನಾಟಕಾಂ ಬೆಮಹಾಯೋಗಿನಿ, ಬಸವ ವಚನಾಮೃತ, ಸಿದ್ದರಾಮಾಂಕ ತ್ರಿವಧಿ, ಶೂನ್ಯ ಸಂಪಾದನೆಗಳ ಕನ್ನಡದ ಕೃತಿಗಳನ್ನು ಮರಾಠಿಗೆ ತಂದು, ಎರಡೂ ಭಾಷೆಗಳ ಸಂಪರ್ಕಸೇತುವಾದ ಲಿಗಾಡೆಯವರ ಸೇವೆ ಅದ್ವಿತೀಯವಾದುದು. ೧೯೭೪ರಲ್ಲಿ ಮಂಡ್ಯದಲ್ಲಿ ನಡೆದ ಅಖಿಲಭಾರತ

ಕನ್ನಡ ಸಾಹಿತ್ಯ ಸಮ್ಮೇಳನದ ಅಧ್ಯಕ್ಷರಾಗಿ ಈ ಗೌರವಕ್ಕೆ ಪಾತ್ರರಾದ ಮೊತ್ತಮೊದಲ ಮಹಿಳೆ ಎಂಬ ಹೆಗ್ಗಳಿಕೆಗೆ ಜಯದೇವಿ ಲಿಗಾಡೆಯವರು ಭಾಜನರಾದರು. ಇಂತಹ ಅವಿಸ್ಮರಣೀಯ ಶಕ್ತಿ ಜಯದೇವಿ 'ತಾಯಿ' ಲಿಗಾಡೆಯವರು ೧೯೮೬ರಲ್ಲಿ ತಮ್ಮ ೭೯ನೇ ವಯಸ್ಸಿನಲ್ಲಿ ನಿಧನರಾದರು. ಕನ್ನಡವೇ ತನ್ನ ಉಸಿರೆಂದು ಬದುಕಿದ ಜಯದೇವಿತಾಯಿ ಲಿಗಾಡೆಯವರು ಈ ಎಲ್ಲ ಕಾರಣಗಳಿಂದ ಸದಾ ಅಜರಾಮರ.

೩೪

ಕನ್ನಡ ಹರಿದಾಸಕೀರ್ತನೆ ಸಂಗೀತ ಬೆಸೆದ

ಡಾ. ಎಂ.ಎಲ್. ವಸಂತಕುಮಾರಿ

ತಮಿಳುನಾಡಿನ ತಮಿಳು ಮಾತೃಭಾಷೆಯ ಕುಟುಂಬದಲ್ಲಿ ಜನಿಸಿ, ಕನ್ನಡದ ದಾಸ ಸಾಹಿತ್ಯವನ್ನು ಬಹುವಾಗಿ ಇಷ್ಟಪಟ್ಟು, ಸಂಗೀತದ ಮೂಲಕ ದೇಶ ವಿದೇಶಗಳಲ್ಲೂ ಕನ್ನಡದ ದಾಸಕೀರ್ತನೆಗಳನ್ನು ತಲುಪಿಸಿದ ಸೇವೆ ಮಾಡಿದವರು ಡಾ. ಎಂ.ಎಲ್. ವಸಂತಕುಮಾರಿ.

ಪುರಂದರದಾಸರ ಕೀರ್ತನೆಗಳನ್ನು ಅತ್ಯಂತ ದೊಡ್ಡ ಪ್ರಮಾಣದಲ್ಲಿ ಜನಜನಿತಗೊಳಿಸಿದ ಸ್ತುತ್ಯರ್ಹ ಕಾರ್ಯಕ್ಕೆ ವಸಂತಕುಮಾರಿ ಅವರಿಗೆ ಮೈಸೂರು ವಿಶ್ವವಿದ್ಯಾನಿಲಯವು ಗೌರವ ಡಾಕ್ಟರೇಟ್ ಪದವಿಯನ್ನು ನೀಡಿ ಗೌರವಿಸಿತು. ಅನ್ಯ ಮಾತೃಭಾಷಿಕರೊಬ್ಬರು ಕನ್ನಡಕೀರ್ತನ ಪ್ರಪಂಚವನ್ನು ಸಂಗೀತದ ಮುಖಾಂತರ ಮನೆಮನೆಗೆ ಹಬ್ಬಿಸಿದ ನಡೆ ಬಹಳ ವಿರಳ. ಈ ಕೈಂಕರ್ಯವನ್ನು ಮಾಡಿದ ವಸಂತಕುಮಾರಿ ಅವರಿಗೆ ಕನ್ನಡ ನಾಡು ಮತ್ತು ದಾಸಸಾಹಿತ್ಯ ಲೋಕ ಎಂದೆಂದೂ ಚಿರ ಋಣಿಯಾಗಿರಬೇಕು.

೧೯೨೮ರಲ್ಲಿ ಜನಿಸಿದ ವಸಂತಕುಮಾರಿ ಅವರ ತಾಯಿ ವಿದುಷಿ ಶ್ರೀಮತಿ ಮದ್ರಾಸ್ ಲಲಿತಾಂಗಿ ಮತ್ತು ತಂದೆ ವಿದ್ವಾನ್ ಕುತ್ತನೂರು ಅಯ್ಯಸ್ವಾಮಿ ಅಯ್ಯರ್ ಅವರಿಗೆ ಕನ್ನಡ ಹರಿದಾಸ ಸಾಹಿತ್ಯದ ಬಗ್ಗೆ ವಿಶೇಷವಾದ ಒಲವಿತ್ತು.

ಒಮ್ಮೆ ವಸಂತಕುಮಾರಿ ಅವರ ತಂದೆ ನರಸಿಂಹದಾಸ ಎಂಬ ಹರಿದಾಸ ಪರಂಪರೆಯ ಕೀರ್ತನಕಾರರನ್ನು ಭೇಟಿ ಮಾಡಿದಾಗ ಅವರ ಜೊತೆಗಿನ ಮಾತುಕತೆಯಲ್ಲಿ ಪುರಂದರದಾಸರ ಕೀರ್ತನೆಗಳ ವರ್ಣಗಳ ವಿಚಾರ ಬಂತು. ಇದು ಅಯ್ಯಸ್ವಾಮಿ ಅಯ್ಯರ್ ಅವರ ಮನಸ್ಸಿನ ಮೇಲೆ ಪ್ರಭಾವ ಬೀರಿ, ಮುಂದೆ ಅಯ್ಯರ್ ಮತ್ತು ಲಲಿತಾಂಗಿ ಅವರು ಪುರಂದರದಾಸರ ಕೀರ್ತನೆಗಳ ಕುರಿತು ಒಂದು ಕೃತಿ ಹೊರತರುವ ಆಸೆಯಿಂದ ಅವರು ನರಸಿಂಹ ದಾಸರನ್ನು ತಮ್ಮ ಮನೆಗೆ ಕರೆದುಕೊಂಡು ಹೋದರು. ನರಸಿಂಹ ದಾಸರು ಲಲಿತಾಂಗಿ ಅವರಿಗೆ ಪುರಂದರದಾಸರ ಕೀರ್ತನೆಗಳನ್ನು ಹೇಳಿಕೊಟ್ಟರು.

ಇದರ ಫಲವಾಗಿ ಪುರಂದರದಾಸರ ಬೆಳಕಿಗೆ ಬಾರದ ಕೀರ್ತನೆಗಳನ್ನೂ ಸೇರಿಸಿ ಪುರಂದರ ಮಣಿ ಮಾಲೈ ಎಂಬ ಕೃತಿ ತಮಿಳಿನಲ್ಲಿ ಹೊರಬಂತು. ತಾಯಿ ತಂದೆಯವರ ಆಶಯದಂತೆ ವಸಂತಕುಮಾರಿ ಅವರು ಪುರಂದರದಾಸರ ಕೀರ್ತನೆಗಳನ್ನು ಜನಮಾನಸದಲ್ಲಿ ಉಳಿಸುವ ಕೆಲಸವನ್ನು ಮಾಡಲು ಉದ್ಯುಕ್ತ ರಾಗಿ ತಮಿಳುನಾಡಿನಲ್ಲೂ ತಮ್ಮ ಸಂಗೀತ ಕಛೇರಿಗಳಲ್ಲಿ ಪುರಂದರ ದಾಸರ ಕೀರ್ತನೆಗಳನ್ನು ಹಾಡಿ ಜನಪ್ರಿಯಗೊಳಿಸಿ ದರು.

ವಸಂತಕುಮಾರಿ ಅವರು ಈ ನಿಟ್ಟಿನಲ್ಲಿ ಮಾಡಿದ ಮತ್ತೊಂದು ಪ್ರಮುಖ ಕೆಲಸವೆಂದರೆ ಪ್ರಸಿದ್ಧವೂ ಮತ್ತು ಸಾಮಾನ್ಯವಾಗಿ ಹಾಡುವ ರಾಗಗಳಲ್ಲದೆ, ಅಪರೂಪದ ಮತ್ತು ಹೆಚ್ಚು ಬಳಸದ ರಾಗಗಳಲ್ಲೂ ಪುರಂದರದಾಸರ ಕೀರ್ತನೆಗಳನ್ನು ಜನಪ್ರಿಯಗೊಳಿಸಿದ್ದು. ಸಹನಾ, ಅಭೋಗಿ, ಶ್ಯಾಮ್ ಕಲ್ಯಾಣ್, ಬೌಳಿ ಭಾವಪ್ರಿಯ, ನೀತಿಮತಿ, ದೇವಕ್ರಿಯಾ, ಮುಂತಾದ ರಾಗಗಳಲ್ಲಿ ವಸಂತಕುಮಾರಿ ಅವರು ಪುರಂದರದಾಸರ ಕೀರ್ತನೆಗಳನ್ನು ಹೆಸರುವಾಸಿಯಾಗಿಸಿದರು. ಮೂಲ ತಮಿಳು ಭಾಷಿಕರಾಗಿದ್ದರಿಂದ ಕನ್ನಡದ ದಾಸಕೀರ್ತನೆಗಳನ್ನು ಸುಳಾದಿ, ಉಗಾಭೋಗ, ಮುಂಡಿಗೆಗಳನ್ನು ಕನ್ನಡದ ಜಾಯಮಾನಕ್ಕೆ ತಕ್ಕಂತೆ ಹಾಡಬೇಕಾಗಿತ್ತು. ಈ ದಿಸೆಯಲ್ಲಿ ಇವೆಲ್ಲ ಸೂಕ್ಷ್ಮಗಳನ್ನೂ ಅರಿತಿದ್ದ ವಸಂತಕುಮಾರಿ ಅವರು ನಿರಂತರವಾಗಿ ಅಭ್ಯಾಸ ಮಾಡಿ ಸಾವಿರಾರು ಕನ್ನಡದಾಸರ ಕೀರ್ತನೆಗಳನ್ನು ಹಾಡಿ ವಿದ್ವದ್ರಸಿಕರಿಂದ ಭೇಷ್ ಎನ್ನಿಸಿಕೊಂಡರು. ಪ್ರಖ್ಯಾತ ಸಂಗೀತಗಾರರಾಗಿದ್ದ ಜಿ. ಎನ್. ಬಾಲಸುಬ್ರಹ್ಮಣ್ಯಂ ಅವರ ಶಿಷ್ಯೆಯಾಗಿದ್ದ ವಸಂತಕುಮಾರಿ ಅವರು ಗುರುಗಳ ತ್ವರಿತ ಗತಿಯ ಆರೋಹಣ ಅವರೋಹಣ ಕ್ರಮವನ್ನು ದಾಸ ಕೀರ್ತನೆಗಳನ್ನು ಹಾಡುವಾಗ ಮಾರ್ಪಾಡುಗಳನ್ನು ಮಾಡಿಕೊಂಡು ಹಾಡಿ ಯಶಸ್ವಿಯಾದರು.

ಆಡಿಸಿದಳೆಶೋದೆ, ಗುಮ್ಮನ ಕರೆಯದಿರು, ಇಕ್ಕಲಾರೆ ಕೈ ಎಂಜಲು, ನಾರಾಯಣ ನಿನ್ನ ನಾಮದ, ಪೋಗಾದಿರೆಲೋ ರಂಗ, ಈ ಪರಿಯ ಸೊಬಗು, ಕಲ್ಲು ಸಕ್ಕರೆ ಕೊಳ್ಳಿರೋ, ಬೃಂದಾವನದೊಳು ಆಡುವನ್ಯಾರೆ... ಇಂಥ ಸೊಗಸಾದ ಪುರಂದರದಾಸರ ಕೀರ್ತನೆಗಳು ಎಲ್ಲರ ಗಮನ ಸೆಳೆದು ವ್ಯಾಪಕವಾಗಿ ಹರಡಲು ಕಾರಣರಾದ ಎಂ.ಎಲ್. ವಸಂತಕುಮಾರಿ ಅವರ ಈ ಅದ್ಭುತ ಸಂಗೀತ ಸೇವೆಗೆ ಅವರಿಗೆ ಮೈಸೂರು ವಿಶ್ವವಿದ್ಯಾನಿಲಯದ ಗೌರವ ಡಾಕ್ಟರೇಟ್ ಪದವಿ ದೊರಕಿತು. ಈ ಪುರಸ್ಕಾರ ಪಡೆದಾಗ ವಸಂತಕುಮಾರಿ ಅವರಿಗೆ ಕೇವಲ ೪೮ ವರ್ಷ.

೩೯ ವರ್ಷಕ್ಕೇ ಪದ್ಮಭೂಷಣ ಪ್ರಶಸ್ತಿ, ೪೨ ವರ್ಷಕ್ಕೇ ಸಂಗೀತ ಅಕಾಡೆಮಿ ಪ್ರಶಸ್ತಿ, ೪೩ ವರ್ಷಕ್ಕೇ ಸಂಗೀತ ಕಲಾನಿಧಿ ಪ್ರಶಸ್ತಿ, ಸೇರಿದಂತೆ ಅನೇಕ ಪ್ರಶಸ್ತಿಗಳನ್ನು ಪಡೆದ ಡಾ. ಎಂ.ಎಲ್. ವಸಂತಕುಮಾರಿ

ತಮ್ಮ ಸಂಗೀತಸುಧೆಯ ಮೂಲಕ ಸಂಗೀತಕ್ಕೆ ಕುಲ ಭಾಷೆಗಳ ಹಂಗಿಲ್ಲವೆಂದು ಶ್ರುತಪಡಿಸಿದ ಅತ್ಯದ್ಭುತ ಸಂಗೀತಗಾರರು. ಇವರ ಮಗಳು ದಿ. ಶ್ರೀವಿದ್ಯಾ ಸಹ ಸಂಗೀತ ಗಾರ್ತಿ, ನಟಿಯಾಗಿದ್ದವರು.

ಸಂಗೀತದಿಂದ ಪುರಂದರ ದಾಸರ ಕೀರ್ತನೆಗಳನ್ನು ಜನರ ಮನಸ್ಸನ್ನು ಸೂರೆಗೊಂಡ ವಸಂತಕುಮಾರಿ ಅವರು ೧೯೯೦ರಲ್ಲಿ ಕಣ್ಮರೆಯಾದರೂ ಅವರು ಕನ್ನಡದ ಕೀರ್ತನ ಪ್ರಪಂಚಕ್ಕೆ ಸಲ್ಲಿಸಿದ ಸೇವೆಗೆ ಶಾಶ್ವತವಾದ ಮೌಲ್ಯವಿದೆ.

೩೫

ಅಪೂರ್ವ ರಂಗ ಗಾಯಕಿ–ಕಲಾವಿದೆ

ಡಾ. ಸುಭದ್ರಮ್ಮ ಮನ್ಸೂರ್

"ಗಳರುಂಡಮಾಲ ಶೈಲಮನೋಹಾರ
ನಾಮಾಮೃತಸಾರ ನಿತ್ಯಮಧುಪಾನ
ನಲಿನಲಿದಾಡೆ ನಲಿನಲಿದಾಡೆ
ಮಲ್ಲಿನಾಥನ ಧ್ಯಾನವ ಮಾಡಿ ನಿರಂತರ..."

ಇಂತಹ ಹಾಡುಗಳನ್ನು ಸುಭದ್ರಮ್ಮ ಮನ್ಸೂರ್ ಅವರ ಕಂಠದಲ್ಲಿ ಆಲಿಸುವುದೇ ಸೊಗಸಾದ ಅನುಭವ.

೧೯೩೯ರಲ್ಲಿ ಜ್ವಾಲಾಪತಿ–ಭಾಗ್ಯಮ್ಮ ದಂಪತಿಗಳಿಗೆ ಬಳ್ಳಾರಿಯಲ್ಲಿ ಜನಿಸಿದ ಸುಭದ್ರಮ್ಮ ಕನ್ನಡದ ರಂಗಭೂಮಿಯಲ್ಲಿ ಗಾಯಕಿಯಾಗಿ, ಕಲಾವಿದೆಯಾಗಿ ಒತ್ತಿದ ಛಾಪು ಸದಾ ಶಾಶ್ವತ.

ಬಳ್ಳಾರಿಯಲ್ಲಿ ಹುಟ್ಟಿದ ಈ ಪ್ರತಿಭಾವಂತ ನಟಿ, ಗಾಯಕಿಯ ಮನೆ ಮಾತು ತೆಲುಗು. ಆದರೆ ಕನ್ನಡ ರಂಗಭೂಮಿಗೆ ಅರುವತ್ತು ವರ್ಷಕ್ಕೂ ಮೀರಿ ಸೇವೆ ಸಲ್ಲಿಸಿರುವ ಸುಭದ್ರಮ್ಮನವರ ಬದುಕು ಬಹಳ ಕಷ್ಟ ಕಾರ್ಪಣ್ಯಗಳಿಂದ

ಆವೃತವಾಗಿತ್ತು. ಚಿಕ್ಕವಯಸ್ಸಿನಲ್ಲೇ ತಂದೆಯನ್ನು ಕಳೆದುಕೊಂಡ ಇವರಿಗೆ ಅಮ್ಮ ಭಾಗ್ಯಮ್ಮನವರ ಮೂಲಕವೇ ಸುಮಂಗಲಿ ನಾಟ್ಯ ಸಂಘದ ಪರಿಚಯವಾಗಿ ಅಲ್ಲೇ ಮೊದಲ ರಂಗಪ್ರವೇಶವಾಯಿತು. ಗುಣಸಾಗರಿ ತೆಲುಗು ಚಿತ್ರದ 'ಓ ಮಾತಾ ರಾವಾ... ' ಹಾಡನ್ನು ಸುಶ್ರಾವ್ಯವಾಗಿ ಹಾಡಿದ್ದರಿಂದ ಈ ಬಾಲಕಿ ಆ ಸಂಸ್ಥೆ ಸೇರಲು ಸಾಧ್ಯವಾಯಿತು. ೧೯೫೧ರಲ್ಲೇ ರಂಗಪ್ರವೇಶಿಸಿದ ಸುಭದ್ರಮ್ಮ ಆಗ ಕೇವಲ ೧೨ ವರ್ಷದ ಬಾಲಕಿ. ಮುಂದೆ ಹಿರಣ್ಣಯ್ಯ ನವರಕಂಪೆನಿಗೆ ಸೇರಿದ ಸುಭದ್ರಮ್ಮ ಅಲ್ಲಿ ೫ ವರ್ಷ ಇದ್ದರು. ಬನಹಟ್ಟಿ ಕಂಪೆನಿಯಲ್ಲಿ ೨, ಏಣಗಿ ಬಾಳಪ್ಪನವರ ಕಂಪೆನಿಯಲ್ಲಿ ೮ ವರ್ಷ ವಿವಿಧ ರಂಗಪ್ರಯೋಗಗಳಲ್ಲಿ ಅಭಿನಯಿಸಿದ ಸುಭದ್ರಮ್ಮ ೧೯೫೨ರಲ್ಲಿ ಮನ್ಸೂರ್ ಅವರನ್ನು ವಿವಾಹವಾದರು. ಚಂದ್ರಶೇಖರ ಗವಾಯಿಗಳ ಬಳಿಯಲ್ಲಿ ಸಂಗೀತಾಭ್ಯಾಸ ಮಾಡಿದ ಸುಭದ್ರಮ್ಮ ಮನ್ಸೂರ್ ಮುಂದೆ, ಬಿಡುವಿಲ್ಲದ ರಂಗನಟಿಯಾಗಿ ಬೇಡಿಕೆ ಪಡೆದುಕೊಂಡರು.

೨೦,೦೦೦ಕ್ಕೂ ಹೆಚ್ಚು ರಂಗ ನಾಟಕಗಳಲ್ಲಿ ನಟಿಯಾಗಿ, ಗಾಯಕಿಯಾಗಿ ಮಿಂಚಿರುವ ಸುಭದ್ರಮ್ಮ ಕರ್ನಾಟಕದಲ್ಲಿ ಪ್ರಖ್ಯಾತರಾಗುವುದರೊಂದಿಗೆ ಆಂಧ್ರಪ್ರದೇಶದಲ್ಲೂ ತಮ್ಮ ಅಭಿನಯ, ಗಾಯನದಿಂದ ಹೆಸರು ಗಳಿಸಿದರು.

ಗುಬ್ಬಿ ವೀರಣ್ಣನವರ ನಿರ್ದೇಶನದ ಕುರುಕ್ಷೇತ್ರ ನಾಟಕದ ಕುಂತಿ, ಗಾಂಧಾರಿ, ವೀರಾಭಿಮನ್ಯು ನಾಟಕದಲ್ಲಿ ಸುಭದ್ರೆ, ಕಂದಗಲ್ಲ ಹಣಮಂತ ರಾಯರ ಕುರುಕ್ಷೇತ್ರ, ಅಕ್ಷಯಾಂ ಬರ ನರವೀರಪಾರ್ಥದಲ್ಲಿ ದ್ರೌಪದಿ ಹೇಮರೆಡ್ಡಿ ಮಲ್ಲಮ್ಮ ನಾಟಕದಲ್ಲಿ ಮಲ್ಲಮ್ಮನ ಅಭಿನಯದಲ್ಲಿ ಸುಭದ್ರಮ್ಮ ಪ್ರೇಕ್ಷಕರ ಮನಸೂರೆಗೊಂಡರು.

ಅಣ್ಣ ತಂಗಿ, ಅಣ್ಣ ತಮ್ಮ ಸಾಮಾಜಿಕ ನಾಟಕಗಳಲ್ಲೂ ರಾರಾಜಿಸಿದ ಸುಭದ್ರಮ್ಮ ವಿದೇಶಗಳಲ್ಲೂ ಅನೇಕ ರಂಗನಾಟಕಗಳಲ್ಲಿ ಅಭಿನಯಿಸಿ, ಹಾಡಿ ಅಲ್ಲಿಯೂ ಜನಮೆಚ್ಚುಗೆ ಪಡೆದರು. ಶ್ರದ್ಧೆ, ನಿಷ್ಠೆ, ಭಾವ ರಂಗ ಕಲಾವಿದರಲ್ಲಿ ಇರಲೇಬೇಕು ಎನ್ನುತ್ತಿದ್ದ ಸುಭದ್ರಮ್ಮನವರಿಗೆ ಗುಬ್ಬಿ ವೀರಣ್ಣ ಪ್ರಶಸ್ತಿ, ಕರ್ನಾಟಕ ರಾಜ್ಯೋತ್ಸವ ಪ್ರಶಸ್ತಿ, ಆಳ್ವಾಸ್ ನುಡಿಸಿರಿ ಪ್ರಶಸ್ತಿ, ಹಂಪಿ ಕನ್ನಡ ವಿಶ್ವವಿದ್ಯಾಲಯದ ನಾಡೋಜ ಪ್ರಶಸ್ತಿ, ಗೌರವ ಡಾಕ್ಟರೇಟ್ ಪುರಸ್ಕಾರಗಳು ಸಂದಿವೆ.

ಬಸವಣ್ಣನವರ, ದಾಸಿಮಯ್ಯ ನವರ ವಚನಗಳನ್ನು ಸುಲಲಿತವಾಗಿ ಹಾಡುತ್ತಿದ್ದ ಸುಭದ್ರಮ್ಮ ಮನ್ಸೂರ್ ಪಲ್ಲೆ ಪಡಚು, ನಟನಾಲಯಂ ಎಂಬ ತೆಲುಗು ರಂಗನಾಟಕಗಳಲ್ಲೂ ಅಭಿನಯಿಸಿದ್ದಾರೆ. ಕರ್ನಾಟಕದ ಮಾಜಿ ಉಪ ಮುಖ್ಯಮಂತ್ರಿ ದಿ. ಎಂ.ಪಿ. ಪ್ರಕಾಶ್ ಅವರು ಬಳ್ಳಾರಿಯ ಹೂವಿಹಡಗಲಿಯಲ್ಲಿ ರಂಗಕ್ಕೆ ತಂದು ನಿರ್ದೇಶಿಸಿದ ಆಷಾಢದ ಒಂದು ದಿನ

ಮತ್ತು ಜೋಕುಮಾರ ಸ್ವಾಮಿ ನಾಟಕಗಳಲ್ಲೂ ಸುಭದ್ರಮ್ಮನವರು ಅದ್ಭುತವಾಗಿ ಅಭಿನಯಿಸಿದ್ದರು. ಇವರು ಅಭಿನಯಿಸುತ್ತಿದ್ದ ದ್ರೌಪದಿ ಪಾತ್ರ ಬಹಳ ಜನಪ್ರಿಯವಾಗಿತ್ತು.

೨೦೨೦ರ ಜುಲೈ ೧೫ರ ಬುಧವಾರ ೮೧ನೇ ಇಳಿ ವಯಸ್ಸಿನಲ್ಲಿಬದುಕಿನ ರಂಗಮಂಚದಿಂದ ಕಣ್ಮರೆಯಾದ ಅಪ್ರತಿಮ ಅಭಿನೇತ್ರಿ, ಗಾಯಕಿ ಡಾ. ಸುಭದ್ರಮ್ಮ ಮನ್ಸೂರ್ ಎಂಬ ಮನೋಜ್ಞ ಕಲಾವಿದೆಗೆ ಗೌರವದ ನಮನಗಳು.

೩೬

ಕನ್ನಡ ಪ್ರೀತಿಯ ಸಾಧಕಿ

ಡಾ. ಪ್ರಮೀಳಾ ಮಾಧವ್

ಕಾಸರಗೋಡು ಎಂದ ತಕ್ಷಣ ಥಟ್ಟನೆ ನಮಗೆ ಕಯ್ಯಾರ ಕಿಞ್ಞಣ್ಣ ರೈ, ರಂಗಕರ್ಮಿ ನಟ, ಕಾಸರಗೋಡು ಚಿನ್ನ ನೆನಪಾಗುವುದು ಸಹಜ. ಆದರೆ ಇದೇ ಊರಿನಲ್ಲಿ ಹುಟ್ಟಿ, ಮಲೆಯಾಳಂ ಮಾತೃಭಾಷೆಯ ಮನೆತನದ ಚಿಗುರಾಗಿ ಮುಂದೆ ಕನ್ನಡದ ಪ್ರಾಧ್ಯಾಪಕಿಯಾಗಿ, ಸಾಹಿತಿಯಾಗಿ ಪ್ರಮೀಳೆ ಎಂಬ ಮಹಿಳೆ ಮಾಡಿರುವ ಸಾಧನೆ ಅಗಾಧ. ಸದ್ದಿಲ್ಲದ ಸಾಹಿತ್ಯಕೃಷಿ, ಅಧ್ಯಯನ, ಅಧ್ಯಾಪನಗಳ ಸುದೀರ್ಘ ಅನುಭವಿ ಡಾ. ಪ್ರಮೀಳಾ ಮಾಧವ್.

೧೯೫೨ರ ಮೇ ೫ರಂದು ಶ್ರೀಮತಿ ಪಾರ್ವತಿ, ಶ್ರೀ ಮಂಟಂಪಾಡಿ ಶಂಕರ ಅವರ ಮಗಳಾಗಿ ಜನಿಸಿದ ಪ್ರಮೀಳಾ ಅವರು ಕಾಸರಗೋಡಿನಲ್ಲೇ ಪದವಿಪೂರ್ವ, ಪದವಿ ಸ್ನಾತಕೋತ್ತರ ಪದವಿಯನ್ನು ಪಡೆದರು. ಇವರ ತಾಯಿಭಾಷೆ ಮಲೆಯಾಳಂ ಆದರೂ ಕನ್ನಡದ ಬಗ್ಗೆ ಹೃನ್ಮನದ ಒಲವು. ಬಿ.ಎ. ಪದವಿಯನ್ನು ಮೊದಲ ರಾಂಕ್‌ನ ಮೂಲಕ ಪಡೆದ ಇವರು ಇದಕ್ಕಾಗಿ ರಾಜ್ಯಸರ್ಕಾರದ ವಿದ್ಯಾರ್ಥಿ ವೇತನದ

ಸೌಲಭ್ಯವನ್ನು ಪಡೆದರು. ಪ್ರಮೀಳಾ ಅವರ ಯಶಸ್ಸಿನ ನಾಗಾಲೋಟ ನಿರಂತರವಾಗಿ ಸಾಗಿ ಕನ್ನಡ ಸ್ನಾತಕೋತ್ತರ ಪದವಿಯನ್ನೂ ಸಹ ಮೊದಲ ರಾಂಕ್‌ಗಳಿಸಿ ಸೈ ಎನ್ನಿಸಿದರು.

ವಿದ್ವಾನ್ ಕೆ.ಎಸ್. ಶರ್ಮಾ ಅವರ ಸಮರ್ಥ ಮಾರ್ಗದರ್ಶನದಲ್ಲಿ ಶ್ರೀ ಸುರಸರಸ್ವತೀ ಸಭಾ ಶೃಂಗೇರಿಯಿಂದ ಸಂಸ್ಕೃತ ಭಾಷಾ ಪರೀಕ್ಷೆಯಲ್ಲಿ ಪ್ರಥಮದಿಂದ ಚತುರ್ಥದವರೆಗೆ ೯೫% ಪ್ರತಿಶತ ಅಂಕ ಗಳಿಸಿ ಸರ್ವಪ್ರಥಮಶ್ರೇಣಿ ಪಡೆದರು. ಈ ಸಾಧನೆಗಾಗಿ ಪ್ರಮೀಳಾ ಅವರ ಆ ಸಂಸ್ಥೆಯು ಬೆಳ್ಳಿಯ ಪದಕ, ಪಾರಿತೋಷಕ ನೀಡಿ ಗೌರವಿಸಿತು.

ಕನ್ನಡದ ಕುರಿತು ಈ ಮಲೆಯಾಳಂ ಮಾತೃಭಾಷಿಕ ಮಹಿಳೆಯ ಉತ್ಸಾಹ, ಅಭಿಮಾನ ಹೆಚ್ಚಿನ ಪ್ರಮಾಣದಲ್ಲಿ ಹರಡಿಕೊಂಡಿತು. ಯು.ಜಿ.ಸಿ.ಯ F. I. P.ಯ ಮುಖೇನ ಡಾ. ಎಸ್. ವಿದ್ಯಾಶಂಕರ್ ಅವರ ಮಾರ್ಗದರ್ಶನದಲ್ಲಿ ಕುಮಾರ ಸಂಭವ ಹಾಗೂ ಗಿರಿಜಾ ಕಲ್ಯಾಣ–ಒಂದು ತೌಲನಿಕ ಅಧ್ಯಯನ ಎಂಬ ಇವರ ಮಹಾಪ್ರಬಂಧಕ್ಕೆ ೧೯೯೫ರಲ್ಲಿ ಬೆಂಗಳೂರು ವಿಶ್ವವಿದ್ಯಾಲಯದಿಂದ ಡಾಕ್ಟರೇಟ್ ಪದವಿ ಪ್ರಾಪ್ತವಾಯಿತು.

ಕಾಸರಗೋಡು, ದಕ್ಷಿಣ ಕನ್ನಡ ಜಿಲ್ಲೆಗಳಲ್ಲಿ ಶಿಕ್ಷಣ ವೃತ್ತಿಯ ಅನುಭವ ಹೊಂದಿದ ಡಾ. ಪ್ರಮೀಳಾ ಅವರು ೮೦ರ ದಶಕದ ಆರಂಭದಲ್ಲಿ ಬೆಂಗಳೂರಿನ ಆಚಾರ್ಯ ಪಾಠಶಾಲಾ ಕಾಲೇಜಿನಲ್ಲಿ ಕನ್ನಡ ಉಪನ್ಯಾಸಕಿಯಾಗಿ, ೧೯೯೧ರಲ್ಲಿ ಆಯ್ಕೆ ಶ್ರೇಣಿ ಉಪನ್ಯಾಸಕಿಯಾಗಿ ನೇಮಕಗೊಂಡುಇವರು ೨೦೦೫ ರಿಂದ ೨೦೧೧ ರವರೆಗೆ ಕನ್ನಡ ವಿಭಾಗದ ಮುಖ್ಯಸ್ಥರಾಗಿ ಕರ್ತವ್ಯ ನಿರ್ವಹಿಸಿದರು. ಆಚಾರ್ಯ ಪಾಠಶಾಲೆಯಲ್ಲಿ ೨೦೧೧ರಲ್ಲಿ ನಡೆದ ರಾಷ್ಟ್ರಮಟ್ಟದ ವಿಚಾರ ಸಂಕಿರಣ ಪ್ರಮೀಳಾ ಮಾಧವ್ ಅವರ ದಕ್ಷತೆ–ಕ್ರಿಯಾತ್ಮಕ ಗುಣಕ್ಕೆ ನಿದರ್ಶನವಾಯಿತು.

ನಂತರ, ಕನಕಪುರ ಗ್ರಾಮಾಂತರ ಕಾಲೇಜಿನ ಸ್ನಾತಕೋತ್ತರ ಕೇಂದ್ರದಲ್ಲಿ ಕನ್ನಡ ಪ್ರಾಧ್ಯಾಪಕರಾಗಿ ಸೇವೆ ಸಲ್ಲಿಸಿ ನಂತರ ಸ್ವಯಂ ನಿವೃತ್ತಿ ಹೊಂದಿದರು. ೩೭ ವರ್ಷಗಳ ಅಪಾರ ಅನುಭವದ ಇವರ ಸಾಹಿತ್ಯ ಮತ್ತು ಬದುಕು ಉತ್ಸಾಹ–ಲವಲವಿಕೆ ಹಾಗೂ ಗಟ್ಟಿ ಗುರುತುಳ್ಳ ವ್ಯಕ್ತಿತ್ವ. ಸಾಹಿತ್ಯ ಕ್ಷೇತ್ರದಲ್ಲಿ ಡಾ. ಪ್ರಮೀಳಾ ಮಾಧವ್ ಅವರ ಸಾಧನೆ ಅಮಿತ. ೬೦ಕ್ಕೂ ಹೆಚ್ಚು ಕೃತಿಗಳ ರಚನೆಯಲ್ಲಿ ಈವರೆಗೆ ೪೨ ಕೃತಿಗಳು ಪ್ರಕಟವಾಗಿವೆ. ೫ ಸಂಶೋಧನೆ–ವಿಮರ್ಶೆ, ೫ ಜೀವನಚರಿತ್ರೆ, ೮ ಕಥಾಸಂಕಲನಗಳು ೩ ಕಾದಂಬರಿಗಳು, ೭ ಸಂಪಾದಿತ ಕೃತಿಗಳ ರಚನೆಗಳಲ್ಲದೆ, ೧೩ ಅನುವಾದಿತ ಕೃತಿಗಳನ್ನು ರಚಿಸಿದ್ದಾರೆ. ಇವುಗಳಲ್ಲಿ ಮಲೆಯಾಳಂ ನಿಂದ ೩, ತುಳುವಿನಿಂದ ೨, ಹಿಂದಿಯಿಂದ ೭, ಒಂದು ಮಿಶ್ರ ಭಾಷಾನುವಾದವನ್ನು

ಮಾಡಿರುವ ಡಾ ಪ್ರಮೀಳಾ ಮಾಧವ್ ಅವರದ್ದು ಆಲಸ್ಯ ರಹಿತ ಸಾಹಿತ್ಯ ಸೃಜನೆ.

ಸಾಹಿತ್ಯ ಸೃಷ್ಟಿಯೊಂದಿಗೇ ಇವರ ಮಾರ್ಗದರ್ಶನದಲ್ಲಿ ಹಲವಾರು ವಿದ್ಯಾರ್ಥಿಗಳು ತಮ್ಮ ಅರಿವನ್ನು ಹದಗೊಳಿಸಿ ಕೊಂಡಿದ್ದಾರೆ. ಪಿಎಚ್. ಡಿ/ಎಂ.ಫಿಲ್. ಮಾರ್ಗದರ್ಶಕರಾಗಿ ಇವರು ತಮ್ಮ ಜವಾಬ್ದಾರಿಯನ್ನು ಸಮರ್ಥವಾಗಿ ನಿರ್ವಹಿಸಿದ್ದಾರೆ.

೧. ಕೆ.ಎನ್. ಗಿರಿಜಾಂಬಾ–'ವ್ಯಾಸರಾಯ ಬಲ್ಲಾಳರ ಬದುಕು ಮತ್ತು ಬರಹ–ಒಂದು ಅಧ್ಯಯನ'–ಬೆಂಗಳೂರು ವಿಶ್ವವಿದ್ಯಾಲಯ. (ಪದವಿ ಲಭಿಸಿದೆ)

೨. ಶ್ರೀಮತಿ ಶಾರದಾ, 'ಸಿನಿಮಾ ಮಾಧ್ಯಮವಾಗಿ ಕನ್ನಡ ಮಹಿಳಾ ಕಾದಂಬರಿಗಳು'–ಬೆಂಗಳೂರು ವಿಶ್ವವಿದ್ಯಾಲಯ. (ಪದವಿ ಲಭಿಸಿದೆ)

೩. ಕೆ.ಪಿ. ಪುಟ್ಟಮಾರಯ್ಯ–'ಡಾ। ಚಿದಾನಂದ ಮೂರ್ತಿ ಯವರ ಬದುಕು ಮತ್ತು ಬರಹ–ಒಂದು ಅಧ್ಯಯನ'–ಬೆಂಗಳೂರು ವಿಶ್ವವಿದ್ಯಾಲಯ. (ಪದವಿ ಲಭಿಸಿದೆ)

೪. ರವಿ ವಿ.ಎಂ.–'ದಲಿತ ಬಂಡಾಯ ಕತೆಗಳಲ್ಲಿ ಮುಸ್ಲಿಂ ಸಂವೇದನೆ'–ಬೆಂಗಳೂರು ವಿಶ್ವವಿದ್ಯಾಲಯ. (ಪದವಿ ಲಭಿಸಿದೆ)

೫. ಕೆ. ನಳಿನಾ–' ಪ್ರಾಣಪ್ರಿಯ ಕಾವ್ಯ–ತೌಲನಿಕ ಅಧ್ಯಯನ' ಎಮ್. ಫಿಲ್ (ಹಂಪಿ ವಿಶ್ವವಿದ್ಯಾಲಯ, ಪದವಿ ಲಭಿಸಿದೆ)

೬. ಆಶಾ–'ಗ್ರಂಥ ಸಂಪಾದನೆ'–ಎಮ್. ಫಿಲ್ (ಹಂಪಿ ವಿಶ್ವ ವಿದ್ಯಾಲಯ–ಪದವಿ ಲಭಿಸಿದೆ)

೭. ಎಸ್. ರಾಮಮೂರ್ತಿ–' ಬಸವಣ್ಣ–ಒಂದು ಐತಿಹಾಸಿಕ ಮತ್ತು ಪೌರಾಣಿಕ ಸಮೀಕ್ಷೆ' ಬೆಂಗಳೂರು ವಿಶ್ವ ವಿದ್ಯಾಲಯ ಪಿಎಚ್.ಡಿ. ಪದವಿ ಲಭಿಸಿದೆ.)

೮. ನಾರಾಯಣಸ್ವಾಮಿ–ಪಿಎಚ್.ಡಿ. ಅಧ್ಯಯನ: ಕನ್ನಡ ಕಾದಂಬರಿಗಳಲ್ಲಿ ಪ್ರಕೃತಿ ಯೊಂದಿಗಿನ ಮಾನವ ಸಂಬಂಧಗಳ ವಿಭಿನ್ನ ಆಯಾಮಗಳು (ಹಂಪಿ ವಿಶ್ವವಿದ್ಯಾಲಯ)

–ಹೀಗೆ ಡಾ. ಪ್ರಮೀಳಾ ಮಾಧವ್ ಅವರು ಅತ್ಯಂತ ಯಶಸ್ವಿಯಾಗಿ ವಿದ್ಯಾರ್ಥಿಗಳ ಜ್ಞಾನಾಭಿವೃದ್ಧಿಗೆ ತೋರುಮಾರ್ಗವಾಗಿದ್ದಾರೆ.

ಪ್ರಮೀಳಾ ಮಾಧವ್ ಅವರದ್ದು ಚತುರ್ಮುಖ ಸಾಧನೆ. ಒಂದೆಡೆ ಅಧ್ಯಯನ, ಅಧ್ಯಾಪನ, ಕನ್ನಡೇತರ ವಿದ್ಯಾರ್ಥಿಗಳಿಗೆ ದಶಕಗಳ ಕಾಲ ಕನ್ನಡ ಬೋಧನೆ ಜೊತೆಗೆ ಸಾಹಿತ್ಯ ಕೃಷಿ, ಅನುವಾದಗಳತ್ತ ಚಿತ್ತ ನೆಟ್ಟ

ಇವರಿಗೆ ಕನ್ನಡವೆನ್ನುವುದು ಒಡಲ ಪ್ರೀತಿಯೂ ಹೌದು, ಮಡಿಲ ಪ್ರೀತಿಯೂ ಹೌದು.

ಮಲೆಯಾಳಂ ಮನೆ ಮಾತಿನ ಇವರು ತಮ್ಮ ಪಿಎಚ್.ಡಿ. ಮಹಾಪ್ರಬಂಧಕ್ಕೆ ಹರಿಹರನ ಗಿರಿಜಾ ಕಲ್ಯಾಣ, ಕಾಳಿದಾಸನ ಕುಮಾರ ಸಂಭವ. ಕೃತಿಗಳ ಅಧ್ಯಯನ ಮಾಡಿರುವ ಸಾಹಸ ಇವರ ಜ್ಞಾನದ ಹಸಿವು, ಕನ್ನಡದ ಮೇಲಿನ ಅವ್ಯಾಜ ಪ್ರೀತಿಗೆ ನಿದರ್ಶನ. ಇವರ ೧೦ ಕೃತಿಗಳು ಇಷ್ಟರಲ್ಲೇ ಅಚ್ಚಾಗಿ ಹೊರಬರಲಿದ್ದು, ೫ ಕೃತಿಗಳು ರಚನಾ ಹಂತದಲ್ಲಿ ಇವೆ. ಕಯ್ಯಾರ ಕಿಞ್ಞಣ್ಣ ರೈ ಪ್ರಶಸ್ತಿ, ದೇವಾಂಗ ಸಮಾಜ ಮಂಜೇಶ್ವರದ ರಜತ ಮಹೋತ್ಸವ ಪ್ರಶಸ್ತಿ ಸೇರಿದಂತೆ ಅನೇಕ ಪುರಸ್ಕಾರಗಳಿಗೆ ಭಾಜನರಾಗಿರುವ ಪ್ರಮೀಳಾ ಮಾಧವ್ ಅವರ ಸಾಹಿತ್ಯದ ಕುರಿತು ಶ್ರೀಮತಿ ಶ್ವೇತಾ ಅವರು ಅಧ್ಯಯನ ಮಾಡಿ ಡಾಕ್ಟರೇಟ್ ಪದವಿ ಪಡೆದಿದ್ದಾರೆ.

ಸಾಧನೆ, ಯುಗಪುರುಷ, ಪ್ರಬುದ್ಧ ಕರ್ನಾಟಕ, ಕರ್ನಾಟಕ ಸಾಹಿತ್ಯ ಪರಿಷತ್ಪತ್ರಿಕೆ, ಕರ್ನಾಟಕ ಲೋಚನ, ತರಂಗ, ಮಂಗಳ, ಬಾಲಮಂಗಳ, ಕರ್ಮವೀರ, ವಿಜಯವಾಣಿ, ವಿಶ್ವವಾಣಿ, ಅನಿಕೇತನ, ಅಧ್ಯಯನ, ಅನ್ವೇಷಣ, ಭೂಷಣ, ಸಿರಿ, ಅಯನ, ನೇಕಾರವಾಣಿ, ಹಂಪೆಯ ನುಡಿ, ಪ್ರಜಾ ಸಮರ, ಅಂಬೇಡ್ಕರ್ ವಾಯ್ಸ್, ಕಸಿಮಾವು, ಘನವು ಎಂಬುದು, ಬೆಳ್ಳಿ ಕಿರಣ, ಸಾರಥಿ, ಮಂಗಳದೀಪ, ಕನ್ನಡ ಪ್ರಧಾನ ಇತ್ಯಾದಿ ಸಂಕಲನ ಗ್ರಂಥ, ಸಂಶೋಧನಾ ಗ್ರಂಥ, ನಿಯತಕಾಲಿಕೆ, ಸ್ಮರಣಿಕೆ, ವಾರ್ತಾಪತ್ರಿಕೆ, ವಾರಪತ್ರಿಕೆಗಳಲ್ಲಿ ಇವರ ೧೫೦ಕ್ಕೂ ಹೆಚ್ಚು ಕತೆ, ಕವನ, ಸಂಶೋಧನಾ ವಿಮರ್ಶಾ ಲೇಖನಗಳು ಪ್ರಕಟವಾಗಿವೆ.

ಡಾ. ಪ್ರಮೀಳಾ ಮಾಧವ್ ಅವರದ್ದು ಪ್ರಬುದ್ಧ ಬದುಕು. ನಡೆ ನುಡಿಯಲ್ಲಿ ಸಂಸ್ಕಾರದ ಸಾರ್ಥಕ ಜೀವನ.

ಇರುವ ಕೆಲಸವ ಮಾಡು
ಕಿರಿದೆನದೆ ಮನವಿಟ್ಟು
ದೊರೆತುದ ಹಸಾದವೆಂದುಣ್ಣು ಗೊಣಗಿಡದೆ...

ಎಂಬ ಡಿ.ವಿ.ಜಿ. ಅವರ ಮಂಕುತಿಮ್ಮನ ಕಗ್ಗದ ಸಾಲುಗಳಂತೆ ಬಾಳು ಸಾಗಿಸುತ್ತಿರುವ ಇವರು ಕಾಸರಗೋಡಿನಿಂದ ಬಂದು ಕನ್ನಡ ನಾಡು ನುಡಿ ಪ್ರಪಂಚಕ್ಕೆ ಸಲ್ಲಿಸಿರುವ ಸೇವೆ ಅಸಾಮಾನ್ಯ. ೭೧ರ ವಯಸ್ಸಿನಲ್ಲೂ ಕನ್ನಡವೆಂದರೆ ಮೈಮನ ಚುರುಕಾಗುವ ಇವರು ನೂರ್ಕಾಲ ಬಾಳಲಿ.

೩೭

ಲಿಂಗ ತಾರತಮ್ಯದ ವಿರುದ್ಧದ ಗಟ್ಟಿ ಧ್ವನಿ

ಸಾರಾ ಅಬೂಬಕ್ಕರ್

ಕನ್ನಡ ಸಾಹಿತ್ಯದಲ್ಲಿ ನವೋದಯ, ಪ್ರಗತಿಶೀಲ, ನವ್ಯ, ದಲಿತ/ಬಂಡಾಯ ಹೀಗೆ ಆದ ಪಂಥಗಳಿವೆ. ಆದರೆ ಸ್ತ್ರೀ ಅಸಮಾನತೆ, ಮಹಿಳೆಯರ ಬವಣೆಗಳನ್ನು ಶೋಷಣೆಯ ಭಾರವನ್ನು ಸಹಿಸಿ, ಬಾಳ ಬೇಕಾದ ಸಂಕಟಗಳನ್ನು ಬರೆಹಗಳ ಮೂಲಕ ಪ್ರತಿರೋಧಿಸಿದವರಲ್ಲಿ ಸಾರಾ ಅಬೂಬಕ್ಕರ್ ಕನ್ನಡದ ಪ್ರಧಾನ ಹೆಸರು.

೧೯೩೬ರ ಜೂನ್ ೩೦ರಲ್ಲಿ ಕೇರಳದ ಕಾಸರಗೋಡಿನ ಚಮನಾಡು ಎಂಬ ಪುಟ್ಟ ಗ್ರಾಮದಲ್ಲಿ ಜೈನಾಬಿ ಮತ್ತು ಅಹಮದ್ ಎಂಬ ತಾಯಿ ತಂದೆಗೆ ಜನಿಸಿದ ಇವರು ಹತ್ತನೆಯ ತರಗತಿಯವರೆಗೆ ಓದಿ ವಿದ್ಯಾಭ್ಯಾಸವನ್ನು ನಿಲ್ಲಿಸಿ ವೈವಾಹಿಕ ಜೀವನಕ್ಕೆ ಕಾಲಿರಿಸಿದವರು. ಆದರೆ ಅಲ್ಲಿಂದ ಮುಂದಕ್ಕೆ ಕನ್ನಡದ ಅಕ್ಷರ ಲೋಕಕ್ಕೆ ಸಮಾಜದ ಕುರುಡು ಆಚರಣೆಗಳ, ಶೈಕ್ಷಣಿಕ ವಂಚಿತ ಸ್ತ್ರೀ ಸಮುದಾಯದ ನೋವು ನುರಿಗಳನ್ನು ಸಾರಾ ಅಬೂಬಕ್ಕರ್ ತಮ್ಮ ಕೃತಿಗಳಲ್ಲಿ ಕಣ್ಣಿಗೆ ಕಟ್ಟುವಂತೆ ಚಿತ್ರಿಸಿದ ಪರಿ ಬಹಳ ಮುಖ್ಯವಾಗುತ್ತದೆ.

ಸಾರಾ ಅಬೂಬಕ್ಕರ್ ಓದಿನ ಕಡೆಗೆ ತೀವ್ರ ತುಡಿತವನ್ನು ಹೊಂದಿದ್ದವರು. ಸಮಯ ಸಿಕ್ಕಾಗಲೆಲ್ಲ ಓದುವುದರತ್ತ ಗಮನ ಹರಿಸುತ್ತಿದ್ದ ಇವರಿಗೆ ತಂದೆ ಅಹಮದ್ ಅವರು ವಕೀಲರಾಗಿದ್ದರಿಂದ ಓದಿನ ಕಡೆಗಿನ ಆಸಕ್ತಿಗೆ ಹೆಚ್ಚಿನ ಪ್ರೋತ್ಸಾಹ ದೊರೆಯಿತು.

ಸಾರಾ ಅಬೂಬಕ್ಕರ್ ಅವರು ಕಂಡಿರಿಸಿರುವ ಮಹಿಳಾ ಪ್ರಪಂಚ ಮತ್ತು ಅವರ ಸುತ್ತಮುತ್ತಲಿನ ಆಗುಹೋಗುಗಳಿಗೆ ವಿಶೇಷತೆ ಇದೆ.

ಮಂಗಳೂರು–ಕಾಸರಗೋಡು ಪ್ರದೇಶಗಳಲ್ಲಿ ಮುಸ್ಲಿಮ್ ಸಮುದಾಯದ ಹೆಣ್ಣು ಮಕ್ಕಳು ಮಹಿಳೆಯರು ಎದುರಿಸುತ್ತಿದ್ದ ತಲ್ಲಣ–ಬಿಗುವಿನ ವಾತಾವರಣ, ನಿರ್ಬಂಧಿತ ಜೀವನ, ಕಟ್ಟಳೆಗಳಲ್ಲಿ ಬಂಧಿತವಾದ ಆತಂಕಿತ ಬದುಕನ್ನು ಕಂಡ ಇವರು ಸ್ವಾನುಭವ–ಪರಾನುಭವ ಪ್ರಪಂಚ ಎರಡನ್ನೂ ಮಿಳಿತಗೊಳಿಸಿ ನೀಡಿದ ಕೃತಿಗಳಲ್ಲಿ ಮಹಿಳೆ ಯರ ದುಸ್ಥಿತಿ ದುರಂತಗಳ ಸರಮಾಲೆಯೇ ಇದೆ.

"ತವರಿನಲ್ಲಿ ಹೊರಗೆಲ್ಲ ಓಡಾಡಲು ಯಾವುದೇ ನಿರ್ಬಂಧಗಳಿರಲಿಲ್ಲ. ಆದರೆ ಇಲ್ಲಿ ಗಂಡಸರು ಇರುವಾಗ, ಹೆಂಗಸರು ಹೊರಗೆ ಬರುವಂತೆಯೇ ಇರಲಿಲ್ಲ. ಎಷ್ಟೆಂದರೆ ನಮ್ಮ ನಾದಿನಿಯರ ಗಂಡಂದಿರು ಕೂಡ ನಮಗೆ ಪರಪುರುಷರು. ಅವರ ಎದುರಾಗಲೀ, ಮನೆಯ ಡ್ರೈವರ್‌ನ ಎದುರಾಗಲೀ ನಾವು ಸುಳಿಯುವಂತಿರಲಿಲ್ಲ" ಎಂದು ಬರೆದಿರುವ ಇವರ ಸಾಲುಗಳಲ್ಲಿ ಆ ಕಾಲಘಟ್ಟದಲ್ಲಿ ಮುಸ್ಲಿಮ್ ಮಹಿಳೆಯರು ಅವರಿದ್ದ ಪ್ರದೇಶಗಳಲ್ಲಿ ಎದುರಿಸಿದ ಏಕಾಕಿತನ, ಅಸಮಾನತೆ, ಭಯಗ್ರಸ್ತ ಪರಿಸರದ ಕಳವಳಗಳನ್ನು ಇಂಚಿಂಚಾಗಿ ತಮ್ಮ ಕೃತಿಗಳಲ್ಲಿ ತಂದ ಸಾರಾ ಅಬೂಬಕ್ಕರ್ ಅವರು ಸಾಮಾನ್ಯ ಸಾಮಾಜಿಕ ಸೌಲಭ್ಯಗಳಿಂದಲೂ ವಂಚಿತ ವಾದ ಮಹಿಳೆ ಹಾಗೂ ಮುಸ್ಲಿಮ್ ಸಮುದಾಯದ ಮಹಿಳೆಯರ ವೈವಾಹಿಕ ಜೀವನದ ದುರ್ಭರ ಪರಿಸ್ಥಿತಿಗಳನ್ನು ರೂಪಿಸಿದ ರೀತಿ ಬಹಳ ವಿಭಿನ್ನ ಮತ್ತು ವಿಶಿಷ್ಟ.

ಸಾರಾ ಅಬೂಬಕ್ಕರ್ ಅವರ ಕೃತಿಗಳು–೧೯೮೦ರಲ್ಲಿ ಬರೆದ ಚಂದ್ರಗಿರಿಯ ತೀರದಲ್ಲಿ ಇವರ ಮೊದಲ ಕಾದಂಬರಿ. ಹುಟ್ಟಿದ ಊರಿನ ಬಳಿಯ ಚಂದ್ರಗಿರಿ ತೀರ ಸಾರಾ ಅಬೂಬಕ್ಕರ್ ಅವರಲ್ಲಿ ಗಾಢವಾದ ಪ್ರಭಾವ ಪರಿಣಾಮಗಳನ್ನು ಉಂಟು ಮಾಡಿದೆ. ಇವರ ಮಹಿಳಾ ಪರ ಧೋರಣೆಯಲ್ಲಿ ಮುಸ್ಲಿಮ್ ಮಹಿಳೆಯರ ಜೀವನಕಥನಗಳ ನೋವಿಗೆ ಹಲವು ಸ್ತರಗಳ ವಿಸ್ತಾರವಿದೆ. ಪುರುಷ ಪ್ರಾಧಾನ್ಯ, ಸ್ವನಿಯಂತ್ರಿತ ಹಿಡಿತ ಸಾಧಿಸಿಕೊಂಡು ಬಾಳುವ ಅಹಮಿಕೆಯ ಪುರುಷ ಮತ್ತು ಅದರ ಫಲವಾಗಿ ದಾಂಪತ್ಯದ ಕಹಿಗಳನ್ನು ಅನುಭವಿಸುವ ಕರುಣಾಜನಕ ಮಹಿಳೆಯರ ಪರಿತ್ಯಕ್ತ ಬದುಕಿಗೆ ಇವರು ಹಲವು ಕಾರಣಗಳನ್ನು ಬೊಟ್ಟು ಮಾಡಿ ತೋರಿಸುತ್ತಾರೆ.

ಮೂರು ಬಾರಿಯ ತಲಾಖ್‌ನ ಮೂಲಕ ವಿಚ್ಛೇದನ ಹೊಂದಿ ಬಾಳುವ ಜೊಹರಾ ಎಂಬ ಹೆಣ್ಣಿನ ಆರ್ದ್ರ ದೈನ್ಯವನ್ನು ಮನಕಲಕುವಂತೆ ಹೇಳುವ ಸಾರಾ ಅಬೂಬಕ್ಕರ್ ಇದರ ಹಿಂದಿನ ಮೂಲ ಸಮಸ್ಯೆಗಳನ್ನೂ ವಿಶ್ಲೇಷಿಸಿದ್ದಾರೆ. ಸುಶಿಕ್ಷಿತ ಪರಿವಾರವಲ್ಲದ, ಶಿಕ್ಷಣದ ಅರಿವಿಲ್ಲದ ತಾಯಿಯ ಗ್ರಾಮೀಣತೆ, ಹೆಜ್ಜೆಹೆಜ್ಜೆಗೂ ಕಾಡುವ ಗಂಡನಿರದ ಶೋಚನೀಯ ಸಂಗತಿ ಜೊಹರಾಳ ಮದುವೆಯ ಬಾಳಿನ ಗೋಳಿಗೆ ನಾಂದಿ ಯಾಗುತ್ತದೆ. ಇದರ ಜೊತೆಗೆ, ಪುಟ್ಟ ಮಕ್ಕಳನ್ನು ಹೊತ್ತು ಗಂಡನ ಮನೆಯಿಂದ ಹೊರಬಿದ್ದು, ಹೊರದಬ್ಬಿಸಿಕೊಂಡು, ಬಸುರಿತನದ ಬಾಧೆಗಳನ್ನು ಅನುಭವಿಸುತ್ತಲೇ ಸ್ತ್ರೀ ಸಂಬಂಧಿತ ಬಾಧೆಗಳಿಂದ ನರಳುವ ಜೊಹರಾ ಸೂಕ್ತ ಚಿಕಿತ್ಸೆ ಸಿಗದೆ, ತನ್ನ ಪುಟ್ಟ ಮಕ್ಕಳನ್ನು ಬಿಟ್ಟು ತೀರಿ ಹೋದಾಗ ಅವಳ ತಾಯಿ 'ಅಯ್ಯೋ ಮಗಳೇ ಹೋಗೇ ಬಿಟ್ಟೆಯಾ" ಎಂದು ಹುಯ್ಯಲಿ ಡುವುದು ಆರೋಗ್ಯದ ಬಗೆಗಿನ ಅರಿವಿಲ್ಲದ ಕೊರತೆಯನ್ನೂ ಎತ್ತಿ ತೋರಿಸುತ್ತದೆ. ಪಿತೃ ಪ್ರಭುತ್ವದ ಪಿತೃಪ್ರಮುಖ ಸಮಾಜದ ಅಡಿಯಲ್ಲಿ ಬಾಳುವ ಮುಸ್ಲಿಮ್ ಸಮುದಾಯದ ಮಧ್ಯಮ ಹಾಗೂ ನಿಮ್ನ ವರ್ಗಗಳ ಬಗ್ಗೆ ಕಾಳಜಿ ವಹಿಸಿ ಬರೆಯುವ ಇವರ ಇನ್ನಿತರ ಕಾದಂಬರಿಗಳಾದ ಸಹನಾ, ವಜ್ರಗಳು, ಕದನವಿರಾಮ, ಸುಳಿಯಲ್ಲಿ ಸಿಕ್ಕವರು, ಪ್ರವಾಹ ಸುಳಿ, ತಳ ಒಡೆದ ದೋಣಿಯ ಲ್ಲಿ, ಪಂಜರ ಇಲ್ಲಿಯೂ ಮುಸ್ಲಿಮ್ ಮಹಿಳಾ ಬದುಕಿನ ನೋವು ನೈರಾಶ್ಯದ ಸಂಕಥನ, ಸಂವೇದನೆಗಳಿವೆ.

ಸಹನಾ ಕಾದಂಬರಿಯ ನಾಯಕಿ ನಸೀಮಾ. ಮುಸ್ಲಿಮ್ ಸಮುದಾಯದ ಬಹುಪತ್ನಿತ್ವದ ನೆಲೆಗಳಲ್ಲಿ ಕಾದಂಬರಿಯಿದ್ದು, ಚಿಕ್ಕ ವಯಸ್ಸಿನಲ್ಲೇ ಮದುವೆಯಾಗಿ ಹೆಣ್ಣು ಮಕ್ಕಳನ್ನು ಹೆತ್ತು, ಈ ಕಾರಣಕ್ಕಾಗಿ ಗಂಡನ, ಗಂಡನ ಮನೆಯವರ ಉದ್ದೇಶಿತ ತಾತ್ಸಾರಕ್ಕೆ ಒಳಗಾಗಿ, ವಿಷಾದವನ್ನು ಲೇಪಿಸಿಕೊಂಡೇ ಜೀವನ ದೂಡಬೇಕಾಗಿ ಬರುವ ಪಾತ್ರ. ಆದರೆ ನಸೀಮಾ ಕಂಗೆಡದೆ ಸ್ವಾವಲಂಬಿಯಾಗಿ ಪುರುಷಕೇಂದ್ರಿತ ಸಮಾಜದ ವಿರುದ್ಧ ಸೆಟೆದು ನಿಂತು ಹೊಸ ಬದುಕನ್ನು ಕಟ್ಟಿಕೊಂಡು ಅದೇ ಸಮಾಜದ ಎದುರು ಸೈ ಎನ್ನಿಸಿಕೊಳ್ಳುವ ಆಶಾವಾದ ಮತ್ತು ಸ್ತ್ರೀಪರ ಭರವಸೆಯನ್ನು ಸಾರಾ ಅಬೂಬಕ್ಕರ್ ಈ ಕಾದಂಬರಿಯಲ್ಲಿ ಮೂಡಿಸು ತ್ತಾರೆ. ವಜ್ರಗಳು ಕಾದಂಬರಿಯೂ ಸಹ ನಿರಾಶ್ರಿತ ಒಂಟಿ ಹೆಣ್ಣಾಗಿ ನಫೀಸಾಳು ಅನುಭವಿಸುವ ತಳಮಳ ಕಸಿವಿಸಿಗಳನ್ನೂ ತಾಯಿತನದ ಜವಾಬ್ದಾರಿಯ ಭಾರವನ್ನು ಅಚ್ಚುಕಟ್ಟಾಗಿ ಮೂಡಿಸುವ ಕಾದಂಬರಿ.

ಸುಳಿಯಲ್ಲಿ ಸಿಕ್ಕವರು ಪ್ರವಾಹ ಮತ್ತು ಸುಳಿ ಬೇರೆ ರೀತಿಯ ಕಥನಗಳನ್ನು ಹೊಂದಿರುವ ಕಾದಂಬರಿಗಳು. ಸಾಮಾಜಿಕ ದುರ್ವ್ಯಾಪಾರಗಳ ಲೋಕ ಮತ್ತು ಅದರ ಕಂಟಕಗಳನ್ನು ಹೊತ್ತು ಸಾಗುವ ಕಾದಂಬರಿಗಳಲ್ಲಿ ವೈವಿಧ್ಯತೆ ಇದೆ. ಸ್ತ್ರೀ ಬದ್ಧವಾದ ಕಾಳಜಿ ಮತ್ತು ಅದಕ್ಕೆ ತದ್ವಿರುದ್ಧವಾಗಿ ಪ್ರತಿಕ್ರಿಯಿಸುವ ಪೌರುಷದ

ಗರ್ವದ ಯಜಮಾನಿಕೆಯ ಪುರುಷರ ನಡಾವಳಿಯನ್ನು ಸಾರಾ ಅಬೂಬಕ್ಕರ್ ಅವರು ತಮ್ಮ ಚಪ್ಪಲಿಗಳು ಕಥೆಯ ಮೂಲಕ ಹೊರ ಹಾಕಿದ್ದಾರೆ.

ಹೆಣ್ಣಿನ ಮೇಲಿನ ಪುರುಷ ದಬ್ಬಾಳಿಕೆ ಹಾಗೂ ಇದರ ಪರಿಣಾಮವಾಗಿ ಮಹಿಳೆಯರ ಸ್ವಂತಿಕೆಗೆ ಸ್ವಮನೋಧರ್ಮದ ಪ್ರಕಟಣೆಗೆ ಎದುರಾಗುವ ಅಭಿವ್ಯಕ್ತಿಯ ಭೀತಿಯನ್ನು ಚಪ್ಪಲಿಗಳು ಕಥೆ ಮನಮುಟ್ಟು ವಂತೆ ನಿರೂಪಿಸಿದೆ. ಅನುವಾದ ಕ್ಷೇತ್ರದಲ್ಲಿ ಸಹ ಸಾರಾ ಅಬೂಬಕ್ಕರ್ ಅವರ ಕೃಷಿ ಬಹಳ ಗಮನೀಯ.

ಮಲೆಯಾಳಂನ ಪ್ರಸಿದ್ಧ ಬರೆಹಗಾರರಾದ ಕಮಲಾ ದಾಸ್, ಸುಹರಾ ಬಾಲಕೃಷ್ಣನ್ ಅವರ ಕೃತಿಗಳನ್ನು ಸಾರಾ ಅಬೂಬಕ್ಕರ್ ಅವರು ಕನ್ನಡಕ್ಕೆ ಅನುವಾದಿಸಿದ್ದಾರೆ. ಪುರುಷ ಪ್ರಪಂಚದ ನಡುವೆ ಸಿಕ್ಕಿ ಸಿಲುಕಿ ಒದ್ದಾಡಿ ಹೈರಾಣಾ ಗುವ, ಸಾವು ನೋವುಗಳಿಗೆ ತುತ್ತಾಗಿ ಬಲಿಪಶುವಾಗುವ ಮುಸ್ಲಿಮ್ ಸಮುದಾಯದ ಹೆಣ್ಣು ಮಕ್ಕಳ ದಯನೀಯ ಬದುಕಿನ ಅನಾವರಣ ಮಾಡಿದವರು ಸಾರಾ ಅಬೂಬಕ್ಕರ್.

ಧೈರ್ಯದ ದಿಟ್ಟ ಧ್ವನಿಯಾಗಿ ಸಾರಾ ಅಬೂಬಕ್ಕರ್ ಅವರ ಈ ಕೂಗು ಕೇವಲ ಅಬ್ಬರಿಸುವ ಆರ್ಭಟದ ಸೊಲ್ಲಲ್ಲ. ಮುಸ್ಲಿಮ್ ಸಮುದಾಯದ ಹೆಣ್ಣು ಮಕ್ಕಳ ವೈವಾಹಿಕ ಜೀವನದ ಪಲ್ಲಟಗಳಲ್ಲಿ ಮುದುಡಿ ಹೋದ ಸ್ವತಂತ್ರ ರಹಿತ, ಸ್ವಾತಂತ್ರ್ಯ ರಹಿತ ಬದುಕನ್ನು ಓದುಗರ ವಲಯದ ಮೂಲಕ ತಮ್ಮ ಸಾಮಾಜಿಕ ಕಳಕಳಿಯನ್ನು ಇವರು ಬಿಂಬಿಸಿದ್ದಾರೆ. ಪಯಣ, ಅರ್ಧ ರಾತ್ರಿಯಲ್ಲಿ ಹುಟ್ಟಿದ ಕೂಸು, ಖೆಡ್ಡಾ ಇವರ ಇತರ ಪ್ರಮುಖ ಕಥಾಸಂಕಲನಗಳು.

ದಾನ ಚಿಂತಾಮಣಿ ಅತ್ತಿಮಬ್ಬೆ ಪ್ರಶಸ್ತಿ, ಕರ್ನಾಟಕ ಸಾಹಿತ್ಯ ಅಕಾಡೆಮಿ ಪ್ರಶಸ್ತಿ, ಕರ್ನಾಟಕ ರಾಜ್ಯೋತ್ಸವ ಪ್ರಶಸ್ತಿ, ಸರೋಜಾದೇವಿ ಶ್ರೀ ಹರ್ಷ ಪ್ರಶಸ್ತಿ, ಆಳ್ವಾಸ್ ನುಡಿಸಿರಿ, ಸಂದೇಶ ಪ್ರಶಸ್ತಿಗಳನ್ನು ಪಡೆದ ಸಾರಾ ಅಬೂಬಕ್ಕರ್ ಅವರು ಅಖಿಲ ಭಾರತ ಕನ್ನಡ ಸಾಹಿತ್ಯ ಸಮ್ಮೇಳನದ ಅಧ್ಯಕ್ಷರಾಗುವ ಅವಕಾಶ ತಪ್ಪಿ ಹೋಯಿತು.

ಅಪರಿಚಿತವಾದ ಮತ್ತು ಬೌದ್ಧಿಕವಾಗಿ ಹೆಚ್ಚು ತೆರೆದು ಕೊಳ್ಳದ ಪುಟ್ಟ ಗ್ರಾಮದಿಂದ ಬಂದು, ಮೂರು ದಶಕಗಳ ಕಾಲ ಶೋಷಿತ-ಶೋಷಕ ಪಾತ್ರಗಳ ಮೂಲಕ ಗಂಭೀರವಾದ ಚಿಂತನೆಗಳಿಗೆ ಬರೆಹಗಳಿಗೆ ಕಾರಣರಾದ ಸಾರಾ ಅಬೂಬಕ್ಕರ್ ಅವರು ತಮ್ಮ ೮೬ನೇ ವಯಸ್ಸಿನಲ್ಲಿ ೨೦೨೩ ಜನವರಿ ೧೦ರಂದು ಮಂಗಳೂರಿನಲ್ಲಿ ನಿಧನರಾದರು.

ಸಾರಾ ಅಬೂಬಕ್ಕರ್ ಕನ್ನಡ ಸಾಹಿತ್ಯ ಮತ್ತು ಮಹಿಳಾ ಸಂವೇದನೆಗಳಿಗೆ ನೀಡಿದ ಅಕ್ಷರ ರೂಪ ಮತ್ತು ಒಳಗುದಿಯ ಬಂಡಾಯವನ್ನು ಉಂಟು ಮಾಡಿದ ಸಾಹಿತ್ಯ ರಚನೆ ಸದಾ ಹಸಿರಾಗಿ ಉಳಿದಿರುತ್ತದೆ.

೩೮

ದ್ವಿಭಾಷಾಸಾಹಿತ್ಯದ ಸಮನ್ವಯಕಾರ್ತಿ

ಡಾ. ಶಾರದಾ ಕೆ.

ಬಳ್ಳಾರಿ ಜಿಲ್ಲೆ ಭಾಷಾವಾರು ಪ್ರಾಂತ್ಯಗಳ ವಿಂಗಡಣಾ ಸಂದರ್ಭದಲ್ಲಿ ವಿಪ್ಲವದಿಂದ ಸದ್ದು ಮಾಡಿ, ರಂಜಾನ್ ಸಾಬ್ ಎಂಬ ಕನ್ನಡದ ಕಟ್ಟಾಭಿಮಾನಿ ಹೋರಾಟಗಾರ ಅಸು ನೀಗಿದ್ದರು. ಇಂಥ ಜಿಲ್ಲೆಯ ತೆಲುಗು ಮಾತೃಭಾಷೆಯ ಮನೆಯಲ್ಲಿ ಜನಿಸಿ ಮುಂದೆ ಕನ್ನಡ ತೆಲುಗು ಉಭಯ ಭಾಷಾ ಸಾಹಿತ್ಯದ ಸಾರವತ್ತಾದ ಕೃತಿ ಕಾರ್ಯಗಳ ಮೂಲಕ ತಮ್ಮ ಕನ್ನಡ ಸೇವೆಯನ್ನು ಮಾಡುತ್ತಿರುವವರು ಡಾ. ಕೆ. ಶಾರದಾ.

೧೯೬೩ರಲ್ಲಿ ಬಳ್ಳಾರಿ ಜಿಲ್ಲೆಯ ಹೊಸಪೇಟೆಯಲ್ಲಿ ರೋಷಪ್ಪ ನಾಯ್ಡು–ಲಕ್ಷ್ಮಿದೇವಿ ದಂಪತಿಗಳಿಗೆ ಹುಟ್ಟಿದ ಶಾರದಾ ಅವರು ತಮ್ಮ ಪದವಿ, ಸ್ನಾತಕೋತ್ತರ ಪದವಿ, ಎಂ.ಫಿಲ್., ಪಿಎಚ್.ಡಿ. ಪದವಿ ವ್ಯಾಸಂಗವನ್ನು ಗುಲ್ಬರ್ಗ ವಿಶ್ವವಿದ್ಯಾಲಯದ ಮೂಲಕ ಪೂರ್ಣಗೊಳಿಸಿ ಕೊಂಡರು. ಶಾರದಾ ಅವರ ಸಾಹಿತ್ಯ ಕ್ಷೇತ್ರದ ಹೆಜ್ಜೆಗಳು–ಎಳವೆಯಿಂದಲೂ ನಾಡು ನುಡಿ ಸಾಹಿತ್ಯ ಸಂಸ್ಕೃತಿಗಳ ಮಿಳಿತಕ್ಕೆ ಮಿಡಿಯುತ್ತಿದ್ದ

ತುಡಿಯುತ್ತಿದ್ದ ಶಾರದಾ ಅವರ ಇಂಗಿತವನ್ನು ಅವರ ಅಧ್ಯಯನಗಳಲ್ಲೂ ಸ್ಪಷ್ಟವಾಗಿ ಕಾಣಬಹುದು.

ಎಂ.ಫಿಲ್. ಸಂಪ್ರಬಂಧದ ವಿಷಯವಾಗಿ ಶಾಸನೋಕ್ತ ಜೈನ ಮಹಿಳೆಯರು ಎಂಬ ಇವರ ಅಧ್ಯಯನ ಬಹಳ ವಿಶೇಷವಾದುದು.

ಶಾಸನಗಳಲ್ಲಿ ಕಂಡುಬರುವ ಜೈನ ಮಹಿಳೆಯರ ಉಲ್ಲೇಖ, ಅವುಗಳ ಧಾರ್ಮಿಕ ಸಾಹಿತ್ತಿಕ, ಸಾಂಸ್ಕೃತಿಕ ಪರಿಸರಗಳನ್ನು ವಿಶದವಾಗಿ ಕಂಡಿರಿಸಿರುವ ಈ ಕೃತಿಯು ಜೈನ ಮಹಿಳೆಯರು ಹಾಗೂ ಶಾಸ್ತ್ರಸಾಹಿತ್ಯದ ಸಾಂಸರ್ಗೀಕರಣದ ದೃಷ್ಟಿಯಿಂದ ಬಹಳ ಕುತೂಹಲಕಾರಿಯಾದುದು.

ಆದರೆ ಶಾರದಾ ಅವರು ತಮ್ಮ ಪಿಎಚ್.ಡಿ. ಮಹಾಪ್ರಬಂಧದ ವಿಷಯವನ್ನಾಗಿ ಕರ್ನಾಟಕ ಸಂಸ್ಕೃತಿಗೆ ಜೈನಾಚಾರ್ಯರ ಕೊಡುಗೆ ಎಂಬ ಬಹಳ ಚಿಂತನಾರ್ಹ ವಿಷಯವನ್ನು ಆಯ್ದುಕೊಂಡು ಸಮರ್ಥವಾಗಿ ಮತ್ತು ಸುದೀರ್ಘವಾದ ಇತಿಹಾಸವನ್ನು ಆಳವಾಗಿ ಅನುಲಕ್ಷಿಸಿದವರು.

ಜೈನಾಚಾರ್ಯರ ಧಾರ್ಮಿಕ ಸಾಧನೆ ತತ್ತ್ವದರ್ಶನ ಕಾಣ್ಕೆಗಳಷ್ಟೇ ಅಲ್ಲದೆ ಈ ಜೈನಾಚಾರ್ಯರ ಕೊಡುಗೆ ಸಾಂಪ್ರದಾಯಿಕ ಹಾಗೂ ಸಾಂಸ್ಕೃತಿಕ ನೆಲೆಗಟ್ಟುಗಳಲ್ಲೂ ಪರಿಶೋಧಿತವಾಗಬೇಕು ಎಂದು ಈ ಮಹಾಪ್ರಬಂಧ ಹೊಸ ಬೆಳಕನ್ನು ಚೆಲ್ಲುತ್ತದೆ.

ಕರ್ನಾಟಕದ ಸಂಸ್ಕೃತಿಯ ಬೇರ್ಪಡಿಸಲಾಗದ ಭಾಗವಾಗಿ ಜೈನಾಚಾರ್ಯರ ಸಮುಚಿತ ಸಾಂಸ್ಕೃತಿಕ ಸಾಧನೆಗಳನ್ನು ಈ ಮಹಾಪ್ರಬಂಧ ಒಳಗೊಂಡಿದೆ.

ಗುಲ್ಬರ್ಗಾವಿಶ್ವವಿದ್ಯಾಲಯದ ಸ್ನಾತಕೋತ್ತರ ಕೇಂದ್ರಗಳ ಹಲವು ವಿದ್ಯಾಸಂಸ್ಥೆಗಳಲ್ಲಿ ಬೋಧನಾನುಭವವನ್ನು ಗಳಿಸಿದ್ದಾರೆ. ಶಾರದಾ ಅವರಿಗೆ ಶಾಸ್ತ್ರೀಯ ಕನ್ನಡ ಮತ್ತು ಮಧ್ಯಕಾಲೀನ ಕನ್ನಡ ಸಾಹಿತ್ಯ ಜೈನ ಕಾವ್ಯ ಪರಂಪರೆ ಜೈನ ಶಾಸನ ಸಾಹಿತ್ಯ ತತ್ತ್ವಶಾಸ್ತ್ರ ಅನುವಾದಗಳ ಅಧ್ಯಯನದ ಮೇಲೆ ವಿಶೇಷ ಒಲವು ಮತ್ತು ಆಸಕ್ತಿ. ಈ ಆಸಕ್ತಿ ಮತ್ತು ಕಾಳಜಿ ಇವರನ್ನು ಅನೇಕ ಕೃತಿಗಳನ್ನು ತೆಲುಗಿನಿಂದ ಕನ್ನಡಕ್ಕೆ ಅನುವಾದ ಮಾಡಲು ಉದ್ಯುಕ್ತಗೊಳಿಸಿದೆ.

ದ್ರೌಪದಿ, ಪೋತನ ಭಾಗವತ, ವಿರಾಮ, ಮಿನಿಸ್ಟರ್ ಶಾರದಾ ಅವರು ತೆಲುಗಿನಿಂದ ಕನ್ನಡಕ್ಕೆ ಅನುವಾದಿಸಿದ ಕೆಲವು ಕೃತಿಗಳಾದರೆ, ನಾ ಹರಿಜನ, ಕರುವು, ಭಾಷಾ ಸಂಸ್ಕತಿ ಸಹಲೇಖಕರೊಡನೆ ಸೇರಿ ಕನ್ನಡದಿಂದ ತೆಲುಗಿಗೆ ಅನುವಾದಿತವಾದ ಕೃತಿಗಳು.

ಕನ್ನಡದಲ್ಲಿ ನವೋದಯ ಸಾಹಿತ್ಯ, ಜೈನ ಸಂಸ್ಕೃತಿ, ಆಚಾರ್ಯತ್ರಯರು, ಆಚಾರ್ಯ ಸಮಂತಭದ್ರರು, ಆಚಾರ್ಯ ಕುಂದಕುಂದರು, ಕರ್ನಾಟಕದಲ್ಲಿ

ಜೈನ ಧರ್ಮ, ಕುವೆಂಪು... ಶರದಾ ಅವರ ಸಂಶೋಧನಾ ಕೃತಿಗಳಾಗಿವೆ. ಕುಪ್ಪಂನ ದ್ರಾವಿಡ ವಿಶ್ವವಿದ್ಯಾಲಯದಲ್ಲಿ ಕನ್ನಡ ವಿಭಾಗದ ಪ್ರಾಧ್ಯಾಪಕಿಯಾಗಿ ಶಾರದಾ ಅವರದ್ದು ಬಹಳ ವಿಶಿಷ್ಟ ಗುರುತು. ಐದು ದ್ರಾವಿಡ ಭಾಷೆಗಳ ಅಧ್ಯಯನ ಕೇಂದ್ರವಾದ ದ್ರಾವಿಡ ವಿಶ್ವವಿದ್ಯಾಲಯದ ಕನ್ನಡ ಸಂಶೋಧನಾರ್ಥಿಗಳಿಗೆ, ವಿದ್ಯಾರ್ಥಿಗಳಿಗೆ ಶಾರದಾ ಅವರ ಮಾರ್ಗದರ್ಶನ ಹಲವು ರೀತಿಯಲ್ಲಿ ಸತ್ತ್ವಯುತವಾದ ದಾರಿ ತೋರಿದೆ. ಈವರೆಗೆ ೧೨ ಪಿಎಚ್.ಡಿ. ಸಂಶೋಧನಾ ವಿದ್ಯಾರ್ಥಿಗಳಿಗೆ, ೭ ಎಂ.ಫಿಲ್ ಸಂಶೋಧನಾ ವಿದ್ಯಾರ್ಥಿಗಳಿಗೆ ಮಾರ್ಗದರ್ಶಕರಾಗಿರುವ ಶಾರದಾ ಅವರ ಒಡನಾಟಕ್ಕೆ ವಿಶೇಷ ಭೂಮಿಕೆಯಿದೆ. ಈ ಪೀಳಿಗೆಯ ಸಂಶೋಧನಾ ವಿದ್ಯಾರ್ಥಿಗಳಲ್ಲಿ ಶಿಸ್ತು, ಅಧ್ಯಯನದ ಶ್ರದ್ಧೆ ಮೂಡಿ ಅವರು ಸಲ್ಲಿಸುವ ಮತ್ತು ಪಡೆಯುವ ಪದವಿಗಳು ದೀರ್ಘಕಾಲೀನ ಕೊಡುಗೆ ಯಾಗಿ ಸಾರಸ್ವತ ಲೋಕಕ್ಕೆ ಕೈಗನ್ನಡಿಯಾಗಿರಲಿ ಎಂಬ ಪ್ರಾಮಾಣಿಕ ಸದಾಶಯ ಇವರದ್ದು. ಹಾಗಾಗಿ ಈ ಸದುದ್ದೇಶಕ್ಕಾಗಿ ಸಾತ್ತ್ವಿಕವಾದ ಒರಟುತನ ಹೊತ್ತುಕೊಂಡೇ ವಿದ್ಯಾರ್ಥಿಗಳಿಂದ ಮಹತ್ತ್ವದ ಮತ್ತು ಅಧ್ಯಯನ ಸಂಬಂಧಿತ ಪೂರಕ ಅಂಶಗಳನ್ನು ಹೊರಗೆಳೆಸುವ ಛಾತಿ ಶಾರದಾ ಅವರ ಮಾರ್ಗದರ್ಶನದ ಮುಖ್ಯ ಲಕ್ಷಣ. ಈ ಹಾದಿಯಲ್ಲಿ ವಿದ್ಯಾರ್ಥಿಗಳನ್ನು ತಿದ್ದುವಲ್ಲಿ ಅವರ ಜೋರು ಮಾತುಗಳ ಹಿಂದೆ ಕಿಂಚಿತ್ತೂ ವೈಯುಕ್ತಿಕ ಸಿಟ್ಟಿಗೆ ಜಾಗವಿರುವುದಿಲ್ಲ, ಬದಲಾಗಿ ಸಂಶೋಧನಾ ಕ್ರಮದ ಘನತೆ, ವಿದ್ಯಾರ್ಥಿಗಳಿಗೆ ಸಲ್ಲುವ ಗೌರವವಷ್ಟೇ ಅವರ ಈ ಪ್ರೀತಿಯ ಬಯ್ಗುಳದ ನಿಜವಾದ ತಿರುಳು.

ಶಾರದಾ ಅವರ ಈ ಸಾಧನೆಗಳ ಹಿಂದೆ ಹಂತಹಂತವಾಗಿ ಮೇಲೇರಿ ಬಂದ ಅವರ ಬದುಕಿನ ಅನುಭವಗಳ ಸಂಕಥನವಿದೆ, ಸಂವೇದನೆಗಳಿವೆ. ಆದರೆ ಅವೆಲ್ಲವನ್ನೂ ಮೀರಿ, ಇವರ ಕಕ್ಕುಲಾತಿ ನಿರ್ಮಲ ಅಂತಃಕರಣ ಸಹಜವಾಗಿ ಬೆರೆಯುವ, ಕೃತ್ರಿಮತೆಯ ಸೋಗಿಲ್ಲದ ನಡವಳಿಕೆಯೂ ಶಾರದಾ ಅವರ ಸಂಪದ್ಭರಿತ ವ್ಯಕ್ತಿತ್ವದ ಮೊಹರಾಗಿದೆ.

ಕಲಿಕೆ ನಿತ್ಯ ನಿರಂತರವಾದುದು ಎನ್ನುವ ಗಟ್ಟಿ ನಂಬಿಕೆಯ ಇವರಿಗೆ ಭಾಷೆಗಳ ನಡುವಿನ ಸಂಘರ್ಷ ಸ್ವಲ್ಪವೂ ಹಿಡಿಸದ ಸಂಗತಿ.

ಯಾವ ಭಾಷೆಯೇ ಆಗಲಿ, ಪರಸ್ಪರ ವಿನಿಮಯ, ವಿಕೇಂದ್ರೀಕರಣದ ಮೂಲಕ ಸಾಮರಸ್ಯ ಸಹಬಾಂಧವ್ಯದ ಸಮಷ್ಟಿ ದೃಷ್ಟಿಯಾಗಬೇಕು ಎಂಬ ಅಂತರ್ಗತವಾದ ಖಚಿತವಾದ ನಿಲುವು ಇವರದ್ದು.

ದಶಕಗಳಿಂದ ಶಾರದಾ ಅವರ ಸಾಹಿತ್ಯ ಕೈಂಕರ್ಯವು ಇಂಥ ಅದ್ಭುತ ಕರ್ತವ್ಯನಿಷ್ಠೆಯನ್ನೇ ಬರೆಹದ ಮಾನದಂಡವನ್ನಾಗಿಸಿ ಕೊಂಡು ಸಾಗುತ್ತಾ ಬಂದಿದೆ.

ಶಾರದಾ ಅವರು ಅನೇಕಾನೇಕ ಸಂಘ ವಿದ್ಯಾಸಂಸ್ಥೆಗಳ ವಿಶ್ವವಿದ್ಯಾಯಗಳ ನಾನಾ ಮಂಡಳಿಗಳ ಸದಸ್ಯರಾಗಿ ಕಾರ್ಯ ನಿರ್ವಹಿಸುತ್ತಿದ್ದಾರೆ.

೩೦ ವರ್ಷಗಳ ಸೇವಾನುಭವದ ಶಾರದಾ ಅವರು ೨೯೦ಕ್ಕೂ ಹೆಚ್ಚು ಪಿಎಚ್.ಡಿ. ಮಹಾಪ್ರಬಂಧಗಳ ಹಾಗೂ ೨ ಡಿ.ಲಿಟ್. ಪ್ರಬಂಧಗಳನ್ನು ಮೌಲ್ಯಮಾಪನ ಮಾಡಿರುವ ಅವಿಶ್ರಾಂತ, ಶ್ರಮಶೀಲ ಗುರು. ಶಾರದಾ ಅವರ ಸಾಹಿತ್ಯ ಕೃಷಿಗೆ ಪ್ರತಿಷ್ಠಿತ ಪ್ರಶಸ್ತಿ ಪುರಸ್ಕಾರಗಳು ಅರಸಿ ಬಂದಿವೆ.

ಕರ್ನಾಟಕ ಸಾಹಿತ್ಯ ಅಕಾಡೆಮಿ ಪ್ರಶಸ್ತಿ, ವಸುದೇವ ಭೂಪಾಲಂ ದತ್ತಿ ಪ್ರಶಸ್ತಿ, ಉರಿಲಿಂಗ ಪೆದ್ದಿ ಪ್ರಶಸ್ತಿ, ಆಂಧ್ರಪ್ರದೇಶ ಸರ್ಕಾರದ ಉತ್ತಮ ಶಿಕ್ಷಕಿ ಪ್ರಶಸ್ತಿ, ಕರಾವಳಿ ಸಾಂಸ್ಕೃತಿಕ ಪ್ರತಿಷ್ಠಾನ ಸಾಹಿತ್ಯ ಪ್ರಶಸ್ತಿ, ಶ್ರೀ ಲಕ್ಷ್ಮೀದೇವಿ ಶಾಂತರಸ ಹೆಂಬೇರಾಳು ಪ್ರಶಸ್ತಿ, (೧೮೫೭-ನಾವು ಮರೆತಿರುವ ಯುದ್ಧ ಅನುವಾದಿತ ಕೃತಿಗೆ) ಬೀದರ್‌ನ ಕನ್ನಡ ಸಂಘದಿಂದ ಹರಿಯುವ ನೆನಪುಗಳು ಅನುವಾದಿತ ಕೃತಿಗೆ ಪ್ರಶಸ್ತಿ ಹೀಗೆ ಶಾರದಾ ಅವರ ಸಾಹಿತ್ಯ ಪ್ರತಿಭಾ ಸಂಪನ್ನತೆಗೆ ಅನೇಕ ಗೌರವಗಳು ಸಂದಿವೆ.

ಕನ್ನಡ ತೆಲುಗು ಭಾಷೆಗಳ ಸಾರ್ಥಕ ಸಾಹಿತ್ಯ ಸೃಷ್ಟಿ ಅವುಗಳ ಸಹಸಂಬಂಧಕ್ಕೆ ತಮ್ಮದೇ ಆದ ಅನನ್ಯ ಸೇವೆಯನ್ನು ಸಲ್ಲಿಸುತ್ತಿರುವ ಶಾರದಾ ಅವರದ್ದು ಅವರ ಹೆಸರಿನಂತೆಯೇ ಅನ್ವರ್ಥ ಶಾರದಾ ಸೇವೆಯೇ ಆಗಿದೆ. ಯಾಂತ್ರಿಕೃತ ಭಾವನೆಗಳ ಪ್ರದರ್ಶನ ಮಾಡದೆ, ಸಹಜಾತಿ ಸಹಜ ಸ್ಥಿತಿಯಲ್ಲಿ ಬಾಳುವೆ ನಡೆಸುತ್ತಿರುವ ನಮ್ಮ ಮಧ್ಯೆ ಇರುವ ಡಾ. ಶಾರದಾ ಅವರಿಂದ ಮತ್ತಷ್ಟು ಹೆಚ್ಚಿನ ಕೃತಿಗಳು ಹೊರಬರಲಿ ಎಂದು ಹಂಬಲಿಸೋಣ.

೩೯

ಉಭಯ ಭಾಷೆ–ಸಾಹಿತ್ಯಗಳ ಸೌಹಾರ್ದ ಸಾಧಕಿ

ಡಾ. ತಮಿಳು ಸೆಲ್ವಿ

ಭಾಷೆಗಳ ನಡುವೆ ಸಂಘರ್ಷವನ್ನು ಉಂಟಾಗಿಸಿ, ಬಾಂಧವ್ಯಗಳನ್ನು ಹದಗೆಡಿಸುವ ದುರಭಿಲಾಷಿಗಳ ಸಂಖ್ಯೆ ಹೆಚ್ಚು. ಆದರೆ ತಮಿಳು ಮತ್ತು ಕನ್ನಡ ಭಾಷೆಗಳನ್ನು ಸಮಾನವಾಗಿ ಪ್ರೀತಿಸಿ, ಗೌರವಿಸಿ ಸಾಧನೆಗಳನ್ನು ಮಾಡುತ್ತಿರುವ ವರ ಪೈಕಿ ಡಾ. ತಮಿಳು ಸೆಲ್ವಿ ಅಭಿಮಾನ ಮೂಡಿಸುವ ಹೆಸರು. ಹೆಸರಿನಲ್ಲಿ ತಮಿಳು ಭಾಷೆಯ ಹೆಸರನ್ನಿರಿಸಿಕೊಂಡಿರುವ ತಮಿಳು ಸೆಲ್ವಿಯವರ ಮನೆಯ ಮಾತು ತಮಿಳು. ಆದರೆ ಮದ್ರಾಸ್ ವಿಶ್ವವಿದ್ಯಾಲಯದ ಕನ್ನಡ ವಿಭಾಗದ ಮುಖ್ಯಸ್ಥ ರಾಗಿ, ತಮಿಳುನಾಡು ಘಟಕದ ಕನ್ನಡ ಸಾಹಿತ್ಯ ಪರಿಷತ್ತಿನ ಅಧ್ಯಕ್ಷರಾಗಿ ಇವರ ಅವಿರತ ಶ್ರಮ ಮತ್ತು ಸಂಪ್ರೀತಿ ಎಣೆ ಇಲ್ಲದ್ದು ಹಾಗೂ ಊಹೆಗೂ ನಿಲುಕದ್ದು.

ಬೆಂಗಳೂರಿನ ಪ್ರಕಾಶನಗರದಲ್ಲಿ ಆಡಿ ಬೆಳೆದು ವ್ಯಾಸಂಗ ಮಾಡಿದ ತಮಿಳು ಸೆಲ್ವಿಯವರ ಸಾಧನೆ ಕನ್ನಡ ಸಾಹಿತ್ಯದ ಬಹುಪ್ರಕಾರಗಳಲ್ಲಿ ದುಡಿಯುತ್ತಿದೆ. ಅನುವಾದ, ಶಾಸನಗಳ ಅಧ್ಯಯನ, ಹಳೆಗನ್ನಡ ಸಾಹಿತ್ಯದ ಒಲವು, ಸಾಂಸ್ಕೃತಿಕ ಕಾಳಜಿ, ಕನ್ನಡಪರ ನಿಷ್ಠುರ ನಿಲುವುಗಳ ತಮಿಳು ಸೆಲ್ವಿಯವರ ಸೇವೆಗೆ ಕನ್ನಡದ ಅಪ್ಪಟವಾದ ಸಂವೇದನೆಗಳಿವೆ.

ಕನ್ನಡ ಸ್ನಾತಕೋತ್ತರ ಪದವಿಯನ್ನು ದ್ವಿತೀಯ ಸ್ಥಾನ ಮತ್ತು ಮೂರು ಚಿನ್ನದ ಪದಕಗಳ ಮೂಲಕ ಗಳಿಸಿದ ತಮಿಳು ಸೆಲ್ವಿಯವರು ಕನ್ನಡ ರತ್ನ ಪರೀಕ್ಷೆಯನ್ನು ಸಹ ರ್‍ಯಾಂಕ್ ಪಡೆದ ಇವರು ಅಷ್ಟಕ್ಕೇ ವಿರಮಿಸಿದಿದ್ದರೆ ಸಂಶೋಧನಾ ಕ್ಷೇತ್ರ, ಶಾಸನಗಳ ಅಧ್ಯಯನ, ಅನುವಾದಗಳ ಜಗತ್ತಿಗೆ ಮಹತ್ತ್ವದ ಕೊಡುಗೆಯ ಕೊರತೆ ಉಂಟಾಗುತ್ತಿತ್ತು. ಆದರೆ ನಿತ್ಯ ಉಲ್ಲಾಸದ ಬುಗ್ಗೆಯಾದ ತಮಿಳು ಸೆಲ್ವಿಯವರ ನಿರಂತರ ಸಾಹಿತ್ಯದ ಸೃಷ್ಟಿಶೀಲ ಸಾಮರ್ಥ್ಯ ಅದಕ್ಕೆ ಅನುವು ಮಾಡಿಕೊಡಲಿಲ್ಲ.

ಒಮ್ಮೆ ಸೆಲ್ವಿಯವರ ಸ್ನೇಹಿತೆಯ ಮಗಳು ಚೆನ್ನೈನಲ್ಲಿ ತಂಗಬೇಕಾದಾಗ ಸೂಕ್ತ ಸ್ಥಳ ಸಿಗದೆ ತಮಿಳು ಸೆಲ್ವಿಯವರನ್ನು ಸಂಪರ್ಕಿಸಿದಾಗ ಕ್ಷಣವೂ ಯೋಚಿಸದ ಸೆಲ್ವಿಯವರು, ತಾವು ಮನೆಯಲ್ಲಿ ಇರುವುದಿಲ್ಲ ಆದರೂ ಸಹ ತಮಗೆ ಅನುಕೂಲವಾಗುವಷ್ಟು ದಿನ ನನ್ನ ಮನೆಯಲ್ಲಿ ಇರಬಹುದು ಎಂದು ಬೀಗದಕೈ ಕೊಟ್ಟು ಉಪಕರಿಸಿದ ಮಹಾ ಉದಾರಿ.

ಹಂಪನಾ ಅವರ ಮಾರ್ಗದರ್ಶನದಲ್ಲಿ ಗಂಗರ ಶಾಸನಗಳ ಸಾಂಸ್ಕೃತಿಕ ಅಧ್ಯಯನ ಎಂಬ ವಿಷಯದ ಬಗ್ಗೆ ಮಹಾಪ್ರಬಂಧವನ್ನು ಬರೆದು ಡಾಕ್ಟರೇಟ್ ಪದವಿಯನ್ನು ಪಡೆದು ಡಾ. ತಮಿಳು ಸೆಲ್ವಿಯಾದರು.

ಬೆಳಗಾವಿಯಲ್ಲಿ ನಡೆದ ವಿಶ್ವಕನ್ನಡ ಸಮ್ಮೇಳನದಲ್ಲಿ, ಕೊಯಂಬತ್ತೂರಿನಲ್ಲಿ ಆದ ವಿಶ್ವ ತಮಿಳು ಸಾಹಿತ್ಯ ಸಮ್ಮೇಳನದಲ್ಲಿ ಕನ್ನಡ-ತಮಿಳು ದ್ರಾವಿಡ ಭಾಷೆಗಳ ಅಂತರ್ಸಂಬಂಧವನ್ನು ಕುರಿತು ಇವರು ಮಂಡಿಸಿದ ವಿಚಾರ ಸಂಕಿರಣದ ಪ್ರಬಂಧವು ಅಪಾರ ಮೆಚ್ಚುಗೆ ಪಡೆಯಿತು. ಸಿಂಗಪುರ್, ಮಲೇಶಿಯಾ, ಶ್ರೀಲಂಕಾ, ಕೊರಿಯಾ, ಬ್ಯಾಂಕಾಕ್ ಮೊದಲಾದ ವಿದೇಶಗಳಲ್ಲೂ ಡಾ. ತಮಿಳು ಸೆಲ್ವಿಯವರು ಕನ್ನಡದ ಕಂಪನ್ನೂ ಶ್ರೇಷ್ಠತೆಯನ್ನೂ ಪಸರಿಸಿದ ವಿದ್ವತ್ ಸಂಪನ್ನರು. ೧೦೦೦ಕ್ಕೂ ಹೆಚ್ಚು ರಾಜ್ಯ, ರಾಷ್ಟ್ರ ಅಂತಾರಾಷ್ಟ್ರೀಯ ವಿಚಾರಸಂಕಿರಣಗಳಲ್ಲಿ ಭಾಗವಹಿಸಿ ಇವರು ಪ್ರಬಂಧಗಳನ್ನು ಮಂಡಿಸಿದ್ದಾರೆ.

ಅನುವಾದ ಕ್ಷೇತ್ರಕ್ಕೆ ಇವರ ಸೇವೆಗೆ ಅಪಾರ ಘನತೆಯಿದೆ. ಅಕ್ಕಮಹಾದೇವಿಯ ವಚನಗಳನ್ನು ತಮಿಳಿಗೆ ಅನುವಾದಿಸಿರುವ ಇವರು ವೀರಪ್ಪ ಮೊಯ್ಲಿ ಅವರ ಶ್ರೀ ರಾಮಾಯಣ ಮಹಾನ್ವೇಷಣಂ ಕಾವ್ಯದ ಮೊದಲ ಭಾಗವನ್ನು ಸಮರ್ಥವಾಗಿ ತಮಿಳಿಗೆ ಅನುವಾದಿಸಿದ್ದಾರೆ. ಜೊತೆಗೆ, ಶ್ರೀಲಂಕಾದ ತಮಿಳು ಕವನಗಳು, ಅಶೋಕ ಮಿತ್ರನ್ ಅವರ ಕಥೆಗಳು ಚೋಳ-ಪಲ್ಲವರ ಶಿಲ್ಪಕಲೆ, ಸಂಕ್ರಾಂತಿ, ಇವರು ಕಥೆಯಾದವರು, ದ್ರಾವಿಡ ಮೂಲ ಕನ್ನಡ-ತಮಿಳು ಅವಲೋಕನ, ಮಾವಿನಕೆರೆ ರಂಗನಾಥನ್ ಅವರ ಕಥೆಗಳು ಹೀಗೆ ಡಾ. ತಮಿಳು ಸೆಲ್ವಿಯವರ ವಿಶಾಲವಾದ ಸಾಹಿತ್ಯ ಸೃಷ್ಟಿ ಹಬ್ಬಿ ಹರಡಿಕೊಂಡಿದೆ.

'ನಾನು ಅವನಲ್ಲ ಅವಳು' ಎಂಬ ಹೆಸರಿನ ಇವರ ಅನುವಾದಿತ ಕೃತಿ ಪುರುಷನ ಮೈಮನಗಳಲ್ಲಿನ ಸ್ತ್ರೀತನದ ಕುರುಹು ಮತ್ತು ಸ್ವಭಾವ ಚರ್ಯೆಗಳನ್ನು ಸಹಜಾನು ಕಂಪೆಯಿಂದ ಕಂಡಿರುವ ಅಮೋಘ ಕೃತಿ. ಇವರ ಈ ಕಾರ್ಯಕ್ಕೆ ಕೇಂದ್ರ ಸಾಹಿತ್ಯ ಅಕಾಡೆಮಿಯ ಪ್ರಶಸ್ತಿಯೂ ದೊರಕಿತು. ಇದು ಕನ್ನಡಪ್ರಭ ಪತ್ರಿಕೆಯಲ್ಲಿ ಧಾರಾವಾಹಿಯಾಗಿ ಪ್ರಕಟವಾಗಿದ್ದಲ್ಲದೆ, ಚಲನಚಿತ್ರವೂ ಆಗಿ ದಿ. ಸಂಚಾರಿ ವಿಜಯ್ ಅವರಿಗೆ ರಾಷ್ಟ್ರ ಪ್ರಶಸ್ತಿಯನ್ನೂ ಮುಡಿಗೇರಿಸಿತ್ತು.

ಕರ್ನಾಟಕ ಸಾಹಿತ್ಯ ಅಕಾಡೆಮಿ ಪ್ರಶಸ್ತಿ, ಮಲ್ಲಿಕಾ ದತ್ತಿ, ಅಂತಾರಾಷ್ಟ್ರೀಯ ವರ್ಷದ ಮಹಿಳಾ ಪ್ರಶಸ್ತಿ ಬೆಂಗಳೂರು ತಮಿಳು ಸಂಘದ ಪ್ರಶಸ್ತಿಗಳ ಜೊತೆಗೆ, ಕೆಂಪೇಗೌಡ ಪ್ರಶಸ್ತಿ, ಇಂದಿರಾ ಪ್ರಿಯದರ್ಶಿನಿ ಪ್ರಶಸ್ತಿ ಸೇರಿದಂತೆ ಅನೇಕ ಪ್ರಶಸ್ತಿ ಪುರಸ್ಕಾರಗಳು ತಮಿಳು ಸೆಲ್ವಿಯವರನ್ನರಸಿ ಬಂದಿವೆ.

ಮದ್ರಾಸ್ ವಿಶ್ವವಿದ್ಯಾಲಯದಲ್ಲಿ ಕನ್ನಡವನ್ನು ಕಟ್ಟುವ ಕೆಲಸ ಮಾಡುವ ಇವರಿಗೆ ಕನ್ನಡ ಹೃದಯದ ಭಾಷೆ, ತುಂಬುಮನಸ್ಸಿನ ಸಗೌರವದ ಭಾಷೆ. ಈ ಕಾರಣಕ್ಕಾಗಿಯೇ ಇವರಿರುವ ವಿಶ್ವವಿದ್ಯಾಲಯದಲ್ಲಿ ಇಂದಿಗೂ ಕನ್ನಡವನ್ನು ಕಟ್ಟುವ ಕಾಯಕದಲ್ಲಿ ಸಂಪೂರ್ಣವಾಗಿ ತೊಡಗಿಸಿಕೊಂಡಿರುವ ಡಾ. ತಮಿಳುಸೆಲ್ವಿಯವರ ಬದ್ಧತೆಗೆ ಪರ್ಯಾಯವೇ ಇಲ್ಲ.

ಹಳೆಗನ್ನಡ, ಹೊಸಗನ್ನಡ, ಕಾವ್ಯ, ಸಂಶೋಧನೆ ಶಾಸನಗಳ ಮೂಲಕ ತಮಿಳುನಾಡಿನಲ್ಲೂ ಬಹಳ ಹೆಸರಾಗಿರುವ ಸ್ವಚ್ಛ ಹಾಗೂ ಸ್ವಸ್ಥ ಮನಸ್ಸಿನ ಡಾ. ತಮಿಳು ಸೆಲ್ವಿಯವರು ಕನ್ನಡ-ತಮಿಳು ಅನ್ಯವಲ್ಲ, ಅನನ್ಯವೆಂದು ಭಾವಿಸಿ ಹಾಗೆಯೇ ಬಾಳುತ್ತಿರುವವರು.

ಸಕಲ ಭಾಷಾಮಯೀ ಸರಸ್ವತಿ, ಸರ್ವಭಾಷಾಮಯೀ ಸರಸ್ವತಿ ಎಂಬ ಮಾತನ್ನು ಅಕ್ಷರಶಃ ದೃಢಪಡಿಸುತ್ತಿರುವ ಡಾ. ತಮಿಳು ಸೆಲ್ವಿಯವರ ಕನ್ನಡದ ಸೇವೆ, ಕನ್ನಡ-ತಮಿಳು ಭಾಷೆಗಳ ಸಾಮರಸ್ಯಭಾವ ಹೃದಯಾಂತರಾಳದ ಸತ್ಯ.

ತಮಿಳುನಾಡಿನಲ್ಲಿ ಸರ್ವಜ್ಞ ಕವಿಯ ಪುತ್ಥಳಿಯ ಸ್ಥಾಪನೆಯ ಸಂದರ್ಭದಲ್ಲಿ ಕವಿಯ ಬಗ್ಗೆ ಅಧಿಕೃತ ಮತ್ತು ಅತ್ಯಪೂರ್ವ ಸಂಪರ್ಕ ಸೇತುವಾಗಿ ಶ್ರಮಿಸಿದ ಇವರು ಉಭಯ ಭಾಷಾ ಪ್ರಪಂಚದ ಬೆಸುಗೆ ಹಾಕಿಸಿದ

ಅತ್ಯಂತ ಸಮರ್ಥ ಮಹಿಳೆ. ಇತ್ತೀಚೆಗೆ ತಮಿಳುನಾಡಿನ ಶ್ರೇಷ್ಠ ಅನುವಾದಕಿ ಪ್ರಶಸ್ತಿಗೂ ಭಾಜನರಾಗಿರುವ ಡಾ. ತಮಿಳು ಸೆಲ್ವಿಯವರ ಸೃಜನಶೀಲತೆ ಮಕುಟಪ್ರಾಯವಾದುದು. ಇಂತಹ ಸಾಧಕಿಯಾಗಿರುವ ಡಾ. ತಮಿಳು ಸೆಲ್ವಿಯವರ ಬಹಳ ವಿನೀತ ಸ್ವಭಾವ ಅವರ ಸಾಧನೆಗಳ ಮೂಲ. ಡಾ. ತಮಿಳು ಸೆಲ್ವಿಯವರ ಸಾಧನೆಗಳಿಗೆ ದೊಡ್ಡ ಸ್ಥಾನಮಾನ ಸದಾ ಇದ್ದೇ ಇರುತ್ತದೆ. ಇವರ ಸಾಧನೆ, ಕನ್ನಡ ನಾಡು ನುಡಿಯ ಪ್ರಜ್ಞೆ ಎಂದೆಂದಿಗೂ ಚಿರಂತನ.

೪೦

ಕೇರಳದಿಂದ ಕನ್ನಡನಾಡಿಗೆ ಸಂದ ಅದ್ಭುತ ಸಾಧಕಿ

ಡಾ. ಸುಷ್ಮಾ ಶಂಕರ್

ಇಂಗ್ಲಿಷ್‌ನಲ್ಲಿ Some incidents are happy accidents ಎನ್ನುವ ಮಾತಿದೆ. ಕೇರಳದ ಕೊಲ್ಲಂ ನಿಂದ ಬೆಂಗಳೂರಿಗೆ ಬಂದು ನೆಲೆಸಿ, ಕನ್ನಡವನ್ನು ಪ್ರೀತಿಸಿ ತಮ್ಮ ಬದುಕನ್ನೇ ಕನ್ನಡಮ್ಮನ ಸೇವೆಗೆ ಮುಡಿಪಾಗಿಟ್ಟಿರುವವರು. ಡಾ. ಸುಷ್ಮಾ ಶಂಕರ್ ಮಲೆಯಾಳಂ ಮಾತೃಭಾಷೆಯ ಸುಷ್ಮಾ ಅವರು ೯೦ರ ದಶಕದಲ್ಲಿ ಕೇರಳ ರಾಜ್ಯದಿಂದ ಕರ್ನಾಟಕದ ರಾಜಧಾನಿ ಬೆಂಗಳೂರಿಗೆ ಬಂದಿದ್ದು ಅವರ ಜೀವನದ ಮಹತ್ತ್ವದ ತಿರುವು.

ಕನ್ನಡದ ಒಂದಕ್ಷರವೂ ತಿಳಿಯದ ಸುಷ್ಮಾ ಅವರು ಮುಂದೆ ಕನ್ನಡವನ್ನು ಕಲಿತು, ಕಲಿಸಿದ ಛಲಗಾತಿ. ಕನ್ನಡದಲ್ಲೇ ಸ್ನಾತಕೋತ್ತರ ಪದವಿ, ಎಂ.ಫಿಲ್., ಪಿಎಚ್.ಡಿ. ಪದವಿಗಳನ್ನು ಪಡೆದು ಕನ್ನಡ ಸಾಹಿತ್ಯ ಕೃಷಿ ಮತ್ತು ಕನ್ನಡದ ನುಡಿಪ್ರಸರಣಕ್ಕೆ ತಮ್ಮ ತನುಮನಧನವನ್ನು ಅರ್ಪಿಸಿಕೊಂಡಿದ್ದಾರೆ. ಸುಷ್ಮಾ ಅವರ ಯಶೋಗಾಥೆ ಕನ್ನಡಿಗರಿಗೆ ಹೆಮ್ಮೆಯ ಸಂಗತಿ.

ಆದರೆ ಈ ಯಶಸ್ಸಿನ ಸಂಕಥನದಲ್ಲಿ ಸುಷ್ಮಾ ಅವರ ಸವಾಲಿನ ಗುಣವಿದೆ. ಕನ್ನಡದ ಬಗ್ಗೆ ಅವರ ಹೃನ್ಮನದ ಅಭಿಮಾನ, ಸಾಹಸ ಎಲ್ಲವೂ ಒಳಗೊಂಡಿದೆ. ಕನ್ನಡ ಮತ್ತು ಕನ್ನಡ ಸಾಹಿತ್ಯದ ಬಗ್ಗೆ ಸುಷ್ಮಾ ಅವರದ್ದು ಕೇವಲ ಅಭಿಮಾನ ಮಾತ್ರವಲ್ಲ ಅದು ಇವರಿಗೆ ಹೃದಯದ-ಮನಸ್ಸಿನ ಮಿಡಿತ. ಹೀಗಾಗಿಯೇ ಕನ್ನಡವನ್ನು ಓದಲು ಬರೆಯಲು ಮಾತನಾಡಲು ಕಲಿತು ಕನ್ನಡದಲ್ಲೇ ಎಂ.ಎ. ಮಾಡಿದ ಮೇಲೂ ಸುಮ್ಮನೆ ಕೂರದ ಸುಷ್ಮಾ ಕುಪ್ಪಂನ ದ್ರಾವಿಡ ವಿಶ್ವವಿದ್ಯಾಲಯದಿಂದ ಗೋಪಾಲಕೃಷ್ಣ ಅಡಿಗರು ಮತ್ತು ಓ. ಎನ್.ವಿ. ಕುರುಪ್ ಅವರ ಕೃತಿಗಳ ಅಧ್ಯಯನದ ಸಂಪ್ರಬಂಧವನ್ನು ಮಂಡಿಸಿ ಎಂ.ಫಿಲ್. ಗಳಿಸಿದರು. ಇಷ್ಟಾದ ಮೇಲೂ ಇವರ ಓದಿನ ಹಸಿವು, ಕನ್ನಡದ ಮೇಲಿನ ಪ್ರೀತಿ ಹೆಚ್ಚುತ್ತಲೇ ಹೋಯಿತು. ಕನ್ನಡ ಸಾಹಿತ್ಯ ಪರಿಷತ್ತಿನ ರತ್ನ ಪರೀಕ್ಷೆಯಲ್ಲಿ ಉತ್ತೀರ್ಣರಾದರು.

ಸರಸ್ವತಿ ವಿದ್ಯಾಸಂಸ್ಥೆಯನ್ನು ಆರಂಭಿಸಿ ಮುನ್ನಡೆಸುತ್ತಿರುವ ಸುಷ್ಮಾ ಅವರು ದ್ರಾವಿಡ ವಿಶ್ವವಿದ್ಯಾಲಯದ ಮೂಲಕ ದ್ರಾವಿಡ ಭಾಷಾ ಜ್ಞಾನಪೀಠ ಪ್ರಶಸ್ತಿ ಪುರಸ್ಕೃತರು ಈ ವಿಷಯದ ಬಗ್ಗೆ ಮಹಾ ಪ್ರಬಂಧವನ್ನು ಮಂಡಿಸಿ ಡಾಕ್ಟರೇಟ್ ಪದವಿಯನ್ನು ಪಡೆದರು. ಬಹಳ ಅಪರೂಪದ ಈ ಮಹಾಪ್ರಬಂಧ ೯೭೩ ಪುಟಗಳನ್ನು ಹೊಂದಿದ್ದು, ಗುಣಾತ್ಮಕವಾಗಿ ಸಹ ವಿಶಿಷ್ಟ ಕಾಣಿಕೆಯಾಗಿದೆ.

ಕನ್ನಡವನ್ನು ಚೆನ್ನಾಗಿ ಕಲಿತು ಉನ್ನತ ಗೌರವಗಳನ್ನು ಗಳಿಸಿದ ಸುಷ್ಮಾ ಅವರ ಆಸಕ್ತಿಯನ್ನು ನಿರ್ದಿಷ್ಟ ಪ್ರಮಾಣದಲ್ಲಿ ಅಳೆಯಲು ಅಸಾಧ್ಯ. ಮಕ್ಕಳ ಬಗ್ಗೆ ವಿಶೇಷ ಒಲವು ಹೊಂದಿ ಸುಷ್ಮಾ ಅವರು ತಮ್ಮ ಸ್ವಂತ ಖರ್ಚಿನಲ್ಲಿ ತೊದಲ್ನುಡಿ ಎಂಬ ಮಕ್ಕಳ ಮಾಸಪತ್ರಿಕೆಯನ್ನು೨೦೧೩ರಲ್ಲಿ ಆರಂಭಿಸಿ, ಮಕ್ಕಳ ಸಾಹಿತ್ಯಾಭಿರುಚಿಯನ್ನು ಹೆಚ್ಚಿಸಲು ಶ್ರಮಿಸಿದ ಸಾಹಸಿ ಸುಷ್ಮಾ. ಮಕ್ಕಳಿಗೆ ವಿವಿಧ ಸಾಂಸ್ಕೃತಿಕ ಮತ್ತು ಸಾಹಿತ್ಯಕ ಸ್ಪರ್ಧೆಗಳನ್ನು ಆಯೋಜಿಸಿ ಬಾಲಸಾಹಿತಿ ಪ್ರಶಸ್ತಿ, ಶಿಕ್ಷಕರ ದಿನದಂದು ಹಿರಿಯ ಶಿಕ್ಷಕರಿಗೆ ಗೌರವ ಸಮರ್ಪಣೆ ಸಮಾಜಮುಖಿಯಾಗಿ ಕೋವಿಡ್ ಸಂತ್ರಸ್ತರಿಗೆ ನೆರವು ನೀಡುವ ಮಾನವೀಯ ಮೌಲ್ಯಗಳ ಸುಷ್ಮಾ ಕನ್ನಡ ಜಗತ್ತಿನ ಅತ್ಯಂತ ಮೃದು ಮನದ ಅಂತಃಕರಣದ ಮಹಿಳೆ. ಮೊದಮೊದಲ ಗೆರೆ ಎಂಬ ಕವನಸಂಕಲನ, ಅನ್ನ ಕೊಟ್ಟ ಕನ್ನಡದ ಮಣ್ಣು ಸೇರಿದಂತೆ ಕನ್ನಡದಲ್ಲಿ ಅನೇಕ ಕೃತಿಗಳನ್ನು ಬರೆದಿರುವ ಸುಷ್ಮಾ ಶಂಕರ್ ಅವರು ಅನೇಕ ಕನ್ನಡ. ಕವಿಗಳ ಕೃತಿಗಳನ್ನು ಮಲೆಯಾಳಂ ಭಾಷೆಗೆ ಅನುವಾದಿಸಿ ಉಭಯ ಭಾಷೆಗಳ ಸೇತುವೆಯಂತೆ ದುಡಿದಿದ್ದಾರೆ.

ಕನ್ನಡ ಬಾರದವರಿಗಾಗಿ ಅನೇಕ ಶಿಬಿರಗಳನ್ನು ನಡೆಸಿ ಹುಬ್ಬಳ್ಳಿ, ಮೈಸೂರು, ಕೋಲಾರ, ಕೊಡಗು, ಬೀದರ್, ದ. ಕನ್ನಡ, ಧಾರವಾಡ, ಉತ್ತರ ಕನ್ನಡ ಹೀಗೆ ಸುಮಾರು ಸಾವಿರಕ್ಕೂ ಹೆಚ್ಚು ಶಾಲಾ ಕಾಲೇಜುಗಳಲ್ಲಿ ಕನ್ನಡ

ಭಾಷಾ ಶಿಬಿರಗಳನ್ನು ಏರ್ಪಡಿಸಿ ಕನ್ನಡದ ಬಗ್ಗೆ ಅದ್ಭುತ ಸೇವೆ ಸಲ್ಲಿಸುತ್ತಿರುವ ಸುಷ್ಮಾ ಅವರ ಕನ್ನಡ ಪ್ರೀತಿ ಮತ್ತು ಕನ್ನಡದ ಕೆಲಸ ಸರ್ವರಿಗೂ ಮಾದರಿ. ತಮ್ಮದೇ ವಿದ್ಯಾಸಂಸ್ಥೆಯಾದ ಮೂಲಕ ಸುಷ್ಮಾ ಅವರು ಕೈಗೊಳ್ಳುತ್ತಿರುವ ಕನ್ನಡದ ಕೆಲಸಗಳು ಹಾಗೂ ಸಮಾಜ ಪ್ರಜ್ಞೆಯ ಕಳಕಳಿಯ ಕಾರ್ಯಗಳಿಗೆ ಹೃದಯ ಸಂತಸ ನೂರ್ಮಡಿಯಾಗಬೇಕು. ಮಲೆಯಾಳಂ ಭಾಷಾ ನೆಲದ ಹೆಣ್ಣೊಬ್ಬರು ಕನ್ನಡ ನಾಡಿಗೆ ಬಂದು ಅಗಣಿತವಾದ ಸಾಧನೆಗಳನ್ನು ಮಾಡುತ್ತಿರು ವುದು ವಿರಳ ಮತ್ತು ಘನತೆಯ ಸಂಗತಿ ಇಂಥವರ ಸಂತತಿ ಸಾವಿರವಾಗಲಿ.

೪೧

ಕನ್ನಡನಾಡು ಮರೆಯಬಾರದ ಶಾಸನತಜ್ಞ

ಬಿ.ಎಲ್. ರೈಸ್

ಅಂದುಕೊಂಡ ಧರ್ಮ ಪ್ರಸರಣದ ಜೊತೆಗೆ ಕನ್ನಡನಾಡಿನ ಸಾಹಿತ್ಯ ಭಾಷೆಯ ಪ್ರಸರಣಕ್ಕೂ ಹಗಲಿರುಳು ಶ್ರಮಿಸಿದವರಲ್ಲಿ ಬಿ.ಎಲ್. ರೈಸ್ ಪ್ರಮುಖರು. ಕನ್ನಡದ ಉತ್ಕಟ ಅಭಿಮಾನಿ ಯಾಗಿದ್ದ ಬಿ.ಎಲ್. ರೈಸ್ ೧೮೩೭ರ ಜುಲೈ ೧೭ರಂದು ಬೆಂಗಳೂರಿನಲ್ಲಿ ಜನಿಸಿದರು. ತಂದೆಯೊಂದಿಗೆ ಕ್ರೈಸ್ತ ಧರ್ಮದ ಪ್ರಚಾರಕ್ಕೆ ಬಂದ ಬೆಂಜಮಿನ್ ಲೂಯಿ ರೈಸ್ ಮೊದಲು ಮಾಡಿದ್ದು ಕನ್ನಡವನ್ನು ಕಲಿಯುವ ಕೆಲಸ. ಜನರೊಂದಿಗೆ ಬೆರೆತು ಸಂವಹನ ನಡೆಸಲು ಆಯಾ ಊರಿನ ನಾಡಿನ ಭಾಷೆಯನ್ನು ತಿಳಿಯುವುದು ಅಗತ್ಯ ಎಂದು ಭಾವಿಸಿ ಮುನ್ನಡೆದ ರೈಸ್ ಅವರು ಕನ್ನಡನಾಡಿನಲ್ಲಿ ಅಳಿಸಲಾಗದ ಮುದ್ರೆಒತ್ತಿದ ಮಹನೀಯರಾದರು.

ಕನ್ನಡವನ್ನು ಓದಲು, ಬರೆಯಲು, ಮಾತನಾಡಲು ಕಲಿತ ರೈಸ್ ಅವರು ಕ್ರೈಸ್ತ ಧರ್ಮದ ಪ್ರಚಾರಕ್ಕೆ ಕನ್ನಡ ಭಾಷೆಯನ್ನು ಉಪಯೋಗಿಸಿಕೊಂಡರು. ಆದರೆ ಧರ್ಮ ಪ್ರಚಾರವೊಂದೇ ರೈಸ್ ಅವರ ಉದ್ದೇಶವಾಗಿರಲಿಲ್ಲ. ಕನ್ನಡದ ಸಾರಸ್ವತ

ಲೋಕಕ್ಕೆ ಅರುಣೋದಯ ಎಂಬ ತಿಂಗಳ ಪತ್ರಿಕೆಯ ಮೂಲಕ ಶೈಕ್ಷಣಿಕ, ಸಾಮಾಜಿಕ ಮತ್ತು ಸಾರ್ವಜನಿಕ ಜೀವನದ ಕುರಿತು ಬರೆದ ರೈಸ್ ಹೀಗೆ ವಿಶಿಷ್ಟ ವ್ಯಕ್ತಿತ್ತ್ವದವರಾದರು. ಇಂಗ್ಲೆಂಡ್‌ಗೆ ಹೋಗಿ ಮತ್ತೆ ಭಾರತಕ್ಕೆ ಬಂದ ರೈಸ್ ಅವರು ಬೆಂಗಳೂರಿನ ಸೆಂಟ್ರಲ್ ಕಾಲೇಜಿನ ಮುಖ್ಯೋಪಾಧ್ಯಾಯ ಹುದ್ದೆ ಅಲಂಕರಿಸಿದರು. ಮೈಸೂರು ಕೊಡಗು ಜಿಲ್ಲೆಗಳ ಶಿಕ್ಷಣ ನಿರೀಕ್ಷಕರಾಗಿಯೂ ಕರ್ತವ್ಯ ನಿರ್ವಹಿಸಿದ್ದು ಬಹಳ ನಿರ್ಣಾಯಕ ಘಟ್ಟವಾಯಿತು. ಕೆಲವು ರೈಸ್ ಅನಿರೀಕ್ಷಿತ ಯೋಚನೆಗಳು ಜೀವನವನ್ನೇ ಮುಡಿಪಾಗಿಡಲು ನಾಂದಿ ಯಾಗುತ್ತದೆ ಎನ್ನುವುದು ರೈಸ್ ಅವರ ವಿಷಯದಲ್ಲಿ ನಿಜವಾಯಿತು. ಬೇರೆ ಬೇರೆ ಊರುಗಳಲ್ಲಿ ಎಡೆಬಿಡದೆ ಸುತ್ತಾಡಿದ ಬಿ.ಎಲ್. ರೈಸ್ ಅವರ ಕುತೂಹಲ ಮತ್ತು ಆಸಕ್ತಿಯ ಮನೋಧರ್ಮ ಹೊಸ ದಿಕ್ಕಿಗೆ ಅವರನ್ನು ಹೊರಳಿಸಿತು. ಸಾಹಿತ್ಯ, ಶಾಸನ, ಕಲೆ, ಪ್ರಕಟಣೆ ಹೀಗೆ ಬಹುಮುಖಿ ಯಾಗಿ ರೈಸ್ ಅವರ ಕಾಳಜಿ ಹರಳುಗಟ್ಟಿತು.

ಕನ್ನಡ ಲಿಪಿ ಮತ್ತು ಭಾಷೆಯನ್ನು ತಿಳಿದಿದ್ದ ರೈಸ್ ಅವರು ಚಿತ್ರದುರ್ಗ, ಹರಿಹರ, ಬಳ್ಳಿಗಾವೆ ಊರುಗಳ ಶಿಲಾಶಾಸನಗಳನ್ನು ಓದಿದರು. ಆದರೆ ಹಾಗೆ ಅರ್ಥೈಸಿಕೊಂಡು ರೈಸ್ ಅವರು ಸುಮ್ಮನಿರದೆ ಇನ್ನೂ ಅನೇಕ ಶಿಲಾಶಾಸನಗಳನ್ನು ಅಭ್ಯಾಸ ಮಾಡಿ ಮೈಸೂರು ಇನ್ಸ್ಕ್ರಿಪ್ಷನ್ಸ್ ಎಂಬ ಹೊತ್ತಗೆಯನ್ನು ಪ್ರಕಟಿಸಿದ್ದು ಬಹಳ ಅಮೂಲ್ಯ ಆಕರ ಗ್ರಂಥವೂ ಆಯಿತು.

ತೀಕ್ಷ್ಣಮತಿಯಾಗಿದ್ದ ಬಿ.ಎಲ್. ರೈಸ್ ತಿರುನಗರದ ರಾಮಾನುಜಯ್ಯಂಗಾರರ ರಾಮಾಯಣವನ್ನು ಪರಿಷ್ಕರಿಸಿ ತಿದ್ದಿ ತೀಡಿ ಮಾರ್ಪಾಡುಗಳೊಂ ದಿಗೆ ಪ್ರಕಟಿಸಿದ್ದು ಇವರ ಅವಿರತ ದುಡಿಮೆ ಮತ್ತು ಭಾಷಾ ಪ್ರೀತಿಯ ಸಣ್ಣ ಉದಾಹರಣೆ. ಗ್ರಾಮೀಣ ಪ್ರದೇಶಗಳ ಶಿಕ್ಷಣ ವಂಚಿತ ದೊಡ್ಡ ಪ್ರಮಾಣದ ವಿದ್ಯಾರ್ಥಿಗಳ ಸಮುದಾಯವನ್ನು ಕಂಡ ರೈಸ್ ಅವರು ಹೋಬಳಿ ವ್ಯಾಪ್ತಿಯ ಶಾಲೆಗಳನ್ನು ಆರಂಭಿಸುವ, ಬಾಲಕಿಯರ ಶಾಲೆಗಳನ್ನೂ ತೆರೆಸುವ ರೈಸ್ ಅವರ ದೂರದರ್ಶಿತ್ವ ಬಣ್ಣನೆಗೆ ಸಿಗದಷ್ಟು ಹಿರಿದಾದುದು. ೧೪೦ ಶಾಲೆಗಳಿಂದ ೬೩೬ ಶಾಲೆಗಳವರೆಗೆ ಹೋಬಳಿ ಶಾಲೆಗಳು ಏರಿತು. ಇದರೊಂದಿಗೆ ಗುಣಮಟ್ಟ ದಲ್ಲೂ ಹೆಸರು ಮಾಡಿದ್ದು ರೈಸ್ ಅವರ ಕ್ಷಮತೆಗೆ ಸಂದ ಫಲವಾಗಿತ್ತು.

೧೮೭೪ರಲ್ಲಿ ಶಿಕ್ಷಣ ಇಲಾಖೆಯ ನಿರ್ದೇಶಕರಾದ ರೈಸ್ ಅವರು ಇಂಪೀರಿಯಲ್ ಗೆಜೆಟಿಯರ್ಸ್ ಆಫ್ ಇಂಡಿಯ ಬೃಹತ್ ಸಂಪುಟಗಳ ಜವಾಬ್ದಾರಿ ಹೊತ್ತರು. ಇದಕ್ಕಾಗಿ ತಮ್ಮ ಜೀವನದ ಪ್ರತಿ ಕ್ಷಣವನ್ನೂ ವ್ಯಯಿಸಿದ ರೈಸ್ ೧೮೭೭ರಲ್ಲಿ ಎರಡು ಸಂಪುಟಗಳಲ್ಲಿ ಇದನ್ನು ಪ್ರಕಟಿಸಿದರು.

ಶಾಸನ, ಹಸ್ತಪ್ರತಿ, ಗ್ರಂಥ ಸಂಪಾದನೆ, ಕ್ಷೇತ್ರ ಕಾರ್ಯಗಳ ವಿಷಯಗಳಲ್ಲಿ ಬಿ.ಎಲ್. ರೈಸ್ ಅವರ ಹೆಸರನ್ನು ಉಲ್ಲೇಖಿಸದೆ ಮುಂದೆ ಹೋಗಲು ಸಾಧ್ಯವೇ ಇಲ್ಲ. ರೈಸ್ ಅವರ ಬಿಬ್ಲಿಯಾಥಿಕಾ ಕರ್ನಾಟಕದ ನಾಗವರ್ಮನ ಕರ್ಣಾಟಕ ಭಾಷಾಭೂಷಣ, ಭಟ್ಟಾ ಕಳಂಕನ ಶಬ್ದಾನುಶಾಸನಂ, ಪಂಪ ರಾಮಾಯಣ, ವಿಕ್ರಮಾರ್ಜುನ ವಿಜಯ, ಕವಿರಾಜಮಾರ್ಗ, ಕಾವ್ಯಾವಲೋಕನ ಕಾವ್ಯಕೃತಿಗಳನ್ನು ಪ್ರಕಟಿಸಿದ್ದು ಕನ್ನಡ ಸಾಹಿತ್ಯ ಕ್ಷೇತ್ರದಲ್ಲಿ ಅಧ್ಯಯನದ ಹರಹನ್ನೇ ವಿಸ್ತರಿಸಿತು. ಮೈಸೂರು ಓರಿಯಂಟಲ್ ಲೈಬ್ರರಿಯ ಹುಟ್ಟಿಗೆ ಬಿ.ಎಲ್. ರೈಸ್ ಕಾರಣರು.

ಶಾಸನಗಳ ಅಧ್ಯಯನದಿಂದ ತಿಳಿದು ಬಂದ ಗ್ರಹಿಕೆ, ಫಲಿತಗಳನ್ನು ಒಟ್ಟುಗೂಡಿಸಿ ರೈಸ್ ಅವರು ಎಪಿಗ್ರಾಫಿಯಾ ಕರ್ಣಾಟಕದಲ್ಲಿ ಕೂರ್ಗ್ ಇನ್ಸ್ಕ್ರಿಪ್ಷನ್ಸ್ ಹೊರತಂದರು. ಭದ್ರಬಾಹುವಿನ ಬಗ್ಗೆ ಸಿಗುವ ಅಧಿಕೃತ ವಿಚಾರಗಳನ್ನು ಶ್ರವಣಬೆಳಗೊಳದ ಶಾಸನ, ಅಶೋಕನ ಬ್ರಹ್ಮಗಿರಿ, ಸಿದ್ದಾಪುರ ಜಟಿಂಗರಾಮೇಶ್ವರ ದೊಡ್ಡಹುಂಡಿಯ ಶಾಸನಗಳು ಶಾಸನ ಪ್ರಪಂಚಕ್ಕೆ ರೈಸ್ ಮಾಡಿದ ಚಿರಂತನ ಸೇವೆ ಯಾಗಿದೆ. ಶಾಸನಪಿತಾಮಹ ಎಂಬ ಅಭಿದಾನಕ್ಕೆ ಭಾಜನ ರಾಗಿದ್ದ ಬಿ.ಎಲ್. ರೈಸ್ ಹುಟ್ಟು ಹಾಕಿದ ಪದ ಎಪಿಗ್ರಾಫಿಯ ಇಂದು ಬಹಳ ಜನಜನಿತ. ಗಂಗ ನೊಳಂಬ, ಪಲ್ಲವ ರಾಜಮನೆತನಗಳ ೮೮೬೯ ಶಾಸನಗಳ ೮ ಸಂಪುಟಗಳ ಈ ಪ್ರಕಟಣೆ ಇವರ ಅತ್ಯಂತ ದೊಡ್ಡ ಕಾರ್ಯಸಾಧನೆ.

ತಮ್ಮ ೯೦ನೇ ವಯಸ್ಸಿನಲ್ಲಿ, ೧೯೨೭ರಲ್ಲಿ ಕಣ್ಮುಚ್ಚಿದ ಬೆಂಜಮಿನ್ ಲೂಯಿ ರೈಸ್ ಕನ್ನಡಕ್ಕಾಗಿ ಜೀವ ಸವೆಸಿದ ಆದ್ಯರಲ್ಲಿ ಒಬ್ಬರು. ಕನ್ನಡ ನಾಡಿನಲ್ಲಿ ಇಂಥ ಪುಣ್ಯ ಪುರುಷನ ಜೀವಿತಕಾಲ ಹಾಗೂ ಸಾಧನೆ ಚಿರಂಜೀವವಾಗಿ ಉಳಿದಿರುತ್ತದೆ.

೪೨

ಅವಿಸ್ಮರಣೀಯ ಮಹನೀಯ

ಇ.ಪಿ. ರೈಸ್

ಅಚಲವಾದ ನಂಬಿಕೆ, ಸಾಧಿಸುವ ದೃಢ ವಿಶ್ವಾಸ, ಕನ್ನಡದ ಬಗೆಗಿನ ಅಪರಿಮಿತ ಪ್ರೀತಿಗಳ ಸಂಕೇತ ಇ.ಪಿ. ರೈಸ್. ಇವರ ಅಣ್ಣ ಬಿ.ಎಲ್. ರೈಸ್ ಇತಿಹಾಸತಜ್ಞ, ಶಾಸನಗಳ ಅಧ್ವರ್ಯುವಾದರೆ ಎಡ್ವರ್ಡ್ ಪೀಟರ್ ರೈಸ್ ಸಹ ಧರ್ಮಪ್ರಸರಣ, ಶಿಕ್ಷಣ, ಸಾಮಾಜಿಕ ಹೊಣೆಗಾರಿಕೆ ಸಹಭಾಗಿತ್ವಗಳಲ್ಲಿ ಕನ್ನಡದ ನೆಲವನ್ನು ಸಂಪದ್ಭರಿತ ಗೊಳಿಸಿದವರು.

ಕ್ರೈಸ್ತ ಧರ್ಮದ ಪ್ರಚಾರಕ ರಾಗಿದ್ದ ಇ.ಪಿ. ರೈಸ್ ಅವರು ಕನ್ನಡ ಸಾಹಿತ್ಯ ಸಂಸ್ಕೃತಿ, ಸಂಶೋಧನೆಗಳಿಗೆ ನೀಡಿದ ಕಾಣಿಕೆ ಅನ್ಯಾದೃಶವಾದುದು. ಸುದೀರ್ಘ ಕಾಲದವರೆಗೆ ನಾಡು ನುಡಿಯ ಸೇವೆಗೆ ತಮ್ಮನ್ನು ಸಮರ್ಪಿಸಿಕೊಂಡ ಇ.ಪಿ. ರೈಸ್ ಅವರ ಕಾರ್ಯಕ್ಷೇತ್ರದ ವ್ಯಾಪ್ತಿ ಬಹಳ ದೊಡ್ಡದು.

ಕ್ರೈಸ್ತ ಧರ್ಮ ಸಂಬಂಧಿತ ಹಳೆಯ ಒಡಂಬಡಿಕೆಯ ಕುರಿತ ಕೃತಿಯೇ ಇವರ ಸಾಹಿತ್ಯ ಸೃಷ್ಟಿಯ ಮೊದಲ ಹೆಜ್ಜೆ. ಈ ಕೃತಿ ಕನ್ನಡದಲ್ಲಿ ರಚಿತವಾಗಿದೆ.

ಮೋಸೆಸನ ಕೃತಿಗಳ ಕುರಿತು ರಚಿಸಿದ ನಂತರ ಇ.ಪಿ. ರೈಸ್ ಕನ್ನಡ ಬೈಬಲ್ ಕೀರ್ತನೆಗಳು ಪುಸ್ತಕ ಪ್ರಕಟಿಸಿದರು.

ಹಿಸ್ಟರಿ ಆಫ್ ಕೆನರೀಸ್ ಲಿಟರೇಚರ್ ಇವರ ಸುಪ್ರಸಿದ್ಧ ಕೃತಿ. ಈ ಮೇರು ಕೃತಿ ರಚನೆಯ ಪ್ರಸ್ತುತತೆ, ಪ್ರಾಮುಖ್ಯ ದ್ವಿಭಾಷಾ ಪರಿಸರಕ್ಕೆ ಸಾಹಿತ್ಯ ಸಹಸಂಬಂಧಗಳಿಗೆ ಸೇತುವೆಯಂತಿದೆ. ಇದಲ್ಲದೆ ಈ ಕೃತಿಯ ಮೂಲಕ ಸಾಹಿತ್ಯ ರಚನೆಗೆ ಮೊದಲು ಮಾಡಿದ ರೈಸ್ ಅವರು ಈ ಕೃತಿಯಲ್ಲಿ ನಾಲ್ಕು ವಿಭಾಗಗಳನ್ನು ಮಾಡಿಕೊಂಡು ಸಾಹಿತ್ಯ ರಚನೆಯ ಘಟ್ಟಗಳನ್ನು ವಿಶ್ಲೇಷಣೆಗೆ ಒಳಪಡಿಸಿದ್ದಾರೆ. ಜೈನ, ವೀರಶೈವ, ವೈಷ್ಣವ, ಮತ್ತು ಆಧುನಿಕ ಘಟ್ಟಗಳ ಈ ವಿಂಗಡಣಾ ವಿಧಾನ ಹಾಗೂ ವಿಭಾಗಕ್ರಮ ಸಮಂಜಸವಾಗಿ ಕಾಲಾನುಕ್ರಮಣಿಕೆಯ ಸಂಗತಿಯಲ್ಲೂ ಅರ್ಥವತ್ತಾಗಿದೆ.

ದಿ ಮಹಾಭಾರತ ಅನಾಲಿಸಿಸ್ ಅಂಡ್ ಇಂಡೆಕ್ಸ್ ಎಂಬ ತಮ್ಮ ಕೃತಿಯಲ್ಲಿ ಇ.ಪಿ. ರೈಸ್ ಮಹಾಭಾರತದ ಬಗ್ಗೆ ತಮ್ಮ ವಿಚಕ್ಷಣಾ ಸಾಮರ್ಥ್ಯವನ್ನು ಒರೆಗೆಹಚ್ಚಿದ್ದಾರೆ. ಮಹಾಕಾವ್ಯದ ಮರು ಅಧ್ಯಯನ, ಮರುಗ್ರಹಿಕೆಗಳಿಗೆ ಅನುವು ಮಾಡಿಕೊಡು ವುದರಿಂದ ಈ ಕೃತಿಯು ಆಗಿನ ಕಾಲಘಟ್ಟ ಮತ್ತು ಈಗಿನ ಕಾಲಮಾನಕ್ಕೂ ಸಂಪರ್ಕ ಮಾರ್ಗದಂತಿದೆ.

ರೈಸ್ ಅವರು ಬಹುವಿಷಯಗಳ ಆಸಕ್ತರು ಮತ್ತು ಕುತೂಹಲಿ ಆಗಿದ್ದವರು. ತಮ್ಮ ತಂದೆ ಬೆಂಜಮಿನ್ ರೈಸ್ ಅವರು ಬೆಂಗಳೂರಿನಲ್ಲಿ ನೆಲೆಸಿದ್ದ ಐವತ್ತು ವರ್ಷಗಳ ಸುದೀರ್ಘ ಜೀವನವನ್ನು ಕುರಿತು ರೈಸ್ ಅವರು Fifty Years in the Master' s Service ಎಂಬ ೧೯೨ ಪುಟಗಳ ಕೃತಿಯನ್ನು ರಚಿಸಿದರು. ಇದನ್ನು ಧಾರ್ಮಿಕ ಟ್ರಾಕ್ಟ್ ಸೊಸೈಟಿ ಪ್ರಕಟಿಸಿದೆ.

ಮೊಸೆಸ್‌ನ ಅಧ್ಯಾತ್ಮಿಕ ಪಠ್ಯಗ್ರಂಥಗಳನ್ನು ಆದಿಕಾಂಡ, ಯಾತ್ರಾ ಕಾಂಡ ಎಂದು ಎರಡು ಸಂಪುಟಗಳಲ್ಲಿ ಹೊರತಂದ ಇ.ಪಿ. ರೈಸ್ ನಿರಂತರ ಅಧ್ಯಯನ ಶೀಲವ್ಯಕ್ತಿತ್ತ್ವ ದವರು. ಬೆಂಗಳೂರು, ಚಿಕ್ಕಬಳ್ಳಾಪುರ ಜಿಲ್ಲೆಗಳಲ್ಲಿ ಮತಪ್ರಚಾರಕರಾಗಿ, ಕೆಲಸ ಮಾಡಿ ನಂತರ ಬೆಂಗಳೂರಿನ ಲಂಡನ್ ಮಿಶನ್ ಪ್ರೌಢಶಾಲಾ ಮುಖ್ಯೋಪಾಧ್ಯಾಯರಾಗಿ ಸೇವೆ ಸಲ್ಲಿಸಿದ ಇ.ಪಿ. ರೈಸ್ ೧೯೧೫ರಲ್ಲಿ ಇಂಗ್ಲೆಂಡ್‌ಗೆ ತೆರಳಿದರು.

ಹೊಸದಾಗಿ ಕಂಡುಬರುವ ಯಾವುದೇ ಭಾಷಾವ್ಯಾಪ್ತಿಯ, ಸಂಶೋಧನಾ ಫಲಿತಗಳನ್ನು ನಿರಂತರವಾಗಿ ಅಭ್ಯಸಿಸಿ ಅದಕ್ಕೊಂದು ಅಡಿಗಲ್ಲು ಹಾಕಿದವರು ಇ.ಪಿ. ರೈಸ್ ಎನ್ನಲಡ್ಡಿಯಿಲ್ಲ.

೪೩

ಕನ್ನಡ ಪತ್ರಿಕೆಯ ಜನಕ

ಡಾ. ಹರ್ಮನ್ ಮೊಗ್ಲಿಂಗ್

ಕನ್ನಡ ಪತ್ರಿಕಾಲೋಕ ಇಂದು ಸಮೃದ್ಧವಾಗಿ ಬೆಳೆದಿದೆ. ನೂರಾರು ದಿನ, ವಾರ, ಪಾಕ್ಷಿಕ, ಮಾಸ ಪತ್ರಿಕೆಗಳು ಪ್ರಕಟಗೊಳ್ಳುತ್ತಾ ಯಶಸ್ವಿಯಾಗಿ ಮುನ್ನಡೆಯುತ್ತಿವೆ. ಆದರೆ ಕನ್ನಡ ಅಕ್ಷರ, ಮುದ್ರಣ ಪ್ರಪಂಚಕ್ಕೆ ಪ್ರಪ್ರಥಮ ಕನ್ನಡ ಪತ್ರಿಕೆ ಮಂಗಳೂರು ಸಮಾಚಾರವನ್ನು ನೀಡಿದ ಹೆಗ್ಗಳಿಕೆ ಹರ್ಮನ್ ಮೊಗ್ಲಿಂಗ್ ಅವರದ್ದು.

೧೮೪೩ರ ಜುಲೈ ೧ರಂದು ಮಂಗಳೂರು ಸಮಾಚಾರದ ಮೊದಲ ಸಂಚಿಕೆ ಬೆಳಕು ಕಂಡಿತು. ಕಲ್ಲಚ್ಚು ಮುದ್ರಣದ ಮೂಲಕ ಹೊರಬಂದ ಈ ಪತ್ರಿಕೆಯನ್ನು ಹರ್ಮನ್ ಮೊಗ್ಲಿಂಗ್ ಪ್ರಾರಂಭಿಸಿದರು.

ಬಾಸೆಲ್ ಮಿಶನ್ ಪ್ರೆಸ್‌ನಲ್ಲಿ ಮುದ್ರಣವಾದ ಈ ಪತ್ರಿಕೆಯು ಮುಂದೆ ಕನ್ನಡ ಸಮಾಚಾರ ಎಂಬ ಹೆಸರಿನಲ್ಲಿ ಪ್ರಕಟ ಗೊಂಡಿತು. ಜರ್ಮನಿ ದೇಶದಲ್ಲಿ ೧೮೧೧ರ ಮೇ ೨೯ರಂದು ಜನಿಸಿದ ಹರ್ಮನ್ ಫ್ರೆಡ್ರಿಕ್ ಮೊಗ್ಲಿಂಗ್ ಅವರಿಗೆ

ಜರ್ಮನ್ ಭಾಷೆಯ ಜೊತೆಗೆ ಲ್ಯಾಟಿನ್ ಭಾಷೆಯ ಮೇಲೂ ಹಿಡಿತವಿತ್ತು. ಸಂಸ್ಕೃತ, ಇಂಗ್ಲಿಷ್ ಭಾಷೆಗಳಲ್ಲೂ ಪರಿಣತಿ ಪಡೆದ ನಂತರ ಮೊಗ್ಲಿಂಗ್ ೧೮೩೬ರಲ್ಲಿ ಭಾರತಕ್ಕೆ ಬಂದರು. ಧಾರವಾಡ, ಮಂಗಳೂರು, ಕೊಡಗು, ಇವರ ಕರ್ಮಭೂಮಿಗಳಾದವು.

ಮಂಗಳೂರು ಸಮಾಚಾರ ಮಾತ್ರವಲ್ಲದೆ, ಲಕ್ಷ್ಮೀಶನ ವಾರ್ಧಕ ಷಟ್ಪದಿಯ ಕೃತಿ ಜೈಮಿನಿ ಭಾರತದ ವಿಶ್ಲೇಷಣೆ ವಿಮರ್ಶೆ, ದಾಸರ ಪದಗಳು, ಬಸವ ಪುರಾಣ ರಾವಣ ದಿಗ್ವಿಜಯ ಕನಕದಾಸರ ಭಕ್ತಿ ಸಾರ, ಕನ್ನಡ ಗಾದೆಗಳು, ದೇಶಾಂತರಿಯ ಪ್ರಯಾಣ, ರಾಜೇಂದ್ರನಾಮೆ ಹೃದಯ ದರ್ಪಣ ಈ ಕೃತಿಗಳ ಮೂಲಕ ಮೊಗ್ಲಿಂಗ್ ಕನ್ನಡ ಭಾಷೆ, ಸಾಹಿತ್ಯದ ಲೋಕಕ್ಕೆ ನೀಡಿದ ಕೊಡುಗೆ ಅಭೂತಪೂರ್ವ. ಮೊಗ್ಲಿಂಗ್ ಅವರು ತಮ್ಮ ಬಹುಭಾಷಾ ಜ್ಞಾನವನ್ನು ಬಹಳ ನಿಸ್ಪೃಹತೆಯಿಂದ ಬಳಸಿಕೊಂಡು ಕನ್ನಡದ ಸೇವೆ ಮಾಡಿದ ಪುಣ್ಯಾತ್ಮರು. ದಾಸರ ಕೀರ್ತನೆಗಳನ್ನು ಮತ್ತು ಕ್ರೈಸ್ತ ಧರ್ಮದ ದೈವಜ್ಞಾನ ಸಂಬಂಧಿತ ವಿವರಗಳನ್ನು ಮೂಲವನ್ನು ಕೆಡಿಸದೆ, ಉತ್ಪ್ರೇಕ್ಷಿತ ಸಂಗತಿಗಳನ್ನು ತುರುಕದೆ ಸಂಗ್ರಹಿಸಿ ಪ್ರಕಟಿಸಿದ ಗುಣ ಇವರಲ್ಲಿತ್ತು.

ಪತ್ರ ಸಾಹಿತ್ಯ ಇಂದು ಪರಿಚಿತವಾಗಿದೆ. ಆದರೆ ೧೮ನೇ ಶತಮಾನದ ಮಧ್ಯಭಾಗದಲ್ಲಿ ಪತ್ರಸಾಹಿತ್ಯ ರಚನೆಯ ಬಗ್ಗೆ ಮಾಹಿತಿ ಮತ್ತು ಅರಿವು ಮೂಡಿಸುವ ಸಲುವಾಗಿ ಪತ್ರ ಸಾಹಿತ್ಯವನ್ನು ಪ್ರಚುರಪಡಿಸಿ, ಪ್ರಕಟಿಸಿದವರು ಹರ್ಮನ್ ಮೊಗ್ಲಿಂಗ್. ಕನ್ನಡ ನಾಡಿನಲ್ಲಿ ಕೇವಲ ಎರಡು ದಶಕಗಳಷ್ಟೇ ಇದ್ದ ಹರ್ಮನ್ ಮೊಗ್ಲಿಂಗ್ ಕನ್ನಡ ಪತ್ರಿಕಾರಂಗದ ಆದಿಪುರುಷ. ಕನ್ನಡ ಮುದ್ರಣ ಲೋಕಕ್ಕೆ ತಿರುಮಲಾಂಬ, ಕಲ್ಯಾಣಮ್ಮ, ದೇವುಡು, ಮೊಹರೆ ಹನುಮಂತ ರಾಯ, ಗಳಗನಾಥ, ತಿ.ತಾ. ಶರ್ಮ, ಪಾಟೀಲ ಪುಟ್ಟಪ್ಪ ಖಾದ್ರಿ ಶಾಮಣ್ಣ, ಮೊದಲಾದ ಅತಿರಥ ಮಹಾರಥರ ಪತ್ರಿಕಾ ಪ್ರಪಂಚ ಇಂದು ಸಮೃದ್ಧವಾಗಿ ಬೆಳೆಯಲು ಹರ್ಮನ್ ಮೊಗ್ಲಿಂಗ್ ಅವರ ಮಂಗಳೂರು ಸಮಾಚಾರ ಪತ್ರಿಕೆಯೇ ಆರಂಭಿಕ ಬಿಂದು. ಜುಲೈ ೧ನ್ನು ಹೀಗಾಗಿ ಪತ್ರಿಕಾ ದಿನಾಚರಣೆಯನ್ನಾಗಿ ಆಚರಿಸಲಾಗುತ್ತದೆ.

ಪತ್ರಿಕೆಗಳೆಂದರೆ ಬಹಳ ವಿರಳ ವಾದ ಪ್ರೋತ್ಸಾಹ ಇದ್ದ ಕಾಲ ಘಟ್ಟದಲ್ಲಿ ಅತ್ಯಂತ ದೊಡ್ಡ ಮಟ್ಟದ ಶ್ರಮ, ನಿಸ್ವಾರ್ಥದಿಂದ ಕನ್ನಡ ಪತ್ರಿಕೆಯನ್ನು ಪ್ರಾರಂಭಿಸಿದವರು ಮೊಗ್ಲಿಂಗ್. ಕನ್ನಡ ಭಾಷೆ ಪತ್ರಿಕಾರಂಗಕ್ಕೆ ಮೊಗ್ಲಿಂಗ್‌ಅವರ ಸೇವೆಯನ್ನು ಗುರುತಿಸಿ ಅವರಿಗೆ ಗೌರವ ಡಾಕ್ಟರೇಟ್ ಪದವಿಯೂ ದೊರೆತಿದೆ. ಕನ್ನಡದ ಕೆಲಸಕ್ಕೆ ಡಾಕ್ಟರೇಟ್ ಪದವಿ ಪಡೆದ ಮೊದಲಿಗರು ಮೊಗ್ಲಿಂಗ್. ಹರ್ಮನ್ ಮೊಗ್ಲಿಂಗ್ ಮತ್ತು ಕಿಟೆಲ್ ಸಂಯುಕ್ತವಾಗಿ ಕನ್ನಡ ಭಾಷೆ, ಪರಿಸರ, ನಿಘಂಟು, ಮುದ್ರಣ ಹೀಗೆ ಹತ್ತು ಹಲವು ಆಯಾಮಗಳನ್ನು ಗಾಢವಾಗಿ

ಆವರಿಸಿದವರು. ಸ್ವಮತ ಧರ್ಮಪ್ರಚಾರಕರಾಗಿ ಬಂದರೂ ಮೊಗ್ಲಿಂಗ್-ಕಿಟೆಲ್ ಅವರ ಕನ್ನಡ ನುಡಿಯ ಸೇವೆಗೆ, ಅವಿರತವಾಗಿ ದುಡಿದು ಭಾಷಾ ಸುಭಗತೆ ಹಾಗೂ ಪಾರಂಪರಿಕ ಶಕ್ತಿಗೆ ನೀಡಿದ ಕೊಡುಗೆಯನ್ನು ಎಂದೆಂದಿಗೂ ನಾವು ಮರೆಯಬಾರದು.

ಇಂದು ಪತ್ರಿಕಾಪ್ರಪಂಚ ಉದ್ಯಮವಾಗಿ ಬೆಳೆದಿದ್ದರ ಹಿಂದಿರುವ ಆದ್ಯರು.

೪೪

ಕನ್ನಡದ ಪ್ರಪ್ರಥಮ ಸಾಹಿತ್ಯ ಚರಿತ್ರಕಾರ

ಗಾಟ್‌ಫ್ರೆ ವೈಗಲ್

ಕನ್ನಡ ಸಾಹಿತ್ಯ ಚರಿತ್ರೆ ಎಂದು ಉಲ್ಲೇಖಿಸುವಾಗೆಲ್ಲ ಸ್ಮರಿಸ ಬೇಕಾದ ಗಣ್ಯ ಹೆಸರೇ ಗಾಟ್‌ಫ್ರೆ ವೈಗಲ್.

ಬಾಸೆಲ್ ಮಿಶನ್ ಮೂಲಕ ಕ್ರೈಸ್ತ ಧರ್ಮದ ಪ್ರಚಾರ ಆರಂಭವಾಯಿತಾದರೂ ಸುಮಾರು ೧೮೨ ವರ್ಷಗಳ ಹಿಂದೆಯೇ ಅಲ್ಲಿ ಕಲ್ಲಚ್ಚಿನ ಮುದ್ರಣಾಲಯವನ್ನು ಪ್ರಾರಂಭಿಸಿದವರು ವೈಗಲ್. ಇವರು ಸ್ಥಾಪಿಸಿದ ಈ ಕಲ್ಲಚ್ಚು ಮುದ್ರಣಾಲಯವು ಕನ್ನಡ ಸಾಹಿತ್ಯ ಭಾಷೆಗಳ ಬೆಳವಣಿಗೆಗೆ ಸಮರ್ಥ ಸಾಧನವಾಯಿತು. ೧೮ನೇ ಶತಮಾನದ ಮಧ್ಯಭಾಗದಲ್ಲಿ ಕಲ್ಲಚ್ಚು ಮುದ್ರಣದ ಆವಿಷ್ಕಾರ ಕ್ರಾಂತಿಯನ್ನೇ ಉಂಟು ಮಾಡಿತು. ವೈಗಲ್ ರಂಥ ಮಹಾಸಾಧಕ, ಹೊಸತನದ ಅನ್ವೇಷಕ ಈ ಸೃಷ್ಟಿಯ ಮೂಲಪುರುಷ.

ಜರ್ಮನಿಯಿಂದ ಭಾರತಕ್ಕೆ ಬಂದ ವೈಗಲ್ ಅವರು ಮುಂದೆ ಬಹಳ ಪ್ರಸಿದ್ಧರಾದ ರೆವರೆಂಡ್ ಫರ್ಡಿನೆಂಡ್ ಕಿಟೆಲ್ ಅವರಿಗೂ ಕೆಲ ಕಾಲ ಕನ್ನಡವನ್ನು ಬೋಧಿಸಿದ್ದವರು. ಕನ್ನಡ ಭಾಷೆ, ವ್ಯಾಕರಣ ಸಾಹಿತ್ಯಕ್ಕೆ ತಮ್ಮ ಅಭೂತಪೂರ್ವ ಕೊಡುಗೆ

ಕೊಟ್ಟಿರುವ ಇವರು ಕನ್ನಡ ಸಾಹಿತ್ಯ ಚರಿತ್ರೆ ಕೃತಿಯ ಮೂಲಕ ಉಂಟು ಮಾಡಿದ ಅಳಿಸಲಾಗದ ಸಂಚಲನ ನಿಬ್ಬೆರಗನ್ನುಂಟು ಮಾಡುತ್ತದೆ.

ಕನ್ನಡನಾಡಿನಲ್ಲಿದ್ದ ಮತ್ತೊಬ್ಬ ಪ್ರಾತಃಸ್ಮರಣೀಯ ಮುದ್ರಕ ಹರ್ಮನ್ ಮೊಗ್ಲಿಂಗ್ ಮತ್ತು ವೈಗಲ್ ಅವರ ಸಖ್ಯ ಕನ್ನಡ ಸಾಹಿತ್ಯಪ್ರಪಂಚದ ಮಹತ್ತ್ವದ ಘಟ್ಟ. ಮೊಗ್ಲಿಂಗ್ ಅವರ ಬಿಬ್ಲಿಯಾಥಿಕಾ ಕರ್ಣಾಟಿಕಾ ಕೃತಿಯು ಇದೇ ಕಲ್ಲಚ್ಚಿನ ಮುದ್ರಣದಲ್ಲಿ ಸಿರಿವಂತ ನ್ಯಾಯಾಧೀಶರಾಗಿದ್ದ ಕೆಸಮೆಜರ್ ಎನ್ನುವವರ ಮೂಲಕ ಪ್ರಕಟವಾಗುವಲ್ಲಿ ವೈಗಲ್ ಅವರ ಪಾತ್ರ ಬಹಳ ಹಿರಿದು. ಮೊಗ್ಲಿಂಗ್ ಅವರಿಗೆ ಮೊದಲಿಂದಲೂ ಪರಿಚಿತರೂ, ಪರಮಾಪ್ತರಾಗಿದ್ದ ವೈಗಲ್ ಮೊಗ್ಲಿಂಗ್ ಅವರ ಅನೇಕ ಕೃತಿಗಳ ಮೊದಲ ಓದುಗರಾಗಿ ಅವುಗಳ ತಿದ್ದುಪಡಿ, ಪರಿಷ್ಕರಣೆಗಳನ್ನು ಬಹಳ ಸಮರ್ಥವಾಗಿ ಮಾಡುತ್ತಿದ್ದರು. ವೈಗಲ್-ಮೊಗ್ಲಿಂಗ್ ಒಡಹುಟ್ಟಿದ ಸೋದರರರೇನಲ್ಲ. ಆದರೆ ಇಬ್ಬರೂ ಅದೇ ಬಾಂಧವ್ಯ, ಪರಸ್ಪರ ಅನ್ಯೋನ್ಯ ಭಾವದಲ್ಲಿ ಬಾಳಿ ಬದುಕಿದ ಜೋಡಿ.

ಮಂಗಳೂರಿನಲ್ಲಿ ಇವರಿಬ್ಬರ ಕಾರ್ಯಸಾಧನೆ ಅಪಾರ. ತಮ್ಮ ಮಾತೃಭಾಷೆ ಜರ್ಮನ್, ಪರ್ಷಿಯನ್, ಇಂಗ್ಲಿಷ್, ಲ್ಯಾಟಿನ್, ಸಂಸ್ಕೃತ ಭಾಷೆಗಳನ್ನು ಚೆನ್ನಾಗಿ ಕಲಿತಿದ್ದ ವೈಗಲ್ ಅವರು ಮೊಗ್ಲಿಂಗ್ ಸ್ಥಾಪಿಸಿದ್ದ ಶಾಲೆಯಲ್ಲಿ ಇಂಗ್ಲಿಷ್-ಗಣಿತದಬೋಧಕರೂ ಆಗಿದ್ದರು.

ಜರ್ಮನ್ ಭಾಷೆಯಲ್ಲಿ ವೈಗಲ್ ಅವರು ಕನ್ನಡ ಸಾಹಿತ್ಯ ಚರಿತ್ರೆಯನ್ನು ಬರೆದವರು. ZDMG ಎಂಬ ಜರ್ಮನ್ ಭಾಷೆಯ ಪತ್ರಿಕೆಯಲ್ಲಿ ೧೮೪೮ ರಲ್ಲೇ ವೈಗಲ್ ಅವರ On the Canarese Language and Literature ಕೃತಿಯು ಪ್ರಕಟವಾಯಿತು.

ಜರ್ಮನ್ ಭಾಷೆಯಲ್ಲಿ ಕನ್ನಡ ಸಾಹಿತ್ಯ ಚರಿತ್ರೆಯನ್ನು ಕಟ್ಟಿ ಕೊಟ್ಟಿದ್ದು ಒಂದು ಸಾಧನೆಯಾದರೆ, ಮತ್ತೊಂದು ವೈಗಲ್ ಈ ಕೃತಿಯಲ್ಲಿ ವೈಜ್ಞಾನಿಕವಾಗಿ, ಶಾಸ್ತ್ರೀಯವಾಗಿ ಕನ್ನಡ ಭಾಷೆಯ ವರ್ಗೀಕರಣ, ಸಹಭಾಷೆಗಳ ಮಾನದಂಡ, ಕನ್ನಡ ಭಾಷೆಯು ಸಂಸ್ಕೃತ ಜನ್ಯವಲ್ಲ ಎಂಬ ಪ್ರಬಲವಾದ ಪ್ರತಿಪಾದನೆ, ಕನ್ನಡ. ಸಾಹಿತ್ಯದ ಪ್ರಾರಂಭ, ಹಾಗೂ ಆ ಕಾಲದ ಆರಂಭಿಕ ಕವಿ-ಕಾವ್ಯಗಳ ಪ್ರಸ್ತಾಪ ವಿವರಣೆ ನೀಡಿದ್ದಾರೆ. ಇದು ಹೀಗಾಗಿಯೇ ಮುಂದೆ ರಚಿತವಾದ ಸಾಹಿತ್ಯ ಚರಿತ್ರೆಗಳಿಗೆ ಅಡಿಗಲ್ಲಾಗಿ ಗುರು ಸ್ಥಾನದಲ್ಲಿ ನಿಂತ ವೈಗಲ್ ಅವರ ಮೇರು ಕೃತಿಯಾಯಿತು.

ಜನಪದ ಕಥೆಗಳ ಕುರಿತೂ ಬೆಳಕು ಚೆಲ್ಲುವ ವೈಗಲ್ ಅವರ ಸಾಹಿತ್ಯದ ಪರಿಶ್ರಮ ಇಷ್ಟಕ್ಕೇ ನಿಲ್ಲುವುದಿಲ್ಲ. ಬುನ್ಯನ್ ಅವರ ಬಹಳ ಉತ್ತಮ ಕೃತಿಯಾದ ಪಿಲಿಗ್ರಿಮ್ಸ್ ಪ್ರೊಗ್ರೆಸ್‌ನ್ನು ವೈಗಲ್ ನಾಲ್ಕು ಸಾಲುಗಳ ಚೌಪದಿಗಳಲ್ಲಿ

ಅನುವಾದಿಸಿದ್ದಾರೆ. ಇದಕ್ಕೆ ಇವರು ಯಾತ್ರಿಕನ ಸಂಚಾರ ಎಂಬ ಹೆಸರು ಕೊಟ್ಟಿದ್ದಾರೆ.

೧೫೦ಕ್ಕೂ ಹೆಚ್ಚು ಕನ್ನಡ ಗೀತೆಗಳನ್ನೂ ರಚಿಸಿದ್ದ ವೈಗಲ್ ಅವರು New Testamentನ್ನು ಹೊಸ ಒಡಂಬಡಿಕೆಗಳು ಎಂದು ಕನ್ನಡಕ್ಕೆ ಅನುವಾದ ಮಾಡಿದ್ದಾರೆ. ಜಾನ್ ಗ್ಯಾರೆಟ್ ಭಗವದ್ಗೀತೆಯನ್ನು ಕನ್ನಡಕ್ಕೆ ಅನುವಾದ ಮಾಡುವ ಸಂದರ್ಭದಲ್ಲಿ ಅದರ ಪರಿಷ್ಕರಣೆಯ ಭಾಗವನ್ನು ಬಹಳ ಅಚ್ಚುಕಟ್ಟಾಗಿ ನಿರ್ವಹಿಸಿದ ಉದಾರಿ ವೈಗಲ್. ತಮ್ಮ ೪೯ನೇ ವಯಸ್ಸಿನಲ್ಲೇ ಮಂಗಳೂರಿನಲ್ಲಿ ವೈಗಲ್ ತೀರಿಕೊಂಡಾಗ ಅವರ ಪತ್ನಿ ಪೌಲಿನಳನ್ನು ಮೊಗ್ಲಿಂಗ್ ವಿವಾಹವಾಗಿ ಅವರ ಮಕ್ಕಳನ್ನೂ ಚೆನ್ನಾಗಿ ಪೋಷಿಸಿದರು. ವೈಗಲ್ ಅವರು ಕಣ್ಮರೆಯಾಗಿ ೧೬೮ ವರ್ಷ ಆಗಿ ಹೋಗಿದ್ದರೂ ಅಷ್ಟು ಕ್ಲುಪ್ತ ಅವಧಿಯಲ್ಲಿ ಅವರು ಬಿಟ್ಟು ಹೋಗಿರುವ, ಉಳಿದಿರುವ ಸಾಹಿತ್ಯ ವಿಪುಲವಾಗಿದೆ.

೪೫

ಪ್ರಾಚ್ಯಭಾಷಾತಜ್ಞ

ಫ್ರೆಡ್ರಿಕ್ ಝೆಗ್ಲರ್

ಐರೋಪ್ಯ ರಾಷ್ಟ್ರಗಳ ಪಾದ್ರಿಗಳ ಭಾರತ ಪ್ರವೇಶ ಒಂದು ಉದ್ದೇಶದಾದ್ದರೂ ಅವರು ಮಾಡಿದ ಅತ್ಯಂತ ಶ್ರಮಶೀಲ ಕೆಲಸಗಳಾದ ಭಾಷಾಪ್ರಪಂಚದ ಚಟುವಟಿಕೆಗಳನ್ನು ನೆನಪಿನಂಗಳದಲ್ಲಿ ಉಳಿಯುತ್ತದೆ. ೧೮ನೇ ಶತಮಾನದ ಮಧ್ಯಭಾಗದಲ್ಲಿ ಭಾರತಕ್ಕೆ ಬಂದು ಮಂಗಳೂರು-ಧಾರವಾಡಗಳಲ್ಲಿ ಕನ್ನಡ ಭಾಷೆ, ಸಾಹಿತ್ಯ, ವ್ಯಾಕರಣ ಶಿಕ್ಷಣದ ಪ್ರಸರಣ, ಬಹುಶಿಸ್ತೀಯ ನೆಲೆಗಟ್ಟುಗಳಲ್ಲಿ ಸಾಧನೆ ಮಾಡಿದವರು ಎಫ್. ಝೆಗ್ಲರ್. ಜರ್ಮನಿ ದೇಶದ ಬಾಸೆಲ್ ಮಿಶನ್ ಪ್ರೆಸ್ ನವರಾದ ಫ್ರೆಡ್ರಿಕ್ ಝೆಗ್ಲರ್ ಅಸಾಮಾನ್ಯ ಪ್ರತಿಭಾಶಾಲಿ ಹಾಗೂ ಅಗಾಧ ಬುದ್ಧಿಶಾಲಿ. ಕರ್ನಾಟಕದ ಧಾರವಾಡ ಹಾಗೂ ಮಂಗಳೂರಿನಲ್ಲಿ ಮಾಡಿದ ಭಾಷಾ, ಸಾಹಿತ್ಯ ಸಂಬಂಧಿತ ಕೆಲಸಗಳು ಪರಿಣಾಮಕಾರಿಯಾದುದು.

ಜರ್ಮನಿಯ ಡಗೆರ್ಶೆಮ್ ಎಂಬಲ್ಲಿ ಸ್ಟುಟ್ಗಾರ್ಟ್ ಎನ್ನುವ ಸಣ್ಣ ಊರಿನಲ್ಲಿ ೧೮೩೨ರಲ್ಲಿ ಜನಿಸಿದ ಫ್ರೆಡ್ರಿಕ್

ಜ಼ಿಗ್ಲರ್ ಕರ್ನಾಟಕಕ್ಕೆ ಸಲ್ಲಿಸಿದ ಸೇವೆ ಅನರ್ಘ್ಯವಾದುದು. ಅವರ ವಿಶಾಲವಾದ ಸಾಹಿತ್ಯರಚನೆ, ಕನ್ನಡ ಭಾಷೆಯ ಬೆಳವಣಿಗೆಗೆ ತನ್ನದೇ ಆದ ವಿಶಿಷ್ಟ ಛಾಪನ್ನು ಒತ್ತಿದೆ.

ಜ಼ಿಗ್ಲರ್ ಕರ್ನಾಟಕದಲ್ಲಿ ಎರಡು ದಶಕಗಳಿಗೂ ಹೆಚ್ಚು ಕಾಲ ನೆಲೆಸಿ ಕನ್ನಡ ನೆಲದ ಭಾಷೆ, ಸಾಹಿತ್ಯ ಸಾಮಾಜಿಕ ಪರಿಸರಗಳನ್ನು ಬಹಳ ಖಚಿತವಾಗಿ ಅರ್ಥಮಾಡಿ ಕೊಂಡಿದ್ದವರು.

ವಲಸೆ ಬಂದ ಜ಼ಿಗ್ಲರ್ ಕನ್ನಡ-ಕನ್ನಡಿಗ ಕರ್ನಾಟಕವನ್ನು ಬಹಳ ಅಭಿಮಾನ ಗೌರವಗಳಿಂದ ಕಂಡವರು. ಈ ನಾಡಿಗೆ ಮಹತ್ತರವಾದ ಕೊಡುಗೆಯನ್ನು ನೀಡಬೇಕೆಂಬ ಅವರ ಉತ್ಕಟವಾದ ಇಚ್ಛೆ ನಮ್ಮ ನಾಡಿಗೆ ಇವರಿಂದ ಅತ್ಯಮೂಲ್ಯ ದೇಣಿಗೆಯನ್ನೇ ಪಡೆದಿದೆ.

ಶಿಕ್ಷಣ ಕ್ಷೇತ್ರದಲ್ಲಿ ಇವರ ಸೇವೆ ಬಹಳ ಗಣನೀಯ ಪ್ರಮಾಣದಲ್ಲಿ ಸಂದಿದೆ. ಗಣಿತಾಭ್ಯಾಸದ ಉದಾಹರಣೆಗಳು ಹಾಗೂ Arithmetical Exercise for Beginners ಎಂಬ ಇವರ ಎರಡು ಪುಸ್ತಕಗಳು ಶಾಲಾಮಕ್ಕಳಿಗೆ ಒಳ್ಳೆಯ ಆಧಾರಗ್ರಂಥ. ಗಣಿತವು ಕಬ್ಬಿಣದ ಕಡಲೆಯಲ್ಲ, ಕಠಿಣವೂ ಅಲ್ಲ ಎನ್ನುವುದನ್ನು ದೃಢೀಕರಿಸುವಂತೆ ಈ ಹೊತ್ತಗೆಗಳು ಶಾಲಾ ವಿದ್ಯಾರ್ಥಿಗಳ ಪಾಲಿಗೆ ಸನಿಹವಾಗಿತ್ತು. ಸುಲಭವಾದ ವಿಧಾನಗಳಲ್ಲಿ ಗಣಿತವನ್ನು ಅರ್ಥೈಸಿಕೊಳ್ಳಲು ಸಾಧ್ಯ ಎಂಬ ನಿಟ್ಟಿನಲ್ಲಿ ಈ ಎರಡೂ ಹೊತ್ತಿಗೆಗಳು ತುಂಬಾ ಪ್ರಭಾವಶಾಲಿ ಯಾಗಿದ್ದವು.

A Practical Key to the Kannada Language ಎಂಬ ೧೮೭೨ರಲ್ಲಿ ಪ್ರಕಟವಾದ ಇವರ ಕೃತಿಯಂತೂ ಈಗಲೂ ಬಹಳ ವಿಭಿನ್ನ ಹಾಗೂ ವಿಶಿಷ್ಟ ಲಕ್ಷಣಗಳನ್ನು ಹೊಂದಿ, ಕನ್ನಡ ಭಾಷೆಯ ಘಟ್ಟಗಳನ್ನು, ಅದು ಸಾಗಿ ಬಂದ ಮಜಲುಗಳನ್ನು ಸಾದ್ಯಂತವಾಗಿ ವಿಶ್ಲೇಷಣೆಗೆ ಒಳಪಡಿಸಲಾಗಿದೆ.

ರಲ್ಲಿ ಪ್ರಕಟವಾಗಿ ಕನ್ನಡದ ವ್ಯಾಕರಣ, ಛಂದಸ್ಸುಗಳ ಬಗ್ಗೆ ಬಹಳ ಫಲಪ್ರದವಾದ ಹೊಸ ಅಂಶಗಳನ್ನು ಒಳಗೊಂಡಿದೆ.

Catechism of Kannada Grammar ಹಾಗೂ The Kannada School Grammar (೧೮೮೦) ಕನ್ನಡದ ವ್ಯಾಕರಣ ಜಗತ್ತಿಗೆ ಹೊಸ ಹೊಸ ಆಯಾಮಗಳನ್ನು ಒದಗಿಸಿರುವ ಬಹಳ ಸೊಗಸಾದ ಕೃತಿ.

ಜ಼ಿಗ್ಲರ್ ಅವರ ಸಾಹಿತ್ಯ ಸೇವೆಯ ಪ್ರಮುಖ ಮಗ್ಗುಲೆಂದರೆ English and Kannada School Dictionary ಎಂಬ ನಿಘಂಟಿನ ರಚನೆ. ೧೮೭೬ರಲ್ಲಿ ಪ್ರಕಟ ವಾದ ಜ಼ಿಗ್ಲರ್ ಅವರ ಈ ಮಹಾನ್ ಶಬ್ದಕೋಶ ಶಾಲಾವಿದ್ಯಾರ್ಥಿಗಳನ್ನು ದೃಷ್ಟಿಯಲ್ಲಿರಿಸಿಕೊಂಡು ಬರೆದಿದ್ದರೂ ಸಹ ಎಲ್ಲ ಆಸಕ್ತ ಅಭ್ಯಾಸಿಗಳಿಗೂ ಬಹಳ ಪೂರಕವಾದ ಆದ್ಯ ಗ್ರಂಥ ವೆನ್ನಿಸಿದೆ. ಇದು ಅನೇಕ ಮುದ್ರಣಗಳನ್ನು

ಕಂಡಿದೆ ಎನ್ನುವುದು ಈ ಕೃತಿಯ ಹಾಗೂ ಜಿಗ್ಲರ್ ಅವರ ಸಾಮರ್ಥ್ಯವನ್ನು ಎತ್ತಿ ಹಿಡಿಯುತ್ತದೆ.

ಬಿಡುವಿಲ್ಲದೆ ಕನ್ನಡದ ಕೆಲಸಗಳನ್ನು ಬಹಳ ಶ್ರದ್ಧಾ ನಿಷ್ಠೆಯಿಂದ ಮಾಡಿ, ಹಗಲಿರುಳೂ ಕನ್ನಡ ಭಾಷೆ, ಶಿಕ್ಷಣ ಕ್ಷೇತ್ರದಲ್ಲಿ ತೊಡಗಿಸಿಕೊಂಡು ದುಡಿದ ಇವರಿಗೆ ಅನಾರೋಗ್ಯಪೀಡಿತ ಪತ್ನಿಯ ಕಾರಣ ತಮ್ಮ ಸ್ವದೇಶಕ್ಕೆ ಹೋಗುವ ಪರಿಸ್ಥಿತಿಗಳು ಎದುರಾಗುತ್ತಲೇ ಇತ್ತು. ಇವೆಲ್ಲದರ ನಡುವೆಯೇ ಇವರು ತಮ್ಮ ಕಾರ್ಯಗಳನ್ನು ಮತ್ತು ಕನ್ನಡದ ಸೇವೆಯನ್ನೂ ಯಾವುದೇ ಕಾರಣದಿಂದಲೂ ಚ್ಯುತಿಯಾಗದಂತೆ ನಿರ್ವಹಿಸಿದ ಮಹಾನುಭಾವರು.

ಕನ್ನಡದ ಭಾಷಾ ಬರೆಹಗಾರರಾಗಿ, ಶಿಕ್ಷಣತಜ್ಞರೆನ್ನಿಸಿದ ಫ್ರೆಡ್ರಿಕ್ ಜಿಗ್ಲರ್ ಅವರ ಸಿದ್ಧಿ ಸಾಧನೆ ಅಮೋಘವಾದುದು. ಕನ್ನಡ ಭಾಷೆ, ಸಾಹಿತ್ಯ, ಚರಿತ್ರೆ, ನಿಘಂಟು, ಗಣಿತ ಲೋಕದ ಕೆಲಸಗಳಿಗೆ ಫ್ರೆಡ್ರಿಕ್ ಜಿಗ್ಲರ್ ಅವರಿಗೆ ಎಂದೆಂದಿಗೂ ನಾವು ಋಣಿಯಾಗಿರಬೇಕು.

೪೬

ನಿಘಂಟು ಬ್ರಹ್ಮ

ಫರ್ಡಿನೆಂಡ್ ಕಿಟೆಲ್

'ಕನ್ನಡಕೆ ಕನ್ನಡಿಯ ಹಿಡಿದು ದುಡಿದವ ನೀನು.'

ವಿದೇಶದಿಂದ ಭಾರತದ ಕರ್ನಾಟಕಕ್ಕೆ ಬಂದು ಶಬ್ದಕೋಶದ ಕಾಣಿಕೆ ನೀಡಿದ ಮಹನೀಯರಾದ ಕಿಟೆಲ್ ಅವರನ್ನು ವರಕವಿ ಬೇಂದ್ರೆಯವರು ಈ ಮೇಲಿನಂತೆ ಬಣ್ಣಿಸಿದ್ದಾರೆ. ಕ್ರೈಸ್ತ ಧರ್ಮದ ಪ್ರಚಾರಕ್ಕೆ ಜರ್ಮನಿಯಿಂದ ಬಂದು ಕನ್ನಡದ ಭಾಷಾ ಸಂಪತ್ತಿಗೆ ಮಾರುಹೋಗಿ ತಮ್ಮ ತನು ಮನ ಧನವನ್ನೆಲ್ಲ ನಿಸ್ವಾರ್ಥದಿಂದ ವಿನಿಯೋಗಿಸಿದ ನಿಘಂಟು ಸೃಷ್ಟಿಕರ್ತರು ರೆವರೆಂಡ್ ಫರ್ಡಿನಾಂಡ್ ಕಿಟೆಲ್. ಕರ್ನಾಟಕದ ಮಂಗಳೂರಿಗೆ ಬಂದು ನೆಲೆಸಿ, ನಂತರ ಧಾರವಾಡದಲ್ಲಿ ಕನ್ನಡ ಭಾಷಾಸಂವರ್ಧನೆಗೆ ಟೊಂಕ ಕಟ್ಟಿದ ಪುಣ್ಯಾತ್ಮರು ಕಿಟೆಲ್.

ಗ್ರೀಕ್, ಲ್ಯಾಟಿನ್, ಹೀಬ್ರೂ, ಇಂಗ್ಲಿಷ್ ಫ್ರೆಂಚ್ ಭಾಷೆಗಳಲ್ಲಿ ನುರಿತಿದ್ದ ಕಿಟೆಲ್ ಮಂಗಳೂರಿಗೆ ೧೮೫೩ರಲ್ಲಿ ಬಂದರು. ನಂತರ ಧಾರವಾಡದಲ್ಲಿ ವೀಗಲ್ ಎಂಬುವವರ ಸ್ನೇಹ ಸಂಬಂಧ ಕಿಟೆಲ್ ಅವರ ಪಾಲಿಗೆ

ವೈಯಕ್ತಿಕವಾಗಿ ಮತ್ತು ಕನ್ನಡ ಶಬ್ದಜಗತ್ತಿಗೆ ಚಿರಂಜೀವ ಕೊಡುಗೆಯನ್ನು ನೀಡಿತು.

ಸ್ಥಳೀಯ ಭಾಷೆಯನ್ನು ಕಲಿಯದೆ ಏನನ್ನೂ ಮಾಡಲು ಸಾಧ್ಯವಿಲ್ಲ ಎಂದು ಮನಗಂಡ ಕಿಟೆಲ್ ತಮ್ಮ ಸುದೀರ್ಘ ಪರಿಶ್ರಮದಿಂದ ಕನ್ನಡವನ್ನು ಸುಲಲಿತವಾಗಿ ಓದಲು, ಬರೆಯಲು, ಮಾತನಾಡಲು ಕಲಿತರು. ಇದಾದ ಮೇಲೆಯೇ ಅವರ ಉತ್ಕಟವಾದ ಕನ್ನಡ ಭಾಷಾ ಪ್ರೇಮವು ಕನ್ನಡದ ಭಾಷಾ ಜಗತ್ತಿಗೆ ಅಮರವಾದ ಕೊಡುಗೆ ನೀಡಲು ಮೂಲವಾಯಿತು. ಕಾಲಿಗೆ ಚಕ್ರಗಳನ್ನು ಕಟ್ಟಿ ಕೊಂಡಂತೆ ಧಾರವಾಡದ ಊರೂರು, ಹಳ್ಳಿ ಹಳ್ಳಿಗಳನ್ನು ಸುತ್ತಾಡಿ ಕಿಟೆಲ್ ಮತ್ತೆ ಮಂಗಳೂರಿಗೆ ಬರುವಷ್ಟರಲ್ಲಿ ಕನ್ನಡದ ಜೊತೆಗೆ ಸಂಸ್ಕೃತ, ತುಳು, ಮಲೆಯಾಳಂ ಭಾಷೆಗಳನ್ನೂ ಕಲಿತಿದ್ದರು.

ನಿಘಂಟು ರಚನಾ ಶಾಸ್ತ್ರದ ಕಾರ್ಯಕ್ಕೆ ಬಹಳ ಹೆಸರಾಗಿರುವ ಕಿಟೆಲ್ ತಮ್ಮ ಮೊದಲ ಕೃತಿಯಾಗಿ ಪ್ರಕಟಿಸಿದ್ದು ಹಳೆಗನ್ನಡ ವ್ಯಾಕರಣ ಸೂತ್ರ. ನಂತರ ಧರ್ಮಪ್ರಚಾರ ಕಾರ್ಯದ ನಿಮಿತ್ತ ಬೈಬಲ್ನ ಹೊಸ ಒಡಂಬಡಿಕೆ ಕೃತಿಯನ್ನು (New Testament) ಕನ್ನಡಕ್ಕೆ ಅನುವಾದಿಸಿದರು. ಏಸುಕ್ರಿಸ್ತನ ಬದುಕಿನ ಬಗ್ಗೆ ಕಥಾಮಾಲಿಕೆಯನ್ನು ಕನ್ನಡದಲ್ಲೇ ಪ್ರಕಟಿಸಿ ದರು. ಈ ಕೃತಿ ಬಹಳ ವಿಶೇಷವಾದುದು. ಇದರಲ್ಲಿ ೨೮೦ ಪದ್ಯಗಳು ಕ್ರಮವಾಗಿ ಭಾಮಿನಿ ಷಟ್ಪದಿಯಲ್ಲೂ, ೭೫ ಪದ್ಯಗಳು ವಾರ್ಧಕ ಷಟ್ಪದಿಯಲ್ಲೂ ಇವೆ. ೭೫ ಪದ್ಯಗಳು ವಾರ್ಧಕ ಷಟ್ಪದಿಯಲ್ಲಿ, ೧೭೫ ಪದ್ಯಗಳು ಪೂರ್ವೀ ರಾಗದಲ್ಲಿ ಇದೆ. ಬಸವಪುರಾಣ, ಪ್ರಭುಲಿಂಗ ಲೀಲೆ, ಗದುಗಿನ ಭಾರತ, ಭಾಗವತ, ಗಿರಿಜಾ ಕಲ್ಯಾಣ ಕಥೆಗಳನ್ನು ಸಂಪಾದಿಸಿದ್ದ ಕಿಟೆಲ್ ಅವರು ಇದಲ್ಲದೆ History of England ಎಂಬ ಹೆನ್ರಿ ಮೆರಿಸನ್ ಎಂಬ ಲೇಖಕನ ಕೃತಿಯನ್ನು ಕನ್ನಡಕ್ಕೆ ತಂದಿದ್ದಾರೆ. ೧೮೬೫ರಲ್ಲಿ ಸಂಕ್ಷೇಪ ಕನ್ನಡ ವ್ಯಾಕರಣ ಕೃತಿಯನ್ನು ರಚಿಸಿದ ಕಿಟೆಲ್ ಅವರು ಭಾಷಾ ನಿಷ್ಪತ್ತಿ ಮತ್ತು, ಕನ್ನಡ ಭಾಷಾ ಅವಸ್ಥಾಂತರಗಳನ್ನು ಕುರಿತು ಅನೇಕ ಪಾಂಡಿತ್ಯ ಪೂರ್ಣ ಲೇಖನಗಳನ್ನು ಬರೆದು ಬಹುಶ್ರುತ ಜ್ಞಾನವನ್ನು ನಿರೂಪಿಸಿದ್ದಾರೆ. ಪುರಂದರದಾಸ, ಕನಕ, ವಿಜಯದಾಸರ ಕೀರ್ತನೆಗಳನ್ನು ಅಭ್ಯಸಿಸಿದ್ದ ಮಹಾನ್ ಚೇತನ ಕಿಟೆಲ್ ಇವುಗಳನ್ನು ಪ್ರಕಟಿಸಿ ದ್ದಾರೆ, ಅಲ್ಲದೆ, ನಾಗವರ್ಮನ ಕೃತಿ ಛಂದೋಂಬುಧಿ, ಕೇಶಿರಾಜನ ಶಬ್ದಮಣಿದರ್ಪಣ ಕೃತಿಗಳನ್ನು ೧೮ನೇ ಶತಮಾನದಲ್ಲೇ ವಿಮರ್ಶಿಸಿ ಬರೆದು, ಪ್ರಕಟಿಸಿದ ಕಿಟೆಲ್ ಅವರ ಈ ಸಾಹಸಕ್ಕೆ ಕನ್ನಡಿಗರು ಯಾವಜ್ಜೀವ ಋಣಿ ಯಾಗಿರಬೇಕು.

ಕನ್ನಡ ಭಾಷಾ ಚರಿತ್ರೆಯಲ್ಲಿ ಹಾಗೂ ಕಿಟೆಲ್ ಅವರ ಬದುಕಿನಲ್ಲಿ ಹೊಸ ಮಹತ್ತ್ವ ಪೂರ್ಣ ಕಾಲ ಘಟ್ಟವೆಂದರೆ ಕನ್ನಡ–ಇಂಗ್ಲಿಷ್ ಪದಕೋಶ. ಈ

ಮಹಾ ನಿಘಂಟಿನ ರಚನೆಗೆ ಕಿಟೆಲ್ ಅವರು ೧೮೭೨ರಲ್ಲೇ ಉದ್ಯುಕ್ತರಾಗಿದ್ದರೂ ಸಹ ಇದು ಅಧಿಕೃತವಾಗಿ ಪ್ರಕಟಣೆಯ ರೂಪದಲ್ಲಿ ಬಂದಿದ್ದು ೧೮೯೪ರಲ್ಲಿ. ಅಂದರೆ ಸತತ ೨೨ ವರ್ಷ ಕಿಟೆಲ್ ಅವರ ಶ್ರಮ, ಶ್ರದ್ಧೆ ಮತ್ತು ನಿಷ್ಠೆಯ ಸಂಗಮವಾಗಿ ಮೂಡಿಬಂದ. ಈ ನಿಘಂಟಿನಲ್ಲಿ ೭೦, ೦೦೦ ಪದಸಹಿತ ಅರ್ಥಗಳಿವೆ. ಇದು ಕನ್ನಡ ಮಾತ್ರವಲ್ಲದೆ, ಇಡೀ ಭಾರತೀಯ ಸಾಹಿತ್ಯ ಚರಿತ್ರೆಯಲ್ಲೇ ಅತ್ಯಂತ ಶ್ರೇಷ್ಠ ಸಾಧನೆ ಎಂದರೆ ಅತಿ ಶಯೋಕ್ತಿಯಲ್ಲ.

೧೭೫೨ ಪುಟಗಳ ಈ ಮಹತ್ಕೃತಿ ಕ್ರಮಬದ್ಧವಾಗಿ ರೂಪುಗೊಂಡಿದೆ. ಇದರಲ್ಲಿ ಕನ್ನಡದ ಪ್ರಾದೇಶಿಕ ಸಾಮಾಜಿಕ ಭಾಷೆ-ಉಪಭಾಷೆಗಳ ಪ್ರಭೇದಗಳು ಇವೆ. ಹಳೆಗನ್ನಡ-ಹೊಸಗನ್ನಡಗಳ ಗಾದೆ, ಒಗಟು, ನಾಣ್ನುಡಿಗಳು ಹೇರಳವಾಗಿವೆ. ಕಿಟೆಲ್ ಅವರ ಮಹತ್ಸಾಧನೆಯನ್ನು ಮೊತ್ತ ಮೊದಲು ಗುರುತಿಸಿದ್ದು ಜರ್ಮನಿಯ ಟ್ಯುಬಿಂಗನ್ ವಿಶ್ವವಿದ್ಯಾಲಯ. ಈ ವಿಶ್ವವಿದ್ಯಾಲಯವು ಕಿಟೆಲ್ ಅವರ ಸತ್ಕಾರ್ಯಕ್ಕೆ ಗೌರವ ಡಾಕ್ಟರೇಟ್ ಪದವಿಯನ್ನು ನೀಡಿ ಗೌರವಿಸಿತು.

ಜನ್ಮಭೂಮಿಯಲ್ಲಿ ಇಂಥ ಗೌರವ ಪಡೆದ ಹೆಮ್ಮೆಯ ಜೊತೆಗೆ, ಕಿಟೆಲ್ ಅವರು ಕನ್ನಡದ ನಿಘಂಟು ಕ್ಷೇತ್ರದ ಕೆಲಸಕ್ಕೆ ಗೌರವ ಡಾಕ್ಟರೇಟ್ ಪದವಿ ಪಡೆದ ಮೊದಲಿಗರು ಎಂಬ ವಿಶಿಷ್ಟ ಹೆಗ್ಗಳಿಕೆಗೆ ಪಾತ್ರರಾದರು. ೧೯೦೩ರಲ್ಲಿ ಕಿಟೆಲ್ ಅವರ ದೇಹಾಂತ್ಯವಾಯಿತು.

'ಕಿಟೆಲ್ ಅವರನ್ನು ಪ್ರತಿ ನಿತ್ಯವೂ ಸ್ಮರಿಸಬೇಕು, ಅವರನ್ನು ನೆನಪಿಸಿಕೊಳ್ಳುವ ಕ್ರಿಯೆ ಪವಿತ್ರವಾದ ವಸ್ತುವೊಂದನ್ನು ಧ್ಯಾನಿಸಿದಂತೆ ಪುನೀತವಾದದ್ದು' ಎಂದು ಡಿ.ಎಲ್. ನರಸಿಂಹಾಚಾರ್ ಅವರು ಹೇಳಿರುವ ಪ್ರತಿ ಪದವೂ ಸೂಕ್ತ ಮತ್ತು ಅರ್ಹ ನುಡಿನಮನ.

೪೭

ಕನ್ನಡ ವ್ಯಾಕರಣ ಕ್ಷೇತ್ರದ ಮಹಾಪುರುಷ

ವಿಲಿಯಂ ಕೇರಿ

ವಿದೇಶೀ ನೆಲದವರು ಕನ್ನಡ ಭಾಷೆ, ವ್ಯಾಕರಣಕ್ಕೆ ಸಂಬಂಧಿಸಿದಂತೆ ಮಾಡಿರುವ ಕೆಲಸ ಬಹಳ ಗಣ್ಯಮಾನ್ಯವಾದುದು. ಭಾರತಕ್ಕೆ ಬಂದು, ಮಿತ್ರರೊಂದಿಗೆ ಸೇರಿ, ನಮ್ಮ ದೇಶಕ್ಕೆ ವಿಶ್ವವಿದ್ಯಾಲಯವನ್ನು ಸ್ಥಾಪಿಸಿದ ವಿಲಿಯಂ ಕ್ಯಾರಿ ಅಚ್ಚಳಿಯದೆ ಉಳಿಯುವ ಶಿಕ್ಷಣ ಪ್ರೇಮಿ. ಕಡುಬಡತನದ ಕುಟುಂಬದಲ್ಲಿ ಲಂಡನ್ ನಗರದ ಪ್ಯಾಡಿಂಗ್ಟನ್ ಎಂಬ ಸಣ್ಣ ಊರಿನಲ್ಲಿ ೧೭೬೧ರಲ್ಲಿ ಹುಟ್ಟಿದವರು ವಿಲಿಯಂ ಕೇರಿ.

ಚಪ್ಪಲಿ ಹೊಲೆಯುವ ಚಮ್ಮಾರನ ಮಗನಾಗಿ ಜನಿಸಿದ ವಿಲಿಯಂ ಕೇರಿ ಅವರುಮುಂದೆ ಕನ್ನಡಕ್ಕೆ ಬಹಳ ಶ್ರೇಷ್ಠವ್ಯಾಕರಣ ಗ್ರಂಥವನ್ನೇ ರಚಿಸಿದ್ದು, ಕಲ್ಕತ್ತಾದಲ್ಲಿ ಸೆರಾಮಪುರ (ಶ್ರೀರಾಮಪುರ)ಕಾಲೇಜು ಹಾಗೂ ವಿಶ್ವವಿದ್ಯಾಲಯದ ಹುಟ್ಟಿಗೆ ಕಾರಣಕರ್ತನಾದದ್ದು ಅವರ ಜ್ಞಾನದ ಹಸಿವಿಗೆ ಕಸುವಿಗೆ ಸಾಕ್ಷಿ. ಸೆರಾಮಪುರ ವಿಶ್ವವಿದ್ಯಾಲಯಕ್ಕೆ ಪದವಿಗಳನ್ನು ಘೋಷಿಸಿ, ಪ್ರದಾನ ಮಾಡುವ ಪ್ರಪ್ರಥಮ ವಿಶ್ವವಿದ್ಯಾಲಯ ಎಂಬ ಹೆಗ್ಗಳಿಕೆ ಇದೆ. ಮರಾಠಿ ವ್ಯಾಕರಣ ಎಂಬ ಇವರ ಕೃತಿಯೂ

ಬಹಳ ವಿಶಿಷ್ಟವಾಗಿದೆ. ದೇಶೀಯ ಭಾಷೆಗಳ ಉನ್ನತಿಗೆ ಹಂಬಲಿಸಿದಇವರನು ಡಿಸೇವೆಬಹುಜ್ಞಾನಯುತವಾದುದು.

ವಿಲಿಯಂ ಕೇರಿ ಅವರು ಸಮಾಜದ ಪರ, ದೀನದಲಿತರ ಪರ, ಹಾಗೂ ಕಾಯಿಲೆಗಳಿಂದ ನರಳುವವರ ಪರವಾಗಿ, ಸಾರ್ವಜನಿಕ ಸಮಾಜದ ಔನ್ನತ್ಯಕ್ಕೆ ಜೀವ ತೇಯ್ದವರು. ಆಗಿನ ಕಾಲದಲ್ಲಿ ಚಾಲ್ತಿಯಲ್ಲಿದ್ದ ಸಾಮಾಜಿಕ ಅನಿಷ್ಟಗಳಾದ ಮಕ್ಕಳ ಬಲಿ, ಸತಿ ಸಹಗಮನ ಪದ್ಧತಿ, ಹಾಗೂ ಕಂದಾಚಾರ, ಮೂಢನಂಬಿಕೆಗಳನಿರ್ಮೂಲನೆಗಾಗಿ ದಿಟ್ಟ ನಿಲುವುಗಳಿಂದ ಈ ಸಾಮಾಜಿಕ ಪಿಡುಗುಗಳ ಮೂಲೋತ್ಪಾಟನೆಗೆ ಶ್ರಮಿಸಿದರು.

ವಿಲಿಯಂ ಕೇರಿ ಅವರು ಭಾರತಕ್ಕೆ ಬಂದು ಕಲ್ಕತ್ತಾದ ಬಂಗಾಳಿ ನೆಲದಲ್ಲಿ ತಮ್ಮ ಕಾರ್ಯಚಟುವಟಿಕೆಗಳನ್ನು ನಿರ್ವಹಿಸತೊಡಗಿದರು. ಗ್ರಂಥಸಂಪಾದನೆ, ಹಸ್ತಪ್ರತಿ ಶಾಸ್ತ್ರಗಳ ಅಧ್ಯಯನಕ್ಕೆ ಮುದ್ರಣಯಂತ್ರಗಳ ಪ್ರಬಲ ಅವಶ್ಯಕತೆಯನ್ನು ಮನಗಂಡ ವಿಲಿಯಂ ಕೇರಿ ಅವರು ತಡಮಾಡದೆ ಈ ದಿಸೆಯಲ್ಲಿ ಪ್ರಯತ್ನಗಳನ್ನಾರಂಭಿಸಿದರು.

ಮೊದಲು ಬಹಳ ಸಣ್ಣ ಪ್ರಮಾಣದಲ್ಲಿ ಬಂಗಾಳದ ಸೆರಾಂಪುರದ ಡ್ಯಾನಿಶ್ ಕಾಲನಿಯ ಪುಟ್ಟ ಕೋಣೆ ಯೊಂದರಲ್ಲಿ ಅಚ್ಚುಕೂಟದ ಕೆಲಸಗಳು ನಡೆಯುತ್ತಿದ್ದವು. ಆದರೆ ಆಮೆವೇಗದಲ್ಲಿ ಸಾಗುತ್ತಿದ್ದ ಭಾಷಾ ವ್ಯಾಕರಣ ಸಂಬಂಧಿತ ಕೆಲಸಗಳು ತ್ವರಿತಗತಿಯಲ್ಲಿ ಆಗಬೇಕೆಂದು ಸಂಕಲ್ಪಿಸಿದ ಇವರು ಮೊಳೆಗಳನ್ನು ತಯಾರಿಸಿ ಅಚ್ಚುಕೂಟಗಳನ್ನು ಹೆಚ್ಚಿಸಿದರು. ಮುದ್ರಣ ಕ್ಷೇತ್ರದಲ್ಲಿ ಇದೊಂದು ಪ್ರಮುಖ ಬೆಳವಣಿಗೆ. ಬಂಗಾಳಿ, ಒರಿಯಾ, ತೆಲುಗು, ಪಂಜಾಬಿ, ಅರೇಬಿಕ್, ಪರ್ಷಿಯನ್, ಟಿಬೆಟಿಯನ್, ಹೀಬ್ರೂ, ಸಂಸ್ಕೃತ ಭಾಷೆಗಳ ಅಚ್ಚುಮೊಳೆಗಳನ್ನು ಸಿದ್ಧಪಡಿಸಿದ ವಿಲಿಯಂ ಕೇರಿ ಬಹಳ ಜ್ಞಾನದಾಹಿ. ಸ್ಥಳೀಯ ವಿದ್ವಾಂಸರನ್ನು ಸಂಪರ್ಕಿಸಿ ಅವರ ಮಾರ್ಗದರ್ಶನದಲ್ಲಿ ಹಿಂದೂಸ್ಥಾನೀ, ಬಂಗಾಳಿ, ಕನ್ನಡ, ಮರಾಠಿ, ತೆಲುಗು, ಪಂಜಾಬಿ, ಒರಿಯಾ, ಸಂಸ್ಕೃತ, ಭಾಷೆಗಳನ್ನು ಬಹು ಬೇಗ ಕಲಿತರು.

ಸಂಸ್ಕೃತ ವ್ಯಾಕರಣ ಕೃತಿಯನ್ನು ಪ್ರಕಟಿಸಿದ ಇವರು ಹಿತೋಪದೇಶ ಕೃತಿಯನ್ನು ಆಂಗ್ಲ ಭಾಷೆಗೆ ಅನುವಾದಿಸಿ ದ್ದಲ್ಲದೆ, ಮಾರ್ಷ್ಮನ್ ಜೊತೆಗೂಡಿ ವಾಲ್ಮೀಕಿ ರಾಮಾಯಣವನ್ನು ಅನುವಾದ ಮಾಡಿದರು. ಬಂಗಾಳಿ–ಇಂಗ್ಲಿಷ್ ಅರ್ಥಕೋಶ, ಸ್ಕೊಯೆಟರ್‌ನ ಜೊತೆಗೆ ಸೇರಿ ಸಂಪಾದಿಸಿದ ಭೂತಾನೀ ಇಂಗ್ಲಿಷ್ ಶಬ್ದಕೋಶ ಕೇರಿ ಅವರ ಪರಿಶ್ರಮದ ಕೈಗನ್ನಡಿ. ಭಾರತೀಯ ಭಾಷೆಗಳ ಬೋಧಕರಾಗಿ ದಶಕದಶಕಗಳ ಕಾಲ ಗುರುಕರ್ತವ್ಯ ಮಾಡಿದ ಕೇರಿ ಅವರು ಭಾರತದ ನೆಲವನ್ನು ಸಾಂಸ್ಕೃತಿಕವಾಗಿ ರೂಪಿಸಲು ದುಡಿದ ಕಾಯಕಜೀವಿ. ಹೀಗಾಗಿ ಅವರನ್ನು ಭಾರತದ ಮೊದಲ ಸಾಂಸ್ಕೃತಿಕ

ಮಾನವ ಶಾಸ್ತ್ರಜ್ಞ, ಧರ್ಮ ಕಾರ್ಯಾಚರಣಾ ಪಿತಾಮಹ ಎಂದೂ ಗೌರವಿಸಲಾಗಿದೆ.

ಪೋರ್ಚುಗೀಸ್ ಪಾದ್ರಿಯಾಗಿ ಗೋವಾದಲ್ಲಿದ್ದ ಹೆನ್ರಿ ಟಾರ್ಟಾನ್ ಅವರ ಮನವಿಯ ಮೇರೆಗೆ ಅಲ್ಲಿ ನೆಲೆಸಿದ್ದ ೨೦, ೦೦೦ ಕನ್ನಡಿಗರಿಗೆ ಕನ್ನಡದ ಬೈಬಲ್ ಕೃತಿಗಳ ವಿತರಣೆಯನ್ನು ಮಾಡುವ ಉದ್ದೇಶದಿಂದ ಹಗಲು ರಾತ್ರಿ ಶ್ರಮಿಸಿ ಕೇರಿ ಅವರು ಕನ್ನಡ ಬೈಬಲ್ ಕೃತಿ ರಚಿಸಿದರೂ ಸಹ ಅದು ಮುದ್ರಣಾಲಯದ ಅಗ್ನಿ ಅವಘಡಕ್ಕೆ ಆಹುತಿಯಾಗಿ ಬಿಟ್ಟವು. ಆದರೆ ಛಲ ಬಿಡದೆ ೧೮೨೪ರ ಹೊತ್ತಿಗೆ ಮತ್ತೆ ಈ ಕೃತಿಯನ್ನು ಹೊರತಂದರು. ಕನ್ನಡ ಸಂಸ್ಕೃತ ಜನ್ಯ ಭಾಷೆಯಲ್ಲ ಎಂದು ಪ್ರಬಲವಾಗಿ ಪ್ರತಿಪಾದಿಸಿದವರಲ್ಲಿ ವಿಲಿಯಂ ಕ್ಯಾರಿ ಅವರೂ ಒಬ್ಬರು.

ವಿಲಿಯಂ ಕ್ಯಾರಿ ಅವರ ಮತ್ತೊಂದು ಶ್ರೇಷ್ಠ ಸಾಧನೆಯೆಂದರೆ ಇಂಗ್ಲಿಷ್ ಭಾಷೆಯಲ್ಲಿ ಬರೆದ ಎ ಗ್ರಾಮರ್ ಆಫ್ ಕರ್ಣಾಟಕ ಕೃತಿ. ೧೩೮ ಪುಟಗಳ ಈ ಕಿರುಕೃತಿಯಲ್ಲಿ ನಾಮಪದ, ಸರ್ವನಾಮ, ಗುಣವಿಶೇಷಣ, ವಾಕ್ಯರಚನೆ, ಲೋಪಸಂಧಿಗಳಲ್ಲದೆ, ಅಂಕಿತನಾಮ, ಸಾಮಾನ್ಯ ನಾಮ, ವಸ್ತು ವಾಚಕಗಳು, ಅವ್ಯಯಗಳು, ಕ್ರಿಯಾಪದಗಳು, ಕಾಲ ಸೂಚಕಗಳು ಹೀಗೆಲ್ಲ ಮಹತ್ತ್ವದ ವ್ಯಾಕರಣ ಸಂಬಂಧಿತ ಉತ್ಸಾಹೀ ಕೃತಿಯನ್ನು ೧೮೧೭ ರಲ್ಲೇ ತನ್ಮೂಲಕ ಕೊಟ್ಟ ವಿಲಿಯಂ ಕ್ಯಾರಿ ಅವರ ಅಗಾಧ ವಿದ್ವತ್ತು, ಹುರುಪಿನ ಕನ್ನಡ ಸೇವೆಯ ಬಣ್ಣನೆಗೆ ಪದಗಳು ಸಾಕಾಗದು.

ಬದುಕಿನುದ್ದಕ್ಕೂ ಭಾಷಾ ಸೇವೆ, ಅನ್ವೇಷಕ ಪ್ರವೃತ್ತಿ, ಹೊಸ ಹೊಸ ಹೊಳಹುಗಳ ಜಿಜ್ಞಾಸುವಾಗಿ ಬಾಳು ಸಾಗಿಸಿದ ವಿಲಿಯಂ ಕೇರಿ ಅವರ ಹೆಸರಿನಲ್ಲಿ ಇಂದು ೧೦ಕ್ಕೂ ಹೆಚ್ಚು ಶಾಲೆಗಳು, ಶಿಕ್ಷಣ ಕೇಂದ್ರಗಳು, ವಿಶ್ವವಿದ್ಯಾಲಯಗಳು ಕಾರ್ಯ ನಿರ್ವಹಿಸುತ್ತಿವೆ. ಸೆರಾಮಪುರ ವಿಶ್ವವಿದ್ಯಾಲಯದ ಸಂಸ್ಥಾಪಕರಾಗಿದ್ದ ಕೇರಿ ಅವರು ಭಾರತಕ್ಕೆ ಲಂಡನ್ನಿನಿಂದ ಬಂದವರಾದರೂ ಇಲ್ಲಿನ ನೆಲ, ಜಲ, ಭಾಷೆಗಳನ್ನು ಪ್ರೀತಿಸಿದರು. ತಮ್ಮ ಬದುಕಿನ ಅನೇಕ ವರ್ಷಗಳನ್ನು ಭಾರತದಲ್ಲಿ ಕಳೆದ ವಿಲಿಯಂ ಕೇರಿ ಅವರು ೯ ಜೂನ್ ೧೮೩೪ರಲ್ಲಿಸೆರಾಮಪುರದಲ್ಲೇ ಕೊನೆಯುಸಿರೆಳೆದರು.

ಭಾಷೆ, ಶಿಕ್ಷಣ, ಸಾಹಿತ್ಯ ವ್ಯಾಕರಣ ಇವುಗಳ ಮೂಲಕ ಭಾರತೀಯ ಜಗತ್ತಿಗೆ ಹೊಸ ಬೆಳಕನ್ನು ಬೀರಿದ ವಿದ್ವಾಂಸ ವಿಲಿಯಂ ಕೇರಿ ಅವರ ಸಾಹಸಗಾಥೆ ಹಾಗೂ ನಿರ್ಮಲ ಸಮಾಜೋಪಕಾರಿ ಕೆಲಸಗಳು ಶಾಶ್ವತವಾಗಿ ಉಳಿದಿರುತ್ತವೆ ಎನ್ನುವುದು ನಿರ್ವಿವಾದ.

೪೮

ಮಹತ್ತ್ವದ ಭಾಷಾಂತರಕಾರ ನಿಘಂಟಿಗ

ವಿಲಿಯಂ ರೀವ್

ಭಾರತೀಯ ನೆಲಕ್ಕೆ ಬಂದ ವಿದೇಶೀ ಮತ ಧರ್ಮ ಪ್ರಚಾರಕರ ಸಂಖ್ಯೆ ಬಹಳ ಹೆಚ್ಚು. ಆದರೆ ಹಾಗೆ ಬಂದ ಅನೇಕ ಪ್ರಚಾರಕರು ಭಾಷೆ, ಸಾಹಿತ್ಯ, ಸಂಶೋಧನೆ, ಅನುವಾದ, ನಿಘಂಟು ರಚನೆಗಳ ಮೂಲಕ ಕನ್ನಡ ನಾಡು ನುಡಿಯನ್ನು ಶ್ರೀಮಂತ ಗೊಳಿಸಿದ್ದಾರೆ. ಇಂಥವರಲ್ಲಿ ವಿಲಿಯಂ ರೀವ್ ಅವರ ಆಗಮನ, ಕರುನಾಡಿನಲ್ಲಿ ಮಾಡಿದ ಸಾಧನೆಗಳ ಮೆಲುಕು ಸ್ಮರಣಾರ್ಹ.

ವಿಲಿಯಂ ರೀವ್ ಅವರು ಲಂಡನ್ ನಿಂದ ಭಾರತಕ್ಕೆ ಬಂದ ಪಾದ್ರಿ. ಭಾರತಕ್ಕೆ ಕಾಲಿರಿಸಿದ ವಿಲಿಯಂ ರೀವ್ ಮೊದಲು ಕಾಲಿಟ್ಟಿದ್ದು ಮದ್ರಾಸ್ ರಾಜ್ಯದಲ್ಲಿ. ಹಲವು ಭಾಷೆಗಳನ್ನು ತಿಳಿದಿದ್ದ ವಿದ್ವಾಂಸ ಎನ್ನಿಸಿದ್ದ ವಿಲಿಯಂ ರೀವ್ ಅವರಿಗೆ ತಮಿಳು, ಒರಿಯಾ, ಬೆಂಗಾಲಿ, ಸಂಸ್ಕೃತ ಹಾಗೂ ಕನ್ನಡ ಬಹಳ ಚೆನ್ನಾಗಿ ಬರುತ್ತಿತ್ತು.

ಕನ್ನಡ-ಇಂಗ್ಲಿಷ್ ನಿಘಂಟನ್ನು ರಚಿಸಿ ಪ್ರಕಟಿಸಿದ ಹಿರಿಮೆ ಇವರದ್ದು. ೧೮೧೭ರಲ್ಲಿ ಇದರ ರಚನೆಯನ್ನು ಆರಂಭಿಸಿದ

ಇವರು ೧೮೩೨ರಲ್ಲಿ ಇದನ್ನು ಪ್ರಕಟಿಸಿದರು. ಕನ್ನಡದ ಬೈಬಲ್‌ನ್ನು ೧೮೫೪ರಲ್ಲಿ ಪ್ರಕಟಪಡಿಸಿದ ರೀವ್ ಅವರ ಈ ಕೃತಿ ೧,೨೦೦ಕ್ಕೂ ಹೆಚ್ಚು ಪುಟಗಳ ದೊಡ್ಡ ಕೃತಿ.

ಸಹಪ್ರಚಾರಕ ಹಾಗೂ ಮಿತ್ರ ಜಾನ್ ಹ್ಯಾಂಡ್ಸ್ ಅವರ ಆಫ್ ದಿ ಬೈಬಲ್‌ನ ಅನುವಾದವನ್ನು ಪ್ರಕಟಿಸಿರುವ ವಿಲಿಯಂ ರೀವ್ ಅವರು Old Testamentನ್ನು ಹಳೆಯ ಒಡಂಬಡಿಕೆ ಎಂಬ ಹೆಸರಿನಲ್ಲಿ ತರ್ಜುಮೆ ಮಾಡಿದ್ದಾರೆ. ಇದು ಅನೇಕ ಮುದ್ರಣಗಳನ್ನು ಕಂಡಿದೆ. ಕನ್ನಡದಲ್ಲಿ ಅಚ್ಚಾದ ಮೊದಲ ದೊಡ್ಡ ಗಾತ್ರದ ಗದ್ಯಶೈಲಿಯ ಕೃತಿ ಎಂಬ ಹೆಗ್ಗಳಿಕೆಗೆ ಇದು ಪಾತ್ರವಾಗಿದೆ. ಆದರೆ ವಿಲಿಯಂ ರೀವ್ ಅವರ ಹೆಸರನ್ನು ಕನ್ನಡ ಹಾಗೂ ಇಂಗ್ಲಿಷ್ ಸಾಹಿತ್ಯ ಚರಿತ್ರಕಾರರು ನೆನಪಿಟ್ಟುಕೊಳ್ಳುವುದು ಅವರ ನಿಘಂಟು ರಚನಾ ಕೌಶಲಕ್ಕೆ. ೧೮೩೦ರಷ್ಟು ಹಿಂದೆಯೇ ೨೫,೦೦೦ ಪದಗಳು, ೩,೦೦೦ ಪುಟಗಳ ಇಂಗ್ಲಿಷ್-ಕನ್ನಡ ನಿಘಂಟನ್ನು ರಚಿಸಿದ್ದು ಬಹಳ ಸ್ತುತ್ಯರ್ಹ ಕೆಲಸವಾಗಿತ್ತು. ಬ್ರಿಟಿಷ್ ಈಸ್ಟ್ ಇಂಡಿಯಾ ಕಂಪನಿಯವರೇ ಈ ನಿಘಂಟನ್ನು ಸೆಂಟ್ ಜಾರ್ಜ್ ಕಾಲೇಜಿನ ವಿದ್ವಾಂಸರ ಸಲಹೆಗಳ ಮೇರೆಗೆ ತಾವೇ ಪ್ರಕಟಿಸಿದರು. ಈ ನಿಘಂಟು ರಚನಾ ವಿಧಾನಕ್ಕೆ ಬಹಳ ಮೌಲ್ಯವಿದೆ.

೧೮೨೩-೨೪ರ ಹೊತ್ತಿಗೆ ನಿಘಂಟು ರಚನೆಗೆ ದೊರಕುತ್ತಿದ್ದ ಆಕರಗಳು ದಾಖಲೆಗಳು ಬಹಳ ಕೆಲಸವಾಗಿತ್ತು. ಆದರೂ ಸಹ ವಿಲಿಯಂ ರೀವ್ ಇದಕ್ಕಾಗಿ ವಹಿಸಿದ ಶ್ರಮ, ವ್ಯಯಿಸಿದ ಕಾಲ, ವಿವಿಧ ಲಭ್ಯ ಹಸ್ತಪ್ರತಿಗಳ ಎಚ್ಚರದ ಅಧ್ಯಯನ ಇವೆಲ್ಲ ಕಾರಣಗಳಿಂದ ಈ ನಿಘಂಟಿನ ಗುಣ ಬಹಳ ಎತ್ತರದ್ದಾಗಿದೆ. ಜೊತೆಗೆ ಈಗ್ಗೆ ಸುಮಾರು ನೂರು ವರ್ಷದ ಹಿಂದೆ ಭಾಷಾ ಪರಿಕರ, ಭಾಷಾ ಪರಿಸರಗಳ ವೈಜ್ಞಾನಿಕ ಅಧ್ಯಯನದ ತೊಡಕುಗಳ ನಡುವೆಯೂ ರೀವ್ ಅವರು ಹೊರತಂದ ಈ ಅಮರ ಕೃತಿ ಅಕಾರಾದಿಯ ಮೂಲಕ ಅಕ್ಷರಗಳನ್ನು ಕ್ರಮಬದ್ಧವಾಗಿ ಹೊಂದಿರುವುದು ಬಹಳ ಸಮರ್ಪಕವಾದ ಕೆಲಸವಾಗಿದೆ.

ಜೊತೆಗೆ ಪದಗಳ ಬಹು ಅರ್ಥಗಳನ್ನು ವಿವರಿಸುತ್ತಾ, ವಾಕ್ಯಗಳ ಮೂಲಕವೂ ಪದಗಳ ಅರ್ಥವಿಶೇಷವನ್ನು ನೀಡಿರುವ ಈ ನಿಘಂಟಿನ ರಚನೆಯಲ್ಲಿ ವಿಲಿಯಂ ರೀವ್ ಅವರ ಪರಿಶ್ರಮ, ತಾಳ್ಮೆ ಸಂಯಮ ಉನ್ನತವಾದುದು. ವಿಲಿಯಂ ರೀವ್ ಅವರನ್ನು ಆಧುನಿಕ ಕನ್ನಡ ನಿಘಂಟಿನ ಪಿತಾಮಹ ಎಂದು ಕರೆದಿರುವುದು ಇವರಿಗೆ ಬಹಳ ಸೂಕ್ತವಾಗಿ ಸಂದ ಗೌರವವೇ ಆಗಿದೆ.

ಇದಲ್ಲದೆ ರೀವ್ ಅವರು ಒರಿಯಾ ಇಂಗ್ಲಿಷ್ ನಿಘಂಟು, ಕರ್ಣಾಟಕ ಶಬ್ದ ಮಂಜರಿ, ಚತುರಾಸ್ಯ ನಿಘಂಟು, ಕಬ್ಬಿಗರ ಕೈಪಿಡಿಗಳನ್ನೂ ತಂದಿದ್ದಾರೆ. ಕನ್ನಡ ಇಂಗ್ಲಿಷ್ ಭಾಷಾ ಪಸರಿಸುವಿಕೆ ಜ್ಞಾನದ ಹರಡುವಿಕೆಗೆ ಕಾರಣರಾದ

ವಿಲಿಯಂ ರೀವ್ ತಮ್ಮ ೫೬ನೇ ವಯಸ್ಸಿನಲ್ಲಿ ೧೮೫೦ರಲ್ಲಿ ನಿಧನರಾದರು. ಆದರೆ ವಿಲಿಯಂ ರೀವ್ ಕನ್ನಡ ನಾಡಿಗೆ, ನುಡಿಯ ಪ್ರಪಂಚಕ್ಕೆ ನೀಡಿದ ಕೊಡುಗೆಗೆ ಎಂದೂ ಮುಕ್ತಾಯವಿಲ್ಲ. ಮಹಾನ್ ಶಬ್ದ ತಜ್ಞ ವಿಲಿಯಂ ರೀವ್ ಅವರ ಸಾಹಿತ್ಯ ಸೇವೆಗೆ ಅಭಿಮಾನದ ನಮನಗಳು.

೪೯

ಜ್ಞಾನದಾಹಿ

ವಾಲ್ಟರ್ ಎಲಿಯಟ್

ಎಲಿಯಟ್ ಎಂದ ತಕ್ಷಣ ನಮಗೆ ಇಂಗ್ಲಿಷ್‌ನ ಪ್ರಸಿದ್ಧ ಕವಿ ನೆನಪಾಗುತ್ತಾರೆ. ಆದರೆ ಶಾಸನಗಳ ಮೂಲಕ ಅನೇಕ ರಾಜಮನೆತನಗಳ ಶೋಧ ಪರಿಶೋಧಕರಾದ ವಾಲ್ಟರ್ ಎಲಿಯಟ್ ಅವರ ಸ್ಮರಣೆ ಬಹಳ ಮುಖ್ಯ. ಕ್ರೈಸ್ತ ಧರ್ಮದ ಪ್ರಸರಣ ಕ್ಕೆಂದು ಬಂದು ಕರ್ನಾಟಕ ಇತಿಹಾಸದ ಅಧ್ಯಯನದಿಂದ ವಾಲ್ಟರ್ ಎಲಿಯಟ್ ಅವರುಗತ ಕರ್ನಾಟಕದ ಚಾರಿತ್ರಿಕ, ಐತಿಹಾಸಿಕ ಜಗತ್ತಿಗೆ ಸಲ್ಲಿಸಿದ ಸೇವೆ ಬಹಳ ಮೌಲ್ಯಯುತವಾದದ್ದು.

ತಾರುಣ್ಯದಲ್ಲೇ ಭಾರತಕ್ಕೆ ಬಂದು ಮದ್ರಾಸ್‌ನಲ್ಲಿ ನೆಲೆಸಿ ಅಲ್ಲಿ ಆಡಳಿತ ಸಂಬಂಧಿತ ತರಬೇತಿಯನ್ನು ಪಡೆದ ವಾಲ್ಟರ್ ಎಲಿಯಟ್ ಅವರ ಸೇವೆ ಕರ್ನಾಟಕದಲ್ಲಿ ಬಹಳ ವಿಶಿಷ್ಟವಾಗಿ ಸಂದಿದೆ. ನುರಿತ ಆಡಳಿತಾಧಿಕಾರಿಯಾಗಿ, ಭಾಷಾತಜ್ಞರಾಗಿ, ಪ್ರಾಚ್ಯ ವಸ್ತು ಸಂಶೋಧಕರಾಗಿ ನೈಸರ್ಗಿಕ ವಿಜ್ಞಾನದ ನಿಪುಣರಾಗಿ ವಾಲ್ಟರ್ ಎಲಿಯಟ್ ಅವರ ಸುದೀರ್ಘ ಕಾಲದ ಪರಿಶೋಧನೆಗಳು ಅನಂತವಾದುದು.

೧೮೨೦ರ ಜೂನ್ ೧೪ರಲ್ಲಿ ಮದ್ರಾಸ್‌ಗೆ ಬಂದು ಅಲ್ಲಿ ತಮಿಳು ಹಿಂದೂಸ್ತಾನಿ ಭಾಷೆಗಳನ್ನು ಕಲಿತ ಇವರು ಮುಂದೆ ಕರ್ನಾಟಕಕ್ಕೆ ಬಂದು ಕನ್ನಡವನ್ನು ಅರಿತರು. ಜೊತೆಗೆ ತೆಲುಗು, ಮರಾಠಿ, ಅರೇಬಿಕ್ ಪರ್ಷಿಯನ್ ಭಾಷೆಗಳನ್ನು ಕಲಿತ ಎಲಿಯಟ್ ಅವರ ಈ ಬಹುಭಾಷಾ ನಿಪುಣತೆಯು ಶಾಸನಗಳ ಅರ್ಥೈಸಿಕೊಳ್ಳುವಿಕೆ ನಾಣ್ಯಶಾಸ್ತ್ರಗಳ ಅಧ್ಯಯನದ ಹರಹಿಗೆ ಕಾರಣವಾಯಿತು. ದಕ್ಷಿಣ ಭಾರತದ ನಾಣ್ಯಗಳ ಅಧ್ಯಯನ ಮಾಡಿ ಅದಕ್ಕೆ ವ್ಯವಸ್ಥಿತ ರೂಪ ಕೊಟ್ಟ ಎಲಿಯಟ್ ಅವರು ಜೀವ ವಿಜ್ಞಾನ ಪ್ರಾಣಿ ಪಕ್ಷಿಗಳ ಚರ್ಮಗಳ ಅಧ್ಯಯನದಲ್ಲೂ ಬಹಳ ಗಂಭೀರವಾದ ಆಸಕ್ತಿಯನ್ನು ಹೊಂದಿದ್ದರು. ಚಾರ್ಲ್ಸ್ ಡಾರ್ವಿನ್ ಅವರ ಆಪ್ತರಾಗಿದ್ದ ಎಲಿಯಟ್ ಬರ್ಮಾ ದೇಶದ ಸ್ಥಳೀಯ ಪಕ್ಷಿಗಳ ಚರ್ಮಗಳನ್ನು ಡಾರ್ವಿನ್ ಅವರಿಗೆ ಕಳುಹಿಸಿ, ಅವುಗಳ ಜೀವವೈಜ್ಞಾನಿಕ ಅಂಶಗಳ ಪುನರಾಧ್ಯಯನಕ್ಕೆ ಮೂಲವಾದರು. ಡಾಲ್ಫಿನ್, ಮೃದ್ವಂಗಿ, ಸಮುದ್ರಮೀನುಗಳ, ಕೆಲವು ಸಸ್ತನಿಗಳ ಮಾದರಿಗಳನ್ನು ಅಧ್ಯಯನದ ವ್ಯಾಪ್ತಿಗೆ ಒಳಪಡಿಸಿದ ಮಹತ್ತ್ವದ ನೈಸರ್ಗಿಕ ಜೀವಗಳ ಸಂಶೋಧಕ ವಾಲ್ಟರ್ ಎಲಿಯಟ್. ಪುರಾತನ ಶಾಸನಗಳ ಅಧ್ಯಯನದಿಂದ ಹೊಸ ಹೊಳಹುಗಳನ್ನು ಹೊಮ್ಮಿಸಿದ ಪರಿಶೋಧಕರಲ್ಲಿ ಎಲಿಯಟ್ ಪ್ರಮುಖರು. ೧೮೪೫ರಲ್ಲಿ ಈತ ಕಂಡು ಹಿಡಿದ ಅಮರಾವತಿ ಸ್ತೂಪದ ಕೆತ್ತನೆಯ ವಾಸ್ತುಶಿಲ್ಪಗಳು ಮತ್ತು ೧೮೫೯ರಲ್ಲಿ ಇವರು ಫ್ಲೋರಾ ಅಂದ್ರಿಕಾ ಎಂಬ ಲೇಖನವನ್ನು ಸಿದ್ಧಪಡಿಸಿ, ಮದ್ರಾಸ್ ಪತ್ರಿಕೆಗೆ ಬರೆದರು. ಇದರಲ್ಲಿ ಸಸ್ಯ ಪ್ರಭೇದಗಳ ವಿಶ್ಲೇಷಣೆ ಇದ್ದು, ನೀಲಗಿರಿ ಬೆಟ್ಟಗಳ ಕುರಿತು ಎಲಿಯಟ್ ಅವರ ಅರಿವು ಬಹಳ ಬೆಲೆಯುಳ್ಳದ್ದು.

೧೮೪೫ರಲ್ಲಿ ಎಲಿಯಟ್ ಆಂಧ್ರಪ್ರದೇಶದ ಗುಂಟೂರು ಜಿಲ್ಲೆಗೆ ಅಧಿಕಾರಿಯಾಗಿ ಸೇವೆ ಸಲ್ಲಿಸುವಾಗ ಆ ಪ್ರಾಂತ್ಯವು ೧೮೩೩ರ ಭೀಕರ ಬರಗಾಲದಿಂದ ತತ್ತರಿಸಿ ಇನ್ನೂ ಅದರಿಂದ ಹೊರಬರಲಾಗದ ಸ್ಥಿತಿಯಲ್ಲಿ ಇದ್ದುದರ ಕಾರಣಗಳನ್ನು ಎಲಿಯಟ್ ಪತ್ತೆ ಹಚ್ಚಲು ಶುರುಮಾಡಿದರು. ಇದರ ಹಿಂದೆ ವ್ಯಾಪಕ ಭ್ರಷ್ಟಾಚಾರ, ಆ ಗ್ರಾಮೀಣ ಭಾಗದ, ಕಂದಾಯ ಅಧಿಕಾರಿಗಳ ಜಮೀನ್ದಾರರ ಬಿಗಿಹಿಡಿತವೇ ಕಾರಣವೆಂದು ತಿಳಿದರು. ತೆಲುಗು, ತಮಿಳು ಕನ್ನಡವನ್ನು ಚೆನ್ನಾಗಿ ಕಲಿತಿದ್ದ ಎಲಿಯಟ್ ಅವರಿಗೆ ಕನ್ನಡ ಶಾಸನಗಳನ್ನು ಓದಿ ಹೇಳಲು ನೆರವಾಗುತ್ತಿದ್ದವರು ಮುಂಡರಗಿ ಭೀಮರಾಯರ ಮಗ ಮುಂಡರಗಿ ರಂಗರಾಯ.

೧೯ನೇ ಶತಮಾನದ ಉತ್ತರಾರ್ಧದಲ್ಲಿ ಎಲಿಯಟ್ ಅವರ ಶಾಸನಗಳ ಪಡಿಯಚ್ಚುಗಳ ಸಂಗ್ರಹ, ಸಂಶೋಧನೆ, ವಿಶ್ಲೇಷಣೆ ನಾಣ್ಯಗಳ ಕುರಿತ ಆಳವಾದ ಜ್ಞಾನ ಪ್ರಾಣಿ ಪಕ್ಷಿ ಜೀವಸಂಕುಲ ಲೋಕದ ನೈಸರ್ಗಿಕ ಅಧ್ಯಯನ

ಬಹಳ ಅಪರೂಪ. ಜೀವನದ ಸಂಧ್ಯಾಕಾಲದಲ್ಲಿ ತೀವ್ರ ಸ್ವರೂಪದ ಅಂಧತ್ವಕ್ಕೆ ಗುರಿಯಾಗಿ ಕೊನೆಗೆ ಸಂಪೂರ್ಣ ಕುರುಡನಾಗಿ ೮೪ನೇ ವಯಸ್ಸಿನಲ್ಲಿ ೧೮೮೭ರಲ್ಲಿ ನಿಧನರಾದ ವಾಲ್ಟರ್ ಎಲಿಯಟ್ ಅವರ ಸಮಗ್ರ ಸಂಶೋಧನಾ ಪ್ರಪಂಚ ಇಂದಿಗೂ ಬಹು ಮುಖ್ಯವಾದ ಆಕರ ಮತ್ತು ನಿರ್ಣಾಯಕ. ಇಂಥ ಶ್ರೇಷ್ಠ ಬುದ್ಧಿಮತ್ತೆಯ ವಾಲ್ಟರ್ ಎಲಿಯಟ್ ನಿಸ್ಸಂದೇಹವಾಗಿ ಕನ್ನಡದ ಸಂಶೋಧನಾ ಜಗತ್ತಿನ ಮಹಾ ನಕ್ಷತ್ರ.

೫೦

ಜಾನಪದ ಜಗತ್ತಿನ ಏಳಿಗೆಗೆ ದುಡಿದ ಸಂಶೋಧಕ

ಜಾನ್ ಫ್ಲೀಟ್

ಸಂಸ್ಕೃತವನ್ನು ಲಂಡನ್ ವಿಶ್ವವಿದ್ಯಾಲಯದ ಕಾಲೇಜಿನಲ್ಲಿ ವ್ಯಾಸಂಗ ಮಾಡಿ, ನಂತರ ಮುಂಬಯಿ ನಗರದ ಸಹಾಯಕ ಜಿಲ್ಲಾಧಿಕಾರಿ ಯಾದರು. ಸತತವಾಗಿ ಶ್ರಮಿಸಿ, ರಾಜವಂಶಗಳ ಮೂಲವನ್ನು ಅನ್ವೇಷಿಸಿದ ಅದ್ಭುತ ಸಂಶೋಧಕರಾಗಿ, ಜಾನಪದ ಸಾಹಿತ್ಯ ಜಾನಪದ ಗೀತ ಪರಂಪರೆಗೆ ಅಡಿಗಲ್ಲಾದ ಲಾವಣಿಗಳನ್ನು ಸಂಗ್ರಹಿಸಿದ ಮಹಾಕಾರ್ಯಸಾಹಸಿ ಜಾನ್ ಫೇತ್ ಫುಲ್ ಫ್ಲೀಟ್. ತಮ್ಮ ಹೆಸರಿಗೆ ತಕ್ಕಂತೆ ಕಲ್ಲು, ತಾಮ್ರ ಶಾಸನಗಳ ಸಂಗ್ರಹ, ಅಧ್ಯಯನ, ಲಾವಣಿಗಳ ಪರಿಶೋಧನಾ ಕಾರ್ಯವನ್ನು ಬಹಳ ನಿಷ್ಠಾವಂತಿಕೆಯಿಂದ ಮಾಡಿದ ಪ್ರಾತಃಸ್ಮರಣೀಯರು ಫ್ಲೀಟ್.

೧೮೬೭ರಲ್ಲಿ ಭಾರತಕ್ಕೆ ಪೌರಸೇವಾಧಿಕಾರಿಯಾಗಿ ಆಂಗ್ಲರಿಂದ ನೇಮಕಗೊಂಡ ಅದೇ ನೆಲದ ಮನುಷ್ಯ ಮುಂದೆ ಕನ್ನಡನಾಡಿಗೆ ಬಂದು ಶಾಸನತಜ್ಞ, ಇತಿಹಾಸತಜ್ಞ ಮತ್ತು ದೇಶೀಯ ಸೊಗಡಿನ ಸಂಗ್ರಾಹಕರಾದುದು ಬಹಳ ಅದ್ಭುತವಾದ ವಾಸ್ತವ. ಜಾನ್ ಫೇತ್ ಫುಲ್ ಫ್ಲೀಟ್ ಹೀಗೆ

ಕರ್ನಾಟಕದ ಪ್ರಾಚ್ಯ ಸಂಶೋಧನೆ, ಜಾನಪದ, ಐತಿಹಾಸಿಕ ಶೋಧಕರಾಗಿ ಹೆಸರು ಮಾಡಿದ ಹಿರಿಯ ಜೀವ. ಭಾರತಕ್ಕೆ ಪೌರಸೇವಾ ಅಧಿಕಾರಿಯಾಗಿ ಬರಬೇಕಾದರೆ ಸಂಸ್ಕೃತ ಹಾಗೂ ಭಾರತೀಯ ಇತಿಹಾಸಗಳ ಬಗೆಗೆ ಅಪಾರವಾದ ತಿಳಿವನ್ನು ಹೊಂದಿರಬೇಕಾಗುತ್ತಿತ್ತು. ಫ್ಲೀಟ್ ಅವರು ಈ ಸವಾಲನ್ನು ಸ್ವೀಕರಿಸಿ, ಲಂಡನ್ ವಿಶ್ವವಿದ್ಯಾಲಯದ ಕಾಲೇಜಿನಲ್ಲಿ ಪ್ರೊ. ಥಿಯೋಡರ್ ಗೋಲ್ಡ್ ಸ್ಟುಕರ್ ಎಂಬ ಭಾಷಾ ಶಿಕ್ಷಕರಿಂದ ಸಂಸ್ಕೃತ, ಭಾರತೀಯ ಇತಿಹಾಸದ ಅರಿವನ್ನು ಮೂಡಿಸಿಕೊಂಡರು. ಕಿತ್ತೂರು ಈರವ್ವ, ಸಂಗೊಳ್ಳಿ ರಾಯಣ್ಣ, ನರಗುಂದದ ಬಂಡಾಯ, ಬಾದಾಮಿ ಬಂಡಾಯ ಇವುಗಳನ್ನು ಲಾವಣಿಗಳಲ್ಲಿ, ಮಟ್ಟುಗಳಲ್ಲಿ ಹಾಡುತ್ತಿದ್ದ ಹಾಡುಗಾರಿಕೆಯ ದೇಸೀಸೊಗಡಿನ ಗೀತೆಗಳನ್ನು ಒಟ್ಟುಗೂಡಿಸಿ ಮುದ್ರಿಸಿದ ಕೀರ್ತಿ ಫ್ಲೀಟ್ ಅವರಿಗೆ ಸಲ್ಲಬೇಕು. ಆದರೆ ಫ್ಲೀಟ್ ಅವರ ಶಿಖರ ಸದೃಶವಾದ ಸಾಧನೆ ಎಂದರೆ ಹಲಗಲಿ ಬೇಡರ ಲಾವಣಿಗಳ ಸಂಗ್ರಹ. ಕಾನೂನು-ಕ್ರಾಂತಿಯ ಸಂಘರ್ಷ, ವಿಪ್ಲವಗಳ ಪ್ರತಿರೋಧದ ಸಾರವನ್ನು ಹೊಂದಿರುವ ಹಲಗಲಿ ಬೇಡರ ಲಾವಣಿಗಳ ಸಂಗ್ರಹ ಕನ್ನಡದ ಜಾನಪದ ಲೋಕಕ್ಕೆ ಮತ್ತು ಕನ್ನಡದ ದೇಸೀ ಪರಂಪರೆಗೆ ದೊರೆತ ಅಮೂಲ್ಯ ನಿಧಿ.

ಲಾವಣಿಗಳ ಸಂಗ್ರಹವನ್ನು ಶಿಷ್ಟ ಪರಂಪರೆಯಿಂದ ಹೊರತಾದ ಮಣ್ಣಿನ ಗುಣದ ಸಂಗೀತದ ಮಟ್ಟುಗಳ ಸಹಿತ ಮುದ್ರಿಸಿ ಪ್ರಕಟಿಸಿದ ವಿದ್ವಾಂಸ ಫ್ಲೀಟ್ ಅವರ ಅಸಾಧಾರಣ ಪ್ರತಿಭೆ ಬಹಳ ಅಗಾಧ. ರಾಜವಂಶಗಳ ಬಗೆಗೆ ಫ್ಲೀಟ್ ಅವರು ಕೈಗೊಂಡ ಸಂಶೋಧನೆ, ಶಾಸನಗಳ ಹುಡುಕಾಟ, ಪರಿಶೀಲನೆ ಸಾಗರೋಪಾದಿಯದ್ದು.

ದಿ ಡೈನಾಸ್ಟೀಸ್ ಆಫ್‌ದ ಕ್ಯಾನರೀಸ್ ಡಿಸ್ಟ್ರಿಕ್ಟ್ಸ್ ಆಫ್‌ದ ಮುಂಬಯಿ ಪ್ರೆಸಿಡೆನ್ಸಿ ಫ್ರಂ ದಿ ಅರ್ಲಿಯೆಸ್ಟ್ ಹಿಸ್ಟಾರಿಕಲ್ ಟೈಮ್ಸ್ ಟು ದಿ ಮುಸ್ಲಿಂ ಕಾಂಕ್ವೆಸ್ಟ್ ಅವರ ಸುಪ್ರಸಿದ್ಧ ಕೃತಿ. ಇದು ಇಂಡಿಯನ್ ಆಂಟಿಕ್ವೈಯರಿಯಲ್ಲಿ ಪ್ರಕಟವಾಗಿದೆ.

ಶಾಸನಗಳ ಮೂಲಕ ಲಿಪಿ, ಲಿಪಿಗಳ ಮೂಲಕ ಆಯಾಯ ರಾಜಮನೆತನಗಳ ಮೂಲ, ರಾಜಕೀಯ ಸಾಮಾಜಿಕ ಸಾಂಸ್ಕೃತಿಕ ವಿಧಾನವನ್ನು ಅರಿತುಕೊಳ್ಳಲು ಸಾಧ್ಯವಿದೆ ಎಂದು ಫ್ಲೀಟ್ ಬಲವಾಗಿ ನಂಬಿದ್ದರು.

ಗಂಗರು, ಕದಂಬರು, ಚಾಲುಕ್ಯರು, ಕಲಚುರಿಗಳ ರಾಜ ಮನೆತನಗಳ ಇತಿಹಾಸದ ಅನ್ವೇಷಣೆಗೆ ಫ್ಲೀಟ್ ಇದೇ ಮಾರ್ಗವನ್ನು ಅನುಸರಿಸಿ ಸಂಶೋಧನೆಗೆ ತೊಡಗಿದರು.

ಗುಪ್ತ ಸಾಮ್ರಾಜ್ಯದ ಆಮೂಲಾಗ್ರ ಚರಿತ್ರೆಯನ್ನು ಅತ್ಯಂತ ದೊಡ್ಡ ಪ್ರಮಾಣದಲ್ಲಿ, ಸುದೀರ್ಘ ಪರಿಶ್ರಮದಿಂದ ಫ್ಲೀಟ್ ಅವರು ನಡೆಸಿದ

ಅಧ್ಯಯನ ಇಂದಿಗೂ ಲಿಖಿತ ರೂಪದಲ್ಲಿ ಇರುವ ಕನ್ನಡ ಇತಿಹಾಸದ ಶಾಶ್ವತ ನಿಧಿಯಾಗಿದೆ.

ರಾಯಲ್ ಏಷಿಯಾಟಿಕ್ ಸೊಸೈಟಿಯ ಸದಸ್ಯರಾಗಿದ್ದ ಫ್ಲೀಟ್ ಅವರು ಪಶ್ಚಿಮ ಕರಾವಳಿ, ಉತ್ತರ ಕರ್ನಾಟಕದ ಮೂಲೆಮೂಲೆಗಳಲ್ಲಿ ಅವಜ್ಞೆಗೆ ಗುರಿಯಾಗಿದ್ದ ಅಸಂಖ್ಯಾತ ಲಾವಣಿಗಳನ್ನು ಸೊಗಸಾಗಿ ಸಂಗ್ರಹಿಸಿದ್ದಲ್ಲದೆ ಕನ್ನಡ ಜಾನಪದದ ಶ್ರೇಷ್ಠತೆಯನ್ನು ಗುರುತಿಸಲು ನೂರಾರು ಲೇಖನಗಳನ್ನು ಪತ್ರಿಕೆಗಳಿಗೆ ಬರೆದು ಕನ್ನಡದ ಜಾನಪದಕ್ಕೆ ಶಾಸನಗಳ ಪ್ರಪಂಚಕ್ಕೆ ಸುಭದ್ರವಾದ ಬುನಾದಿಯನ್ನು ಹಾಕಿಕೊಟ್ಟ ಸಾಹಸಿ.

ದಿ ಕಾಂಕ್ವೆಸ್ಟ್ಸ್ ಆಫ್ ಸಮುದ್ರ ಗುಪ್ತ, ದಿ ಡೇಟ್ ಆಫ್ ಬುದ್ಧ ಡೆತ್, ಮಥುರಾದ ಶಾಸನಗಳು, ಇಲ್ಲಿಯವರೆಗಿನ ಕುಶಾನರ ಅಪರಿಚಿತ ದೊರೆ, ಪ್ರಾಚೀನ ಬವಾರತದ ಇತಿಹಾಸದ ಕೆಲವು ಸಮಸ್ಯೆಗಳ ವಿಶ್ಲೇಷಣೆ, ತ್ರಿಕೂಟ ಮತ್ತು ಕಲಚೂರಿ/ಚೇದಿ ಯುಗ, ಜೈನ, ಬೌದ್ಧ ಶಾಸನಗಳ ಕುರಿತಾದ ಟಿಪ್ಪಣಿಗಳು, ಫ್ಲೀಟ್ ಅವರು ವಹಿಸಿದ ದಣಿವರಿಯದ ದುಡಿಮೆ, ಸಾಹಿತ್ಯ ಭಾಷೆಯ ಪ್ರೀತಿಗೆ ಸ್ಪಷ್ಟ ಸಂಕೇತ. ಫ್ಲೀಟ್ ಅವರ ಬದ್ಧತೆ ಮತ್ತು ಕನ್ನಡನಾಡಿಗೆ ಅವರಿತ್ತ ಅಮೋಘ ಸೇವೆ ಆಚಂದ್ರಾರ್ಕ.

ಇಂಥ ಸರಳ ವ್ಯಕ್ತಿತ್ವದ ಫ್ಲೀಟ್ ಅವರ ಹೆಸರು ಸದಾ ಹಚ್ಚಹಸಿರು ಎನ್ನುವುದು ನಿರ್ವಿವಾದ. ೧೯೧೭ರಲ್ಲಿ ನಿಧನರಾಗುವವರೆಗೂ ಕನ್ನಡ ನಾಡು ನುಡಿ ಜಾನಪದ ಶಾಸನಗಳ ಕುರಿತು ವಿಸ್ತಾರವಾದ ಲೇಖನಗಳನ್ನು ಬರೆಯುತ್ತಿದ್ದ ಫ್ಲೀಟ್ ಅವರು ಭಾರತ ದೇಶ ಮತ್ತು ಕರ್ನಾಟಕ ಕಂಡ ಮಹಾ ಮೇಧಾವಿ.

ವಿಶ್ವವಿದ್ಯಾಲಯಗಳು ಮಾಡಲು ಅಸಾಧ್ಯ ವಾಗಬಹುದಾದ ಕೆಲಸಗಳನ್ನು ಶ್ರದ್ಧೆ ನಿಷ್ಠೆ ಏಕಾಗ್ರತೆಗಳ ಪ್ರಾಮಾಣಿಕತೆಯಿಂದ ಮಾಡಿದ ಜಾನ್ ಫೇತ್ ಫುಲ್ ಫ್ಲೀಟ್ ಅವರ ದಕ್ಷ ಕಾರ್ಯಗಳಿಗೆ ಕನ್ನಡ ಜನತೆ ಸದಾ ಋಣಿಯಾಗಿರಲೇಬೇಕು.

೩೧

ಶಿಕ್ಷಣ ಮತ್ತು ಕನ್ನಡ ಪ್ರೇಮಿ
ಜಾನ್ ಗ್ಯಾರೆಟ್

ಶಿಕ್ಷಣ ಮತ್ತು ಸ್ಥಳೀಯ ಭಾಷೆಯ ಕಲಿಕೆಯಿಂದ ಹೆಚ್ಚಿನದನ್ನು ಸಾಧಿಸಲು ಸಾಧ್ಯವಿದೆ ಎನ್ನುವುದನ್ನು ಸ್ಥಿರೀಕರಿಸಿದ ಮಹೋನ್ನತ ಶಿಕ್ಷಣ ತಜ್ಞ ಜಾನ್ ಗ್ಯಾರೆಟ್.

ಶೈಕ್ಷಣಿಕ ಜಾಗೃತಿ, ಕನ್ನಡದ ಬಗೆಗಿನ ಅಭಿಮಾನ ಆಸಕ್ತಿ ಗಳಿಂದ ಕೂಡಿದ್ದ ಜಾನ್ ಗ್ಯಾರೆಟ್ ಭಾರತಕ್ಕೆ ಬಂದು ಕರ್ನಾಟಕದ ಮೂಲಕ ಕನ್ನಡದ ಶಕ್ತಿಯನ್ನು ಅರಿತುಕೊಂಡವರು.

ಬಾಸೆಲ್ ಮಿಶನರಿಗಳ ನಡುವೆ ವೆಸ್ಲಿಯನ್ ಮಿಶನರಿಯಾಗಿ ಬಂದ ಜಾನ್ ಗ್ಯಾರೆಟ್ ಮೊದಲಿನಿಂದಲೂ ಹೊಸತನದ ಹುಡುಕಾಟಕ್ಕಾಗಿ ಹಂಬಲಿಸಿದ ಜೀವ. ಶೋಧನೆ-ಪರಿಶೋಧನೆ ಇವರ ಅಂತರಾಳದ ಮನೋಧರ್ಮವಾಗಿತ್ತು.

ಮೈಸೂರು ಬೆಂಗಳೂರಿನಲ್ಲಿ ನೆಲೆಸಿದ್ದ ಜಾನ್ ಗ್ಯಾರೆಟ್ ಅವರು ಸಂಸ್ಕೃತದ ಭಗವದ್ಗೀತೆಯನ್ನು ಕನ್ನಡಕ್ಕೆ ಅನುವಾದಿಸಿದ್ದಾರೆ. ಈ ಮೂಲಕ ಭಗವದ್ಗೀತೆಯನ್ನು

ತಾವಿದ್ದ ಸ್ಥಳೀಯ ಭಾಷಾಜನ ಜಗತ್ತಿಗೆ ನೀಡಿದ ಜಾನ್ ಗ್ಯಾರೆಟ್ ಅವರಿಗೆ ಶಿಕ್ಷಣ, ಸಾಹಿತ್ಯ ಸಂಶೋಧನೆ, ನಿಘಂಟು ರಚನೆಗಳು ಬಹಳ ಆಸಕ್ತಿಯ ಕೇಂದ್ರಗಳಾಗಿದ್ದವು.

ತಮ್ಮ ಕೃತಿಗಳಷ್ಟೇ ಅಚ್ಚಾದರೆ ಸಾಕೆಂಬ ಸ್ವಾರ್ಥ ಮನೋಭಾವವನ್ನು ಹೊಂದದೆ, ತನ್ನ ಆತ್ಮೀಯರ, ಸಹವರ್ತಿಗಳ ಸಾಹಿತ್ಯ ಕೃತಿಗಳನ್ನೂ ಪರಿಶೀಲಿಸಿ, ಅಗತ್ಯ ಮಾರ್ಪಾಡುಗಳನ್ನು ಮಾಡಿ ಅಂತಹ ಬಹಳ ಬೆಲೆಯುಳ್ಳ ಕೃತಿಗಳನ್ನೂ ಪ್ರಕಟಿಸಿದ ಉದಾರಿ ಜಾನ್ ಗ್ಯಾರೆಟ್.

ಶಿಕ್ಷಣದ ಮೂಲಕ ಭಾಷೆ, ಸಾಹಿತ್ಯದ ಅರಿವನ್ನು ಉಂಟು ಮಾಡುವ ಸಾಧ್ಯತೆಯನ್ನು ಕಂಡು ಕೊಂಡವರಲ್ಲಿ ಜಾನ್ ಗ್ಯಾರೆಟ್‌ಅವರದ್ದು ಮುಂಚೂಣಿಯ ಹೆಸರು. ಮಕ್ಕಳ ಶಿಕ್ಷಣ, ಪಠ್ಯಕ್ರಮದ ಬಗ್ಗೆ ವಿಶೇಷವಾಗಿ ಗಮನ ಹರಿಸಿದ ಇವರು ಶಾಲಾವಿದ್ಯಾರ್ಥಿಗಳಿಗೆ ವ್ಯಾಕರಣದ ಕುರಿತು ಬರೆದ ಸರಳ ವ್ಯಾಕರಣ ಗ್ರಂಥ ಬಹಳ ಉಪಯುಕ್ತವಾದುದು. ೧೮೬೫ರಲ್ಲಿ ಈ ಹೊತ್ತಿಗೆ ಸಿದ್ಧವಾಗಿ ಕರ್ಣಾಟಕ ವಾಗ್ವಿಧಾಯಿನಿ ಪತ್ರಿಕೆಯಲ್ಲಿ ಪ್ರಕಟವಾಯಿತು. ಪ್ರಶ್ನೋತ್ತರ ರೂಪದಲ್ಲಿರುವ ಈ ಕೃತಿಯಲ್ಲಿ ಕನ್ನಡ-ಸಂಸ್ಕೃತ ಸಂಧಿಗಳ ಬಹಳ ನವಿರಾದ, ಸರಳವಾದ ವಿವರಗಳಿವೆ.

ಜೊತೆಗೆ ಸಂಸ್ಕೃತ ಭಾಷೆಯಲ್ಲಿ ನುರಿತಿದ್ದ ಜಾನ್ ಗ್ಯಾರೆಟ್ ಮಾಡಿದ ಮತ್ತೊಂದು ಪ್ರಮುಖ ಕಾರ್ಯವೆಂದರೆ, ದುರ್ಗಸಿಂಹ ವಿರಚಿತ ಪ್ರಸಿದ್ಧ ಕೃತಿ ಪಂಚತಂತ್ರವನ್ನು ಮಕ್ಕಳಿಗಾಗಿ ಕನ್ನಡದಲ್ಲಿ ಸುಲಭವಾಗಿ ಅರ್ಥವಾಗುವಂತೆ ಬರೆದು ಪ್ರಕಟಿಸಿದ್ದು.

ಕನ್ನಡ ಸಾಹಿತ್ಯ ಚರಿತ್ರೆಗೂ ಜಾನ್ ಗ್ಯಾರೆಟ್ ಅವರ ಸೇವೆ ಬಹಳ ಗಾಢವಾಗಿ ಸಂದಿದೆ. ಕನ್ನಡ ಸಾಹಿತ್ಯದ ಬಗ್ಗೆ ಜರ್ಮನ್ ಭಾಷೆಯಲ್ಲಿ Uber Canaresische Sparche und Literatur ಎಂಬ ಇವರ ಕೃತಿ ಎರಡು ಬೃಹತ್ ಸಂಪುಟಗಳಲ್ಲಿ ಅಚ್ಚಾಗಿದೆ.

A Polygott Vocabulary; English Grammar, Canarese, Tulu and Malayalam in the vernacular and Roman Letters ಕೃತಿಯು ಇವರ ಮಲೆಯಾಳಂ, ತುಳು ಭಾಷಾ ನಿಪುಣತೆಗೆ ಸಾಕ್ಷಿಯಾದ ಕೃತಿಯಾಗಿದ್ದು, ಬಾಸೆಲ್ ಮಿಶನ್ ಪ್ರೆಸ್ ಮೂಲಕ ಇದು ೧೮೮೦ರಲ್ಲಿ ಮುದ್ರಣದ ಭಾಗ್ಯ ಕಂಡಿತು. ಈ ಬಹುಭಾಷಾ ನಿಘಂಟಿನ ಹಿಂದೆ ಗ್ಯಾರೆಟ್ ಅವರ ಸುದೀರ್ಘ ಕಾಲದ ಪರಿಶ್ರಮ, ಭಾಷಾಧ್ಯಯನ, ಹಾಗೂ ಅಪರಿಮಿತವಾದ ಜ್ಞಾನಸಂಚಯನದ ಫಲಿತಗಳಿವೆ ಎನ್ನುವುದನ್ನು ಮರೆಯುವಂತಿಲ್ಲ.

ಪದ್ಯಸಾರ, ಭಾಷಾಮಂಜರಿ ಎಂಬ ಕೃತಿಗಳನ್ನು ಸಂಗ್ರಹಿಸಿ ಸಂಪಾದಿಸಿದ ಜಾನ್ ಗ್ಯಾರೆಟ್ ಲಕ್ಷ್ಮೀಶನ ಜೈಮಿನಿ ಭಾರತ ಷಟ್ಪದಿ ಕಾವ್ಯವನ್ನು ೧೮೪೮ರಲ್ಲೇ

ಪ್ರಕಟಿಸಿದ್ದು ಬಹೂಪಯೋಗಿಯಾಗಿ ಪರಿಣಮಿಸಿತು. ಕೇಶಿರಾಜನ ಶಬ್ದಮಣಿದರ್ಪಣದ ಪ್ರಕಟಣೆ, ದಾಸಸಾಹಿತ್ಯದ ಕೀರ್ತನೆಗಳ ಪ್ರಕಟಣೆ, ಬಿ. ರಾಮರಾವ್ ಅವರ ರೇಖಾಗಣಿತ ಕೃತಿ ವಿಜ್ಞಾನದ ಪ್ರಕಟಣೆ, Classical Dictionary of India ಇವರ ಅದ್ಭುತ ಕಾರ್ಯವೈಖರಿಯ ಉದಾಹರಣೆಯ ಒಂದು ಸಣ್ಣ ಝಲಕ್.

೧೮೫೮ರಲ್ಲಿ ಬೆಂಗಳೂರಿನಲ್ಲಿ ಸೆಂಟ್ರಲ್ ಸ್ಕೂಲ್ ಶಾಲೆಯನ್ನು ಆರಂಭಿಸಿದ ಇವರು ಇದರ ಪ್ರಪ್ರಥಮ ಪ್ರಾಂಶುಪಾಲರಾಗಿ ಸೇವೆ ಸಲ್ಲಿಸಿದರು. ಇದೇ ಈಗ ಬಹು ಪ್ರಖ್ಯಾತವಾದ ಸೆಂಟ್ರಲ್ ಕಾಲೇಜು ಆಗಿದೆ.

ಬೆಂಗಳೂರಿನ ಪರಿಸರವನ್ನು ಬಹಳ ಇಷ್ಟಪಟ್ಟ ಹಲವು ಮಿಶನರಿಗಳ ಪೈಕಿ ಜಾನ್ ಗ್ಯಾರೆಟ್ ಸಹ ಒಬ್ಬರು. ಇವರ ಪುತ್ರಿ ಮೇರಿ ಸೋಫಿಯ

ಪ್ರಸಿದ್ಧ ಶಾಸನ ತಜ್ಞ ರಾಗಿದ್ದ ಬೆಂಜಮಿನ್ ಲೂಯಿ ರೈಸ್ ಅವರನ್ನು ವಿವಾಹವಾಗಿದ್ದರು. ಬದುಕಿನುದ್ದಕ್ಕೂ ಜಾನ್ ಗ್ಯಾರೆಟ್ ಕನ್ನಡ ಸಾಹಿತ್ಯ ಭಾಷೆಗಳ ಉತ್ಥಾನಕ್ಕೆ ಶ್ರಮಿಸಿದ ನಿಸ್ಪೃಹ ವ್ಯಕ್ತಿ. ಇವರ ಸೇವೆ, ಸಾಧನೆ ಸದಾ ಕಾಲ ಸ್ಮರಣೀಯ.

೫೨

ಸಾರ್ವಕಾಲಿಕ ತತ್ತ್ವಪದಕಾರ

ಶಿಶುನಾಳ ಶರೀಫ

ಕನ್ನಡದ ತತ್ತ್ವಪ್ರಪಂಚಕ್ಕೆ ಅನುಭವ, ಅನುಭಾವಗಳ ಜಿಜ್ಞಾಸುತನವನ್ನು ಸುಲಲಿತವಾಗಿ ನೀಡಿದವರಲ್ಲಿ ಶಿಶುನಾಳ ಶರೀಫ ಅವರ ಹೆಸರು ಬಹಳ ಮುಖ್ಯ. ದಿನನಿತ್ಯದ ಜೀವನದಲ್ಲಿ ಬಳಸುವ, ಕಾಣುವ ವಸ್ತು-ವ್ಯಕ್ತಿ, ಪ್ರಾಣಿ ಪಕ್ಷಿಗಳ ಪ್ರಪಂಚವನ್ನು ತತ್ತ್ವಪದಗಳ ರೂಪಕ, ಪ್ರತಿಮೆಗಳ ಮೂಲಕ ಉಣಬಡಿಸಿದ ಶ್ರೇಷ್ಠ ನುಡಿಕಾರ ಶಿಶುನಾಳ ಶರೀಫ.

ಮಾನುಷ ಸ್ವಭಾವ, ಅವುಗಳ ಪಲ್ಲಟ, ವಿನೋದ, ವಿಷಾದ, ವೈರಾಗ್ಯ, ಭವಬಂಧನದ ಅಶಾಶ್ವತ ಸ್ವರೂಪಗಳನ್ನು ಶರೀಫರಷ್ಟು ಆಮೂಲಾಗ್ರವಾಗಿ ಕಂಡಿರಿಸುವವರು ಬಹಳ ವಿರಳ. ಶರೀಫರು ಬರೆದ ಬಿದ್ದಿಯಬ್ಬೆ ಮುದುಕಿಯ ಮುದುಕಿ ಜಗತ್ತಿನ ಎಲ್ಲಾ ಒತ್ತಡಗಳನ್ನು ಅನುಭವಿಸಿ, ಸಂಕಟಗಳನ್ನು ಹಾದು ಬಂದ ಹಿರಿಯ ಜೀವವೂ ಹೌದು, ಭ್ರಾಮಕ ಲೋಕದ ಭ್ರಮನಿರಸನಕ್ಕೆ ಕಾರಣವಾಗಬಲ್ಲ ನಾನು ಎಂಬ ಅಹಮಿಕೆಯ ಪತನದ ದ್ಯೋತಕವೂ ಹೌದು.

ಗುಡಿಯ ನೋಡಿರಣ್ಣ ದೇಹದ ಗುಡಿಯ ನೋಡಿರಣ್ಣ ಬಹು ಸಾರ್ಥಕವಾದತಾತ್ತ್ವಕತೆಯನ್ನು ಗರ್ಭೀಕರಿಸಿಕೊಂಡಿದೆ. ಇವರು ಶರೀರವನ್ನು ಪವಿತ್ರವೂ, ಪುನೀತವೂ ಎಂದೇ ಭಾವಿಸಿದ್ದಾರೆ.

ಇಂಥ ದೇಹದ ಗುಡಿಯಲ್ಲಿ ಕಾಮ, ಕ್ರೋಧ, ಲೋಭ, ಮೋಹ, ಮದ ಮತ್ಸರಗಳೆಂಬ ಆರು ಶತ್ರುಗಳು ಮನಸ್ಸನ್ನು ಚಂಚಲ, ವಿಚಲಿತಗೊಳಿಸುತ್ತಿದೆ ಎಂದು ಅರಿಷಡ್ವರ್ಗಗಳ ಪ್ರಾಬಲ್ಯ ಹಾಗೂ ಅದನ್ನು ಮೀರಬೇಕಾದ ಅಗತ್ಯವನ್ನು ಒತ್ತಿ ಹೇಳುತ್ತಾರೆ.

ಶಿಶುನಾಳ ಶರೀಫ ಅವರ ಮುಖ್ಯವಾದ ಸೃಜನಶೀಲ ಸಾಧನೆಗಳಲ್ಲಿ ಒಂದು ತತ್ತ್ವಪದಗಳಿಗೆ ನೀಡಿದ ವಿಶಿಷ್ಟ ವಿನ್ಯಾಸಕ್ರಮ. ಇವರ ದ್ವಿತೀಯಾಕ್ಷರ ಪ್ರಾಸ ಲಕ್ಷಣಗಳು ಮನಮುಟ್ಟುವಂತೆ ಇದೆ. ಬಿದ್ದಿಯಬೇ ಮುದುಕಿ ಬಿದ್ದಿಯಬೇ, ಹಟದಿ ನಮ್ಮನ್ನ್ಯಾಕ ನೋಡುತಿ ಒಣಕಟಗಿಯಂತೆ ಸೆಟೆದುಕೊಂಡು ಮಾತನಾಡುತಿ ಚಟಕಿ ಹೊಡೆದು ಬಟ್ಟ ಕುಣಿಸಿ ಕಠಿಣಕಲಹಗುಣ ಗುಣಗಳೆಣಿಸಿ ಕಟಕಿ ದೋಷವುತಟ್ಟಿತೋ ಹಿರಿಯಮಠದ ಪಾದಸಾಕ್ಷಿ,

ಕೋಡಗನ ಕೋಳಿ ನುಂಗಿತ್ತಾ
ನೋಡವ್ವ ತಂಗಿ...

ಹೀಗೆ ಬರೆದ ಶರೀಫರು ಹಳುವ, ಮನಿ ಮನಿ ಬೈಲುಬೈಲು ಮೊದಲಾದ ದ್ವಿರುಕ್ತಿಗಳು, ಎಬಡಾ ತಬಡಾ, ತಾಗು ಬಾಗು, ಕಡ್ಡಿ ಕಸರು, ಗುಲ್ಲಾ-ಗಂಟಿ ಹಳ್ಳ ಕೊಳ್ಳ, ಜೋಡಿ ಪದಗಳನ್ನು ಸೊಗಸಾಗಿ ಹೆಣೆದಿದ್ದಾರೆ. ಕೋಳಿ ಆಡು ಆನೆ, ಭ್ರಮರ, ಮದವೇರಿದ ಮಂಗ, ಹುಚ್ಚುನಾಯಿ, ಹಾವು ತುಳಿದೇನೇ, ರಸಿಕನಾಯಿ ಎಂಬ ಪ್ರಾಣಿಲೋಕವನ್ನೇ ತಮ್ಮ ತತ್ತ್ವಪದಗಳಲ್ಲಿ ಚಿಂತನಾಗ್ರಾಹ್ಯ ಮನುಷ್ಯ ಸ್ವಭಾವಗಳಿಗೆ ಹೋಲಿಸುವ ಶರೀಫರು ತಾಳಲಾರೆ ತಿಗಣಿ ಕಾಟ, ಚೇಳು ಕಡೀತು ನನಗೊಂದು ಸದ್ಗುರು ಸಾಕಿದ ಮದ್ದಾನಿ

ಇಲ್ಲೆಲ್ಲ ಸಾಂಸಾರಿಕ ಜೀವನ ಅದರ ಅಶಾಶ್ವತತೆ, ಜ್ಞಾನ ಮುಕ್ತಪ್ರಪಂಚದ ಹುಡುಕಾಟ ಹೀಗೆಲ್ಲ ಹೊಮ್ಮಿಸುವ ಹೊಸ ಹೊಳಹುಗಳ ಅರ್ಥಸಾಂದ್ರತೆ ಶರೀಫರಿಗಷ್ಟೇ ಸಾಧ್ಯ. ಮೋಹದ ಹೆಂಡತಿ ತೀರಿದ ಬಳಿಕ ಎಂಬ ಅವರ ವಿಷಾದ ವಿರಾಗದ ಪರಾಕಾಷ್ಠೆಯ ಗೀತೆಯಲ್ಲಿ ಅದರ ಬಗ್ಗೆ ಚಿಂತಿಸುತ್ತಲೇ ಭವದ ಬದುಕಿನ ನೈರಾಶ್ಯವನ್ನೂ ಹೇಳುತ್ತಾರೆ.

ಇವೂ ಸಹ ಶರೀಫರಲ್ಲಿ ಬಹಳ ವಿಭಿನ್ನವಾಗಿ ವರ್ತಿಸಿವೆ. ಉದಾಹರಣೆಗೆ,

ಎಲ್ಲಿ ಇದ್ದರೇನ ಮಲ್ಲಿಅಲ್ಲೇ ಅಲ್ಲೇನ
ಕಲ್ಲು ಮುಳ್ಳು ತುಳಿದರೇನ ನಿನ್ನಲ್ಲಿಲ್ಲೇನ

ಮೇಲೆ ಹೋದರೇನ ಅಲ್ಲಿ ಪ್ರೀತಿ ಅಲ್ಲೇನ
ಸಾಲ ಮಾಡಿದರೇನ ಮಲ್ಲಿ ನೀತಿ ಇಲ್ಲೇನ

–ಹೀಗೆ.

ಆಡುಮಾತಿನ ಧಾರವಾಡದ ಗ್ರಾಮೀಣ ಸೊಗಡಿನ ಈ ಗೀತೆ ಬಹಳ ಮಾರ್ಮಿಕವೂ ಹೌದು. ಶರೀಫ ಸಾಹೇಬರ ಅಧ್ಯಾತ್ಮ ಬದುಕಿನ ನಾಂದಿಪುರುಷ ಗುರು ಗೋವಿಂದಭಟ್ಟರು. ಪಾರಮಾರ್ಥಿಕ ಪ್ರಜ್ಞೆಯ ಅಲೌಕಿಕ ಬದುಕಿನ ಸಂಕೇತವಾಗಿ ಬಾಳಿದ ಗೋವಿಂದಭಟ್ಟರು ಐಹಿಕ ಬದುಕಿನಿಂದ ವಿಮುಖವಾದ ಅಧ್ಯಾತ್ಮಿಯಾಗಿದ್ದರು. ಇಂಥ ಗುರುವಿನ ಸಂಸರ್ಗದಲ್ಲಿ ಶರೀಫರ ಪರಮಪದೆ ಚಿಂತನೆ ಧ್ಯಾನ–ಗಾನಗಳು ಸಾಣೆ ಹಿಡಿದ ವಜ್ರದಂತಾಗಿ ಪರಿಪಕ್ವವಾಗತೊಡಗಿದವು.

ಒಂದು ಮೂರು ಆರು ಈರೈದು ಒಂಬತ್ತು ಐವತ್ತೆರಡು, ಎಂಬ ಸಂಖ್ಯಾ ವಾಚಕಗಳನ್ನೂ ಸಹ ಶರೀಫರು ಈಶ್ವರ, ಶರೀರ, ಅರಿಷಡ್ವರ್ಗ, ಷಟ್‌ಸ್ಥಳ, ಪಂಚೇಂದ್ರಿಯ, ಕರ್ಮೇಂದ್ರಿಯ ಯೋಗ ಚಕ್ರ ದೇಹದ ನವದ್ವಾರಗಳು, ಅಕ್ಷರಗಳು ಹೀಗೆಲ್ಲ ಅರ್ಥೈಸಿ ಅವುಗಳ ಭಾಷೆ ಭಾವಲೋಕವನ್ನು ಹಿಗ್ಗಿಸಿದವರು.

೧೮ನೇ ಶತಮಾನದ ಅನುಭಾವದ ಪ್ರಪಂಚಕ್ಕೆ ನೀಡಿದ ಕೊಡುಗೆ ಮತ್ತು ಕನ್ನಡದ ಮೂಲಕ ತತ್ತ್ವಪದಗಳಿಗೂ ವಿಶಿಷ್ಟ ಮೆರುಗು ತಂದ ಶರೀಫ್ ಸಾಹೇಬರು ಭಕ್ತಿ, ವೈರಾಗ್ಯ ಲೌಕಿಕ–ಅಲೌಕಿಕ, ಪಾರಮಾರ್ಥಿಕ–ಮಾನುಷ ಜಗತ್ತಿನ ಅತ್ಯಂತ ಸಂಕೀರ್ಣ ವಾದ ಸಂಗತಿಗಳನ್ನು ಹರಳು ಗಟ್ಟಿಸಿ ಕನ್ನಡ ಸಾಹಿತ್ಯ ಪ್ರಪಂಚಕ್ಕೆ, ಭಕ್ತಿಯ ಜಗತ್ತಿಗೆ ಹೊಸ ಭಾಷ್ಯ ಬರೆದ ಧೀಮಂತರು. ಶರೀಫ ಸಾಹೇಬರ ಅಸ್ತಿತ್ವಕ್ಕೆ ಹೀಗಾಗಿಯೇ ಅಭೌತಿಕವಾಗಿ ಸಹ ಅವಿನಾಶೀ ಮೌಲ್ಯವಿದ್ದೇ ಇದೆ.

೫೩

ಕನ್ನಡಾಭಿಮಾನಿ–ದೇಶಾಭಿಮಾನಿ

ಡಾ. ಎಸ್.ಕೆ. ಕರೀಂ ಖಾನ್

ಜಾತಿ–ಕುಲ ಮತ ಧರ್ಮಗಳ ಆಚೆಗೆ ಮಾನವೀಯತೆ, ದೇಶಪ್ರೇಮ ನಾಡಿನ ಬಗ್ಗೆ ಕರ್ತವ್ಯನಿಷ್ಠ ಸೇವೆ ಇವೆಲ್ಲದರ ಸಂಗಮವಾಗಿ ಕಾಣುವ ಅಚ್ಚಳಿಯದ ಹೆಸರು ಡಾ. ಎಸ್.ಕೆ. ಕರೀಮ್ ಖಾನ್. ಅಫ್ಗನ್ ದೇಶದ ಮೂಲದವರಾಗಿ ಉರ್ದು ಮನೆಮಾತಿನ ಕರೀಮ್ ಖಾನ್ ಅವರು ಮನೆಯಲ್ಲಿ ನಮ್ಮ ಧರ್ಮ, ನಮ್ಮ ಭಾಷೆ ಹೊರಗೆ ಸಮಾಜಕ್ಕಾಗಿ ನಿಸ್ವಾರ್ಥಕನ್ನಡ ಸೇವೆ ಎಂಬ ಸಕಾರಾತ್ಮಕ ನಿಲುವುಗಳನ್ನು ಹೊತ್ತು ಬಾಳಿದವರು.

ಕರೀಮ್ ಖಾನರ ಶೈಕ್ಷಣಿಕ ಕಲಿಕೆ ಕೇವಲ ಎಂಟನೆ ತರಗತಿಯವರೆಗೆ ಮಾತ್ರ. ಆದರೆ ಅವರು ಲೋಕದ ಬದುಕಿನಲ್ಲಿ ಕಂಡುಕೊಂಡ ಸ್ವಾನುಭವ–ಪರಾನುಭವಗಳ ಶಾಲೆಯಲ್ಲಿ ಗಳಿಸಿದ ಜ್ಞಾನ, ಬಹುಶ್ರುತ ಅರಿವು ಮೇರೆ ಮೀರಿದ್ದು. ಅಚ್ಚಂಗಿ ನಾರಾಯಣ ಶಾಸ್ತ್ರಿಯವರ ಬಳಿ ಕರೀಮ್ ಖಾನ್ ಅವರು ಸಂಸ್ಕೃತ, ಕನ್ನಡ, ಪರ್ಷಿಯನ್ ಭಾಷೆಗಳನ್ನು ಕಲಿತವರು. ಇಷ್ಟೇ ಅಲ್ಲದೆ, ಕರೀಮ್ ಖಾನ್

ಅವರು ಕರ್ನಾಟಕದ ಏಕೀಕರಣ ಚಳವಳಿಯ ಸಂದರ್ಭಗಳಲ್ಲಿ ದಿಟ್ಟತನದಿಂದ ಹೋರಾಡಿದ ಮಹನೀಯರು. ಕಂಚಿನ ಕಂಠ ಹೊಂದಿದ್ದ ಕರೀಮ್ ಖಾನ್ ಅವರು ತಮ್ಮ ಕಂಠದಿಂದ ಸುಶ್ರಾವ್ಯವಾಗಿ ನಾಡು ನುಡಿಯ ಕುರಿತಾದ ಉತ್ಕಟವಾದ ಹುರುಪಿನ ಹಾಡುಗಳನ್ನು ಹಾಡುತ್ತಿದ್ದರೆ ಕೇಳುಗರ ಮೈಮನಗಳು ಪುಳಕಿತಗೊಳ್ಳುತ್ತಿತ್ತು. ಅಪ್ಪಟ ಗಾಂಧೀವಾದಿ ಭಾರತೀಯವಾದಿಯಾಗಿ ಕರೀಮ್ ಖಾನ್ ಅವರ ಶುದ್ಧ ಶುಭ್ರವಸ್ತ್ರಧಾರಣೆ, ಟೋಪಿ, ಹಾಸ್ಯಪ್ರಜ್ಞೆ ಸರಳ ಜೀವನ ಶೈಲಿ ಇಂದಿನ ಪೀಳಿಗೆಗೆ ಸದಾ ಸೂತ್ರಪ್ರಾಯವಾಗಬೇಕಾಗಿದೆ.

ಮನೆಯ ಮಾತು ಉರ್ದುವಾದರೂ ಸಹ ಕರೀಮ್ ಖಾನ್ ಅವರ ೬೦-೭೦ ವರ್ಷದ ಸಾಹಿತ್ಯ ಸಂದಿರುವುದು ಕನ್ನಡ ಭಾಷೆಯಲ್ಲಿಯೇ ಎನ್ನುವುದು ಕನ್ನಡಿಗರ ಪಾಲಿನ ಸೌಭಾಗ್ಯ. ಜಾನಪದ ಕ್ಷೇತ್ರ ಮತ್ತು ಕರೀಮ್ ಖಾನ್ ಅವರ ಪರಿಶ್ರಮ. ಈ ಕ್ಷೇತ್ರದಲ್ಲಿ ಅನನ್ಯ ಸೇವೆ ಸಲ್ಲಿಸಿರುವ ಕರೀಮ್ ಖಾನ್ ಅವರ ವ್ಯವಸ್ಥಿತ ಓಡಾಟ, ಅಧ್ಯಯನ, ಪುನರ್ಮನನಗಳಿಂದ ಬುಡಕಟ್ಟು ಜನಾಂಗದ ಅನೇಕ ಅಪರಿಚಿತ ಸಂಗತಿಗಳು, ನಡೆ ನುಡಿಗಳು ಹೊರಜಗತ್ತಿಗೆ ಗೊತ್ತಾದುದು. ಜಾನಪದ ಮತ್ತು ಬುಡಕಟ್ಟು ಜನಾಂಗದ ಅಧ್ಯಯನಕ್ಕಾಗಿ ಸರಿಸುಮಾರು ೮,೦೦೦ ಕಿಲೋಮೀಟರ್ ದೂರ ಕ್ರಮಿಸಿರುವ ಕರೀಮ್ ಖಾನ್ ಅವರು ಈ ಜನಾಂಗದವರ ಬಗ್ಗೆ ಸಾಕ್ಷ್ಯ ಚಿತ್ರಗಳನ್ನು ತಮ್ಮ ಸ್ವಂತ ಹಣದಿಂದ ನಿರ್ಮಿಸಿದವರು. ಆದುದರಿಂದ ಜಿ. ಎಸ್. ಶಿವರುದ್ರಪ್ಪ ಅವರು ಕರೀಮ್ ಖಾನ್ ಅವರ ಈ ಕಾರ್ಯಶ್ರದ್ಧೆ ಹಾಗೂ ತತ್ಪರತೆಯನ್ನು ಕಂಡು ಇವರನ್ನು ಜಾನಪದ ಜಂಗಮ ಎಂದು ಕರೆದಿದ್ದು ಬಹಳ ಸೂಕ್ತ ಮತ್ತು ಸಮಂಜಸವಾದ ಮೆಚ್ಚುಗೆಯ ನುಡಿಯಾಗಿದೆ.

ಹರಿದು ಹಂಚಿ ಹೋಗುತ್ತಿದ್ದ ಪ್ರಾಂತೀಯ, ಪ್ರಾದೇಶಿಕ ಭಾಷೆ, ಸಂಸ್ಕೃತಿಗಳನ್ನು ದೇಶದ ಚೆದುರುವಿಕೆಯ ವಿಘಟಿತ ಸ್ಥಿತಿಗಳನ್ನು ಕಂಡು ಮರುಗಿ ಕರೀಮ್ ಖಾನ್ ಅವರು ಅದಕ್ಕಾಗಿ ತೀವ್ರವಾದ ಹೋರಾಟಗಳಲ್ಲಿ ಭಾಗವಹಿಸಿ ಈ ಕಾರಣದಿಂದ ಅನೇಕವೇಳೆ ಸೆರೆವಾಸವನ್ನೂ ಅನುಭವಿಸಿದರು. ಆದರೂ ಕರೀಮ್ ಖಾನ್ ಅವರು ಎಂದೂ ವಿಚಲಿತರಾಗದೆ, ಕರ್ತವ್ಯ ದೇಶ, ನಾಡಿನ ಸೇವೆಯಿಂದ ಕಿಂಚಿತ್ತೂ ಕದಲದೆ ಸುಸ್ಥಿರವಾಗಿದ್ದ ತಮ್ಮ ಅಚಲ ದೇಶ ನಾಡ ನಿಷ್ಠೆಗೆ ಬದ್ಧರಾಗಿದ್ದವರು. ಸ್ವಾತಂತ್ರ್ಯ ಹೋರಾಟಗಾರರಿಗೆ ಭಾರತ ಸರ್ಕಾರ ಕೊಡುವ ಪಿಂಚಣಿಯನ್ನೂ ನಿರಾಕರಿಸಿ ತಾನು ದೇಶದ ನಾಡಿನ ತಾಯಿಯ ಸೇವೆಯನ್ನು ಕರ್ತವ್ಯವೆಂದು ಭಾವಿಸಿ ಮಾಡಿದ್ದೇನೆ, ತಾಯಂದಿರ ಸೇವೆಗೆ ಮಗ ಹಣ ಪಡೆಯುವುದೇ ಸಾಧ್ಯವೇ ಇಲ್ಲ ಎಂದು ಖಡಾಖಂಡಿತವಾಗಿ ನುಡಿದು ಬಾಳಿದ ಪ್ರಾಮಾಣಿಕ, ಸ್ವಾಭಿಮಾನಿ ಕರೀಮ್ ಖಾನ್. ಎಷ್ಟೋ ಸಲ ಹಗಲಿರುಳೂ ಶ್ರಮಿಸಿ ತಾವು ಮಾಡಿದ ಅಪರೂಪದ ಕೆಲಸಗಳಿಗೆ ಮನ್ನಣೆ

ಸಿಗದೆ, ಅಪಮಾನಕ್ಕೆ ಒಳಗಾದಾಗ ಕರೀಮ್ ಖಾನ್ ನೊಂದುಕೊಂಡಿದ್ದುಂಟು, ಆದರೆ ಈ ಯಾವ ಸಂಗತಿಗಳೂ ಅವರನ್ನು ಅಧೀರಗೊಳಿಸಲಿಲ್ಲ. ಅಂಥ ಸಂದರ್ಭಗಳಲ್ಲಿ ತಮಗೆ ಅರ್ಹವಾಗಿ ದೊರೆತ ಅಧಿಕಾರ, ಪದವಿ, ಹುದ್ದೆಗೇ ರಾಜೀನಾಮೆ ನೀಡಿ ಹೊರಬಂದ ನಿಷ್ಠುರವಾದಿ ಕರೀಮ್ ಖಾನ್ ಅವರದ್ದು ನಿರ್ಭಿಡೆಯ ವ್ಯಕ್ತಿತ್ವ.

ರಾಮಾಯಣ, ಮಹಾಭಾರತ, ಭಾಗವತ, ವಿಷ್ಣುಪುರಾಣ, ಶಿವಪುರಾಣಗಳನ್ನು ಚೆನ್ನಾಗಿ ಬಲ್ಲವರಾಗಿದ್ದ ಕರೀಮ್ ಖಾನ್ ಅವರು ನಿವಾರ ಎಂಬ ಅನುವಾದಿತ ಕಥಾಸಂಕಲನ, ಬಲಿದಾನಿ ಹುಸೇನ್ ಎಂಬ ಕಾದಂಬರಿಗಳ ಜೊತೆಗೆ ಶ್ರೀ ಕೃಷ್ಣಲೀಲೆ, ನಿರ್ದೋಷಿ, ಮಹಾಪ್ರಭು ಮಾಗಡಿ ಕೆಂಪೇಗೌಡರು, ಅಂಬರನಾಥ ಎಂಬ ನಾಟಕಗಳನ್ನು ರಚಿಸಿದ್ದಾರೆ.

ಚಲನಚಿತ್ರರಂಗವನ್ನು ಪ್ರವೇಶಿಸುವ ಮುಂಚೆ ರಾಜಕುಮಾರ್ ಅವರು ಕರೀಮ್ ಖಾನ್ ಅವರು ರಚಿಸಿದ್ದ ಬಹಳ ಹೆಸರುವಾಸಿಯಾದ ನಾಟಕ ಮಧುಮೋಹನದಲ್ಲಿ ನಟಿಸುತ್ತಿದ್ದರು. ಸ್ವರ್ಣಗೌರಿ ಚಿತ್ರಕ್ಕೆ ಇವರು ಬರೆದ ನಟವರ ಗಂಗಾಧರ ಉಮಾಶಂಕರ, ನುಡಿಮನಶಿವಗುಣ ಸಂಕೀರ್ತನ... ಹಾಡುಗಳು ಈಗಲೂ ಬಹಳ ಜನಜನಿತ. ಲೋಕ ಮಿತ್ರ, ಅಂತರಂಗ ಎಂಬ ಪತ್ರಿಕೆಗಳ ಸಂಪಾದಕರಾಗಿಯೂ ದುಡಿದ ಕರೀಮ್ ಖಾನ್ ಅವರು ತಮ್ಮ ಕೊನೆಯ ದಿನಗಳನ್ನು ಬೆಂಗಳೂರಿನ ದ್ವಾರಕಾ ಹೊಟೆಲಿನಲ್ಲಿ ಕಳೆದಿದ್ದರು. ಜುಲೈ ೨೯ ೨೦೦೬ರಂದು ಮಹಾವೀರ ಜೈನ್ ಆಸ್ಪತ್ರೆಯಲ್ಲಿ ಕಾಲನೆಡೆಗೆ ಮುಖ ಮಾಡಿ ಚಿರನಿದ್ರೆಗೆ ಜಾರಿದ ನಾಡೋಜ ಡಾ. ಕರೀಮ್ ಖಾನ್ ಅವರ ಸಾಧನೆ, ಹೋರಾಟ, ರಾಷ್ಟ್ರ ಪ್ರೇಮ, ನಾಡಿನ ಬಗೆಗಿನ ಕಾಳಜಿಗಳೆಲ್ಲ ಆಚಂದ್ರಾರ್ಕವಾಗಿ ಉಳಿಯುವಂಥವು.

೫೪

ಸಮಭಾವದ ನಾಡಪ್ರೇಮಿಸರ್

ಮಿರ್ಜ಼ಾ ಇಸ್ಮಾಯಿಲ್

ಶ್ರೀಮಂತಿಕೆ ಎರಡು ರೀತಿಯಲ್ಲಿ ಇರುತ್ತದೆ. ಆರ್ಥಿಕವಾಗಿಬಹಳ ಸಬಲರಾಗಿ, ಐಶ್ವರ್ಯದ ಸಕಲ ಸಂಪದವನ್ನೂ ಸಂಪೂರ್ಣವಾಗಿ ಅನುಭವಿಸುವ ಸ್ವಾವಲಂಬೀ ಜೀವನ. ಇನ್ನೊಂದು ಜೀವನ ವಿಧಾನ ಎಂದರೆ ಶಿಸ್ತು ಸಂಯಮ ನೈತಿಕತೆ, ಜನಸೇವೆಗಳಿಂದ ಅಪಾರ ವಿಶ್ವಾಸ ಪ್ರೀತಿಗಳಿಸಿ ಈ ವಿಧದಲ್ಲೂ ಶ್ರೀಮಂತಿಕೆಯನ್ನು ಹೊಂದಬಹುದು ಎನ್ನುವ ಕ್ರಮ.

ಮೈಸೂರಿನ ದಿವಾನರಾಗಿದ್ದ ಸರ್ ಮಿರ್ಜ಼ಾ ಇಸ್ಮಾಯಿಲ್ ಕನ್ನಡ ನಾಡಿನಲ್ಲಿ ಹೆಸರಾಗಿದ್ದು ಎರಡನೇ ಮಾರ್ಗದಿಂದ ಎನ್ನುವುದು ಸತ್ಯ. ಪರ್ಷಿಯಾ ದೇಶದಿಂದ ಬಂದ ಮನೆತನಕ್ಕೆ ಸೇರಿದ ಮಿರ್ಜ಼ಾ ಇಸ್ಮಾಯಿಲ್ ಅವರ ತಂದೆ ಆಗಾಖಾನ್ ಆಗರ್ಭ ಸಿರಿವಂತರು. ಬೆಂಗಳೂರಿನಲ್ಲಿ ನೆಲೆಸಿದ್ದರು. ಮಿರ್ಜ಼ಾ ಇಸ್ಮಾಯಿಲ್ ಅವರು ಬೆಂಗಳೂರಿನಲ್ಲಿ ೧೮೮೩ರಲ್ಲಿ ಜನಿಸಿದರು. ಮೈಸೂರಿನ ಮಹಾರಾಜ ಚಾಮರಾಜ ಒಡೆಯರ್ ಅವರ ಅಂಗರಕ್ಷಕ ರಾಗಿದ್ದ ಇವರ ಮಗ ಮಿರ್ಜ಼ಾ ಇಸ್ಮಾಯಿಲ್

ಅವರು ಚಾಮರಾಜ ಒಡೆಯರ್ ಅವರ ಮಗ ಮಹಾರಾಜ ನಾಲ್ವಡಿ ಕೃಷ್ಣರಾಜ ಒಡೆಯರ್ ಅವರ ಶಾಲಾ ಸಹಪಾಠಿ.

ಮುಂದೆ ಕೃಷ್ಣರಾಜ ಒಡೆಯರ್ ಅವರು ರಾಜರಾದಾಗ ಅವರು ತಮ್ಮ ಗೆಳೆಯ ಮಿರ್ಜಾ ಇಸ್ಮಾಯಿಲ್ ಅವರನ್ನೇ ತಮ್ಮ ಉಪ ಕಾರ್ಯದರ್ಶಿಯಾಗಿ ನೇಮಿಸಿಕೊಂಡರು. ಮುಂದೆ ಸರ್ ಎಂ. ವಿಶ್ವೇಶ್ವರಯ್ಯ ಅವರ ನಂತರ ಮೈಸೂರಿನ ದಿವಾನ ರಾದ ನಂತರ ಮಿರ್ಜಾ ಇಸ್ಮಾಯಿಲ್ ಅವರು ಕೈಗೊಂಡ ಕಾರ್ಯ ಕ್ರಮಗಳು ಜನಪರ ಕಾಳಜಿಯ ಕ್ಷೇಮಾಭಿವೃದ್ಧಿ ಸಮಾಜದ ಅಭಿವೃದ್ಧಿ ಸೇವೆಗಳು ಇಂದು ನಮ್ಮ ಕಣ್ಮುಂದಿನ ಸತ್ಯ ಸಾಕ್ಷಿಯಾಗಿ ಕಾಣುತ್ತಿವೆ.

ಮಿರ್ಜಾ ಇಸ್ಮಾಯಿಲ್ ಅವರು ಮೈಸೂರಿನ ಅಂದ ಚೆಂದವನ್ನು ವೃದ್ಧಿಸಲು ಕೈಗೊಂಡ ಕಾರ್ಯಗಳ ಪೈಕಿ ಬೃಂದಾವನ ಉದ್ಯಾನದ ನಿರ್ಮಾಣ ಸರ್ ಮಿರ್ಜಾ ಇಸ್ಮಾಯಿಲ್ ಅವರ ದಕ್ಷತೆಗೆ ನಿದರ್ಶನ. ಮೈಸೂರಿನಲ್ಲೇ ಮೆಡಿಕಲ್ ಕಾಲೇಜು ಆರಂಭವಾಗಲು ಕಾರಣರಾದ ಇವರ ದೂರದೃಷ್ಟಿಯ ಸಾಮಾಜಿಕ ಧ್ಯೇಯೋದ್ದೇಶಗಳ ಫಲವಾಗಿ ಬೆಂಗಳೂರಿನಲ್ಲಿ ಪಿಂಗಾಣಿ ಮತ್ತು ಗಾಜಿನ ಕಾರ್ಖಾನೆಗಳು ಶುರುವಾದವು.

ನಿಮ್ಹಾನ್ಸ್ ಮಾನಸಿಕ ಆರೋಗ್ಯ ಕೇಂದ್ರದ ಆವರಣದಲ್ಲಿ ಉದ್ಯಾನ ನಿರ್ಮಿಸಿ ಮಾನಸಿಕ ರೋಗಿಗಳ ಮನಸ್ಸು ಉಲ್ಲಾಸದಿಂದ, ಪ್ರಶಾಂತತೆಯಿಂದ ಇರಲು ಈ ಉದ್ಯಾನ ಸಹಕಾರಿ ಎಂದು ಅವರು ಭಾವಿಸಿದ್ದರು. ಪೇಪರ್, ಸ್ಟೀಲ್, ರಸಗೊಬ್ಬರ, ರಾಸಾಯನಿಕ ಕಾರ್ಖಾನೆಗಳನ್ನು ಸರ್ ಮಿರ್ಜಾ ಇಸ್ಮಾಯಿಲ್ ಅವರು ಆರಂಭಿಸಿದರು.

ಪರ್ಷಿಯನ್ ಭಾಷೆಯಲ್ಲದೆ, ಉರ್ದು, ಇಂಗ್ಲಿಷ್ ಹಾಗೂ ಕನ್ನಡ ಭಾಷೆಗಳು ಅವರಿಗೆ ಸುಲಲಿತವಾಗಿ ಬರುತ್ತಿತ್ತು. ಕನ್ನಡ ಭಾಷೆ ಹಾಗೂ ಕನ್ನಡಿಗರ ಬಗ್ಗೆ ಅಪಾರ ಅಭಿಮಾನ ಹೊಂದಿದ್ದ ಸರ್ ಮಿರ್ಜಾ ಇಸ್ಮಾಯಿಲ್ ಅವರು ಕನ್ನಡದ ಕಲಿಕೆಯನ್ನು ಪ್ರಚುರಪಡಿಸಲು ಅದನ್ನು ಕಡ್ಡಾಯಗೊಳಿಸಲು ನಿರಂತರವಾಗಿ ಶ್ರಮಿಸಿದರು. ಕನ್ನಡವೇ ಕನ್ನಡ ನಾಡಿನ ಆಡಳಿತದ ಭಾಷೆಯಾಗ ಬೇಕು ಎಂದು ಇವರು ಮನಃಪೂರ್ವಕವಾಗಿ ಹಂಬಲಿಸಿ ಅದಕ್ಕಾಗಿ ತಮ್ಮನ್ನು ತೊಡಗಿಸಿಕೊಂಡರು.

೧೯೪೦ರಲ್ಲಿ ಬೆಂಗಳೂರಿನ ಮಾರುಕಟ್ಟೆ ಬಳಿ ಇರುವ ಬಸ್ ನಿಲ್ದಾಣ ನಿರ್ಮಿಸಿದರು. ಅದೇ ಕಲಾಸಿಪಾಳ್ಯ ಬಸ್ ನಿಲ್ದಾಣ. ಬೆಂಗಳೂರಿನ ಟೌನ್ ಹಾಲ್, ಜಾಮಿಯಾ ಮಸೀದಿಗಳ ಶಂಕುಸ್ಥಾಪನೆ, ಪುಟ್ಟಣ್ಣಚೆಟ್ಟಿ ಭವನದ ಕನಸಿನ ಸಾಕಾರವಾದ ಮಿರ್ಜಾ ಇಸ್ಮಾಯಿಲ್ ಅವರು ೧೯೨೮ರ ಹೊತ್ತಿಗೇ ಮೈಸೂರು ಕೋಲಾರ, ಬೆಂಗಳೂರು ಸಮರ್ಪಕ ವಿದ್ಯುತ್ ಪೂರೈಕೆಯ ಸವಲತ್ತುಗಳನ್ನು ಪಡೆಯಲು ಸಾಧ್ಯವಾಗಲು ಇವರ ದಕ್ಷ ಕಾರ್ಯತತ್ಪರತೆಯೇ

ಕಾರಣ. ಈ ರೀತಿಯಲ್ಲಿ ಗ್ರಾಮೀಣ ಪ್ರದೇಶಗಳಲ್ಲಿ ಸಂಪೂರ್ಣ ವಿದ್ಯುತ್ ಪೂರೈಕೆ ಮಾಡಿದ ಅಗ್ರಗಣ್ಯ ಸ್ಥಾನವನ್ನು ಪಡೆದುಕೊಳ್ಳಲು ಇವರ ಅದ್ಭುತ ಯೋಚನೆ, ಅನುಷ್ಠಾನಗಳೇ ಮೂಲವಾಗಿದ್ದವು. ನೀರಾವರಿ ಕೈಗಾರಿಕಾ ಪ್ರಗತಿಗಳ ಬಗ್ಗೆ ಉತ್ತೇಜನ ನೀಡಿದ್ದೂ ಅಲ್ಲದೆ, ಕೆರೆಗಳಪುನಶ್ಚೇತನ, ಹೊಸ ರೈಲು ಮಾರ್ಗಗಳಿಗೆ ಚಾಲನೆ, ರೇಷ್ಮೆ ನೂಲು ಕಾರ್ಖಾನೆಯ ಸ್ಥಾಪನೆ, ರೈತರ ಜಮೀನಿನಲ್ಲಿ ಸರ್ಕಾರ ವಿದ್ಯುತ್ ಪಂಪ್ ಸೆಟ್ ಖರೀದಿಸುವ ಯೋಜನೆ, ಕೃಷಿ ಬ್ಯಾಂಕ್ ಸ್ಥಾಪನೆ, ಗ್ರಾಮ ಸ್ವಚ್ಛತಾ ಕಾರ್ಯಕ್ರಮಗಳು ಕಾಫಿ ಬೀಜ ಬೆಳೆಗಾರರಿಗೆ ಮತ್ತು ಸ್ವಾವಲಂಬಿ ರಫ್ತು ಮಾಡಲು ಕಾಫಿ ಕ್ಯೂರಿಂಗ್ ಪದ್ಧತಿ, ಕೋಮು ಸಾಮರಸ್ಯಕ್ಕೆ ಶ್ರಮಿಸಿದ ಸರ್ ಮಿರ್ಜಾ ಇಸ್ಮಾಯಿಲ್ ಅವರು ಜೈಪುರದಲ್ಲೂ ದಿವಾನರಾಗಿ ಸೇವೆ ಸಲ್ಲಿಸಿದರು. ಹುಟ್ಟಿದ ಊರಾದ ಬೆಂಗಳೂರಿನಲ್ಲಿ ನೆಲೆಸಿದ್ದ ಸರ್ ಮಿರ್ಜಾ ಇಸ್ಮಾಯಿಲ್ ಅವರು ೧೯೫೯ರ ಜನವರಿ ೫ರಲ್ಲಿ ಕಣ್ಮರೆಯಾದರು.

೫೫

ಕನ್ನಡ ವೃತ್ತಿರಂಗಭೂಮಿಯ ಮಹಾರಥಿ

ಮೊಹಮ್ಮದ್ ಪೀರ್ ಸಾಹೇಬ್

"ಜೀವನವೆಂಬುದು ಒಂದು ವಿಶಾಲವಾದ ರಂಗಭೂಮಿ. ಇದರಲ್ಲಿ ಬಾಳುವ ನಾವೆಲ್ಲರೂ ಪಾತ್ರಧಾರಿಗಳು" ಎಂದು ಪ್ರಸಿದ್ಧ ನಾಟಕಕಾರ ವಿಲಿಯಂ ಶೇಕ್ಸ್‌ಪಿಯರ್ ಹೇಳಿದ್ದಾರೆ. ಮಾರ್ಚ್ ೨೭ನೇ ತಾರೀಖು ವಿಶ್ವ ರಂಗಭೂಮಿ ದಿನವೂ ಹೌದು. ಈ ರಂಗಭೂಮಿಯ ಕ್ಷೇತ್ರದಲ್ಲಿ ಹಲವಾರು ಕಲಾವಿದರು ಸೇವೆ ಸಲ್ಲಿಸಿದ್ದಾರೆ. ಇಂಥವರಲ್ಲಿ ಭಾರತದ ಸ್ವಾತಂತ್ರ್ಯ ಪೂರ್ವ ವರ್ಷಗಳಲ್ಲಿ ಕನ್ನಡ ವೃತ್ತಿರಂಗ ಭೂಮಿಗೆ ಹೊಸ ಭಾಷ್ಯವನ್ನು ಬರೆದವರಲ್ಲಿ ಮೊಹಮ್ಮದ್ ಪೀರ್ ಸಾಹೇಬ್ ಬಹಳ ಮುಖ್ಯ.

ಮೈಸೂರಿನ ಮಧ್ಯಮವರ್ಗದ ಕುಟುಂಬದಲ್ಲಿ ಪೈಲ್ವಾನ್ ಮೊಹಿಯುದ್ದೀನ್ ಮತ್ತು ಮುಬಾರಕ್ ಬಿ. ದಂಪತಿಗಳ ಮಗನಾಗಿ ಜನಿಸಿದ ಮೊಹಮ್ಮದ್ ಪೀರ್ ಸಾಹೇಬರ ಮನೆಯ ಭಾಷೆ ಉರ್ದು ಆದರೂ ಕನ್ನಡವನ್ನು ಬಹಳ ಆಪ್ತವಾಗಿ ಆಪ್ಯಾಯತೆಯಿಂದ ಆಡುತ್ತಿದ್ದ, ನುಡಿಯುತ್ತಿದ್ದ ಕುಟುಂಬದಲ್ಲಿ ಹುಟ್ಟಿದ್ದರಿಂದ ಪೀರ್ ಸಾಹೇಬರಿಗೆ ಕನ್ನಡದ ಬಗೆಗಿನ ಪ್ರೀತಿ ಮನಃಪೂರ್ವಕವಾಗಿ ಅಪ್ಪಿಕೊಂಡಿತ್ತು.

ಚಿಕ್ಕ ವಯಸ್ಸಿನಲ್ಲೇ ತಂದೆ ಮೊಹಿಯುದ್ದೀನ್ ಅವರನ್ನು ಕಳೆದುಕೊಂಡ ಪೀರ್ ಸಾಹೇಬರು ಸೋದರ ಮಾವನ ಆಶ್ರಯದಲ್ಲಿ ಬೆಳೆಯಬೇಕಾಗಿ ಬಂತು. ಆಗಿನ್ನೂ ಭಾರತದ ಸ್ವಾತಂತ್ರ್ಯಪೂರ್ವದ ಕಾಲ. ಬ್ರಿಟಿಷ್ ಶಾಲೆಯಾಗಿದ್ದ ವೆಸ್ಲಿಯನ್ ಮಿಷನ್ ಶಾಲೆಯಲ್ಲಿ ತಮ್ಮ ವಿದ್ಯಾಭ್ಯಾಸವನ್ನು ಮಾಡಬೇಕಾಗಿ ಬಂದ ಇವರಿಗೆ ಶಾಲಾ ಪಠ್ಯಗಳಿಗಿಂತ ನಾಟಕಗಳನ್ನು ನೋಡುವುದರಲ್ಲಿ ಹೆಚ್ಚಿನ ಒಲವಿತ್ತು. ಒಂದರ್ಥದಲ್ಲಿ ಪೀರ್ ಸಾಹೇಬರಿಗೆ ನಾಟಕಗಳನ್ನು ನೋಡುವ ಹುಚ್ಚು ಕೇವಲ ಆಕರ್ಷಣೆಯಷ್ಟೇ ಆಗಿರದೆ, ಅವರ ಅಂತರಂಗದಲ್ಲಿ ಅಡಗಿದ್ದ ಕಲಾವಿದನನ್ನು ಉದ್ದೀಪಿಸಲೂ ಬಹಳ ಸಹಕಾರಿಯಾಯಿತು.

ಆಂಗ್ಲರ ಆಳ್ವಿಕೆಯ ಕಾಲದಲ್ಲಿ ವೆಸ್ಲಿಯನ್ ಮಿಷನ್ ಶಾಲೆಯಲ್ಲಿ ಓದುತ್ತಿದ್ದ ಪೀರ್ ಸಾಹೇಬರಿಗೆ ಆಗಿನಿಂದಲೇ ಬ್ರಿಟಿಷ್ ಮುಕ್ತ ಭಾರತದ ಕನಸುಗಳು ಚಿಗುರಿದ್ದವು. ಆ ಶಾಲೆಯ ಪ್ರಾಂಶುಪಾಲರಾಗಿದ್ದ ವರು ಬ್ರಂಟ್ ಎಂಬ ಆಂಗ್ಲ ಶಿಕ್ಷಣಾಧಿಕಾರಿ. ದೇಶದ ತುಂಬ ಭಾರತೀಯತೆ, ರಾಷ್ಟ್ರೀಯತೆ, ದಾಸ್ಯಮುಕ್ತ ಭಾರತದ ಸಂಕಲ್ಪಗಳು ವಿದ್ಯಾರ್ಥಿಗಳಲ್ಲೂ ಬೇರೂರುತ್ತಿದ್ದ ಸಮಯ. ಇಂಥ ಬಹಳ ಸೂಕ್ಷ್ಮ ಸನ್ನಿವೇಶದಲ್ಲಿ ಬ್ರಂಟ್ ಅವರು ವಿದ್ಯಾರ್ಥಿಗ ಳನ್ನುದ್ದೇಶಿಸಿ ಮಾತನಾಡುವ ಭರದಲ್ಲಿ ಗಾಂಧೀಜಿಯವರ ಹೆಸರನ್ನು 'ಮಿಸ್ಟರ್ ಗಾಂಧಿ" ಎಂದಿದ್ದು ಬಾಲಕ ಪೀರ್‌ನನ್ನು ಕೆರಳಿಸಿತು. ಆ ಕ್ಷಣವೇ ಪೀರ್ ಆ ಪ್ರಾಂಶುಪಾಲರಿಗೆ ಮಿಸ್ಟರ್ ಗಾಂಧಿ ಎನ್ನುತ್ತೀಯ, ಮಹಾತ್ಮ ಗಾಂಧಿ ಎಂದು ಹೇಳು ' ಎಂದು ಜೋರಾಗಿ ಅಬ್ಬರಿಸಿದ್ದೂ ಅಲ್ಲದೆ, ಪ್ರಾಂಶುಪಾಲರ ಟೋಪಿಯನ್ನು ಮೇಲಕ್ಕೆ ಹಾರುವಂತೆ ಬೀಸುತ್ತಾರೆ. ಇದರ ಪರಿಣಾಮವಾಗಿ ಆಂಗ್ಲರ ಆಡಳಿತದ ಶಾಲೆ ಬಾಲಕ ಪೀರ್‌ನನ್ನು ಶಾಲೆಯಿಂದ ವಜಾ ಮಾಡುತ್ತಾರೆ. ಆದರೆ ಇದರಿಂದ ಸ್ವಲ್ಪವೂ ಅಂಜದ ಪೀರ್ ಮುಂದೆ, ಸಂಪೂರ್ಣವಾಗಿ ರಂಗಭೂಮಿಯತ್ತ ವಾಲುವುದಕ್ಕೆ ಈ ಘಟನೆಯೇ ಪರೋಕ್ಷವಾಗಿ ಕಾರಣವಾಗುತ್ತದೆ.

ವರದಾಚಾರ್, ಕೃಷ್ಣಮೂರ್ತಿ ರಾವ್, ಬಳ್ಳಾರಿ ರಾಘವ ಇವರ ನಾಟಕಗಳನ್ನು ನೋಡಿ ರಂಗಭೂಮಿಯತ್ತ ಗಾಢವಾಗಿ ಆವರಿಸಿಕೊಂಡ ಇವರು ೧೯೧೫ರಲ್ಲಿ ಮೈಸೂರಿನ ಗಿರಿಧರಲಾಲ್ ಅವರ ನಾಟಕ ಕಂಪನಿ ಸೇರಿ ಅಲ್ಲಿ ಕೃಷ್ಣಲೀಲಾ ನಾಟಕದಲ್ಲಿ ಅಭಿನಯಿಸುತ್ತಾರೆ. ಲಲಿತಕಲಾ ಮಂಡಳಿಯಲ್ಲೂ ಕೆಲಕಾಲವಿದ್ದು ತರುವಾಯ ಬೆಂಗಳೂರಿಗೆ ಬಂದಾಗ, ನಟಭಯಂಕರ ಎಂದೇ ಖ್ಯಾತರಾಗಿದ್ದ ಗಂಗಾಧರ ದೇಶಪಾಂಡೆಯವರ ಸ್ನೇಹ ಲಭ್ಯವಾಗುತ್ತದೆ.

ಭಾರತ ಜನಮನೋಲ್ಲಾಸಿನಿ ನಾಟಕ ಕಂಪನಿ(ಗುರಿಕಾರ್ ಕಂಪನಿ)ಗೆ ಸೇರಿ ಕಾಳಿದಾಸ ನಾಟಕದ ಕುರುಬ, ಸದಾರಮೆ ನಾಟಕದ ಕಳ್ಳ, ಪ್ರಭಾಮಣಿ ವಿಜಯದಲ್ಲಿ ವಿರೋಚನ, ಸುಭದ್ರಾ ನಾಟಕ ದಬ್ರಾಹ್ಮಣ ಹೀಗೆ ಎಂಟು

ವರ್ಷಗಳ ಕಾಲ ವಿವಿಧ ಪಾತ್ರಗಳಲ್ಲಿ ನಟಿಸಿ, ಹೆಸರು ಗಳಿಸುತ್ತಾರೆ. ಮುಂದೆ ತಾವೇ ಚಂದ್ರಕಲಾ ನಾಟಕ ಮಂಡಳಿಯನ್ನು ೧೯೩೦ರಲ್ಲಿ ಕಟ್ಟಿದ ಸಾಹಸಿ ಮೊಹಮ್ಮದ್ ಪೀರ್ ಇದಕ್ಕಾಗಿ ಬಹಳ ಕಷ್ಟ ಪಟ್ಟಿದ್ದೂ ಉಂಟು. ಈ ಸಂಸ್ಥೆಯನ್ನು ಕಟ್ಟಲು ಧನಿಕ ರೊಬ್ಬರಿಂದ ಸಾಲ ಪಡೆದಿರುತ್ತಾರೆ. ಆದರೆ ಬಹಳ ದಿನಗಳ ಕಾಲ ಆ ಸಾಲವನ್ನು ಹಿಂದಿರುಗಿಸಲು ಸಾಧ್ಯವಾಗು ವುದಿಲ್ಲ. ಇದರಿಂದಾಗಿ, ಕೋಪ ಗೊಂಡು ನೇರವಾಗಿ ನಾಟಕ ಸಂಸ್ಥೆಗೇ ನಖಶಿಖಾಂತವಾಗಿ ಧುಮುಗುಡುತ್ತಾ ಧಾವಿಸಿ ಬರುವ ಆ ಶ್ರೀಮಂತ 'ಇಂದು ಸಾಲವನ್ನು ಹಿಂದಿರುಗಿಸಲಿಲ್ಲ ವೆಂದರೆ, ಈ ಸಂಸ್ಥೆಯನ್ನೇ ಸುಟ್ಟು ಹಾಕಿಬಿಡುತ್ತೇನೆ" ಎಂದು ಬಂದು ಆಗ ಪ್ರದರ್ಶನ ವಾಗುತ್ತಿದ್ದ ಗೌತಮ ಬುದ್ಧ ನಾಟಕವನ್ನು ಸಂಪೂರ್ಣವಾಗಿ ವೀಕ್ಷಿಸಿ, ಆನಂದತುಂದಿಲರಾಗಿ ಬುದ್ಧನ ಪಾತ್ರದಲ್ಲಿ ಅದ್ಭುತವಾಗಿ ಅಭಿನಯಿಸಿದ್ದ ಪೀರ್ ಅವರ ಬೆನ್ನು ತಟ್ಟಿ, ' ತಾವು ಸಾಲವನ್ನು ಪಾವತಿಸ ಬೇಕಾಗಿಲ್ಲ, ತಮಗೆ ಒಳ್ಳೆಯ ದಾಗಲಿ ಎಂದು ಹಾರೈಸಿ, ಹೊರಟುಹೋಗುತ್ತಾರೆ. ಇದು ಮೊಹಮ್ಮದ್ ಪೀರ್ ಸಾಹೇಬರ ಕಲಾ ಪ್ರಪೂರ್ಣತೆಯ ಒಂದು ಸಣ್ಣ ತುಣುಕು.

ಬಳ್ಳಾರಿಯಲ್ಲಿ ಬೆಂಜಮಿನ್ ಫ್ರಾಂಕ್ಲಿನ್ ಎಂಬ ಒಳ್ಳೆಯ ಕಲಾವಿದರು ವಿಲಿಯಂ ಷೇಕ್ಸ್‌ಪಿಯರ್‌ನ ಪ್ರಸಿದ್ಧ ನಾಟಕವಾದ ಹ್ಯಾಮ್ಲೆಟ್‌ನ್ನು ರಂಗಭೂಮಿಯಲ್ಲಿ ಪ್ರಯೋಗಿಸಿ, ಹ್ಯಾಮ್ಲೆಟ್‌ನ ಪಾತ್ರದಲ್ಲಿ ಸೊಗಸಾಗಿ ಅಭಿನಯಿಸಿದ್ದನ್ನು ಕಂಡು ಪೀರ್ ಸಾಹೇಬರು ಕನ್ನಡ ದಲ್ಲೂ ಇಂಥ ಒಳ್ಳೆಯ ನಾಟಕಗಳು ಪ್ರದರ್ಶಿತವಾಗ ಬೇಕೆಂದು ನಿಶ್ಚಯಿಸಿ ನಾಟಕ ಕಾರ ಬಿ. ಪುಟ್ಟಸ್ವಾಮಯ್ಯ ಅವರ ಷಹಜಹಾನ್ ನಾಟಕವನ್ನು ರಂಗಪ್ರಯೋಗ ಮಾಡುತ್ತಾರೆ. ಇದರಲ್ಲಿನ ದಾರಾಶಿಕೋವನ ಪಾತ್ರದಲ್ಲಿ ಪ್ರೇಕ್ಷಕರ ಮನಸೂರೆ ಮಾಡುವ ಇವರ ಈ ನಾಟಕ ಭರ್ಜರಿ ಯಶಸ್ಸುಗಳಿಸಿ, ಮದ್ರಾಸ್, ಆಂಧ್ರಪ್ರದೇಶ ಅಲ್ಲದೆ, ಮಹಾರಾಷ್ಟ್ರದಲ್ಲೂ ಗೆಲುವಿನ ನಗೆ ಬೀರುತ್ತದೆ.

ಮೊಹಮ್ಮದ್ ಪೀರ್ ಅವರ ರಂಗಭೂಮಿಯ ಶಿಸ್ತು-ಸಂಯಮಗಳ ಅನುಷ್ಠಾನ ಬಹಳ ಪವಿತ್ರವಾದುದು. ಗ್ರೀನ್ ರೂಮಿಗೆ ಬರುವಾಗ ಎಲ್ಲರೂ ಶುಚಿರ್ಭೂತರಾಗಿಯೇ ಬರಬೇಕು, ಇಲ್ಲಿ ಧೂಮಪಾನ, ಮದ್ಯಪಾನಗಳು ನಿಷಿದ್ಧ ಎಂಬ ನಿಯಮಗಳನ್ನು ಜಾರಿಗೆ ತಂದಿದ್ದ ಇವರು ಯಾರಿಂದಲೇ ಸಲಹೆ ಸೂಚನೆಗಳು ಬಂದರೂ ವಿನಮ್ರವಾಗಿ ಸ್ವೀಕರಿಸುತ್ತಿದ್ದ ವಿಶಾಲ ಹೃದಯಿ. ಒಮ್ಮೆ ಇವರು ಕೃಷ್ಣಲೀಲಾ ನಾಟಕದಲ್ಲಿ ನಾರದನ ಪಾತ್ರದಲ್ಲಿ ಅಭಿನಯಿಸುವಾಗ ನಾಟಕಾಸಕ್ತರೊಬ್ಬರು 'ಪೀರ್ ಅವರು ನಾರದನ ಪಾತ್ರದಲ್ಲಿ ಸ್ವಲ್ಪ ಬದಲಾವಣೆಗಳನ್ನು ಮಾಡಿಕೊಳ್ಳುವುದು ಉತ್ತಮ' ಎಂದು ಪತ್ರ ಬರೆದು ತಮ್ಮ ಅಭಿಪ್ರಾಯವನ್ನು ವ್ಯಕ್ತಪಡಿಸಿ ದಾಗ ಯಾವುದೇ ಬೇಸರ

ಬಿಗುಮಾನವಿಲ್ಲದೆ, ಆಯಾ ಬದಲಾವಣೆಗಳನ್ನು ಅಳವಡಿಸಿ ಕೊಂಡು, ಸಲಹೆ ನೀಡಿದ ಆ ವ್ಯಕ್ತಿಗೆ ಧನ್ಯವಾದಗಳನ್ನು ಅರ್ಪಿಸಿ, ದೊಡ್ಡತನ ಮೆರೆದವರು ಮೊಹಮ್ಮದ್ ಪೀರ್. ಎಚ್.ಎಲ್.ಎನ್. ಸಿಂಹ ಅವರ ನಾಟಕ ಸಂಸಾರನೌಕಾ ದಲ್ಲೂ ಸುಂದರನ ಪಾತ್ರದಲ್ಲಿ ಇವರ ಪಾತ್ರ ಬಹಳ ಲವಲವಿಕೆಯಿಂದ ಕೂಡಿತ್ತು.

ಕನ್ನಡ ಚಲನಚಿತ್ರರಂಗಕ್ಕೆ ಬಿ.ಆರ್. ಪಂತುಲು, ಎಚ್. ರಾಮಚಂದ್ರ ಶಾಸ್ತ್ರಿ, ಹುಣಸೂರು ಕೃಷ್ಣಮೂರ್ತಿ, ಡಿಕ್ಕಿ ಮಾಧವರಾವ್, ಎಂ.ವಿ. ರಾಜಮ್ಮ, ಸೋರಟ್ ಅಶ್ವತ್ಥ್, ಎಚ್.ಎಲ್.ಎನ್. ಸಿಂಹ ಮುಂತಾದ ಪ್ರತಿಭಾನ್ವಿತ ಕಲಾವಿದರನ್ನು ನೀಡಿದ ಅಗ್ಗಳಿಕೆ ಪೀರ್ ಸಾಹೇಬರದ್ದು.

೧೯೩೭ರಲ್ಲಿ ತಮ್ಮ ಹುಟ್ಟೂರಾದ ಮೈಸೂರಿನಲ್ಲೇ ತಮ್ಮ ಕಂಪನಿಯ ನಾಟಕ ಪ್ರದರ್ಶನವಿರುತ್ತದೆ. ಆದರೆ ಅನಾರೋಗ್ಯಕ್ಕೆ ತುತ್ತಾಗಿ, ಆಸ್ಪತ್ರೆಗೆ ತೆರಳುವ ಪೀರ್ ಸಾಹೇಬರು ವೈದ್ಯರ ಬಳಿ 'ತಮ್ಮ ಅನಾರೋಗ್ಯದ ಕಾರಣ ನಾಟಕ ನಿಲ್ಲಬಾರದು, ಹೇಗಾದರೂ ತಮ್ಮ ಅನಾರೋಗ್ಯವನ್ನು ನಿವಾರಿಸಿ' ಎಂದು ನಿವೇದಿಸಿಕೊಳ್ಳುತ್ತಾರೆ. ಆದರೆ ದುರದೃಷ್ಟವಶಾತ್ ಮೊಹಮ್ಮದ್ ಪೀರ್ ಅವರ ಆ ಆಸೆ ಕೈಗೂಡದೆ, ಬಹಳ ಚಿಕ್ಕ ವಯಸ್ಸಿನಲ್ಲೇ ಇವರು ಕಣ್ಮುಚಿದರು.

ಅಭಿನವ ಬುದ್ಧ, ಕನ್ನಡದ ರಾಘವ ಎಂದೆಲ್ಲ ರಂಗಪ್ರೇಮಿಗಳಿಂದ ಕರೆಸಿಕೊಂಡ ಮೊಹಮ್ಮದ್ ಪೀರ್ ಸಾಹೇಬರು ಬದುಕಿದ್ದು, ರಂಗಭೂಮಿಯ ವಿವಿಧ ಪಾತ್ರಗಳಲ್ಲಿ ರಾರಾಜಿಸಿದ್ದು ಅತ್ಯಲ್ಪ ಕಾಲದಲ್ಲೇ ಆದರೂ ಅವರ ಸೇವೆ ಮತ್ತು ಗರಿಮೆಗಳು ನಿತ್ಯನೂತನ.

೫೬

ಕನ್ನಡಕ್ಕಾಗಿ ಪ್ರಾಣಾರ್ಪಣೆ ಮಾಡಿದ ಹುತಾತ್ಮ
ಪಿಂಜಾರ್ ರಂಜಾನ್ ಸಾಬ್

೧೯೪೭ರಲ್ಲಿ ಬ್ರಿಟಿಷರ ನಿರ್ಗಮನದ ನಂತರ ಭಾರತಕ್ಕೆ ಸ್ವಾತಂತ್ರ್ಯ ಬಂತು. ಆದರೆ ಭಾಷಾವಾರು ಪ್ರಾಂತ್ಯಗಳ ರಚನೆಯ ಸಂದರ್ಭದಲ್ಲಿ ಬಿಕ್ಕಟ್ಟಿನ ಸಂದರ್ಭಗಳು ಎದುರಾದವು. ಬಾಂಬೆ ಪ್ರೆಸಿಡೆನ್ಸಿಯ ಭಾಗದಲ್ಲಿ ಮರಾಠಿ ಪ್ರಭಾವ, ಮದ್ರಾಸ್ ಪ್ರಾಂತ್ಯದ ಭಾಗದಲ್ಲಿ ತಮಿಳು ಪ್ರಭಾವ, ನಿಜಾಮರ

ಆಡಳಿತದಲ್ಲಿ ಉರ್ದು ಪ್ರಭಾವ ಹೆಚ್ಚಾಗಿ ಕನ್ನಡಿಗರ ಅಸ್ಮಿತೆಯ ಪ್ರಶ್ನೆ ಎದುರಾಯಿತು. ಈ ಮಧ್ಯೆ ಕರ್ನಾಟಕ ಏಕೀಕರಣದ ಕುಲಪುರೋಹಿತರನ್ನಿಸಿದ್ದ ಆಲೂರು ವೆಂಕಟ ರಾಯರು "ಛೇ, ಕರ್ನಾಟಕವೆಲ್ಲಿದೆ? ಹತ್ತಾರು ಕಡೆ ಹರಿದು ಹೋಗಿರುವ ಕರ್ನಾಟಕವನ್ನು ಒಂದು ಮಾಡುವವರು ಯಾರು? ಅಷ್ಟೊಂದು ಅಭಿಮಾನ ನಮ್ಮಲ್ಲಿಸತ್ತಿದೆ. ನಮ್ಮಲ್ಲಿ ಗಂಡಸರಿಲ್ಲವೇ?" ಎಂದು ನೊಂದು ಕನಲಿ ಆಡಿದ ಮಾತುಗಳು ಕನ್ನಡಿಗರ ಎದೆಯಲ್ಲಿ ನಾಡನ್ನು ಏಕೀಕೃತಗೊಳಿಸುವ ಉತ್ಕಟವಾದ ಕಿಚ್ಚು ಪ್ರಜ್ವಲಿಸತೊಡಗಿತು. ತಕ್ಷಣವೇ ಈ ದಿಸೆಯಲ್ಲಿ ಪ್ರಯತ್ನಗಳು ನಡೆದವು. ಬಳ್ಳಾರಿಯು

ಆಂಧ್ರದವರ ತೆಲುಗಿನ ದಟ್ಟ ಪ್ರಭಾವಕ್ಕೆ ಸಿಲುಕಿತ್ತು. ಬಳ್ಳಾರಿ ಕರ್ನಾಟಕದ ಮತ್ತು ಕನ್ನಡದ ಅವಿಚ್ಛಿನ್ನ ಭಾಗವೆಂದು ಮನ ಗಂಡು ನೂರಾರು ಹೋರಾಟ ಗಾರರು ಹೋರಾಟಕ್ಕೆ ಸಜ್ಜಾದರು. ಈ ಹೋರಾಟದ ಹಾದಿಯಲ್ಲಿ ಜೀವವನ್ನೇ ಆಹುತಿ ನೀಡಿದ ಮಹಾನ್ ಹುತಾತ್ಮರೇ ಕನ್ನಡದ ಧೀರ ಹೋರಾಟಗಾರ ರಂಜಾನ್ ಸಾಬ್. ಲಡಾಖ್‌ನ ಪಿಂಜಾರ್ ಮನೆತನದ ರಂಜಾನ್ ಸಾಬ್ ಅವರ ಕಣಕಣದಲ್ಲೂ ಕನ್ನಡ ಪ್ರೇಮ ಸ್ಫುರಿಸುತ್ತಿತ್ತು. ಬಳ್ಳಾರಿಯ ಮೂಲೆಮೂಲೆಗಳಲ್ಲಿ ಪ್ರತಿಭಟನೆಯ ಕಾವು ಏರತೊಡಗಿತು. ಇದರ ನೇತೃತ್ವ ವಹಿಸಿದ್ದ ಧೀಮಂತರೇ ಪಿಂಜಾರ್ ರಂಜಾನ್ ಸಾಬ್. ಇವರ ಧುರೀಣತ್ವದಲ್ಲಿ ನಡೆದ ಉಗ್ರ ಹೋರಾಟಕ್ಕೆ ಕೊನೆಗೂ ಜಯ ಸಿಕ್ಕಿತು. ಬಳ್ಳಾರಿಯು ಮೈಸೂರು ಸಂಸ್ಥಾನದ ಭಾಗವಾಗಿ ವಿಲೀನಗೊಂಡಿತು.

ರಂಜಾನ್ ಸಾಬ್ ಎಂಬ ಕೆಚ್ಚೆದೆಯ ಯುವಕನ ಸ್ಫೂರ್ತಿ, ಸಿಂಹಶೌರ್ಯಗಳ ಫಲವಾಗಿ ಬಳ್ಳಾರಿಯು ನಮ್ಮ ರಾಜ್ಯದ ಭಾಗವಾಯಿತು.

ಇಂತಹ ಘನವಾದ ಗೆಲುವು ಎಲ್ಲ ಕನ್ನಡಿಗರಿಗೂ ಬಣ್ಣಿಸ ಲಾಗದ ಸಂತೋಷವನ್ನು ತಂದಿತು. ಬಳ್ಳಾರಿಯ ಸಮಸ್ತ ಕನ್ನಡಿಗರ ಹೋರಾಟಕ್ಕೆ ಜಯ ದೊರಕಿತ್ತು. ಪ್ರತಿಯೊಬ್ಬರೂ ಹರ್ಷೋದ್ಗಾರಗಳಲ್ಲಿ, ಸಂಭ್ರಮ-ಸಡಗರಗಳಲ್ಲಿ ಮುಳುಗಿದರು.

ಆದರೆ ರಂಜಾನ್ ಸಾಬ್ ಸುಮ್ಮನಿರಲಿಲ್ಲ, ಆತನ ಎದುರು ಇನ್ನೊಂದು ಪ್ರಮುಖ ಕರ್ತವ್ಯವನ್ನು ನಿಭಾಯಿಸುವ ಕೆಲಸ ಬಾಕಿ ಇತ್ತು. ಇಂತಹ ಸಂದರ್ಭದಲ್ಲಿ ಅಪಾಯದ ಸಾಧ್ಯತೆಗಳು ಹೆಚ್ಚು ಎಂದು ಬಹಳ ಸರಿಯಾಗಿ ಆಲೋಚಿಸಿದ್ದ ರಂಜಾನ್ ಸಾಬ್ ತನ್ನ ಮಿತ್ರರಿಗೆ, ಹೋರಾಟದಲ್ಲಿ ಭಾಗಿಯಾದ ನೂರಾರು ಹಿತೈಷಿಗಳಿಗೆ ತಾನು ಧ್ವಜಸ್ಥಂಬ ಮತ್ತು ಮಂಟಪವನ್ನು ಕಾಯುತ್ತೇನೆ ಎಂದು ಹೇಳಿ ಹಾಗೇ ಮಾಡಿದರು.

ಆಗ ಮೈಸೂರು ರಾಜ್ಯದ ಮುಖ್ಯಮಂತ್ರಿಯಾಗಿದ್ದವರು ಕೆಂಗಲ್ ಹನುಮಂತಯ್ಯ ನವರು. ಮಾರನೆ ದಿನ ಅವರೇ ಈ ಮಂಟಪ ಹಾಗೂ ಧ್ವಜಸ್ಥಂಬದ ಅನಾವರಣದ ಕಾರ್ಯಕ್ರಮಕ್ಕೆ ಬರುವವರಿದ್ದರು. ಆದ್ದರಿಂದ ಅಷ್ಟರಲ್ಲಿ ಅದರ ಉಳಿದಿರುವ ಕೆಲಸಗಳ ಉಸ್ತುವಾರಿಯನ್ನು ಮತ್ತು ರಕ್ಷಣೆಗೆ ತಾನೇ ನಿಲ್ಲುತ್ತೇನೆಂದು ರಂಜಾನ್ ಸಾಬ್ ಅದೇ ಮಂಟಪದಲ್ಲಿ ರಾತ್ರಿ ಮಲಗಿದರು.

ಮರುದಿನ ಮುಂಜಾನೆ ಬಳ್ಳಾರಿಗರಿಗೆ ಮತ್ತು ಹೋರಾಟ ಮಾಡಿದ ಬಳಗಕ್ಕೆ ಬರಸಿಡಿಲು ಎರಗಿದಂತಾಗಿತ್ತು. ಈ ಹೋರಾಟವನ್ನು ಅರಗಿಸಿಕೊಳ್ಳಲಾಗದೆ ಕ್ರುದ್ಧವಾದ ದುರಭಿಮಾನಿ, ದುಷ್ಕರ್ಮಿಗಳು ಮಲಗಿದ್ದ ರಂಜಾನ್ ಸಾಬ್ ಮೇಲೆ ಆಸಿಡ್ ಬಾಂಬ್‌ಗಳನ್ನು ಸಿಡಿಸಿ ಹೋಗಿದ್ದರು.

ಹಿಂದಿನ ದಿನವಷ್ಟೇ ಹರ್ಷೋತ್ಸಾಹದಲ್ಲಿದ್ದ ರಂಜಾನ್ ಸಾಬರ ಬೆಂಬಲಿಗರಿಗೆ ಕನ್ನಡಪರ ಹೋರಾಟಗಾರರಿಗೆ ದಿಕ್ಕು ತೋಚದಂತಾಗಿ ಕಣ್ಣುಗಳು ತೊಯ್ದು ಹೋಗಿದ್ದವು, ಅವರೆಲ್ಲರ ಮನಸ್ಸುಗಳು ಮುದುಡಿ ಭಾರವಾಗಿ ಹೋಗಿದ್ದವು. ತೀವ್ರವಾಗಿ ಸುಟ್ಟು ಹೋದ ದೇಹದ ಗಾಯಗೊಂಡು ನರಳಿದ ರಂಜಾನ್ ಸಾಬ್ ರನ್ನು ಆಸ್ಪತ್ರೆಗೆ ಸೇರಿಸಲಾಯಿತು. ಆದರೆ ದುರ್ದೈವವಶಾತ್ ಚಿಕಿತ್ಸೆ ಫಲಕಾರಿಯಾಗಲಿಲ್ಲ, ರಂಜಾನ್ ಸಾಬ್ ಎಂಬ ದಿಟ್ಟ ಧ್ರುವತಾರೆ ಬದುಕುಳಿಯಲಿಲ್ಲ.

೧೯೫೩ ನವೆಂಬರ್ ೨ ರಂಜಾನ್ ಸಾಬ್ ಎಂಬ ಧೀರ ಕಣ್ಮಣಿ ಅಸ್ತಂಗತರಾಗಿದ್ದರು. ಬಳ್ಳಾರಿಯ ಜನಕ್ಕೆ ೧೯೫೩ ನವೆಂಬರ್ ಒಂದೆಡೆ ವಿಮೋಚನೆಯಾದ ಸಂತಸ, ಆದರೆ ಅದಕ್ಕಾಗಿ ರಕ್ತ ಚೆಲ್ಲಿದ ವೀರ ರಂಜಾನ್ ಸಾಬರ ಅಗಲಿಕೆಯ ಸೂತಕದಿಂದ ಸ್ಮಶಾನ ಮೌನವನ್ನು ಉಂಟಾಗಿಸಿತ್ತು.

ದುರಂತದ ಸಂಗತಿ ಎಂದರೆ ಇಂದಿಗೂ ರಂಜಾನ್ ಸಾಬರಂಥ ಬಲಿದಾನಶೂರನನ್ನು, ಪ್ರಾಣತ್ಯಾಗಿಯನ್ನು ಸೂಕ್ತ ರೀತಿಯಲ್ಲಿ ಸ್ಮರಿಸುವ ಯಾವ ಗಮನಾರ್ಹ ಕೆಲಸಗಳೂ ಆಗಿಲ್ಲ. ಪೈಲ್ವಾನ್ ರಂಜಾನ್ ಸಾಬ್ ಪೈಲ್ವಾನರಾಗಿಯೇ ಕನ್ನಡ-ಕನ್ನಡಿಗರ ಅಸ್ತಿತ್ವಕ್ಕೆ ಹೋರಾಟ ಮಾಡಿದ ಧೀಮಂತ ಧೈರ್ಯಶಾಲಿ.

ಇನ್ನಾದರೂ ನಾಡಿನ ಇಂತಹ ವೀರಪುರುಷನನ್ನು ಸಾರ್ಥಕ ರೀತಿಯಲ್ಲಿ ಗುರುತಿಸುವ ಎಚ್ಚರ ನೈತಿಕ ಪ್ರಜ್ಞೆ ನಮ್ಮೆಲ್ಲರಲ್ಲೂ ಒಡಮೂಡಬೇಕಾಗಿದೆ.

೫೭

ನಾಡು ಕಂಡ ಅಪರೂಪದ ಕವಿ

ಕೆ.ಎಸ್. ನಿಸಾರ್ ಅಹಮದ್

ವೃತ್ತಿಬದುಕಿನಲ್ಲಿ ಬೋಧಿಸಿದ ವಿಷಯ ಬೇರೆ, ಮನೆಮಾತು ಬೇರೆಯಾದರೂ ಕನ್ನಡದ ಭಾವಗೀತೆ-ಕಾವ್ಯಲೋಕಕ್ಕೆ ವಿಭಿನ್ನ ರೀತಿಯಲ್ಲಿ ಕೊಡುಗೆ ನೀಡಿದವರು. ಕೆ.ಎಸ್. ನಿಸಾರ್ ಅಹಮದ್. ನಿಸಾರ್ ಅಹಮದ್ ಅವರು ಇಂದು ನಮ್ಮೊಂದಿಗೆ ಇಲ್ಲದಿದ್ದರೂ ಅವರ ಸಾಹಿತ್ಯವೇ ಅವರ ಇರುವಿಕೆಯನ್ನು ಸೂಚಿಸುತ್ತದೆ.

ಒಂದೆದೆಯ ಹಾಲ ಕುಡಿದವರ ನಡುವೆ ಎಷ್ಟೊಂದು ಭೇದ ತಾಯಿ... ಎಂದು ಕುಲ ಮತ ಭಾಷೆಗಳ ಸಂಘರ್ಷವನ್ನು ವಿವರಿಸುತ್ತಾ ನಾಡದೇವಿಯೇ ಕಂಡೆ ನಿನ್ನ ಮಡಿಲಲ್ಲಿ ಎಂಥ ದೃಶ್ಯ ನೋವು ನಲಿವು ಸಮ್ಮಿಶ್ರದಲ್ಲಿ ಎದೆಯಾಯಿತದಕೆ ವಶ್ಯ ಎಂದು ನೊಂದು ನುಡಿಯುವ ನಿಸಾರ್ ಅಹಮದ್ ಅವರ ಲೇಖನಿಗೆ ಕನ್ನಡ ನಾಡು ನುಡಿಯ ಪ್ರಜ್ಞೆ ವಿವೇಕಯುತವಾದುದು ಮತ್ತು ಅಭಿಮಾನ ಪೂರ್ವಕವಾದದ್ದು.

ಜೋಗದ ಸಿರಿಯ ಬೆಳಕಿನಲ್ಲಿ
ತುಂಗೆಯ ತೆನೆಬಳುಕಿನಲ್ಲಿ
ಸಹ್ಯಾದ್ರಿಯ ಲೋಹದದಿರ
ಉತ್ತುಂಗದ ನಿಲುಕಿನಲ್ಲಿ
ನಿತ್ಯ ಹರಿದ್ವರ್ಣ ವನದ ತೇಗ ಗಂಧ ತರುಗಳಲ್ಲಿ
ನಿತ್ಯೋತ್ಸವ ನಿನಗೆ ನಿತ್ಯೋತ್ಸವ

ಎಂದು ಬರೆದ ಅಪ್ಪಟ ಕನ್ನಡ ಪ್ರೇಮಿ ನಿಸಾರ್ ಅಹಮದ್ ಕಾಲೇಜಿನಲ್ಲಿ ಬೋಧಿಸಿದ್ದು ಭೂವಿಜ್ಞಾನ, ಮನೆಯ ಭಾಷೆ ಉರ್ದು, ಆದರೆ ನಿಸರ್ಗದತ್ತವಾಗಿ ಮನಸ್ಸಿನಾಳಕ್ಕೆ ಇಳಿದು ನಿಸಾರ್ ಅಹಮದ್ ಅವರೊಳಗೆ ಬೇರೂರಿದ್ದು ಕನ್ನಡದ ಸಂಭ್ರಮ ಹಾಗೂ ಉತ್ಸಾಹದ ಜೀವಂತಿಕೆ. ನಿಸಾರ್ ಅಹಮದ್ ಅವರಿಗೆ ಕನ್ನಡವೆನ್ನುವುದು ಭಾಷೆ ಮಾತ್ರವಲ್ಲ ಈ ನುಡಿ ಅವರಿಗೆ ಆಪ್ಯಾಯಮಾನ ಮತ್ತು ಪರಮ ಪವಿತ್ರ ಹಾಗೂ ಪೂಜನೀಯ.

ಕನ್ನಡವೆಂದರೆ ಬರಿ ನುಡಿಯಲ್ಲ
ಹಿರಿದಿದೆ ಅದರರ್ಥ
ಜಲವೆಂದರೆ ಕೇವಲ ನೀರಲ್ಲ
ಅದು ಪಾವನತೀರ್ಥ

ಆದರೆ ಇವರಿಗೆ ಕನ್ನಡದ ಸತ್ತ್ವವನ್ನು ಅಷ್ಟಕ್ಕೆ ಸೀಮಿತ ಗೊಳಿಸುವ ಇಚ್ಛೆ ಇಲ್ಲ. ಆದುದರಿಂದ ಮುಂದುವರೆದು ಕವಿಯು

ಕನ್ನಡವೆಂದರೆ ಬರಿ ನಾಡಲ್ಲ
ಭೂಪಟ, ಗೆರೆ, ಚುಕ್ಕೆ
ಮರವೆಂದರೆ ಬರಿ ಕಟ್ಟಿಗೆಯೆ?
ಶ್ರೀಗಂಧದ ಚಕ್ಕೆ

ಭೂಪಟ ಗೆರೆ ಚುಕ್ಕೆಗಳಷ್ಟೇ ಅಲ್ಲದ ಶ್ರೀಗಂಧ ವೃಕ್ಷಗಳ ನೆಲೆವೀಡು ಕರುನಾಡು ಎಂಬ ಸದಭಿಮಾನ ಇವರದ್ದು.

ಕನ್ನಡ ಬರಿ ಕರ್ನಾಟಕವಲ್ಲ
ಅಸೀಮ, ಅದು ಅದಿಗಂತ
ದೇವರು ಕೇವಲ ವಿಗ್ರಹವಲ್ಲ
ಅಂತರ್ಭಾವ ಅನಂತ

ಅಸೀಮವಾದ ಈ ನುಡಿಯು ಕರ್ನಾಟಕದಮೂಲೆಗಳಲ್ಲಿ ಧ್ವನಿಸಬೇಕೆಂಬ ಮಹದಾಶೆ ಈ ಕವಿಗೆ ಹೃತ್ಪೂರ್ವಕವಾಗಿ ಬಂದಿದೆ.

ಕನ್ನಡವೆಂದರೆ ಜನಜಂಗುಳಿಯಲ್ಲ
ಜೀವನ ಶೈಲಿ, ವಿಧಾನ
ವಾಯುವೆಂದರೆ ಬರಿ ಹವೆಯೇ ಅಲ್ಲ
ಉಸಿರದು, ಪಂಚಪ್ರಾಣ

ಕನ್ನಡ ನಾಡು ನುಡಿಯ ಹೋರಾಟವು ಶಾಂತಿಯನ್ನು ಕದಡುವಂತಿರಬಾರದು ನಾಡಿನ ಉಸಿರು ಪ್ರಾಣವಾದ ಈ ಭಾಷೆಯನ್ನು ಎತ್ತರದ ಸ್ಥಾನದಲ್ಲಿ ಇರಿಸಬೇಕು ಎಂಬ ಹಂಬಲ ನಿಸಾರ್ ಅಹಮದ್ ಅವರದ್ದು.

ಕನ್ನಡವಲ್ಲ ತಿಂಗಳು ನಡೆಸುವ
ಗುಲ್ಲಿನ ಕಾಮನಬಿಲ್ಲು
ರವಿ ಶಶಿ ತಾರೆಯ ನಿತ್ಯೋತ್ಸವವದು
ಸರಸತಿ ವೀಣೆಯ ಸೊಲ್ಲು

ನುಡಿಶಾರದೆಯ ಸ್ವತ್ತಾದ ವೀಣೆಯ ಧ್ವನಿಯಾದ ಕನ್ನಡವು ಸೂರ್ಯ ಚಂದ್ರ ರಿರುವತನಕ ಗಟ್ಟಿಯಾಗಿ ಸುಭದ್ರವಾಗಿ ಸ್ಥಾಪಿತವಾಗ ಬೇಕು ಎಂಬ ಉತ್ಕೃಷ್ಟ ಆನಂದ ಮತ್ತು ಎಚ್ಚರದ ಕವಿ ನಿಸಾರ್ ಅಹಮದ್ ಅವರಿಗೆ ಕನ್ನಡ ನೆಲವೇ ಎಲ್ಲ ಭಾವಗಳ ಜೀವನೆಲೆ ಮತ್ತು ಸೆಲೆ. ನಿಸಾರ್ ಅಹಮದ್ ಅವರು ತುಂಟ ಕೃಷ್ಣನ ಆಟಪಾಟ ಹುಡುಗಾಟಗಳನ್ನೂ ಮುದ್ದು ಮುದ್ದಾದ ಚೇಷ್ಟೆಗಳನ್ನು ಅಷ್ಟೇ ರಮಣೀಯವಾಗಿ ಚಿತ್ರಿಸಲೂ ಗೊತ್ತು.

ಬೆಣ್ಣೆ ಕದ್ದ ನಮ್ಮ ಕೃಷ್ಣ
ಬೆಣ್ಣೆ ಕದ್ದು ಜಾರುತ ಬಿದ್ದು
ಮೊಣಕಾಲೂದಿಸಿಕೊಂಡನಮ್ಮ

ಎಂದು ಬಾಲಕೃಷ್ಣನ ಚೂಟಿ ಚುರುಕುತನವನ್ನು ಕೊಂಡಾಡುತ್ತಲೇ ನಿಸಾರ್ ಅಹಮದ್ ಅವನ ಅಕುಟಿಲ ಬೆಣ್ಣೆಯಂಥ ನಗು ಕಾಯಲಿ ಜಗದವರ ಸಂತತ ನಗಿಸಲಿ ನಗದವರ ಇಲ್ಲಿ ನಿಸಾರ್ ಅಹಮದ್ ಅವರ ವಿವೇಚನೆ ಅಚಲ ಆತ್ಮವಿಶ್ವಾಸದ ಕೃಷ್ಣ ಕಾಣುತ್ತಾನೆ, ಅವನ ನಿಷ್ಕಪಟ ಮಂದಹಾಸ ದುಃಖಿತರ ಕಂಬನಿ ಒರೆಸಿ ಅವರ ಮೊಗದಲ್ಲಿ ಸಂತೋಷವನ್ನು ಉಂಟು ಮಾಡಲೆಂಬ ಉದಾತ್ತ ಭಾವ ಬಹಳ ಚೇತೋಹಾರಿ.

ಮತ್ತದೇ ಬೇಸರ ಅದೇ ಸಂಜೆ ಅದೇ ಏಕಾಂತ (ಯೇ ಶಾಂ ಕುಛ್ ಅಜೀಬ್ ಹೈ) ಎನ್ನುವ ನಿಸಾರ್ ಅಹಮದ್ ಅವರ ಮನಸ್ಸು ನೀ ನುಡಿಯದಿರಲೇನು ಬಯಲಾಗಿಹುದು ಎಲ್ಲ... ಎಂಬ ನುಣುಪಾದ ಭಾಷೆಯ ಮೃದುತನದಲ್ಲೂ ನುಡಿದಿದೆ.

ಕುರಿಗಳು ಸಾರ್ ಕುರಿಗಳು ಎಂಬ ವ್ಯವಸ್ಥೆಯ ವ್ಯಂಗ್ಯದ ಹರಿತ ಧಾಟಿಯ ಅರಿವೂ ಇದೆ. ಮನಸು ಗಾಂಧಿಬಜ಼ಾರು ಸಂಜೆ ಐದರ ಮಳೆ, ಅನಾಮಿಕ ಆಂಗ್ಲರು, ರಾಮನ್ ಸತ್ತ ಸುದ್ದಿ, ನೆನೆದವರ ಮನದಲ್ಲಿ... ನಾನೆಂಬ ಪರಕೀಯ. ದಂಥ ಕವನಸಂಕಲನಗಳಲ್ಲದೆ ನಿಸಾರ್ ಅಹಮದ್ ಷೇಕ್ಸ್‌ಪಿಯರ್, ಹಾಗೂ ಪಾಬ್ಲೊ ನೆರೂಡಾನ ಕೃತಿಗಳನ್ನು ಅನುವಾದಿಸಿದ್ದಾರೆ.

ರಾಜ್ಯೋತ್ಸವ ಪ್ರಶಸ್ತಿ, ಪಂಪ ಪ್ರಶಸ್ತಿ, ಪದ್ಮಶ್ರೀ, ನಾಡೋಜ ಪ್ರಶಸ್ತಿಗಳನ್ನು ಪಡೆದಿದ್ದ ನಿಸಾರ್ ಅಹಮದ್ ಅವರು ಕ್ಯಾನ್ಸರ್ ನಿಂದ ಬಳಲಿತಮ್ಮ ೮೪ನೇ ವಯಸ್ಸಿನಲ್ಲಿ ಬೆಂಗಳೂರಿನಲ್ಲಿ ೨೦೨೦ರಲ್ಲಿ ತೀರಿಕೊಂಡರು. ಆದರೂ ಎಲ್ಲ ಮರೆತಿರುವಾಗ ಇಲ್ಲ ಸಲ್ಲದ ನೆವವ ಹೂಡಿ ಬರದಿರು ಮತ್ತೆ ಹಳೆಯ ನೆನಪೇ ಎಂಬ ಅವರದೇ ಸಾಲುಗಳು ಕಾಡುವಷ್ಟು ಗಾಢವಾಗಿ ನಿಸಾರ್ ಅಹಮದ್ ಅವರ ಅಗಲಿಕೆಗೆ ಕಣ್ಣಾಲಿಗಳು ಆರ್ದ್ರಗೊಳ್ಳುತ್ತಲೇ ಇರುತ್ತದೆ.

೫೮

ಭಾವೈಕ್ಯದ ನುಡಿಕಾರ
ಇಬ್ರಾಹಿಂ ಸುತಾರ್

ಕುವೆಂಪು ಅವರು ರಚಿಸಿರುವ ನಮ್ಮ ನಾಡಗೀತೆಯಲ್ಲಿ ಸರ್ವ ಜನಾಂಗದ ಶಾಂತಿಯ ತೋಟ ಹಿಂದೂ ಕ್ರೈಸ್ತ ಮುಸಲ್ಮಾನ ಪಾರಸಿಕ ಜೈನರುದ್ಯಾನ ಎಂಬ ಬಹಳ ಸೊಗಸಾದ ಸಾಲುಗಳಿವೆ. ಸಮಷ್ಟಿ ಚಿಂತನೆಯ ಈ ಸರ್ವ ಸಮಾನತಾ ಭಾವ, ಸಹೃದಯ ಸಾಮರಸ್ಯವನ್ನು ತಮ್ಮ ಬದುಕಿನಲ್ಲಿ ನಿಜ ಮಾಡಿದ ಪೂಜ್ಯ ವ್ಯಕ್ತಿ ದಿ. ಇಬ್ರಾಹಿಂ ಸುತಾರ್.

ಬಾಗಲಕೋಟೆ ಜಿಲ್ಲೆಯ ಮಹಾಲಿಂಗಪುರದಲ್ಲಿ ೧೯೪೦ರಲ್ಲಿ ಜನಿಸಿದ ಇಬ್ರಾಹಿಂ ಮೂಲತಃ ಬಿಸ್ತಿ ಮನೆತನದ ಸೂಫಿ ಪಂಥದವರು. ಕಡುಬಡತನದ ಕಾರಣದಿಂದ ಕೇವಲ ೩ನೇ ತರಗತಿಗೇ ಶಿಕ್ಷಣವನ್ನು ತ್ಯಜಿಸ ಬೇಕಾಗಿ ಬಂದ ಇಬ್ರಾಹಿಂ ಅವರ ಕುಲಕಸುಬು ಬಡಿಗತನ.

ಆದರೆ ಜಗತ್ತಿನಲ್ಲಿ ಶಾಂತಿ ಸೌಹಾರ್ದತೆ, ಭಾವೈಕ್ಯ ಅತ್ಯವಶ್ಯವೆಂದು ತಮ್ಮ ಜೀವನದ ಕೊನೆಯ ಉಸಿರಿರುವವರೆಗೂ ಹಂಬಲಿಸಿದ ಇಬ್ರಾಹಿಂ ಅವರ ಸರ್ವಸಮಾಜ ಕ್ಷೇಮಭಾವ ಐಕ್ಯಮತ್ಯದ ಮನೋಭಾವದ ಮುಖೇನ ಉಂಟು ಮಾಡಿದ

ಜಾಗೃತಿ ಶಿಕ್ಷಣದ ಪರಿಧಿಗಳನ್ನು ಮೀರಿದ್ದು. ಉರ್ದು ಮನೆ ಮಾತಿನ ಇಬ್ರಾಹಿಂ ೨೦ ವರ್ಷದ ಯುವಕನಾಗಿದ್ದಾಗ ಸಕಲ ಧರ್ಮದ ಸತ್ತ್ವ ಸಮನ್ವಯವನ್ನು ಜಗತ್ತಿನಲ್ಲಿ ಹರಡಿಸಲು ಮುಂದಾದರು. ತಮ್ಮ ಓರಗೆಯ ಗೆಳೆಯ ರೊಡನೆ ೧೯೬೦ರಲ್ಲಿ ಮಹಾಲಿಂಗಪುರದಲ್ಲಿ ಚಿಕ್ಕದಾಗಿ ರಂಜಾನ್ ಜಾಗರಣಿ ಸಂಘ ಸ್ಥಾಪಿಸಿ ಊರೂರು ಸುತ್ತಿ ಸರ್ವಧರ್ಮಗಳ ಭಜನೆ, ಪ್ರವಚನಗಳನ್ನು ಮಾಡಿ ಸಮಾಜದ ಸುಕ್ಷೇಮಕ್ಕೆ ಹಾತೊರೆದ ಇಬ್ರಾಹಿಂ ಅವರು ಸೂಫಿ ಸಂತ ಹಜ?ರತ್ ಶೇಖಿಲ್ ಮಷಾಯಿಕ್ ಅಬ್ಬಾಸ್ ಅಲಿ ಜುನ್ನೇದಿ ಅವರಲ್ಲಿ ಗುರುದೀಕ್ಷೆ ಪಡೆದು ನಾಡಿನ ಇಕ್ಕೆಲಗಳಲ್ಲಿ ಮಾನವೀಯತೆಯೇ ನಿಜವಾದ ಧರ್ಮ, ಕುಲ ಮತಗಳಿಂದ ಮನುಷ್ಯರಲ್ಲ, ಮನುಷ್ಯತ್ತ್ವದ ತತ್ತ್ವ, ಅನುಷ್ಠಾನಗಳೇ ಒಟ್ಟು ಸಮಾಜದ, ನಾಡಿನ ಹಿತಕ್ಕೆ ಮೂಲ ಎಂದು ಗಾಢವಾಗಿ ನಂಬಿದ ಇಬ್ರಾಹಿಂ ಅವರಿಗೆ ಶ್ರೀ ಶಂಕರಾನಂದ ಯೋಗಿ ಅವರು ಬರೆದ 'ಮಾತು ಮಾತಿಗೆ ಶಂಕರ" ಎಂಬ ಸಾಲು ಜಿಜ್ಞಾಸೆಗೆ ಹಚ್ಚಿತು.

ಪ್ರವಚನ, ಭಜನೆಗಳ ಮೂಲಕ ಸಮಾಜದ ಓರೆಕೋರೆಗಳನ್ನು ತಿದ್ದಿ ಎಲ್ಲರೂ ಒಂದೇ ಎಂಬ ಸಮ ಸಮಾಜದ ಚಿಂತನೆಯ ಹರಿಕಾರರಾದ ಇಬ್ರಾಹಿಂ ಸುತಾರ (ಸುತಾರ=ಬಡಿಗತನ) ಅವರು ಸಮಾಜವನ್ನು ತಿದ್ದುವ ಕಾರ್ಯವನ್ನು ಸಹ ಆ ಬಡಿಗ ತನದಲ್ಲೇ ಮಾಡಿ, ಜನರಲ್ಲಿ ಏಕತ್ವವನ್ನು ಮೂಡಿಸಿದವರು.

೧೯೭೦ರಲ್ಲಿ ಶ್ರೀ ಗುರು ಸಾಧು ನಿರಂಜನಾವಧೂತರು ಭಾವೈಕ್ಯ ಸಂಗೀತ ಮೇಳ ಸ್ಥಾಪಿಸಿದ ಇಬ್ರಾಹಿಂ ಅವರ ಮನೆಯ ಹೆಸರೂ ಅವರು ಬದುಕಿದ ಜೀವನವಿಧಾನ 'ಭಾವೈಕ್ಯ'ವೇ ಆಗಿದ್ದು ವಿಶೇಷ. ಸಂವಾದ ಚರ್ಚೆಗಳಲ್ಲಿ ಪಾರಮಾರ್ಥಿಕ ವಿಷಯಗಳು, ಅಧ್ಯಾತ್ಮಿಕ ಪರಂಪರೆಗಳು ಎಲ್ಲ ಧರ್ಮಗಳ ಸಾರಗಳನ್ನು ಅಧ್ಯಯನದ ದೃಷ್ಟಿಯಿಂದ ಒಗ್ಗೂಡಿಸುತ್ತಿದ್ದವರು ಇಬ್ರಾಹಿಂ ಸುತಾರ ಅವರಿಗೆ ಭಜನೆ, ಸಂಗೀತ ಮಾನವೀಯ ಮೌಲ್ಯಗಳ ಜಾತ್ಯತೀತ ಭಾರತ, ಭಾರತೀಯತ್ತ್ವವನ್ನು ಹಂಚುವ ಸಾಧನವಾಗಿ ಕಂಡಿತ್ತು.

ಪಂಚಭೂತಗಳಿಂದ ಆದ ಈ ದೇಹ ಕರ್ಮಾನುಸಾರಿ, ಈ ಶರೀರ ವೈಯಕ್ತಿಕವಾಗಿ ಒಬ್ಬರ ಸ್ವತ್ತಲ್ಲ, ಈ ಕಾಯದಲ್ಲಿ ನಾನು, ನನ್ನದು ಎನ್ನುವುದಕ್ಕೆ ಜಾಗ ಇಲ್ಲ, ಬ್ರಹ್ಮಾನುಸಂಧಾನ, ಆತ್ಮಾನುಸಂಧಾನ ಆದಾಗ ಮಾತ್ರ ಶರೀರದ ಘನತೆ ಗೌರವಗಳನ್ನು ಕಾಪಾಡಿ ಕೊಂಡು ಬರಲು ಸಾಧ್ಯ ಎಂದು ಬೋಧಿಸುತ್ತಾ ಕುರಾನ್, ಬೈಬಲ್, ರಾಮಾಯಣ, ಮಹಾಭಾರತ ಪುರಾಣಗಳಲ್ಲಿನ ಸತ್ತ್ವಗಳೆಲ್ಲ ಮನುಷ್ಯ ಲೋಕಕ್ಕೆ ಪೂರಕವಾಗಿದೆ ಎಂದು ಸ್ಥಿರೀಕರಿಸಿದ ದಾರ್ಶನಿಕ ಸಂತ ಇಬ್ರಾಹಿಂ ಸುತಾರ ಅವರು ಕೇವಲ ಭಾಷಣ ಉಪನ್ಯಾಸ ಬೋಧೆಗಳನ್ನು ಮಾಡಿ ಸುಮ್ಮನೆ ತಟಸ್ಥವಾಗಿ ಕುಳಿತವರಲ್ಲ. ತಮ್ಮ ಭಜನಾ

ಮಂಡಳಿಯ ಮೂಲಕ ಇಬ್ರಾಹಿಂ ಸುತಾರ ಅವರು ಮಾಡಿದ ಸಮಾಜಪರ ಹಾಗೂ ಮಾನವೀಯ ಕಳಕಳಿಯ ಸೇವಾಕಾರ್ಯಗಳು ನಮ್ಮಲ್ಲಿ ಅವರ ಬಗ್ಗೆ ಅಭಿಮಾನ ಮತ್ತು ಪುನೀತ ಭಾವವನ್ನು ಇನ್ನಷ್ಟು ಹೆಚ್ಚು ಮಾಡುತ್ತದೆ.

ಯೋಗಾಸನದ ಶಿಬಿರಗಳನ್ನು ಏರ್ಪಡಿಸಿ, ಕುಡಿಯುವ ನೀರಿನ ಟ್ಯಾಂಕ್, ಬೋರ್ ವೆಲ್ ನಿರ್ಮಾಣ, ಶಾಲಾಕೊಠಡಿಗಳ ನಿರ್ಮಾಣಗಳಲ್ಲಿ ತೊಡಗಿಸಿ ಕೊಂಡ ಸುತಾರ ಅವರು ಮಾಡಿದ ಸಮಾಜೋದ್ಧಾರದ ಕಾಯಕ ಎಣೆಯಿಲ್ಲದ್ದು.

ಪರಮಾರ್ಥ ಲಹರಿ, ಪರಮಾತ್ಮನ ಭಜಿಸು, ನಾವೆಲ್ಲರೂ ಭಾರತೀಯರು (ಕವನಸಂಕಲನ) ತತ್ತ್ವಜ್ಞಾನಕ್ಕೆ ಸರ್ವರೂ ಅಧಿಕಾರಿಗಳು, ಇಂಥ ಅನನ್ಯ ಕೃತಿಗಳ ಇಬ್ರಾಹಿಂ ಸುತಾರ ಅವರು ತನುಮನಧನವನ್ನರ್ಪಿಸಿದ ಕಾಯಕಸಂತ. ಬೇಧಭಾವರಹಿತ ಸಮಾಜದ ಮೂಲಕ ಮನಸ್ಸುಗಳನ್ನು ಶುಚಿಯಾಗಿಡಲು ಕನಸು ಕಂಡ ಇಬ್ರಾಹಿಂ ಸುತಾರ ಅವರು ಅವಿದ್ಯೆ ಎಲ್ಲ ಅಪಾಯಗಳಿಗೂ ಕಾರಣ, ಸಜ್ಜನಿಕೆ ಹೃದಯ ಆತ್ಮಮೂಲವಾದುದು ಅದೇ ಪರಮಾತ್ಮ ದೈವ ಸ್ವರೂಪೀ ಎಂದು ವ್ಯಾಖ್ಯಾನಿಸಿದ ಮಹಾಪುರುಷರು.

ಕೇಂದ್ರ ಸರ್ಕಾರವು ಇಬ್ರಾಹಿಂ ಸುತಾರರಿಗೆ ಪದ್ಮಶ್ರೀ ಪ್ರಶಸ್ತಿ ನೀಡಿ ಗೌರವಿಸಿದೆ. ಮಹಾರಾಷ್ಟ್ರ ಆಂಧ್ರ ಪ್ರದೇಶ ದೆಹಲಿ ಒರಿಸ್ಸಾ, ಗೋವಾ, ರಾಜಾಸ್ಥಾನಗಳಲ್ಲಿ ಪ್ರವಚನ, ಭಜನೆ, ಭಗವದ್ ಕಾಲಕ್ಷೇಪ, ಮಾಡಿ ಮಾನವ ಸಮಾಜದ ಸರ್ವ ಸೌಹಾರ್ದಕ್ಕೆ ಹೃನ್ಮನ ಪೂರ್ವಕವಾಗಿ ಶ್ರಮಿಸಿದವರು.

ಕರ್ನಾಟಕದ ಕಬೀರ ಎಂದು ಖ್ಯಾತರಾದ ಕರುನಾಡಿನ ಮಾನವತೆಯ ಮಹಾಮೇರು ತಮ್ಮ ೮೨ನೇ ವಯಸ್ಸಿನಲ್ಲಿ ೨೦೨೨ರಲ್ಲಿ ಕಣ್ಮರೆಯಾದರೂ ಅವರು ಸರ್ವಧರ್ಮದ ಸಾರದ ಸಮಾಹಿತ ಜಗತ್ತಿನ ತೋರು ದೀಪವಾಗಿ ಎಂದೆಂದಿಗೂ ಅಜರಾಮರ.

೫೯

ಅನನ್ಯ ಕಲಾಸಾಧಕ

ಸೈಯದ್ ಸಲಾವುದ್ದೀನ್ ಪಾಷಾ

ತೆಲುಗಿನ ಸಾಗರ ಸಂಗಮಂನಲ್ಲಿ ವೇದಂ ಅಣುಅಣುವುಲ ನಾದಂ ಎಂಬ ಹಾಡಿದೆ. ಅದರಲ್ಲಿ ಭರತಮ್ಮೆನ ನಾಟ್ಯಂ ಬ್ರದುಕು ನಿತ್ಯ ನೃತ್ಯಂ... ಎಂಬ ಸೊಗಸಾದ ಸಾಲಿದೆ. ವೃತ್ತಿಬದುಕಿನಲ್ಲಿ ನೃತ್ಯವನ್ನು ವಿಶೇಷಚೇತನ ರಿಗಾಗಿ ಕಲಿಸುತ್ತಾ ತಮ್ಮ ಬಾಳನ್ನೇ ಇದಕ್ಕೆ ತೊಡಗಿಸಿಕೊಂಡಿರುವ ಸೈಯದ್ ಸಲಾವುದ್ದೀನ್ ಪಾಷಾ ಅವರ ಸಾಧನೆ ಖಂಡಿತವಾಗಿ ಅಮೂಲ್ಯ ವಾದುದು.

೧೯೬೮ರಲ್ಲಿ ಆನೇಕಲ್‌ನಲ್ಲಿ ಹುಟ್ಟಿದ ಮದ್ದು ಔಷಧಿ ತಯಾರಕರ ಕುಟುಂಬದ ಹುಡುಗ ನೃತ್ಯ ಕ್ಷೇತ್ರದಲ್ಲಿ ಮಾಡಿದ ಸಾಧನೆ ಅಮೋಘವಾದುದು. ನೃತ್ಯಕಲೆಯನ್ನು ವಿಶೇಷ ಚೇತನರಿಗೆ ಕಲಿಸಬೇಕೆಂಬ ಸೈಯದ್ ಸಲಾವುದ್ದೀನ್ ಪಾಷಾ ಅವರ ಈ ಧ್ಯೇಯ ಬಹಳ ಸ್ತುತ್ಯರ್ಹ.

ಉರ್ದು ಮನೆಮಾತಿನ ಸೈಯದ್ ಸಲಾವುದ್ದೀನ್ ಪಾಷಾ ಅವರು ಇಂದು ಪ್ರಸಿದ್ಧ ನಾಟ್ಯಗುರು ಹಾಗೂ ನೃತ್ಯಪಟು. ಭರತನಾಟ್ಯ, ಕಥಕ್ಕಳಿ ಪಾಷಾ ಅವರ ಮನಸ್ಸನ್ನು ಸೆಳೆದ ನೃತ್ಯಪ್ರಕಾರಗಳು. ಸಂಗೀತ-ನೃತ್ಯಗಳು ಮಾನವ ಸಂಬಂಧಗಳನ್ನು ಉಳಿಸುತ್ತದೆಂಬ ಆತ್ಮವಿಶ್ವಾಸವನ್ನು ಹೊಂದಿ ಪಾಷಾ ಅವರು ವಿದೂಷಿ ಶ್ರೀಮತಿ ಟಿ.ಎಸ್. ರಮಾಮಣಿ

ಅವರ ಬಳಿ ಶಾಸ್ತ್ರೀಯ ಸಂಗೀತವನ್ನು ಅಭ್ಯಾಸ ಮಾಡಿದರು. ಎಳೆಯ ವಯಸ್ಸಿನಲ್ಲೇ ಪಾಷಾ ಅವರು ಸಂಸ್ಕೃತ ನಾಟಕಗಳಲ್ಲಿ ಅಭಿನಯಿಸಿ ಸೈ ಎನ್ನಿಸಿಕೊಂಡರು. ನಂತರ ಕಿಟ್ಟಪ್ಪ ಪಿಳ್ಳೈ, , ಶ್ರೀಮತಿ ನರ್ಮದಾ, ಪದ್ಮಿನಿ ಅವರ ಹತ್ತಿರ ಕಥಕ್ಕಳಿಯನ್ನು ಕಲಿತರು. ವಿಶೇಷ ಚೇತನರಿಗೆ ಸಂಗೀತ–ನೃತ್ಯ ಹೆಚ್ಚು ತಲುಪಬೇಕೆಂಬ ಸದುದ್ದೇಶದಿಂದ ಪಾಷಾ ಅವರು ಲಾಭೇತರ ಸಂಸ್ಥೆಯನ್ನು ಸ್ಥಾಪಿಸಿದರು. ಈ ಮೂಲಕ ನೃತ್ಯ ತರಬೇತಿ, ಸಂಗೀತದ ತಾಲೀಮುಗಳನ್ನು ನೀಡಿ ಪ್ರತಿಭಾಶೋಧ ಕಾರ್ಯಕ್ರಮಗಳ ಆಯೋಜನೆ ಮಾಡಿರುವ ಪಾಷಾ ಅವರ ಕೊಡುಗೆ ಅಸಾಮಾನ್ಯ ವಾದುದು.

Ability unlimited ಎನ್ನುವ ಇವರ ಲಾಭೇತರ ಸಂಸ್ಥೆಯಲ್ಲಿ ನೃತ್ಯಕ್ಕೆ ಚಿಕಿತ್ಸಾ ಗುಣವಿದೆ ಎಂಬ ಅಂಶಗಳನ್ನು ಹೊಂದಿ ಅಭ್ಯಾಸ ಮಾಡಿಸಲಾಗುತ್ತದೆ. ವಿಶೇಷಚೇತನರಿಗಾಗಿಯೇ ವಿಶೇಷವಾಗಿ ಪಾಷಾ ಅವರು ಗಾಲಿಕುರ್ಚಿ ನೃತ್ಯ ಎಂಬ ವಿನೂತನ ಪರಿಕಲ್ಪನೆಯನ್ನು ರೂಪಿಸಿದರು. ಇದರ ಪರಿಣಾಮವಾಗಿ, ಇವರ ವಿದ್ಯಾರ್ಥಿಯಾದ ಗುಲ್ಶನ್ ಕುಮಾರ್ ಅವರು ೨೦೧೧ರಲ್ಲಿ ಒಂದು ನಿಮಿಷದಲ್ಲಿ ೬೩ ಸಲ ಗಾಲಿಕುರ್ಚಿಯನ್ನು ನೃತ್ಯಾತ್ಮಕವಾಗಿ ನರ್ತಿಸಿ ಗಿನ್ನಿಸ್ ವಿಶ್ವ ದಾಖಲೆ ಲಯನ್ನುಮಾಡಿದರು. ಹಾಗೆಯೇ ೧೦೮ ವಿಶೇಷ ಚೇತನರು ಗಾಲಿಕುರ್ಚಿ ಸಹಿತ ರಾಮಾಯಣ, ಯೋಗ, ಭಗವದ್ಗೀತೆ ಸಂಬಂಧಿತ ಪ್ರಸಂಗಗಳನೃತ್ಯ ಸಂಯೋಜನೆ, ಸೂಫಿ–ರುಮಿ ನೃತ್ಯಗಳ ಪ್ರದರ್ಶನ ಮಾಡಿಸಿ ಎಲ್ಲರ ಮೆಚ್ಚುಗೆಗೆ ಪಾತ್ರರಾದರು.

Miracles on Wheels ಎಂಬಸೃಜನಶೀಲ ಪರಿಕಲ್ಪನೆ ಯಡಿಯಲ್ಲಿ ಇದನ್ನು ಸಮರ್ಥವಾಗಿ ನಿರ್ವಹಿಸಿದ ಪಾಷಾ ಅವರು ಕುಸ್ತಿಯನ್ನು ೨೫೦ಕ್ಕೂ ಹೆಚ್ಚು ವಿಶೇಷ ಚೇತನರಿಗೆ ಕಲಿಸಿರುವುದು ಇವರ ಉದಾತ್ತಸಮಾಜ ಮುಖೀ ಚಿಂತನೆಯನ್ನು ಎತ್ತಿ ಹಿಡಿದಿದೆ. ಕರ್ನಾಟಕ ಸರ್ಕಾರದ ಗೌರವ, ಕರ್ಮವೀರಪುರಸ್ಕಾರ, ಎಸ್ಪೋ ಪುರಸ್ಕಾರ ಸಾಮಾಜಿಕ ನ್ಯಾಯ–ಸಬಲೀಕರಣದ ವಿಭಾಗದಲ್ಲಿ ಭಾರತದ ಕೇಂದ್ರ ಸರ್ಕಾರದಿಂದ ರಾಷ್ಟ್ರಪ್ರಶಸ್ತಿ ಪುರಸ್ಕೃತರೂ ಆದ ಸೈಯದ್ ಸಲಾವುದ್ದೀನ್ ಪಾಷಾ ಅವರು ಪರ್ವ ಚಿತ್ರದಲ್ಲಿ ವಿಷ್ಣುವರ್ಧನ್ ಅವರೊಂದಿಗೂ ಕೆಲಸ ಮಾಡಿದ್ದಾರೆ. ಇದಲ್ಲದೆ, ಬಿ.ವಿ. ಕಾರಂತ, ಎಂ.ಎಸ್. ಸತ್ಯು, ರಮೇಶ್ ಅರವಿಂದ್ ಜೊತೆಗೂ ಕೆಲಸ ಮಾಡಿರುವ ಸೈಯದ್ ಸಲಾವುದ್ದೀನ್ ಪಾಷಾ ಅವರ ಈ ಕಲಾ ಸೇವೆ ಅನುಪಮ ವಾದುದು.

೧೦,೦೦೦ಕ್ಕೂ ಹೆಚ್ಚು ವಿಶೇಷ ಚೇತನರಿಂದ ೧೦೦ಕ್ಕೂ ಹೆಚ್ಚು ಕಡೆ ನೃತ್ಯಶಾಲೆಗಳನ್ನು ಆರಂಭಿಸಲು ಪ್ರೋತ್ಸಾಹ ನೀಡಿ, ಲಿಮ್ಕಾ ಬುಕ್ ಆಫ್ ರೆಕಾರ್ಡ್ಸ್‌ನಲ್ಲಿ ದಾಖಲಾಗಿರುವ ಸೈಯದ್ ಸಲಾವುದ್ದೀನ್ ಪಾಷಾ ಅವರ ಈ ಸಾಧನೆ ಬೆಲೆ ಕಟ್ಟಲಾಗದ, ಕಟ್ಟಬಾರದ ಅನನ್ಯ ಛಾಪಿನ ಶ್ರದ್ಧಾವಂತ ಕಾರ್ಯ. ಅವರಿಗೆ ಪ್ರೀತಿಯ ಪ್ರಣಾಮಗಳು.

೬೦

ಕನ್ನಡ ಪ್ರಜ್ಞೆಯ ಸಾಧಕ ಸಾಹಿತಿ

ಪ್ರೊ. ಜಿ. ಅಬ್ದುಲ್ ಬಷೀರ್

ಕನ್ನಡ ಅಧ್ಯಯನ, ಅಧ್ಯಾಪನ, ಸಾಹಿತ್ಯದ ಮೂಲಕ ಕನ್ನಡದ ಅಕ್ಷರ ಲೋಕವನ್ನು ಬೆಳಗಿದ ವರು ಉರ್ದು ಮನೆ ಮಾತಿನ ಪ್ರೊ. ಜಿ. ಅಬ್ದುಲ್ ಬಷೀರ್.

ರಾಮನಗರ ಜಿಲ್ಲೆಯ ಕನಕಪುರ ತಾಲ್ಲೂಕು ಕೆಬ್ಬೆದೊಡ್ಡಿ ಗ್ರಾಮದ ಹಾರೋಹಳ್ಳಿ ಹೋಬಳಿಯ ರೈತಾಪಿ ಕುಟುಂಬದಲ್ಲಿ ೧೯೪೭ರಲ್ಲಿ ಹುಟ್ಟಿದ ಪ್ರೊ. ಜಿ. ಅಬ್ದುಲ್ ಬಷೀರ್ ಅವರ ಕನ್ನಡ ಸಾಹಿತ್ಯಸೃಷ್ಟಿ ಬಹುಮುಖಿ ಮತ್ತು ಬಹುವ್ಯಾಪ್ತ. ಹಾರೋಹಳ್ಳಿಯಲ್ಲಿ ಪ್ರಾಥಮಿಕ, ಮಾಧ್ಯಮಿಕ, ಪ್ರೌಢಶಾಲಾ ಶಿಕ್ಷಣ ಮುಗಿಸಿ, ಪದವಿ ಪೂರ್ವ ವ್ಯಾಸಂಗವನ್ನು ಆಚಾರ್ಯ ಪಾಠಶಾಲೆಯಲ್ಲಿ ಮಾಡಿದ ಬಷೀರ್ ಅವರು ಬಿ.ಎ. ಕನ್ನಡ ಸ್ನಾತಕೋತ್ತರ ಪದವಿಯನ್ನು ಓದುವಾಗ ರಾಜರತ್ನಂ, ಶಿವರುದ್ರಪ್ಪ, ರಂ.ಶ್ರೀ ಮುಗಳಿ, ಲಕ್ಷ್ಮೀನಾರಾಯಣ ಭಟ್ಟ, ಎಸ್.ಆರ್. ಮಳಗಿ, ಎಂ.ವಿ.ಸೀ., ಹಂಪನಾ, ಕಂಬಾರ, ಹೀಗೆ ಅನೇಕ ಖ್ಯಾತ ಗುರುಗಳ ಮೂಲಕ ಕನ್ನಡ ಸ್ನಾತಕೋತ್ತರ ಪದವಿಯನ್ನು ಪಡೆದರು. ತಾವು ವ್ಯಾಸಂಗ ಮಾಡಿದ

ವಿದ್ಯಾಸಂಸ್ಥೆಯಾದ ಆಚಾರ್ಯ ಪಾಠಶಾಲಾ ಕಾಲೇಜಿನಲ್ಲೇ ಕನ್ನಡ ಉಪನ್ಯಾಸಕರಾಗಿ, ಪ್ರೊಫೆಸರ್ ಆಗಿ, ೧೯೭೨ರಿಂದ ೨೦೦೫ರವರೆಗೆ ೩೩ ವರ್ಷ ಸುದೀರ್ಘವಾಗಿ ಕರ್ತವ್ಯ ಸಲ್ಲಿಸಿರುವ ಇವರು ವಿಶೇಷ ಮನವಿಯ ಮೇರೆಗೆ ವಿಜಯ ಹಾಗೂ ವಾಸವಿ ಸಂಜೆ ಪದವಿ ಕಾಲೇಜುಗಳಲ್ಲಿ ೮ ವರ್ಷ ಕನ್ನಡ ಬೋಧನೆ ಮಾಡಿದರು. ಕೆ.ಎ.ಎಸ್., ಐ.ಎ.ಎಸ್. ವಿದ್ಯಾರ್ಥಿಗಳಿಗೆ ಕನ್ನಡ ಉಪನ್ಯಾಸ, ಕರ್ನಾಟಕದಲ್ಲಿ ನೆಲೆಸಿರುವ ಅನ್ಯಮಾತೃ ಭಾಷಾ ವೃತ್ತಿನಿರತ ವಿದ್ಯಾರ್ಥಿಗಳಿಗೆ ೩೦ ವರ್ಷ ಕನ್ನಡ ಕಲಿಕೆ, ಸರ್ಟಿಫಿಕೇಟ್ ಕೋರ್ಸ್ ಬೋಧನೆಯನ್ನು ಮಾಡಿರುವ ಅಬ್ದುಲ್ ಬಷೀರ್ ಅವರ ಕನ್ನಡ ನಿಷ್ಠೆ, ಶ್ರದ್ಧೆ ಅಚ್ಚಳಿಯದ ಹೆಸರು ಹಾಗೂ ತೃಪ್ತಿಯನ್ನು ತಂದಿತ್ತಿದೆ.

ಕನ್ನಡ ಸಾಹಿತ್ಯ ಪರಿಷತ್ತಿನ ಪರಿಷತ್ಪತ್ರಿಕೆಯ ಸಂಪಾದಕರಾಗಿ ೮ ವರ್ಷ ದುಡಿದಿರುವ ಅಬ್ದುಲ್ ಬಷೀರ್ ಅವರ ಕನ್ನಡದ ಮನಸ್ಸು ಇತ್ಯಾತ್ಮಕ ಗುಣವನ್ನು ಹೊಂದಿದೆ. ಕನ್ನಡ ನಾಡುನುಡಿ, ಸಾಹಿತ್ಯ, ಸಂಸ್ಕೃತಿಗಳಲ್ಲಿ ಇವರ ಕಾರ್ಯ ಅಗಾಧ. ಸಾಹಿತಿಯಾಗಿ ಪ್ರೊ. ಅಬ್ದುಲ್ ಬಷೀರ್. ಇವರ ಸಾಹಿತ್ಯ ಸೃಷ್ಟಿಯು ಸಾಮಾಜಿಕ, ಸಾಂಸ್ಕೃತಿಕ ಹಾಗೂ ಸಾಹಿತ್ಯದ ವಿಭಿನ್ನ ಜವಾಬ್ದಾರಿಗಳನ್ನುಹೊತ್ತಿದೆ.

ಶರಣ ಸಾಹಿತ್ಯ ಚಿಂತನ, ವಿವೇಕ, ವಾಙ್ಮಯ ವಿಹಾರ, ವಚನ ವಾಙ್ಮಯ ವಿಹಾರ, ಹರಿದಾಸ ಸಾಹಿತ್ಯ, ಸಾಮಾಜಿಕ ಚಿಂತನೆಗಳು, ಬಸವಣ್ಣ ಮತ್ತು ಮೊಹಮ್ಮದ್ ಪೈಗಂಬರ್ ತೌಲನಿಕ ಅಧ್ಯಯನ, ಧರ್ಮ ಸಮನ್ವಯ, ಸಾಹಿತ್ಯ ವಿಮರ್ಶೆ, ಆಧುನಿಕ ವಚನ ಸಿರಿ, ನೆನಪಿನಂಗಳದ ಮಾತುಕತೆ ವಾಣಿಜ್ಯ ಕನ್ನಡ ಪರಿಚಯ, ಚಿಂತನ, ಕವಿ ಕಾವ್ಯ ಚಿಂತನ, ಭಾಷಣಗಳು ಮತ್ತು ಲೇಖನಗಳು, ಸಲ್ಲಾಪ, ಸೆರಗು ಕಣ್ಣೊತ್ತಿ ಅಳುತಾಳೆ, ನನ್ನ ಹಾಡು, ಹೀಗೆ ೬೦ಕ್ಕೂ ಅಧಿಕ ಕೃತಿಗಳನ್ನು ನಾಡಿಗೆ ಕನ್ನಡ ಸಾಹಿತ್ಯಲೋಕಕ್ಕೆ ನೀಡಿರುವ ಇವರುಈ ಕೃತಿಗಳ ಮೂಲಕ ಕನ್ನಡದ ಧಾರ್ಮಿಕ ಪರಂಪರೆಯನ್ನು ಎತ್ತಿ ಹಿಡಿಯುವ ಕೆಲಸ ಮಾಡಿದ್ದಾರೆ. ಬಷೀರ್ ಅವರು ಕನ್ನಡದ ವ್ಯಾಕರಣ ಪ್ರಪಂಚಕ್ಕೆ ಕೊಡಮಾಡಿದ ಅದ್ಭುತ ಕೃತಿ ಶಬ್ದಮಣಿದರ್ಪಣ ದೀಪಿಕೆ. ಅನೇಕ ಮರುಮುದ್ರಣಗಳನ್ನು ಕಂಡಿರುವ ಈ ಕೃತಿ ಇವರಿಗೆ ವೈಯಾಕರಣ ಜಗತ್ತಿನ ಬಗ್ಗೆ ಇರುವ ಪ್ರಬುದ್ಧ ಪಾಂಡಿತ್ಯಕ್ಕೆ ನಿದರ್ಶನ. ಕಾವ್ಯ ಮೀಮಾಂಸೆ ಮತ್ತು ಸಾಹಿತ್ಯ ವಿಮರ್ಶೆ ಕೃತಿ ಬೋಧಕ, ಸಾಹಿತ್ಯಾಸಕ್ತ ಸಂಶೋಧಕರಿಗೆ, ವಿದ್ಯಾರ್ಥಿಗಳಿಗೆ ಅಮೂಲ್ಯ ಕೈಪಿಡಿ. ಈ ಮೌಲಿಕ ಕೃತಿಯು ಎಂಟು ಮರುಮುದ್ರಣಗಳನ್ನು ಕಂಡಿದೆ.

ಕನ್ನಡ ಸಾಹಿತ್ಯ ಪರಿಷತ್ತಿನ ಸಂಸ್ಮರಣಾ ಸಂಚಿಕೆಗಳ ಪ್ರಕಟಣೆಗಳಲ್ಲೂ, ಸಕ್ರಿಯವಾಗಿ ತೊಡಗಿಸಿಕೊಂಡು ಅನೇಕ ಪಠ್ಯಪುಸ್ತಕ ರಚನಾ ಸಮಿತಿಗಳಲ್ಲಿ ಸದಸ್ಯರಾಗಿ ಕರ್ತವ್ಯ ನಿರ್ವಹಿಸಿದ್ದಾರೆ.

ಮೌಲಾನಾ ಅಬ್ದುಲ್ ಕಲಾಂ ಅಝಾದ್, ಹರಿದಾಸ ಬಡೇ ಸಾಹೇಬ್, ಶಿಕ್ಷಣ ಶಿಲ್ಪಿ ಪ್ರೊ. ಎನ್. ಅನಂತಾಚಾರ್ ಇವರ ಜೀವನಚರಿತ್ರೆಗಳನ್ನು ರಚಿಸಿರುವ ಪ್ರೊ. ಅಬ್ದುಲ್ ಬಷೀರ್ ಅವರು ಈ ನಾಡಿನ ಪ್ರಮುಖ ಬರೆಹಗಾರರಾಗಿ ಮತ್ತು ಕನ್ನಡದ, ಕನ್ನಡ ಸಾಹಿತ್ಯದ ಬಗ್ಗೆ ಒಳನೋಟಗಳನ್ನು ಹೊಂದಿರುವ ಗಂಭೀರ ಕನ್ನಡ ಮನದ ಚಿಂತಕರೂ, ಶಿಕ್ಷಣತಜ್ಞರೂ ಹೌದು.

ಕನ್ನಡ ಭಾಷಾಪ್ರಪಂಚಕ್ಕೂ ಇವರ ದೇಣಿಗೆ ವಿಪುಲ. ಕನ್ನಡ ಪ್ರವೇಶ ಭಾರತಿ ಸಂಪುಟಗಳು, ಭಾಷೆ :ಕೆಲವು ವಿಚಾರಗಳು, ಕಡ್ಡಾಯ ಕನ್ನಡ, ಕನ್ನಡ ಕಲಿಯಿರಿ, ವ್ಯಾವಹಾರಿಕ ಕನ್ನಡ ಮಾತು, ಬರೆಹ ಕೃತಿಗಳ ಮುಖೇನ ಕನ್ನಡ ಭಾಷೆಗೆ ಅಮೋಘ ಕಾಣಿಕೆ ಸಲ್ಲಿಸಿರುವ ಇವರು ಕೃತಿಗಳ ಸಂಪಾದನೆ, ಜಾನಪದ, ಪ್ರಬಂಧ, ಕಾವ್ಯ, ಸಣ್ಣಕಥೆಗಳ ಸಂಪಾದನಾ ಕ್ಷೇತ್ರದಲ್ಲೂ ಸಾಕಷ್ಟು ಕೆಲಸ ಮಾಡಿದ್ದಾರೆ.

ಅಂತರ್ಮುಖಿ, ಇವರ ಕೃತಿಗಳ ಅವಲೋಕನದ ಹೊತ್ತಿಗೆ. ಇವರ ಜೀವನ ಮತ್ತು ಸಮಗ್ರಸಾಹಿತ್ಯ ಕುರಿತು ಬಸವರಾಜು ಅವರು ಸಂಶೋಧನೆಯನ್ನು ನಡೆಸಿ ಡಾಕ್ಟರೇಟ್ ಪದವಿಯನ್ನು ಪಡೆದಿದ್ದು, ಈ ಮಹಾಪ್ರಬಂಧ ಲೋಕಾರ್ಪಣೆಯಾಗಿದೆ. ವಿಜಯವಾಣಿ ದಿನಪತ್ರಿಕೆಯಲ್ಲಿ ಮೂಡಿಬಂದ ಧಾರ್ಮಿಕ-ವೈಚಾರಿಕ ಅಂಕಣ ಅಂತರಂಗ ಸಹ (೨೪೦ ಲೇಖನಗಳು) ಜನಪ್ರಿಯವಾಗಿ ಬಷೀರ್ ಅವರ ಕ್ಷಮತೆಗೆ ಸಾಕ್ಷಿ. ಇದು ಪ್ರಕಟವೂ ಆಗಿದೆ.

ಪ್ರಶಸ್ತಿ-ಪುರಸ್ಕಾರಗಳು

ಪ್ರೊ. ಅಬ್ದುಲ್ ಬಷೀರ್ ಅವರ ಸಾಹಿತ್ಯ ಕನ್ನಡ ಬೋಧನೆ, ಸೇವೆ ನಾಲ್ಕು ದಶಕಗಳಿಗೂ ಹೆಚ್ಚು ಕಾಲದ್ದು. ಇಂದಿಗೂ ಕನ್ನಡದ ಯಾವುದೇ ಕೆಲಸಕ್ಕೆ ಉಲ್ಲಾಸದಿಂದ ಅಣಿಯಾಗುವ ಇವರ ಸಾಹಿತ್ಯ, ಬೋಧನೆ, ಸೇವೆಗಳಿಗೆ ಅನೇಕ ಪ್ರತಿಷ್ಠಿತ ಪ್ರಶಸ್ತಿ ಪುರಸ್ಕಾರಗಳು ಸಂದಿವೆ.

ಬೆಂಗಳೂರು ಗ್ರಾಮಾಂತರ ಜಿಲ್ಲೆಯ ಕನಕಪುರ ತಾಲ್ಲೂಕಿನ ಮೂರನೆಯ ತಾಲ್ಲೂಕು ಕನ್ನಡ ಸಾಹಿತ್ಯ ಸಮ್ಮೇಳನದ ಅಧ್ಯಕ್ಷತೆ, ವಚನ ಸಾಹಿತ್ಯ ಸಮಾವೇಶ, ಕವಿಗೋಷ್ಠಿಯ ಸರ್ವಾಧ್ಯಕ್ಷತೆ. ಕರ್ನಾಟಕ ರಾಜ್ಯ ಸರ್ಕಾರದ ಉತ್ತಮ ಶಿಕ್ಷಕ ಪ್ರಶಸ್ತಿ, ಟಿ.ವಿ. ವೆಂಕಟಾಚಲ ಶಾಸ್ತ್ರೀ ವಿದ್ವತ್ ದತ್ತಿ ಪ್ರಶಸ್ತಿ, ಮಕ್ಕಳ ಸಾಹಿತ್ಯ ದತ್ತಿ ಪ್ರಶಸ್ತಿ, ವಚನ ವಾಙ್ಮಯ ವಿಹಾರ ಕೃತಿಗೆ ಪಿ. ಲಂಕೇಶ್ ಪುಸ್ತಕ ಪ್ರಶಸ್ತಿ, ಅನಿಕೇತನ, ಅಕಲಂಕ ಪ್ರಶಸ್ತಿಗಳಲ್ಲದೆ, ಕರ್ನಾಟಕ ಸಾಹಿತ್ಯ ಅಕಾಡೆಮಿ ಯಿಂದ ಸಾಹಿತ್ಯ ಶ್ರೀ ಪ್ರಶಸ್ತಿ, ಬೃಹತ್ ಬೆಂಗಳೂರು ಮಹಾ ನಗರ ಪಾಲಿಕೆಯ ನಾಡಪ್ರಭು ಕೆಂಪೇಗೌಡ ಪ್ರಶಸ್ತಿ, ಸಂಕ್ರಮಣ ಸಾಹಿತ್ಯ ಪುರಸ್ಕಾರ, ಸ್ವಾತಂತ್ರ್ಯಸುವರ್ಣ ಮಹೋತ್ಸವ ಸಾಹಿತ್ಯ ಪ್ರಶಸ್ತಿ, ಕಾವ್ಯಮೀಮಾಂಸೆ

ಮತ್ತು ಸಾಹಿತ್ಯ ವಿಮರ್ಶೆ ಕೃತಿಗೆ ಅಂಜುಮನ್ ತಾರೀಖಿಲ್ ಫಂಕರಾನ್ ಎ ಉರ್ದು ಸಂಸ್ಥೆಯಿಂದ ೨೦೦೦ನೇ ಇಸವಿಯ ವರ್ಷದ ಶ್ರೇಷ್ಠ ಕೃತಿಯ ಪುರಸ್ಕಾರ, ಜಿ. ನಾರಾಯಣ ಕುಮಾರ್ ಅವರ ಸ್ಮರಣಾರ್ಥದ ಜಿನಾಕು ಪ್ರಶಸ್ತಿ ಕುವೆಂಪು ಕನ್ನಡ ಪ್ರಶಸ್ತಿ, ಕನ್ನಡ ಸೇವಾರತ್ನ, ಕನ್ನಡ ಅನುಷ್ಠಾನ ಮಂಡಳಿಯ ವತಿಯಿಂದ ಸನ್ಮಾನ ಹೀಗೆ ಬಿರುದುಗಳಿಂದ ಅಲಂಕೃತ ವಾದ ಅಬ್ದುಲ್ ಬಷೀರ್ ಅವರ ಸಾಹಿತ್ಯ ಸಹೃದಯ ಕನ್ನಡ ಜನಮನಕ್ಕೆ ರಸದೌತಣವನ್ನು ಉಣಿಸಿದೆ. ಹಸನ್ಮುಖರಾಗಿ ಯಾವುದೇ ಹಮ್ಮು ಬಿಮ್ಮುಗಳಿಲ್ಲದೆ, ನಗುನಗುತ್ತಾ, ಬರೆಯುವ ಸ್ನೇಹಜೀವಿ ಪ್ರೊ. ಅಬ್ದುಲ್ ಬಷೀರ್ ಕನ್ನಡ ನಾಡು-ನುಡಿಯ ಪ್ರಪಂಚದ ಸತ್ತ್ವಶಾಲೀ ಅಕ್ಷರಜೀವಿ.

ಭಾರತ ಸ್ವಾತಂತ್ರ್ಯ ಪಡೆದ ವರ್ಷ ಜನಿಸಿದ ಅಬ್ದುಲ್ ಬಷೀರ್ ಅವರಿಗೀಗ ೭೬ ವರ್ಷ. ಪ್ರಸ್ತುತ ಬೆಂಗಳೂರಿನ ಜಯನಗರದ ಬೈರಸಂದ್ರದಲ್ಲಿ ತಮ್ಮ ನಿವೃತ್ತ ಜೀವನವನ್ನು ಕಳೆಯುತ್ತಿದ್ದಾರೆ. ಕನ್ನಡ ನಾಡಿನ ಸಹೃದಯೀ ಮನಸ್ಸಿನ ಇವರ ಕನ್ನಡದ ಪರಿಶ್ರಮಶೀಲ ಮನೋಧರ್ಮ ಆದರ್ಶಪ್ರಾಯ. ಇವರ ಬದುಕು ಸದಾ ಹಸನಾಗಿರಲಿ.

೬೧

ಕನ್ನಡದ ಶಾಯರಿ ಸಾಮ್ರಾಟ

ಅಸಾದುಲ್ಲ ಬೇಗ್

ಹಾಸ್ಯ ಎಂದರೆ ಕೇವಲ ತಮಾಷೆಯಲ್ಲ ಅದಕ್ಕೆ ಅದರದ್ದೇ ಆದ ಘನತೆಯಿದೆ, ಆ ಗಾಂಭೀರ್ಯ ಹಾಗೂ ವಿನೋದ ಎರಡನ್ನೂ ಸಮವಾಗಿ ಬೆಸೆದವರಲ್ಲಿ ಅಸಾದುಲ್ಲ ಬೇಗ್ ಅವರ ಹೆಸರು ಬಹಳ ಮುಖ್ಯ. ಶಾಯರಿ ಸಾಮ್ರಾಟ್ ಎಂದೇ ಹೆಸರಾಗಿರುವ ಅಸಾದುಲ್ಲ ಬೇಗ್ ಅವರ ಹಾಸ್ಯಕ್ಕೆ ವಿಶೇಷವಾದ ಗುಣವಿದೆ. ಗಂಭೀರವಾದ ಸಂಗತಿಗಳನ್ನೂ ಮೃದುವಾಗಿ ಹಿತವಾಗಿ ಚಿಕ್ಕ ಚೊಕ್ಕ ಪದಗಳಲ್ಲಿ ಹಿಡಿದಿಡುವ ಕುಶಲತೆ ಮತ್ತು ಚೈತನ್ಯ ಬೇಗ್ ಅವರ ಶಾಯರಿಗಳ ತಾಕತ್ತು.

ಉರ್ದು ಮನೆಮಾತಿನ ಬೇಗ್ ಅವರು ಕನ್ನಡದ ಶಾಯರಿಗಳ ಮೂಲಕ ಕನ್ನಡದ ಭಾವಕೋಶಗಳನ್ನು ಹಿಗ್ಗಿಸಿ ಕನ್ನಡದ ನುಡಿಯ ಸೊಬಗನ್ನು ಹೆಚ್ಚಿಸಿದವರು. ಗಹನವಾದ ವಿಷಾದದ ಸಂಗತಿಗಳನ್ನೂ ಬೇಗ್ ಅವರ ಶಾಯರಿ ಮನೋಜ್ಞವಾಗಿ ಮುಟ್ಟಿಸುತ್ತದೆ.

"ಹೋಗುವವನು
ಏನನ್ನೂ ತೆಗೆದುಕೊಂಡು ಹೋಗುವುದಿಲ್ಲ
ಅನ್ನುವ ಮಾತು ಅಪ್ಪಟ ಸುಳ್ಳು
ನನ್ನ ಗೆಳೆಯ ಹೋಗುವಾಗ
ತನ್ನ ಮಡದಿಯ ಚೇತನ ಚೈತನ್ಯ
ಲವಲವಿಕೆಯ ನುಡಿ ಕತ್ತು ಹಣೆಮುಡಿ
ಎಲ್ಲ ಬರಿದಾಗಿಸಿಯೇ ಹೋದ."

ಇದು ಬೇಗ್ ಅವರ ಶಾಯರಿಯ ಸಾಮರ್ಥ್ಯ. ವೈಧವ್ಯದ ದುಃಖ ದುಮ್ಮಾನಗಳನ್ನೂ ಅದುಮಿಡದೆ ತೆರೆದಿಡುವ ಪರಿ ಬೇಗ್ ಅವರಿಗೆ ಬಹಳ ಸರಾಗ. ಹಾಸ್ಯವೆಂದರೆ ಅದಕ್ಕೆ ಕಾರಂಜಿಯಂತೆ ಚಿಮ್ಮುವ ಮನೋಗುಣವಿದೆ ಎನ್ನುವುದನ್ನು ಅರಿತು ಅದರಂತೆ ಬರೆಯುವ ವರಲ್ಲೊಬ್ಬರು ಬೇಗ್.

ಪ್ರೇಮ–ಅಗಲಿಕೆ, ವಿರಹ ಸನಿಹಗಳೂ ಅವರ ಶಾಯರಿಗಳಲ್ಲಿ ಆಪ್ತವಾಗಿ ಹೃದಯಸ್ಥವಾಗುತ್ತವೆ.

ಹೊಳೆ ದಂಡೆಯ ಮೇಲೆ ನಿಂತು
ಜಿಗಿದು ಸಾಯುವ ಮುನ್ನ
ನಾನವಳ ನೆನೆದೆ
ಬಣ್ಣ ಬಣ್ಣದ ಸೀರೆಯುಟ್ಟು
ಉದ್ದನೆಯ ಜಡೆಹೆಣೆದು ಹೂಮುಡಿವ ಸಣ್ಣದೊಂದು
ಬೊಟ್ಟನಿಡುವ ಅವಳ ಹಣೆ
ಬರಿದಾಗಿಸುವ ಹೊಣೆ ನನ್ನದಾಗುವುದೆಂದು ನೆನೆದು
ನಾ ಮತ್ತೆ ಮನೆಗೆ ಮರಳಿದೆ
ನನ್ನ ಹೆಣಕೂ ಅವಳ ಶಾಪ
ಬೇಡವೆನಿಸಿದೆ.

ಶಾಯರಿಗಳ ಕೊನೆಯ ಸಾಲು ಗರ್ಭೀಕರಿಸಿಕೊಳ್ಳುವ ಇಡೀ ಸಾರವನ್ನು ಅಷ್ಟೇ ಸೊಗಸಾಗಿ ಮೂಡಿಸುವಲ್ಲಿ ಅಸಾದುಲ್ಲ ಬೇಗ್ ಅವರು ಅಸಾಧ್ಯರು. ಪ್ರಿಯತಮನ ಸಾವು ಪ್ರಿಯೆಯ ಹಣೆಯನ್ನು ಬರಿದಾಗಿಸುವ ಕೆಡುಕು, ಈತ ಹೆಣವಾದಾಗ ಅವಳ ರೋದನೆಯ ಶಾಪ ತಟ್ಟದಿರಲಿ ಎಂಬಲ್ಲಿ ವಾಹ್ ಎಂಬ ಮೆಚ್ಚುಗೆ ಉಂಟಾಗ ಲೇಬೇಕು, ಕೊನೆಯ ಸಾಲುಗಳಲ್ಲಿ ಪಂಚ್ ನೀಡಿ ಗೆಲ್ಲುವ ಶಹಭಾಷ್ ಪಡೆಯುವ ಕವಿಗಳಿಗಿಂತ ಬೇಗ್ ಅವರು ವಿಭಿನ್ನರಾಗುವುದು ಹೀಗೆ. ಉರ್ದು ಮನೆಯ ಭಾಷೆಯಾದರೂ ಕನ್ನಡಕ್ಕಾಗಿ, ಕನ್ನಡದಲ್ಲೇ

ನುಡಿದು ಮಿಡಿಯುತ್ತಿರುವ ಸಹಜ ನುಡಿಪ್ರೀತಿಯ ಕನ್ನಡಾಭಿಮಾನಿ ಬೇಗ್ ಅವರ ಕನ್ನಡ ನುಡಿಯ ಬಗೆಗಿನ ಪ್ರೇಮ ಮನಃಪೂರ್ವಕವಾದುದು.

ಸತ್ತು ಸತ್ತು ಬದುಕುವುದರಲ್ಲೇ
ಬದುಕಿನ ನಿಜವಾದ ಅರ್ಥ ಅಡಗಿದೆಯಂತೆ ನನ್ನ ನೀನು
ಅದೆಷ್ಟು ಬಾರಿ ಬೇಕಾದರೂ ಸಾಯಿಸು ಮತ್ತೆ ಮತ್ತೆ ನನ್ನನ್ನೇ
ನಿನ್ನ ಮಗನಾಗಿ ಆರಿಸು ಕನ್ನಡಾಂಬೆ.

ಇದು ಅಸಾದುಲ್ಲ ಬೇಗ್ ಅವರ ವಿಶಿಷ್ಟತೆ. ಮೇಲ್ನೋಟಕ್ಕೆ ಸಾವಿನ ಹೊದಿಕೆ ಹೊತ್ತ ಶಾಯರಿ ಆ ಸಾವಿನ ಹಿಂದಿನ ಅಭಿಮಾನ ಕನ್ನಡಮಾತೆಯ ಕುರಿತಾದ ಅಚ್ಚ ಒಲವು ಎಂದು ಸ್ಪಷ್ಟವಾದಾಗ ಸ್ವಚ್ಛ ಅಭಿಮಾನ ಮೂಡುತ್ತದೆ. ಅಸಾದುಲ್ಲ ಬೇಗ್ ಅವರ ಸಾಮಾಜಿಕ–ಮಾನವೀಯ ಕಳಕಳಿ.

ಮೂಲತಃ ಶಿವಮೊಗ್ಗದವರಾದ ಅಸಾದುಲ್ಲ ಬೇಗ್ ಅವರು ಬಿ.ಕಾಮ್., ಎಲ್.ಎಲ್.ಬಿ. ಪದವೀಧರರು. ನಿವೃತ್ತ ಸ್ಟೇಟ್ ಬ್ಯಾಂಕ್ ಅಧಿಕಾರಿ. ಆದರೆ ಇವರ ಮನಸ್ಸು ಒಲಿದದ್ದು, ಉಲಿದದ್ದು ಕನ್ನಡದ ಶಾಯರಿ ಪ್ರಪಂಚದ ಹೊಸತನಕ್ಕೆ.

ಚಾರಣ ಇವರ ಬಹುಮುಖ್ಯ ಹವ್ಯಾಸಗಳಲ್ಲಿ ಒಂದು. ೪ ಸಲ ಹಿಮಾಲಯ ಪರ್ವತಶ್ರೇಣಿಗಳ ಪ್ರವಾಸ ಮಾಡಿರುವ ಬೇಗ್ ಅವರು ಯುವಜನ ಚಾರಣ ಸಮಿತಿಯ ಆಜೀವ ಸದಸ್ಯರಾಗಿ, ರಾಷ್ಟ್ರೀಯ ಮಂಡಳಿಯ ನಿರ್ದೇಶಕರಾಗಿ ಸೇವೆ ಸಲ್ಲಿಸಿದ್ದಾರೆ. ರಕ್ತದಾನ ಮಹಾದಾನ ಎನ್ನುವುದನ್ನು ತಮ್ಮ ಮೂಲಕವೇ ಸಾಧ್ಯ ಮಾಡಿರುವ ಅಸಾದುಲ್ಲ ಬೇಗ್ ಅವರು ಅನೇಕ ಸಲ ರಕ್ತದಾನ ಮಾಡಿ ಮಾನವೀಯತೆ ಜೀವಪರ ಮೌಲ್ಯಗಳ ಹೆಗ್ಗುರುತಾಗಿದ್ದಾರೆ. ರಕ್ತದಾನದ ಮಹತ್ತ್ವವನ್ನು ಎತ್ತಿ ಹಿಡಿದು ಜಾಗೃತಿ ಮೂಡಿಸುವ ಕಾರ್ಯದಲ್ಲಿ ತಮ್ಮನ್ನು ತೊಡಗಿಸಿ ಕೊಂಡರೂ ಇವರು ಪ್ರಚಾರ ಪ್ರಿಯರಲ್ಲ, ಮಾನವೀಯ ಅನುಕಂಪ, ಪ್ರಾಣದಾನದ ವಿವೇಕ ಇವರ ಮೂಲ ಧ್ಯೇಯೋದ್ದೇಶ.

ಸಾಮಾಜಿಕ ಕಳಕಳಿ ಆಸಕ್ತಿ ಸದಭಿರುಚಿ ಹಾಗೂ ಶಾಯರಿಗಳ ಮೂಲಕ ಕನ್ನಡ ಭಾಷೆಗೆ ಹುರುಪು ತುಂಬಿದ ಕವಿ ಬೇಗ್ ಅವರು ತಮ್ಮ ಕಾವ್ಯ ನಾಮವನ್ನು ರವಿ ಎಂದೂ, ಮುಗ್ಧ ಬೇಗ್ ಎಂದೂ ಬರೆದುಕೊಂಡಿದ್ದಾರೆ. ದಶಕ ದಶಕಗಳಿಂದ ಕನ್ನಡಕ್ಕೆ ಶಾಯರಿಗಳ ಮೂಲಕ ಹೊಸ ಲಯ ಭಾವಗಳನ್ನು ಉಂಟು ಮಾಡಿರುವ ಈ ಕವಿಗೆ ಅರ್ಹವಾಗಿಯೇ ಶಾಯರಿ ಸಾಮ್ರಾಟ್, ಸಾವಿರ ಶಾಯರಿ ಸರದಾರ, ಹಾಸ್ಯ ಶ್ರೀ, ಸುವರ್ಣ ಕರ್ನಾಟಕ ಪ್ರಶಸ್ತಿ, ಕನ್ನಡದ ಮಿರ್ಝಾ ಗಾಲಿಬ್, ಮುಂತಾದ ಪುರಸ್ಕಾರಗಳು ಸಂದಿವೆ.

ಕನ್ನಡ ಶಾಯರಿ, ಬೇಗ್ ಶಾಯರಿಗಳು, ನೂರಾರು ರುಬಾಯಿಗಳು (ಉರ್ದು ಅನುವಾದ) ಅಸಾದುಲ್ಲ ಬೇಗ್ ಶಾಯರಿಗಳು–೧–೨ ಪುಸ್ತಕಗಳು ಪ್ರಕಟವಾಗಿವೆ. ನಾಡಿನಾದ್ಯಂತ ಮೆಚ್ಚುಗೆ ಗಳಿಸಿರುವ ಬೇಗ್ ಅವರ ಶಾಯರಿಗಳು ಮತ್ತು ಇವರ ಸಾಧನೆಗಳನ್ನು ಅನೇಕ ವಾಹಿನಿಗಳು ಪ್ರಸಾರಿಸಿವೆ.

ಬೆಂಗಳೂರಿನ ನಿಸರ್ಗ ಬಡಾವಣೆಯಲ್ಲಿ ಪತ್ನಿ ಶ್ರೀಮತಿ ಶಮೀಮ್ ಅಸದ್, ಮಕ್ಕಳಾದ ಅಬರಾರ್ ಬೇಗ್, ಅರ್ಷದ್ ಬೇಗ್ ಎಂಬ ಗಂಡು ಮಕ್ಕಳ ಜೊತೆಗೆ ಪುಟ್ಟ ಸಂಸಾರದ ಈ ಸಹೃದಯೀ ಕವಿ ಕನ್ನಡ ನೆಲದ ಹೆಮ್ಮೆ.

ಹವ್ಯಾಸ ಬದಲಿಸು
ಹಣೆಬರೆಹ ಬದಲಾದೀತು
ದೃಷ್ಟಿ ಬದಲಿಸಿ ನೋಡು
ದೃಶ್ಯವೇ ಬದಲಾದೀತು
ದೋಣಿ ಬದಲಿಸಬೇಕಿಲ್ಲ
ದಿಕ್ಕು ಬದಲಿಸಿದರೆ ಸಾಕು
ದಡ ಸಿಕ್ಕೀತು.

ಇಂತಹ ಅನನ್ಯ ಶಾಯರಿಗಳ ನಗೆಮೊಗದ ಸಂಭಾವಿತ ಅಸಾದುಲ್ಲ ಬೇಗ್ ಅವರು ನೂರುಕಾಲ ಬಾಳಲಿ, ಇವರಿಂದ ಕನ್ನಡದ ನುಡಿಸಂಪದ ಮತ್ತಷ್ಟು ಸಮೃದ್ಧಗೊಳ್ಳಲಿ ಎಂದು ಹಾರೈಸೋಣ.

೬೨

ಕನ್ನಡತನದ ಹೋರಾಟಗಾರ

ಸಮೀವುಲ್ಲಾ ಖಾನ್

ಬದುಕಿನುದ್ದಕ್ಕೂ ಕನ್ನಡಪರ ಚಟುವಟಿಕೆಗಳನ್ನು ಕ್ರಿಯಾಶೀಲವಾಗಿ ನಡೆಸಿಕೊಂಡು ಬರುತ್ತಿರುವ ಹೃದಯಸ್ಥ ಕನ್ನಡ ಪ್ರೇಮಿ ಸಮೀವುಲ್ಲಾ ಖಾನ್. ಉರ್ದು ಮನೆಮಾತಿನ ಸಮೀವುಲ್ಲಾ ಖಾನ್ ಅವರ ತಂದೆ ಸೈನಿಕರಾಗಿದ್ದವರು. ಹಿರಿಯ ಸಹೋದರ ರೆಹಮಾನ್ ಖಾನ್ ಕನ್ನಡದ ಪ್ರಮುಖ ಹೋರಾಟ ಗಾರರಲ್ಲಿ ಒಬ್ಬರು.

ರೆಹಮಾನ್ ಖಾನ್ ಅವರ ಉಪವಾಸ ಸತ್ಯಾಗ್ರಹದ ತೀವ್ರತೆಗೆ ಆಗಿನ ಸರ್ಕಾರವೇ ಬೆದರಿತ್ತು. ಇಂತಹ ಕೌಟುಂಬಿಕ ಹಿನ್ನೆಲೆಯುಳ್ಳ ಸಮೀವುಲ್ಲಾ ಖಾನ್ ಅವರು ಕನ್ನಡ ಕಲಿಕೆಗೆ ಸಂಬಂಧಿಸಿದ ಅನೇಕ ಕಾರ್ಯಕ್ರಮಗಳನ್ನು ಹಮ್ಮಿಕೊಂಡು ಶ್ರಮಿಸುತ್ತಿದ್ದಾರೆ. ಮಸೀದಿಯಲ್ಲಿ ಕನ್ನಡ ಕಲಿಕಾ ಕಾರ್ಯವನ್ನು ಆರಂಭಿಸಿದ ಇವರು ದೇಶದ ಸ್ವಾತಂತ್ರ್ಯ ದಿನವನ್ನೂ ಸಹ ಮಸೀದಿಯಲ್ಲಿ ನಡೆಸುತ್ತಾ ರಾಷ್ಟ್ರೀಯ ಪ್ರಜ್ಞೆ ಮೂಡಿಸುವ ಸಲುವಾಗಿ ದುಡಿಯುತ್ತಿದ್ದಾರೆ. ಮತ್ತಿಕೆರೆಯ ಮಸೀದಿಯ

ಪಕ್ಕದಲ್ಲಿ ಶಾಸಕರ ಪ್ರದೇಶಾಭಿವೃದ್ಧಿ ನಿಧಿಯ ಅಡಿಯಲ್ಲಿ ಶಾಶ್ವತ ಕನ್ನಡ ಕಲಿಕಾ ಕಟ್ಟಡವನ್ನು ನಿರ್ಮಿಸಿದ್ದಾರೆ.

ಮೂಲತಃ ಚನ್ನಪಟ್ಟಣ ದವರಾದರೂ ಬಹಳ ಹಿಂದೆಯೇ ಬೆಂಗಳೂರಿಗೆ ಬಂದು ನೆಲೆಸಿದ ಸಮೀವುಲ್ಲಾ ಖಾನ್ ಅವರ ಕನ್ನಡದ ಕೆಲಸಗಳು ಈಗಲೂ ಅಬಾಧಿತವಾಗಿ ನಡೆಯುತ್ತಿವೆ.

ಭೂಸೇನಾ ಇಲಾಖೆಯಲ್ಲಿ ಕನ್ನಡ ಸಂಘಟನೆಗಳಿಗೆ ಮಾನ್ಯತೆ ದೊರಕದಿದ್ದಾಗ ಹಠ ಬಿಡದೆ ಸಮೀವುಲ್ಲಾ ಖಾನ್ ಅವರು ಕವಿ ಸಿದ್ಧಯ್ಯ ಪುರಾಣಿಕರ ಜೊತೆಗೆ ಮಾತನಾಡಿ ಮುಂದೆ ಈ ಇಲಾಖೆಯಲ್ಲಿ ಕನ್ನಡಪರ ಸಂಘಟನೆಗಳು ಕಾರ್ಯ ನಿರ್ವಹಿಸುವಂತಾದುದು ಸಮೀವುಲ್ಲಾ ಅವರ ಮಹತ್ಸಾಧನೆಗಳಲ್ಲಿ ಒಂದು.

ಕರ್ನಾಟಕದಲ್ಲಿ ಬೇರೆ ನೆಲದವರ ಕಾರಣದಿಂದ ಈ ಭೂಸೇನಾ ಇಲಾಖೆಯಲ್ಲಿ ಸ್ಥಳೀಯರ ಅರ್ಹ ವಿದ್ಯಾರ್ಹತೆಗಳನ್ನು ಕಡೆಗಣಿಸಿ ಅವರಿಗೆ ಉದ್ಯೋಗಾವಕಾಶಗಳನ್ನು ನಿರಾಕರಿಸಿದ ಸಂದರ್ಭದಲ್ಲಿ ಸಮೀವುಲ್ಲಾ ಖಾನ್ ಅವರು ಇದರ ವಿರುದ್ಧ ಸೆಟೆದು ನಿಂತರು. ಸ್ಥಳೀಯರಿಗೆ, ಕನ್ನಡಿಗರಿಗೆ ಉದ್ಯೋಗಾವಕಾಶಗಳನ್ನು ನೀಡಲೇಬೇಕೆಂದು ಆಗ್ರಹಿಸಿ ಇವರು ಹೋರಾಟಗಳನ್ನು ಸಂಘಟಿಸಿದರು. ಸ್ವತಃ ಉರುಳುಸೇವೆ ಮಾಡಿ ಕನ್ನಡಿಗರಿಗಾಗಿ ಖಾನ್ ಅವರು ಹೋರಾಟ ಮಾಡಿದ ಧೀರರು.

ಮುಂದೆ ಈ ಹೋರಾಟ ಅಂದಿನ ಮುಖ್ಯಮಂತ್ರಿ ಎಸ್. ಎಂ. ಕೃಷ್ಣ ಅವರ ಗಮನಕ್ಕೆ ಬಂದು ಆಗಿನ ಕೇಂದ್ರ ರಕ್ಷಣಾ ಸಚಿವರಾಗಿದ್ದ ಜಾರ್ಜ್ ಫರ್ನಾಂಡೀಸ್ ಅವರ ಮೂಲಕ ಸ್ಥಳೀಯ ಕನ್ನಡಿಗರಿಗೆ ಉದ್ಯೋಗದಲ್ಲಿ ಆದ್ಯತೆ ಎಂಬುದನ್ನು ಭೂಸೇನೆಯ ಇಲಾಖೆ ಗಂಭೀರವಾಗಿ ಪರಿಗಣಿಸಿತು.

ರೈಲ್ವೆ ಇಲಾಖೆಗಳಲ್ಲಿ ಕನ್ನಡಿಗರಿಗೆ ಆಗುತ್ತಿದ್ದ ಅನ್ಯಾಯ, ಉದ್ಯೋಗ ವಂಚಿತ ನೋವಿಗೆ ಮಿಡಿದ ಸಮೀವುಲ್ಲಾ ಖಾನ್ ಅವರು ವರ್ಷಗಳ ಕಾಲ ಇದರ ವಿರುದ್ಧ ಬೆಂಗಳೂರು ಸೇರಿದಂತೆ ಅನೇಕ ಕಡೆ ಉಗ್ರ ಹೋರಾಟಗಳನ್ನು ಮಾಡಿ ಕೊಂಡು ಬಂದಿದ್ದಾರೆ. ಕಾವೇರಿ ನದಿ ನೀರು ಹಂಚಿಕೆಯ ವಿಚಾರದಲ್ಲೂ ಪ್ರತಿಭಟನೆಗಳಲ್ಲಿ ತೊಡಗಿ, ಈ ಹೋರಾಟಗಳಲ್ಲಿ ಭಾಗಿಯಾಗಿ ಇದಕ್ಕಾಗಿ ಹಲವಾರು ಮೊಕದ್ದಮೆಗಳು ದಾಖಲಾ ದರೂ ಸಮೀವುಲ್ಲಾ ಖಾನ್ ಅವರ ಕನ್ನಡ ಕನ್ನಡತನ ನೆಲ ಜಲದ ಹೋರಾಟ ಕುಂಠಿತವಾಗದೆ ಇಮ್ಮಡಿ ಯಾಯಿತು. ಯಾವುದಕ್ಕೂ ಬೆಚ್ಚದ ಮುಂದಿಟ್ಟ ಹೆಜ್ಜೆಯನ್ನು ಹಿಂದೆಗೆಯದ ಸಮೀವುಲ್ಲಾ ಖಾನ್ ಈ ಕಾರ್ಯಗಳಿಗೆ ತಮ್ಮ ಸ್ವಂತ ಖರ್ಚಿನಲ್ಲಿ ಲಕ್ಷಾಂತರ ರೂಪಾಯಿಗಳನ್ನು ಕನ್ನಡಕ್ಕಾಗಿ, ಕನ್ನಡದವರಿಗಾಗಿ ವಿನಿಯೋಗಿಸಿದ ನಿಸ್ವಾರ್ಥಿ. ಮಲ್ಲೇಶ್ವರದ ವಿಧಾನಸಭಾ ಕ್ಷೇತ್ರದ ಕನ್ನಡ ಸಾಹಿತ್ಯ ಪರಿಷತ್ತಿನ ಅಧ್ಯಕ್ಷರಾಗಿ,

ಘಟಕದ ಅಧ್ಯಕ್ಷರಾಗಿ ನೂರಾರು ಕನ್ನಡದ ಕಾರ್ಯಕ್ರಮಗಳನ್ನು ಹಮ್ಮಿಕೊಂಡು ಸಾಹಿತ್ಯ ಸಂಸ್ಕೃತಿ ಕಲೆಗಳ ಮೂಲಕ ತಮ್ಮ ಕನ್ನಡ ಪ್ರೀತಿಯನ್ನು ಹೊಮ್ಮಿಸಿರುವ ಸಮೀವುಲ್ಲಾ ಖಾನ್ ಅವರು ಕನ್ನಡ ಜೀವಿ.

ಕನ್ನಡತನವನ್ನೇ ಉಸಿರಾಗಿಸಿ ಕೊಂಡು ಜೀವಿಸುತ್ತಿರುವ ಅತ್ಯಂತ ಸಹೃದಯೀ ಮನಸ್ಸುಳ್ಳ ಸಮೀವುಲ್ಲಾ ಖಾನ್ ಅವರು ತಮ್ಮ ಜನ್ಮಸ್ಥಳವಾದ ಚನ್ನಪಟ್ಟಣದ ಕೋಡಂಹಳ್ಳಿಯಲ್ಲಿ ಉರ್ದು ಮಾಧ್ಯಮ ಶಾಲೆಗಳಿದ್ದರೂ ಕನ್ನಡ ಮಾಧ್ಯಮ ಶಾಲೆಯಲ್ಲೇ ಓದಿದ ಅಚ್ಚಗನ್ನಡದ ಪ್ರೇಮಿ. ಕೆಂಪೇಗೌಡಪ್ರಶಸ್ತಿ, ಕನ್ನಡ ಕ್ರಿಯಾ ಸಮಿತಿ ಪ್ರಶಸ್ತಿಗಳೂ ಸೇರಿದಂತೆ ಅನೇಕ ಅರ್ಹ ಗೌರವಗಳನ್ನು ಪಡೆದಿರುವ ಸಮೀವುಲ್ಲಾ ಖಾನ್ ಅವರ ಕನ್ನಡ ಸೇವೆ ಇಂದಿಗೂ ಮುಂದುವರೆಯುತ್ತಲೇ ಇದೆ. ಕನ್ನಡ ಪರ ಹೋರಾಟಗಳಲ್ಲಿ ಭಾಗವಹಿಸಿದಾಗ ಎದುರಾದ ಅನೇಕ ಸಂಕಷ್ಟಗಳನ್ನು ಸಹಿಸಿ ಅವೆಲ್ಲವನ್ನೂ ಗೆದ್ದಿರುವ ಅಪ್ರತಿಮ ಹೋರಾಟಗಾರ ಸಮೀವುಲ್ಲಾ ಖಾನ್ ಅವರು ಇದರಿಂದ ತಮ್ಮ ವೃತ್ತಿಗೆ ಅಡ್ಡಿ ಆತಂಕಗಳು ಎದುರಾದರೂ ಧೃತಿಗೆಟ್ಟವರಲ್ಲ. ಪ್ರಸ್ತುತ ಹಂಪಿ ವಿಶ್ವವಿದ್ಯಾಲಯದ ಸಿಂಡಿಕೇಟ್ ಸದಸ್ಯರಾಗಿರುವ ಸಮೀವುಲ್ಲಾ ಖಾನ್ ಅವರ ಕುಟುಂಬವೂ ಸಹ ಕನ್ನಡದ ಕುಟುಂಬವೇ ಆಗಿದೆ. ಯಾವುದೇ ಆಮಿಷ, ಪ್ರಚಾರ, ಪ್ರಲೋಭನೆಗಳಿಗೆ ಈಡು ಮಾಡಿಕೊಳ್ಳದೆ, ಕನ್ನಡಿಗರ ಏಳಿಗೆಗೆ ಮಾತ್ರ ಜೀವ–ಜೀವನವನ್ನು ಮುಡಿಪಾಗಿಟ್ಟು

ಇವರು ಸಾಗಿಸಿಕೊಂಡು ಬರುತ್ತಿರುವ ಕನ್ನಡದ ಬದುಕು, ಕನ್ನಡತ್ತ್ವದ ಬಾಳು ಎಲ್ಲ ಕನ್ನಡಿಗರಿಗೂ ಅಭಿಮಾನ ಉಕ್ಕಿಸುವ ಕನ್ನಡಿಯಾಗಬೇಕು. ಬೇಂದ್ರೆಯವರು ಹೇಳಿದಂತೆ

'ಕನ್ನಡವು ಕನ್ನಡವ ಕನ್ನಡಿಸುತಿರಬೇಕು' ಇಂಥ ಪ್ರಾಮಾಣಿಕ ಕನ್ನಡ ಜೀವಿಗಳಿಂದ ಸಾಧ್ಯವಾಗಿ ಸಾರ್ಥಕವಾಗುತ್ತಿದೆ.

೬೩

ಅದ್ವಿತೀಯ ರಾಷ್ಟ್ರಭಕ್ತ

ಕಾರ್ನಾಡ್ ಸದಾಶಿವರಾಯರು

ಹುಟ್ಟಿನಿಂದಲೇ ಶ್ರೀಮಂತರಾಗಿ ಐಷಾರಾಮೀ ಜೀವನವನ್ನು ಸಾಗಿಸುತ್ತಾ, ತಮ್ಮ ಪಾಡಿಗೆ ತಾವು ವೈಯಕ್ತಿಕ ಬಾಳನ್ನು ಆರಾಮವಾಗಿ ಕಳೆಯುವ ಎಲ್ಲಾ ಸೌಲಭ್ಯಗಳು ಇದ್ದಾಗ್ಯೂ, ಎಲ್ಲ ಸಂಪತ್ತನ್ನು ಭಾರತ ದೇಶದ, ಕರ್ನಾಟಕದ ಉದ್ಧಾರಕ್ಕಾಗಿ ಸಮರ್ಪಿಸಿದ ಅಪ್ರತಿಮ ಸ್ವಾತಂತ್ರ್ಯ ಹೋರಾಟಗಾರ ಕಾರ್ನಾಡ್ ಸದಾಶಿವರಾಯರು.

ಆಗರ್ಭ ಸಿರಿವಂತ ಕುಟುಂಬದ ಕೊಂಕಣಿ ಮನೆ ಮಾತಿನ ಪರಿವಾರದಲ್ಲಿ ೧೮೮೧ರಲ್ಲಿ ಮಂಗಳೂರಿನಲ್ಲಿ ಜನಿಸಿದ ಕಾರ್ನಾಡ್ ಸದಾಶಿವರಾವ್ ಅವರ ತಂದೆ ಕಾರ್ನಾಡ್ ರಾಮಚಂದ್ರರಾವ್ ಆಗಿನ ಕಾಲಕ್ಕೇ ಬಹಳ ಹೆಸರಾಂತ ವಕೀಲರು. ತಾಯಿ ರಾಧಾಬಾಯಿ ಸದ್ಗೃಹಸ್ಥೆ.

ಬಾಲ್ಯದಿಂದಲೇ ಬಹಳ ವಿಭಿನ್ನ ಹಾಗೂ ಸಾಮಾಜಿಕ ಕಳಕಳಿಯ ಮನಸ್ಥಿತಿ ಹೊಂದಿದ್ದ ಇವರಿಗೆ ಶ್ರೀಮಂತ–ಬಡವ ಎಂಬ ತಾರತಮ್ಯ ಭಾವನೆ ಇರಲೇ ಇಲ್ಲ. ತಮ್ಮ ಓರಗೆಯ ಹುಡುಗರೊಡನೆ ಆಟಪಾಟಗಳಲ್ಲಿ ತೊಡಗುವಾಗ ಎಂದೂ ಅವರಲ್ಲಿ ಈ ಮನೋಭಾವ ಮೂಡಲೇ ಇಲ್ಲ.

ಶಾಂತ ಸ್ವಭಾವದ ಮೆಲು ಮಾತಿನ ಸಹೃದಯೀ ಸದಾಶಿವ ರಾಯರು ತಾವು ಬೆಳೆದು ಬಂದ ಕುಟುಂಬದ ಮೂಲಕ ಈ ಸಂಸ್ಕಾರವನ್ನು ಹೊಂದಿ ಇದನ್ನು ಜೀವನದ ಉದ್ದಕ್ಕೂ ಪಾಲಿಸಿಕೊಂಡು ಬಂದರು.

ಶ್ರದ್ಧೆ, ಸಮಾಜಸೇವೆ, ಗ್ರಾಮೀಣೋದ್ಧಾರ, ಮಹಿಳಾ ಸಬಲೀಕರಣ, ಮಹಿಳಾ ಶಿಕ್ಷಣ, ಮೂಢನಂಬಿಕೆ-ಅನಿಷ್ಟ ಪಿಡುಗುಗಳ ವಿರುದ್ಧ ಕಡು ಹೋರಾಟಗಳಲ್ಲಿ ಮುಳುಗಿದ ರಾಯರಿಗೆ ಯಾವತ್ತಿಗೂ ತಮ್ಮ ವೈಯಕ್ತಿಕ ಜೀವನದ ಆಸೆ ಸ್ವಾರ್ಥಗಳು ಹತ್ತಿರವೂ ಸುಳಿಯಲಿಲ್ಲ. ತ್ಯಾಗ, ದೇಶಪ್ರೇಮ, ನಿಸ್ಪೃಹತೆ, ನಿಷ್ಪಕ್ಷಪಾತ ನಿಲುವುಗಳು, ಅಚಲವಾದ ಮೌಲ್ಯಗಳ ಪ್ರತಿಪಾದನೆಗಳೇ ಸದಾಶಿವ ರಾಯರ ಬದುಕಿನ ಬೀಜ ಮಂತ್ರಗಳಾದವು. ಭಾರತದ ರಾಷ್ಟ್ರಪಿತ ಎನ್ನಿಸಿದ ಗಾಂಧೀಜಿಯವರೇ ಸದಾಶಿವ ರಾಯರನ್ನು ದೇಶಭಕ್ತ ಎಂದು ಕೊಂಡಾಡಿದ್ದರು.

ಬ್ರಿಟಿಷ್ ಸಾಮ್ರಾಜ್ಯಶಾಹಿ ಆಳ್ವಿಕೆ ೧೯೧೯ರ ಜಲಿಯನ್ ವಾಲಾ ಬಾಗ್ ಹತ್ಯಾಕಾಂಡ, ರೌಲಟ್ ಕಾಯ್ದೆ ವಿರೋಧಿಸಿ ಕರ್ನಾಟಕದಲ್ಲಿ ಆಮರಣಾಂತ ಸತ್ಯಾಗ್ರಹ ನಡೆಸಿದ ಮೊದಲಿಗರು ಸದಾಶಿವ ರಾಯರು. ಕರ್ನಾಟಕದಲ್ಲಿ ಸ್ವಾತಂತ್ರ್ಯದ ಕಿಚ್ಚು ಏರಲು ಇವರ ಈ ಹೋರಾಟವೇ ನಾಂದಿ ಹಾಡಿತು. ಬಿಳಿಯ ಟೋಪಿ, ಸಾದಾ ಅಂಗಿ, ಬಿಳಿಯ ಪಂಚೆಧಾರಿ ಸದಾಶಿವರಾಯರು ಬಡವರ ಬಂಧುವಾಗಿ, ವಕೀಲರಾಗಿಯೂ ಹೆಸರುವಾಸಿಯಾಗಿದ್ದರು.

ಬಡವರ ನ್ಯಾಯಕ್ಕಾಗಿ ಅವರಿಂದ ಚಿಕ್ಕಾಸಿನ ವಕೀಲೀ ಶುಲ್ಕವನ್ನು ಪಡೆಯದೆ, ನೂರಾರು ಮೊಕದ್ದಮೆಗಳನ್ನು ಗೆಲ್ಲಿಸಿಕೊಟ್ಟಿದ್ದ ನ್ಯಾಯಪರ ವಕೀಲರಾದ ಇವರು ದೇವಸ್ಥಾನಗಳಲ್ಲಿ ಪ್ರಾಣಿಬಲಿಯನ್ನು ಕಟುವಾಗಿ ವಿರೋಧಿಸಿ ಪ್ರತಿಭಟಿಸಿದರು. ಆಂಗ್ಲರ ವಿರುದ್ಧ ಸರಣಿ ಧರಣಿಗಳನ್ನು ನಡೆಸಿ, ಸೆರೆವಾಸಕ್ಕೂ ತುತ್ತಾದರು. ವಿಧವಾ ಮಹಿಳೆಯರ ಪುನಶ್ಚೇತನ ಕಾರ್ಯಕ್ರಮ, ಸಮಾಜದ ಅನಿಷ್ಟ ಕಂದಾಚಾರಗಳ ನಿರ್ಮೂಲನಕ್ಕೆ ಲಕ್ಷಾಂತರ ರೂಪಾಯಿಗಳ ತಮ್ಮ ಸ್ವಯಾರ್ಜಿತ ಹಣವನ್ನು ನೀರಿನಂತೆ ವ್ಯಯಿಸಿದರು.

ಸ್ವಾತಂತ್ರ್ಯ ಹೋರಾಟದ ಸಂದರ್ಭದಲ್ಲಿ ಇವರ ಏಕಮಾತ್ರ ಪುತ್ರಿ ಅಕಾಲಿಕ ಮರಣಕ್ಕೆ ಈಡಾದಾಗ, ಗಾಂಧೀಜಿಯವರ ಆಶ್ರಮದಲ್ಲಿ ಕೆಲಕಾಲ ನೆಲೆಸಿ ನೋವನ್ನು ಶಮನ ಮಾಡಿಕೊಳ್ಳುತ್ತಿರುವಾಗ ಕರ್ನಾಟಕದಲ್ಲಿ ನೆರೆ ಹಾವಳಿ ಹೆಚ್ಚಾಗಿ ಜನರು ಪ್ರವಾಹ ಸಂಕಷ್ಟ ಎದುರಿಸುತ್ತಿರುವುದರ ವರ್ತಮಾನ ಕಿವಿಗೆ ಬಿದ್ದೊಡನೆ ಸದಾಶಿವರಾಯರು ಕ್ಷಣವೂ ಯೋಚಿಸದೆ ತಮ್ಮ ನಾಡಿನ ಜನರ ಜೀವ ಜೀವನ ರಕ್ಷಣೆಗೆ ಟೊಂಕ ಕಟ್ಟಿ ಅಲ್ಲೇ ಬಿಡಾರ ಹೂಡಿ ಬಹಳ ನೆರವು ನೀಡಿದ್ದರು.

ಸರ್ವಸಮಾನ ಸಮಾಜದ ಪಣ ತೊಟ್ಟಿದ್ದ ಸದಾಶಿವರಾಯರು ಹಿಂದುಳಿದ ವರ್ಗಗಳ ಜನರಿಂದಲೂ ದೇವಾಲಯ ಪ್ರವೇಶ ಸಾಧ್ಯವಾಗಬೇಕೆಂದು ಅಹರ್ನಿಶಿ ಹೋರಾಟಗಳಲ್ಲಿ ಭಾಗವಹಿಸಿದರು. ಇವರ ಮನೆಗೆ ಮಹಾತ್ಮಾ ಗಾಂಧಿ, ಕಸ್ತೂರಿಬಾ, ಜವಹರ ಲಾಲ್ ನೆಹರು, ಚಿತ್ತರಂಜನ್ ದಾಸ್, ಮೊದಲಾದ ಧುರೀಣರೆಲ್ಲ ಭೇಟಿ ಕೊಡುತ್ತಿದ್ದರು.

"ನಮಗೆ ಸ್ವಾತಂತ್ರ್ಯ ಹೋರಾಟದಲ್ಲಿ ಗಾಂಧೀಜಿ ಯವರೆಷ್ಟು ಸ್ಫೂರ್ತಿಯೋ ಅಷ್ಟೇ ಪ್ರಮಾಣದಲ್ಲಿ ಸದಾಶಿವರಾಯರೂ ಸಹ ಪ್ರೇರಕರು" ಎಂದು ಶಿವರಾಮ ಕಾರಂತರು ನುಡಿದಿದ್ದಾರೆ. ಜೀವಮಾನದ ಪೂರ್ತಿ ದೀನದಲಿತರ ಉದ್ಧಾರ, ಮಹಿಳಾಪರ ಸುಧಾರಣೆ, ಸಾಕ್ಷರತಾ ಜಾಗೃತಿ, ಗ್ರಾಮ ಭಾರತ, ಗ್ರಾಮೀಣಾಭಿವೃದ್ಧಿ, ಸಮಾಜಕಲ್ಯಾಣ ಕಾರ್ಯಗಳನ್ನು ಯಾವುದೇ ರೀತಿಯ ಪ್ರತಿಫಲಾಪೇಕ್ಷೆಯೂ ಇಲ್ಲದೆ ಒಟ್ಟು ಸ್ವಾಸ್ಥ್ಯ ಸುಂದರ ಸಮಾಜದ ಸಮಷ್ಟಿ ಶ್ರೇಯಸ್ಸಿಗೆ ದುಡಿದು, ದಣಿದ ಇವರು ಸಂಸಾರಕ್ಕಿಂತ ಲೋಕಹಿತ ಕಾರ್ಯಗಳಲ್ಲೇ ಸದಾ ವ್ಯಸ್ತರಾಗಿ, ದೇಶಸೇವೆ ಯೇ ಈಶಸೇವೆ ಎನ್ನುವುದನ್ನು ಅಕ್ಷರಶಃ ನಿಜ ಮಾಡಿದ ಮಹಾತ್ಮರು.

ಮತ್ತೊಬ್ಬ ಸಮಾಜಸೇವಕ ರಾಗಿದ್ದ ಕುದ್ಮಲ್ ರಂಗರಾವ್ ಅವರು ಸ್ಥಾಪಿಸಿದ್ದ ಡಿಪ್ರೆಸ್ಡ್ ಕ್ಲಾಸ್ ಮಿಷನ್ ಸಂಸ್ಥೆಯಲ್ಲಿ ರಂಗರಾಯರ ಸಮಾಜಹಿತ ಕಾರ್ಯಗಳಲ್ಲಿ ತಮ್ಮನ್ನು ತೊಡಗಿಸಿಕೊಂಡು, ಈ ಸಂಸ್ಥೆಯ ಕಾರ್ಯದರ್ಶಿಯಾಗಿ ಅನುಪಮ ಸೇವೆ ಸಲ್ಲಿಸಿದ ಸದಾಶಿವರಾಯರ ನಿಸ್ವಾರ್ಥ ಸೇವೆ ಅವರ್ಣನೀಯ ಮತ್ತು ಪದಗಳಿಗೆ ಮೀರಿದ ಕೃತಾರ್ಥ ಸಮಾಜ ಸೇವೆ. ನಿರಂತರ ಸತ್ಯಾಗ್ರಹ, ಸೆರೆವಾಸ ದಂಡಿ ಯಾತ್ರೆಯಲ್ಲಿ ಭಾಗವಹಿಸಿದ ಇವರು ಅನಾರೋಗ್ಯವನ್ನೂ ಲೆಕ್ಕಿಸದೆ ಹಗಲಿರುಳೂ ದೇಶಕ್ಕಾಗಿ, ಕರ್ನಾಟಕದ ಒಳಿತಿಗಾಗಿಯೇ ತಮ್ಮನ್ನು ಕಾಯಾವಾಚಾ ಮನಸಾ ಮುಡಿಪಾಗಿರಿಸಿ, ತನುಮನ ಧನಗಳನ್ನು ರಾಷ್ಟ್ರರಾಜ್ಯದ ಜನರ ಯೋಗಕ್ಷೇಮಕ್ಕಾಗಿ ವಿನಿಯೋಗಿಸಿದ ಮಹಾ ಮಾನವತಾವಾದಿ.

ಧನವಂತರಾಗಿ ನೋಟು ನಾಣ್ಯಗಳನ್ನು ಎಣಿಸಲಾರದಷ್ಟು ಶ್ರೀಮಂತರಾಗಿಯೂ ಸಹ ನಿರ್ವ್ಯಾಮೋಹಿಯಾಗಿ ಭೋಗ ಜೀವನವನ್ನು ಸಾಗಿಸದೆ, ಸಂಸಾರಿಯಾಗಿ ದ್ದೂ ಪರಿತ್ಯಕ್ತ ಸಂತನಂತೆ ಬಾಳು ಸವೆಸಿದ ಸದಾಶಿವರಾಯರು ಆರೋಗ್ಯವನ್ನು ನಿರ್ಲಕ್ಷಿಸಿದರು. ಇದರ ಪರಿಣಾಮವಾಗಿ ವಿಪರೀತ ಜ್ವರ, ಬಳಲಿಕೆ ಉಂಟಾಗಿ ೧೯೩೭ರ ಜನವರಿ ೯ರ ಶನಿವಾರ ೫೬ನೇ ವರ್ಷಕ್ಕೇ ಕಾರ್ನಾಡ್ ಸದಾಶಿವ ರಾಯರು ಮಹಾರಾಷ್ಟ್ರದಲ್ಲಿ ಅಸ್ತಂಗತರಾದರು.

ದಕ್ಷಿಣದ ಗಾಂಧೀಜಿ ಎಂದೇ ಖ್ಯಾತರಾಗಿದ್ದ ಇವರ ಹೆಸರಿನಲ್ಲಿ ಬೆಂಗಳೂರಿನಲ್ಲಿ ಸದಾಶಿವನಗರ ಎಂಬ ಪ್ರದೇಶವಿದೆ. ಸಿರಿವಂತರು ಹೆಚ್ಚಾಗಿ ನೆಲೆಸಿರುವ ಈ ಸದಾಶಿವನಗರದ ಹೆಸರು ಹೊತ್ತ ಕಾರ್ನಾಡ್ ಸದಾಶಿವ ರಾಯರ ಸಾಯುವ ಕಾಲಕ್ಕೆ ಅವರ ಶವದಹನಕ್ಕೂ ಹಣವಿರಲಿಲ್ಲ. ಏಕೆಂದರೆ ಸುಖದ ಸುಪ್ಪತ್ತಿಗೆಯಲ್ಲಿ ಬಾಳಬಹುದಾಗಿದ್ದ ಇವರು ತ್ಯಾಗ, ಮನುಷ್ಯತ್ವ, ಬಡವರಿಗಾಗಿ ಮಿಡಿಯುವ ಅಂತಃಕರಣಗಳ ಮೌಲ್ಯಗಳಿಂದ ಬಾಳುಸಾಗಿಸಿ ಅಜರಾಮರ ರಾದವರು. ಕಾರ್ನಾಡ್ ಸದಾಶಿವರಾಯರಂಥ ಜೀವ, ಸ್ಫೂರ್ತಿಯ ಸೆಲೆ ಬಹಳ ವಿರಳ. ಇಂಥವರ ಸ್ಮರಣೆ ನಮ್ಮ ನಾಡಿಗೂ ದೇಶಕ್ಕೂ ಸದಾ ಆದರ್ಶಪ್ರಾಯ.

೬೪

ಪ್ರಖರ ವೈಚಾರಿಕ ಪ್ರಜ್ಞೆಯ ಸಾಹಿತಿ

ಡಾ. ಗೌರೀಶ ಕಾಯ್ಕಿಣಿ

"ನಾಡು ನಮಗೇನು ಕೊಟ್ಟಿದೆ ಎನ್ನುವುದಕ್ಕಿಂತ ನಾಡಿಗೆ ನಾವೇನು ಕೊಟ್ಟಿದ್ದೇವೆ, ಕೊಡಬಲ್ಲೆವು ಎನ್ನುವುದು ಮುಖ್ಯ" ಎಂದು ಅಮೇರಿಕದ ಮಾಜಿ ಅಧ್ಯಕ್ಷ ಜಾನ್ ಎಫ್. ಕೆನಡಿಯವರು ಹೇಳಿರುವ ಮಾತು ಬಹಳ ಅರ್ಥಪೂರ್ಣವಾದುದು.

ತಮ್ಮ ೯೧ ವರ್ಷಗಳ ತುಂಬು ಬಾಳು ಹಾಗೂ ಮಾನವೀಯ ಸಮಾಜದ ಚಿಂತನೆಗಳಿಂದ ಕನ್ನಡನಾಡಿನಲ್ಲಿ ಹೆಸರಾದವರು ಡಾ. ಗೌರೀಶ ಕಾಯ್ಕಿಣಿ. ಸದ್ದು ಮಾಡದೆ ತಮ್ಮ ಪಾಡಿಗೆ ತಾವು ಸಾಹಿತ್ಯ ರಚನೆ, ಮನುಷ್ಯ ಸಹಸಂಬಂಧಗಳ ಕಾಳಜಿಯತ್ತ ಚಿತ್ತ ನೆಟ್ಟ ಗೌರೀಶ ಕಾಯ್ಕಿಣಿಯವರು ಬದುಕು ಬರೆಹ ಎರಡೂ ದೃಷ್ಟಿಯಿಂದ ಗೌರವಯುತವಾದ ಮೌಲ್ಯಗಳಿಗೆ ಆತುಕೊಂಡು ಬದುಕಿದ ಶುದ್ಧಜೀವಿ. ಶಾಂತಾ ಇವರ ಪತ್ನಿ. ಪ್ರಖ್ಯಾತ ಲೇಖಕ ಸಾಹಿತಿ ಜಯಂತ ಕಾಯ್ಕಿಣಿ ಇವರ ಏಕೈಕ ಪುತ್ರ. ಉತ್ತರ ಕನ್ನಡ ಜಿಲ್ಲೆಯ ಪುಣ್ಯಕ್ಷೇತ್ರ ಗೋಕರ್ಣದ ಕಡಲತಡಿಯ ಊರಿನಲ್ಲಿ ೧೯ನೇ ಶತಮಾನದಲ್ಲಿ ಜನಿಸಿದ

ಗೌರೀಶ ಕಾಯ್ಕಿಣಿಯವರ ಮನೆಯ ಭಾಷೆ ಕೊಂಕಣಿ. ಕೊಂಕಣಿ, ಮರಾಠಿ, ಕನ್ನಡ ಹೀಗೆ ಭಾಷೆಗಳ ಸಾಹಿತ್ಯಗಳನ್ನು ಆಳವಾಗಿ ಅಭ್ಯಸಿಸಿ ಬರೆದ ಗೌರೀಶರ ಧ್ಯೇಯೋದ್ದೇಶಗಳೆಲ್ಲವೂ ಮಾನವೀಯ ಸಮಾಜದ ಕಡೆಗೇ ಇದ್ದವು. ಗೋಕರ್ಣ, (ಬಂಕಿಕೊಡ್ಲು) ಕುಮಟಾ, ಧಾರವಾಡ, ಮುಂಬೈಗಳಲ್ಲಿ ಶಿಕ್ಷಣ ಪೂರೈಸಿದ ಗೌರೀಶ ಕಾಯ್ಕಿಣಿಯವರು ಹುಟ್ಟೂರಿನಲ್ಲೇ ಇದ್ದ ಆನಂದಾಶ್ರಮ ಶಾಲೆ, ನಂತರ ಭದ್ರಕಾಳಿ ಸಂಸ್ಥೆಗಳಲ್ಲಿ ಶಿಕ್ಷಕ ರಾಗಿ ಕೆಲಸ ಮಾಡಿದರು.

ಗೌರೀಶ ಕಾಯ್ಕಿಣಿಯವರಿಗೆ ಸಾಹಿತ್ಯದ ಬಹುನೆಲೆಗಳಲ್ಲಿ ತೀವ್ರ ಆಸಕ್ತಿ ಹಾಗೂ ತುಡಿತಗಳಿದ್ದವು. ಇದರ ಫಲವಾಗಿ ಅವರು ಸಾಹಿತ್ಯ ವಷ್ಟೇ ಅಲ್ಲದೆ ಸಂಗೀತ, ವಿಜ್ಞಾನ, ಚರಿತ್ರೆ ಹೀಗೆ ಎಲ್ಲದರ ಇಕ್ಕೆಲವನ್ನೂ ಅರಿತುಕೊಳ್ಳುವ ಜ್ಞಾನದಾಹಿಯಾಗಿದ್ದವರು.

ಗೌರೀಶ ಕಾಯ್ಕಿಣಿಯವರು ಮೊದಲಿನಿಂದಲೂ ಪ್ರಶಸ್ತಿ ಪುರಸ್ಕಾರ, ಸನ್ಮಾನ ಹೆಸರಿನ ಪ್ರಚಾರಗಳಿಂದ ನಿರ್ದಿಷ್ಟ ಅಂತರವನ್ನು ಕಾಯ್ದುಕೊಂಡು ಬದುಕಿದವರು. ಇಡೀ ಜೀವನವನ್ನು ಗೋಕರ್ಣದಲ್ಲೇ ಸವೆಸಿದ ಇವರು ಒಮ್ಮೆಯೂ ಬೆಂಗಳೂರಿಗೂ ಹೋದವರಲ್ಲ.

ದಿನಕರ ದೇಸಾಯಿಯವರು ಜನಸೇವಕ ಪತ್ರಿಕೆಯನ್ನು ಪ್ರಾರಂಭಿಸಿದಾಗ ಆ ಪತ್ರಿಕೆಗೆ ಯಾವುದೇ ಗೌರವಧನ, ಸಂಭಾವನೆಗಳನ್ನು ಬಯಸದೆ ಏಳೆಂಟು ಪುಟಗಳ ಅಂಕಣವನ್ನು ಬರೆದು ಕೊಡುತ್ತಿದ್ದರು. ಇತರ ಸಾಹಿತಿಗಳಂತೆ ಲೆಟರ್ ಹೆಡ್‌ಗಳನ್ನು ಹೊಂದಿ ಲೇಖಕ, ಅನುಭವ, ಅರ್ಹತೆಗಳ ಉಲ್ಲೇಖವಿದ್ದವರಲ್ಲ. ತಾನು ಮನುಷ್ಯ ಎನ್ನುವುದಕ್ಕೆ ಹೇಗೆ ನಾಮಫಲಕದ ಅಗತ್ಯವಿಲ್ಲವೋ ಹಾಗೆಯೇ ತಾನು ಸಾಹಿತಿ ಎನ್ನುವುದನ್ನೂ ಲೆಟರ್ ಹೆಡ್‌ಗಳ ಮೂಲಕ ಜಗಜ್ಜಾಹೀರು ಮಾಡಬೇಕಾದ ಅಗತ್ಯವಿಲ್ಲ ಎಂದು ಬಾಳಿದ ಬಹಳ ಸರಳ ತಿಳಿಯಾದ ಮನಸ್ಸಿದ್ದ ಹಿರಿಯ ಜೀವ.

ಮನೋವಿಜ್ಞಾನದ ರೂಪುರೇಷೆಗಳು, ಮಾರ್ಕ್ಸ್ ವಾದ, ನವಮಾನವತಾವಾದ ಸ್ವತಃ ಗೌರೀಶಕಾಯ್ಕಿಣಿ ಯವರಿಗೇ ಇಷ್ಟವಾದ ಅವರ ಕೃತಿಗಳು. ಜೊತೆಗೆ ಕೆಲವು ಕವನಗಳನ್ನೂ ರಚಿಸಿರುವ ಇವರಿಗೆ ಥಾಮಸ್ ಹಾರ್ಡಿಯವರ ಪ್ರಸಿದ್ಧ ಕೃತಿ The Woodlandersನ ಇವರ ಅನುವಾದ ಮಲೆನಾಡಿಗರು ಕೃತಿ ಬಹಳ ಇಷ್ಟವಾಗಿತ್ತು.

ಉತ್ತರ ಕನ್ನಡ ಜಿಲ್ಲೆಯ ಸಾಹಿತಿಗಳನ್ನು ಒಗ್ಗೂಡಿಸಿ ಕನ್ನಡ ಸಾಹಿತ್ಯಕ್ಕೆ ಒದಗಿಸಿದ್ದು. ಹಿರಿಕಿರಿಯರೆಂಬ ಬೇಧವಿರದೆ ಇವರು ಈ ಕೆಲಸವನ್ನು ಬಹಳ ದಿಟ್ಟ ಹೆಜ್ಜೆ ಇಟ್ಟವರು. ಕನ್ನಡದ ಸಾಹಿತ್ಯ ಹಾಗೂ ಸಾಂಸ್ಕೃತಿಕ ರಂಗಕ್ಕೆ ಗೌರೀಶ ಕಾಯ್ಕಿಣಿಯವರು ಕೊಡಮಾಡಿದ ಈ ಚಟುವಟಿಕೆ ಬಹಳ ವಿಶಿಷ್ಟ. ಕೇರಳದ ಕೊಟ್ಟಾಯಂನ ಮಾದರಿಯಲ್ಲಿ ಉತ್ತರ ಕನ್ನಡ

ಜಿಲ್ಲೆಯವರೇ ಆದ ಡಾ. ದಿವಸ್ಪತಿ ಹೆಗಡೆ ಅವರು ಉತ್ತರ ಕನ್ನಡ ಜಿಲ್ಲೆಯ ಸಾಹಿತ್ಯ ಪ್ರವರ್ತಕರ ಸಹಕಾರಿ ಸಂಘವನ್ನು ಸ್ಥಾಪಿಸಿದಾಗ ಅದರ ಅಧ್ಯಕ್ಷರಲ್ಲಿ ಒಬ್ಬರಾಗಿದ್ದ ಗೌರೀಶ ಕಾಯ್ಕಿಣಿಯವರು ಈ ದಿಸೆಯಲ್ಲಿ ಯುವ ಹಾಗೂ ಉದಯೋನ್ಮುಖ ಸಾಹಿತಿಗಳನ್ನು ಮುನ್ನೆಲೆಗೆ ತರುವಲ್ಲಿ ಸಾಕಷ್ಟು ಹೆಚ್ಚಿನ ಪ್ರಯತ್ನಗಳನ್ನು ಮಾಡಿದರು. ಉತ್ತರ ಕನ್ನಡ ಜಿಲ್ಲಾ ಸಾಹಿತ್ಯ ಸಮ್ಮೇಳನದ ಅಧ್ಯಕ್ಷತೆಯ ವಿಷಯ ಬಂದಾಗ ಉಳಿದ ಹಿರಿಯರನ್ನು ಅಧ್ಯಕ್ಷ ಸ್ಥಾನಕ್ಕೆ ಆಯ್ಕೆ ಮಾಡಿ ಎಂದು ಹೇಳಿದ ಔದಾರ್ಯ ಕಾಯ್ಕಿಣಿ ಯವರದ್ದು. ಆದರೆ ಬಲವಂತದಿಂದ ಕೊನೆಗೆ ಒಪ್ಪಿದ ಗೌರೀಶ ಕಾಯ್ಕಿಣಿಯವರು ಯಾವುದೇ ರೀತಿಯ ಪ್ರಲೋಭನೆ, ಪ್ರಚಾರ ಹಾಗೂ ಬಿರುದುಗಳಿಗೆ ಹಂಬಲಿಸಿದವರೇ ಅಲ್ಲ.

ಜಿ. ನಾರಾಯಣ ಅವರು ಕನ್ನಡ ಸಾಹಿತ್ಯ ಪರಿಷತ್ತಿನ ಅಧ್ಯಕ್ಷರಾಗಿದ್ದಾಗ ಪರಿಷತ್ತಿನ ವಜ್ರಮಹೋತ್ಸವ ಸಮಾರಂಭದಲ್ಲಿ ಸನ್ಮಾನಕ್ಕೆ ಆಹ್ವಾನಿಸಿದಾಗ ವಿನಯದಿಂದಲೇ ನಾರಾಯಣ ಅವರಿಗೆ ಪತ್ರ ಬರೆದು, ತಮ್ಮೂರಿನ ಹುಡುಗನೊಬ್ಬನ ದೋಣಿ ನಡೆಸುವ ಕಾರ್ಯಕ್ರಮದಲ್ಲಿ ಭಾಗವಹಿಸ ಬೇಕಾಗಿರುವುದರಿಂದ ಕಾರ್ಯಕ್ರಮಕ್ಕೆ ಬರಲಾಗುತ್ತಿಲ್ಲ ವೆಂಬ ಒಕ್ಕಣೆಯನ್ನು ರವಾನಿಸಿದ್ದರು. ಅಷ್ಟರ ಮಟ್ಟಿಗೆ ಬಹಳ ಸಂಯಮದ ಸರಳ ಜೀವ ಜೀವನದ ಪ್ರತೀಕ ಪ್ರತಿನಿಧಿಯಾಗಿದ್ದ ಇವರು ಬರೆದ ಪಶ್ಚಿಮದ ಪ್ರತಿಭೆಗಳು ಕೃತಿ ೧-೨ ಪಾಶ್ಚಿಮಾತ್ಯ ರಾಷ್ಟ್ರಗಳ ವಿದ್ವಾಂಸರು, ಸಂಗೀತಗಾರರ ಬಗ್ಗೆ ಇರುವ ಉತ್ತಮ ಕೃತಿ ಸಂಪುಟಗಳು.

ಗೌರೀಶ ಕಾಯ್ಕಿಣಿಯವರ ಬಹುಭಾಷಾ ಸಾಹಿತ್ಯರಚನೆ. ಇವರ ಸಾಹಿತ್ಯ ಬಹುಭಾಷಿಕ ಮತ್ತು ಬಹುವ್ಯಾಪಕ. ಶಾಂಡಿಲ್ಯ ಪ್ರೇಮಸುಧಾ, ಗಂಡು-ಹೆಣ್ಣು, ಪ್ರೀತಿ ಇವರ ಕವನ ಸಂಕಲನ. ತಮ್ಮ ಮಾತೃಭಾಷೆಯಾದ ಕೊಂಕಣಿಯಲ್ಲಿ ಬರೆದುದು ಮೀನಾಕ್ಷಿ ಎಂಬ ಕವನ ಸಂಕಲನ. ಹಿಮಾಲಯ ಪರ್ವತದ ತಪ್ಪಲಿನ ವರ್ಣನೆಯ ದೇವತಾತ್ಮ ಪ್ರವಾಸೀ ಕೃತಿ. ವ್ಯಕ್ತಿ ಚಿತ್ರಣದ ಬರೆಹಗಳಲ್ಲೂ ಸಿದ್ಧಹಸ್ತರೆನ್ನಿಸಿದ್ದ ಗೌರೀಶ ಕಾಯ್ಕಿಣಿಯವರು ಸತ್ಯಾರ್ಥಿ, ಭಾರತೀಯ ವಿಜ್ಞಾನಿಗಳು ೧-೨, ಕೇಶವಸುತ, ನಾನಾಲಾಲ, ಪಾಂಡೇಶ್ವರ ಗಣಪತಿರಾವ್, ಎಡಿಸನ್ ಗ್ರೀಕ್ ದಾರ್ಶನಿಕರು ಎಂಬ ಅಂಕಣಗಳನ್ನು ರಚಿಸಿದ್ದು, ಭಾರತೀಯ ತತ್ತ್ವಜ್ಞಾನದ ಇತಿಹಾಸ, ವ್ಯಾಸಪರ್ವ (ಮೂಲ-ಮರಾಠಿ) ಪಂಜಾಬೀ ಕಥೆಗಳು, ಬಿಳಿಯ ಕೊಕ್ಕರೆ, ಮಣ್ಣಿನ ಮನುಷ್ಯ, ಬರ್ಲಿನ್ ಬಂದಿತು ಗಂಗೆಯ ತಡಿಗೆ, ಎಂಬ ಅನುವಾದಿತ ಕೃತಿಗಳನ್ನೂ ಬರೆದಿದ್ದಾರೆ. ಇದಲ್ಲದೆ ಕನ್ನಡ ಸಾಹಿತ್ಯ ಚಾ ಇತಿಹಾಸ, ಭಗವಾನ್ ನಿತ್ಯಾನಂದ, ಮಾಝೀ ರಸಯಾತ್ರ, ಅಗ್ನಿವರ್ಣ ಅನುವಾದಿತ ಕೃತಿಗಳೂ ಇದರಲ್ಲಿ ಸೇರಿವೆ.

ವೈಚಾರಿಕ ಕೃತಿಗಳ ಪೈಕಿ ಬೀದರ್ ಜಿಲ್ಲೆಯ ಸಿಂದಗಿ ತಾಲ್ಲೂಕಿನಲ್ಲಿ ಒಮ್ಮೆ ಗೌರೀಶ ಕಾಯ್ಕಿಣಿಯವರು ಮಾಡಿದ ಭಾಷಣ ಹೊತ್ತಗೆಯಾಗಿ ಪ್ರಕಟಗೊಂಡಿತು. ನಂತರ ಬಾಳಿನ ಗುಟ್ಟು, ವಿಚಾರವಾದ ಸ್ವಾತಂತ್ರ್ಯೋತ್ತರ ವಿಚಾರ ಸಾಹಿತ್ಯ, ಆರ್ಕೇಸ್ಟ್ರಾ ಮತ್ತು ತಂಬೂರಿ, ಸಂಪ್ರದಾಯ ಮತ್ತು ಸಣ್ಣ ಕುಟುಂಬ, ಕಟಾಕ್ಷ, ನಾಸ್ತಿಕನು ಮತ್ತು ದೇವರು, ಲೋಕಾಯತ ಗೌರೀಶ ಕಾಯ್ಕಿಣಿಯವರ ವೈಚಾರಿಕ ಕೃತಿಗಳಾಗಿವೆ. ಅಂಬಾ ಮತ್ತು ಧ್ರುವಕುಮಾರ ಕೊಂಕಣಿ ಕೃತಿಗಳಾಗಿವೆ.

ಗೋಕರ್ಣದ ಕಥೆ, ಕರ್ನಾಟಕದ ಸಿಂಡ್ರೆಲ್ಲಾ ಪರಿಚಯ ಲೇಖನಗಳಾದರೆ, ವಾರದ ಉಪ್ಪಿನ ಕಾಯಿ, ವಾರದ ವಿಶ್ವ, ಸಾಹಿತ್ಯ ದರ್ಪಣ, ಕಂಡದ್ದು ಆಡದ್ದು, ನನಗೆ ನೆನಪಾದಂತೆ, ಹೊಂಗಿರಣ, ಮಿಂಚುಗೊಂಚಲುಅಂಕಣ ಬರೆಹಗಳು. ಅಡುಗೆಭಟ್ಟ, ವೈಶ್ವಾನರ, ಗೌರೀಶಂಕರ, ಜಿವಿಕೆ ಎಂಬ ವಿವಿಧ ಕಾವ್ಯನಾಮಗಳಲ್ಲಿ ಬರೆಯುತ್ತಿದ್ದ ಗೌರೀಶ ಕಾಯ್ಕಿಣಿಯವರು ಕರ್ಣಾಮೃತ, ಆಕಾಶ ನಾಟಕಗಳು, ಶಬರಿ, ವಿಷಯ ಪತ್ರಲೇಖನ, ಮೇನಕಾ, ತಾರಾ, ಕಿಸಾಗೌತಮಿ, ದೀಪಾವಳಿ ನರಕ–ಚತುರ್ದಶಿ, ನೃಸಿಂಹಾವತಾರ, ಇವುಗಳು ಬಾನುಲಿಗಾಗಿ ಬರೆದುಕೊಟ್ಟ ನಾಟಕಗಳು. ಒಲವಿನ ಒಗಟು, ಕ್ರೌಂಚಧ್ವನಿ ನಾಟಕಗಳು. ವಿಶ್ವದ ಆಖ್ಯಾಯಿಕೆಗಳು ಇವರ ಕಥಾಸಂಕಲನ.

ನಾಗರಿಕ(ಕಾರವಾರ) ಬೆಳಕು (ಧಾರವಾಡ) ಪತ್ರಿಕೆಗಳ ಸಂಪಾದಕ ಮಂಡಳಿಯ ಸದಸ್ಯರಾಗಿದ್ದವರು. ಗೌರೀಶ ಕಾಯ್ಕಿಣಿಯವರು ಇಂಗ್ಲಿಷ್ ನಲ್ಲೂ ಕೃತಿಗಳನ್ನು ರಚಿಸಿದ್ದಾರೆ. ಸರ್. ಎಂ.ವಿ.ಶ್ವೇಶ್ವರಯ್ಯ, ನ್ಯಾಶನಲ್ ಇಂಟಗ್ರೇಶನ್ ಇನ್ ಆಕ್ಶನ್, ಶಾಮರಾವ್ ವಿಠಲ ಕುಲಕರ್ಣಿ ಇವರ ಆಂಗ್ಲ ಕೃತಿಗಳು.

ಪ್ರಜ್ಞಾ ನೇತ್ರದ ಬೆಳಕಿನಲ್ಲಿ, ಕಂಪಿನ ಕರೆ (ಬೇಂದ್ರೆಯವರ ಕಾವ್ಯದ ಕುರಿತು) ಕಣವಿಯವರ ಕಾವ್ಯದೃಷ್ಟಿ, ದಿನಕರ ದೇಸಾಯಿ, ವಾಲ್ಮೀಕಿ ತೂಕಡಿಸಿದಾಗ, ಮಾನವ್ಯ ಕವಿ ನವ್ಯದ ನಾಲ್ಕು ನಾಯಕರು, ಉತ್ತರಣ ಇವರ ಸಾಹಿತ್ಯ ಸಮೀಕ್ಷಾ ಕೃತಿಗಳು.

ಬೇಂದ್ರೆ, ಶಂಬಾ ಜೋಶಿ, ದಿನಕರ ದೇಸಾಯಿ, ಶಿವರಾಮ ಕಾರಂತ ಮೊದಲಾದ ಆಪ್ತ ಬಳಗದೊಂದಿಗೆ ವಿಶ್ವಾಸಪೂರ್ಣ ಬಾಂಧವ್ಯ ಹೊಂದಿದ್ದ ಗೌರೀಶ ಕಾಯ್ಕಿಣಿಯವರು ಅಕ್ಷರ ಬರೆಹಗಳನ್ನು ಬಿಟ್ಟು ಬಾಳಿದವರೇ ಅಲ್ಲ. ತೀರಿಕೊಳ್ಳುವ ಹಿಂದಿನ ದಿನ ರಾತ್ರಿಯೂ ಸಂಯುಕ್ತ ಕರ್ನಾಟಕ ಪತ್ರಿಕೆಗೆ ಅಂಕಣ ಬರೆದು ಮಲಗಿದ ಗೌರೀಶ ಕಾಯ್ಕಿಣಿಯವರು ಮುಂಜಾನೆ ಇಹಲೋಕ ತ್ಯಜಿಸಿದ್ದರು. ೯೧ ವರ್ಷಗಳ ತುಂಬು ಬಾಳ್ವೆಯ ಅಪಾರ ವೈಚಾರಿಕ ನಿಲುವುಗಳನ್ನು ಹೊಂದಿದ್ದ ಗೌರೀಶ ಕಾಯ್ಕಿಣಿಯವರಿಗೆ ಕರ್ನಾಟಕ

ರಾಜ್ಯೋತ್ಸವ ಪ್ರಶಸ್ತಿ, ಕರ್ನಾಟಕ ಸಾಹಿತ್ಯ ಅಕಾಡೆಮಿ ಪ್ರಶಸ್ತಿ, ಗೌರವ ಡಾಕ್ಟರೇಟ್ ಪುರಸ್ಕಾರಗಳೂ ದೊರೆತಿವೆ.

೨೦೦೨ರ ನವೆಂಬರ್ ೧೪ರ ಗುರುವಾರ ಗೌರೀಶ ಕಾಯ್ಕಿಣಿಯವರು ತಮ್ಮ ಹುಟ್ಟೂರು ಗೋಕರ್ಣದಲ್ಲಿ ಇನ್ನಿಲ್ಲವಾದರೂ ಅವರ ನಿಶಿತಪ್ರಜ್ಞೆಯ ಸಾಹಿತ್ಯ, ಮಾನವೀಯ ಮೌಲ್ಯಗಳ ಬದುಕು ಮತ್ತು ಸಾಹಿತ್ಯ ಪ್ರೋತ್ಸಾಹಕ ಗುಣಗಳ ಉದಾತ್ತತೆಗೆ ಕೊನೆ ಎನ್ನುವುದಿಲ್ಲ.

೬೫

ಚುಟುಕು ಬ್ರಹ್ಮ

ಡಾ. ದಿನಕರ ದೇಸಾಯಿ

"ಕನ್ನಡಾಂಬೆಗೆ ಇವರು ಹಾಕುವರು ಹಾರ
ಆಂಗ್ಲ ನುಡಿಯಲಿ ನಡೆಸುವರು ಸರ್ಕಾರ
ಕೇಳಿದರೆ ಹೇಳುವರು ಒಂದು ದಿನ ತಾಳಿ
ಆಮೇಲೆ ಕೂಗಲಿದೆ ಕನ್ನಡದ ಕೋಳಿ"

ಹೀಗೆ ನೂರಾರು ನಾಲ್ಕು ಸಾಲುಗಳ ಚಿಕ್ಕ ಚಿಕ್ಕ ಪದಗಳ ಚುಟುಕುಗಳ ಮೂಲಕ ಸಮಾಜದಲ್ಲಿ ಸಮಾನತೆಗಾಗಿ ಹಂಬಲಿಸಿ, ಕನ್ನಡಕ್ಕೆ ಸಿಗಬೇಕಾದ ಸ್ಥಾನ ಮಾನಗಳಿಗಾಗಿ ಹೋರಾಡಿದ ಪ್ರಮುಖರಲ್ಲಿ ದಿನಕರ ದೇಸಾಯಿ ಅವರು ಮುಖ್ಯರು. ಈಗ ಚುಟುಕು ಸಾಹಿತ್ಯ ಪರಿಷತ್ತು, ಚುಟುಕು ಕವಿಗಳು, ಕವನಸಂಕಲನಗಳು ಅಪರಿಚಿತವಲ್ಲ, ಆದರೆ ದಿನಕರ ದೇಸಾಯಿ ಚುಟುಕುಗಳನ್ನು ಬರೆಯಲಾರಂಭಿಸಿದಾಗ ಕನ್ನಡದ ಚೌಪದಿಗಳ ಪ್ರಪಂಚಕ್ಕೆ ಅದು ಹೊಸದಾಗಿಯೇ ಇತ್ತು.

ಈ ಪಕ್ಷ ಆ ಪಕ್ಷಅಲ್ಲ ಒಂದೆರಡು
ಕೊನೆಗೆ ನೋಡಿದರೆ ಸಖಿ ಎಲ್ಲ ಬರಡು

ಬಡವರಿಗೆ ತಪ್ಪಿಲ್ಲ ಉಪವಾಸ ತಾನೇ
ಇದಕೆನ್ನುವರು ರಾಜಕಾರಣದ ಬೇನೆ

ದಿನಕರ ದೇಸಾಯಿ ಅವರು ಭ್ರಷ್ಟಾಚಾರ, ರಾಜಕಾರಣದ ಅಪಸವ್ಯಗಳಷ್ಟಕ್ಕೇ ಸೀಮಿತವಾಗಿ ಚುಟುಕುಗಳನ್ನು ಬರೆದವರಲ್ಲ, ರಾಜಕಾರಣದಲ್ಲಿದ್ದವರಾಗಿ ದಿನಕರ ದೇಸಾಯಿ ಅವರು ತಮಗನ್ನಿಸಿದ್ದನ್ನು ಬರೆಯಲು ಯಾವ ಮುಲಾಜಿಗೂ ಒಳಗಾದವರಲ್ಲ.

ಹಾಸ್ಯದ ಮೂಲಕ ಚುಟುಕುಗಳಲ್ಲಿ ಜೀವಂತಿಕೆಯನ್ನು ಇರಿಸಿ, ಮನಸ್ಸುಗಳಲ್ಲಿ ನಗುವನ್ನು ಮೂಡಿಸಿದ ಸಹೃದಯ ವಿನೋದ ದಿನಕರ ದೇಸಾಯಿ ಅವರದ್ದು.

ಸಾಹಿತ್ಯ-ಸಂಸ್ಕೃತಿ, ಸಮಾಜ ಇವುಗಳ ಕುರಿತು ಬರೆಯುವ ಚುಟುಕುಗಳಷ್ಟೇ ಅಲ್ಲದೆ ತಮ್ಮ ಚುಟುಕುಗಳನ್ನೂ ವಿನೋದವಾಗಿ ಹೇಳುವ ಉದಾರ ಗುಣ ಅವರಲ್ಲಿತ್ತು. ನಾ ಬರೆದ ಚುಟುಕುಗಳ ಸಂಖ್ಯೆ ವಿಪರೀತ ಆದರೆ ಶೇ. ೯೦ ಹೊಡೆಯುವವು ಗೋತಾ

ಹೀಗೆ ಸ್ವವಿಡಂಬನೆಯ ಮೂಲಕವೂ ದಿನಕರ ದೇಸಾಯಿ ಅವರ ಸಾಹಿತ್ಯ ಮನಸ್ಸನ್ನು ಸೆಳೆಯುತ್ತದೆ. ದಿನಕರ ದೇಸಾಯಿ ಅವರು ತಮ್ಮ ಮಾತೃಭಾಷೆಯಾದ ಕೊಂಕಣಿಯಲ್ಲೂ ೧೯೩೦ ರಲ್ಲೇ ಸಾಹಿತ್ಯ ರಚಿಸಿದ್ದಾರೆ. ರಾಜಕೀಯದಲ್ಲೂ ಇದ್ದು ಶಾಸಕರೂ ಆಗಿದ್ದ ಇವರು ತಮ್ಮ ಪ್ರಾಮಾಣಿಕ ನೇರ-ನಿಷ್ಠುರ ನಡೆಗಳಿಗೆ ಹೆಸರಾಗಿ ದ್ದರು. ಕನ್ನಡದಲ್ಲಿ ಜನಸೇವಕ ಎಂಬ ಪತ್ರಿಕೆಯನ್ನು ಪ್ರಾರಂಭಿಸಿದ್ದೂ ಅಲ್ಲದೆ ಸತತವಾಗಿ ೧೭ (೧೯೫೫-೧೯೭೨) ವರ್ಷದವರೆಗೂ ಇದನ್ನು ಮುನ್ನಡೆಸಿದ ಛಲ ದಿನಕರ ದೇಸಾಯಿಯವರದ್ದು.

ರೈತರ ಹಾಡುಗಳು, ಮಕ್ಕಳ ಗೀತೆಗಳು, ಹೂಗೊಂಚಲು ನಾ ಕಂಡ ಪಡುವಣ ಇವರ ಪ್ರಸಿದ್ಧ ಕೃತಿಗಳಲ್ಲಿ ಕೆಲವು. ದಿನಕರಾಲಿ ಕವನಾಂ ಕೊಂಕಣಿಯಲ್ಲಿ ಬರೆದ ಇವರ ಕವನಸಂಕಲನ. ಮುಂಬಯಿನ ಮುನ್ಸಿಪಲ್ ಕಾರ್ಪೊರೇಶನ್‌ನ ಕಾರ್ಪೋರೇಟರ್ ಸಹ ಆಗಿದ್ದ ದಿನಕರ ದೇಸಾಯಿಯವರು

ಕೆನರಾ ವೆಲ್ಫೇರ್ ಟ್ರಸ್ಟ್ ಸ್ಥಾಪಿಸಿ, ರೈತರ ಸಂಕಷ್ಟ ಬವಣೆಗಳನ್ನು ಕಂಡು ಅವರ ಸಮಸ್ಯೆಗಳನ್ನು ಪರಿಹರಿಸಲು ಶ್ರಮಿಸಿದರು. ಭೂಮಾಲೀಕರ ವಿರುದ್ಧ ಹೋರಾಡಿ, ಉಳುವವನೇ ಭೂಮಿಗೆ ಒಡೆಯ ಎಂಬ ಭೂಸುಧಾರಣಾ, ರೈತ ಸುಧಾರಣಾ ಕಾನೂನಿಗೆ ಬಲ ತುಂಬಿದರು. ಅತ್ಯಂತ ಸರಳವಾಗಿ ಬದುಕಿದ್ದ ದಿನಕರ ದೇಸಾಯಿ ಅವರ ಮದುವೆಗೆ ಖರ್ಚಾದದ್ದು ಕೇವಲ ೧೨ ರೂಪಾಯಿ ಮಾತ್ರ.

ಜೀವನದ ಕೊನೆಗಾಲದಲ್ಲಿ ಅನಾರೋಗ್ಯ ಸಕ್ಕರೆ ಕಾಯಿಲೆಗಳಿಂದ ಬಹಳ ಕಷ್ಟಪಟ್ಟ ದಿನಕರ ದೇಸಾಯಿ ಅವರು ೧೯೮೨ರಲ್ಲಿ ನಿಧನರಾದರು.

ಕನ್ನಡಕ್ಕೆ ೪೦-೫೦ರ ದಶಕದಲ್ಲೇ ಚುಟುಕುಗಳನ್ನು ಬರೆಯಲಾರಂಭಿಸಿದ ಕವಿ ದಿನಕರ ದೇಸಾಯಿ ಅವರೇ ಬರೆದಿರುವಂತೆ

ನನ್ನ ದೇಹದ ಬೂದಿ-ಗಾಳಿಯಲಿ ತೂರಿ ಬಿಡಿ
ಹೋಗಿ ಬೀಳಲಿ ಬತ್ತ ಬೆಳೆಯುವಲ್ಲಿ;
ಬೂದಿ-ಗೊಬ್ಬರದಿಂದ ತೆನೆಯೊಂದು ನೆಗೆದು ಬರೆ
ಧನ್ಯವಾಯಿತು ಹುಟ್ಟು ಸಾವಿನಲ್ಲಿ.
ನನ್ನ ದೇಹದ ಬೂದಿ-ಹೊಳೆಯಲ್ಲಿ ಹರಿಯಬಿಡಿ
ತೇಲಿ ಬೀಳಲಿ ಮೀನ ಹಿಡಿಯುವಲ್ಲಿ;
ಮುಷ್ಟಿಬೂದಿಯ ತಿಂದು ಪುಷ್ಟವಾಗಲು ಮೀನು
ಧನ್ಯವಾಯಿತು ಹುಟ್ಟು ಸಾವಿನಲ್ಲಿ.
ನನ್ನ ದೇಹದ ಬೂದಿ-ಕೊಳದಲ್ಲಿ ಬೀರಿ ಬಿಡಿ
ತಾವರೆಯು ದಿನದಿನವು ಅರಳುವಲ್ಲಿ;
ಬೂದಿ ಕೆಸರನು ಕೂಡಿ ಹೊಸ ಪಂಕಜವು ಮೂಡೆ
ಧನ್ಯವಾಯಿತು ಹುಟ್ಟು ಸಾವಿನಲ್ಲಿ.
ಸತ್ತ ಮೇಲಾದರೂ ದೇಹ ಸೇವೆಗೆ ನಿಲಲಿ
ಇಂದಿಗೀ ನರಜನ್ಮ ಸೇವೆಯಿಂದು
ತನ್ನ ಸ್ವಾರ್ಥವ ನೆನೆದು ವ್ಯರ್ಥವಾಗಿದೆ, ದೇವ,
ನಿಜ ಸೇವೆಗೈಯಲಿಕೆ ಬರಲಿ ಮುಂದು

ಹೀಗೆ ಬದುಕಿ ಬಾಳಿ ಮಾತೃಭಾಷೆ ಕೊಂಕಣಿಗೆ ಕೊಂಕಣಿಯರ ಸಂಕಟಗಳಿಗೆ ಮಿಡಿದು, ಕನ್ನಡದಲ್ಲೂ ಚುಟುಕುಗಳನ್ನು ಬರೆದ ಹರಿಕಾರರಾದ ದಿನಕರ ದೇಸಾಯಿಯವರ ಹಿರಿಮೆ ಗರಿಮೆಗಳು ಅನವರತವೂ ಉಳಿಯುತ್ತದೆ.

೬೬

ಬಹುಮುಖೀ ಪ್ರಜ್ಞೆಯ

ಗಿರೀಶ್ ಕಾರ್ನಾಡ್

ಬದುಕು ಆಕಸ್ಮಿಕಗಳ ಮೊತ್ತ ಎನ್ನುವುದು ನಿಜ, ನಾವು ಅಂದುಕೊಳ್ಳುವ, ಸಾಧಿಸ ಬೇಕೆಂದುಕೊಳ್ಳುವ ಕಾರ್ಯಕ್ಷೇತ್ರಗಳಿಗಿಂತ ಭಿನ್ನ ವಿಭಿನ್ನವಾಗಿ ಗುರುತಿಸಿಕೊಳ್ಳುವ ಸಂದರ್ಭಗಳು ಬಂದೊದಗಿ ಬಿಡುತ್ತವೆ. ಕನ್ನಡದ ಪ್ರಮುಖ ನಾಟಕಕಾರ, ರಂಗಕರ್ಮಿ ನಟ, ನಿರ್ದೇಶಕರಾಗಿ ಹೆಸರಾದ ಗಿರೀಶ್ ಕಾರ್ನಾಡ್ ಅವರು ಹೀಗೆ ಸಾಹಿತ್ಯ ಕ್ಷೇತ್ರದಲ್ಲಿ ಛಾಪು ಮೂಡಿಸಿದವರು.

ಮಹಾರಾಷ್ಟ್ರದ ಮ್ಯಾಥೆರಾನ್ ಎಂಬಲ್ಲಿ ಸಾರಸ್ವತ ಕುಟುಂಬದಲ್ಲಿ ೧೯೩೮ರಲ್ಲಿ ಜನಿಸಿದ ಕೊಂಕಣಿ ಮನೆ ಮಾತಿನ ಗಿರೀಶ್ ಕಾರ್ನಾಡ್ ಅವರ ತಂದೆ ಡಾ. ರಘುನಾಥ್ ಕಾರ್ನಾಡ್ ವೈದ್ಯರಾಗಿದ್ದವರು. ಮುಂದೆ ಈ ಕುಟುಂಬ ಶಿರಸಿ ತಾಲೂಕಿಗೆ ಬಂದಾಗ ಆ ನೆಲದ

ಕಥನ ಪರಂಪರೆಯ ಸೊಗಸು, ಯಕ್ಷಗಾನ ಬಯಲಾಟಗಳು ಗಿರೀಶ್ ಕಾರ್ನಾಡ್ ಅವರ ಮನಸ್ಸಿನ ಮೇಲೆ ಅಚ್ಚೊತ್ತಿದ್ದವು.

ಆದರೆ ಗಿರೀಶ್ ಕಾರ್ನಾಡ್ ಮೊದಲು ಇಂಗ್ಲಿಷ್‌ನ ಸುಪ್ರಸಿದ್ಧ ಕವಿಗಳಾದ ಎಲಿಯಟ್, ಆಡೆನ್ ರಂತೆ ಇಂಗ್ಲಿಷ್ನಲ್ಲಿ ಕವಿತೆಗಳನ್ನು ಬರೆದು ಅವರ ಹಾಗೆ ಇಂಗ್ಲಿಷ್ ಕವಿ ಎನ್ನಿಸಿಕೊಳ್ಳಬೇಕೆಂಬ ಉತ್ಕಟವಾದ ಹಂಬಲವನ್ನು ತುಂಬಿಕೊಂಡು ಅದರತ್ತ ಗಮನ ನೆಟ್ಟಿದ್ದರು. ತಂದೆಗೆ ಧಾರವಾಡಕ್ಕೆ ವರ್ಗಾವಣೆ ಯಾದಾಗ ನಿಧಾನವಾಗಿ ಗಿರೀಶ್ ಕಾರ್ನಾಡ್ ಅವರ ಬರೆಹದ ಅಭಿವ್ಯಕ್ತಿ ಬದಲಾವಣೆಯನ್ನು ಕಂಡಿತು.

ಇವರ ಕುಟುಂಬದಲ್ಲಿ ಗಿರೀಶ್ ಕಾರ್ನಾಡ್ ಮತ್ತು ಅವರ ತಂಗಿ ಕೊಂಕಣಿ ಮಾತೃಭಾಷೆಯ ಜೊತೆಗೆ ಮರಾಠಿ ಮತ್ತು ಕನ್ನಡ ಭಾಷೆಗಳನ್ನು ಚೆನ್ನಾಗಿ ಕಲಿತರು. ಧಾರವಾಡದ ಸಾಹಿತ್ಯದ ಪರಿಸರದಲ್ಲಿ ಬೆಳೆದ ಮೇಲೆ ಗಿರೀಶ್ ಕಾರ್ನಾಡ್ ಬಹಳ ವಿಶಿಷ್ಟ ರೀತಿಯಲ್ಲಿ ತಮ್ಮ ಸಾಹಿತ್ಯದ ಕುರಿತಾದ ವೈಧಾನಿಕತೆಯನ್ನು ರೂಪಿಸಿಕೊಳ್ಳಲು ಸಾಧ್ಯವಾಯಿತು.

೧೯೬೦ರಲ್ಲಿ ತಮ್ಮ ೨೨ನೇ ವಯಸ್ಸಿನಲ್ಲೇ ಗಿರೀಶ್ ಕಾರ್ನಾಡ್ ಯಯಾತಿ ನಾಟಕವನ್ನು ಬರೆದರು. ಇದು ಇವರು ಬರೆದ ಮೊದಲ ನಾಟಕ. ಇದು ಗಿರೀಶ್ ಕಾರ್ನಾಡ್ ಅವರಿಗೆ ಅಪಾರ ಖ್ಯಾತಿ ಕೀರ್ತಿ ಸಂಪಾದಿಸಿ ಕೊಟ್ಟಿತು. ವರಕವಿ ಬೇಂದ್ರೆಯವರೂ ಗಿರೀಶ್ ಕಾರ್ನಾಡರ ಈ ನಾಟಕವನ್ನು ಬಹುವಾಗಿ ಮೆಚ್ಚಿ ಶ್ಲಾಘಿಸಿದರು.

ಆಕ್ಸ್‌ಫರ್ಡ್ ವಿಶ್ವವಿದ್ಯಾನಿಲಯ

ವಿದೇಶ ಎಂದೆಲ್ಲ ಹೋಗಿ ಬಂದರೂ ಇವರ ಮನಸ್ಸಿನ ಮೂಲೆಯಲ್ಲಿ ನಾಟಕಗಳ ಬಗೆಗಿನ ತುಡಿತ ಸದಾ ಎಚ್ಚರದಲ್ಲಿತ್ತು.

ಯಯಾತಿ ನಾಟಕವು ಅನೇಕ ಭಾಷೆಗಳಿಗೆ ಅನುವಾದ ವಾಯಿತು. ಬರೆದ ನಂತರ ಗಿರೀಶ್ ಕಾರ್ನಾಡ್ ಅವರ ಮತ್ತೊಂದು ಮಹತ್ತ್ವದ ನಾಟಕ ಮಾನಿಷಾದ ಪ್ರಕಟವಾಯಿತು. ವಾಲ್ಮೀಕಿ ರಾಮಾಯಣದ ಕ್ರೌಂಚಪಕ್ಷಿಗಳ ಕಥಾವಸ್ತುವನ್ನು ಹೊಂದಿದ ಮಾನಿಷಾದವೂ ಗಿರೀಶ್ ಕಾರ್ನಾಡ್ ಅವರ ನಾಟಕಗಳ ವಿಕಾಸಕ್ಕೆ ಇಂಬು ನೀಡಿತು. ಇದು ಅವರು ಬರೆದ ಏಕಾಂಕ ನಾಟಕ.

ತುಘಲಕ್ ಸಾಮ್ರಾಜ್ಯದ ಅಪಸವ್ಯಗಳನ್ನು ಮತ್ತು ಮೊಹಮ್ಮದ್ ಬಿನ್ ತುಘಲಕನ ಅವಾಂತರ, ಏಕಾಕಿತನ, ತಾಯಿಯ ಪಾತ್ರ ಮಂತ್ರಿ, ಅಜೀಜ಼ ಹೀಗೆ ಹಲವು ಆಯಾಮಗಳ ಅದ್ಭುತ ನಾಟಕ ತುಘಲಕ್. ಇದು ಸಿ.ಆರ್. ಸಿಂಹ ಅವರ ಅಭಿನಯದಲ್ಲಿ ಅತ್ಯಂತ ಜನಪ್ರಿಯವೂ ಆಯಿತು.

ಹಯವದನ, ಅಂಜುಮಲ್ಲಿಗೆ, ಹಿಟ್ಟಿನ ಹುಂಜ, ನಾಗಮಂಡಲ, ತಲೆದಂಡ, ಅಗ್ನಿ ಮತ್ತು ಮಳೆ, ಒಡಕಲು ಬಿಂಬ, ಮದುವೆ ಆಲ್ಬಂ ಫ್ಲವರ್ಸ್, ಬೆಂದ ಕಾಳು ಆನ್ ಟೋಸ್ಟ್ ಇವರ ನಾಟಕಗಳು.

ಬ್ರಿಟಿಷ್ ಬ್ರಾಡ್‌ಕಾಸ್ಟಿಂಗ್ ಕಂಪನಿ ಗಾಗಿ ಟಿಪ್ಪುವಿನ ಕನಸುಗಳು ನಾಟಕವನ್ನು ಬರೆದ ಕಾರ್ನಾಡ್ ಅವರ ಆಸಕ್ತಿ ಏಕಮುಖವಲ್ಲ, ಉತ್ಸವ್ ಎಂಬ ಹಿಂದಿ ಚಿತ್ರವನ್ನು ನಿರ್ದೇಶಿಸಿ, ನಟಿಸಿದ ಗಿರೀಶ್ ಕಾರ್ನಾಡ್ ಗೋಧೂಳಿ ಚಿತ್ರದ ನಿರ್ದೇಶಕರೂ ಹೌದು. ಅವರು ಕನ್ನಡದಲ್ಲಿ ಸಂಸ್ಕಾರ ಚಿತ್ರದಲ್ಲಿ ನಟಿಸಿದ್ದಾರೆ, (ಪ್ರಾಣೇಶಾ ಚಾರ್ಯನ ಪಾತ್ರಧಾರಿ) ವಂಶವೃಕ್ಷ, (ಬಿ.ವಿ. ಕಾರಂತ ರೊಂದಿಗೆ ನಿರ್ದೇಶನ) ತಬ್ಬಲಿಯು ನೀನಾದೆ ಮಗನೆ, ಕಾಡು, ಒಂದಾನೊಂದು ಕಾಲದಲ್ಲಿ ಚಿತ್ರಗಳನ್ನು ನಿರ್ದೇಶಿಸಿದ್ದಾರೆ. ಒಂದಾನೊಂದು ಕಾಲದಲ್ಲಿ ಶಂಕರನಾಗ್ ಅವರ ಮೊದಲ ಚಿತ್ರ.

ಕನ್ನಡದ ಅನೇಕ ಚಿತ್ರಗಳಲ್ಲಿ ಅಭಿನಯಿಸಿರುವ ಕಾರ್ನಾಡ್ ಅನ್ವೇಷಣೆ, ವಂಶವೃಕ್ಷ, , ನೀ ತಂದ ಕಾಣಿಕೆ, ಆನಂದ ಭೈರವಿ, ಸಂತ ಶಿಶುನಾಳ ಶರೀಫ, ಸೇರಿದಂತೆ ಅನೇಕ ಕನ್ನಡ ಚಿತ್ರಗಳಲ್ಲದೆ, ಹಿಂದಿ, ತೆಲುಗು ತಮಿಳು ಮರಾಠಿ ಭಾಷೆಗಳ ಚಿತ್ರಗಳಲ್ಲೂ ಅಭಿನಯಿಸಿದ್ದಾರೆ.

ಟೈಗರ್ ಜಿಂದಾ ಹೈ ಚಿತ್ರದಲ್ಲಿ ಮೂಗಿಗೆ ಆಕ್ಸಿಜನ್ ಪೈಪ್ ಹಾಕಿಕೊಂಡೇ ಅಭಿನಯಿಸಿ ಸೈ ಎನ್ನಿಸಿದಾಗ ಹಿಂದಿ ಚಿತ್ರರಂಗದ ಮಂದಿ ಗಿರೀಶ್ ಕಾರ್ನಾಡ್ ಅವರ ಬದ್ಧತೆಯನ್ನು ಶ್ಲಾಘಿಸಿದ್ದರು. ಕನಕ–ಪುರಂದರ, ದ.ರಾ. ಬೇಂದ್ರೆಸೂಫಿ ಪಂಥ ಸಾಕ್ಷ್ಯಚಿತ್ರಗಳನ್ನು ನಿರ್ದೇಶಿಸಿದ್ದ ಗಿರೀಶ್ ಕಾರ್ನಾಡ್ ಕುವೆಂಪು ಅವರ ಮಹಾನ್ ಕಾದಂಬರಿ ಕಾನೂರು ಸುಬ್ಬಮ್ಮ ಹೆಗ್ಗಡತಿ ಯನ್ನು ಬೆಳ್ಳಿತೆರೆಗೆ ಚಿತ್ರವಾಗಿಸಿ ಚಂದ್ರೇಗೌಡನ ಪಾತ್ರದಲ್ಲಿ ನಟಿಸಿ ನಿರ್ದೇಶನ ಮಾಡಿದ್ದಾರೆ.

ಪದ್ಮಶ್ರೀ, ಪದ್ಮಭೂಷಣ, ಗೌರವ ಡಾಕ್ಟರೇಟ್ ಪುರಸ್ಕಾರಗಳನ್ನು ಪಡೆದ ಗಿರೀಶ್ ಕಾರ್ನಾಡ್ ಕನ್ನಡಕ್ಕೆ ೭ನೇ ಜ್ಞಾನಪೀಠ ಪ್ರಶಸ್ತಿಯನ್ನು ತಂದುಕೊಟ್ಟರು. ಕಲಾರಂಗದ ವಿವಿಧ ಪ್ರಕಾರಗಳಲ್ಲಿ ಸೇವೆ ಸಲ್ಲಿಸಿದ್ದರೂ ಪ್ರಧಾನವಾಗಿ ತಮ್ಮನ್ನು ನಾಟಕಕಾರ ಎಂದೇ ಗುರುತಿಸಿಕೊಳ್ಳಲು ಬಯಸುತ್ತಿದ್ದ ಕಾರ್ನಾಡ್ ಅವರು ರಾಕ್ಷಸ ತಂಗಡಿ ನಾಟಕ ಪೂರ್ಣ ವಾಗುವ ಮೊದಲೇ ಜೂನ್ ೧೦, ೨೦೧೯ರಲ್ಲಿ ಬದುಕಿನ ನಾಟಕರಂಗದಿಂದ ಶಾಶ್ವತವಾಗಿ ನಿರ್ಗಮಿಸಿದರು.

ಕನ್ನಡ ರಂಗಭೂಮಿ, ಸಿನಿಮಾ, ಚಲನಚಿತ್ರ ನಿರ್ದೇಶನಗಳಿಗೆ ಅಪೂರ್ವ ಕೊಡುಗೆ ನೀಡಿದ ಗಿರೀಶ್ ಕಾರ್ನಾಡ್ ಅವರ ಕಲಾಸೇವೆ ಬಹಳ ಮಹತ್ತರವಾದುದು.

೬೭

ಪರಿಸರ–ಸಾಹಿತ್ಯ ಬೆಸೆದ ಸಾಹಿತಿ

ಡಾ. ನಾ. ಡಿಸೋಜ಼

ಸ್ವಾನುಭವಗಳಿಂದ ಪ್ರೇರಿತಗೊಂಡು ಸಾಹಿತ್ಯ ರಚನೆಗೆ ತೊಡಗಿಕೊಳ್ಳುವವರು ಇರುವಂತೆಯೇ ಸುತ್ತಲಿನ ಪರಿಸರ ಕೌಟುಂಬಿಕ ಹಿನ್ನೆಲೆ ಪ್ರಭಾವ ಪ್ರೇರಣೆಗಳಿಂದ ಬರೆಹದ ಜಗತ್ತನ್ನು ಸೃಷ್ಟಿಸಿಕೊಂಡು ಅಕ್ಷರ ಲೋಕಕ್ಕೆ ಮೌಲ್ಯಯುತ ಕೊಡುಗೆ ನೀಡಿದ ಹಲವರಿದ್ದಾರೆ. ಅಂಥವರಲ್ಲಿ ಶಿವಮೊಗ್ಗ ಜಿಲ್ಲೆಯ ಸಾಗರ ತಾಲೂಕಿನ ಡಾ. ನಾ ಡಿಸೋಜ಼ ಪ್ರಮುಖರು. ಪ್ರಾಥಮಿಕ ಶಾಲೆಯ ಮುಖ್ಯೋಪಾಧ್ಯಾಯರಾಗಿದ್ದ ತಂದೆಯವರು ಬರೆದಿಟ್ಟುಕೊಂಡಿದ್ದ ಕುವೆಂಪು, ಮಾಸ್ತಿ, ರಾಜರತ್ನಂ ಮೊದಲಾದವರ ಪದ್ಯಗಳು, ಅವುಗಳ ಲಯ, ನಾದ ಡಿಸೋಜ಼ ಅವರಲ್ಲಿ ಸಾಹಿತ್ಯದ ಬಗ್ಗೆ ಆಸಕ್ತಿ ಅಭಿರುಚಿ ಮೂಡಿ ಬೆಳೆಯಲು ಮೊದಲಾಯಿತು.

ಕೊಂಕಣಿ ಮಾತನಾಡುವ ಮನೆಯ ಹುಡುಗನಾಗಿ ಇವರ ತಾಯಿ ಸಹ ಮಗನಿಗೆ ಬಹಳ ಸುದೀರ್ಘವಾದ ಜನಪದ ಕಥೆಗಳನ್ನು ಸ್ವಾರಸ್ಯಕರವಾಗಿ ಹೇಳುತ್ತಿದ್ದದ್ದು ಇವರಲ್ಲಿ ಸಾಹಿತ್ಯದ ಆಸಕ್ತಿ ಅಂಕುರಾರ್ಪಣವಾಗಲು ಇನ್ನೊಂದು ಕಾರಣವಾಯಿತು.

ಸಾಗರದ ಪರಿಸರ, ಅಲ್ಲಿಯ ಹಳ್ಳ ಕೊಳ್ಳ ನದಿಗಳ ನಾದ ಬಹಳ ನೈಸರ್ಗಿಕವಾಗಿ ಇವರ ಸಾಹಿತ್ಯದಲ್ಲಿ ಒಡಮೂಡಿತ್ತು. ಆದರೆ ಡಿಸೋಜ? ಅವರು ಪರಿಸರಕೇಂದ್ರಿತ ಸೂಕ್ಷ್ಮತೆಗಳನ್ನು ತಮ್ಮ ಲೇಖನ, ಕಾದಂಬರಿ, ನಾಟಕಗಳಲ್ಲಿ ಬಹಳ ಪ್ರಜ್ಞಾಪೂರ್ವಕವಾಗಿಯೇ ತಂದವರು. ಹಾಗೆ ನೋಡಿದರೆ ಡಿಸೋಜ? ಅವರ ಯಾವುದೇ ಪ್ರಕಾರದ ಸಾಹಿತ್ಯ ಕೃತಿಗಳೂ ಈ ಅಂಶಗಳನ್ನು ಕಳೆದುಕೊಂಡು ರಚಿತವಾಗಿಲ್ಲ, ಜೊತೆಗೆ ತಮಗೆ ಗೊತ್ತಿಲ್ಲದ ಸಂಗತಿಗಳನ್ನು ಇಟ್ಟುಕೊಂಡು ಕಥನಗಳನ್ನು, ಕವನಗಳನ್ನು ನಾಟಕಗಳನ್ನು ರಚಿಸುವ ಭ್ರಮೆ ಕಾಣಲಾಗುವುದಿಲ್ಲ.

ಇರುವ ಮತ್ತು ತಮ್ಮ ಅರಿವಿನ ಪರಿಧಿಗೆ ಸಲ್ಲುವ ಭಾವಸಾಮಗ್ರಿಗಳನ್ನು ಸಮರ್ಪಕವಾಗಿ ಕೃತಿಗಳಲ್ಲಿ ಮೂಡಿಸುವ ಇವರದ್ದು ಬಹಳ ವಿಚಕ್ಷಣಾ ಪೂರ್ವಕ ನಡೆ. ಬೃಹತ್ ಕಾದಂಬರಿಗಳು, ಕಿರುಕಾದಂಬರಿಗಳು ಐತಿಹಾಸಿಕ ಕಾದಂಬರಿಗಳು, ನಾಟಕಗಳು, ಸಣ್ಣ ಕಥಾಸಂಕಲನಗಳನ್ನು ರಚಿಸಿರುವ ಇವರ ಈ ವಿಪುಲವಾದ ಸಾಹಿತ್ಯದಲ್ಲಿ ಎದ್ದು ಕಾಣುವ ಅಂಶವೆಂದರೆ ಸರಳವಾಗಿ ಸಹ ಸಂಕೀರ್ಣವಾದ ಸಂಗತಿಗಳನ್ನು, ವರ್ತಮಾನದ ಸಂಕಟಗಳನ್ನು ಹೇಳಲು ಸಾಧ್ಯ ಎನ್ನುವುದು.

ಬಂಜೆ ಬೆಂಕಿ, ಅಜ್ಞಾತ, ಆಸರೆ, ಈ ನೆಲ ಈ ಜಲ, ಇಗರ್ಜಿಯ ಸುತ್ತಲಿನ ಮನೆಗಳು, ಕೆಂಪು ತ್ರಿಕೋನ, ಒಂದು ಜಲಪಾತದ ಸುತ್ತ, ದುರ್ಗವೆಂಬ ವ್ಯೂಹ, ಪ್ರಜ್ಞಾಬಲಿ, ವಿಷಾನಿಲ, ವಿಷವರ್ತುಲ ಈ ಎಲ್ಲ ಕಾದಂಬರಿಗಳಲ್ಲಿ ಸಾರ್ವಜನಿಕ ಬದುಕಿಗೆ ಕಂಟಕವಾಗಿ, ಸಾಮಾಜಿಕ ಆರೋಗ್ಯಕ್ಕೆ ಭಂಗ ಬಂದಿರುವುದನ್ನೂ ನಾ. ಡಿಸೋಜ಼ ಗಂಭೀರವಾದ ಎಚ್ಚರ, ಕಾಳಜಿಯಿಂದ ಪರಾಮರ್ಶಿಸಿದರೂ ಅಲ್ಲೆಲ್ಲೂ ಮೊನಚಾದ ತಿವಿತದ ಭಾಷೆ ಪ್ರಕಟವಾಗುವುದಿಲ್ಲ, ಹೇಳಬೇಕಾದ ಯಾವ ಸಂಗತಿಗಳನ್ನೂ, ನಿಸರ್ಗದತ್ತ ವಾದ ಸಂಪನ್ಮೂಲಗಳಿಗೆ ಒದಗಿದ ದುಸ್ಥಿತಿಗಳನ್ನು ಬರೆಯುವಾಗಲೂ ಅವರಲ್ಲಿ ಇದಕ್ಕೆ ಕಾರಣರಾದ ಮಾನವ ಜನಾಂಗದ ಕ್ರೌರ್ಯ, ಸ್ವಾರ್ಥಲೋಲು ಪತೆಗಳನ್ನು ತಣ್ಣಗಿನ ಭಾಷೆ, ಭಾವದಲ್ಲಿ ಹೇಳಲು ಸಾಧ್ಯವಾಗಿದೆ.

ಇವರಲ್ಲಿ ಕಾಣುವ ಮತ್ತೊಂದು ಗಮನಾರ್ಹ ಸಂಗತಿ ಎಂದರೆ ಸಮಾಧಾನದ ಮತ್ತು ಪ್ರಶಾಂತ ಗ್ರಹಿಕೆಗಳಲ್ಲೇ ಕೃತಿಗಳ ಒಳಹೂರಣವನ್ನು ಕಟ್ಟಿಕೊಡುವ ನಿರುದ್ವಿಗ್ನ ಬರೆಹದ ವಿಧಾನ. ಇಕ್ಕೇರಿಯಲ್ಲಿ ಕ್ರಾಂತಿ, ರಾಗ ವಿರಾಗ, ಶೃಂಗೇರಿಯಲ್ಲಿ ಶಾಂತಿಯಂಥ ಐತಿಹಾಸಿಕ ಕಾದಂಬರಿಗಳಲ್ಲೂ ಇವರ ವಿಷಾದಗಳ, ತಲ್ಲಣಗಳ ಪ್ರಸ್ತುತಿ ಯು ತಾಳ್ಮೆಯ ಗುಣದಿಂದಲೇ ನಿರ್ವಹಿಸಿದೆ.

ಚಿತ್ತಾರ, ಹೂವ ಚೆಲ್ಲುತ ಬಾ ಎಂಬ ಜಾನಪದ ಸಾಹಿತ್ಯವನ್ನೂ ರಚಿಸಿರುವ ನಾ. ಡಿಸೋಜ಼ ತಬ್ಬಲಿ, ದೇವರಿಗೇ ದಿಕ್ಕು, ಬೆತ್ತಲೆ ಸೇವೆ, ಭೂತದ

ಎದುರು ಬೇತಾಳ, ಮೊದಲಾದ ಕಿರುಕಾದಂಬರಿಗಳನ್ನೂ ಬರೆದಿದ್ದಾರೆ. ರೂಪದರ್ಶಿ, ಮಲೆನಾಡಿನ ಮದಕರಿ, ಬುವಿಗೆ ಬಂದ ಬೆಳಕು, ಬೆಳಗಾಗಿ ನಾನೆದ್ದು, ನಾಟಕಗಳನ್ನು ರಚಿಸಿ ಮಕ್ಕಳ ಸಾಹಿತ್ಯದಲ್ಲೂ ಕೈಯಾಡಿಸಿ, ಭೂತ, ಮುಂದೇನು, ಗೇರುಸೊಪ್ಪು, ಬಾಲಗಂಧರ್ವ, ಸೊರಬ, ಶರಾವತಿ, ಸಂಗೀತಪುರ... ಮಕ್ಕಳ ಸಾಹಿತ್ಯ ರಚನೆಯನ್ನೂ ಮಾಡಿರುವ ಡಿಸೋಜ ಅವರ ಸಾಹಿತ್ಯದ ಬಗ್ಗೆ ಅಧ್ಯಯನ ಮಾಡಿ ಮೂವರು ಎಂ.ಫಿಲ್ ಪದವಿಯನ್ನೂ, ಗಂಗಾ ಮೂಲೀಮನಿ ಎಂಬ ವಿದ್ಯಾರ್ಥಿನಿ ಪಿಎಚ್.ಡಿ. ಪದವಿಯನ್ನೂ ಪಡೆದಿದ್ದಾರೆ.

ಮಡಿಕೇರಿಯಲ್ಲಿ ನಡೆದ ಅಖಿಲಭಾರತ ಕನ್ನಡ ಸಾಹಿತ್ಯ ಸಮ್ಮೇಳನದ ಅಧ್ಯಕ್ಷರಾಗಿದ್ದ ಇವರ ಜೀವನಪ್ರೀತಿ, ಪರಿಸರಸ್ನೇಹೀ ಬದ್ಧತೆ ಅವರ ಬದುಕಿನ ಜೀವಸೆಲೆ. ೮೭ನೇ ವಯಸ್ಸಿನಲ್ಲೂ ಕ್ರಿಯಾಶೀಲರಾಗಿರುವ ಹಿರಿಯರಾದ ಇವರಿಂದ ಮತ್ತಷ್ಟು ಗುಣಾತ್ಮಕ ಕೃತಿಗಳು ಹೊರಬರಲಿ ಎಂದು ನಾಡಿನ ಸಹೃದಯ ಬಳಗ ಆಶಿಸೋಣ.

೬೮

ಕನ್ನಡ–ಮರಾಠಿ ಸಾಹಿತ್ಯದ ಕೊಂಡಿ

ಡಾ. ಸರಜೂ ಕಾಟ್ಕರ್

ಸಾಹಿತ್ಯದ ಪರಿಭಾಷೆಯಲ್ಲಿ ತಮ್ಮ ಒಳಗುದಿಗಳನ್ನು ಪ್ರಕಟಪಡಿಸುವ ಬಂಡಾಯದ ವಿಶಿಷ್ಟ ದನಿ ಡಾ. ಸರಜೂ ಕಾಟ್ಕರ್. ಮರಾಠಿ ಮಾತೃಭಾಷೆಯ ಸರಜೂ ಕಾಟ್ಕರ್ ಅವರ ಬಂಡಾಯದ ಬಿಸುಪು ಆವೇಶಪೂರಿತವಾದ ಹೊರ ಉದ್ವಿಗ್ನತೆಯ ಸ್ವರೂಪದ್ದಲ್ಲ, ನಿರ್ದಿಷ್ಟ ಸಿದ್ಧಾಂತಕ್ಕೆ ಕಟಿಬದ್ಧರಾಗಿ ಒಂದು ಕೋನದಲ್ಲಿ ಮಾತ್ರ ಬದುಕಿನ ತಲ್ಲಣ, ತಹತಹಗಳನ್ನು ಒಳಗೊಂಡ ವಿಧಾನ ಸರಜೂ ಕಾಟ್ಕರ್ ಅವರದ್ದಲ್ಲ,

ಮನುಷ್ಯನ ಸ್ವಭಾವಗಳ ಪಲ್ಲಟ, ಆಂತರಿಕ ವ್ಯಕ್ತಿತ್ವ ಚಹರೆಗಳಲ್ಲಿನ ಉದ್ದೇಶ ಪೂರ್ವಕ ಮಾರ್ಪಾಡುಗಳ ಅವಸ್ಥಾಂತರಗಳನ್ನು ಸರಜೂ ಕಾಟ್ಕರ್ ಅವರ ಕೃತಿಗಳು ಬಹಳ ಎಚ್ಚರದಿಂದ ಗಮನಿಸಿದೆ. ಪತ್ರಕರ್ತರಾಗಿ, ಕವಿಯಾಗಿ, ಲೇಖಕರಾಗಿ ಸರಜೂ ಕಾಟ್ಕರ್ ಅವರ ಸಾಹಿತ್ಯದಲ್ಲಿ ಎದ್ದು ಕಾಣುವ ಸಂಗತಿಯೆಂದರೆ ಸಾಮಾಜಿಕವಾಗಿ ಶೀತಲ ಸಮರದಂತೆ ಒಳಗೊಳಗೇ ಅನುಭವಿಸುವ ಸಂಕಟಗಳ

ಮಾನಸಿಕ ಸ್ಥಿತಿ, ಪ್ರಕ್ಷುಬ್ಧತೆ, ವಿಷಣ್ಣ, ವಿಷಮ ಗತಿಸ್ಥಿತಿಗಳನ್ನು ಚಿತ್ರಿಸುವಾಗ ಸರಜೂ ಕಾಟ್ಕರ್ ಅವರ ಮೂಲಕೇಂದ್ರ ನೈರಾಶ್ಯಭಾವವಲ್ಲ, ಇರುವ ಸ್ಥಿತಿಯ ವಾಸ್ತವವನ್ನು ನೇರಾನೇರ ಮೂಡಿಸುವ ಸರಜೂ ಕಾಟ್ಕರ್ ಅವರ ಕೃತಿಗಳಲ್ಲಿ ಕಾಣುವ ಸಾಮಾಜಿಕ ಪ್ರಜ್ಞೆಯ ಮುಖಗಳು ವೈವಿಧ್ಯಮಯ.

ಸಂವೇದನೆಯನ್ನು ಮಾನವೀಯ ಅನುಕಂಪದ ಸೆಲೆ ನೆಲೆಗಳನ್ನು ಅವರ ಹಸಿದ ನೆಲ ಕವನ ಸಂಕಲನ ಬಹಳ ಆಳವಾಗಿ ಕಂಡಿರಿಸಿದೆ. ನಿರಲಂಕಾರದ ಸಹಜ ಮಾತುಗಳ ಕಾವ್ಯ ಇವರ ಬಹುದೊಡ್ಡ ಹಿರಿಮೆ.

ಏಕಾಂತದ ಮನುಷ್ಯ ಯಾರನ್ನೂ ನೋಯಿಸುವುದಿಲ್ಲ
ಏಕಾಂತದ ಮನುಷ್ಯ ಯಾರನ್ನೂ ಪ್ರೀತಿಸುವುದಿಲ್ಲ
ಏಕಾಂತದ ಮನುಷ್ಯ ತಾನೇ ತನ್ನನ್ನು ಪ್ರೀತಿಸಿಕೊಳ್ಳುತ್ತಾ
ಉಭಯಲಿಂಗಿಯಾಗುತ್ತಾನೆ

ಇದು ಸರಜೂ ಕಾಟ್ಕರ್ ಅವರ ಶೈಲಿ. ಇಲ್ಲಿ ಉಂಟಾಗುವ ಪ್ರತ್ಯೇಕತಾ ಭಾವ ಮನುಷ್ಯನೇ ನಿರ್ಮಿಸಿಕೊಂಡ ಆತ್ಮಾಂತರ್ಗತ ನಿಲುವು. ಚಂಚಲತೆಯಿಂದ ಹೊರತಾದ ಮನುಷ್ಯನ ಏಕಜಗತ್ತು ಮತ್ತು ಸ್ವಗತದ ಲೋಕ ಬಯಕೆ ಕಾಮನೆಗಳ ಸೆಳೆತಗಳಿಂದ ದೂರವಾಗುವ ಒಂಟಿತನ ಇದು.

ಯಾರ ಗೊಡವೆಗೂ ಈಡು ಮಾಡಿಕೊಳ್ಳದ, ನಿಶ್ಯಬ್ದದ ಪ್ರಪಂಚವನ್ನು ಸರಜೂ ಕಾಟ್ಕರ್ ಅವರ ಲೇಖನಿ ಹೀಗೆ ಧ್ವನಿಸುತ್ತದೆ. ದೇವದಾಸಿ ಎಂಬ ಅವರ ಕವಿತೆ ಮರುಕ ವ್ಯವಸ್ಥೆಯ ಕ್ರೌರ್ಯವನ್ನು ಒಟ್ಟಿಗೇ ಮುಖಾಮುಖಿ ಯಾಗಿಸಿ ಬಿಡುತ್ತದೆ.

ದೇವರಾಯ, ಬಾಜಿರಾವ್ ಮಸ್ತಾನಿ, ಜುಲೈ ೨೨, ೧೯೪೭, ಸಾವಿತ್ರಿಬಾಯಿ ಫುಲೆ, ಗೌರಿಪುರ ಇಂಥ ಕಾದಂಬರಿಗಳ ಜೊತೆಗೆ ಮರಾಠಿ ದಲಿತ ಕಾವ್ಯ, ಅಟಲ ಬಿಹಾರಿ ವಾಜಪೇಯಿ ಕವಿತೆಗಳು ತಸ್ಲಿಮಾ ನಸ್ರೀನ್ ಕವಿತೆಗಳು, ಬಾಂಬ್ ವಿರೋಧಿ ಪಾಕಿಸ್ತಾನದ ಕವಿತೆಗಳು ಇವು ಸರಜೂ ಕಾಟ್ಕರ್ ಅವರ ಅನುವಾದಿತ ಕವಿತೆಗಳಾದರೆ, ಸಾದತ್ ಹಸನ್ ಮಂಟೋ ಬಹಿಷ್ಕೃತ ಕಥೆಗಳು, ಅನುವಾದಿತ ಕಥಾಸಂಕಲನ.

ಸರಜೂ ಕಾಟ್ಕರ್ ಅವರ ಸಮಗ್ರ ಸಾಹಿತ್ಯದಲ್ಲಿ ಸಾಮಾಜಿಕ ಪ್ರಜ್ಞೆ ಎಂಬ ವಿಷಯದ ಬಗ್ಗೆ ಮಹಾಪ್ರಬಂಧ ಮಂಡಿಸಿ ಮದ್ರಾಸ್ ವಿಶ್ವವಿದ್ಯಾಲಯದ ಕನ್ನಡ ವಿಭಾಗದಿಂದ ಮಲ್ಲಿಕಾರ್ಜುನ ಎಂಬ ಸಂಶೋಧನಾರ್ಥಿ ಪಿಎಚ್.ಡಿ. ಪಡೆದು ಡಾಕ್ಟರೇಟ್ ಪದವಿಗೆ ಭಾಜನರಾಗಿದ್ದಾರೆ.

ಯಾವ ಮುಲಾಜು ರಿವಾಜುಗಳಿಗೂ ತಲೆ ಬಗ್ಗಿಸದ ಸ್ವಾಭಿಮಾನೀ ಆತ್ಮನಿಷ್ಠ ಬದುಕಿನ ಪ್ರತಿನಿಧಿಯಾಗಿ ಕೆಲಸ ಮಾಡುತ್ತಾ, ಸಾಹಿತ್ಯದ ಕೃತಿಗಳನ್ನು

ರಚಿಸುತ್ತಾ ನಮ್ಮ ನಡುವೆ ಇರುವ ಸ್ವತಂತ್ರ ಆಲೋಚನಾಶೀಲತೆಯ ಸರಜೂ ಕಾಟ್ಕರ್ ಅವರ ಬಹು ಆಯಾಮಗಳ ಚಿಂತನಾತ್ಮಕ ಬರೆಹಗಳು ಇನ್ನೂ ಹೆಚ್ಚಿನ ಪ್ರಮಾಣದಲ್ಲಿ ಗುಣಾತ್ಮಕ ಮಜಲುಗಳಲ್ಲಿ ಹೊರಹೊಮ್ಮಲಿ ಎಂದು ಆಶಿಸೋಣ.

೬೯

ಧೈರ್ಯದ ಬದುಕಿನ ಶಿಕ್ಷಣ ಸಾರಥಿ

ಡಾ. ಎಂ. ಕೆ. ಶ್ರೀಧರ್

ವಿಶ್ವಖ್ಯಾತ ಕಲಾವಿದ ಚಾರ್ಲಿ ಚಾಪ್ಲಿನ್ **"ನಾನು ಬೂಟುಗಳನ್ನು ಧರಿಸಲಾಗದ ನನ್ನ ಕಾಲುಗಳನ್ನು ನೋಡಿಕೊಂಡು ಅಳುತ್ತಿದ್ದೆ, ಆದರೆ ಒಮ್ಮೆ ಕಾಲುಗಳೇ ಇಲ್ಲದ ವ್ಯಕ್ತಿಯೊಬ್ಬನನ್ನು ಕಂಡ ಕ್ಷಣದಿಂದ ಅಳುವುದನ್ನೇ ನಿಲ್ಲಿಸಿದೆ"** ಎಂದಿದ್ದಾರೆ.

ಬದುಕಿನಲ್ಲಿ ಎದುರಾಗುವ ಸಣ್ಣಪುಟ್ಟ ತೊಂದರೆಗಳನ್ನು ಸಹಿಸಲಾಗದೆ ನೈರಾಶ್ಯ ಭಾವದಲ್ಲಿ ಜೀವ ಜೀವನ ಎರಡನ್ನೂ ಶಪಿಸುತ್ತಾ ಹಳಹಳಿಸುತ್ತಾ ಬದುಕುವ ಮಂದಿಗೆ ಜಗತ್ತಿನಲ್ಲಿ ಕೊರತೆ ಇಲ್ಲ. ಆದರೆ ಕೊರತೆಗಳ ಮಧ್ಯೆಯೇ ಸ್ಫೂರ್ತಿಯ ಒರತೆಯಾಗಿ ಹೇಗೆ ಬಾಳಬೇಕು ಎನ್ನುವುದಕ್ಕೆ ನಿದರ್ಶನವಾಗಿ ಬಾಳನ್ನು ಬದುಕುವುದೇ ನೈಜ ಬಲ ಮತ್ತು ಸದೃಢ ಆತ್ಮಶಕ್ತಿಯ ಸಂಕೇತ.

ಕೈ ಕಾಲುಗಳ ಊಳುಕು, ನೋವುಗಳಿಗೇ ನಿರಾಸೆ, ಸ್ವನಿಂದೆಗಳಿಗೆ ಮನಸ್ಸನ್ನು ಸಂಕುಚಿತಗೊಳಿಸಿಕೊಂಡು ಜೀವನ

ನಡೆಸುವವರ ಮಧ್ಯೆ 'Face the failures untill failure fails to face you' ಎನ್ನುತ್ತಾ ದೈಹಿಕ ವಿಕಲ್ಪ ಕ್ಕೇ ಸೆಡ್ಡು ಹೊಡೆದು ಛಲದ ಹೆಜ್ಜೆಗಳನ್ನು ಹಾಕಿ ಬಾಳುತ್ತಿರುವ ಡಾ. ಎಂ.ಕೆ. ಶ್ರೀಧರ್ ದೈಹಿಕ ವೈಕಲ್ಯದಲ್ಲಿ ಬಾಧಕರು, ಆದರೆ ಸಾಹಸಮಯ ಜೀವನಗಾಥೆಯಲ್ಲಿ ಸಾರ್ಥಕ ಸಾಧಕರು.

ಒಂದು ಕಾಲಘಟ್ಟದಲ್ಲಿ ಅತ್ಯಂತ ದುರ್ಭರವಾದ ಲಸಿಕೆಯಿರದ ಕಾಯಿಲೆಯಾಗಿದ್ದ ಪೋಲಿಯೊ ನೂರಾರು ಜನರ ಸರ್ವಾಂಗ ಸುಂದರವಾದ ಜೀವನಕ್ಕೆ ಕೊಡಲಿಯ ಪೆಟ್ಟನ್ನೇ ನೀಡಿತ್ತು. ಇಂತಹ ನ್ಯೂನತೆಗೆ ಒಳಗಾಗಿ ಕೈ ಸ್ವಾಧೀನವನ್ನೇ ಕಳೆದುಕೊಂಡ ಶ್ರೀಧರ್ ಅವರು ಮುಂದೆ ಶೈಕ್ಷಣಿಕ ರಂಗದಲ್ಲಿ ಸಾಧಿಸಿದ ತ್ರಿವಿಕ್ರಮ ಹೆಜ್ಜೆಗಳ ಮೂಲಕ ಬೌದ್ಧಿಕ ಜಗತ್ತನ್ನೇ ಆತ್ಮವಿಶ್ವಾಸ, ಪ್ರೀತಿಯ ಮೂಲಕ ಸ್ವಾಧೀನಕ್ಕೆ ಪಡೆದುಕೊಂಡಿದ್ದು ನಿಬ್ಬೆರಗಿನ ವಾಸ್ತವ.

ಬಟ್ಟೆ ವ್ಯಾಪಾರಿಯಾಗಿದ್ದ ಎಂ.ಆರ್. ಕೃಷ್ಣಮೂರ್ತಿ ಮತ್ತು ಸುಮಿತ್ರಮ್ಮ ದಂಪತಿಗಳಿಗೆ ೧೯೫೪ರ ಸೆಪ್ಟೆಂಬರ್ ೧೫ರಂದು ಹಿಂದೂಪುರದಲ್ಲಿ ಜನಿಸಿದ ಶ್ರೀಧರ್ ಅವರ ಕುಟುಂಬದ ಭಾಷೆ ತೆಲುಗು.

ನಾಲ್ಕು ವರ್ಷದ ಬಾಲಕನಾಗಿ ದ್ದಾಗಲೇ ಪೋಲಿಯೊ ಪೀಡಿತರಾದ ಇವರಿಗೆ ೭ ಶಸ್ತ್ರಚಿಕಿತ್ಸೆಗಳಾದರೂ ಫಲ ಕೊಡಲಿಲ್ಲ, ಪರಿಣಾಮವಾಗಿ ಎಳವೆಯಿಂದಲೇ ಶ್ರೀಧರ್ ಅವರು ಕಾಲುಗಳ ಮತ್ತು ಬಲಗೈಯ ನಿಷ್ಕ್ರಿಯತೆ ಗೊಳಗಾದರು. ಆದರೆ ಅಂಗಗಳು ಪುನಶ್ಚೇತನಗೊಳ್ಳ ದಿದ್ದರೂ ಇವರ ಅಂತಃಶಕ್ತಿ ಹಾಗೂ ಮನಸ್ಸಿನ ಅಂತಃಸತ್ತ್ವ ಜಾಗೃತವಾಗಿ ಬಲಿಷ್ಠವಾಗಿಯೇ ಇತ್ತು. ಇವರ ಅವಿಚಲಿತ, ಅಚಂಚಲ ಮನಸ್ಥಿತಿಯ ಮುಂದೆ ಯಾವ ದೋಷಗಳೂ ಆತ್ಮಸ್ಥೈರ್ಯವನ್ನು ಕುಗ್ಗಿಸಲಿಲ್ಲ, ಬದಲಾಗಿ ಮಾನಸಿಕ ಬಲ ಹಾಗೂ ಅದ್ಭುತ ಸಂಕಲ್ಪವನ್ನು ಸದೃಢಗೊಳಿಸಿ ದವು.

ಹಿಂದೂಪುರದ ಎಸ್.ಡಿ.ಎಸ್. ಕಾಲೇಜಿನಲ್ಲಿ ಬಿ.ಕಾಮ್., ಬೆಂಗಳೂರು ವಿಶ್ವವಿದ್ಯಾಲಯದಿಂದ ಎಂ.ಕಾಮ್., ಎಂ.ಫಿಲ್. ಹಾಗೆಯೇ ಮೈಸೂರು ವಿಶ್ವವಿದ್ಯಾಲಯದಿಂದ ಪಿಎಚ್.ಡಿ. ಪದವಿ ಪಡೆದ ಶ್ರೀಧರ್ ಅವರ ಯಶಸ್ಸು ಪರಿಶ್ರಮ ಮುಂಬರುವ ಪೀಳಿಗೆಗೆ ಸದಾ ಆದರ್ಶಪ್ರಾಯ ಹಾಗೂ ಸ್ಫೂರ್ತಿಯ ಚಿಮ್ಮುಹಲಗೆ.

ಜೀವನದಲ್ಲಿ ಯಾತನಾಮಯ ಸಂಕಟಗಳನ್ನು ಎದುರಿಸುತ್ತಾ ಶ್ರೀಧರ್ ಅವರು ಧೃತಿಗೆಡದೆ ಮುನ್ನಡೆದರು. ಹೀಯಾಳಿಸುವವರ ಅಪಹಾಸ್ಯಕ್ಕೂ ಇವರು ತುತ್ತಾದರು. ಸಂಪೂರ್ಣ ಬದುಕನ್ನು ಗಾಲಿ ಕುರ್ಚಿಯಲ್ಲೇ ಕಳೆಯಬೇಕೆಂಬ ನೋವಿನ ನಿಜ ಸಂಗತಿ, ಪಿಎಚ್.ಡಿ. ಪದವಿ ದೊರೆತಾಗ ಆ ಸ್ಮರಣೀಯ ಘಳಿಗೆಯಲ್ಲೂ ಆ ಗೌರವವನ್ನು ಸ್ವೀಕರಿಸುವ ಸಂದರ್ಭದಲ್ಲೂ ತನ್ನನ್ನು

ಇನ್ನೊಬ್ಬರು ಎತ್ತಿಕೊಂಡು ಬರುವ ಪರಿಸ್ಥಿತಿಯನ್ನು ಅವಲಂಬಿಸಿದ್ದ ಶ್ರೀಧರ್ ಇದಕ್ಕಾಗಿ ಬೇಸರಗೊಳ್ಳಲಿಲ್ಲ. ವೈಕಲ್ಯದ ಕಾರಣದಿಂದ ಈತ ಡಾಕ್ಟರೇಟ್ ಪದವಿ ಪಡೆಯಲಾರ ಎಂದು ಗೇಲಿ ಮಾಡಿದ್ದವರಿಗೆ ತಾವು ಸಾಧಿಸಿದ್ದನ್ನು ಅರುಹಿ, ಈ ಸಾಧನೆಗೆ ತಮ್ಮ ಮಾತುಗಳೇ ಜ್ವಲಂತ ಸ್ಫೂರ್ತಿಯ ನೆಲೆ ಮತ್ತು ಸೆಲೆ ಎಂದು ಟೀಕಾಕಾರರ, ಅಣಗಿಸಿದವರ ಬಾಯಿ ಮುಚ್ಚಿಸಿದ ಧೀರ

ವ್ಯಕ್ತಿ ತ್ತ್ವದವರು ಡಾ. ಶ್ರೀಧರ್. ಪ್ರೊ. ಅನಂತನ್ ಅವರ ಮಾರ್ಗದರ್ಶನದಲ್ಲಿ ಬ್ಯಾಂಕಿಂಗ್ ಕ್ಷೇತ್ರದ ಔದ್ಯೋಗಿಕ ನೆಲೆಗಳು ಇವರು ಪಿಎಚ್.ಡಿ. ಮಹಾಪ್ರಬಂಧವನ್ನು ಮಂಡಿಸಿದ್ದರು.

ಬೆಂಗಳೂರು ವಿಶ್ವವಿದ್ಯಾಲಯದಲ್ಲಿ ವಾಣಿಜ್ಯ ವಿಭಾಗದ ರೀಡರ್ ಆಗಿ ನಂತರ ಪ್ರೊಫೆಸರ್ ಆಗಿ ಡೀನ್ ಆಗಿ ಕೆಲಸ ಮಾಡಿದ ಇವರು ತಮ್ಮ ಸೇವಾವಧಿಯಲ್ಲಿ ನಾಲ್ವರು ಎಂ.ಫಿಲ್ ಹಾಗೂ ಎಂಟು ಪಿಎಚ್.ಡಿ. ಸಂಶೋಧನಾ ವಿದ್ಯಾರ್ಥಿಗಳ ಮಾರ್ಗದರ್ಶಕ ರಾಗಿ, ೪೦ಕ್ಕೂ ಹೆಚ್ಚು ಸಂಶೋಧನಾ ಲೇಖನಗಳನ್ನು ಬರೆದು ಪ್ರಕಟಿಸಿದ ಶ್ರೀಧರ್ ಅವರ ಕ್ರತುಶಕ್ತಿಯ ವರ್ಣನೆಗೆ ಪದಗಳೇ ಸಾಕಾಗುವುದಿಲ್ಲ.

ಕರ್ನಾಟಕ ಜ್ಞಾನ ಆಯೋಗದ ಕಾರ್ಯನಿರ್ವಾಹಕ ಸದಸ್ಯರಾಗಿ ಯುಜಿಸಿಯ ಸದಸ್ಯರಾಗಿ ನೂತನ ಶಿಕ್ಷಣ ನೀತಿಯ ಭಾಗವೂ ಆಗಿರುವ ಡಾ. ಶ್ರೀಧರ್ ಅವರು ತಮ್ಮ ಈ ಯಶಸ್ಸಿಗೆ ತಮಗೆ ಬೆಂಗಾವಾಲಾಗಿ ನಿಂತ ಆಪ್ತ ನರಸಿಂಹ ಅವರನ್ನು ಸದಾನೆನೆಯುತ್ತಾರೆ. ವಿಶೇಷ ಚೇತನರಿಗೆ ಸರ್ಕಾರದಿಂದ ಏನೇನು ಸೌಲಭ್ಯ ಸವಲತ್ತುಗಳು ದೊರೆಯುತ್ತದೆಂದು ನಿರೀಕ್ಷಿಸುವ ಬದಲು ತಮ್ಮ ಮತ್ತು ತಮ್ಮಂಥ ವಿಶೇಷಚೇತನರು ನಾಡಿಗೆ, ಸರ್ಕಾರಕ್ಕೆ ಹಾಗೂ ಸಮಾಜಕ್ಕೆ ಯಾವ ರೀತಿಯ ಕೊಡುಗೆಯನ್ನು ನೀಡಲು ಸಾಧ್ಯವೆಂದು ಯೋಚಿಸಿ ಯೋಜಿಸಬೇಕು ಎನ್ನುವ ಸಕಾರಾತ್ಮಕ ಚಿಂತನೆಯ ಶ್ರೀಧರ್ ಅವರ ಸವಾಲಿನ ಬೆಳವಣಿಗೆ ಸದಾ ಊರ್ಧ್ವಮುಖಿ ಮತ್ತು ಜೀವನ್ಮುಖಿ.

ಅಖಿಲ ಭಾರತ ವಿದ್ಯಾರ್ಥಿ ಪರಿಷತ್ತಿನಲ್ಲಿ ಸಕ್ರಿಯವಾಗಿದ್ದು ಅಲ್ಲಿ ವಿವಿಧ ಹುದ್ದೆಗಳನ್ನು ಸಮರ್ಥವಾಗಿ ನಿರ್ವಹಿಸಿದ ಶ್ರೀಧರ್ ಅವರು ವಿದ್ಯಾರ್ಥಿ ಶಿಕ್ಷಣ ಸೇವಾ ಟ್ರಸ್ಟ್‌ನ ಗೌರವಾಧ್ಯಕ್ಷರೂ ಹೌದು. ಪ್ರಸ್ತುತ ಬೆಂಗಳೂರಿನಲ್ಲಿ ನೆಲೆಸಿರುವ ಶ್ರೀಯುತರು ಬೆಂಗಳೂರು ಮಹಾನಗರ ಪಾಲಿಕೆಯ ಕೆಂಪೇಗೌಡ ಪ್ರಶಸ್ತಿ, ಕರ್ನಾಟಕ ರಾಜ್ಯ ಸರ್ಕಾರದ ರಾಜ್ಯೋತ್ಸವ ಪ್ರಶಸ್ತಿ ಸೇರಿದಂತೆ ಅನೇಕ ಅರ್ಹ ಸನ್ಮಾನಗಳಿಗೆ ಭಾಜನರಾಗಿದ್ದಾರೆ. ದೈಹಿಕ ಮಾನಸಿಕ ನೋವು ನುರಿಗಳೆ ಲ್ಲವನ್ನು ನುಂಗಿಕೊಂಡು ನಗುನಗುತ್ತಾ ವಿಶಿಷ್ಟ ಹಾಸ್ಯಪ್ರಜ್ಞೆ ಸರಳ ಜೀವನಶೈಲಿಯಿಂದ ಬಾಳುತ್ತಿರುವ ಡಾ. ಶ್ರೀಧರ್ ಸಾಧನೆಗಳನ್ನು

ಮಾಡುವವರಿಗೆ ಸದಾ ಕಂಗೊಳಿಸುವ ದೇದೀಪ್ಯಮಾನವಾದ ನಂದಾದೀಪ ಎನ್ನುವುದು ಅಕ್ಷರಶಃ ಸತ್ಯ. ಸಹಸ್ರಪದಿ ಶ್ರೀಧರ್ ಅವರ ಆತ್ಮಚರಿತ್ರೆ ಯಾಗಿದೆ. ವಿಕಲ್ಪಗಳು ಸಾಧನೆಗಳಿಗೆ ಅಡಚಣೆಯಾಗುವುದಿಲ್ಲ ಆದರೆ ಹಾಗೆ ಭಾವಿಸಿ ಬದುಕುವುದು ಅಧೈರ್ಯದ ಅಳೆದೆಯ ಸಂಕೇತವೆಂದು ಬಾಳುತ್ತಿರುವ ಮಹಾನುಭಾವರಾದ ಡಾ. ಶ್ರೀಧರ್ ಕನ್ನಡ ನಾಡಿನಲ್ಲಿ ಸದಾ ಎಲ್ಲರಿಗೂ ಹೀಗೇ ಪ್ರೇರಣಾದಾಯಕರಾಗಿ ನೂರಾರು ವರ್ಷ ಬಾಳಲಿ.

೨೦

ಬಹುಕ್ಷೇತ್ರ ಪಾರಂಗತರು

ಡಾ. ಎಸ್.ಆರ್. ರಾಮಸ್ವಾಮಿ

ಭಾರತೀಯತೆಯ ಪ್ರಜ್ಞೆ, ಪತ್ರಿಕಾರಂಗ, ಜೀವನಚರಿತ್ರೆ, ಸಾಮಾಜಿಕ ಕಾಳಜಿ, ಸಂಗೀತ ನೃತ್ಯ ಜ್ಞಾನ, ಪರಿಸರವಾದ, ಅನುವಾದ, ಹೀಗೆ ಹತ್ತು ಹಲವು ವಿಷಯಗಳಲ್ಲಿ ತಮ್ಮ ಛಾಪನ್ನು ಮೂಡಿಸಿರುವ ಪ್ರಕಾಂಡ ಜ್ಞಾನದ ಖನಿ ಡಾ. ಎಸ್ಆರ್. ರಾಮಸ್ವಾಮಿ.

ಕನ್ನಡನಾಡಿನ ಸುಪ್ರಸಿದ್ಧ ಇತಿಹಾಸಕಾರರಾಗಿದ್ದ ಶ್ರೀಕಂಠ ಶಾಸ್ತ್ರಿ, ಆಸ್ಥಾನ ವಿದ್ವಾನ್ ಮೋಟಗಾನ ಹಳ್ಳಿ ಸುಬ್ರಹ್ಮಣ್ಯ ಶಾಸ್ತ್ರಿ, ರಾಮಶೇಷ ಶಾಸ್ತ್ರಿ, ಶಂಕರ ಶಾಸ್ತ್ರಿ, ಯಜ್ಞಪತಿ ಭಟ್ಟ, ಇಂತಹ ವಿದ್ವನ್ಮಣಿಗಳ ಕುಟುಂಬದ ಹಿನ್ನೆಲೆಯಿಂದ ಬಂದ ಇವರ ಪೂರ್ಣ ಹೆಸರು ಸೊಂಡೆಕೊಪ್ಪ ರಾಮಚಂದ್ರಶಾಸ್ತ್ರಿ ರಾಮಸ್ವಾಮಿ. ತೆಲುಗು ಮನೆಮಾತಿನ ಇವರು ಹುಟ್ಟಿದ್ದು ೧೯೩೭ರ ಅಕ್ಟೋಬರ್ ೨೯ರಂದು ಬೆಂಗಳೂರಿನಲ್ಲಿ. ತಾಯಿ ಸರಸ್ವತಮ್ಮ ಸದ್ಗೃಹಿಣಿ. ಮೋಟಗಾನಹಳ್ಳಿ ವಂಶಸ್ಥರಾದ ರಾಮಸ್ವಾಮಿ ಯವರು ಅನೇಕ ಕ್ಷೇತ್ರಗಳಲ್ಲಿ ಸವ್ಯಸಾಚಿತನವನ್ನು ಸಾಧಿಸಿದ ಅಪೂರ್ವ ಸಾಧನೆ. ಬೆಂಗಳೂರು ಪ್ರೌಢಶಾಲೆ,

ನ್ಯಾಶನಲ್ ಕಾಲೇಜಿನಲ್ಲಿ ವ್ಯಾಸಂಗ ಮಾಡಿದ ಇವರು ವಿಲಿಯಂ ಕ್ವಾನ್ ಜಡ್ಜ್ ಪ್ರೆಸ್ನಲ್ಲಿ ಸಹಾಯಕ ಸಂಪಾದಕ ರಾಗಿ ವೃತ್ತಿಗೆ ಪಾದಾರ್ಪಿಸಿದರು.

ನಂತರ ಸುಧಾವಾರಪತ್ರಿಕೆಯಲ್ಲಿ ಮುಖ್ಯ ಉಪಸಂಪಾದಕರಾಗಿ, ರಾಷ್ಟ್ರೋತ್ಥಾನ ಸಾಹಿತ್ಯ, ಉತ್ಥಾನ ಪತ್ರಿಕೆಗಳ ಗೌರವ ಸಂಪಾದಕರಾಗಿ ಈಗಲೂ ಸಕ್ರಿಯವಾಗಿರುವ ಅದಮ್ಯ ಚೇತನವಾಗಿರುವ ಇವರು ದೇಶ ವಿದೇಶಗಳಲ್ಲಿ ಅಂತಾರಾಷ್ಟ್ರೀಯ ವಿಚಾರ ಸಂಕಿರಣಗಳಲ್ಲಿ ತಮ್ಮ ಪ್ರಬುದ್ಧ ಭಾಷಣಗಳನ್ನು ನೀಡಿದ್ದಾರೆ.

ಪ್ರಜಾವಾಣಿ, ಕನ್ನಡಪ್ರಭ ಪತ್ರಿಕೆಗಳಲ್ಲಿ ನಿರಂತರವಾಗಿ ಲೇಖನಗಳನ್ನು ಬರೆದಿದ್ದಾರೆ.

ತೆಲುಗು, ಕನ್ನಡ, ಸಂಸ್ಕೃತ ಹಿಂದಿ ಅಲ್ಲದೆ ಜರ್ಮನ್, ಫ್ರೆಂಚ್, ಭಾಷೆಗಳಲ್ಲೂ ಪರಿಣತ ರಾಗಿರುವ ಇವರು ೫೫ಕ್ಕೂ ಹೆಚ್ಚು ಕೃತಿಗಳನ್ನು ಕನ್ನಡ, ತೆಲುಗಿನಲ್ಲಿ ರಚಿಸಿದ್ದು, ೧೦೦೦ಕ್ಕೂ ಅಧಿಕ ಲೇಖನಗಳನ್ನು ಬರೆದಿದ್ದಾರೆ.

ಪ್ರಸಿದ್ಧ ಸಂಗೀತ ವಿದ್ವಾಂಸರಾದ ರಾಳಪಳ್ಳಿ ಅನಂತಕೃಷ್ಣ ಶರ್ಮ, ಖ್ಯಾತ ನೃತ್ಯಪಟು ವಿ.ಎಸ್. ಕೌಶಿಕ್ ಅವರ ಸಖ್ಯದಿಂದ ಕ್ರಮವಾಗಿ ಕರ್ನಾಟಕ ಹಿಂದೂಸ್ಥಾನಿ ಶಾಸ್ತ್ರೀಯ ಸಂಗೀತ, ನೃತ್ಯ ಪ್ರಕಾರಗಳಲ್ಲೂ ಜ್ಞಾನಸಂಪದ ವೇ ಆಗಿರುವ ರಾಮಸ್ವಾಮಿ ಯವರು ಕಲಾಪ್ರಪಂಚದ ದಿಗ್ಗಜ ಸ್ಲೆತೆಸ್ಲೊವ್ ರೋರಿಚ್ ಅವರ ಬಗ್ಗೆ ಕೃತಿ ರಚಿಸಿದಾಗ. ರೋರಿಚ್ ಅವರ ಕುರಿತಾದ ಪ್ರಪ್ರಥಮ ಸಮಗ್ರ ಕನ್ನಡ ಕೃತಿ ಎಂಬ ಗೌರವ ಇದಕ್ಕಿದೆ.

ಮಹಾಭಾರತದ ಬೆಳವಣಿಗೆ ಇವರ ಇನ್ನೊಂದು ಗಮನೀಯ ಕೃತಿ. ಶತಮಾನದ ತಿರುವಿನಲ್ಲಿ ಭಾರತ ರಾಮಸ್ವಾಮಿಯವರ ಪ್ರಬುದ್ಧ ಪಾಂಡಿತ್ಯಕ್ಕೆ ನಿದರ್ಶನ ವಾಗುವ ಅದ್ಭುತ ಕೃತಿ.

ಈ ಕೃತಿಗೆ ಕರ್ನಾಟಕ ಸಾಹಿತ್ಯ ಅಕಾಡೆಮಿ ಪ್ರಶಸ್ತಿಯೂ ಲಭಿಸಿದೆ.

ಸಮಾಜ ಚಿಕಿತ್ಸಕ ಅಂಬೇಡ್ಕರ್ ಎಂಬ ಕೃತಿಯನ್ನು ಚಂದ್ರಶೇಖರ ಭಂಡಾರಿಯವರಜೊತೆ ಸೇರಿ ಸಹಸಂಪಾದಿಸಿದ್ದುಇವರ ಮೇರು ಕಾರ್ಯ. ಈ ಕೃತಿ ಹಲವು ಭಾಷೆಗಳಿಗೆ ಅನುವಾದ ಆಗಿದೆ.

ಸ್ವದೇಶಿ ಚಳವಳಿಯ ಮುಂಚೂಣಿಯ ನೇತಾರ ರಾಗಿರುವ ಇವರು ಸ್ವದೇಶೀ ಜಾಗೃತಿ, ಸ್ವದೇಶೀ: ಒಂದು ಸಂವಾದ ಎಂಬ ಅದ್ಭುತ ಕೃತಿಗಳನ್ನೂ ಬರೆದಿದ್ದಾರೆ. ನೇತಾಜಿ ಸುಭಾಷ್ ಚಂದ್ರ ಬೋಸ್ ಅವರ ಜೀವನಚರಿತ್ರೆಯನ್ನು ಕೋಲ್ಮಿಂಚು ಎಂದು ಕನ್ನಡಕ್ಕೆ ಅನುವಾದ ಮಾಡಿದ ಇವರ ಈ ಕೃತಿ ಬಹಳ ಮೆಚ್ಚುಗೆ ಪಡೆಯಿತು.

ಶ್ರೀಕಂಠಶಾಸ್ತ್ರಿ, ಡಿವಿಜಿ, ವೀರಕೇಸರಿ ಸೀತಾರಾಮ ಶಾಸ್ತ್ರಿ, ಚನ್ನಕೇಶವಯ್ಯ ಯಾದವರಾಜ ಜೋಶಿ, ಕೋದಂಡರಾವ್, ತಿ.ತಾ. ಶರ್ಮ ಪಂಡಿತ ಶೇಷಾದ್ರಿ

ಗವಾಯಿ, ಮರಿಗೌಡ, ಕೌಶಿಕ್ ಮೊದಲಾದ ಗಣ್ಯರ ಬಗ್ಗೆ ಅಮೋಘ ಲೇಖನಗಳನ್ನು ದೀವಟಿಗೆ ಎಂಬ ಕೃತಿಯ ಮೂಲಕ ನೀಡಿದ ಅಸಾಧಾರಣ ಪಾಂಡಿತ್ಯ ಇವರದ್ದು.

ಆರ್ಥಿಕತೆಯ ಎರಡು ಧ್ರುವಗಳು, ಭಾರತದಲ್ಲಿ ಸಮಾಜ ಕಾರ್ಯ, ಸ್ವಾತಂತ್ರ್ಯೋದಯದ ಮೈಲಿಗಲ್ಲುಗಳು, ಸರ್ದಾರ್ ವಲ್ಲಭಭಾಯ್ ಪಟೇಲ್, ಮಾಗಡಿ ಲಕ್ಷ್ಮೀನಾರಾಯಣ ಶಾಸ್ತ್ರಿ, ಜಯಪ್ರಕಾಶ್ ನಾರಾಯಣ್, ಸಾವರ್ಕರ್, ಇತಿಹಾಸದ ಕೆಲವು ಪರ್ವಗಳು ನಾಗರಿಕತೆಯ ಸಂಘರ್ಷ, ಸಾಹಿತಿ–ಸಮರಾಂಗಣ–ಸಾರ್ವಭೌಮ ಶ್ರೀ ಕೃಷ್ಣದೇವ ರಾಯ, ಕೌಟಿಲ್ಯನ ಅರ್ಥಶಾಸ್ತ್ರ, ದೀಪ್ತಿಮಂತ್ರರು, ಧ್ರುವಜಲ, ಬೆಳಕಿನಲ್ಲಿ ಜೀವನಪರಿಪೂರ್ಣತೆ, ನವೋತ್ಥಾನದ ಪಥದರ್ಶಕ–ಸ್ವಾಮಿ ವಿವೇಕಾನಂದ

ಇವಲ್ಲದೆ, ಡಾ. ಹೆಡಗೆವಾರ್, ಮನೋಬೋಧ, ಸಂಘಗೀತಾ, ಮಹಾವೇದ, ಭಾರತ ಜಾಗೃತಿ, ಆಕ್ರಮಣ, ಆಕ್ರಮಣಕ್ಕೆ ಪರಿಹಾರ, ಭಾರತೀಯ ಚಿತ್ತಮಾನಸ, ಕತ್ತಿಯಲುಗಿನ ಸೇತುವೆ ಇಂತಹ ಮೂಲ ಕೃತಿಗಳನ್ನು ತೆಲುಗು–ಇಂಗ್ಲಿಷ್ ಭಾಷೆಗಳಲ್ಲಿ ಸಮರ್ಥವಾಗಿ ಅನುವಾದಿಸಿದ್ದಾರೆ.

ಡಿವಿಜಿ ಅವರ ಆಪ್ತರಾಗಿ ಅವರ ಕೃತಿಗಳ ಉಕ್ತಲೇಖನ ಬರೆದುಕೊಂಡು ರಾಮಸ್ವಾಮಿ ಅವರು ನೀಡಿದ ಕೊಡುಗೆ ಅಪರೂಪದ್ದು.

ಡಿವಿಜಿಯವರೇ ಸ್ಥಾಪಿಸಿದ ಗೋಖಲೆ ಸಾರ್ವಜನಿಕ ಸಂಸ್ಥೆಯ ಜವಾಬ್ದಾರಿಯನ್ನು ಅತ್ಯುತ್ತಮವಾಗಿ ನಿರ್ವಹಿಸಿ, ತಿಂಗಳಿಗೆ ನಾಲ್ಕು ಕಾರ್ಯಕ್ರಮಗಳ ಲೆಕ್ಕದಲ್ಲಿ ಒಂದು ವರ್ಷದಲ್ಲಿ ಸರಾಸರಿ ೫೦ ಕಾರ್ಯಕ್ರಮಗಳು ಆಗುವಂತೆ ಮಾಡಿದ ಸಾಹಸಿಗರು ಡಾ. ಎಸ್.ಆರ್. ರಾಮಸ್ವಾಮಿ.

ಪಂಪ ಪ್ರಶಸ್ತಿ, ಗೌರವ ಡಾಕ್ಟರೇಟ್, ನಾಡೋಜ ಪ್ರಶಸ್ತಿ ಸೇರಿದಂತೆ ಅನೇಕ ಪ್ರತಿಷ್ಠಿತ ಪ್ರಶಸ್ತಿ ಪುರಸ್ಕಾರಗಳಿಗೆ ಭಾಜನರಾಗಿರುವ ಇವರು ಶಿವರಾಮ ಕಾರಂತರ ಜೊತೆಗೂಡಿ, ೩೦,೦೦೦ ಹೆಕ್ಟೇರ್ ಮೀಸಲು ಅರಣ್ಯ ಜಮೀನು ಪೇಪರ್ ಕಾರ್ಖಾನೆಗೆ ಸೇರುವ ಅಪಾಯವನ್ನು ವಿರೋಧಿಸಿ, ಸುಪ್ರೀಂ ಕೋರ್ಟ್‌ನಲ್ಲಿ ಹೋರಾಡಿ ಜಯಿಸಿದ ಅಪ್ರತಿಮ ನ್ಯಾಯಯುತ ಹೋರಾಟದ ವೀರೋಚಿತ ವ್ಯಕ್ತಿತ್ವ.

ಡಾ. ಎಸ್.ಆರ್. ರಾಮಸ್ವಾಮಿ ಅವರದ್ದು ಸದ್ವಿನೀತ ಬದುಕಿನ ಹೆಬ್ಬಾಳು. ೮೬ನೇ ವಯಸ್ಸಿನಲ್ಲೂ ಸಹಜವಾಗಿ ಎಲ್ಲರೊಡನೆ ಒಂದಾಗಿ ಬೆರೆಯುವ ವಿಶಾಲ ಹೃದಯದ ಈ ಹಿರಿಯ ಜೀವ ನಮ್ಮೊಂದಿಗೆ ಇದ್ದು ಆಶೀರ್ವದಿಸುತ್ತಿರಲಿ ಎಂದು ಹಂಬಲಿಸೋಣ.

೭೧

ಕರ್ತೃತ್ವಶಕ್ತಿಯ ಮೇರು ಮೇಧಾವಿ

ಸರ್ ಎಂ. ವಿಶ್ವೇಶ್ವರಯ್ಯ

ಸಂಯಮಪಾಲನೆ, ಸಮಯ ಪಾಲನೆ, ನಿಸ್ಪೃವಾದ ಶಿಸ್ತಿನ ಜೀವನಕ್ರಮದ ರೂಪವಾಗಿ ಬದುಕಿದ ಕರುನಾಡಿನ ಆದರ್ಶಜೀವಿ ಸರ್. ಎಂ.ವಿ. ಶ್ವೇಶ್ವರಯ್ಯ. ಆಗಿನ ಅವಿಭಜಿತ ಕೋಲಾರ ಜಿಲ್ಲೆಯ ಚಿಕ್ಕಬಳ್ಳಾಪುರದ ಮುದ್ದೇನಹಳ್ಳಿಯಲ್ಲಿ ವೆಂಕಟಲಕ್ಷ್ಮಮ್ಮ–ಶ್ರೀನಿವಾಸ ಶಾಸ್ತ್ರಿಯವರ ಮಗನಾಗಿ ಜನಿಸಿದ ವಿಶ್ವೇಶ್ವರಯ್ಯನವರದ್ದು ಮೋಕ್ಷಗುಂಡಂ ಮನೆತನದ ತೆಲುಗು ಭಾಷಿಕ ಕುಟುಂಬ.

೧೮೬೧ರ ಸೆಪ್ಟೆಂಬರ್ ೧೫ರಂದು ಜನಿಸಿದ ಇವರ ಬಾಲ್ಯ ಆರ್ಥಿಕ ಸಂಕಷ್ಟ, ಬಡತನಗಳಿಗೆ ಸಿಲುಕಿತ್ತು. ಬಹುಬೇಗನೆ ತಂದೆ ಶ್ರೀನಿವಾಸ ಶಾಸ್ತ್ರಿಯವರನ್ನು ಕಳೆದುಕೊಂಡು ಪಿತೃವಿಯೋಗಕ್ಕೆ ಒಳಗಾದ ವಿಶ್ವೇಶ್ವರಯ್ಯ ಅವರದ್ದು ತೀಕ್ಷ್ಣಬುದ್ಧಿಮತ್ತೆಯ ಸ್ವಾಭಿಮಾನದ ಗುಣ. ಹೀಗಾಗಿ ಒಮ್ಮೆ ತಮ್ಮ ಹತ್ತನೆ ತರಗತಿಯ ಪರೀಕ್ಷೆ ಬರೆಯುವ ಸಂದರ್ಭದಲ್ಲಿ ಬಿಡಿಗಾಸೂ ಇರದಿದ್ದಾಗ ಮುದ್ದೇನಹಳ್ಳಿಯ ಪರೀಕ್ಷಾ ಕೇಂದ್ರಕ್ಕೆ ೩೫ ಕಿಲೋಮೀಟರ್ ಕಾಲ್ನಡಿಗೆಯಲ್ಲೇ ಕ್ರಮಿಸಿದ್ದರು.

ಚಿಕ್ಕಬಳ್ಳಾಪುರದ ಸರ್ಕಾರೀ ಶಾಲೆಯಲ್ಲಿ ಪ್ರಾಥಮಿಕ ಶಿಕ್ಷಣ ಮುಗಿಸಿ, ಮುಂದಿನ ಶಿಕ್ಷಣಕ್ಕಾಗಿ ಬೆಂಗಳೂರಿನ ಸೆಂಟ್ರಲ್ ಕಾಲೇಜಿನಲ್ಲಿ ಪದವಿಯನ್ನು ವ್ಯಾಸಂಗ ಮಾಡುವಾಗ ವಿಶ್ವೇಶ್ವರಯ್ಯ ಅವರ ಕುಶಾಗ್ರಬುದ್ಧಿಯನ್ನು ಆ ಕಾಲೇಜಿನ ಪ್ರಾಂಶುಪಾಲ ವಾಟರ್ಸ್ ಬಹಳ ಮೆಚ್ಚಿ ಕೊಂಡಿದ್ದರು. ೨೩ ವರ್ಷಕ್ಕ

ಕೊಡವರ ಕುಟುಂಬಕ್ಕೆ ಮನೆಪಾಠವನ್ನು ಹೇಳಿಕೊಟ್ಟು ವಿದ್ಯಾಭ್ಯಾಸಕ್ಕೆ ಹಣವನ್ನು ಸರಿದೂಗಿಸಿ ಕೊಳ್ಳುತ್ತಿದ್ದ ಸ್ವಾವಲಂಬಿ ಮನಸ್ಸಿನ ವಿಶ್ವೇಶ್ವರಯ್ಯನವರು ಬಿ.ಎ. ಪದವಿಯನ್ನು ಪ್ರಥಮ ಶ್ರೇಣಿಯಲ್ಲಿ ಉತ್ತೀರ್ಣರಾಗಿ, ಪುಣೆಯಲ್ಲಿ ಇಂಜಿನಿಯರಿಂಗ್ ಕಾಲೇಜ್ ಸೇರಿ ನಿಗದಿತ ಮೂರು ವರ್ಷಕ್ಕಿಂತ ಮುನ್ನವೇ ಮುಗಿಸಿದ್ದರು ಜೇಮ್ಸ್ ಬರ್ಕಲೀ ಅವರ ವಿದ್ಯಾರ್ಥಿ ವೇತನವೂ ದೊರೆಯಿತು. ಆಗ ವಿಜ್ಞಾನದ ಕಾಲೇಜು ಎಂದು ಕರೆಯಲ್ಪಡುತ್ತಿದ್ದ ಈ ವಿದ್ಯಾಸಂಸ್ಥೆಯಲ್ಲಿ ಸರ್ ಥಿಯೋಡರ್ ಕುಕ್ ಎಂಬ ಸಮರ್ಥ ಶಿಕ್ಷಕರ ಮಾರ್ಗದರ್ಶನದಲ್ಲಿ ವಿಶ್ವೇಶ್ವರಯ್ಯನವರು ೩ ವರ್ಷದ ನಿಗದಿತ ಅವಧಿಗಿಂತ ಮೊದಲೇ ಈ ಪದವಿಯನ್ನು ವಿಶ್ವೇಶ್ವರಯ್ಯನವರು ಪೂರ್ಣಗೊಳಿಸಿದ್ದರು.

೧೮೮೪ರಲ್ಲಿ ಬಾಂಬೆಯ ನಾಸಿಕ್‌ನಲ್ಲಿ ಸಹಾಯಕ ಎಂಜಿನಿಯರ್ ಹುದ್ದೆ, ನಂತರ ಗೋದಾವರಿ ನದಿ ದಂಡೆಯ ನೈರ್ಮಲ್ಯಾಧಿಕಾರಿಯ ಹುದ್ದೆಗೆ ಬಡ್ತಿ ಪಡೆದರು. ನೀರಾ ನದಿ ಭೀಮಾ ನದಿಯ ಉಪನದಿಯಾಗಿದ್ದು ಸೋಲಾಪುರ–ನಾಸಿಕ್ ಮಧ್ಯೆ ಹರಿಯುತ್ತದೆ. ಈ ನದಿಯ ಸಮರ್ಪಕ ಉಪಯೋಗ ಆಗಬೇಕೆಂದು ನಿಶ್ಚಯಿಸಿದ ವಿಶ್ವೇಶ್ವರಯ್ಯನವರು ಬ್ಲಾಕ್ ನೀರಾವರಿ ಪದ್ಧತಿಯನ್ನು ಅನುಸರಿಸಿ ಅಲ್ಲಿಯ ಅತ್ಯಂತ ಸಮರ್ಥ ನೀರಾವರಿ ವ್ಯವಸ್ಥೆಗೆ ಅನುವು ಮಾಡಿಕೊಟ್ಟಿದ್ದು ಇವರ ದಕ್ಷ ಕಾರ್ಯತತ್ಪರತೆಯ ಕೈಗನ್ನಡಿ.

ಪುಣೆಯಿಂದ ೨೧ ಕಿ.ಮೀ. ಅಂತರದ ಮಧ್ಯಭಾಗದಲ್ಲಿ ಇರುವ ಖಡಕ್ವಾಸ್ಲಾ ಅಣೆಕಟ್ಟು ಯೋಜನೆಗೆ ವಿಶ್ವೇಶ್ವರಯ್ಯ ಅವರು ನೀಡಿದ ಕೊಡುಗೆ ಚಿರಂತನವಾದುದು. ಫೈಫ್ ಕೆರೆಯಲ್ಲಿ ಸಾಕಷ್ಟು ನೀರಿಲ್ಲದೆ ಮುಥಾಕಾಲುವೆಯ ಮೂಲಕ ಅಗತ್ಯ ಪ್ರಮಾಣದ ನೀರು ಸರಬರಾಜಾಗದೆ ಜಲಾಶಯದಿಂದ ನೀರು ಪೋಲಾಗುತ್ತಿತ್ತು. ಜಲಶೇಖರಣಾ ಸಾಮರ್ಥ್ಯವನ್ನು ಅಣೆಕಟ್ಟನ್ನು ಎತ್ತರಿಸದೆ, ಹೆಚ್ಚಿಸಬೇಕಾಗಿತ್ತು. ವಿಶ್ವೇಶ್ವರಯ್ಯನವರ ಬಳಿ ಇದಕ್ಕೆ ಸೂಕ್ತ ಮಾರ್ಗಗಳಿದ್ದವು. ಸ್ವಯಂಚಾಲಿತ ದ್ವಾರಗಳನ್ನು ನಿರ್ಮಿಸಿ ಜಲಕ್ಷಾಮದ ತೊಂದರೆಯನ್ನು ನಿವಾರಿಸಿ, ಜಲಶೇಖರಣಾ ಸಾಮರ್ಥ್ಯವನ್ನು ವೃದ್ಧಿಸಿದ ವಿಶ್ವೇಶ್ವರಯ್ಯನವರ ದೂರದೃಷ್ಟಿಯ ಫಲವಾಗಿ ಇಂದಿಗೂ ಈ ನದಿ–ಅಣೆಕಟ್ಟಿನ ಭಾಗದ ಜನರಿಗೆ ವಿಪುಲವಾದ ನೀರು ದೊರೆಯುತ್ತಿದ್ದು ಈಗಲೂ ಜನ ವಿಶ್ವೇಶ್ವರಯ್ಯ ಅವರ ಕೌಶಲ್ಯದ ಸೇವೆಯನ್ನು ಬಹಳ ಮೆಚ್ಚುತ್ತಾರೆ.

೧೯೦೮ರಲ್ಲಿ ಹೈದರಾಬಾದ್‌ನ ನಿಜಾಮ್ ಸರ್ಕಾರದ ಮುಖ್ಯ ಎಂಜಿನಿಯರ್ ಆಗಿ ಹುದ್ದೆ ಅಲಂಕರಿಸಿದ ವಿಶ್ವೇಶ್ವರಯ್ಯನವರಿಗೆ ಮೂಸಾ ನದಿಯ ಜಲ ಅತಿವೃಷ್ಟಿ ಭೀಕರ ಪ್ರವಾಹದ ಸಂಗತಿಗಳು ತಿಳಿದು ಬಂದವು. ಜಲಪ್ರಳಯ ಪ್ರವಾಹದಿಂದಾಗಿ ಹೈದರಾಬಾದ್‌ನ ಈ ನದಿಯ ಸಮೀಪದಲ್ಲಿ ನೆಲೆಸಿದ್ದ ಸುಮಾರು ೨೦೦೦ ಜನ ನೀರಿನಲ್ಲಿ ಮುಳುಗಿ ಹೋಗಿದ್ದರು. ಇಂಥ ವಿಷಮ ಪರಿಸ್ಥಿತಿಯನ್ನು ಅವಲೋಕಿಸಿದ ವಿಶ್ವೇಶ್ವರಯ್ಯನವರು ಪ್ರವಾಹ ಸಂರಕ್ಷಣಾ ವ್ಯವಸ್ಥೆಯನ್ನು ರೂಪಿಸಿ ಆ ಭಾಗದ ಜನಕ್ಕೆ ಹೈದರಾಬಾದ್ ನಗರಕ್ಕೆ ನೆಮ್ಮದಿಯಿಂದ ಇರಲು ಅನುವು ಮಾಡಿಕೊಟ್ಟ ಧೀಮಂತರು. ಏಡನ್ ನಗರಕ್ಕೆ ಮುಖ್ಯ ಎಂಜಿನಿಯರ್ ಆಗಿ ನೇಮಕವಾಗಿ ಅಲ್ಲೂ ಇವರು ವಿನೂತನವಾದ ಯಶಸ್ವೀ ಜಲ ಪೂರೈಕೆಯ ವಿಧಾನವನ್ನು ಬಳಸಿ ಅನುಷ್ಠಾನಕ್ಕೆ ತಂದರು. ವಿಶಾಖ ಪಟ್ಟಣದ ಬಂದರನ್ನು ಮರಳು ಸವೆತದಿಂದ ತಪ್ಪಿಸಲು ಇವರ ಕಾರ್ಯ ಯೋಜನೆಗಳನ್ನೇ ಅಳವಡಿಸಲಾಯಿತು.

ಮೈಸೂರು ನಗರಕ್ಕೆ ದಿವಾನರಾಗಿ ಬಂದಾಗ ಮಂಡ್ಯ ಮೈಸೂರು ಜಿಲ್ಲೆಗಳಲ್ಲಿ ಬೆಳೆಗಳನ್ನು ಬೆಳೆಯಲಾಗದ ನೂರಾರು ಎಕರೆ ಜಮೀನು ಹೊಲಗದ್ದೆಗಳು ಬಂಜರು ಭೂಮಿಯಾಗಿ ಜಲಕೊರತೆಯನ್ನು ಎದುರಿಸುತ್ತಿದ್ದವು. ಮಂಡ್ಯದ ವಿಶ್ವವಿಖ್ಯಾತ ಕೃಷ್ಣರಾಜ ಸಾಗರದ ನೀರಿನ ಪ್ರಮಾಣದ ಸಮರ್ಪಕ ಹಾಗೂ ಸಮಯೋಚಿತ ಹರಿವಿನ ಬಳಕೆಗೆ ತಾವೇ ಹಿಂದೆ ರೂಪಿಸಿದ್ದ ಸ್ವಯಂಚಾಲಿತ ದ್ವಾರಗಳನ್ನು ಕಟ್ಟಿ ಈಗಲೂ ಕೆ.ಆರ್. ಎಸ್.ನ ಮತ್ತು ಕರ್ನಾಟಕದ ಮೂಲೆಮೂಲೆಗಳಲ್ಲಿ ಜಲಸಮೃದ್ಧಿಯಾಗುವಂತೆ ಮಾಡುವಲ್ಲಿ, ಕನ್ನಂಬಾಡಿ ಅಣೆಕಟ್ಟು ಕಟ್ಟುವಲ್ಲಿ ವಿಶ್ವೇಶ್ವರಯ್ಯ ಅವರ ಸೇವೆ ಕೇವಲ ಕರುನಾಡಿಗೆ ಮಾತ್ರವಲ್ಲದೆ ಇಡೀ ದೇಶಕ್ಕೇ ಮಾದರಿಯಾಗಿದೆ. ಅನಗತ್ಯವಾಗಿ ಜಲಾಶಯಗಳ ನೀರು ಪೋಲಾಗದಂತೆ ಇವರು ಬಳಸಿದ ತಾಂತ್ರಿಕ ನೈಪುಣ್ಯತೆಯ ಕಾರ್ಯವೈಖರಿ ವಿದೇಶೀಯರನ್ನೂ ದಂಗು ಬಡಿಸಿತ್ತು. ೧೯೨೫ರಲ್ಲಿ ಸುಕ್ಕೂರು ಗ್ರಾಮ ವ್ಯಾಪ್ತಿಯಲ್ಲೂ ಜಲನಿರ್ವಹಣಾ ಸುಧಾರಣೆಗಳನ್ನು ಮಾಡಿದ ಇವರ ೫೦ ವರ್ಷಕ್ಕೂ ಹೆಚ್ಚಿನ ಸೇವೆಯನ್ನು ಗುರುತಿಸಿ ಲಂಡನ್ ಪೌರ ಎಂಜಿನಿಯರ್ ಸಂಸ್ಥೆಯ ಇವರಿಗೆ ತಮ್ಮ ಸಂಸ್ಥೆಯ ಗೌರವ ಸದಸ್ಯತ್ವವನ್ನು ನೀಡಿ ಗೌರವಿಸಿತು. ಭಾರತೀಯ ಅರ್ಥವ್ಯವಸ್ಥೆಯ ಚಿಂತಕರಾಗಿಯೂ ದುಡಿದ ವಿಶ್ವೇಶ್ವರಯ್ಯನವರು ಕೈಗಾರಿಕಾ ಅಭಿವೃದ್ಧಿ ಯಾಗದಿದ್ದರೆ ದೇಶದ ಸಮಗ್ರ ಪ್ರಗತಿ ಅಸಾಧ್ಯವೆಂದು ದೃಢವಾಗಿ ನಂಬಿದ್ದ ವಿಶ್ವೇಶ್ವರಯ್ಯ ಅಪಾರವಾದ ತಾಂತ್ರಿಕ ತಿಳಿವಳಿಕೆಯ ಪ್ರಾಜ್ಞರಾಗಿದ್ದವರು. ಹಲವು ರೈಲ್ವೇ ಹಳಿಗಳ ನಿರ್ಮಾಣ, ಪುನರ್ನವೀಕರಣಗಳು ಆಗುವಂತೆ ಮಾಡಿದ ಇವರು ಮೈಸೂರಿನ ಸಾಬೂನು ಕಾರ್ಖಾನೆ, ಭದ್ರಾವತಿಯಲ್ಲಿ ಕಬ್ಬಿಣ ಮತ್ತು ಉಕ್ಕಿನ

ಕಾರ್ಖಾನೆ, ಸ್ಟೇಟ್ ಬ್ಯಾಂಕ್ ಆಫ್ ಮೈಸೂರು, ಶ್ರೀ ಜಯಚಾಮರಾಜೇಂದ್ರ ಒಡೆಯರ್ ಪಾಲಿಟೆಕ್ನಿಕ್ ಮಹಾವಿದ್ಯಾಲಯ, ಬೆಂಗಳೂರು ಕೃಷಿ ವಿದ್ಯಾಲಯ ಸ್ಥಾಪನೆ, ಕನ್ನಡ ಸಾಹಿತ್ಯ ಪರಿಷತ್ತಿನ ಸ್ಥಾಪನೆಗಳಿಗೆ ಸಾದ್ಯಂತವಾಗಿ ಶ್ರಮಿಸಿದ ಮಹಾಪುರುಷರುಮಾತು ಕಡಿಮೆ ಕೆಲಸ ಹೆಚ್ಚು ಎನ್ನುವುದರ ಸಾಕಾರ ಮೂರ್ತಿಯಾಗಿದ್ದ ವಿಶ್ವೇಶ್ವರಯ್ಯನವರಿಗೆ ಸ್ವತಂತ್ರ ಭಾರತದ ಅತ್ಯುನ್ನತ ಗೌರವವಾದ ಭಾರತರತ್ನ ಪ್ರಶಸ್ತಿ ೧೯೫೫ರಲ್ಲಿ ದೊರೆಯಿತು. ನೂರಾಒಂದು ವರ್ಷ ಬದುಕಿ ಬಾಳಿದ ನಮ್ಮ ನಾಡಿನ ಈ ಚೇತನಕ್ಕೆ ಸಂದ ಈ ಪ್ರಶಸ್ತಿಯೂ ಈ ಮೂಲಕ ತನ್ನ ಮೌಲ್ಯವನ್ನು ಹೆಚ್ಚಿಸಿಕೊಂಡಿತು.

ವಿಶ್ವೇಶ್ವರಯ್ಯನವರಿಗೆ ೧೯೬೧ರಲ್ಲಿ ನೂರು ವರ್ಷ ತುಂಬಿದಾಗ. ಭಾರತದ ಪ್ರಧಾನಿ ಜವಾಹರಲಾಲ್ ನೆಹರು ಬೆಂಗಳೂರಿಗೆ ಬಂದು ಸನ್ಮಿತ್ರ ವಿಶ್ವೇಶ್ವರಯ್ಯನವರನ್ನು ಮನಸಾರೆ ಅಭಿನಂದಿಸಿದ್ದರು. ಸಭೆಯಲ್ಲಿ ಎಲ್ಲರೂ ವಿಶ್ವೇಶ್ವರಯ್ಯನವರ ಸಾಧನೆಗಳನ್ನು ಗುಣಗಾನ ಮಾಡಿದರು. ಆದರೆ ಇವೆಲ್ಲ ಹೊಗಳಿಕೆಗಳನ್ನು ಮೌನವಾಗಿ ಗೌರವದಿಂದಲೇ ಸ್ವೀಕರಿಸಿದ ವಿಶ್ವೇಶ್ವರಯ್ಯ ಅವರು 'ನಮಸ್ಕಾರ, ಧನ್ಯವಾದಗಳು' ಎಂದು ಹೇಳಿ ಸಭೆಗೆ ಕೈ ಮುಗಿದು ನಮಸ್ಕರಿಸಿದರು. ಇದು ವಿಶ್ವೇಶ್ವರಯ್ಯನವರ ಪ್ರಬುದ್ಧ ಜೀವನದ ಶೈಲಿ.

Constructing India
Rural Industrialization
Unemployment in India its causes and cure.
Planned Economy for India
Nation Building a five year plan for the provinces
District Development Scheme.
Prosperity through Industry
Village Industrialization

ಹೀಗೆ ಅನೇಕ ಕೃತಿಗಳನ್ನೂ ಬರೆದಿದ್ದ ಭಾರತರತ್ನ ಸರ್ ಎಂ.ವಿ.ಶ್ವೇಶ್ವರಯ್ಯ ಅವರ ಆತ್ಮಚರಿತ್ರೆ Memoirs of my Working Life. ಇದನ್ನು ಮಾಸ್ತಿ ವೆಂಕಟೇಶ ಅಯ್ಯಂಗಾರ್ ಅವರು ಕನ್ನಡಕ್ಕೆ ಅನುವಾದಿಸಿದ್ದಾರೆ. ಶರೀರ ಶುದ್ಧ ಮಾನಸಿಕ ಬದ್ಧ ಜೀವನದ ಹಿರಿಯ ಗುರುತು. ಆಯಸ್ಸು ಜ್ಞಾನಸಂಪೂರ್ಣ ಮನಸ್ಸಿನಿಂದ ೧೦೧ ವರ್ಷದ ಶತಾಯುಷ್ಯದ ಬದುಕನ್ನು ಸಾಗಿಸಿ ಮಾಗಿ ವಿಶ್ವೇಶ್ವರಯ್ಯ ಅವರು ೧೯೬೨ರ ಶನಿವಾರ ಅಸ್ತಂಗತರಾದರು. ಸೂರ್ಯ ಚಂದ್ರರಿರುವ ತನಕ ವಿಶ್ವೇಶ್ವರಯ್ಯನವರ ಸಾಧನೆಗಳು, ಮಾಡಿದ ಕೆಲಸಗಳು ಅಜರಾಮರ. ಇವರನ್ನು ಪಡೆದ ಕರ್ನಾಟಕ ಮತ್ತು ಭಾರತ ಸದಾ ಧನ್ಯ.

೭೨

ಕನ್ನಡದ ಚಿರಂಜೀವ ಮನಸ್ಸು

ಚಿರಂಜೀವಿ ಸಿಂಗ್

ಸ್ವವಿಮುಕ್ತಿ ಪಡೆಯುವ ಎರಡು ವರ್ಷಗಳ ಮುಂಚೆ, ಪಾಕಿಸ್ತಾನದ ಭಾಗವಾಗಿದ್ದ ಅವಿಭಜಿತ ಭಾರತದಲ್ಲಿ ೧೯೪೫ರಲ್ಲಿ ಚಿರಂಜೀವಿ ಸಿಂಗ್ ಹುಟ್ಟಿದರು. ತಂದೆ ಕೃಷಿಯಲ್ಲಿ ಸ್ನಾತಕೋತ್ತರ ಪದವಿಯನ್ನು ಪಡೆದಿದ್ದ ಬಹುಭಾಷಾ ಪಂಡಿತರಾಗಿದ್ದವರು. ಇಂಥ ಸುಶಿಕ್ಷಿತ ಕುಟುಂಬದಿಂದ ಬಂದ ಚಿರಂಜೀವಿ ಸಿಂಗ್ ಅವರು ತಮ್ಮ ಪರಿವಾರದೊಂದಿಗೆ ಇದ್ದಷ್ಟೇ ಬಟ್ಟೆ, ಹಣದೊಂದಿಗೆ ಸ್ವಾತಂತ್ರ್ಯಾನಂತರ ಭಾರತದ ಭಾಗವಾದ ಪಂಜಾಬ್‌ಗೆ ಬಂದು ಸೇರಿದರು. ಪಂಚನದಿಗಳ ಬೀಡಾದ ಪಂಜಾಬ್ ರಾಜ್ಯದಲ್ಲಿ ಹಂತ ಹಂತವಾಗಿ ವ್ಯಾಸಂಗ ಮಾಡಿದ ಚಿರಂಜೀವಿ ಸಿಂಗ್ ಬಿ.ಎ. ಪದವಿ ಹಾಗೂ ಇಂಗ್ಲಿಷ್‌ನಲ್ಲಿ ಸ್ನಾತಕೋತ್ತರ ಪದವಿಯನ್ನು ಪಡೆದರು.

ಪಂಜಾಬಿ ಮಾತೃಭಾಷೆಯ, ಪಂಜಾಬ್ ಮಾತೃಭೂಮಿಯ ಇವರಿಗೆ ಪಿಎಚ್.ಡಿ. ಮಾಡುವ ಉತ್ಸುಕತೆ, ಗುರಿ ಇತ್ತು. ಅದಕ್ಕೆ ಸಾಕಷ್ಟು ತಯಾರಿಯನ್ನೂ ನಡೆಸಿದ್ದರು. ಆದರೆ ಇವರ ತಾಯಿಯ ಹೆಬ್ಬಯಕೆಯ ಸಲುವಾಗಿ ಆಡಳಿತ

ಸೇವೆಯತ್ತ ಚಿತ್ತ ನೆಟ್ಟ ಚಿರಂಜೀವಿ ಸಿಂಗ್ ಅವರಿಗೆ ಭಾರತೀಯ ಆಡಳಿತ ಸೇವೆ ಪರೀಕ್ಷೆಗೆ ಸಜ್ಜಾಗಲು ದೊರೆತ ಸಮಯ ಬಹಳ ಕ್ಲುಪ್ತ. ಆದರೆ ಆ ಕ್ಲುಪ್ತ, ಕ್ಷಿಪ್ರ ಅವಧಿ ಯಲ್ಲೇ ಪರೀಕ್ಷೆಯಲ್ಲಿ ಉತ್ತೀರ್ಣ ರಾದರು. ೬೦ರ ದಶಕದಲ್ಲಿ ಭಾರತೀಯ ಆಡಳಿತ ಸೇವೆಯ ಅಧಿಕಾರಿಯಾಗಿ ಕರ್ತವ್ಯ ನಿರ್ವಹಿಸಲು ಇವರು ಕರ್ನಾಟಕದ ಬಳ್ಳಾರಿಗೆ ಬಂದರು. ಬಳ್ಳಾರಿಯ ತೆಲುಗು ಭಾಷಿಕ ಪರಿಸರದಲ್ಲಿ ಸಹಜವಾಗಿ ಈ ಭಾಷೆಯ ಪ್ರಭಾವ ಗಾಢವಾಗಿತ್ತು.

ಚಿರಂಜೀವಿ ಸಿಂಗ್ ಅವರು ಅವಕಾಶ ಸಿಕ್ಕಾಗ ಒಳ್ಳೆಯ ಬಾನುಲಿ ಕಾರ್ಯಕ್ರ ಮ, ಗೀತೆಗಳನ್ನು ಆಲಿಸುತ್ತಿದ್ದರು. ಇದು ಅವರಿಗೆ ಬಹಳ ಉಲ್ಲಾಸ ನೀಡುತ್ತಿತ್ತು.

ಒಳ್ಳೆಯ ಕೇಳುಗ ಅಭಿರುಚಿ ಹೊಂದಿದ್ದ ಇವರಿಗೆ ನರಿ ಮರಿ ಬಾವಿಗೆ ಬಿದ್ದಿತು ಎಂಬ ಕನ್ನಡದ ವಾಕ್ಯ, ಅದರ ಲಯ, ಛಂದಸ್ಸು ಬಹಲ ಹಿಡಿಸಿತು. ಬೆಳದಿಂಗಳಿನ ನೊರೆಹಾಲು, ನೀ ಬಂದು ನಿಂತಾಗ, ಆಡಿಸಿ ನೋಡು ಬೀಳಿಸಿ ನೋಡು... ಮೊದಲಾದ ಕನ್ನಡದ ಚಿತ್ರಗೀತೆಗಳು ಕಿವಿಗಳಿಗೆ, ಹೃನ್ಮನಗಳಿಗೆ ಇಂಪಾಗಿ, ಆಳವಾಗಿ ಬೇರೂರಿದವು. ನಿಧಾನವಾಗಿ ಕನ್ನಡ ಭಾಷೆ, ಸಾಹಿತ್ಯ, ಗೀತಪ್ರಪಂಚದತ್ತ ಚಿರಂಜೀವಿ ಸಿಂಗ್ ಅವರು ಆಕರ್ಷಿತರಾದರು. ಆದರೆ ಹೀಗೆ ಕನ್ನಡದತ್ತ ಆಕರ್ಷಿತ ವಾದ ಇವರ ಮನಸ್ಸು ಕುತೂಹಲ, ಆಸಕ್ತಿ ಅಭಿಮಾನಗಳಿಂದ ಸಾಹಿತ್ಯದ ಅರ್ಥ-ಸಂವೇದನೆಗಳನ್ನು ತಿಳಿಯುವ ಕೆಲಸವನ್ನು ಬಹಳ ಆಸ್ಥೆಯಿಂದ ಅರಿತುಕೊಂಡರು. ಇದರ ಪರಿಣಾಮವಾಗಿ ಇವರ ಕನ್ನಡದ ಮೇಲಿನ ಪ್ರೀತಿಯು ಅಭಿಮಾನ, ಆಸಕ್ತಿ, ಓದಿಗೆರಹದಾರಿ ಆಯಿತು.

ಕನ್ನಡವನ್ನು ಸ್ಪಷ್ಟ ಸ್ವಚ್ಛ ಹಾಗೂ ಶುದ್ಧ ಉಚ್ಚಾರಣೆಗಳೊಂದಿಗೆ ಓದಲು, ಬರೆಯಲು, ಮಾತನಾಡಲು ಕಲಿತ ಇವರುಕರ್ನಾಟಕದ ಅಭಿವೃದ್ಧಿ ಆಯುಕ್ತರಾಗಿ ಕರ್ನಾಟಕ ಸರ್ಕಾರದ ಹೆಚ್ಚುವರಿ ಮುಖ್ಯ ಕಾರ್ಯದರ್ಶಿಯಾಗಿ ದುಡಿದವರು. ಮಾಜಿ ಮುಖ್ಯಮಂತ್ರಿ ದೇವರಾಜ ಅರಸು ಅವರ ಅವಧಿಯಲ್ಲೂ ದೊರೆತ ಹುದ್ದೆಯನ್ನು ಸಮರ್ಥವಾಗಿ ನಿಭಾಯಿಸಿದ ಚಿರಂಜೀವಿ ಸಿಂಗ್ ಅವರು ಕನ್ನಡದ ವಚನಕಾರರ ವಚನಗಳನ್ನು ಅಕ್ಕಮಹಾದೇವಿಯ ವಚನಗಳನ್ನು ತಮ್ಮ ಮಾತೃಭಾಷೆ ಪಂಜಾಬಿಗೆ ಅನುವಾದಿಸಿದ್ದಾರೆ.

ಚಿರಂಜೀವಿ ಸಿಂಗ್ ಅವರ ಕನ್ನಡ ಪ್ರೀತಿಯು ಹುಸಿ ಸೋಗಿನದ್ದಲ್ಲ, ತೋರಿಕೆಯೂ ಅಲ್ಲ. ತಮ್ಮ ತಾಯ್ನೆಲವಾದ ಪಂಜಾಬ್ ರಾಜ್ಯದಿಂದ ಕಚೇರಿ ಸಂಬಂಧಿತ ವ್ಯವಹಾರಕ್ಕೆಂದು ಪಂಜಾಬಿ ಭಾಷೆಯಲ್ಲೇ ಪತ್ರವೊಂದನ್ನು ಬರೆದು ತಂದು ಸಿಂಗ್ ಅವರ ಮುಂದಿಟ್ಟರು. ಆಗ ಚಿರಂಜೀವಿ ಸಿಂಗ್ ಅವರು ಉತ್ತರವನ್ನು ಕನ್ನಡದಲ್ಲೇ ನೀಡಿ ತಮ್ಮ ಕನ್ನಡದ ಬಗೆಗಿನ ಅಭಿಮಾನದ

ಸ್ವರೂಪವನ್ನು ಈ ಮೂಲಕ ದೃಢಪಡಿಸಿದ್ದರು. ಬಳ್ಳಾರಿ ಜಿಲ್ಲೆಯ ಮೋಕಾ ಎಂಬ ಗ್ರಾಮದ ಜನರಿಗೆ ಕುಡಿಯುವ ನೀರಿನ ಸರಬರಾಜು-ಸವಲತ್ತುಗಳು ಸಿಗದೆ ಅವರು ಕಂಗಾಲಾದಾಗ, ಇವರು ಅಲ್ಲೇ ಮೊಕ್ಕಾಂ ಹೂಡಿ ಸಂಪೂರ್ಣ ಕುಡಿಯುವ ನೀರಿನ ವ್ಯವಸ್ಥೆ ಮಾಡಿಸಲು ಸಾಧ್ಯವಾಯಿತು. ತಮ್ಮ ಕಾರ್ಯತತ್ಪರತೆಯಿಂದ ಭಾರತದ ಪರವಾಗಿ ಯುನೆಸ್ಕೊದಿಂದ ಭಾರತೀಯ ರಾಯಭಾರಿಯೂ ಆಗಿದ್ದರು. ಕರ್ನಾಟಕ ರಾಜ್ಯೋತ್ಸವ ಪ್ರಶಸ್ತಿಯನ್ನು ಪಡೆದಿರುವ ಚಿರಂಜೀವಿ ಸಿಂಗ್ ಅವರ ಬದುಕಿನ ಪುಟಗಳನ್ನು ನವಕರ್ನಾಟಕ ಪ್ರಕಾಶನ ಸಂಸ್ಥೆ ಹೊರತಂದಿರುವ ಯಾವ ಜನ್ಮದ ಮೈತ್ರಿ ಎಂಬ ಕೃತಿಯ ಮೂಲಕ ನೋಡಬಹುದು.

ಒಮ್ಮೆ ಇವರ ತಂದೆಯ ಆಪ್ತರಿಗೆ ಕಿವುಡುತನ ಹೆಚ್ಚಾಗಿ ಕಿರುಕಿವಿಯಂತ್ರವನ್ನು ಜೋಡಿಸಲು ಪ್ರಯತ್ನ ಪಟ್ಟಾಗ ಅವರು 'ತನಗೇನೂ ಬೇಡ, ಬದುಕಿನಲ್ಲಿ ಸಾಕಷ್ಟು ಸಂಗತಿ, ಘಟನೆಗಳನ್ನು ಆಲಿಸಿದ್ದೇನೆ, ಆನಂದಿಸಿದ್ದೇನೆ, ಅನುಭವಿಸಿದ್ದೇನೆ, ಕೃತಕ ಯಂತ್ರಗಳೂ ಬೇಕಿಲ್ಲ' ಎಂಬ ಮಾತುಗಳು ಚಿರಂಜೀವಿ ಸಿಂಗ್ ಅವರ ಮೇಲೆ ಪ್ರಭಾವ ಬೀರಿತು. ಹೀಗಾಗಿ ಅವರು ಇವತ್ತಿಗೂ ಮೊಬೈಲ್ ಬಳಸದೆ, ಸ್ವಂತ ಕಾರು ಇಲ್ಲದೆ ಬಾಳುತ್ತಿರುವ ಸರಳ ವ್ಯಕ್ತಿತ್ವದ ಜೀವಿ. ಚಿರಂಜೀವಿ ಸಿಂಗ್ ಕನ್ನಡದ ನೆಲವನ್ನು ಅದೆಷ್ಟು ಆಪ್ತವಾಗಿಸಿಕೊಂಡಿದ್ದಾರೆಂದರೆ ತಂದೆ ತೀರಿಕೊಂಡಾಗ ಅವರ ಅಂತ್ಯಕ್ರಿಯೆಯನ್ನು ಮಂಡ್ಯದಲ್ಲಿ ನಡೆಸಿ, ಶ್ರೀರಂಗಪಟ್ಟಣದ ಕಾವೇರಿ ನದಿಯ ಪಶ್ಚಿಮ ವಾಹಿನಿಯಲ್ಲಿ ಚಿತಾಭಸ್ಮವನ್ನು ವಿಸರ್ಜಿಸಿದ ಕನ್ನಡನಾಡಿನ ಕನ್ನಡ ನುಡಿಯ ಸಂಸ್ಕೃತಿ ಧಾರ್ಮಿಕತೆಗಳ ಅನುಸರಣೀಯ ವ್ಯಕ್ತಿಯಾಗಿದ್ದಾರೆ.

೨೦೦೫ರಲ್ಲಿ ನಿವೃತ್ತಿ ಹೊಂದಿದ ಮೇಲೂ ಹಲವಾರು ಎನ್.ಜಿ.ಓ.ಗಳ ಮೂಲಕ ಮಾನವ ಸೇವೆ, ಸಮಾಜ ಕಲ್ಯಾಣ ಕಾರ್ಯಗಳನ್ನು ಯಾವುದೇ ಪ್ರತಿಫಲಾಪೇಕ್ಷೆಯಿಲ್ಲದೆ ಮಾಡುತ್ತಿರುವ ಕರುನಾಡಿನ ಬಂಧು ಚಿರಂಜೀವಿ ಸಿಂಗ್ ಅವರನ್ನು ಡಾ. ಸುಮತೀಂದ್ರ ನಾಡಿಗರು 'ಕನ್ನಡದ ಕಿಟೆಲ್' ಎಂದಿದ್ದಾರೆ. ಚಿರಂಜೀವಿ ಸಿಂಗ್ ಅವರು ನಮ್ಮ ನಾಡಿಗೆ ಸಂದ ಭಾಗ್ಯ.

೭೩

ಕನ್ನಡಕ್ಕೆ ಒಲಿದ ಸುಸಂಸ್ಕೃತ ಪೊಲೀಸ್ ಅಧಿಕಾರಿ

ಡಾ. ಅಜಯ್ ಕುಮಾರ್ ಸಿಂಗ್

ಉತ್ತರ ಪ್ರದೇಶದ ತಮ್ಮ ಜನ್ಮಭೂಮಿಯಿಂದ ಕರ್ಮಭೂಮಿ ಕರ್ನಾಟಕಕ್ಕೆ ಬಂದು ಕನ್ನಡ ಭಾಷೆಯನ್ನು ಬಹಳ ಪ್ರೀತಿಸಿ, ಗೌರವಿಸಿ ಕನ್ನಡ ಸಾಹಿತ್ಯದ ಬಗ್ಗೆ ಅಧ್ಯಯನ ಮಾಡಿ, ಮಹಾಪ್ರಬಂಧ ಬರೆದು ಡಾಕ್ಟರೇಟ್ ಪದವಿಯನ್ನು ಪಡೆದ ಅಪ್ರತಿಮ ಸಾಧಕರು ನಿವೃತ್ತ ಪೊಲೀಸ್ ಅಧಿಕಾರಿ ಡಾ. ಅಜಯಕುಮಾರ್ ಸಿಂಗ್.

೧೯೫೧ರಲ್ಲಿ ಸಿರ್ಸಾಗಂಜ್ ಎಂಬ ಉತ್ತರಪ್ರದೇಶದ ಪುಟ್ಟ ಗ್ರಾಮದಲ್ಲಿ ಜನಿಸಿದ ಅಜಯ ಕುಮಾರ್ ಸಿಂಗ್ ಅಖಿಲೇಶ್ ಅವರು ಎಳವೆ ಯಿಂದಲೇ ಅಸಾಧಾರಣ ಪ್ರತಿಭೆ ಉಳ್ಳ ತೀಕ್ಷ್ಣಗ್ರಾಹಿ. ತಾಯಿ–ತಂದೆ ಹಾಕಿಕೊಟ್ಟ ವಿನಯ ವಿಧೇಯತೆ ಹಾಗೂ ಸರ್ವಧರ್ಮ ಸಮನ್ವಯ ಭಾವ ಬಾಲಕ ಅಜಯಕುಮಾರ್ ಸಿಂಗ್ ಅವರಲ್ಲಿ ಆಳವಾಗಿ ಬೇರೂರಿತು. ಮಾನವೀಯ

ಮೌಲ್ಯಗಳೇ ಬದುಕಿನ ತಿರುಳು ಎನ್ನುವುದನ್ನು ಮೈಗೂಡಿಸಿ ಕೊಂಡು ಬೆಳೆದ ಇವರದ್ದು ಕವಿಹೃದಯ.

ಉತ್ತರಪ್ರದೇಶದಲ್ಲಿ ಭೀಕರ ಮಳೆಯಿಂದಾಗಿ ತನ್ನ ಗೆಳೆಯರ ಮನೆಗಳು ಕುಸಿದು ಬಿದ್ದು, ಅವರು ಕಂಗಾಲಾದಾಗ ನೊಂದ ಸಿಂಗ್ ಅವರ ಹೃದಯ ಆ ನೋವನ್ನೇ ಕಾವ್ಯಾಕ್ಷರಗಳನ್ನಾಗಿ ಮೂಡಿಸಿ ಕವನವಾಗಿಸಿತ್ತು.

ಬಿ.ಎ. ವ್ಯಾಸಂಗ ಮುಗಿಸಿ, ಮುಂದೆ ಗೆಳೆಯರ ಜೊತೆ ಹಾಸ್ಟೆಲ್‌ನಲ್ಲಿ ಇದ್ದಾಗ ಅವರು ಯುಪಿಎಸ್‌ಸಿ ಪರೀಕ್ಷೆಗೆ ತಯಾರಾಗುತ್ತಿದುದನ್ನು ನೋಡಿ ಯಾವುದೇ ನಿರೀಕ್ಷೆಗಳಿಲ್ಲದೆ ಅರ್ಜಿ ಸಲ್ಲಿಸಿದರು.

ಪರೀಕ್ಷೆಯಲ್ಲಿ ೧೮೧ನೇ ಶ್ರೇಣಿ ಪಡೆದರು. ಆದರೆ ಐಪಿಎಸ್‌ನ ಸಂದರ್ಶನದ ದಿವಸವೇ ಅವರ ಅಣ್ಣನ ಮದುವೆ ಇದ್ದುದರಿಂದ ಸಂದರ್ಶನಕ್ಕೇ ಹೋಗುವುದಿಲ್ಲ ಎಂದಿದ್ದ ಇವರಿಗೆ ಸಂದರ್ಶಕರು ಸೂಕ್ತ ಮಾರ್ಗದರ್ಶನ ಮಾಡಿ ಸಂದರ್ಶನ, ಸೋದರನ ಮದುವೆ ಎರಡಕ್ಕೂ ಅಜಯ್ ಕುಮಾರ್ ಸಿಂಗ್ ಅವರು ಹಾಜರಾಗಲು ಸಹಕರಿಸಿದರು.

೧೯೭೪ರಲ್ಲಿಐ. ಪಿ.ಎಸ್. ಮಾಡಿ, ನಂತರ ಇವರು ಮಂಗಳೂರಿನಲ್ಲಿ ಅಸಿಸ್ಟೆಂಟ್ ಸೂಪರಿಂಟೆಂಡೆಂಟ್ ಅಧಿಕಾರಿ ಯಾಗಿ ವೃತ್ತಿಯನ್ನು ಪ್ರಾರಂಭಿಸಿದರು. ಆಗ ತುರ್ತು ಪರಿಸ್ಥಿತಿಯ ಸೂಕ್ಷ್ಮ ಸಂದರ್ಭವನ್ನು ನಿಭಾಯಿಸಿ ಸಿಂಗ್ ತಮ್ಮ ಸಾಮರ್ಥ್ಯವನ್ನು ಸಾಬೀತು ಪಡಿಸಿದರು. ಪೊಲೀಸ್ ಸೂಪರಿಂಟೆಂಡೆಂಟ್ ಆಗಿ ಶಿವಮೊಗ್ಗಕ್ಕೆ ವರ್ಗವಾಗಿ ಇವರು ಬಂದಾಗ ನಂಜುಂಡ ಸ್ವಾಮಿಯವರ ನೇತೃತ್ವದಲ್ಲಿ ಬೃಹತ್ ರೈತ ಹೋರಾಟ ನಡೆಯಿತು. ೫೦,೦೦೦ಕ್ಕೂ ಹೆಚ್ಚು ರೈತರು ಭಾಗವಹಿಸಿದ್ದ ಈ ಚಳವಳಿಯಲ್ಲಿ ಸಾವಿರಾರು ರೈತರನ್ನು ತಹಬಂದಿಗೆ ತರಲು ಅಜಯಕುಮಾರ್ ಸಿಂಗ್ ಅವರು ಶ್ರಮಪಡಬೇಕಾಯಿತು.

ಕಾನೂನು ಸುವ್ಯವಸ್ಥೆಯನ್ನು ಕಾಪಾಡಬೇಕಾದುದರಿಂದ, ಸುಮಾರು ೮೦೦೦ ಬೆಳಗಾವಿ, ಗುಲ್ಬರ್ಗ, ಧಾರವಾಡ ಜೈಲುಗಳಿಗೆ ಕಳಿಸಬೇಕಾಯಿತು.

ಡಿ.ಐ.ಜಿ.ಯಾಗಿ ಬೆಂಗಳೂರಿಗೆ ಬಂದ ಸಿಂಗ್ ಅವರು ಬೆಂಗಳೂರಿನಲ್ಲಿ ಕುಖ್ಯಾತ ರೌಡಿಪಡೆಗಳ ಹುಟ್ಟಡಗಿಸಿದ ಸಿಂಗ್ ಯಾವುದೇ ಬೆದರಿಕೆಗಳಿಗೆ ಜಗ್ಗಲಿಲ್ಲ.

ಮುಂದೆ ಐಎಎಸ್ ಅಧಿಕಾರಿ ತಾರಾ ಅವರನ್ನು ಮೆಚ್ಚಿ ಸರ್ಕಾರಿ ಅತಿಥಿ ಗೃಹದಲ್ಲಿ೨. ೫೦ ರೂಪಾಯಿ ಪಾವತಿಸಿ ಸರಳವಾಗಿ ದಾಂಪತ್ಯ ಜೀವನಕ್ಕೆ ಕಾಲಿರಿಸಿದರು.

ನಂತರ ಬೆಂಗಳೂರಿನಲ್ಲಿ ಗೃಹರಕ್ಷಕ ದಳ, ಸಿ.ಒ.ಡಿ. ಅಧಿಕಾರಿಯಾಗಿ ಪರೀಕ್ಷಾ ಪದ್ಧತಿಯಲ್ಲಿ ಸುಧಾರಣೆಗಳನ್ನು ತಂದು, ಪರೀಕ್ಷಾ ಮೌಲ್ಯ ಮಾಪನವಾದ ಕೂಡಲೇ ಪರೀಕ್ಷಾರ್ಥಿಗಳಿಗೆ ಉತ್ತರ ಪತ್ರಿಕೆಗಳನ್ನು ನೀಡಿ, ಪಾರದರ್ಶಕತೆಗೆ ನಾಂದಿ ಹಾಡಿದರು. ಈ ವ್ಯವಸ್ಥೆಯು ಇತರ ರಾಜ್ಯಗಳಲ್ಲೂ ಜಾರಿಗೆ ಬಂತು.

ಬೆಂಗಳೂರು ನಗರದ ಆಯುಕ್ತರಾಗಿದ್ದಾಗ ಅಮಾವಾಸ್ಯೆಯ ದಿನ ಮಕ್ಕಳ ಸರಣಿ ಕೊಲೆಗಳ ರಹಸ್ಯವನ್ನು ಭೇದಿಸುವಲ್ಲಿ ಯಶಸ್ವಿಯಾಗಿ, ಲೈವ್ ಬ್ಯಾಂಡ್ ಅನ್ನು ನಿಷೇಧಿಸಿದ ಧೀರ ನಿಲುವು ತೆಗೆದುಕೊಂಡಾಗ ಬಂದ ಬೆದರಿಕೆ ಗದರುವಿಕೆಗೂ ಸೊಪ್ಪು ಹಾಕದ ಸಿಂಗ್ ಅವರು ೩೬ ವರ್ಷಗಳ ಪೊಲೀಸ್ ಸೇವಾವಧಿಯಲ್ಲಿ ಬಹಳ ನಿಸ್ಪೃಹ, ದಕ್ಷ, ನಿಷ್ಠಾವಂತ ಎಂದೇ ಹೆಸರಾದರು. ರಾಜಕೀಯ ವಿಜ್ಞಾನದಲ್ಲಿ ಸ್ನಾತಕೋತ್ತರ ಪದವಿ ಪಡೆದಿದ್ದ ಇವರು ೧೯೯೧ರಲ್ಲಿ ಹಿಂದಿ ಯಲ್ಲೂ ಸ್ನಾತಕೋತ್ತರ ಪದವಿ ಪಡೆದರು.

ಖ್ಯಾತ ಸಾಹಿತಿ ಡಾ. ಯು.ಆರ್. ಅನಂತಮೂರ್ತಿಯವರು ಸಿಂಗ್ ಅವರನ್ನು ಎ.ಕೆ. ರಾಮಾನುಜನ್ ಅವರ ಸ್ಪೀಕಿಂಗ್ ಆಫ್ ಶಿವ ಕೃತಿಯ ಬಗ್ಗೆ ಪ್ರಸ್ತಾಪಿಸಿ ಓದಲು ಪ್ರೇರೇಪಿಸಿದರು. ಕರ್ನಾಟಕದ ಮೂಲೆಮೂಲೆಗಳಲ್ಲಿ ಕೆಲಸ ಮಾಡಿ ಸ್ಥಳೀಯ ಭಾಷೆಯನ್ನು ಕಲಿಯಲೇಬೇಕು ಎಂದು ಕನ್ನಡವನ್ನು ಕಲಿತಿದ್ದ ಸಿಂಗ್ ಅವರು ೧೯೯೧ ರಲ್ಲೇ ಪುಸ್ತಕವನ್ನು ಬರೆದರು. ೧೯೯೨ರಲ್ಲಿ ೧೨ನೇ ಶತಮಾನದ ಅಲ್ಲಮ ಪ್ರಭು–೧೬ನೇ ಶತಮಾನದ ಕಬೀರ್ ಅವರ ಸಾಹಿತ್ಯದ ತೌಲನಿಕ ಅಧ್ಯಯನ ಮಾಡಿ ೧೯೯೭ರಲ್ಲಿ ಬೆಂಗಳೂರು ವಿಶ್ವವಿದ್ಯಾಲಯದಿಂದ ಡಾಕ್ಟರೇಟ್ ಪದವಿ ಪಡೆದಿದ್ದಾರೆ. ಅಲ್ಲಮಪ್ರಭುವಿನ ಬಗ್ಗೆ ಕಿರುಪುಸ್ತಕ ಮತ್ತು ಇವರ ಮಹಾಪ್ರಬಂಧದ ಕೃತಿಗಳು ಲೋಕಾರ್ಪಣೆ ಆದವು. ಗೋಪಾಲಕೃಷ್ಣ ಅಡಿಗರ ಕಾವ್ಯದ ಕುರಿತು ವಿಶೇಷ ಅಧ್ಯಯನ ಮಾಡಿ ಕೃತಿ ರಚಿಸಿದ ಅಜಯ್ ಕುಮಾರ್ ಸಿಂಗ್ ಅವರು ಹಿಂದಿ ಕವನಗಳನ್ನು ಕನ್ನಡಕ್ಕೆ ಅನುವಾದ ಮಾಡಿ, ಡಾ. ಎಚ್. ಎಸ್. ಶಿವಪ್ರಕಾಶ್ ಅವರ ಕನ್ನಡದ ಕವನಗಳನ್ನು ಹಿಂದಿಗೆ ಅನುವಾದಿಸಿದ್ದಾರೆ.

ವಚನಶ್ರೀ ಪ್ರಶಸ್ತಿ, ಎರಡು ಬಾರಿ ರಾಷ್ಟ್ರಪತಿ ಪದಕ ಪುರಸ್ಕೃತ ರಾಗಿರುವ ಇವರು ಉತ್ತರ ಪ್ರದೇಶದಲ್ಲಿ ಹುಟ್ಟಿ, ಕರ್ನಾಟಕದಲ್ಲಿ ನಿಷ್ಠಾವಂತ ಪೊಲೀಸ್ ಅಧಿಕಾರಿಯಾಗಿ, ಕನ್ನಡದಲ್ಲಿ ಕೃತಿಗಳನ್ನು ರಚಿಸಿ, ಕನ್ನಡದ ಕೃತಿಗಳನ್ನು ಹಿಂದಿಗೆ ಅನುವಾದಿಸಿರುವಲ್ಲಿನ ಶ್ರದ್ಧೆ, ಕನ್ನಡದ ಬಗೆಗಿನ ಆಸಕ್ತಿ, ಪ್ರೀತಿ ನಮ್ಮೆಲ್ಲ ಕನ್ನಡಿಗರಿಗೂ ಮುದ ಹಾಗೂ ಅಚ್ಚರಿಯನ್ನು ಮೂಡಿಸುತ್ತದೆ. ಅಜಯ್ ಕುಮಾರ್ ಸಿಂಗ್ ಅವರ ಸಾಧನೆ ಕನ್ನಡ ಸಾಹಿತ್ಯದ ಒಲವಿನ ಕುರಿತು ಅಭಿಮಾನ ಮೂಡುತ್ತದೆ.

ಈಗ ನಿವೃತ್ತ ಜೀವನವನ್ನು ಸಾಗಿಸುತ್ತಿರುವ ಸಿಂಗ್ ಅವರ ಜೀವನ ವಿಧಾನ ಕನ್ನಡಪ್ರೇಮ ಆಸ್ಥೆಗಳು ಎಲ್ಲರಿಗೂ ಸರ್ವದಾ ಮಾದರಿಯಾಗಿದೆ.

೭೪

ನಾಡಿಗಾಗಿ ಮಿಡಿದ ಜೀವ

ಡಾ. ಕಯ್ಯಾರ ಕಿಞ್ಞಣ್ಣ ರೈ

"ಬೆಂಕಿ ಬಿದ್ದಿದೆ ಮನೆಗೆ, ಓ ಬೇಗ ಬನ್ನಿ, ಎಲ್ಲರೂ ಎದ್ದೆದ್ದು ಓಡೋಡಿ ಬನ್ನಿ, ತಡ ಮಾಡಿದರೆ ಮನೆ ಸುಟ್ಟು ಹೋದೀತು"... ಕರ್ನಾಟಕದ ಕಾಸರಗೋಡು ಕೇರಳಕ್ಕೆ ಸೇರಿಹೋದಾಗ ಮಮ್ಮಲ ಮರುಗಿ ನುಡಿದವರು ಕಯ್ಯಾರ ಕಿಞ್ಞಣ್ಣ ರೈ. ಮಾತೃಭಾಷೆ ತುಳು ಆಗಿದ್ದರೂ ಕನ್ನಡ ಭಾಷೆ, ನಾಡು ನುಡಿಗಾಗಿ, ಗಡಿನಾಡಿನ ಉದ್ದಕ್ಕೂ ಕನ್ನಡದ ಹಿರಿಮೆಯನ್ನು ಬರೆದು ಬದುಕಿದ ಮಹಾನುಭಾವರು ಕಯ್ಯಾರ ಕಿಞ್ಞಣ್ಣ ರೈ. ಕಾಸರಗೋಡಿನ ಪೆರಡಾಲ ಎಂಬ ಪುಟ್ಟ ಊರಿನಲ್ಲಿ ೧೯೧೫ರ ಜೂನ್ ೮ರಂದು ಜನಿಸಿದ ಕಯ್ಯಾರ ಕಿಞ್ಞಣ್ಣ ರೈ ಕನ್ನಡವೇ ನನ್ನ ತಾಯಿ, ಅದೇ ನನ್ನ ಉಸಿರು, ನಾನು ಕನ್ನಡದ ಕವಿ ಎಂದು ಎದೆಯುಬ್ಬಿಸಿ ಕಣಕಣದಲ್ಲೂ ಕನ್ನಡವನ್ನು ಅಭಿಮಾನಿಸಿದವರು.

ಬೇಸಾಯದಲ್ಲೂ ಸಿದ್ಧಹಸ್ತರಾಗಿದ್ದ ಕಯ್ಯಾರರು ನೇಗಿಲು ಹಿಡಿದು ಉಳುಮೆ ಮಾಡಿ ಕಾಸರಗೋಡಿನಲ್ಲಿ ರಬ್ಬರ್ ಕೃಷಿ

ಮಾಡಿದ ಸಾಹಸಿಗ. ಪ್ರಭಾತ, ರಾಷ್ಟ್ರಬಂಧು, ಸ್ವದೇಶಾಭಿ ಮಾನಿ, ಪತ್ರಿಕೆಗಳ ಸಂಪಾದಕರಾಗಿ ಇವರು ಕಂಡಿದ್ದು ಕನಸಿದ್ದು, ಹಂಬಲಿಸಿದ್ದು ಕಾಸರಗೋಡು ಕರ್ನಾಟಕದಲ್ಲಿ ವಿಲೀನವಾಗಬೇಕೆಂದು. ಇದರ ಜೊತೆಗೆ ಕಾಸರಗೋಡಿನಲ್ಲಿ ಉತ್ತಮ ಗುಣಮಟ್ಟದ ಆಯುರ್ವೇದದ ಮತ್ತು ಅಲೋಪತಿ ಆಸ್ಪತ್ರೆಗಳನ್ನು ಕಯ್ಯಾರರು ಕಟ್ಟಿದಾಗ ಕೇರಳ ರಾಜ್ಯ ಸರ್ಕಾರವು ಇವರಿಗೆ ಸನ್ಮಾನ ಮಾಡಲು ಮುಂದಾಗುತ್ತದೆ, ಆದರೆ ಇದನ್ನು ಸ್ಪಷ್ಟವಾಗಿ ಮತ್ತು ದೃಢವಾಗಿ ಧಿಕ್ಕರಿಸಿ, ತನಗೆ ಪ್ರಶಸ್ತಿ ಫಲಕಗಳು, ಸನ್ಮಾನಗಳು ಬೇಕಾಗಿಲ್ಲ, ಗಡಿಯ ಸಮಸ್ಯೆಗಳನ್ನು ಪರಿಹರಿಸಲು ಕ್ರಮ ತೆಗೆದುಕೊಳ್ಳಿ ಎಂದ ನಿಸ್ವಾರ್ಥಿ ಕಯ್ಯಾರ ಕಿಞ್ಞಣ್ಣ ರೈ.

ಕನ್ನಡದಲ್ಲಿ ಶ್ರೀಮುಖ, ಐಕ್ಯಗಾನ, ಪುನರ್ನವ, ಶತಮಾನದ ಗಾನ, ಗಂಧವತಿ, ಪ್ರತಿಭಾ ಪಯಸ್ವಿನಿ, ಚೇತನ, ಕೊರಗ, ಕಯ್ಯಾರರ ಕವನಸಂಕಲನಗಳು. ದುಡಿತವೇ ನನ್ನ ದೇವರು ರೈ ಅವರ ಆತ್ಮಕಥನ. ಕಾಸರಗೋಡನ್ನು ಕರ್ನಾಟಕಕ್ಕೆ ಸೇರಿಸಲು ತನ್ನ ಪ್ರಾಣವನ್ನೂ ನೀಡಲು ಹಿಂಜರಿಯಲಾರೆ ಎಂದ ಧೀಮಂತ ಹೋರಾಟಗಾರ ಕಯ್ಯಾರ ಕಿಞ್ಞಣ್ಣ ರೈಯವರ ಈ ಕನಸು ಅವರು ಕಾಲವಾದ ಮೇಲೂ ಸಾಕಾರವಾಗದಿದ್ದುದು ದುರಂತ ಮತ್ತು ಖೇದಕರ. ದೇಸಿತನವನ್ನೇ ಮೈಗೂಡಿಸಿಕೊಂಡು ಕನ್ನಡ ನುಡಿಯ ಅಕ್ಷರಗಳೊಂದಿಗೆ ಭಾಷೆ ಭಾವಗಳ ಬಂಧ ಬೆಸೆದ ಕಯ್ಯಾರ ಕಿಞ್ಞಣ್ಣ ರೈ ೧೯೯೭ರಲ್ಲಿ ಮಂಗಳೂರಿನಲ್ಲಿ ನಡೆದ ೬೬ನೇ ಅಖಿಲ ಭಾರತ ಕನ್ನಡ ಸಾಹಿತ್ಯ ಸಮ್ಮೇಳನದ ಅಧ್ಯಕ್ಷರಾಗಿದ್ದರು. ನಾಡೋಜ ಪ್ರಶಸ್ತಿಗೂ ಭಾಜನರಾಗಿದ್ದ ಕಯ್ಯಾರ ಕಿಞ್ಞಣ್ಣರು ಮಂಗಳೂರು ವಿಶ್ವವಿದ್ಯಾನಿಲಯದ ಗೌರವ ಡಾಕ್ಟರೇಟ್, ಕರ್ನಾಟಕ ರಾಜ್ಯೋತ್ಸವ ಪ್ರಶಸ್ತಿ, ಸಾಹಿತ್ಯ ಅಕಾಡೆಮಿ ಪ್ರಶಸ್ತಿ, ಸುವರ್ಣ ಕರ್ನಾಟಕದ ಏಕೀಕರಣದ ಪ್ರಶಸ್ತಿಗಳಿಗೂ ಪಾತ್ರರಾಗಿದ್ದರು. ಮಕ್ಕಳ ಸಾಹಿತ್ಯ ರಚನೆಗೂ ಒತ್ತು ಕೊಟ್ಟು ಅದರಲ್ಲೂ ಕನ್ನಡದ ಸರಳ ಸುಂದರ ಭಾಷಾ ಸೊಗಸನ್ನು ಮೂಡಿಸಿದವರು. ಮಕ್ಕಳ ಪದ್ಯ ಮಂಜರಿ, ಪರಶುರಾಮ ಹೀಗೆ ರಚನೆಯಾದ ಶಿಶುಕವನ ಸಂಕಲನಗಳು. ನೀನೆನಗಿದ್ದರೆ ನಾ ನಿನಗೆ ಇವರ ಪ್ರಸಿದ್ಧ ಕವಿತೆ. ವಿರಾಗಿಣಿ ಕಯ್ಯಾರರು ಬರೆದಿರುವ ನಾಟಕ. ಕರ್ನಾಟಕದ ಮೂಲೆಮೂಲೆಗಳಲ್ಲಿ ಸಂಚರಿಸಿ ಏಕೀಕರಣದ ಚಳವಳಿಯಲ್ಲಿ ಕ್ರಾಂತಿಯ ಪಂಜು ಹೊತ್ತಿಸಿದ ಕಯ್ಯಾರರ ನಾಡಾಭಿಮಾನ ಅಮೋಘವಾದ ಸಂಕಲ್ಪಶಕ್ತಿಯ ದ್ಯೋತಕವಾಗಿ ಇಂದಿಗೂ ಹೋರಾಟಗಾರರಿಗೆ ಆದರ್ಶಪ್ರಾಯ.

ಕಾರ್ನಾಡ್ ಸದಾಶಿವರಾವ್, ಗೋವಿಂದ ಪೈ, ಎಂ.ಬಿ. ಶೆಟ್ಟಿಯವರ ಕುರಿತು ಕೃತಿಗಳನ್ನು ಕಯ್ಯಾರರು ರಚಿಸಿದ್ದಾರೆ. ೨೦೧೫ರ ಆಗಸ್ಟ್ ೯ರಂದು ನೂರು ವರ್ಷ ದಾಟಿ, ತುಂಬು ಜೀವನ ನಡೆಸಿದ ಕಯ್ಯಾರ ಕಿಞ್ಞಣ್ಣ ರೈ ಅವರು

ತಮ್ಮ ೧೦೦ನೇ ವರ್ಷದಲ್ಲಿ ಬದಿಯಡ್ಕದ ತಮ್ಮ ಸ್ವಗೃಹ 'ಕವಿಕುಟೀರದಲ್ಲಿ ಉಸಿರು ನೀಗಿದರು. ಕಾಸರಗೋಡಿನ ವಿಲೀನಕ್ಕೆ ಹಗಲಿರುಳೂ ಬಾಳಿನುದ್ದಕ್ಕೂ ಹೋರಾಡಿದ ಕಯ್ಯಾರರ ಕ್ರತುಶಕ್ತಿ, ಕ್ಷಮತೆ ಹಾಗೂ ಬದ್ಧತೆಯ ಹೋರಾಟದ ಛಲ ಇನ್ನೊಬ್ಬರಲ್ಲಿ ಕಾಣುವುದು ಕಷ್ಟ. ಕಯ್ಯಾರ ಕಿಞ್ಞಣ್ಣ ರೈ ಅವರ ನಾಡು ನುಡಿ ಸಾಹಿತ್ಯದ ಸೇವೆ, ಗಡಿನಾಡಿನ ಉಳಿವಿಗಾಗಿ ಪರಿಶ್ರಮಿಸಿದ ಸ್ಥೈರ್ಯದ ಬದುಕಿನ ಪ್ರತಿ ಹೆಜ್ಜೆಯೂ ಸದಾ ಮಾದರಿ.

೭೫

ಭಾರತದ ಏಕೈಕ ಖಾಸಗಿ ವನ್ಯಧಾಮದ ಸೃಷ್ಟಿಕರ್ತ ದಂಪತಿ

ದಿ. ಡಾ. ಅನಿಲ್ ಕುಮಾರ್ ಮಲ್ಹೋತ್ರಾ
ಪಮೇಲಾ ಗಾಲೆ ಮಲ್ಹೋತ್ರಾ

ಕನ್ನಡದ ಜನಪ್ರಿಯ ಗಂಧದ ಗುಡಿ ಚಿತ್ರದ ನಾವಾಡುವ ನುಡಿಯೇ ಕನ್ನಡ ನುಡಿ ಹಾಡಿದೆ. ಇದರಲ್ಲಿ–

ಮುಗಿಲನು ಚುಂಬಿಸೋ ಆಸೆಯಲಿ
ತೂಗಾಡುತ ನಿಂತ ಮರಗಳಲಿ
ಹಾಡುತಿರೆ ಬಾನಾಡಿಗಳು
ಎದೆಯಲ್ಲಿಸಂತಸದಾ ಹೊನಲು
ಇದುವನ್ಯಮೃಗಗಳ ಲೋಕವೋ
ಈ ಭೂಮಿಗೆ ಇಳಿದ ನಾಕವೋ

ಎಂಬ ಸೊಗಸಾದ ಹಸಿರು ಪ್ರಪಂಚದ ಸಾಲುಗಳಿವೆ. ಇಂತಹ ಹಸಿರು ಸೊಬಗಿನ ಹರಿ ದ್ವರ್ಣದ ಖಾಸಗಿ ವನ್ಯ ಧಾಮವನ್ನು ಕರ್ನಾಟಕದ ಕೊಡಗಿನಲ್ಲಿ ಸೃಷ್ಟಿಸಿದ ಅಪರೂಪದ ದಂಪತಿಗಳ ನಿಸರ್ಗಪ್ರೀತಿಗೆ ಕನ್ನಡನಾಡಿನ ಜನ ಕೃತಜ್ಞರಾಗಿರಲೇಬೇಕು. ಡಾ. ಅನಿಲ್ ಕುಮಾರ್ ಮಲ್ಹೋತ್ರಾ ಮತ್ತು ಪಮೇಲಾ ಗಾಲೆ ಮಲ್ಹೋತ್ರಾ ದಂಪತಿಗಳ ಈ ಸಾಹಸ

ಮತ್ತು ಪ್ರಕೃತಿಯ ಸಂಪ್ರೀತಿಯ ಹಿಂದೆ, ಹಸಿರು ವನ್ಯಧಾಮ ನಿರ್ಮಿತಿಗೆ ಅವರು ಸಾಗಿ ಬಂದ ಹಾದಿಯನ್ನು ಅವಲೋಕಿಸಬೇಕು.

ಡಾ. ಅನಿಲ್ ಕುಮಾರ್ ಮಲ್ಹೋತ್ರಾ ಅವರ ತಾಯಿ ತಂದೆ ಸ್ವಾತಂತ್ರ್ಯ ಪೂರ್ವದಲ್ಲಿ ಪಾಕಿಸ್ತಾನದಲ್ಲಿ ನೆಲೆಸಿದ್ದರು. ಭಾರತಕ್ಕೆ ಸ್ವಾತಂತ್ರ್ಯ ದೊರೆತ ನಂತರ ಹರ್ಯಾಣದ ಕುರುಕ್ಷೇತ್ರಕ್ಕೆ ಬಂದ ಈ ಸಂಸಾರಕ್ಕೆ ಸರ್ಕಾರ ನೀಡಿದ್ದ ಕೃಷಿರಹಿತ ಬಂಜರು ಭೂಮಿ ಜೀವನಾಧಾರವಾಗಿತ್ತು.

ಶ್ರೀ ಅರಬಿಂದೊ ಅವರ ಬೋಧನೆಗಳು ಬಹಳ ಅನಿಲ್ ಅವರ ತಾಯಿಯನ್ನು ಬಹಳ ಪ್ರಭಾವಿಸಿದ್ದವು. ಹೀಗಾಗಿ ಈ ಕುಟುಂಬ ಪಾಂಡಿಚೆರಿಗೆ ಹೋಗಿ ನೆಲೆಸಿ, ಅರಬಿಂದೊ ಅವರ ನಿಧನಾನಂತರ ಪುಣೆಗೆ ಬಂದರು. ಇಲ್ಲಿ ಅನಿಲ್ ಅವರ ತಾಯಿ ಒಂದು ಧಾರ್ಮಿಕ ಆಶ್ರಮವನ್ನು ಸ್ಥಾಪಿಸಿದರು. ಈ ಮಧ್ಯೆ ಮುಂಬೈನ ಸಂತ ಕ್ಸೇವಿಯರ್ ಕಾಲೇಜಿನಲ್ಲಿ ಕಾನೂನು ಪದವಿಯ ಶಿಕ್ಷಣ ಮುಗಿಸಿದ ಅನಿಲ್ ಅವರು ಜರ್ಮನಿ ವಿಶ್ವವಿದ್ಯಾಲಯದಿಂದ ಪಿಎಚ್.ಡಿ. ಪಡೆದು ಡಾಕ್ಟರೇಟ್ ಪದವಿಗೆ ಭಾಜನರಾದರು. ನಂತರ ಜರ್ಮನಿ ದೇಶಕ್ಕೆ ತೆರಳಿದ ಅನಿಲ್ ಕುಮಾರ್ ಮಲ್ಹೋತ್ರಾ ಅವರು ಅಲ್ಲೇ ಒಂದು ಕಾರ್ಖಾನೆಯನ್ನು ಆರಂಭಿಸಿದರು. ಈ ಸಂಸ್ಥೆಯಲ್ಲಿ ಉದ್ಯೋಗಿಯಾಗಿ ಸೇರಿದ ಪಮೇಲಾಗಾಲೆ ಮತ್ತು ಅನಿಲ್ ಪರಸ್ಪರ ಪ್ರೀತಿಸಿ ೧೯೬೭ರಲ್ಲಿ ಮದುವೆಯಾದರು.

ಪಮೇಲಾ ಅವರು ಜಾನ್ಸನ್ ಅಂಡ್ ಜಾನ್ಸನ್ ಔಷಧಿಯ ಕಂಪೆನಿಯಲ್ಲಿ ಕೆಲಸ ಮಾಡಿದ್ದ ಅನುಭವ ಹೊಂದಿದ್ದವರು. ಮೂಲತಃ ನ್ಯೂಜರ್ಸಿಯವರಾದ ಪಮೇಲಾ ಅವರು ಮೊದಲು ನ್ಯೂಜರ್ಸಿಯಲ್ಲೇ ರೆಡ್ ಬ್ಯಾಂಕ್ ಎಂಬಲ್ಲಿ ಭಾರತೀಯ ರೆಸ್ಟೋರೆಂಟ್ ನಡೆಸಿ, ಅಸ್ಬರಿ ಪಾರ್ಕ್ ಎನ್ನುವಲ್ಲೂ ಕೆಲಸ ನಿರ್ವಹಿಸಿದ್ದರು. ರಿಯಲ್ ಎಸ್ಟೇಟ್ ವ್ಯವಹಾರದಲ್ಲಿ ತೊಡಗಿದ್ದರೂ ಸರಕು ಪ್ರಧಾನ ಮನೋಧರ್ಮದ ಅಮೆರಿಕಾ ಪಮೇಲಾ ಅವರಿಗೆ ಹಿಡಿಸಲಿಲ್ಲ. ಪತಿಯೊಂದಿಗೆ ಹವಾಯಿಯಲ್ಲಿ ೧೦ ವರ್ಷ ನೆಲೆಸಿದ್ದರು. ಅನಿಲ್ ಅವರ ತಂದೆ ಹಾಸಿಗೆ ಹಿಡಿದಿದ್ದಾಗ ಮರಳಿ ಭಾರತಕ್ಕೆ ಬರುವಷ್ಟರಲ್ಲಿ ಅನಿಲ್ ಕುಮಾರ್ ಅವರ ತಂದೆ ತೀರಿಹೋಗಿದ್ದರು.

ಹರಿದ್ವಾರದಲ್ಲಿ ತಂದೆಯವರ ಅಂತಿಮ ವಿಧಿ ವಿಧಾನಗಳನ್ನು ಮಾಡುವಾಗ ಅನಿಲ್ ಅವರಿಗೆ ಮನುಷ್ಯ ಜಗತ್ತಿನ ಸ್ವಾರ್ಥ ಪರಿಸರನಾಶಕ್ಕೆ ಭೂಮಿಯ ಹಾನಿಗೆ ಕಾರಣವಾಗಿರುವುದನ್ನು ಮನಗಂಡು ಬಹಳ ದುಃಖಿಸಿ, ದಂಪತಿಗಳು ಹವಾಯಿಯಲ್ಲಿದ್ದ ತಮ್ಮ ಸ್ವಂತ ಆಸ್ತಿಯನ್ನು ಮಾರಿ

ಭಾರತಕ್ಕೆ ಬಂದು ನೆಲೆಸಿದರು. ಉತ್ತರ ಕಾಶಿಯ ಹಿಮಾಲಯದಲ್ಲಿ ವನ್ಯಜೀವಿಧಾಮ ಆರಂಭಿಸುವ ಉದ್ದೇಶದಿಂದ ಅಲ್ಲಿ ೧೦ ವರ್ಷದ ತನಕ

ನೆಲೆಸಿಯೂ ಕ್ರಮೇಣ ಬೇರೆಯ ಜಾಗ ಸೂಕ್ತ ಎನ್ನಿಸಿ ದಕ್ಷಿಣ ಭಾರತದ ಕರ್ನಾಟಕದ ಕೊಡಗಿಗೆ ಬಂದರು.

ವನ್ಯಜೀವಿಗಳಿಗೆ ಸೂಕ್ತ ಆಸರೆ, ಆಶ್ರಯ ಕಲ್ಪಿಸುವ ಉದ್ದೇಶದಿಂದ ಕರ್ನಾಟಕದಲ್ಲಿ ಸರಿಯಾದ ಸ್ಥಳ ಹುಡುಕಲು ಬಂದವರಿಗೆ ಕೊಡಗು ಬಹಳ ಇಷ್ಟ ಮತ್ತು ಪ್ರಶಸ್ತ ಜಾಗ ವೆನ್ನಿಸಿತು. ೧೦ ಎಕರೆ ಭೂಮಿಯನ್ನು ಖರೀದಿಸಲು ಉತ್ತರ ಪ್ರದೇಶದ ಸರ್ಕಾರದಿಂದ ಕಾನೂನು ರೀತ್ಯಾ ತೊಡಕುಗಳು ಎದುರಾದವು.

ಕೊನೆಗೆ ೫೫ ಎಕರೆಯ ವಿಶಾಲ ಭೂಮಿಯನ್ನು ಕೊಡಗಿನಲ್ಲಿ ಖರೀದಿಸಿದರು. ಬೆಳೆ ಬೆಳೆಯದ ಬಂಜರು ಭೂಮಿಯನ್ನು ಖರೀದಿಸಿ ರೈತರಿಗೆ ಹಣವನ್ನೂ ನೀಡಿದರು.

ಇದೊಂದು ಹುಚ್ಚು ಸಾಹಸ, ಅತಿಯಾದ ವಿಶ್ವಾಸದ ಪ್ರತೀಕ ಎಂದು ಈ ದಂಪತಿಗಳ ಸಾಹಸ ಸೇವಾಕಾರ್ಯದ ಧ್ಯೇಯೋ ದ್ದೇಶಗಳನ್ನು ಆಡಿಕೊಂಡ ವರಿದ್ದರು. ಈ ದಂಪತಿಗಳು ತಮ್ಮ ಈ ಅರಣ್ಯ ರಕ್ಷಣಾ ಕಾರ್ಯದಿಂದ ಹಿಮ್ಮೆಟ್ಟಿ ಅಧೀರರಾಗಲಿಲ್ಲ.

ಅನಿಲ್ ಕುಮಾರ್ ಮಲ್ಹೋತ್ರಾ ಮೊದಲು ಕೊಡಗಿನ ಬ್ರಹ್ಮಗಿರಿ ತಪ್ಪಲು ಪ್ರದೇಶದ ತೆರಾಳು ಎಂಬ ಅರಣ್ಯದ ಜಾಗದಲ್ಲಿ ಕಾಫಿ ಬೆಳೆ ಬೆಳೆಯುವ, ವನ್ಯಜೀವಿ ತಾಣ ನಿರ್ಮಿಸುವ ನಿರ್ಧಾರ ತಳೆದರು. ಇಲ್ಲಿ ಏಲಕ್ಕಿ ಹೆಚ್ಚಾಗಿ ಬೆಳೆಯುತ್ತಿದ್ದುದನ್ನು ಗಮನಿಸಿದ ಈ ದಂಪತಿಗಳಿಗೆ ಈ ಮಳೆಕಾಡು ಅಧಿಕ ವರ್ಷ ಧಾರೆಯಿಂದ ಸಮಸ್ಯೆಗಳು ಉಂಟಾಗಬಹುದು ಎಂಬ ಶಂಕೆ ಮೂಡಿತ್ತಾದರೂ ಕೊನೆಗೆ ಇದೇ ಪ್ರದೇಶದಲ್ಲಿ ವನ್ಯಜೀವಿ ಧಾಮ ನಿರ್ಮಿತಿ ಎಂದು ದೃಢವಾಗಿ ನಿಶ್ಚಯಿಸಿ ೧೯೯೧ರಲ್ಲಿ ೫೫ ಎಕರೆ ಭೂಮಿಯನ್ನು ಖರೀದಿಸಿದರು.

"ಪ್ರಾಣಿ ಪಕ್ಷಿಗಳ ಸಂಕುಲಕ್ಕೆ ಅರಣ್ಯ ಎಷ್ಟು ಅತ್ಯಗತ್ಯವೋ ಹಾಗೆ ಅರಣ್ಯಗಳಿಗೂ ಸಹ ಪ್ರಾಣಿ ಪಕ್ಷಿಗಳ ಅಗತ್ಯತೆ ಇದೆ" ಎಂದು ಭಾವಿಸಿದ ಈ ದಂಪತಿಗಳು ಮೊದಲು ಇಲ್ಲಿ ಹಲಸಿನಹಣ್ಣು ನಂದಿ, ರೋಸ್ ವುಡ್ ಮಟ್ಟಿಗಳನ್ನು ಬೆಳೆದರು.

ಅಂತಿಮವಾಗಿ ೧೯೯೨ರಲ್ಲಿ ತೆರಳು ಎಂಬ ಇದೇ ಅರಣ್ಯಪ್ರದೇಶದಲ್ಲಿ SAI ವನ್ಯಜೀವಿ ಧಾಮ ಸೃಷ್ಟಿ ಮಾಡುವಲ್ಲಿ ಈ ದಂಪತಿಗಳು ಯಶಸ್ವಿಯಾದರು.

SAI (Save Animals Initiative) ಈಗ ೩೦೦ ಎಕರೆಯ ವಿಶಾಲ ಅರಣ್ಯ ಪ್ರದೇಶವಾಗಿ ಬೃಹತ್ ಆನೆ, ಕಾಡುಹಂದಿ, ಮಂಗಟ್ಟೆ ಹಕ್ಕಿ, ಮುಳ್ಳುಹಂದಿ, ಚಿರತೆ, ಹುಲಿಗಳ ತಂಗುದಾಣವಾಗಿದೆ.

ಸುಮಾರು ೩೦೦ಕ್ಕೂ ಹೆಚ್ಚು ವೈವಿಧ್ಯಮಯ ಪಕ್ಷಿ ಸಂಕುಲಗಳಿಗೆ ಈ ಜಾಗ ಆಶ್ರಯದಾಣವಾಗಿದೆ. ಇದು ನಾಗರಹೊಳೆ ಅರಣ್ಯದ ಪಕ್ಕದಲ್ಲಿದೆ.

ದೇಶದ ಮೊತ್ತಮೊದಲ ಮತ್ತು ಏಕೈಕ ಖಾಸಗಿ ವನ್ಯಧಾಮಕ್ಕೆ ಅನುದಾನಿತರ ಧನಸಹಾಯ ಮೂಲ. ವನ್ಯ ಮೃಗ ಪಕ್ಷಿಗಳೇ ತಮ್ಮ ಮಕ್ಕಳೆಂದು ಭಾವಿಸಿ ನಿರ್ಮಿಸಿದ ಖಂಖ ಈಗ ೩೦೦ ಎಕರೆಯ ಪ್ರದೇಶವಾಗಿ ಏಲಕ್ಕಿ-ಕಾಫಿ ಬೀಜಗಳ ಬಿತ್ತನೆ, ಕಾಡುಕಿರುಬ, ತೋಳ, ನಾಗರಹಾವು ಮುಂಗುಸಿ ಮಲಬಾರ್ ಅಳಿಲುಗಳ ಸಂತತಿಗಳಿಂದ ಸಮೃದ್ಧವಾಗಿದೆ. ಇಂಥ ಮಹತ್ಸಾಧನೆಗೆ ಪಮೇಲಾ ಗಾಲೆ ಅವರಿಗೆ ೨೦೧೬ರಲ್ಲಿ ಭಾರತದ ಕೇಂದ್ರ ಸರ್ಕಾರದ ನಾರಿಶಕ್ತಿ ಪುರಸ್ಕಾರ, (ಸ್ತ್ರೀ ಶಕ್ತಿ ಪುರಸ್ಕಾರ) ೧ ಲಕ್ಷ ನಗದು ಬಹುಮಾನ ನೀಡಿ ಗೌರವಿಸಿದೆ.

೨೦೨೧ರ ನವೆಂಬರ್ ೨೨ರ ಸೋಮವಾರ ಹೃದಯ ಸ್ಥಂಭನದಿಂದ ಡಾ. ಅನಿಲ್ ಕುಮಾರ್ ಮಲ್ಹೋತ್ರಾ ಕಣ್ಣು ಮುಚ್ಚಿದರು. ಅರಣ್ಯ ಮತ್ತು ವನಸಂವರ್ಧನೆಯ ನಿಸರ್ಗ ಪ್ರೇಮಿಯ ಅಂತ್ಯ ಇಡೀ ನಾಡಿಗೆ ವನ್ಯಜೀವೀ ಸಂಕುಲಕ್ಕೆ ಶಾಶ್ವತ ನಷ್ಟ. ಪಮೇಲಾ ಅವರು From the heart of Nature ಎಂಬ ಆತ್ಮಕಥನದ ಕೃತಿಯನ್ನು ರಚಿಸಿ, ಪ್ರಕಟಿಸಿದ್ದಾರೆ.

ಬೇರೆ ನೆಲ, ನೆಲೆಗಳಿಂದ ಬಂದು ಕನ್ನಡನಾಡಿನಲ್ಲಿ ಪರಿಸರ ಸಂರಕ್ಷಣೆ, ವನ್ಯಜೀವಿ ಪ್ರೀತಿಯಲ್ಲಿ ತಾಯಿತನ-ಪಿತೃತ್ವಗಳ ರೂಪ ಕಂಡ ಈ ದಂಪತಿಗಳ ಸಾಧನೆ, ಕೈಂಕರ್ಯಕ್ಕೆ ಸಾಷ್ಟಾಂಗ ಪ್ರಣಾಮದ ಗೌರವ ಸಹ ಕಡಿಮೆ ಎನ್ನಿಸುತ್ತದೆ.

ಇಂಥ ದಂಪತಿಗಳ ಸಂತತಿ ಅನೇಕವಾಗಿ ಹಸಿರಿನ ಲೋಕ ಎಂದೆಂದೂ ನಳನಳಿಸಲಿ.

೭೬

ಹಸಿರು ಮನೋಧರ್ಮದ ನೈಸರ್ಗಿಕ ಸಾಹಿತಿ

ಡಾ. ಚಂದ್ರಶೇಖರ ನಂಗಲಿ

ನಿತ್ಯಾಚ್ಛಾದಿತ, ನಿತ್ಯಾಸ್ವಾದಿತ ಹಸಿರುನಿಸರ್ಗ ಎಲ್ಲರನ್ನೂ ಆಕರ್ಷಿಸುತ್ತದೆ. ಜೊತೆಗೆ, ಹಸಿರು ನೆಲ ಸೌಂದರ್ಯ ಮತ್ತು ಉಲ್ಲಾಸಗಳನ್ನುಲುಂಟಾಗಿ ಸುತ್ತದೆ. ನಮ್ಮ ನಾಡಿನ ಕವಿಗಳಿಗೆ ಹಸಿರಿನ ಪ್ರಪಂಚ ಕಾವ್ಯಕಲ್ಪನೆ, ವರ್ಣನೆ ಬಣ್ಣನೆಗಳಿಗೆ ಹಾದಿ ಮಾಡಿಕೊಟ್ಟು ಅವರ ಕಾವ್ಯಸೃಷ್ಟಿಗೆ ವಿಪುಲ ವಾದ ಸತ್ತ್ವವನ್ನು ತುಂಬಿದೆ. ಆದರೆ ಹಸಿರು ಉತ್ಕಟವಾದ ಭಾವಗಳ ಪ್ರತಿಪಾದನೆಗಷ್ಟೇ ಸೀಮಿತವಾಗಬಾರದು. ಈ ದಿಸೆಯಲ್ಲಿ ವನ್ಯಜನ್ಯಲೋಕದ ನೈಸರ್ಗಿಕ ಪರಿಭಾಷೆಯನ್ನು ಪರಿಭಾವ ಜಗತ್ತಿನ ರೂಪ ಸ್ವರೂಪಗಳನ್ನು ಸಾಹಿತ್ಯದ ಪರಿಭಾಷೆಯಲ್ಲಿ ಮೂಡಿಸಿದವರಲ್ಲಿ ಡಾ. ಚಂದ್ರಶೇಖರ ನಂಗಲಿಪ್ರಧಾನವಾಗಿ ಕಾಣುವ ಹೆಸರು.

ಚಂದ್ರಶೇಖರ ನಂಗಲಿಯವರ ಹುಟ್ಟೂರು ಹೊಸಕೋಟೆ ತಾಲ್ಲೂಕಿನ ಸೂಲಿಬೆಲೆ. ಇವರ ಪೂರ್ವೀಕರ ಮೂಲ ಕೋಲಾರ ಜಿಲ್ಲೆಯ ಮುಳಬಾಗಿಲು ತಾಲ್ಲೂಕಿನ ನಂಗಲಿ

ಗ್ರಾಮ. ಚಂದ್ರಶೇಖರ ಅವರ ಹೆಸರಿನ ಮುಂದೆ ಈ ಗ್ರಾಮದ ಹೆಸರೂ ಸೇರಿದೆ. ಇವರ ಮನೆ ಮಾತು ತೆಲುಗು. ಆದರೆ ಸಾಹಿತ್ಯರಚನೆ, ಸಂವೇದನೆ, ಗ್ರಹಿಕೆಗಳೆಲ್ಲವೂ ವಿಕಸಿತಗೊಂಡಿದ್ದು ಕನ್ನಡದಲ್ಲಿ. ನಂಗಲಿಯವರಿಗೆ ಹಸಿರು ಜಗತ್ತು ಕೇವಲ ಆಸಕ್ತಿ ಮತ್ತು ಅಭಿಮಾನದ ಸಂಗತಿಯಲ್ಲ. ಹಸಿರು ಪರಿಸರದ ಪರಿಪ್ರೇಕ್ಷ್ಯಇವರ ಬದುಕಿನ ಅವಿಭಾಜ್ಯ ಅಂಗ.

ಇವರ ಸಾಹಿತ್ಯ-ವಿಮರ್ಶನ ಕ್ಷೇತ್ರಗಳ ಬರೆವಣಿಗೆಗೆ ತನ್ನದೇ ಆದ ದಾರಿಯಿದೆ. ಉಳಿದವರು ಸಾಗಿದ ಹಾದಿಯಲ್ಲೇ ಕ್ರಮಿಸದೆ, ಅದನ್ನು ಆಳವಾಗಿ ವಿಮರ್ಶಿಸಿ ಹೊಸ ಹೊಳಹುಗಳನ್ನು, ಹೊಸ ಭಾವ-ಅರ್ಥಗಳನ್ನು ನೀಡಿ ಒರೆಗೆ ಹಚ್ಚುವುದರ ಕಡೆಗೆ ನಂಗಲಿಯವರದ್ದು ಖಚಿತ ನಡಿಗೆ.

ಚಾರಣವನ್ನು ಬಹಳ ಇಷ್ಟಪಟ್ಟು ಅದರಲ್ಲಿ ಸಕ್ರಿಯವಾಗಿದ್ದು ಇವರು ಚಾರಣವನ್ನು ಅಲ್ಲಿಗೇ ಬಿಡದೆ ಕನ್ನಡ ಸಾಹಿತ್ಯ ಕ್ಷೇತ್ರದಲ್ಲಿ ಚಾರಣ ಪ್ರಜ್ಞೆಯ ಸಾಹಿತ್ಯ ಮತ್ತು ಕವಿಗಳನ್ನು ಅಧ್ಯಯನ ಮಾಡಿರುವುದು ಬಹಳ ಮುದ ನೀಡುವ ಸಂಗತಿ.

ಕನ್ನಡದಲ್ಲಿ ಚಾರಣ ಸಾಹಿತ್ಯ ಒಂದು ಸಾಂಸ್ಕೃತಿಕ ಅಧ್ಯಯನ ಎಂಬ ಮಹಾಪ್ರಬಂಧಕ್ಕೆ ಡಾಕ್ಟರೇಟ್ ಪದವಿ ಪಡೆದ ನಂಗಲಿಯವರು ನಿಸರ್ಗದ ಪಾರಿಭಾಷಿಕ ಪದಗಳನ್ನು ಪ್ರಜ್ಞಾಪೂರ್ವಕವಾಗಿಯೇ ಬಳಸಿದ್ದಾರೆ. ಇವರು ಈ ಕೃತಿಯಲ್ಲಿ ಕಂಡುಬರುವ ಅಧ್ಯಾಯಗಳ ವಿಭಾಗಕ್ರಮವೂ ನಿಸರ್ಗ ಸಂಬಂಧಿತ ಭಾಷೆಯೇ ಆಗಿರುವುದು ವಿಶೇಷ.

ಓಡಿನಲ್ಲಿ ಹುರಿದಿಟ್ಟುಕೊಂಡು-ಎಂಬ ತಲೆಬರೆಹದ ಮೂಲಕ

೧. ಕನ್ನಡದಲ್ಲಿ ಚಾರಣ ಸಾಹಿತ್ಯ ಒಂದು ಸಾಂಸ್ಕೃತಿಕಾಧ್ಯಯನ.

೨. ಚಾರಣ ಸಾಹಿತ್ಯದ ಸಂದರ್ಭದಲ್ಲಿ ಕಂಡುಕೊಳ್ಳ ಬಹುದಾದ ಮುಖ್ಯ ಆಯಾಮಗಳು ಮತ್ತು ವಿವಿಧ ಪರಿಭಾಷೆಗಳು.

೩. ಹಸಿರು ಓದು ದೃಷ್ಟಿಯಿಂದ ಆಯ್ದ ಹಳೆಗನ್ನಡ ಕಾವ್ಯಗಳೊ ಡನೆ ಅನುಸಂಧಾನ: ಹೊಸ ಅರ್ಥ ಸಾಧ್ಯತೆಗಳು.

೪. ಕುವೆಂಪು-ಬೇಂದ್ರೆ-ಕಾರಂತ: ಹಸಿರು ಕಾಳಜಿ ಮತ್ತು ಸ್ಥಳೀಯ ಭೂಗೋಳ.

೫. ಚಾರಣ ಸಾಹಿತ್ಯ ಪ್ರವರ್ತಕ ಬಿ.ಜಿ.ಎಲ್. ಸ್ವಾಮಿ ಅವರ ಹಸಿರು ಹೊನ್ನು ಮರುಚಿಂತನೆ.

೬. ಚಾರಣ ಸಾಹಿತ್ಯ ಪ್ರಕಾರಕ್ಕೆ ಘನತೆಯ ಆಯಾಮ ನೀಡಿದ ತೇಜಸ್ವಿ ಕೃತಿಗಳ ಸ್ವರೂಪ ದರ್ಶನ.

ಈ ಅಧ್ಯಾಯಗಳ ವಿಭಾಗ ಕ್ರಮದಲ್ಲಿ ಸಾಹಿತ್ಯ-ಚಾರಣ ಎರಡನ್ನೂ ಮಿಳಿತಗೊಳಿಸಿ ವಿಮರ್ಶೆ ಮಾಡಿರುವ ನಂಗಲಿಯವರು ಈ ಮೂಲಕ ನಿಸರ್ಗ ಲೋಕಕ್ಕೆ ಕಾಲ್ನಡಿಗೆಯ ಹಾದಿಪಯಣಕ್ಕೆ ಒಂದು ನಿರ್ದಿಷ್ಟ ರಚನಾ ಸ್ವರೂಪ ಇದೆ ಎಂದು ದೃಢೀಕರಿಸಿದವರು.

ಕನ್ನಡದ ಮಹಾನಿಬಂಧಗಳ ಜಗತ್ತಿನಲ್ಲಿ ಈ ಬಗೆಯ ಪ್ರಯತ್ನ ನಿಜಕ್ಕೂ ಬಹಳ ವಿರಳ ಮತ್ತು ಅನನ್ಯ. ನಂಗಲಿಯವರ ಸಾಹಿತ್ಯದಲ್ಲಿ ಹುಳು-ಹುಪ್ಪಟೆಗಳ, ಕ್ರಿಮಿಕೀಟಗಳ ಕುರಿತ ಸಂಶೋಧನಾ ಸತ್ಯಗಳೆಡೆಗೂ ಜಾಗ ದೊರೆತಿರುವುದು ಇನ್ನೊಂದು ವಿಶೇಷ.

ಪಂಪಭಾರತದಲ್ಲಿನ ಇಂದ್ರಗೋಪ ಎಂಬ ಹುಳು ಮಿಂಚುಹುಳವಲ್ಲ, ಅದು ಏಬ್ರಜ ಅಥವಾ ಕೆಂಬುಳು ಎನ್ನುವುದನ್ನೂ, ಬಸವಣ್ಣ ನವರ ವಚನದಲ್ಲಿ ಬರುವ ಹೊನ್ನ ಹುಳುವ ಕಂಡ ನರಿ ತನ್ನ ಬಾಲದ ಹುಣ್ಣು ಮಾಡಿಕೊಂಡರೆ ಹೋಲಬಹುದೇ? ಇಲ್ಲಿ ಹೊನ್ನ ಹುಳು ಎಂದರೆ ಗ್ಲೋವರ್ಮ್ ಮಿಂಚುಹುಳು ಎಂದೂ, ಕುಂಡಲಿಗನೊಂದು ಕೀಡೆಯ ತಂದು ತನ್ನಂತೆ ಮಾಡಿತಲ್ಲ... ಎಂಬಲ್ಲಿ ಕುಂಡಲಿಗ ಎಂದರೆ ಕಣಜ, ಕೀಡೆ ಎಂದರೆ ಕಂಬಳಿಹುಳ ಎಂಬರ್ಥಗಳನ್ನು ಸಾಧಾರಪೂರ್ವಕವಾಗಿ ನಂಗಲಿಯವರ ಸಂಶೋಧನೆ ನೀಡಿದೆ. ಕಾಡು ಮತ್ತು ತೋಪು, ಹಸಿರು ಪಿರಮಿಡ್ ನಂಗಲಿಯವರು ಕನ್ನಡಕ್ಕೆ ನೀಡಿದ ಹಸಿರು ಪ್ರಪಂಚದ ಉತ್ತಮ ಕೃತಿಗಳು.

ನಾ ನಿಮ್ಮೊಳಗು, ನಡೆದುದೇ ದಾರಿ, ಗಂಗನ ಶಿರಸ್ಸು, ಈಗಳೇ ಸಾಧ್ಯ, ಇಂತಹ ಮೌಲಿಕ ಕೃತಿಗಳನ್ನು ನೀಡಿರುವ ನಂಗಲಿಯವರು ಬರೆದ ಡಿ. ಆರ್. ನಾಗರಾಜ ಅವರ ಬದುಕು ಬರೆಹ ಕೃತಿಯು ಡಿ. ಆರ್. ನಾಗರಾಜ ಅವರ ಬಗ್ಗೆ ಬಂದ ಪ್ರಪ್ರಥಮ ಕೃತಿ. ನಿರ್ಬೀಜೀಕರಣದ ವಿರಾಟ್ ಸ್ವರೂಪ ಕೃತಿಯು ಮರುಮೊಳಕೆಯಾಗದ ಬೀಜಾಂತರ ತಳಿಗಳನ್ನು ಕುರಿತ ಮೊತ್ತಮೊದಲ ಕನ್ನಡದ ಕೃತಿ. ಇದು ಅಪಾರ ಜನಪ್ರಿಯತೆ ಗಳಿಸಿ ಮರುಮುದ್ರಣದ ಭಾಗ್ಯವನ್ನೂ ಕಂಡಿದೆ.

ಕನ್ನಡದಲ್ಲಿ ಸಚಿತ್ರಲೇಖನ(ಫೋಟೋ ಜರ್ನಲಿಸಂ)ದಲ್ಲೂ ಚಂದ್ರಶೇಖರ ನಂಗಲಿಯವರ ಸಾಧನೆ ಬಹುವಾಗಿದೆ. ವಿವಿಧ ಪತ್ರಿಕೆಗಳಲ್ಲಿ ಸಚಿತ್ರ ಲೇಖನಗಳ ಮೂಲಕವ ಇವರ ಹಸಿರುಕಾಳಜಿಯನ್ನು ಕಾಣ ಬಹುದು.

ಕನ್ನಡ ಸಾಹಿತ್ಯಕ್ಕೆ ನಂಗಲಿ ಯವರ ಮತ್ತೊಂದು ಪ್ರಮುಖ ಕೃತಿ ಎಂದರೆ ಮಾರ್ಕ್ಸಾದಿ ವಿಮರ್ಶೆ. ಸ್ವಾತಂತ್ರ್ಯೋತ್ತರ ಕನ್ನಡ ಸಾಹಿತ್ಯದಲ್ಲಿ ಮಾರ್ಕ್ಸ್ ವಾದಿ ವಿಮರ್ಶೆ. ವಸ್ತುನಿಷ್ಠ ಗತಿತಾರ್ಕಿಕ ವಿಮರ್ಶೆಯ ಹಂದರಗಳನ್ನು ಕಟ್ಟಿಕೊಡುವ ಈ ಕೃತಿಯು ಸಾಮಾಜಿಕ ಮತ್ತು ಜೀವನ್ಮುಖ ಸಾಹಿತ್ಯದ ಆಶಯಗಳನ್ನು ಬಹಳ ದಟ್ಟವಾಗಿ ಕಂಡಿರಿಸಿದೆ.

ಆಲಿಸಯ್ಯ ಮಲೆಯ ಕವಿ ನಂಗಲಿಯವರ ಮತ್ತೊಂದು ಮಹತ್ತ್ವಪೂರ್ಣ ಕೃತಿ. ಕುವೆಂಪು ಅವರ ಹಸಿರು ಕೇಂದ್ರಿತ ಪ್ರಕೃತಿ ಗುಡ್ಡ ಮೇಡುಗಳ ಲೋಕವನ್ನು ಈ ಕೃತಿಯಷ್ಟು ವಿಶದವಾಗಿ ಉಳಿದ ಕೃತಿಗಳು ಕೊಡಮಾಡುವುದು ಕಷ್ಟಸಾಧ್ಯ.

ಕುವೆಂಪು ವಿರಚಿತ ಕನ್ನಡ ಭಾಷಾ ಸಂವಿಧಾನ ಕೃತಿ ಇವರ ಇನ್ನೊಂದು ವಿಶಿಷ್ಟ ಕೃತಿ. ಕುವೆಂಪು ಅವರ ಸಮಗ್ರ ಬರೆಹಗಳ ಶೈಲಿ, ಧಾಟಿ, ಭಾಷಾರಚನೆಯ ಕ್ರಮ, ವಿನ್ಯಾಸ, ಅದರ ಆಕೃತಿಗಳನ್ನು ಬಹಳ ಗಂಭೀರವಾದ ಜವಾಬ್ದಾರಿಯಿಂದ ನಿರ್ವಹಿಸಿರುವ ಕೃತಿ ಇದಾಗಿದೆ.

ಅನೇಕ ಸಂಘ ಸಂಸ್ಥೆಗಳ ಸದಸ್ಯರಾಗಿ ಬಹಳಷ್ಟು ಗೌರವಾದರಗಳಿಗೆ ಭಾಜನರಾಗಿರುವ ಡಾ. ಚಂದ್ರಶೇಖರ ನಂಗಲಿಯವರು ೨೦೧೫ರಲ್ಲಿ ಕೋಲಾರ ಜಿಲ್ಲಾ ಕನ್ನಡ ಸಾಹಿತ್ಯ ಸಮ್ಮೇಳನದ ಅಧ್ಯಕ್ಷರಾಗಿದ್ದರು.

ಪ್ರಖ್ಯಾತ ನಟ ಎನ್.ಟಿ. ರಾಮರಾವ್ ಹಾಗೂ ವರನಟ ಡಾ. ರಾಜಕುಮಾರ್ ಅವರ ಬಗ್ಗೆ ಅತೀವವಾದ ಅಭಿಮಾನ ಹೊಂದಿ ಇಬ್ಬರೂ ಕಲಾವಿದರ ಬಗ್ಗೆ ಬಹಳ ಅಧ್ಯಯನಪೂರ್ಣ ಬರೆಹಗಳ ಮೂಲಕ ತಮ್ಮೊಳಗಿನ ಕಲಾಸಕ್ತ ಚಿಂತನೆಯನ್ನೂ ಕಾಪಿಟ್ಟು ಕೊಂಡಿರುವ ಡಾ. ಚಂದ್ರಶೇಖರ ನಂಗಲಿ ನಮ್ಮ ನಾಡಿನ ಪ್ರಮುಖ ಸಾಹಿತಿ, ವಿಮರ್ಶಕ ಹಾಗೂ ಸ್ಪಂದನಾಶೀಲ ವ್ಯಕ್ತಿತ್ತ್ವದವರು.

ಪ್ರಾಂಶುಪಾಲರಾಗಿ, ಶಿಕ್ಷಣತಜ್ಞರಾಗಿ ಸುದೀರ್ಘ ಸೇವೆಸಲ್ಲಿಸಿ ಈಗ ನಿವೃತ್ತ ರಾಗಿರುವ ಚಂದ್ರಶೇಖರ ನಂಗಲಿಯವರು ಬತ್ತದ ಉತ್ಸಾಹಿ. ೬೭ನೇ ವರ್ಷದಲ್ಲಿರುವ ಡಾ. ಚಂದ್ರ ಶೇಖರ ನಂಗಲಿ ಯವರ ಸಾಧನೆಗಳ ಆಳ-ಅಗಲ ಬೃಹತ್ತಾದರೂ ಅವರದ್ದು ಸದ್ವಿನಯದ ಸರಳ ಸಂಭಾವಿತ ನಡೆ ನುಡಿ. ಇಂತಹ ನಂಗಲಿಯವರು ನೂರಾರು ವರ್ಷ ಸುಖ ಸಮೃದ್ಧಿಯಿಂದ ಬಾಳಲಿ ಎಂದು ಬಯಸಿ ಶುಭವನ್ನು ಕೋರೋಣ.

೭೭

ಕನ್ನಡದ ಹಿರಿಯ ಉತ್ಸಾಹೀ ಸಂಘಟಕರು

ಎಂ.ಎಸ್. ರಾಮಪ್ರಸಾದ್

ಕೋಲಾರ ಜಿಲ್ಲೆ ಬಹುಭಾಷಿಕ ಪರಿಸರದ ನೆಲ. ಸುತ್ತಮುತ್ತಲಿನ ಪ್ರದೇಶಗಳಲ್ಲಿ, ಊರುಗಳಲ್ಲೂ ತೆಲುಗು, ತಮಿಳು, ಉರ್ದು ಭಾಷೆಗಳ ಮಧ್ಯೆ ಕನ್ನಡವು ಕೂಡಿಕೊಂಡು ಬಾಳಿದೆ.

ಪ್ರಾದೇಶಿಕ ವೈಲಕ್ಷಣಗಳ ಹಿನ್ನೆಲೆಯಲ್ಲಿ ಈ ಜಿಲ್ಲೆಯ ಬಂಗಾರಪೇಟೆಯೂ ಸಹ ಇಂಥ ಸವಾಲುಗಳ ನಡುವೆ ಕನ್ನಡವನ್ನು ಸ್ಥಾಪಿಸಿಕೊಂಡಿದೆ. ೬೦-೭೦ರ ದಶಕದಿಂದ ೯೦ರ ದಶಕದವರೆಗೆ ಬಂಗಾರ ಪೇಟೆಯಲ್ಲಿ ಕನ್ನಡದ ಕೆಲಸಗಳನ್ನು ಮಾಡಲು ಇದ್ದ ಆತಂಕ, ಉತ್ತೇಜಕವಲ್ಲದ ವಾತಾವರಣದಲ್ಲಿ ಕನ್ನಡವನ್ನು ಕಟ್ಟುವ ಕಾಯಕದಲ್ಲಿ ತೊಡಗಿ ಕೊಂಡವರು ರಾಮಪ್ರಸಾದ್.

೧೯೪೯ರಲ್ಲಿ ಶ್ರೀನಿವಾಸ ಅಯ್ಯರ್ ಕನಕಮ್ಮ ದಂಪತಿಗಳ ಮಗನಾಗಿ ಜನಿಸಿದ ರಾಮಪ್ರಸಾದ್ ಹುಟ್ಟಿದ ೩-೪ ವರ್ಷಕ್ಕೇ ತಂದೆಯವರ ಹಠಾತ್ ಮರಣದ ಕಾರಣ ಪಿತೃವಾತ್ಸಲ್ಯದಿಂದ ವಂಚಿತರಾದರು. ಹುಟ್ಟಿದ ಊರಾದ ಚನ್ನಪಟ್ಟಣದಿಂದ

ಬಂಗಾರಪೇಟೆಗೆ ಬಂದು ನೆಲೆಸಿದ ರಾಮಪ್ರಸಾದ್ ಅವರುಐ. ಟಿ.ಐ. ಡಿಪ್ಲೊಮಾ ಪದವಿ ಗಳಿಸಿ, ಬಿಇಎಂಎಲ್ ಕಾರ್ಖಾನೆಯಲ್ಲಿ ವೃತ್ತಿ ಮಾಡಿದವರು.

ಕಾರ್ಖಾನೆಯಲ್ಲಿ ಕೆಲಸ ಮಾಡುವಾಗಲೇ ಕನ್ನಡದ ಬಗ್ಗೆ ಅಪರಿಮಿತವಾದ ಅಭಿಮಾನ ಹೊಂದಿದ್ದ ರಾಮಪ್ರಸಾದ್ ಅಲ್ಲಿಯೂ ಕಾರ್ಮಿಕ ಸಂಘಟನೆಯ ಕನ್ನಡಪರ ಚಟುವಟಿಕೆಗಳಲ್ಲಿ ಸಕ್ರಿಯವಾಗಿ ಭಾಗವಹಿಸಿದ್ದರು.

೧೯೬೦ರಲ್ಲಿ ಬಂಗಾರಪೇಟೆಯಲ್ಲಿ ಕನ್ನಡ ಸಂಘ ಸ್ಥಾಪನೆ ಆದಾಗ, ಅಂದು ಅದರ ಭಾಗವಾದವರು ಇಂದಿಗೂ, ಅದರ ಕನ್ನಡಪರ ಕಾರ್ಯಕ್ರಮ, ಹೋರಾಟಗಳಲ್ಲಿ ತೊಡಗಿಸಿಕೊಂಡೇ ಇದ್ದಾರೆ.

ಕನ್ನಡ ಸಂಘದ ಕಾರ್ಯದರ್ಶಿಯಾಗಿ, ಮುಂದೆ ಅಧ್ಯಕ್ಷರಾಗಿ ಸಾಕಷ್ಟು ಹೆಚ್ಚಿನ ಸೇವೆ ಸಲ್ಲಿಸಿದ ಇವರು ಕೈಗೊಂಡ ಕನ್ನಡದ ಕಾರ್ಯಕ್ರಮಗಳು ಬಹಳ ವಿಶಿಷ್ಟವಾಗಿದ್ದವು.

ಬೇಂದ್ರೆ ಶತಮಾನೋತ್ಸವದ ನೆನಪಿನಲ್ಲಿ ಬಂಗಾರಪೇಟೆ ಪಟ್ಟಣದ ಪ್ರಮುಖ ರಸ್ತೆಗಳ ನಾಮಫಲಕ ಗಳಿಗೆ, ಕನ್ನಡದ ಕವಿಗಳ ಹೆಸರನ್ನು ಬರೆಸಿದವರಲ್ಲಿ ರಾಮಪ್ರಸಾದ್ ಸಹ ಒಬ್ಬರು.

ಗ್ರಾಮಾಂತರ ಪ್ರದೇಶಗಳ ಕನ್ನಡ ಪರ ಸಂಘಟನೆ ಗಳಿಗೆ ಉತ್ತೇಜನನೀಡಿ ಹಲವು ನಾಟಕ, ಸಾಂಸ್ಕೃತಿಕ ಕಾರ್ಯಕ್ರಮಗಳ ಸಾಮೂಹಿಕ ಆಯೋಜನೆಗೆ ಮುಂದಾದರು.

ಕನ್ನಡದ ಉದಯೋನ್ಮುಖ ಕವಿಗಳನ್ನು ಕರೆಸಿ ಕವಿಗೋಷ್ಠಿಗಳನ್ನು ನಡೆಸಿದ್ದಲ್ಲದೆ, ಕನ್ನಡ ಸಂಘದ ಸ್ವಂತ ಕಟ್ಟಡದ ನಿರ್ಮಾಣವಾಗಲು ಶ್ರಮಿಸಿದವರು.

ಗೋಕಾಕ್ ಚಳವಳಿಯ ಸಂದರ್ಭದಲ್ಲಿ ಜಿಲ್ಲಾ ಕನ್ನಡ ಸಂಘಗಳ ಸಹಿತ ಬಂಗಾರಪೇಟೆ ಯಿಂದ ಇವರ ಮುಂದಾಳತ್ವದಲ್ಲಿ ಮೆರವಣಿಗೆ ಶುರುವಿಟ್ಟು ಕೊಂಡಿತು. ಕಾವೇರಿ ನದಿ ಜಲವಿವಾದದ ಸಂದರ್ಭದಲ್ಲಿ ಸಹ ಸಂಘಟನೆಗಳೊಂದಿಗೆ ಸೇರಿ, ಬೃಹತ್ ಮೆರವಣಿಗೆ ಹೊರಟ ರಾಮಪ್ರಸಾದ್ ಅವರದ್ದು ಕನ್ನಡ ನಾಡು ನುಡಿಗಳ ಪರವಾಗಿ ಸದಾ ಅಚಲವಾದ ಛಲದ ಮನಸ್ಸು.

ಶಾಶ್ವತ ನೀರಾವರಿ ಹೋರಾಟ, ಉರ್ದು ವಾರ್ತಾ ಪ್ರಸಾರದ ವಿರುದ್ಧ ನಡೆದ ಹೋರಾಟಗಳಲ್ಲಿ ಪಾಲ್ಗೊಂಡ ರಾಮಪ್ರಸಾದ್ ಅವರು ೧೯೯೫ರಲ್ಲಿ ಬಂಗಾರಪೇಟೆ ಕನ್ನಡ ಸಾಹಿತ್ಯ ಪರಿಷತ್ತಿನ ತಾಲ್ಲೂಕು ಅಧ್ಯಕ್ಷರಾಗಿ ಅನೇಕಾನೇಕ ಕನ್ನಡ ಕಾರ್ಯಕ್ರಮಗಳನ್ನು ಹಮ್ಮಿಕೊಂಡು ಬಂಗಾರ ಪೇಟೆಯಲ್ಲಿ ಕನ್ನಡದ ಏಳಿಗೆಗೆ ಕೆಲಸ ಮಾಡಿದ್ದಾರೆ. ತಾಲ್ಲೂಕು ಕನ್ನಡ ಸಾಹಿತ್ಯ ಸಮ್ಮೇಳನಕ್ಕೆ ಬಸವಾರಾಧ್ಯರನ್ನು ಅಧ್ಯಕ್ಷರಾಗಿ ಮಾಡಿದ ರಾಮಪ್ರಸಾದ್ ಅವರು ಬಂಗಾರ

ಸಿಂಗಾರ ಸ್ಮರಣ ಸಂಚಿಕೆಯ ಸಂಪಾದಕರಾಗಿ, ಮತ್ತು ಜಿಲ್ಲಾ ಸಾಹಿತ್ಯ ಪರಿಷತ್ತಿನ ಕಾರ್ಯದರ್ಶಿಯಾಗಿ ಎರಡು ಜಿಲ್ಲಾ ಸಾಹಿತ್ಯ ಸಮ್ಮೇಳನದ ಯಶಸ್ಸಿಗೆ ಪ್ರಮುಖ ಕಾರಣರಾಗಿದ್ದರು.

ಕೋಲಾರ ಜಿಲ್ಲೆಯಲ್ಲೇ ಪ್ರಪ್ರಥಮ ಬಾರಿಗೆ ರಾಜ್ಯದ ಹೋಬಳಿ ಮಟ್ಟದ ಸಾಹಿತ್ಯ ಸಮ್ಮೇಳನಗಳ ಪೈಕಿ ೧೮ ಸಮ್ಮೇಳನಗಳನ್ನು ನೆರವೇರಿಸಿ ಅತ್ಯಂತ ಸಮರ್ಥವಾಗಿ ನಿರ್ವಹಿಸಿದ ಹೆಗ್ಗಳಿಕೆ ಇವರದ್ದು.

ಸರ್ವೋದಯ ಮಿತ್ರಬಳಗದ ಗೌರವಾಧ್ಯಕ್ಷರಾಗಿ ಅನಿಕೇತನ ಕನ್ನಡ ಬಳಗದ ಸ್ಥಾಪಕ ಅಧ್ಯಕ್ಷರಾಗಿ ರಾಮಪ್ರಸಾದ್ ಹಲವಾರು ಕವಿಗಳ, ದಾಸರ ಕಾರ್ಯಕ್ರಮಗಳನ್ನು ಹಮ್ಮಿಕೊಂಡು ಸಾಹಿತ್ಯ ಸಂಸ್ಕೃತಿಗಳ ಒಗ್ಗೂಡು ವಿಕೆಯಲ್ಲಿ ಅನನ್ಯ ಸೇವೆ ಸಲ್ಲಿಸಿದ್ದಾರೆ. ಕನ್ನಡ ಕಾವಲು ಸಮಿತಿ ಸದಸ್ಯರಾಗಿ ೬ ವರ್ಷ ಸೇವೆ ಸಲ್ಲಿಸಿರುವ ರಾಮಪ್ರಸಾದ್ ಅವರನ್ನು ಗಂಗಾವತಿಯಲ್ಲಿ ನಡೆದ ೭೮ನೇ ಅಖಿಲ ಭಾರತ ಕನ್ನಡ ಸಾಹಿತ್ಯ ಸಮ್ಮೇಳನದಲ್ಲಿ ಗೌರವಿಸಲಾಯಿತು. ಕೆಲವರ್ಷಗಳ ಹಿಂದೆ ಕೋಲಾರ ಜಿಲ್ಲಾ ರಾಜ್ಯೋತ್ಸವ ಪ್ರಶಸ್ತಿಗೂ ಭಾಜನರಾದ ರಾಮಪ್ರಸಾದ್ ಅವರ ಸೇವೆ ನಿಜಕ್ಕೂ ಬಹಳ ವಿಶಾಲವಾದುದು.

ಕೋಲಾರ ಜಿಲ್ಲೆಯಲ್ಲೇ ಪ್ರಪ್ರಥಮ ಬಾರಿಗೆ ಮಹಿಳಾ ಸಾಹಿತ್ಯ ಸಮ್ಮೇಳನವನ್ನು ನಡೆಸಿದ ಕೀರ್ತಿ ರಾಮಪ್ರಸಾದ್ ಅವರದ್ದು. ಸೂಕ್ತ ಸಮಯದಲ್ಲಿ ಹಣ ಹೊಂದಿಕೆಯಾಗದೆ ಹೋದಾಗ ತಮ್ಮ ಪಿಎಫ್ ಹಣವನ್ನು ತೆಗೆದು ಸಮ್ಮೇಳನ ನಡೆಸಿದ ಅಪ್ಪಟ ಕನ್ನಡ ಸೇವಕ ರಾಮಪ್ರಸಾದ್ ಅವರು ಖ್ಯಾತ ಮಹಿಳಾ ಸಾಹಿತಿಗಳಾದ ಕಮಲಾ ಹಂಪನಾ, ಎ. ಪಂಕಜ, ಸಾಯಿಸುತೆ, ಸರಿತಾಜ್ಞಾನಾನಂದ, ರಾಧಾದೇವಿ, ಉತ್ತನೂರು ರಾಜಮ್ಮಶೆಟ್ಟಿ, ಅಲ್ಲದೆ ಗಾಯಕಿಯರಾದ ಕಸ್ತೂರಿ ಶಂಕರ್, ಕಲಾವಿದರಾದ ಶ್ರೀನಾಥ್, ಸಿ.ಆರ್. ಸಿಂಹ, ಮೊದಲಾದವರನ್ನು ಕರೆಸಿ ದವರು. ಜೂನ್ ೨೧ ವಿಶ್ವ ಸಂಗೀತ ದಿನದಂದು ಮೊದಲ ಬಾರಿಗೆ ಬಂಗಾರಪೇಟೆಯಲ್ಲಿ ಸಂಗೀತ ಕಾರ್ಯಕ್ರಮ ಏರ್ಪಡಿಸಿದ್ದ ರಾಮಪ್ರಸಾದ್ ಅವರಿಗೀಗ ೭೪ ವರ್ಷ. ಆದರೆ ಈ ಇಳಿವಯಸ್ಸಿನಲ್ಲೂ ಅವರ ಉತ್ಸಾಹ ಕುಂದಿಲ್ಲ, ಬದಲಿಗೆ ಮತ್ತಷ್ಟು ಹುರುಪುಗೊಂಡಿದೆ.

೬೦ರ ದಶಕದಿಂದ ಅರವತ್ತು ವರ್ಷಗಳ ಕಾಲ ಮತ್ತು ಇನ್ನೂ ಕನ್ನಡ ಪರ ಕಾರ್ಯಕ್ರಮಗಳ ಬಗ್ಗೆ ಅದೇ ಆಸಕ್ತಿಯನ್ನು ಹೊಂದಿದ್ದಾರೆ. ಬಂಗಾರಪೇಟೆಯಲ್ಲಿ ಕನ್ನಡ ಕಾರ್ಯಕ್ರಮಗಳ ಮೂಲಕ ಇವರು ಇಂದಿಗೂ ಉಂಟು ಮಾಡುತ್ತಿರುವ ಕನ್ನಡದ ಅಭಿಮಾನದ ಕೆಲಸಗಳು ಮುಂಬರುವ ಯುವಪೀಳಿಗೆಗಳಿಗೆ ಮಾರ್ಗದರ್ಶಿ ಎನ್ನುವುದರಲ್ಲಿ ಯಾವುದೇ ಸಂದೇಹ ಉಳಿಯುವುದಿಲ್ಲ.

೭೮

ಬದ್ಧತೆಯುಳ್ಳ ಪ್ರಬುದ್ಧ ಕನ್ನಡ ಸೇವಕ

ಕೆ. ರಾಜಕುಮಾರ್

ಕನ್ನಡದ ಬಗ್ಗೆ ಕೆ. ರಾಜಕುಮಾರ್ ಅವರು ನಿರಂತರ ಸ್ಫೂರ್ತಿಯ ಬುಗ್ಗೆ. ಬರೆಯುವ, ಓದುವ ಸಂತೋಷವನ್ನು ಇವರ ಮಾತು, ಪ್ರಸ್ತುತಿಗಳು ಕೊಡಮಾಡುತ್ತವೆ. ಏಕೆಂದರೆ ಇವರ ಲೇಖನ ಮತ್ತು ಕನ್ನಡಪರ ಕೆಲಸಗಳಿಗೆ ಕನ್ನಡ ನಾಡಿನಲ್ಲಷ್ಟೇ ಅಲ್ಲದೆ, ಅಮೆರಿಕ, ಕೆನಡ, ಬೆಹರೈನ್, ಜರ್ಮನಿ, ಇಂಗ್ಲೆಂಡ್, ಇಟಲಿ ಮೊದಲಾದ ಕಡಲಾಚೆಯ ಕನ್ನಡಿಗರಿಂದಲೂ ಪ್ರಶಂಸೆ ಹರಿದುಬರುತ್ತದೆ. ಅವರ ಬರೆಹಗಳಿಗೆ ಪ್ರತಿಸ್ಪಂದನ ಸಿಗುವ ಪರಿ ಲೇಖಕನಿಗೆ ದೊರಕುವ ವಿಶಿಷ್ಟ ಅನುಭೂತಿ.

ಅವರೇ ಪರಿಕಲ್ಪಿಸಿ ನಡೆಸುವ ಸ್ಪಷ್ಟ ಕನ್ನಡ ಬರೆವಣಿಗೆ ಶಿಬಿರಗಳ ಮೂಲಕ ಅಭಿವ್ಯಕ್ತಿಯ ಕೊರತೆಗಳನ್ನು ನಿವಾರಿಸಿ ಬರೆಹವನ್ನು ನಿಸ್ಸಂದಿಗ್ಧವಾಗಿಸುವ ಬಗೆಯನ್ನು ಬೋಧಿಸುತ್ತಿದ್ದಾರೆ. ಜೀವನದ ಸಹಜ ಭಾಗವಾಗಿ ಕನ್ನಡವನ್ನು ಪ್ರೀತಿಸಿ, ಗೌರವಿಸಿ ಮಾಡಿರುವ ಕೆಲಸ ಇವರ ಕ್ರಿಯಾಶಕ್ತಿಯ ದ್ಯೋತಕ.

ಇಂದಿಗೂ ಭರಾಟೆ, ಆರ್ಭಟಗಳಲ್ಲಿ ಕನ್ನಡವನ್ನು ನುಗ್ಗಿಸದೆ, ಪ್ರಶಾಂತವಾಗಿ ಕನ್ನಡ ನುಡಿಯ ಸಾಂದ್ರತೆಯನ್ನು ಗಟ್ಟಿಗೊಳಿಸಿದ ಗಾಂಭೀರ್ಯ ಇವರಲ್ಲಿ ಹಾಸುಹೊಕ್ಕಾಗಿದೆ.

ನಲವತ್ತೈದು ವರ್ಷದಿಂದ ಸತತವಾಗಿ ಕನ್ನಡದ ಪರಿಚಾರಿಕೆಯಲ್ಲಿ ತೊಡಗಿರುವ ಅವರ ನಿಷ್ಠೆ ಅನನ್ಯವಾದುದು. ಯಾವುದೇ ರೀತಿಯಲ್ಲೂ ಕನ್ನಡವನ್ನೂ, ಕನ್ನಡಿಗರ ಔದಾರ್ಯವನ್ನೂ ವಾಣಿಜ್ಯಕವಾಗಿ ಬಳಸಿಕೊಳ್ಳದ, ಜನಪ್ರಿಯತೆಯ ಚುಂಗು ಹಿಡಿದು ಅದರ ಹಪಹಪಿಕೆಯಲ್ಲಿ ಸಿಲುಕದವರು ರಾಜಕುಮಾರ್. ಇವರ ಮನೆಯ ಮಾತು ತೆಲುಗು, ಬಹುಭಾಷಾ ಪರಿಸರದ ಕೋಲಾರ ಇವರ ಜನ್ಮಸ್ಥಳ. ಇಂತಹವರು ಕನ್ನಡವನ್ನು ಹೃದಯಾಂತರಾಳದಿಂದ ಅಪ್ಪಿಕೊಂಡು, ಅದರ ಕೈಂಕರ್ಯವನ್ನು ಮೈಗೂಡಿಸಿ ಕೊಂಡ ಪರಿ ಎಲ್ಲರಿಗೂ ಮಾದರಿ. ತಮ್ಮ ಕನ್ನಡಪರ ಯೋಚನೆ, ಯೋಜನೆಗಳು ಅನುಷ್ಠಾನವಾಗುವಾಗ ಅವರು ಸವಾಲುಗಳನ್ನು ಎದುರಿಸಬೇಕಾಯಿತು. ಆದರೆ ವಿಮುಖರಾಗದೆ ಮುನ್ನುಗ್ಗಿ ಸಾಧಿಸಿದ ಅವರ ನುಡಿ ಪ್ರೀತಿಗೆ ಬೆಲೆ ಕಟ್ಟಲು ಸಾಧ್ಯವೇ ಆಗದು. ಕನ್ನಡವನ್ನು ಸಾಹಿತ್ಯಿಕವಾಗಿ, ಭಾಷಿಕವಾಗಿ, ಸಾಂಸ್ಕೃತಿಕವಾಗಿ ಸಾಮಾಜಿಕವಾಗಿ ಹಾಗೂ ಸಾರ್ವಜನಿಕವಾಗಿ ಮಿಳಿತ ಗೊಳಿಸುವಲ್ಲಿ ಅವರು ಯಶಸ್ವಿ ಯಾದರು. ಅವರನ್ನು ಕನ್ನಡದ ಶ್ರದ್ಧಾಳು, ಕನ್ನಡದ ಕಟ್ಟಾಳು ಎಂದು ಕರೆಯುವುದು ಸೂಕ್ತ. ಕನ್ನಡದ ಬಗೆಗಿನ ಇವರ ಪ್ರೀತಿ ನಿಸರ್ಗ ಸಹಜವಾದುದು.

ನಾಡಿನಾದ್ಯಂತ ಸಂಚರಿಸಿ ಅವರು ನೀಡುತ್ತಿರುವ 'ಕನ್ನಡದ 'ಅರಿವು ಮತ್ತು ಅಭಿಮಾನ' ಎಂಬ ಉಪನ್ಯಾಸದ ಮೂಲಕ ಕನ್ನಡದ ಸಾಧ್ಯತೆಗಳನ್ನು ಮನವರಿಕೆ ಮಾಡಿಸಿ, ಕನ್ನಡಿಗರಲ್ಲಿ ಅವರ ನುಡಿಯ ಬಗೆಗೆ ಆತ್ಮವಿಶ್ವಾಸ ತುಂಬುತ್ತಿದ್ದಾರೆ. ರಾಜಕುಮಾರ್ ಅವರದ್ದು ಆವೇಶಪೂರಿತ, ಉದ್ರೇಕಿಸುವ ಮಾರ್ಗದ ಮಾತುಗಳಲ್ಲ.

ಏನಿದ್ದರೂ ಕನ್ನಡದ ಕ್ರಿಯಾತ್ಮಕತೆಯನ್ನು ಜಾಗೃತಗೊಳಿಸುವ ಕಟಿಬದ್ಧ ಕೆಲಸ. ಕನ್ನಡ, ಕನ್ನಡಿಗ, ಕರ್ನಾಟಕದ ಸಂಬಂಧವನ್ನು ಸೃಜನಾತ್ಮಕವಾಗಿ ಕಂಡಿರುವ ಮಹನೀಯರು. ಕರ್ನಾಟಕದಲ್ಲೇ ಕನ್ನಡಿಗರಿಗೆ, ಆಗುತ್ತಿದ್ದ ಕಡೆಗಣನೆ, ಔದಾಸೀನ್ಯ ಭಾವಗಳನ್ನು ಕಂಡು ಅದನ್ನು ನಿವಾರಿಸಲು ತಮ್ಮ ಬದುಕನ್ನೇ ನುಡಿಸೇವೆಗೆ ಮುಡಿಪಾಗಿಡುವ ನಿರ್ಧಾರಕ್ಕೆ ಬರುತ್ತಾರೆ. ಆ ಸಂದರ್ಭದಲ್ಲಿ ಅವರು ಎದುರಿಸಿದ್ದು ತೀವ್ರ ಪ್ರತಿರೋಧವನ್ನು. ಕನ್ನಡದ ಕಸುವಿಗೆ ಧಾರಣಶಕ್ತಿಯನ್ನು ತುಂಬಿದ ರಾಜಕುಮಾರ್ ಅವರ ಕೆಲಸಗಳು ಕುಲಾತೀತ, ಜಾತ್ಯತೀತ ಮತ್ತು ಪಕ್ಷಾತೀತವಾದವು.

ಗೋಕಾಕ್ ಚಳವಳಿ

ಕರ್ನಾಟಕಕ್ಕೆ ಸ್ವತಂತ್ರ ದೂರದರ್ಶನ ಕೇಂದ್ರಕ್ಕೆ ಒತ್ತಾಯಿಸಿ ನಡೆದ ಹೋರಾಟ, ಸರ್ಕಾರದ ಮೂರು ಮತ್ತು ನಾಲ್ಕನೆಯ ದರ್ಜೆಯ ನೌಕರರಿಗೆ ಕಡ್ಡಾಯ ಕನ್ನಡ ಜ್ಞಾನ, ಹಿಂದಿ ಹೇರಿಕೆಗೆ ವಿರೋಧ, ಡಾ. ಸರೋಜಿನಿ ಮಹಿಷಿ ವರದಿಯ ಅನುಷ್ಠಾನಕ್ಕಾಗಿ ಆಂದೋಲನ, ಹೀಗೆ ಕನ್ನಡ ನುಡಿಯ ಉಳಿವಿ ಗಾಗಿ ನಡೆಸಿದ ಹೋರಾಟಗಳಲ್ಲಿ ಇವರದ್ದು ಮುಂಚೂಣಿಯ ಪಾತ್ರ. ಕನ್ನಡದ ಅಭಿವೃದ್ಧಿ ಪ್ರಾಧಿಕಾರ, ಕನ್ನಡ ಪುಸ್ತಕ ಪ್ರಾಧಿಕಾರಗಳ ಹುಟ್ಟಿಗೆ ಇವರ ಶ್ರಮ ಅಪಾರ ಹಾಗೂ ಅಗಾಧ.

ಕನ್ನಡಿಗರನ್ನು ಕರ್ನಾಟಕದಲ್ಲಿ ಒಗ್ಗೂಡಿಸಲು ಹಳೆಯ ಮಾದರಿಗಳನ್ನು ಅನುಸರಿಸದೆ, ಹೊಸತನವನ್ನು ತಂದ ರಾಜಕುಮಾರ್ ಅವರು ಕ್ವಿಜ಼್ ಕರ್ನಾಟಕ ರಸಪ್ರಶ್ನೆ ಸ್ಪರ್ಧೆಯನ್ನು ಪರಿಕಲ್ಪಿಸಿ ಅದು ಕರ್ನಾಟಕದಲ್ಲಿ ಮೊದಲಬಾರಿಗೆ ಆಯೋಜನೆ ಆಗುವಂತೆ ಮಾಡಿದವರು. ಅವರ ಕನ್ನಡದ ಹೋರಾಟಗಳಿಗೆ ದಾಹವೂ ಆಗದು; ಹಸಿವೆಯೂ ಆಗದು. ಸದಾ ಕನ್ನಡವನ್ನು ಸಕ್ರಮದಲ್ಲಿ ಮತ್ತು ಸೌಹಾರ್ದಯುತವಾಗಿ ಜನಮಾನಸದಲ್ಲಿ ನೆಲೆಗೊಳಿಸು ವುದರಲ್ಲಿಯೇ ವ್ಯಸ್ತರು.

ಅವರದು ಕೇವಲ ಬೀದಿ ಹೋರಾಟವಷ್ಟೇ ಅಲ್ಲ. ಕನ್ನಡವನ್ನು ಸಶಕ್ತಗೊಳಿಸಲು ಎಲ್ಲ ರೀತಿಗಳಿಂದಲೂ ಯತ್ನಿಸಿದವರು. ಅದು ತಾರ್ಕಿಕ ಅಂತ್ಯ ಕಾಣುವವರೆಗೆ ವಿರಮಿಸದವರು. ಅವರು ಚಿಂತಕ, ಬರೆಹಗಾರ, ಹೋರಾಟಗಾರ, ಪ್ರಶಿಕ್ಷಕ. ಒಟ್ಟಾರೆಯಾಗಿ ಅವರು ಕನ್ನಡದ ಸಮಗ್ರ ಪ್ಯಾಕೇಜ್!.

ಸಂಗೀತ–ಕಲೆಯ ಬಗೆಗಿನ ಪ್ರೀತಿಯನ್ನು ಪುನರುಜ್ಜೀವನ ಗೊಳಿಸುವ, ನಾಡು–ನುಡಿಯ ಬಗೆಗಿನ ಅಭಿಮಾನವನ್ನು ಎಚ್ಚರಗೊಳಿಸುವ, ಹೊಸ ಹೊಸ ಕನ್ನಡ ಪದಗಳನ್ನು ಆಗತ್ಯಾಧಾರಿತವಾಗಿ ಟಂಕಿಸುವ ವಿಚಾರಗಳಲ್ಲಿ ಇಂದಿಗೂ ಅವರು ರಣೋತ್ಸಾಹಿ. ಸ್ವಚ್ಛ, ಸ್ಫಟಿಕ ಸದೃಶ ಮನಸ್ಸಿನ ಈ ನುಡಿಪ್ರೇಮಿ ತಾಂತ್ರಿಕ ಜಗತ್ತಿನ ಅಪಸವ್ಯಗಳ ಅತಿಯ ನಡುವೆಯೂ ಕನ್ನಡವನ್ನು ಎಚ್ಚರದ ಸ್ಥಿತಿಯಲ್ಲಿ ಇರಿಸಿ ಕೊಂಡಿದ್ದಾರೆ.

ಲೇಖಕ ಪ್ರಕಾಶಕರಿಗಾಗಿ ಪುಸ್ತಕ ಪ್ರಕಾಶನ ಕಮ್ಮಟಗಳನ್ನು ಪರಿಕಲ್ಪಿಸಿ ನಾಡಿನ ವಿವಿಧೆಡೆ ನಿರ್ದೇಶಸಿದವರು. ಕನ್ನಡವನ್ನು ಕನ್ನಡ ಬಾರದವರಿಗೆ ಕಲಿಸಿದ ಧನ್ಯತಾಕಾರ್ಯ ಇವರದ್ದು. ಬೆಳಗಾವಿಯಲ್ಲಿ ನಡೆದ ವಿಶ್ವಕನ್ನಡ ಸಮ್ಮೇಳನದಲ್ಲಿ ೧೦೧ ಹೊತ್ತಗೆಗಳ ಮುದ್ರಣ ಮತ್ತು ಪರಿಶೀಲನೆಯ ಕಾರ್ಯವನ್ನು ಅತ್ಯಂತ ಕ್ಲುಪ್ತ ಅವಧಿಯಲ್ಲಿ ಸಾಧ್ಯಮಾಡಿದ ಕ್ಷಮತೆ ಇವರ ಬಹು ದೊಡ್ಡ ಸಾಧನೆಗಳ ಪೈಕಿ ಒಂದು. ತಾವೇ ಸ್ಥಾಪಿಸಿದ ಕನ್ನಡ ಪುಸ್ತಕ ಸಲಹಾ ಕೇಂದ್ರದ ಮೂಲಕ ಲೇಖನ ಶಿಬಿರಗಳನ್ನು ಏರ್ಪಡಿಸಿ ಉಪನ್ಯಾಸ,

ಚರ್ಚೆ, ಸಂವಾದ, ಪ್ರಾತ್ಯಕ್ಷಿಕೆಗಳ ಮೂಲಕವ ಕನ್ನಡದ ನುಡಿಸಾಣಿಕೆಯನ್ನು ಅವರು ನಿಸ್ಪೃಹತೆಯಿಂದ ಮತ್ತು ಅನೂಚಾನವಾಗಿ ಮಾಡುತ್ತಲೇ ಬಂದಿದ್ದಾರೆ. ಕಾವೇರಿ ಜಲವಿವಾದದ ಕುರಿತ ಪುಸ್ತಕದ ೬೫೦ ಪ್ರತಿಗಳನ್ನು ಉಚಿತವಾಗಿ ಹಂಚಿದ್ದಾರೆ!.

ಅಂತೆಯೇ ಕನ್ನಡ ರತ್ನಕೋಶದ ೧೦೦೦ ಪ್ರತಿಗಳನ್ನು ಆಸಕ್ತರಿಗೆ ಹಂಚಿದ ಅಪ್ಪಟ ನಾಡು-ನುಡಿ ಪ್ರೇಮಿ. ಇವರ ಅವಿಶ್ರಾಂತ ದುಡಿಮೆಯಲ್ಲಿ ಸ್ವಾರ್ಥವಿಲ್ಲ, ಜೊತೆಗೆ ಇತರ ಭಾಷೆಗಳ ಬಗ್ಗೆ ಉಪೇಕ್ಷೆ, ತಿರಸ್ಕಾರಗಳಿಲ್ಲ. ಕರುನಾಡಿನಲ್ಲಿ ಕನ್ನಡ ಸುಭದ್ರ ಸ್ಥಾನವನ್ನು ಶಾಶ್ವತವಾಗಿ ಹೊಂದಿರಬೇಕು ಎಂಬ ಹಂಬಲ, ಅಪೇಕ್ಷೆಗಳ ಹೊರತಾಗಿ ಯಾವುದೇ ಸ್ವಲಾಭಾಕಾಂಕ್ಷೆ ಇವರಲ್ಲಿ ಇಲ್ಲ. ಕನ್ನಡ ಬಲ್ಲ ಅಧಿಕಾರಿ ಮತ್ತು ಸಿಬ್ಬಂದಿಗೆ ಆಡಳಿತದಲ್ಲಿ ಕನ್ನಡವನ್ನು ತೊಡಕಿಲ್ಲದೆ ಬಳಸಲು ಸರ್ಕಾರ ನಡೆಸುವ 'ಆಡಳಿತ ಕನ್ನಡ ಕಾರ್ಯಶಿಬಿರ'ಗಳನ್ನು ನಡೆಸಿದ ಶ್ರೇಯ ಇವರದು. ಇಂತಹ ೧೨೦ಕ್ಕೂ ಹೆಚ್ಚು ಶಿಬಿರಗಳ ನಿರ್ದೇಶಕರಾಗಿ ಕಾರ್ಯ ನಿರ್ವಹಿಸಿದ ದಾಖಲೆ ಇವರದು. ನ್ಯಾಯಾಂಗ ಇಲಾಖೆಯ ಸಿಬ್ಬಂದಿ, ವಕೀಲರು ಹಾಗೂ ನ್ಯಾಯಾಧೀಶರಿಗೆ ' ಕಾನೂನು ಕನ್ನಡ ಕಾರ್ಯ ಶಿಬಿರ'ಗಳನ್ನು ನಡೆಸಿದ ಸಾರ್ಥಕಭಾವ ಇವರದು. ಇದು ಅವರ ಪರಿಣತಿ, ಸಾಮರ್ಥ್ಯ, ಸದುದ್ದೇಶಗಳನ್ನು ವಿಶದೀಕರಿ ಸುತ್ತದೆ. ಇಂದು ರಸ್ತೆಗಳಲ್ಲಿ ಸಾಧಕರ ಪ್ರತಿಮೆಗಳನ್ನು ಕಾಣುವುದು ಸರ್ವೇ ಸಾಮಾನ್ಯ. ಆದರೆ ರಾಜಕುಮಾರ್ ಅವರು

ಬಿ. ಎಂ. ಶ್ರೀ. ಅವರ ಪ್ರತಿಮೆಯನ್ನು ಮೊತ್ತಮೊದಲು ಬೆಂಗಳೂರಿನ ನ್ಯಾಷನಲ್ ಕಾಲೇಜು ವೃತ್ತದಲ್ಲಿ ಮತ್ತು ಕುವೆಂಪು ಅವರ ಪ್ರತಿಮೆಯನ್ನು ಲಾಲ್ ಬಾಗಿನ ಪಶ್ಚಿಮದ್ವಾರದ ಮುಂದೆ ಸ್ಥಾಪಿಸಲು ಕಾರಣರಾದವರು. ಕನ್ನಡ ಸಂಸ್ಕೃತಿ ನಮ್ಮ ಹೆಮ್ಮೆ ಎಂಬ ಕೃತಿಯ ೫೨, ೦೦೦ ಪ್ರತಿಗಳನ್ನು ಮಾರಾಟ ಮಾಡಿ, ಅದರಿಂದ ಬಂದ ಹಣವನ್ನು ಸಾಹಿತಿಗಳ ಕಲಾವಿದರ ಬಳಗದ ಕನ್ನಡ ಕಾರ್ಯಗಳಿಗೆ ವಿನಿಯೋಗಿಸಿದರು. ಉಳಿಕೆ ಹಣದಲ್ಲಿ ಪ್ರತಿಮೆಗಳನ್ನು ಹಾಕಲಾಯಿತು. ಕನ್ನಡ ಪುಸ್ತಕಗಳನ್ನು ತರಕಾರಿ ಗಾಡಿಗಳಲ್ಲಿ ಮಾರಾಟ ಮಾಡುವ ಮೂಲಕವೂ ಕನ್ನಡದ ಮೇಲಿನ ಬದ್ಧತೆಯನ್ನು ಮೆರೆದವರು.

ಕನ್ನಡವನ್ನು ಹೃದಯನಿಷ್ಠವಾಗಿ ಕಾಪಿಟ್ಟುಕೊಂಡಿರುವ ರಾಜಕುಮಾರ್ ಅವರ ಪರಿಚಯ ನನಗೆ ಆದುದು ಕೇವಲ ಹತ್ತು ವರ್ಷಗಳಿಂದ ಈಚೆಗೆ ಮಾತ್ರ. ಆದರೆ ಅಷ್ಟರಲ್ಲೇ ನನಗೆ ಅವರ ಕಾರ್ಯದ ಹಿಂದಿನ ಆಸಕ್ತಿ ಕಾಳಜಿಗಳನ್ನು ಅರಿಯಲು ಸಾಧ್ಯವಾಗಿದೆ.

ಶೇಷಾದ್ರಿಪುರದ ಕನ್ನಡ ಸ್ನಾತಕೋತ್ತರ ಅಧ್ಯಯನ ಕೇಂದ್ರದಲ್ಲಿ ವ್ಯಾಸಂಗ ಮಾಡುವಾಗ ಡಾ. ಜಿ.ಪಿ. ರಾಜರತ್ನಂ ಅವರ ಶಿಷ್ಯರಾಗಿದ್ದವರು

ಪ್ರೊ. ಜಿ. ಶ್ರೀನಿವಾಸ ರಾಜು. ಅವರು 'ಕವಿಗೆ ಕವಿ ಮಣಿವನ್' ಎಂಬ ಹೊತ್ತಗೆಯಲ್ಲಿ ಗುರುಗಳಾದ ರಾಜರತ್ನಂ ತೀರಿಕೊಂಡಾಗ 'ಇನ್ನೆಂದಿಗಿಂಥ ಚರಣ' ಎಂಬ ಕವಿತೆ ಬರೆದಿದ್ದರು. ಇದರ ಬಗ್ಗೆ ಪ್ರಶ್ನಿಸಿದಾಗ ಅವರು 'ರಾಜರತ್ನಂ ಅವರಂಥ ಕನ್ನಡದ ಪರಿಚಾರಕ ರನ್ನು ಮತ್ತೆ ಕಾಣಲು ಸಾಧ್ಯವಿಲ್ಲ. ಆದರೆ ಕೆ. ರಾಜಕುಮಾರ್ ಎಂಬ ಸುಸಂಸ್ಕೃತ ವ್ಯಕ್ತಿತ್ತ್ವದವರು ಕನ್ನಡದ ಉಳಿವಿಗಾಗಿ ಬಹಳ ಶ್ರಮಿಸುತ್ತಿರುವುದು ನನಗೆ ಭರವಸೆ ಮತ್ತು ನಂಬಿಕೆಯನ್ನು ಮೂಡಿಸಿದೆ" ಎಂದಿದ್ದು ಈಗಲೂ ನನಗೆ ನೆನಪಿದೆ. ಕನ್ನಡ ಪುಸ್ತಕ ಪ್ರಾಧಿಕಾರ ೨೦೧೯ರ ಡಾ. ಜಿ.ಪಿ. ರಾಜರತ್ನಂ ಸಾಹಿತ್ಯ ಪರಿಚಾರಿಕ ಪ್ರಶಸ್ತಿಯನ್ನು ರಾಜಕುಮಾರ್ ಅವರಿಗೆ ನೀಡಿ ಪುರಸ್ಕರಿಸಿ ರುವುದು ಸಮಸ್ತ ಕನ್ನಡಿಗರಿಗೆ ಹೆಮ್ಮೆಯ ಸಂಗತಿ. ಕೆ. ರಾಜಕುಮಾರ್ ಅವರು ನಟಸಾರ್ವಭೌಮ ಡಾ. ರಾಜಕುಮಾರ್ ಜೊತೆ ಎರಡು ದಿನವಿದ್ದು, ಅವರಿಗೆ ಗೋಕಾಕ್ ವರದಿಯ ಬಗೆಗೆ ನಿಖರ ಮಾಹಿತಿ ನೀಡಿದವರು. ನ್ಯಾಯಾಲಯ ಗೋಕಾಕ್ ವರದಿಯ ಜಾರಿಗೆ ಆಂಶಿಕವಾಗಿ ಸಮ್ಮತಿಸಿತ್ತು.

ಆದರೆ ಸರ್ಕಾರ ಅದನ್ನು ಜಾರಿಗೊಳಿಸಲಿಲ್ಲ. ಆಗ ಗೋಕಾಕರ ಮೂಲಕವೇ ಸರ್ಕಾರಕ್ಕೆ ಹೇಳಿಸಬೇಕಾಗಿತ್ತು. ತಾವು ಒಂಬತ್ತು ವರ್ಷಗಳ ಹಿಂದೆ ಸಲ್ಲಿಸಿದ ವರದಿಯ ವಿವರಗಳನ್ನು ವಯೋಸಹಜ ಕಾರಣದಿಂದ ಅವರು ಮರೆತಿದ್ದರು. ಆಗ ಡಾ. ಗೋಕಾಕ್ ಅವರಿಗೆ ಎರಡು ದಿನ ವರದಿಯ ಬಗೆಗೇ ಪುನಶ್ಚೇತನ ತರಗತಿಗಳನ್ನು ನಡೆಸುವ ಅವಕಾಶ ಪಡೆದ ಸುದೈವಿ ನಮ್ಮ ಕೆ. ರಾಜಕುಮಾರ್.

ಗೋಕಾಕ್ ವರದಿಯ ಅಂತಿಮ ವಾದ ವಿವಾದಗಳು ಉಚ್ಚ ನ್ಯಾಯಾಲಯದಲ್ಲಿ ನಡೆದ ಸಂದರ್ಭ. ಆಗಿನ ಅಡ್ವೋಕೇಟ್ ಜನರಲ್ ಸಂತೋಷ್ ಹೆಗಡೆ ಸರ್ಕಾರದ ಪರ ವಾದ ಮಂಡಿಸ ಬೇಕಾಗಿತ್ತು. ಆಗ ಸಂತೋಷ್ ಹೆಗಡೆಯವರ ಪಕ್ಕ ಕುಳಿತು ಪೂರ್ಣಪೀಠ ಕೇಳಿದ ಎಲ್ಲ ಪ್ರಶ್ನೆಗಳಿಗೆ ಹಾಳೆಯಲ್ಲಿ ಉತ್ತರ ಬರೆದುಕೊಟ್ಟವರು ರಾಜಕುಮಾರ್! ಅದನ್ನು ಓದಿದ್ದು ಸಂತೋಷ್ ಹೆಗಡೆಯವರು.

ಅವರು ಕನ್ನಡವನ್ನು ಬೋಧಿಸುವಾಗ, ಕನ್ನಡವನ್ನು ಕುರಿತು ಮಾತನಾಡುವಾಗ ತಾರುಣ್ಯವನ್ನು ಆವಾಹಿಸಿ ಕೊಳ್ಳುತ್ತಾರೆ. ಅವರು ಶ್ರೇಷ್ಠತೆಯ ವ್ಯಸನ, ಹಮ್ಮು ಬಿಮ್ಮುಗಳಿಂದ ಮಾರುದ್ದ ದೂರ. ಕನ್ನಡಪರ ಚಿಂತನೆ ಮತ್ತು ಹೋರಾಟಗಳಲ್ಲಿ ನಿರಂತರ ತೊಡಗಿಸಿ ಕೊಂಡು ಸಾತತ್ಯವನ್ನು ಸಾಧಿಸಿದವರು. ೬೫ ವರ್ಷದ ಕೆ. ರಾಜಕುಮಾರ್ ಅವರ ಸಾಧನೆ, ಕನ್ನಡ ಸೇವಸ ಅಗಾಧ. ಕನ್ನಡ ಜನತೆ ಮತ್ತು ಆಳುವ ವ್ಯವಸ್ಥೆಯು ಇವರ ನಿಡುಗಾಲದ ಕೊಡುಗೆಯನ್ನು ಶ್ಲಾಘಿಸಲೇಬೇಕು.

೭೯

ಗಡಿ ಭಾಗದ ಕನ್ನಡನುಡಿ ಸೇವಕ

ಪ್ರಕಾಶ್

ಕೋಲಾರ ಜಿಲ್ಲೆಯ ಕೆ.ಜಿ.ಎಫ್. ಗಡಿ ಹಾಗೂ ಸೂಕ್ಷ್ಮ ಭಾಷಾ ಪ್ರದೇಶ. ತಮಿಳು ಭಾಷಿಕರ ಸಂಖ್ಯೆ ಹೆಚ್ಚಿರುವ ಚಿನ್ನದ ಗಣಿಯ ಊರಿನಲ್ಲಿ ತೆಲುಗು ಮಾತೃಭಾಷೆಯ ವ್ಯಕ್ತಿಯು ಕನ್ನಡಕ್ಕಾಗಿ ನಿಸ್ವಾರ್ಥವಾಗಿ ಶ್ರಮಿಸುತ್ತಿದ್ದಾರೆ. ಕೆ.ಜಿ.ಎಫ್.ನಲ್ಲಿ ಕನ್ನಡ ಭಾಷೆ ಇಂದು ಈ ಭಾಗದ ಜನರಲ್ಲಿ ನುಡಿ ಸಾಮೀಪ್ಯ, ಕನ್ನಡದ ಸಾಮರಸ್ಯ, ಸೌಹಾರ್ದ ಭಾಷಾಬಾಂಧವ್ಯಗಳನ್ನು ಬೆಸೆದಿದೆ.

ಆದರೆ ಇದರ ಹಿಂದೆ ಕನ್ನಡವನ್ನು ಕಟ್ಟುವ ಕಾರ್ಯದಲ್ಲಿ ತಮ್ಮ ಜೀವನವನ್ನೇ ಮುಡಿಪಾಗಿ ಇಟ್ಟಿರುವ ಪ್ರಕಾಶ್ ಅವರು ಖಂಡಿತವಾಗಿ ಪ್ರಚಾರ, ಬಿರುದು, ಕೋಡುಗಳಿಗೆ ಹಾತೊರೆಯದ ಸ್ವಚ್ಛ ಸ್ವಸ್ಥ ಮನಸ್ಸಿನ ಕನ್ನಡ ಹೃದಯಿ.

ನಲವತ್ತು ವರ್ಷಗಳ ಹಿಂದೆ ಕೆ.ಜಿ.ಎಫ್.ನಲ್ಲಿ ಕನ್ನಡದ ಬಗ್ಗೆ ಜಾಗೃತಿ ಅಭಿಮಾನವನ್ನು ಮೂಡಿಸುವ ಸಲುವಾಗಿ, ಪ್ರಕಾಶ್ ಅವರು ವೈಯಕ್ತಿಕವಾಗಿ ಮತ್ತು ಸಾರ್ವಜನಿಕವಾಗಿ ಎದುರಿಸಿದ ಸವಾಲುಗಳು, ಅಡ್ಡಿ ಆತಂಕಗಳು ಅಷ್ಟಿಷ್ಟಲ್ಲ, ಆದರೆ ಕುವೆಂಪು ಅವರು ಬರೆದಂತೆ ನಡೆ ಮುಂದೆ ನಡೆ

ಮುಂದೆ ಹಿಗ್ಗಿ ನಡೆ ಮುಂದೆ ಜಗ್ಗದೆಯೆ ಕುಗ್ಗದೆಯೆ ಹಿಗ್ಗಿ ನಡೆ ಮುಂದೆ ಎಂಬ ಧೀರಹೆಜ್ಜೆಗಳನ್ನಿರಿಸಿ ಚಿನ್ನದ ಗಣಿ ಪ್ರದೇಶದಲ್ಲಿ ಕನ್ನಡದ ಕಂಪನ್ನು ಹೊಮ್ಮಿಸಿದವರು ಪ್ರಕಾಶ್.

ಕೋಲಾರ ಜಿಲ್ಲೆಯ ಬಂಗಾರಪೇಟೆಯ ಕಾಮಸಮುದ್ರದ ಹೋಬಳಿ ಯರ್ರಗೋಳು ಗ್ರಾಮದ ಸುಬ್ಬರಾಮಶಾಸ್ತ್ರಿಯವರ ಮಗ ವಿ.ಎಸ್. ಪ್ರಕಾಶ್ ಅವರು ೧೪-೧೫ ವರ್ಷದವರಿದ್ದಾಗ ಕೆ.ಜಿ.ಎಫ್.ನಲ್ಲಿ ಬಂದು ನೆಲೆಸಿರುವ ಪ್ರಕಾಶ್ ಅವರ ತಾಯಿಭಾಷೆ ತೆಲುಗಾದರೆ, ಇವರ ಹೃನ್ಮನದ ತುಂಬು ಭಾಷೆ ಕನ್ನಡ.

ಡಾ. ರಾಜಕುಮಾರ್ ಅವರ ಅಪ್ಪಟ ಅಭಿಮಾನಿಯಾಗಿ ಕೆ.ಜಿ.ಎಫ್.ನಲ್ಲಿ ಅಭಿಮಾನೀ ಬಳಗವನ್ನು ಹುಟ್ಟು ಹಾಕಿದ ಇವರಿಗೆ ಗಂಧದ ಗುಡಿ ಚಿತ್ರದ ನಾವಾಡುವ ನುಡಿಯೇ ಕನ್ನಡ ನುಡಿ ಗೀತೆ ಕನ್ನಡವನ್ನು ಹೃದಯದಲ್ಲಿ ಇರಿಸಿಕೊಳ್ಳುವ ಹಾಗೆ ಮಾಡಿದೆ.

ಕೆ.ಜಿ.ಎಫ್. ಕನ್ನಡ ಗ್ರಾಮಾಂತರ ವೇದಿಕೆಯನ್ನೂ ಆರಂಭಿಸಿದ ಇವರು ಇಂಥ ಸಂದರ್ಭಗಳಲ್ಲಿ ಅನೇಕ ಸಲ ದೈಹಿಕ ಹಲ್ಲೆ, ಮಾನಸಿಕ ಹಿಂಸೆ ಗಳಿಗೆ ತುತ್ತಾಗಬೇಕಾಗಿ ಬಂದರೂ ಯಾವುದಕ್ಕೂ ಧೃತಿಗೆಡದೆ, ಕನ್ನಡವನ್ನು ಮುನ್ನಡೆಸಿದವರು.

ಕನ್ನಡ ಪರ ಹೋರಾಟ ನಡೆಸಿ, ಅನೇಕ ಸಲ ಬಂಧನಕ್ಕೆ ಒಳಗಾದರೂ ಪಟ್ಟು ಬಿಡದೆ, ಇವರು ಕನ್ನಡಿಗರ ಮೇಲೆ ಅನ್ಯಾಯ ದಾಳಿಗಳಾದ ಕೂಡಲೇ ಉಗ್ರವಾಗಿ ಪ್ರತಿಭಟಿಸಿ, ಕನ್ನಡದ, ಕನ್ನಡಿಗರ ರಕ್ಷಣೆಗೆ ಟೊಂಕ ಕಟ್ಟಿರುವವರು.

ಕನ್ನಡ ಪತ್ರಿಕೆಗಳ ಮಾರಾಟ-ಹತ್ತು ಹಲವು ಅಡೆತಡೆಗಳನ್ನು ಮೀರಿ ೮೦ರ ದಶಕದಲ್ಲಿ ಗೋಕಾಕ್ ಚಳವಳಿಯ ಸಂದರ್ಭದಲ್ಲಿ ಪ್ರಕಾಶ್ ಅವರು ಕನ್ನಡದ ಪತ್ರಿಕೆಗಳನ್ನು ಓದಿ, ಕೆ.ಜಿ.ಎಫ್.ನ ಕಚೇರಿಗಳಿಗೆ ಮನೆ ಮನೆಗಳಿಗೂ ಸ್ವಂತ ದುಡ್ಡಿನಲ್ಲಿ ಹಂಚಿ, ಕನ್ನಡದ ಓದಿನ ಆಸಕ್ತಿ ಅಭಿಮಾನ ಮೂಡಿಸುತ್ತಾ ಸಾಗಿದವರು.

ಕನ್ನಡದ ಕಾಯಕಕ್ಕಾಗಿ ತಮ್ಮ ಕಾಯವನ್ನು ಮೀಸಲಿಟ್ಟಿರುವ ಇವರ ಅವಿರತ ಶ್ರಮದ ಫಲವಾಗಿ, ಕೆ.ಜಿ.ಎಫ್.ನಲ್ಲಿ ಡಾ. ರಾಜಕುಮಾರ್ ವೃತ್ತ, ಡಿ.ವಿ.ಜಿ. ರಸ್ತೆ, ಕುವೆಂಪು ಬಸ್ ನಿಲ್ದಾಣಗಳ ನಾಮಫಲಕಗಳನ್ನು ಕಾಣುವಂತಾದುದು.

ಚಿನ್ನದ ಗಣಿಯ ತಾಲ್ಲೂಕಿನಲ್ಲಿ ೨೫ಕ್ಕೂ ಹೆಚ್ಚು ಕನ್ನಡ ಸಂಘಗಳು ಸ್ಥಾಪನೆ ಆಗುವುದರಲ್ಲಿ ಪ್ರಕಾಶ್ ಅವರ ಕೊಡುಗೆ ಬಹಳ ದೊಡ್ಡದು.

ತಾಯಿ ಭುವನೇಶ್ವರಿಯ ಕೃಪೆಯಿಂದ ಕನ್ನಡ ಸೇವೆ ಸಾಧ್ಯವೆನ್ನುವ ಪ್ರಕಾಶ್ ಅವರು ಬೆಮೆಲ್ನಲ್ಲಿ ಕೆಲಸ ಸಿಕ್ಕಾಗ ನವೆಂಬರ್ ೧ರ ಕನ್ನಡ ರಾಜ್ಯೋತ್ಸವದಂದೇ ಕೆಲಸಕ್ಕೆ ಸೇರಬೇಕೆಂದು ದೃಢ ನಿರ್ಧಾರ ತಳೆದು, ದೊರೆತ ಉದ್ಯೋಗದಿಂದ

ದೂರ ಸರಿದತನುಮನಧನ ಸಹಿತ ಕನ್ನಡದ ಉತ್ಕಟ ಪ್ರೇಮಿ. ಪ್ರಕಾಶ್ ಅವರು ಈ ಎಲ್ಲಾ ಹೋರಾಟ, ಕನ್ನಡಪರ ಸಂಘಟನಾತ್ಮಕ ಚಟುವಟಿಕೆಗಳನ್ನು ಏನೊಂದೂ ಪ್ರತಿಫಲವನ್ನು ಬಯಸದೆ ಮಾಡುತ್ತಾ ಬಂದಿರುವವರು. ಇವರ ಕನ್ನಡದ ಸೇವೆಗೆ ಅಂದಿನಿಂದ ಇಂದಿನವರೆಗೂ ಬಿಡುವು ಸ್ವಲ್ಪವೂ ಇಲ್ಲ.

ಪ್ರಕಾಶ್ ಅವರ ಕನ್ನಡದ ನುಡಿ ಸೇವೆಯನ್ನು ಈ ಗಡಿಭಾಗದ ಅನ್ಯಭಾಷಿಕರೂ ಈಗ ಅಪಾರವಾಗಿ ಗೌರವಿಸುತ್ತಾರೆ ಎನ್ನುವುದು ಪ್ರಕಾಶ್ ಅವರ ಸಜ್ಜನಿಕೆ, ಅಜಾತಶತ್ರು ಮನೋಧರ್ಮದ ವ್ಯಕ್ತಿತ್ವ ಮೂಲ.

ಅ.ಕೃ. ಸೋಮಶೇಖರ್, ಕೋ.ನಾ. ಪ್ರಭಾಕರ್, ಮಂಜುನಾಥ್, ಬಾಲಕೃಷ್ಣ, ಅಂಚೆ ಅಶ್ವತ್ಥ್, ಕಲಾವಿದ ವಿಷ್ಣು ಇವರ ಸಹಕಾರವನ್ನು ನೆನೆಯುವ ಪ್ರಕಾಶ್ ಅವರು ತಮ್ಮ ಜೀವನನಿರ್ವಹಣೆಗಾಗಿ ಬೆಳ್ಳಿಯ ಅಂಗಡಿಯನ್ನು ನಡೆಸುತ್ತಿದ್ದಾರೆ. ಕನ್ನಡ ಪರ ಹೋರಾಟಗಳಲ್ಲಿ ಭಾಗವಹಿ ಸುವ ಸಂದರ್ಭಗಳಲ್ಲಿ ಹಲವಾರು ಬಾರಿ ತಮ್ಮ ಅಂಗಡಿಯನ್ನು ಮುಚ್ಚಿ ಕನ್ನಡತನಕ್ಕಾಗಿ, ಕನ್ನಡದ ಉಳಿವಿಗಾಗಿ ನಿರಂತರವಾಗಿ ಕಾರ್ಯೋನ್ಮುಖರಾದ ಪ್ರಕಾಶ್ ಅವರು ಚಿನ್ನದ ಗಣಿ ಪ್ರದೇಶದ ಕನ್ನಡದ ಕಣ್ಮಣಿ.

ಕನ್ನಡದ, ಕನ್ನಡಿಗರ ಪರವಾಗಿ ಕೆಲಸ ಆದರೆ ಎಂದೂ ಅದು ತಮ್ಮಿಂದ ಎಂದು ಭಾವಿಸದ ಇವರು ಒಂದು ಸಮಾಧಾನದ ಸಾರ್ಥಕವಾದ ನಗೆ ಬೀರುತ್ತಾ ಧನ್ಯಭಾವ ತಳೆಯುತ್ತಾರೆ. ಈವರೆಗೂ ಪ್ರಕಾಶ್ ಅವರ ಕನ್ನಡದ ಬಗೆಗಿನ ಬದ್ಧತೆ, ಸೇವೆಗಳನ್ನು ಯಾರೊಬ್ಬರೂ ಅನುಮಾನಿಸುವುದಿಲ್ಲ.

ಕೋಲಾರ ಜಿಲ್ಲಾ ರಾಜ್ಯೋತ್ಸವ ಪ್ರಶಸ್ತಿಗೂ ಪಾತ್ರವಾಗಿರುವ ಪ್ರಕಾಶ್ ಅವರು ತಮ್ಮ ಸ್ವಂತ ದುಡಿಮೆಯ ಮೂಲಕ ಶ್ರೀಮಂತರೆನ್ನಿಸಿಕೊಳ್ಳದೆ ಬದುಕಿನ ಪೂರ್ತಿ ಕನ್ನಡ, ಕನ್ನಡ ನೆಲ, ಜಲ ಗಳಿಗೆ ತಮ್ಮ ಜೀವ ಜೀವನವನ್ನು ತೇಯ್ದುಕೊಂಡು ಬಾಳುತ್ತಿರುವ ಸ್ನೇಹಜೀವಿ ಮತ್ತು ಸುಮನಸ್ಸಿನ ಕನ್ನಡ ಪರಿಚಾರಕ.

ಕನ್ನಡತ್ತ್ವ ಪ್ರಕಾಶ್ ಅವರ ಬದುಕಿನ ಉಸಿರು. ತೆಲುಗು ಮನೆಭಾಷೆಯ ಪ್ರಕಾಶ್ ಚಿನ್ನದ ಗಣಿಯ ಪ್ರದೇಶದಲ್ಲಿ ದಶಕದಶಕಗಳಿಂದ ಕನ್ನಡದ ನುಡಿಸೇವೆ ಹಾಗೂ ಕಂಕಣಬದ್ಧವಾದ ಅಚಲ ನಿಲುವುಗಳನ್ನು ಹೊಂದಿ ಬಾಳುತ್ತಿರುವ ಸಂಭಾವಿತರು. ಬೀಗದೆ ಬಾಳುತ್ತಿರುವ ಕನ್ನಡದ ಈ ಕಟ್ಟಾಳು ಕನ್ನಡಮ್ಮನ ಭಕ್ತರೂ ಹೌದು, ಕನ್ನಡದ ಪ್ರಾಮಾಣಿಕ ಹೋರಾಟದ ಹೆಗ್ಗುರುತೂ ಹೌದು.

ಇವರ ಕನ್ನಡ ಸೇವೆಯ ಸಂಕಲ್ಪಕ್ಕೆ ಕನ್ನಡತಾಯಿ ಭುವನೇಶ್ವರಿ ಇನ್ನಷ್ಟು ಬಲ ಆರೋಗ್ಯ ನೀಡಲಿ ಎಂದು ಮನಃಪೂರ್ವಕವಾಗಿ ಹಾರೈಸಿ ಶುಭ ಕೋರುವುದು ಅಪ್ಪಟ ಕನ್ನಡಾಭಿಮಾನಿ ಪ್ರಕಾಶ್ ಅವರಿಗೆ ನಾವು ಸಲ್ಲಿಸುವ ಪುಟ್ಟ ಕಾಣಿಕೆಯಾಗಬಲ್ಲದು.

೮೦

ಕೆ.ಜಿ.ಎಫ್.ನ ದಿಟ್ಟ ಕನ್ನಡ ಹೋರಾಟಗಾರ

ನ.ರಾ. ಪುರುಷೋತ್ತಮ

ತೆಲುಗು ಮನೆತನದಲ್ಲಿ ೧೯೫೫ರ ಜುಲೈ ೨೧ರಂದು ಜನಿಸಿದ ಪುರುಷೋತ್ತಮ ಅವರ ತಂದೆ ರಾಮಕೃಷ್ಣಯ್ಯ ಕನ್ನಡ ಪಂಡಿತರೆನ್ನಿಸಿದ್ದವರು. ಕನ್ನಡ ಸಾಹಿತ್ಯ ಸಂಸ್ಕೃತಿಗಳ ತೀವ್ರ ಅಭಿಮಾನಾಸಕ್ತಿ, ಅಭಿರುಚಿಯನ್ನು ಅವರು ತಮ್ಮ ಪುತ್ರ ಪುರುಷೋತ್ತಮ ಅವರಲ್ಲಿ ಆಳವಾಗಿ ಬಿತ್ತಿ ಹೋದ ಮಹಾನ್ ಕನ್ನಡ ಬಂಧು.

ಎಳವೆಯಿಂದಲೇ ಕನ್ನಡದ ಮೇಲೆ ಪ್ರೀತಿಯಿಟ್ಟುಕೊಂಡು ಬೆಳೆದ ಪುರುಷೋತ್ತಮ ಅವರದ್ದು ಬಹುರೂಪೀ ಸಾಧನೆ.

ವೃತ್ತಿಯಲ್ಲಿ ಸ್ಟೇಟ್ ಬ್ಯಾಂಕ್ ಅಧಿಕಾರಿಯಾಗಿ ಸೇವೆ ಸಲ್ಲಿಸಿ ನಿವೃತ್ತರಾಗಿರುವ ಬಿ.ಎಸ್ಸಿ., ಎಂ.ಎ. ಪದವೀಧರ ರಾದ ಎನ್.ಆರ್. ಪುರುಷೋತ್ತಮ ಅವರ ಪ್ರವೃತ್ತಿಯ ಹಾಸುಬೀಸು ಬಹಳ ದೀರ್ಘಕಾಲೀನವಾದುದು ಹಾಗೂ ಬಹಳ ಸತ್ತ್ವಯುತ ಸಾಧನೆಗಳಿಗೆ ಸಾಕ್ಷಿಯಾಗಿವೆ.

೧೯೭೫ರಿಂದ ಇಂಡಿಯನ್ ಎಕ್ಸ್‌ಪ್ರೆಸ್, ಡೆಕ್ಕನ್ ಹೆರಾಲ್ಡ್ ಪತ್ರಿಕೆಗಳಲ್ಲಿ ಅನೇಕ ಲೇಖನಗಳು ಪ್ರಕಟವಾಗಿ ಇವರಿಗೆ

ಬರೆವಣಿಗೆಯ ಮೇಲೆ ಇನ್ನೂ ಹೆಚ್ಚಿನ ಉತ್ಸಾಹ ಮೂಡಿತು. ಕೋಲಾರ ಪತ್ರಿಕೆಯ ಆರಂಭದ ದಿನದಿಂದಲೂ ಪತ್ರಕರ್ತನಾಗಿ ಮತ್ತು ಅಂಕಣಕಾರರಾಗಿ ಇಂದಿಗೂ ಬರೆಯುತ್ತಿದ್ದಾರೆ. ವಿಜಯ ಕರ್ನಾಟಕ, ವಿಜಯವಾಣಿ ದಿನತ್ರಿಕೆಗಳ ವರದಿಗಾರರಾಗಿದ್ದ ಇವರ ತನಿಖಾ ಲೇಖನಗಳು ಮುಖ ಪುಟಗಳಲ್ಲಿ ಪ್ರಕಟವಾಗಿವೆ. ಒಂದೂವರೆ ದಶಕಗಳ ಕಾಲ ಸಂಯುಕ್ತ ಕರ್ನಾಟಕ ಪತ್ರಿಕೆಯ ಅಂಕಣಕಾರರಾಗಿ ಬಹಳ ಅಪರೂಪದ ಸಾಧಕರ ಕುರಿತು ಲೇಖನಗಳನ್ನು ಬರೆದು, ಅವರ ಸಾಧನೆಗಳನ್ನು ಹೊರಜಗತ್ತಿಗೆ ಕಾಣಿಸಿದ್ದಾರೆ.

ಇವರ 'ಆರಂಭ', 'ಮಣ್ಣಿನ ಸೊಗಡು', 'ಕಾಡು ಮೇಡು' ಅಂಕಣಗಳು ಜನಪ್ರಿಯವಾಗಿದ್ದವು. ಹೂವು ಕಟ್ಟುವ, ಬೀಡಿ ಕಾರ್ಮಿಕರ, ಕತ್ತೆಗಳ ಮೇಲೆ ಉಪ್ಪು ಮೂಟೆ ಇಟ್ಟುಕೊಂಡು ಉಪ್ಪು ಮಾರುವವರ, ಸಂತೆಗಳಲ್ಲಿ ಕಣಿ ಹೇಳುವವರ ಇತ್ಯಾದಿ ಅತಿ ಸಾಮಾನ್ಯ ಜನರ ಬದುಕು ಬವಣೆಗಳ ಕುರಿತು ಬಹಳ ನವಿರಾಗಿ ಚಿತ್ರಿಸಿದ್ದಾರೆ.

ಮೈಸೂರು ಬ್ಯಾಂಕ್ ಅಧಿಕಾರಿಯಾಗಿ ಕೆಲಸ ಮಾಡಿ ಅಲ್ಲೂ ಕನ್ನಡದ ನೂರಾರು ಕಾರ್ಯಕ್ರಮಗಳನ್ನು ನಡೆಸಿದ್ದಾರೆ. ಕಾರ್ಮಿಕ ನಾಯಕರಾಗಿ, ಮೈಸೂರು ಬ್ಯಾಂಕ್ ಹಿಂದುಳಿದ ನೌಕರರ ಕ್ಷೇಮಾಭಿವೃದ್ಧಿ ಸಂಘದ ಸಂಸ್ಥಾಪಕ ಅಧ್ಯಕ್ಷರಾಗಿ ಭಾರತದ ಎಲ್ಲಾ ರಾಜ್ಯಗಳನ್ನೂ ಸುತ್ತಿದ್ದಾರೆ. ಪೌರ ಕಾರ್ಮಿಕರ, ಚಪ್ಪಲಿ ಹೊಲೆಯುವವರ, ದಿನಗೂಲಿ-ಕೂಲಿ ಕಾರ್ಮಿಕರ ಹಕ್ಕುಗಳಿಗಾಗಿ ಕೋಲಾರ ಮತ್ತು ಕಲ್ಬುರ್ಗಿ ಜಿಲ್ಲಾ ಜಿಲ್ಲಾ ಕಾರ್ಮಿಕ ಸಂಘದ ಅಧ್ಯಕ್ಷರಾಗಿ ಕಾರ್ಮಿಕರ ಪರವಾಗಿ ಅವರ ಹಿತಾಸಕ್ತಿಗಾಗಿ ಹೋರಾಡಿದ್ದಾರೆ.

ಪುರುಷೋತ್ತಮ ಅವರು ಕನ್ನಡಪರ ಹೋರಾಟಗಳಲ್ಲಿ ಮುಂಚೂಣಿಯ ನಾಯಕರಾಗಿ ಹೋರಾಡಿದ್ದಾರೆ., ಈಗಲೂ ೬೮ರ ಇಳಿವಯಸ್ಸಿನಲ್ಲೂ ಕನ್ನಡ ನುಡಿ ಸೇವೆಯಲ್ಲಿ ಸಕ್ರಿಯವಾಗಿ ತೊಡಗಿಸಿ ಕೊಂಡಿದ್ದಾರೆ. ಇವರು ಕೋಲಾರದಲ್ಲಿ ಗೋಕಾಕ್ ಚಳುವಳಿಯ ನೇತೃತ್ವ ವಹಿಸಿ ಪಂಜಿನ ಮೆರವಣಿಗೆ, ಉಪವಾಸ ಸತ್ಯಾಗ್ರಹಗಳ ಆಯೋಜನೆ ಮಾಡಿದ್ದ ಸಾಹಸಿ.

ಕಲ್ಬುರ್ಗಿಗೆ ವರ್ಗವಾಗಿ ಹೋದಾಗ, ಅಲ್ಲಿ ಗೋಕಾಕ್ ಹೋರಾಟ ತಣ್ಣಗಿತ್ತು. ಕೂಡಲೆ ಅಲ್ಲಿನ ಕನ್ನಡಿಗರನ್ನು ಒಗ್ಗೂಡಿಸಿ ಇವರು ಗೋಕಾಕ್ ಹೋರಾಟವನ್ನು ಬಹಳ ಬೇಗ ಸಂಘಟಿಸಿ ದರು. ಕಲ್ಬುರ್ಗಿಯ ಬೀದಿ ಬೀದಿಗಳಲ್ಲಿ ಭಾಷಣಗಳ ಮೂಲಕ ಕನ್ನಡಿಗರಲ್ಲಿ ಹೋರಾಟದ ಬಿಸುಪನ್ನು ಹಚ್ಚಿದರು. ಬಿರುಬಿಸಿಲನ್ನು ಲೆಕ್ಕಿಸದೆ ಒಂದು ಕಿ.ಮೀ. ಟಾರ್ ರಸ್ತೆಯ ಮೇಲೆ ಉರುಳಾಡುತ್ತಾ, ಗೋಕಾಕ್ ವರದಿಯನ್ನು ಜಾರಿಗೊಳಿಸಲು ಒತ್ತಾಯಿಸಿ, ಜಿಲ್ಲಾಧಿಕಾರಿಯ ಮೂಲಕ ಸರ್ಕಾರಕ್ಕೆ ಒತ್ತಡ ತರುವ ಕೆಲಸ ಮಾಡಿದ ಕನ್ನಡಾಭಿಮಾನಿ. ಇವರ ಹೋರಾಟದ ಪ್ರಖರತೆಯನ್ನು ಕಂಡು ಶ್ರೀಮತಿ

ಡಾ. ಗೀತಾ ನಾಗಭೂಷಣ್ ಅವರು ಲಂಕೇಶ್ ಪತ್ರಿಕೆಯಲ್ಲಿ ಪುರುಷೋತ್ತಮ ಅವರನ್ನು 'ಕೋಲಾರದ ವೀರ' ಎಂದು ಹೊಗಳಿ ಲೇಖನ ಬರೆದಿದ್ದರು.

ಚಿನ್ನದ ಗಣಿಗಳ, ಚಿನ್ನದ ಗಣಿ ಕಾರ್ಮಿಕರ ಕುರಿತು ನೂರಾರು ಲೇಖನಗಳು ಪ್ರಕಟವಾಗಿವೆ. ಇವರ ಅನೇಕ ಲೇಖನಗಳನ್ನು ಡಾ.ವೆಂಕಟಸ್ವಾಮಿಯವರು ತಮ್ಮ ಚಿನ್ನದ ಗಣಿಗಳು ಎಂಬ ಕೃತಿಯಲ್ಲಿ ಸಾಧಾರವಾಗಿ ಬಳಸಿಕೊಂಡು ಡಾಕ್ಟರೇಟ್ ಪದವಿಯನ್ನು ಪಡೆದಿದ್ದಾರೆ.

ಕೆ.ಜಿ.ಎಫ್. ಹೋಮ್ ಗಾರ್ಡ್ಸ್ ಸೇರಿ ಹಂತ ಹಂತವಾಗಿ ಬಡ್ತಿ ಹೊಂದಿ second in command ಮತ್ತು commandent ಆಗಿ ಶ್ಲಾಘನೀಯ ಸೇವೆ ಸಲ್ಲಿಸಿ ಘನತೆವೆತ್ತ, ರಾಷ್ಟ್ರಪತಿಗಳಿಂದ ರಾಷ್ಟ್ರಪತಿ ಪದಕ, ಕರ್ನಾಟಕ ರಾಜ್ಯದ ಮುಖ್ಯ ಮಂತ್ರಿಗಳ ಚಿನ್ನದ ಪದಕ ಪಡೆದಿದ್ದಾರೆ. ಕೆ.ಜಿ.ಎಫ್. ತಾಲ್ಲೂಕಿನ ವಿಶೇಷ ಘಟಕದ ಕಸಾಪದ ಅಧ್ಯಕ್ಷರಾಗಿ, ಕನ್ನಡ ಸಂಘದ ಕಾರ್ಯದರ್ಶಿಯಾಗಿ ಅನೇಕ ವರ್ಷಗಳ ಕಾಲ ಖಜಾಂಚಿಯಾಗಿ ಸೇವೆ ಸಲ್ಲಿಸಿದ ಪುರುಷೋತ್ತಮ ಅವರು ನಿತ್ಯ ಕ್ರಿಯಾಶೀಲ ಮತ್ತು ಕನ್ನಡತನದ ಮನಸ್ಸುಳ್ಳವರು.

ಪುರುಷೋತ್ತಮ ಅವರ ಉತ್ತಮ ಕೆಲಸಗಳನ್ನು ಗುರುತಿಸಿ, ಕೋಲಾರ ಜಿಲ್ಲಾ ರಾಜ್ಯೋತ್ಸವ ಪ್ರಶಸ್ತಿಯೂ ದೊರೆತಿದೆ. ಉತ್ತಮ ಪತ್ರಕರ್ತ ಪ್ರಶಸ್ತಿ, ತಮಿಳು ಸಂಗದಿಂದ ಉತ್ತಮ ಕನ್ನಡಿಗ ಎಂಬ ಪ್ರಶಸ್ತಿಗಳನ್ನು ಗಳಿಸಿದ್ದಾರೆ. ಮಾನವೀಯ ಲೇಖನಗಳಿಂದ ಇವರು ಜನಗಳ ಪ್ರೀತ್ಯಾದರಕ್ಕೆ ಪಾತ್ರರಾಗಿದ್ದಾರೆ. ಪುರುಷೋತ್ತಮ ಅವರ ಲೇಖನಗಳಿಂದ ಅನೇಕ ಅರ್ಹರಿಗೆ ಸರ್ಕಾರದಿಂದ ಮತ್ತು ಸಂಘ ಸಂಸ್ಥೆಗಳಿಂದ ನೆರವು ಸಿಕ್ಕಿದೆ. ಅನೇಕ ಸ್ಮರಣ ಸಂಚಿಕೆಗಳ ಸಂಪಾದಕರಾಗಿ ಕೆಲಸ ಮಾಡಿರುವ ಪುರುಷೋತ್ತಮ ಅವರಿಗೆ ಡಿ.ವಿ.ಜಿ. ಅವರ ಮಂಕುತಿಮ್ಮನ ಕಗ್ಗ ದ ಸುಮಾರು ೩೦೦ ಪದ್ಯಗಳು ಕಂಠಪಾಠವಾಗಿದೆ.

ನಿರರ್ಗಳವಾಗಿ ಅಸ್ಖಲಿತವಾಗಿ ಪದ್ಯಗಳನ್ನು ಉಚ್ಚರಿಸುವ ಇವರು ಕೆ.ಜಿ.ಎಫ್. ನೆಲದಲ್ಲಿ ಕನ್ನಡಕ್ಕಾಗಿ ಅಪಾರ ಹೋರಾಟ ಮಾಡಿದ್ದಾರೆ. ತೆಲುಗು ಮಾತೃ ಭಾಷೆಯ ಪುರುಷೋತ್ತಮ ಅವರ ಕನ್ನಡ ಸೇವೆ, ಹೋರಾಟಗಳಿಗೆ ದಶಕಗಳ ಶ್ರಮವಿದೆ. ಕನ್ನಡಕ್ಕಾಗಿ ಅಪಾರ ಸೇವೆ ಸಲ್ಲಿಸಿರುವ ೬೭ ವರ್ಷದ ಹಿರಿಯ ಪುರುಷೋತ್ತಮ ಅವರ ಸಾಧಕ ನಡೆ, ಕನ್ನಡದ ನುಡಿ ಪಯಣ ಎಲ್ಲರಿಗೂ ಸ್ಫೂರ್ತಿಯನ್ನು ನೀಡುವಷ್ಟು ಸಬಲವಾಗಿದೆ.

ಕೆ.ಜಿ.ಎಫ್.ನಂಥ ಬಹುಭಾಷಿಕ. ಪರಿಸರದಲ್ಲಿ ಕನ್ನಡಕ್ಕಾಗಿ ದುಡಿಯುತ್ತಿರುವ ಪುರುಷೋತ್ತಮ ಅವರ ಕುಟುಂಬವೂ ಕನ್ನಡದ ಭಾವಗೀತೆ, ಚಿತ್ರಗೀತೆ, ಧಾರ್ಮಿಕ ಸಾಮಾಜಿಕ ಕೃತಿಗಳನ್ನೇ ಓದಿ ಸಂತೋಷಿಸುವಂಥ ಸಹೃದಯಿಗಳು. ಇಂತಹ ಪುರುಷೋತ್ತಮ ಅವರ ಕನ್ನಡ ನಿಷ್ಠೆಯನ್ನು ಗೌರವಿಸಿ, ಸದಾ ಇವರಿಗೆ ಆಯುರಾರೋಗ್ಯ ಭಾಗ್ಯ ಇರಲೆಂದು ಹಾರೈಸೋಣ.

೮೧

ಧೀಮಂತ ಇತಿಹಾಸಜ್ಞ ಪತ್ರಕರ್ತ

ಡಾ. ಸೂರ್ಯನಾಥ ಕಾಮತ್

ಬರೆಹಗಾರನಾಗಿ, ಸಾಹಿತಿ ಯಾಗಿ ಹೆಸರು ಮಾಡುವ ಹಂಬಲ ಮತ್ತು ಗುರಿ ಕನ್ನಡಕ್ಕೆ ಶ್ರೇಷ್ಠ ಸಂಶೋಧಕನನ್ನು ನೀಡಿದ್ದು ಈ ನೆಲದ ಸೌಭಾಗ್ಯ.

೧೯೩೦ರ ಏಪ್ರಿಲ್ ೨೬ರ ಸೋಮವಾರದಂದು ದಕ್ಷಿಣ ಕನ್ನಡ ಜಿಲ್ಲೆಯ ಬೆಳ್ತಂಗಡಿಯಲ್ಲಿ ಉಪೇಂದ್ರ ಶೆಣ್ಯೈ-ಪದ್ಮಾವತಿ ದಂಪತಿಗಳಿಗೆ ಜನಿಸಿದ ಸೂರ್ಯನಾಥ ಕಾಮತ್ ಅವರ ಮನೆಯ ಮಾತು ಕೊಂಕಣಿ. ಸಾಹಿತ್ಯದ ಮೇಲಿನ ಆಸಕ್ತಿ-ಅಭಿರುಚಿ ಅನ್ವೇಷಕ ಮನೋಧರ್ಮದ ಇವರಿಗೆ ಶೈಕ್ಷಣಿಕವಾಗಿ, ಸಾಹಿತ್ಯ ವನ್ನು ಒಳಗುಮಾಡಿಕೊಳ್ಳುವ ಅಭೀಪ್ಸೆ ಬರುಬರುತ್ತಾ ಬಹಳ ಕಾಡತೊಡಗಿತು. ೧೯೫೫ರಲ್ಲಿ ಕರ್ನಾಟಕ ವಿಶ್ವವಿದ್ಯಾಲಯದಿಂದ ಇತಿಹಾಸದಲ್ಲಿ ಸ್ನಾತಕೋತ್ತರ ಪದವಿಯನ್ನು ಪಡೆದರು. ೧೯೬೫ರಲ್ಲಿ ವಿಜಯನಗರ ಕಾಲದ ತುಳುವರು ಎಂಬ ವಿಷಯವನ್ನು ಕುರಿತಾದ ಮಹಾ ಪ್ರಬಂಧಕ್ಕೆ ಮುಂಬೈ ವಿಶ್ವವಿದ್ಯಾಲಯದಿಂದ ಡಾಕ್ಟರೇಟ್ ಪದವಿಯನ್ನು ಪಡೆದರು.

ಫ್ರೀಪ್ರೆಸ್, ಪ್ರಜಾವಾಣಿ ಪತ್ರಿಕೆಗಳಲ್ಲಿ ಮತ್ತು ಉತ್ಥಾನ ಪತ್ರಿಕೆಯ ಸಂಪಾದಕರಾಗಿ ಕೆಲಸ ಮಾಡಿದ್ದರೂ ಸಹ ಸೂರ್ಯನಾಥ ಕಾಮತರ ಆಸೆ ಆಸಕ್ತಿ ಕಾಳಜಿಗಳು ಇತಿಹಾಸದ ವಿಷಯವನ್ನೇ ಬಯಸುತ್ತಿದ್ದವು.

ಬೆಂಗಳೂರಿನ ಆಚಾರ್ಯ ಪಾಠಶಾಲಾ ವಿದ್ಯಾಸಂಸ್ಥೆಯ ಸಂಜೆ ಕಾಲೇಜಿನಲ್ಲಿ ಕೆಲ ವರ್ಷ ಇತಿಹಾಸ ವಿಭಾಗದ ಉಪನ್ಯಾಸಕರಾಗಿ ಕೆಲಸ ಮಾಡಿದ ಸೂರ್ಯನಾಥ ಕಾಮತ್ ಅವರು ಬೆಂಗಳೂರು ವಿಶ್ವವಿದ್ಯಾಲಯದ ಇತಿಹಾಸದ ಉಪನ್ಯಾಸಕ, ಪ್ರವಾಚಕರಾಗಿ ೧೨-೧೩ ವರ್ಷ ದುಡಿದರು.

ಸ್ವಾತಂತ್ರ್ಯ ಸಂಗ್ರಾಮದ ಸ್ಮೃತಿಗಳು ಕೃತಿ ಸಂಪುಟಗಳು ಡಾ. ಸೂರ್ಯನಾಥ ಕಾಮತ್ ಅವರ ಅಸಾಧಾರಣ ಪಾಂಡಿತ್ಯ, ತಾಳ್ಮೆಗೆ ಸಾಕ್ಷಿ ಯಾಯಿತು.

೩,೨೦೦ ಪುಟಗಳ ಬೃಹತ್ ಕೃತಿಯಾದ ಇದಕ್ಕೆ ಕಾಮತರು ೮೫೦ ಜನರನ್ನು ಹೋರಾಟ ಗಾರರನ್ನು ಸಂದರ್ಶಿಸಿ, ಮೂರು ಸಂಪುಟಗಳಲ್ಲಿ ಪ್ರಕಟವಾಗಲು ಕಾರಣರಾದರು. ಕನ್ನಡಕ್ಕೇ ವಿಶಿಷ್ಟವಾದ, ಕೇವಲ ಗಾತ್ರ, ಪುಟಗಳ ಸಂಖ್ಯೆಗಳಿಂ ದಷ್ಟೇ ಅಲ್ಲದೆ, ಗುಣ ಸತ್ತ್ವಗಳ ದೃಷ್ಟಿಯಿಂದಲೂ ಇವರ ಈ ಮಹಾನ್ ಕೃತಿ ಬಹಳ ಮುಖ್ಯವಾದುದು.

ಕರ್ನಾಟಕದ ಇತಿಹಾಸವನ್ನು ಕುರಿತು ಇವರು ಮಾಡಿರುವ ಕೆಲಸ, ವಹಿಸಿದ ಜವಾಬ್ದಾರಿ, ಅಗಾಧ. ಪರಿಶ್ರಮ ಶೀಲ ಅಧ್ಯಯನ, ವಿಸ್ತೃತವಾದ ವಿಚಕ್ಷಣೆ, ವಿಶ್ಲೇಷಣಾ ಸಾಮರ್ಥ್ಯ ಬಹಳ ದೊಡ್ಡ ಸಾಧನೆ.

ಕರ್ನಾಟಕದ ಸಂಕ್ಷಿಪ್ತ ಇತಿಹಾಸ ಕೃತಿಯನ್ನು ರಚಿಸಿದ ಇವರ ಈ ಹೊತ್ತಗೆ ಇಂದಿಗೂ ನಾಡಿನ ಪ್ರಮುಖ ಐತಿಹಾಸಿಕ ಕೈಪಿಡಿಯಾಗಿ ಇತಿಹಾಸದ ವಿದ್ಯಾರ್ಥಿಗಳಿಗೆ ಬೋಧಕ ವೃಂದಕ್ಕೆ ಮತ್ತು ನಾಡಿನ ಐತಿಹಾಸಿಕ, ಸಾಂಸ್ಕೃತಿಕ, ಧಾರ್ಮಿಕ, ಸಾಮಾಜಿಕ, ರಾಜಕೀಯ ಪರಿಸ್ಥಿತಿಗಳನ್ನು ಅಧ್ಯಯನ ಮಾಡಲು ಅತ್ಯಂತ ಮಹತ್ತ್ವದ ಆಕರ ಕೃತಿಯಾಗಿದೆ.

ಕರ್ನಾಟಕದ ಇತಿಹಾಸಕ್ಕೆ ಕಾಮತರು ಸಲ್ಲಿಸುತ್ತಿದ್ದ ಸೇವೆ, ಕಾರ್ಯಶ್ರದ್ಧೆಯನ್ನು ಗುರುತಿಸಿ ಕರ್ನಾಟಕ ರಾಜ್ಯ ಸರ್ಕಾರವು ಇವರನ್ನು ಕರ್ನಾಟಕ ಗೆಜೆಟಿಯರ್ ಇಲಾಖೆಯ ಮುಖ್ಯ ಸಂಪಾದಕರಾಗಲು ಆಹ್ವಾನಿಸಿ ನೇಮಕ ಮಾಡಿತು.

ಈ ಇಲಾಖೆಯಲ್ಲಿ ಇವರ ಸೇವೆಅಮೋಘವಾಗಿ ಸಂದಿದೆ. ಇವರ ಅಧಿಕಾರಾವಧಿಯಲ್ಲಿ ಕರ್ನಾಟಕ ರಾಜ್ಯ ಗೆಜೆಟಿಯರ್‌ನ ಎರಡು ಸಂಪುಟಗಳನ್ನು (ಕನ್ನಡದಲ್ಲಿ ಮೂರು) ಮತ್ತು ಆರು ಜಿಲ್ಲೆಗಳ ಗೆಜೆಟಿಯರ್‌ನ್ನು ಹೊರತಂದ ಸಾಹಸಮಯ ಶಕ್ತಿ ಇವರದ್ದು.

ಮಿಥಿಕ್ ಸೊಸೈಟಿಯ ಗೌರವ ಕಾರ್ಯದರ್ಶಿಯಾಗಿ ಅಧ್ಯಕ್ಷರಾಗಿ ಕಾಮತರು ಮಿಥಿಕ್ ಸೊಸೈಟಿಯ ಏಳಿಗೆಗೆ ಕಾರಣರಾದವರು. ಮೂರು

ತಿಂಗಳಿಗೊಮ್ಮೆ ತ್ರೈಮಾಸಿಕ ಪತ್ರಿಕೆಯ ಆರಂಭಕ್ಕೆ ಕಾರಣರಾಗಿ ಅದರ ಸಂಪಾದಕರೂ ಆಗಿದ್ದ ಇವರು

Studies in Indian Culture

Karnataka A Handbook

A Concise History of Karnataka

Karnataka State Gazetteer

Historiography of Karnataka

The origin and spread of Gowda Saraswatha

Mythology and Culture: Confluence of thoughts.

Indian Tradition of Textile Industry

India's Struggle for Freedom

Krishnadevaraya of Vijayanagara & his times

ಕೃತಿಗಳ ಮೂಲಕ ಐತಿಹಾಸಿಕ ಪರಂಪರೆಯನ್ನು ಸಾಹಿತ್ಯದ ಮುಖೇನ ಜನಮಾನಸಕ್ಕೆ ತಲುಪಿಸಿದ ಅತಿರಥರು. ಕನ್ನಡ ನಾಡು ಮರೆಯಲಾಗದ ಮತ್ತೊಂದು ಪ್ರಮುಖ ಕೊಡುಗೆಯನ್ನು ಸೂರ್ಯನಾಥ ಕಾಮತ್ ಕೊಟ್ಟಿದ್ದಾರೆ. ಅದೇ ಕರ್ನಾಟಕ ಇತಿಹಾಸ ಅಕಾಡೆಮಿ.

"ನಿನ್ನೆಯನ್ನು ಮರೆತವರು ನಾಳೆಯನ್ನೆಂದೂಕಟ್ಟಲಾರರು" ಎಂಬ ಮಾತಿನಂತೆ ಗತಕಾಲದ ಭೂತೇತಿಹಾಸ, ಮುಂದಿನ ಚಾರಿತ್ರಿಕ ಮಹತ್ವದ ಸಂಗತಿಗಳು ವರ್ತಮಾನದ ಪ್ರಸ್ತುತತೆಯನ್ನು ಗಮನದಲ್ಲಿ ಇಟ್ಟುಕೊಂಡು ಸ್ಥಾಪಿತವಾದ ಕರ್ನಾಟಕ ಇತಿಹಾಸ ಅಕಾಡೆಮಿಯ ಸಹ ಸಂಸ್ಥಾಪಕರಾಗಿ ಶಾಸನ, ಇತಿಹಾಸ, ಸಂಶೋಧನೆ, ಗ್ರಂಥ ಸಂಪಾದ ನೆ, ಹಸ್ತಪ್ರತಿ ಶಾಸ್ತ್ರ ಅಧ್ಯಯನಗಳಿಗೆ ಹಾಕಿಕೊಟ್ಟ ಬುನಾದಿಯಾಗಿ ಕರ್ನಾಟಕ ಇತಿಹಾಸ ಅಕಾಡೆಮಿಯ ಪಾತ್ರ ಬಹಳ ಘನವಾದುದು.

ಶೇಷಶಾಸ್ತ್ರಿ, ದೇವರಕೊಂಡಾ ರೆಡ್ಡಿ, ಕೆ.ಆರ್. ಗಣೇಶ್ ಇಂತಹ ಶಾಸನತಜ್ಞರ ಜೊತೆಗೂಡಿ ಪ್ರಾಚೀನ ಮಧ್ಯಕಾಲೀನ ಹಾಗೂ ಇಂದಿನ ಇತಿಹಾಸದ ಬಗ್ಗೆ ಈ ಅಕಾಡೆಮಿಯಲ್ಲಿರುವ ಸಚಿತ್ರಗಳು, ನಾಣ್ಯಗಳ ಅಧ್ಯಯನ ಇವೆಲ್ಲಕ್ಕೂ ಪ್ರತ್ಯೇಕ ಅಸ್ತಿತ್ವ ಒದಗಿಸಿದ ಸಂಸ್ಥೆಯಾಗಿ, ಇಂದು ಬೆಳೆದಿರುವ ಇತಿಹಾಸ ಅಕಾಡೆಮಿಯ ಬೆಳವಣಿಗೆಯಲ್ಲಿ ಸೂರ್ಯನಾಥ ಕಾಮತ್ ಅವರ ಭೂಮಿಕೆ ಬಹಳ ಪ್ರಧಾನವಾದುದು. ಕರ್ನಾಟಕ ರಾಜ್ಯ ಪತ್ರಾಗಾರ

ಇಲಾಖೆಯಲ್ಲೂ ದಕ್ಷತೆಯಿಂದ ಕಾರ್ಯ ನಿರ್ವಹಿಸಿದ ಸೂರ್ಯನಾಥ ಕಾಮತ್ ಅವರ ಬದ್ಧತೆ, ನಿಷ್ಠೆ ಅಗಾಧ.

ಧಾರವಾಡದಲ್ಲಿ ವ್ಯಾಸಂಗ ಮಾಡುವಾಗ ಅರ್ಥಶಾಸ್ತ್ರವನ್ನು ಅಭ್ಯಸಿಸಿದರೂ ಪ್ರೊ. ಬಿ.ಎ. ಸಾಲೆತೊರೆಯವರ ಶ್ರೇಷ್ಠ ಇತಿಹಾಸಕಾರರ ಸಂಪರ್ಕಕ್ಕೆ ಬಂದಿದ್ದು ಕಾಮತ್ ಅವರ ಐತಿಹಾಸಿಕ ಅಧ್ಯಯನದ ಆಸಕ್ತಿ ವಿಕಾಸಗೊಳ್ಳಲು ಮೂಲ ವಾಯಿತು. ಅರ್ವಾಚೀನ ಮನೆಪತ್ರಗಳ ಕಟ್ಟುಗಳು, ಹಳೆಯ ಕಡತಗಳು, ಕರಡಚ್ಚು ಪ್ರತಿಗಳು, ವಾರ್ತಾಪತ್ರಗಳನ್ನೂ ಬಿಡದೆ ಶೇಖರಿಸಿ, ಕಾಪಾಡಿದ ಮಹಾನುಭಾವ ಕಾಮತರ ಗ್ರಹಣಶಕ್ತಿ, ನೆನಪಿನ ಶಕ್ತಿ ಬಹಳ ಆಳವಾದುದು.

ಕೋಲ್ಕತ್ತಾದ ರಾಜಾರಾಮ ಮೋಹನ ರಾಯ್ ಗ್ರಂಥಾಲಯದ ನಿರ್ದೇಶಕರಾಗಿ ಕಾರ್ಯ ನಿರ್ವಹಿಸಿದ ಸೂರ್ಯನಾಥ ಕಾಮತ್ ಅವರಿಗೆ ಇತಿಹಾಸ ಎಂದರೆ ಕೇವಲ ಪಠ್ಯ ವಿಷಯ ವಲ್ಲ, ಅದು ಇವರ ಬದುಕಿನ ಅಮೂಲ್ಯ ಅಂಗ.

ಪಠ್ಯಕ್ರಮಕ್ಕೆ ಸೀಮಿತವಾಗಿ, ಇತಿಹಾಸವನ್ನು ಅಧ್ಯಯನ ಮಾಡಿ ಮುಗಿಸುವ ಪರಿಪಾಠ ಹೋಗಬೇಕು, ಇತಿಹಾಸವಿಲ್ಲದೆ ಯಾವುದೇ ರಾಜ್ಯ, ದೇಶ, ವಿಶ್ವದ ಭವಿಷ್ಯವನ್ನು ಅರಿಯಲು ಅಸಾಧ್ಯ ಎನ್ನುತ್ತಿದ್ದ ಕಾಮತರು ಕನ್ನಡ ನಾಡು ಕಂಡ ಉತ್ಕೃಷ್ಟ ಸಂಶೋಧಕ ಮತ್ತು ಇತಿಹಾಸ ತಜ್ಞ.

ಕರ್ನಾಟಕ ರಾಜ್ಯೋತ್ಸವ ಪ್ರಶಸ್ತಿ ಕರ್ನಾಟಕ ತುಳು ಸಾಹಿತ್ಯ ಪ್ರಶಸ್ತಿ, ಚುಂಚಶ್ರೀ, ಚಿದಾನಂದ ಪ್ರಶಸ್ತಿಗಳಿಂದ ಪುರಸ್ಕೃತರಾಗಿದ್ದ ಕಾಮತರಿಗೆ ಕರ್ನಾಟಕದ ಸಂಕ್ಷಿಪ್ತ ಇತಿಹಾಸ ಕೃತಿಗೆ ಕರ್ನಾಟಕ ಸಾಹಿತ್ಯ ಅಕಾಡೆಮಿ ಪ್ರಶಸ್ತಿ ಜಾನ್ ಫ್ಲೀಟ್ ಕೃತಿಗೆ ಬೆಂಗಳೂರು ವಿವಿಯ ಸಂಶೋಧನಾ ಬಹುಮಾನಗಳು ದೊರೆತಿವೆ.

ಹಿಂದಿರುಗಿ ನೋಡಿದಾಗ ಇವರ ಆತ್ಮಚರಿತ್ರೆ. ೨೦೧೫ರ ಅಕ್ಟೋಬರ್ ೨೧ ಬುಧವಾರ ತಮ್ಮ ೭೮ನೇ ವಯಸ್ಸಿನಲ್ಲಿ ಬೆಂಗಳೂರಿನ ತಮ್ಮ ಮಗಳ ಮನೆಯಲ್ಲಿ ಡಾ. ಸೂರ್ಯನಾಥ ಕಾಮತ್ ಇನ್ನಿಲ್ಲವಾದರು.

ಭೌತಿಕವಾಗಿ ಸೂರ್ಯನಾಥ ಕಾಮತ್ ಅವರು ನಮ್ಮನ್ನಗಲಿ ೮ ವರ್ಷಗಳಾಗಿದ್ದರೂ ಆವರ ಸತತ ಸಂಶೋಧನೆ, ಇತಿಹಾಸ ಸಂಬಂಧಿತ ಕಾರ್ಯಗಳಿಗೆ ಮರೆವು ಅಸಾಧ್ಯ.

೮೨

ವೈವಿಧ್ಯಮಯ ವಿದ್ವಾಂಸ

ಡಾ. ಟಿ.ವಿ. ವೆಂಕಟಾಚಲ ಶಾಸ್ತ್ರೀ

ಒಂದು ನಿರ್ದಿಷ್ಟ ಸಾಹಿತ್ಯ ಪ್ರಕಾರದಲ್ಲಿ ತೊಡಗಿಸಿಕೊಂಡು ಅದರಲ್ಲಿ ಹೆಚ್ಚಿನ ಸಾಧನೆ ಮಾಡಿದ ಹಲವರಿದ್ದಾರೆ. ಆದರೆ ಇನ್ನೂ ಹಲವರು ಬಹುಜ್ಞಾನ ಶಿಸ್ತುಗಳ ಅಧ್ಯಯನ, ಅಧ್ಯಾಪನಗಳಿಂದ ಕನ್ನಡ ಸಾಹಿತ್ಯಕ್ಕೆ ಅಗಾಧವಾದ ಕೊಡುಗೆಯನ್ನು ನೀಡಿದ್ದಾರೆ. ಇಂತಹವರಲ್ಲಿ ಡಾ. ಟಿ.ವಿ. ವೆಂಕಟಾಚಲ ಶಾಸ್ತ್ರೀಗಳ ಹೆಸರು ಖಂಡಿತವಾಗಿಯೂ ಮರೆಯುವಂತಿಲ್ಲ.

ತೆಲುಗು ಮನೆಮಾತಿನ ಶಾಸ್ತ್ರಿಗಳಿಗೀಗ ೯೦ರ ಇಳಿವಯಸ್ಸು. ಆದರೆ ಸಾಹಿತ್ಯ ಚರಿತ್ರೆ ಛಂದಃಶಾಸ್ತ್ರ, ಕಾವ್ಯಮೀಮಾಂಸೆ ಕಾವ್ಯ ವ್ಯಾಕರಣ, ಸಂಶೋಧನೆ ನಿಘಂಟು ಕ್ಷೇತ್ರ, ಅನುವಾದ ಹೀಗೆ ಅನೇಕ ವಿಸ್ತಾರಗಳಲ್ಲಿ ಶಾಸ್ತ್ರಿಯವರ ವಿದ್ವತ್ತು ತೆರೆದುಕೊಂಡಿದೆ.

೧೯೩೩ರಲ್ಲಿ ಬೆಂಗಳೂರಿನ ಕನಕಪುರದ ಹಾರೋಹಳ್ಳಿಯಲ್ಲಿ ಜನಿಸಿದ ಟಿ.ವಿ. ವೆಂಕಟಾಚಲ ಶಾಸ್ತ್ರೀಯವರದ್ದು ಸಂಪ್ರದಾಯಬದ್ಧ ಸುಸಂಸ್ಕೃತ ಕುಟುಂಬ.

ವೆಂಕಟಾಚಲ ಶಾಸ್ತ್ರೀಗಳು ಮೈಸೂರು ಮಹಾರಾಜ ಕಾಲೇಜಿನಲ್ಲಿ ವ್ಯಾಸಂಗ ಮಾಡುವಾಗ ಕುವೆಂಪು, ಡಿ.ಎಲ್.ಎನ್., ಕ.ವೆಂ. ರಾಘವಾಚಾರ್, ಶ್ರೀಕಂಠ ಶಾಸ್ತ್ರಿಗಳಂಥ ದಿಗ್ಗಜರು ಇವರಿಗೆ ಗುರುಗಳಾಗಿ ದೊರೆತರು. ಮುಂದೆ ಅದೇ ಮೈಸೂರು ವಿಶ್ವವಿದ್ಯಾನಿಲಯದ ಕನ್ನಡ ಅಧ್ಯಯನ ಸಂಸ್ಥೆಯಲ್ಲಿ ಪ್ರಾಧ್ಯಾಪಕರಾಗಿ, ಕಲಾ ವಿಭಾಗದ ಡೀನ್ ಆಗಿ ನಿವೃತ್ತರಾದ ಶಾಸ್ತ್ರಿಯವರದ್ದು ಬಹುಪ್ರಕಾರಗಳ ಆಸಕ್ತ ಮನಸ್ಸು. ಆದ್ದರಿಂದ ಕನ್ನಡ ನೇಮಿನಾಥಗಳ ಪುರಾಣ ತೌಲನಿಕ ಅಧ್ಯಯನ ಇವರ ಪಿಎಚ್.ಡಿ. ಮಹಾಪ್ರಬಂಧ ವಾದರೆ, ಜೈನ ಭಾಗವತ ಭಾರತಗಳು ಒಂದು ಸಮೀಕ್ಷೆ ಹರಿವಂಶಪುರಾಣ ಕಥಾಸಾರ, ಕರ್ಣಪಾರ್ಯ ನೇಮಿನಾಥ ಪುರಾಣ ಸಾರ ಅರ್ಧನೇಮಿ ಪುರಾಣ ಹೀಗೆ ಜೈನ ಸಾಹಿತ್ಯವನ್ನು ಆಳವಾಗಿ ಅಧ್ಯಯನ ಮಾಡಿ ಅಭ್ಯಸಿಸಿ ಸಿದ್ಧಪಡಿಸಿದ ಕೃತಿಗಳು ಶಾಸ್ತ್ರಿಯವರ ಅಪಾರ ವಿದಗ್ಧತೆಗೆ ಸಾಕ್ಷಿ.

ವಚನಸಾಹಿತ್ಯದ ಮತ್ತು ವಿಕಾಸ, ಕೆಲವು ವಚನಕಾರರು ಇವರ ಮತ್ತೊಂದು ಪ್ರಮುಖ ಕೃತಿ. ಮೈಸೂರು ವಿಶ್ವವಿದ್ಯಾನಿಲಯದ ಕನ್ನಡ ಸಾಹಿತ್ಯ ಚರಿತ್ರೆ ಯೋಜನೆಯ ಸಂಪಾದಕರಾಗಿ ವೆಂಕಟಾಚಲ ಶಾಸ್ತ್ರೀಗಳು ವಹಿಸಿಕೊಂಡ ಜವಾಬ್ದಾರಿ ಮತ್ತು ಇದನ್ನು ಯಶಸ್ವಿಯಾಗಿ ನಿಭಾಯಿಸಿದ ಶ್ರಮಶೀಲತೆ ಬಹಳ ಬೆಲೆಯುಳ್ಳದ್ದು.

ಕನ್ನಡ ಚಿತ್ರಕಾವ್ಯ, ಮಹಾಕಾವ್ಯ ಲಕ್ಷಣ ಎಂಬ ಇವರ ಕೃತಿಗಳು ಇಂದಿಗೂ ಭಾರತೀಯ ಮತ್ತು ಕನ್ನಡ ಕಾವ್ಯ ಮೀಮಾಂಸಾ ಜಗತ್ತಿಗೆ ಬಹಳ ಅಪರೂಪದ ಕೊಡುಗೆ. ಕಾವ್ಯದ ಸೌಂದರ್ಯ ಹಾಗೂ ಸತ್ತ್ವಕ್ಕೆ, ಕವಿಯ ಸಾಮರ್ಥ್ಯಕ್ಕೆ ಸವಾಲೆಸೆಯುವ ಛಂದಃಶಾಸ್ತ್ರ ಕ್ಷೇತ್ರದಲ್ಲಿ ವೆಂಕಟಾಚಲ ಶಾಸ್ತ್ರೀಯವರು ಅದ್ಭುತ ಕೆಲಸ ಮಾಡಿದ್ದಾರೆ. ಕನ್ನಡ ಛಂದಸ್ಸು ಎಂಬ ಇವರ ಕೃತಿ ಪ್ರಕಟವಾಗಿ ಐದು ದಶಕಗಳೇ ಕಳೆದಿದ್ದರೂ ಸಹ ಛಂದಸ್ಸಿನ ಅಭ್ಯಾಸಿಗಳಿಗೆ, ವಿದ್ಯಾರ್ಥಿ ಹಾಗೂ ಸಾಹಿತ್ಯವೃಂದಕ್ಕೆ ಈಗಲೂ ಇದು ಮಹತ್ತರವಾದ ಅಮೂಲ್ಯ ಆಕರ ಗ್ರಂಥವಾಗಿದೆ.

ವೆಂಕಟಾಚಲ ಶಾಸ್ತ್ರೀಗಳ ಸಾಹಿತ್ಯಸೃಜನೆಗೆ ಹಲವು ಬಗೆಯ ಆಯಾಮಗಳಿವೆ. ಬೌದ್ಧಿಕ ಪ್ರಪಂಚದ ಸಾಹಿತ್ಯ ಲೋಕದಲ್ಲಿ ಬಹಳ ಸಂಕೀರ್ಣ ವಾದ ವಿಷಯಗಳ ಬಗ್ಗೆ ಬರೆದರೂ ಸಹ ಇವರ ಕೃತಿಗಳ ಸಂವಹನ ಶಕ್ತಿಗೆ ಸಲೀಸಾಗಿ ಓದಿಸಿಕೊಳ್ಳುವ ಗುಣವಿದೆ. ಆದುದರಿಂದ ಗ್ರಂಥಸಂಪಾದನಾ ಕ್ಷೇತ್ರದಲ್ಲಿ ವ್ಯಾಕರಣ–ನಿಘಂಟುಗಳನ್ನು ರಚಿಸಿರುವ ಶಾಸ್ತ್ರಿಯವರ ಕೃತಿಗಳ ಓದಿಗೆ ಈಗಲೂ ಗೌರವ ಮತ್ತು ಬೇಡಿಕೆ ಎರಡೂ ಇದೆ.

ಶ್ರೀ ವತ್ಸ ನಿಘಂಟು, ಗಜಶಾಸ್ತ್ರ ಶಬ್ದಕೋಶ ಶಾಸ್ತ್ರಿಯವರ ಪ್ರಗಲ್ಭ ಹಾಗೂ ಪ್ರಕಾಂಡ ಪಾಂಡಿತ್ಯಕ್ಕೆ ಸ್ಪಷ್ಟ ನಿದರ್ಶನ ವೆನ್ನಿಸಿದ ಕೃತಿಗಳಾಗಿವೆ.

ಕನ್ನಡದ ಶಾಸ್ತ್ರಸಾಹಿತ್ಯಕ್ಕೆ ಉಪಕೃತವಾಗುವಂಥ ಹೊಸಗನ್ನಡದ ವ್ಯಾಕರಣ, ಕನ್ನಡ ಛಂದಃ ಸ್ವರೂಪ, ಕನ್ನಡ ಛಂದೋಮೀಮಾಂಸೆ, ಕೇಶಿರಾಜನ ಶಬ್ದಮಣಿದರ್ಪಣದ ವ್ಯಾಕರಣ ಕೃತಿಯಾದ ದರ್ಪಣ ವಿವರಣ ಕೃತಿಯಂತೂ ಕನ್ನಡ ಸ್ನಾತಕೋತ್ತರ ಪದವಿಯನ್ನು ವ್ಯಾಸಂಗ ಮಾಡುವವರಿಗೆ, ಕನ್ನಡ ಸಾಹಿತ್ಯಾಸಕ್ತರಿಗೆ ಅಗತ್ಯ ಮಾರ್ಗದರ್ಶೀ ಕೃತಿ.

ಆದಿಪುರಾಣ, ಛಂದೋಂಬುಧಿ, ಮುದ್ರಾಮಂಜೂಷ, ಗೊಮ್ಮಟ ಸ್ತುತಿ, ಪಂಪಸಂಪುಟ, ಸಮಯಪರೀಕ್ಷೆ ಕೃತಿಗಳ ಸಂಪಾದನೆ ವೆಂಕಟಾಚಲ ಶಾಸ್ತ್ರೀಯವರ ಅಪಾರ ತಾಳ್ಮೆ ಮತ್ತು ನಿರಂತರವಾದ ಕನ್ನಡ ಸಾಹಿತ್ಯದ ಬಗೆಗಿನ ಸಕಾರಾತ್ಮಕ ನಿಲುವುಗಳಿಗೆದ್ಯೋತಕವಾಗಿದೆ.

ಗ್ರಂಥಸಂಪಾದನಾ ಪರಿಭಾಷಾ ಕೋಶ, ಕನ್ನಡ ಸುಭಾಷಿತಗಳ ಸಂಪುಟವಾಗಿ ಹೊರಬಂದ ಇವರ ಕನ್ನಡ ಚೆನ್ನುಡಿ ವಿಶಿಷ್ಟವಾದುವು. ಟ್ರಾಕಿಯ ಪೆಣ್ಗಳ್, ಬದ್ಧ ಪ್ರಮಿತ್ಯೂಸ್ ಗ್ರೀಕ್ ಭಾಷೆಯ ನಾಟಕಗಳ ಅನುವಾದದ ಕೃತಿಗಳ ಜೊತೆಗೆ ಹೊಸಗನ್ನಡ ಮಿತ್ರವಿಂದಾ ಗೋವಿಂದ, ಹೊಸಗನ್ನಡ ರೂಪಾಂತರ: ಕಂಸ

ಶ್ರೀ ಸಹಜಾನಂದ ಭಾರತೀಸ್ವಾಮಿಗಳು ಸರ್ ಎಂ.ವಿ. ಶ್ವೇಶ್ವರಯ್ಯನವರ ಪೂರ್ವಜರು ಮಾರ್ಗದರ್ಶಕ ಮಹನೀಯರು ಇಂತಹ ಬೇರೆ ಬೇರೆ ಪ್ರಕಾರದ ಸಾಹಿತ್ಯದ ವಿಭಾಗಗಳಲ್ಲೂ ಕೃತಿಗಳನ್ನು ರಚಿಸಿರುವ ಶಾಸ್ತ್ರಿಯವರ ಸಾಹಿತ್ಯ ಸಂಖ್ಯೆ ಮತ್ತು ಗುಣ ಎರಡೂ ದೃಷ್ಟಿಯಿಂದ ಬಹಳ ಹಿರಿಮೆಯನ್ನು ಹೊಂದಿದೆ.

ಪಂಪ ಪ್ರಶಸ್ತಿ ಕೇಂದ್ರ ಭಾಷಾ ಸಮ್ಮಾನ್ ಕರ್ನಾಟಕ ಸಾಹಿತ್ಯ ಅಕಾಡೆಮಿ ಪ್ರಶಸ್ತಿ, ದೇವರಾಜ ಬಹದ್ದೂರ್ ಪ್ರಶಸ್ತಿ, ಚಾವುಂಡರಾಯ ಪ್ರಶಸ್ತಿಗಳಿಂದ ಅಲಂಕೃತಗೊಂಡಿರುವ ವೆಂಕಟಾಚಲ ಶಾಸ್ತ್ರೀಯವರ ಸಾಧಕ ಸಾರ್ಥಕ ಸಾಹಿತ್ಯದ ಬದುಕು ಮುಂದಿನ ಪೀಳಿಗೆಗೆ ಸದಾ ಹೆಮ್ಮರವಾಗಿರಲಿ ಎಂದು ಆಶಿಸೋಣ.

೮೩

ಬಹುಜ್ಞಾನಗಳ ವಿ'ಶೇಷ' ಸಂಶೋಧಕರು

ಡಾ. ಆರ್. ಶೇಷಶಾಸ್ತ್ರಿ

ಪರಿಚಿತರ ವಲಯಗಳಲ್ಲಿ ಸದಾ ಹಸನ್ಮುಖಿ, ಸದಭಿರುಚಿಯ ಹಾಸ್ಯ, ನಗೆಚಟಾಕಿಗಳನ್ನು ಹಾರಿಸುತ್ತಾ ಉತ್ಸಾಹದ ಪ್ರತೀಕವಾಗಿರುವವರು ಡಾ. ಆರ್. ಶೇಷಶಾಸ್ತ್ರಿ. ವೀರಗಲ್ಲುಗಳ ಸಂಶೋಧನೆ, ಹಸ್ತ ಪ್ರತಿ ಶಾಸ್ತ್ರ, ಅನುವಾದ, ಗ್ರಂಥ ಸಂಪಾದನೆ ಹೀಗೆ ಹಲವು ಸ್ತರಗಳ ಕಾರ್ಯವ್ಯಾಪ್ತಿ ಶೇಷಶಾಸ್ತ್ರಿಯವರದ್ದು.

ನಮ್ಮ ನಡುವೆ ಇರುವ ನಿತ್ಯ ಹುಮ್ಮಸ್ಸಿನ, ಪ್ರಾಂಜಲ ಮನಸ್ಸಿನ ಇವರು ಚಿಂತಾಮಣಿ ತಾಲ್ಲೂಕಿನ ಸಂತೆಕಲ್ಲಹಳ್ಳಿಯವರು. ಶೇಷಶಾಸ್ತ್ರಿ ಅವರಿಗೆ ಈಗ ೭೮ ಮಾಗಿದ ವಯಸ್ಸು, ಆದರೆ ಇವರ ಮನಸ್ಸು ಮಾತ್ರ ಜೀವನೋತ್ಸಾಹವನ್ನು ಕಾಪಿಟ್ಟುಕೊಂಡಿರುವಂಥದ್ದು. ಮೂಲತಃ ತೆಲುಗು ಮಾತೃಭಾಷಿಕ ಕುಟುಂಬದ ಶೇಷಶಾಸ್ತ್ರಿ ಅವರ ತಂದೆ ರಾಮಸ್ವಾಮಿ ಶಾಸ್ತ್ರಿ, ತಾಯಿ ಅಮ್ಮಣ್ಣಮ್ಮ.

ಶೇಷಶಾಸ್ತ್ರಿ ಅವರ ಮನಸ್ಸನ್ನು ಬಹುವಾಗಿ ಆಕರ್ಷಿಸಿದ್ದು ಶಾಸನಕ್ಷೇತ್ರ. ಬಹಳ ಕಠಿಣವೂ, ತಾಳ್ಮೆ, ಶಿಸ್ತು, ಸಂಯಮಗಳನ್ನು

ನಿರೀಕ್ಷಿಸುವ ಕ್ಷೇತ್ರವಾದರೂ ಇವರಿಗೆ ಈ ಕ್ಷೇತ್ರದತ್ತ ಒಲವು ಮೂಡಲು ಕಾರಣವಾದುದು ಚಿದಾನಂದ ಮೂರ್ತಿ ಅವರ ಕನ್ನಡ ಶಾಸನಗಳ ಸಾಂಸ್ಕೃತಿಕ ಅಧ್ಯಯನ ಕೃತಿ. ಬಿ.ಎ., ಎಂ.ಎ. ಪದವಿಗಳನ್ನು ಪಡೆದಾಗ, ಗುರುಗಳಾದ ಶಿವರುದ್ರಪ್ಪ ಅವರು ಶಾಸ್ತ್ರಿಯವರನ್ನು ನಿಮ್ಮ ಮುಂದಿನ ನಡೆ ಏನು ಎಂದು ಪ್ರಶ್ನಿಸಿದ್ದು, ಜಯದೇವ್ ಅವರು ಶಾಸ್ತ್ರಿಯವರನ್ನು ಸಂಶೋಧನಾ ಕ್ಷೇತ್ರದ ಕಡೆಗೆ ಗಮನ ಹರಿಸಲು ಹೇಳಿದ್ದು ಇವರ ಮುಂದಿನ ಸಂಶೋಧನಾ ಕ್ಷಿತಿಜಕ್ಕೆ ದಾರಿಯಾಯಿತು.

ಚಿದಾನಂದ ಮೂರ್ತಿ ಅವರ ಮಾರ್ಗದರ್ಶನದಲ್ಲಿ ಸಂಶೋಧನೆ ನಡೆಸಬೇಕೆಂಬ ಶೇಷಶಾಸ್ತ್ರಿ ಅವರ ಮಹದಾಸೆ ಕೂಡಲೇ ಕೈಗೂಡಲಿಲ್ಲ, ಆದರೆ ಶಾಸ್ತ್ರಿಯವರೂ ತಮ್ಮ ಪ್ರಯತ್ನ ಬಿಡಲಿಲ್ಲ, ಕಾಯುವಿಕೆಗಿಂತ ಅನ್ಯ ತಪವಿಲ್ಲ ಎಂಬಂತೆ ಶಾಸ್ತ್ರಿಯವರ ಸಹನೆಗೆ ಫಲ ಸಿಕ್ಕಿತು. ಚಿದಾನಂದ ಮೂರ್ತಿಯವರು ಶಾಸ್ತ್ರಿ ಅವರ ಮಾರ್ಗ ದರ್ಶಕರಾಗಲುಒಪ್ಪಿದರು. ಇದಕ್ಕೆ ವೀರಗಲ್ಲುಗಳ ಬಗ್ಗೆ ಶೇಷಶಾಸ್ತ್ರಿ ಅವರು ಬರೆದಿದ್ದ ಲೇಖನವೂ ಒಂದು ಮುಖ್ಯ ಕಾರಣವಾಗಿತ್ತು.

ಶೇಷಶಾಸ್ತ್ರಿ ಅವರ ಮಹಾಪ್ರಬಂಧದ ವಿಷಯ ಕರ್ನಾಟಕದ ವೀರಗಲ್ಲುಗಳು. ಈ ಮಹಾಪ್ರಬಂಧ ಇಂದಿಗೂ ವೀರಗಲ್ಲುಗಳ ಕುರಿತಾದ ಬಹಳ ಘನವಾದ ಪ್ರಮುಖ ಆಕರ ಕೃತಿ. ಎಲ್ಲಾ ವೀರಗಲ್ಲುಗಳು ಒಂದೇ ವಿಧಾನದಲ್ಲಿರುವುದಿಲ್ಲ, ಕೆಲವು ವೀರಗಲ್ಲುಗಳು ಶಾಸನಗಳನ್ನು ಹೊಂದಿದ್ದರೆ, ಕೆಲವಕ್ಕೆ ಶಾಸನಗಳಾಗಲೀ ಲಿಪಿಗಳಾಗಲಿ ಇರದೆ, ಕೇವಲ ಚಿತ್ರ ಸಹಿತ ಕಲ್ಲುಗಳಾಗಿರುತ್ತವೆ. ಇದರಲ್ಲಿ ಬಹಳ ನೈಪುಣ್ಯ ಹೊಂದಿರುವ ಶೇಷಶಾಸ್ತ್ರಿಯವರು ಶಾಸ್ತ್ರ ಸಾಹಿತ್ಯದ ಸಂಶೋಧನಾ ಜಗತ್ತಿಗೆ ತಮ್ಮನ್ನು ಸಮರ್ಪಿಸಿಕೊಂಡ ಅರ್ಪಣಾ ಮನೋಭಾವ ಅವರಿಗೆ ಈ ಪ್ರಕಾರದಲ್ಲಿ ಆಳವಾದ ಅರಿವನ್ನು ಮೂಡಿಸಿದೆ.

ಪಿಎಚ್.ಡಿ. ಗ್ರಂಥವನ್ನು ಬರೆದು ವಿಶ್ವವಿದ್ಯಾನಿಲಯಕ್ಕೆ ಸಲ್ಲಿಸಿದ ನಂತರವೂ ತಮ್ಮ ಊರಿಗೆ ತೆರಳಿ ರೇಷ್ಮೆ ಕೃಷಿಯಲ್ಲಿ ನಿರತರಾಗಿದ್ದ ಇವರನ್ನು ತಂದೆ ರಾಮಸ್ವಾಮಿಶಾಸ್ತ್ರಿ ಮತ್ತೆ ಓದಿಗೆ ಹುರಿದುಂಬಿಸಿದರು. ರೇಷ್ಮೆ ಕೃಷಿಯತ್ತ ವಾಲಿದ್ದ ಶೇಷಶಾಸ್ತ್ರಿ ಅವರ ಕಾರ್ಯಕ್ಷೇತ್ರವೂ ನೆಲದ ಬರೆಹ, ಶಿಲ್ಪಗಳ ಶಾಸನಗಳ ಮೂಲಕವೇ ಮುಂದುವರೆದಿದ್ದು ಬಹಳ ಸಂತಸದ ಸಂಗತಿ.

ಅಲ್ಲಿಂದ ಮುಂದೆ ಶೇಷಶಾಸ್ತ್ರಿ ಯವರ ಬದುಕು ಶೈಕ್ಷಣಿಕ ಅಧ್ಯಯನದತ್ತಲೇ ಸಂಪೂರ್ಣವಾಗಿ ಗಮನ ಹರಿಸಲು ಅನುವಾಯಿತು. ಹಿರಿಯರೂ ಶಾಸನತಜ್ಞರೂ ಆಗಿದ್ದ ಎಂ.ಎಂ. ಅಣ್ಣಿಗೇರಿಯವರೊಂದಿಗಿನ ಆತ್ಮೀಯ ಸಖ್ಯದ ಫಲವಾಗಿ ಇಬ್ಬರೂ ಕೂಡಿ ಶಾಸನ ಸಂಗ್ರಹ ಕೃತಿಯನ್ನು ಹೊರತಂದರು.

ಶಾಸನಾಧ್ಯಯನವನ್ನು ಶೈಕ್ಷಣಿಕ ಕಾರ್ಯಸಾಧನೆಗೆ ಮಾತ್ರ ಸೀಮಿತವಾಗಿಸಿಕೊಳ್ಳದ ಶೇಷಶಾಸ್ತ್ರಿಅವರು ಕನ್ನಡ ಸಾಹಿತ್ಯ ಪರಿಷತ್ತಿನ ಜಾನಪದ ವೈದ್ಯಕೋಶದ ಸಂಶೋಧನಾ ಸಹಾಯಕರಾಗಿ, ಹಸ್ತಪ್ರತಿ ಶಾಸ್ತ್ರ ವಿಭಾಗದ ಮುಖ್ಯಸ್ಥರಾಗಿ ಸೇವೆ ಸಲ್ಲಿಸಿದ್ದಾರೆ. ಕರ್ನಾಟಕ ಗೆಜೆಟಿಯರ್‌ನಲ್ಲಿ ಉಪಸಂಪಾದಕರಾಗಿ ದುಡಿದಿರುವ ಇವರು ಕೆ.ಆರ್. ಗಣೇಶ್ ಅವರ ಪಿಎಚ್.ಡಿ. ಮಹಾಪ್ರಬಂಧಕ್ಕೆ ಮಾರ್ಗದರ್ಶಕರಾದರು. ಗಣೇಶ್ ಅವರು ಸಿದ್ಧಪಡಿಸಿದ ಆಂಧ್ರಪ್ರದೇಶದ ಕನ್ನಡ ಶಾಸನಗಳು ಮಹಾಪ್ರಬಂಧ ಗಣೇಶ್ ಅವರಿಗೆ ಡಾಕ್ಟರೇಟ್ ಪದವಿಯ ಗೌರವ ಮತ್ತು ಶೇಷಶಾಸ್ತ್ರಿ ಹಾಗೂ ಗಣೇಶ್ ಇಬ್ಬರೂ ಕೂಡಿ, ಇದನ್ನು ಹಂಪಿಯ ಕನ್ನಡ ವಿಶ್ವವಿದ್ಯಾಲಯದ ಮೂಲಕ ಪ್ರಕಟಿಸಲು ಸಾಧ್ಯವಾಯಿತು.

ಶೇಷಶಾಸ್ತ್ರಿ ಅವರಿಗೆ ಡಾ. ಪಿ.ಬಿ. ದೇಸಾಯಿ, ಶಂಬಾ ಜೋಶಿ, ಸದಾನಂದ, ಬಿ.ಜಿ.ಎಲ್. ಸ್ವಾಮಿ, ಕೃಷ್ಣಾನಂದ ಕಾಮತ್, ಆಲಂಪುರದ ಗಡಿಯಾರಂ ರಾಮಕೃಷ್ಣ ಶರ್ಮ ಮೊದಲಾದ ಅತಿರಥ ಮಹಾರಥರ ಜೊತೆಗೆ ಸಸ್ನೇಹದ ಹಿತವಾದ ಮೈತ್ರಿ ಬಂಧವಿತ್ತು.

ಆಂಧ್ರಪ್ರದೇಶದ ಶ್ರೀ ಕೃಷ್ಣದೇವ ರಾಯ ವಿಶ್ವವಿದ್ಯಾಲಯದಲ್ಲಿ ಕನ್ನಡ ತೆಲುಗು ತೌಲನಿಕ ಅಧ್ಯಯನದ ಬೋಧನೆಗಾಗಿ ಸೇರಿದ ಇವರು ಅಲ್ಲಿ ತೆಲುಗು ವಿದ್ಯಾರ್ಥಿಗಳಿಗೆ ಕನ್ನಡ ಸಾಹಿತ್ಯವನ್ನು ಕುರಿತು, ತೆಲುಗಿನಲ್ಲಿ ಪಾಠವನ್ನು ಹೇಳಿಕೊಡುತ್ತಿದ್ದರು. ಇದು ಇವರ ದ್ವಿಭಾಷಾ ಸಾಮರ್ಥ್ಯದ ಕೈಗನ್ನಡಿ.

ಅನೇಕ ಸಂಶೋಧನಾ ವಿದ್ಯಾರ್ಥಿಗಳಿಗೆ ಮಾರ್ಗದರ್ಶಕ ರಾಗಿ ವಿದ್ಯಾರ್ಥಿಗಳಿಗೂ ಬಹಳ ಹೆಸರು ತಂದುಕೊಟ್ಟ ಅಪರೂಪದ, ವಿಶೇಷ ಮಹಾಪ್ರಬಂಧಗಳ ಹಿಂದಿನ ಶಕ್ತಿ ಶೇಷಶಾಸ್ತ್ರಿ. ಜಾನಪದದ ಪ್ರಖ್ಯಾತ ವಿದ್ವಾಂಸರಾದ ಪೀಟರ್ ಜೆ. ಕ್ಲಾಸ್ ಅವರ ಸಂಶೋಧನೆಗೂ ಶೇಷಶಾಸ್ತ್ರಿಯವರು ನೆರವಾಗಿದ್ದಾರೆ ಎನ್ನುವುದು ಬಹಳ ಹೆಮ್ಮೆಯ ವಿಷಯ. ಕನ್ನಡದ ಖ್ಯಾತ ಪತ್ರಕರ್ತ, ಸಾಹಿತಿ ತಿ.ತಾ ಶರ್ಮರ ಒತ್ತಾಸೆಯ ಫಲವಾಗಿ ಜಿ. ನಾರಾಯಣ ಅವರಿಂದ ಕನ್ನಡ ಸಾಹಿತ್ಯ ಪರಿಷತ್ತಿನಲ್ಲಿ ಶಾಸನ ತರಗತಿಗಳು ಆರಂಭವಾಯಿತು. ಆಗ ಶೇಷಶಾಸ್ತ್ರಿಯವರು ನಿರಂತರವಾಗಿ ಅಲ್ಲಿ ಶಾಸನ ತರಗತಿಗಳನ್ನು ಮಾಡಿ, ಸಂಶೋಧನಾ ವಿದ್ಯಾರ್ಥಿಗಳಲ್ಲಿ ಶಾಸನಾಸಕ್ತಿ, ಅಭಿರುಚಿಗಳನ್ನು ಉಂಟು ಮಾಡಿದವರು.

ಕೊರಡ ರಾಮಕೃಷ್ಣಯ್ಯ ಅವರ ದಾಕ್ಷಿಣಾತ್ಯ ಭಾಷಾ ಸಾಹಿತ್ಯ ದೇಶೀ ತೆಲುಗು ಕೃತಿಯನ್ನು, ಗುರ್ರಂಜೋಷುವಾ ಅವರ ಆತ್ಮಕಥನವನ್ನು ನಮ್ಮ ತಂದೆಯವರು ಎಂದು ಕನ್ನಡಕ್ಕೆ ಅನುವಾದಿಸಿರುವ ಸವ್ಯಸಾಚಿ ಶೇಷಶಾಸ್ತ್ರಿ ಅವರ ಹಿರಿಮೆ ಬಹಳ ಉನ್ನತವಾದುದು. ಕೇಂದ್ರ ಸಾಹಿತ್ಯ

ಅಕಾಡೆಮಿಗೆ ಹಂಪಿಯಿಂದ ಹರಪ್ಪದವರೆಗೆ ಎಂಬ ಅನುವಾದಿತ ಕೃತಿ ಬಹಳ ಉಪಯುಕ್ತವಾದುದು. ಕನ್ನಡ-ತೆಲುಗು ನಿಘಂಟು ರಚನೆ ಇವರ ಮತ್ತೊಂದು ಮಹತ್ಸಾಧನೆ.

ಜೋಸ್ಯಂ ಸದಾನಂದಂ ಅವರ ಜೊತೆಗೂಡಿ ಬೇಂದ್ರೆಯವರ ಕಾವ್ಯವನ್ನು ಮಲಿಪೂತ ಎಂದು ತೆಲುಗಿಗೆ ಅನುವಾದಿಸಿರುವ ಇವರು ಅಣುಕುವಾಡುಗಳನ್ನೂ ಬರೆದಿರುವುದು ವಿಶೇಷ. ಕಾರಕೂನರ ಮಗಳು, ತಾಯಿ ಇರುವ ಹುಡುಗಿ ಸಹಜ ಹಾಸ್ಯಲೇಪಿತವಾದ ಬಹಳ ಉತ್ತಮ ಅಣುಕುವಾಡುಗಳಾಗಿವೆ. ಶಾಸನಗಳ ಸಂಗ್ರಹಗಳ ಸಮಯದಲ್ಲಿ ಅವುಗಳನ್ನು ಸಂರಕ್ಷಿಸುವಾಗ ಪಡಿಯಚ್ಚನ್ನು ತೆಗೆದಿರಿಸಿ, ಸರಿಯಾದ ರೀತಿಯಲ್ಲಿ ಆ ಪಡಿಯಚ್ಚುಗಳನ್ನು ಒಣಗಿಸಿ ಜೋಪಾನ ಮಾಡಿ, ವೀರಗಲ್ಲುಗ ಳ-ಮಾಸ್ತಿಗಲ್ಲುಗಳ (ಮಹಾಸತಿ ಗಲ್ಲುಗಳು) ಕಾಪಾಡುವಿಕೆಯಲ್ಲಿ ಶೇಷಶಾಸ್ತ್ರಿ ಅವರ ಸಹನೆ, ಕ್ರಿಯಾಶೀಲ ಹುರುಪು ಸಾಟಿಯಿಲ್ಲದ್ದು.

ಆಂಧ್ರಪ್ರದೇಶದ ಕುಪ್ಪಂ ವಿಶ್ವದ್ಯಾಲಯದಲ್ಲಿ ಕನ್ನಡ ವಿಭಾಗದ ಏಳಿಗೆಗೆ ಡಾ. ಶೇಷ ಶಾಸ್ತ್ರಿಯವರ ಕೊಡುಗೆ ಬಹಳ ದೊಡ್ಡದು. ಸಂಜೀವರತ್ನ. ಇಬ್ಬರು ಹೆಣ್ಣು ಮಕ್ಕಳು. ರಾಜಶೇಖರ ಎಂಬ ಲಾಕ್ಷಣಿಕ ತನ್ನ ಕಾವ್ಯಮೀಮಾಂಸೆ ಕೃತಿಯಲ್ಲಿ ಬಹುಜ್ಞತಾ ವ್ಯುತ್ಪತ್ತಿಃ ಎಂದಿದ್ದಾನೆ. ಬಹುವಿಧ ಸಾಹಿತ್ಯ ಪ್ರಕಾರಗಳಲ್ಲಿ ಗಹನವಾದ ಕೆಲಸ ಮಾಡಿರುವ ಶಾಸ್ತ್ರಿ ಯವರದ್ದು ಇಂತಹ ಅಮೂಲ್ಯ ಬಹುಜ್ಞತೆ ಮತ್ತು ವ್ಯುತ್ಪತ್ತಿ ಸಾಮರ್ಥ್ಯದ ಪಾಂಡಿತ್ಯ. ಆದರೆ ಸದಾ ನಗುನಗುತ್ತಾ ಜೊತೆಗೆ ಇರುವವರನ್ನೂ ವೈನೋದಿಕ ನೆಲೆಯಲ್ಲಿ ನೋಡಿ ಯಾವ ಹಮ್ಮು ಬಿಮ್ಮುಗಳಿರದ ಶೇಷಶಾಸ್ತ್ರಿ ಅವರದ್ದು ನಿರುದ್ವಿಗ್ನ ವಾದ ಸರಳ ಜೀವನ. ಕನ್ನಡ ನಾಡಿನ ಹಿರಿಯ ವಿದ್ವಾಂಸರಾದ ಡಾ ಶೇಷಶಾಸ್ತ್ರಿ ಅವರ ಬದುಕು ಸಾಧನೆ ಇತರರಿಗೂ ಮೇಲ್ಪಂಕ್ತಿ ಯಾಗಲಿ. ಪ್ರದರ್ಶನ ಪ್ರಿಯತೆ, ಹಾರ ತುರಾಯಿಗಳ ಸನ್ಮಾನಗಳ ಮನೋಧರ್ಮದಿಂದ ಗಾವುದ ದೂರ ಉಳಿಯುವ ಡಾ. ಶೇಷಶಾಸ್ತ್ರಿಯವರ ಬಹುವ್ಯಾಪ್ತ ಪಾಂಡಿತ್ಯಕ್ಕೆ ಹೊಸ ಸಂಶೋಧನೆಗಳ ಪ್ರತಿಪಾದನೆಯಷ್ಟೇ ಮುಖ್ಯ. ಈ ಕಾರಣದಿಂದಾಗಿ ಶೇಷಶಾಸ್ತ್ರಿ ಅವರು ಎಲ್ಲರಿಗೂ ಸಮೀಪ ಹಾಗೂ ಆಪ್ತಜೀವಿ. ತೆಲುಗು ಮನೆಮಾತಿನ ಶೇಷಶಾಸ್ತ್ರಿ ಅವರ ಕನ್ನಡ ಸಂಶೋಧನಾ ಕ್ಷೇತ್ರದ ಸಾಧನೆಗೆ ಗೌರವದ ನಮಸ್ಕಾರ.

೮೪

ಅಪರೂಪದ ಶಾಸನ–ವಾಸ್ತುಶಿಲ್ಪ–ಲಿಪಿತಜ್ಞ

ಡಾ. ದೇವರಕೊಂಡಾರೆಡ್ಡಿ

ಬದುಕಿನಲ್ಲಿ ಹೊಸ ರೀತಿಯ ಶೈಕ್ಷಣಿಕ ಜಿಜ್ಞಾಸುತನವನ್ನು ಬೆಳೆಸಿಕೊಂಡು ಅದರಲ್ಲೇ ಮುಂದುವರೆಯುವ ಇರಾದೆ ಕೆಲವರಲ್ಲಿ ಇರುತ್ತದೆ. ಇಂತಹ ಬೌದ್ಧಿಕ ವಲಯದಲ್ಲಿ, ಅಪಾರ ತಾಳ್ಮೆ, ನಿಖರತೆ ಸಂಯಮಗಳ ಮೂಲಕ ಕನ್ನಡ ನಾಡಿನಲ್ಲಿ ಶಾಸನಶಾಸ್ತ್ರ, ವಾಸ್ತುಶಿಲ್ಪ, ಲಿಪಿಶಾಸ್ತ್ರಕ್ಕೆ ವಿಶಿಷ್ಟವಾದ ಛಾಪು ಮೂಡಿಸಿದವರಲ್ಲಿ ಡಾ. ದೇವರಕೊಂಡಾರೆಡ್ಡಿಯವರದ್ದು ಪ್ರಮುಖ ಸ್ಥಾನ.

ದೇವರ ಕೊಂಡಾರೆಡ್ಡಿಯವರದ್ದು ನಿತ್ಯಕುತೂಹಲೀ ಮನಸ್ಸು, ಜೊತೆಗೆ ಖಚಿತವಾದ ತಾರ್ಕಿಕ ಸತ್ಯದೆಡೆಗೆ ಫಲಿತಾಂಶ ಗಳನ್ನು ಸಾಧಿಸಲು ಶ್ರಮಶೀಲ ರಾದೆಡೆಗಿನ ಅವರ ಜೀವನದ ಹಾದಿಯೇ ಅವರನ್ನು ಉತ್ತಮ ಶಾಸನತಜ್ಞ, ವಾಸ್ತುಶಿಲ್ಪಶಾಸ್ತ್ರಾಧ್ಯಾಯಿ, ಲಿಪಿಶಾಸ್ತ್ರಜ್ಞರನ್ನಾಗಿಸಲು ಸಾಧ್ಯವಾಗಿಸಿದೆ.

೧೯೪೮ರ ಮೇ ೧೦ರಂದು ಆನೇಕಲ್ ತಾಲ್ಲೂಕಿನ ವಣಕನಹಳ್ಳಿಯಲ್ಲಿ ತಿಮ್ಮಕ್ಕ ಮತ್ತು ಮುನಿಸ್ವಾಮಿರೆಡ್ಡಿ ಯವರ

ಮಗನಾಗಿ ತೆಲುಗು ಭಾಷಿಕ ಕುಟುಂಬದ ಕುಡಿಯಾಗಿ ಜನಿಸಿದ ಇವರು ಆಪ್ತರ ಪಾಲಿಗೆ ಪ್ರೀತಿಯ 'ಅಪ್ಪೋಡು'.

ಇವರ ಶಾಸನಾಧ್ಯಯನಗಳ ಹಿಂದೆ ಕನ್ನಡ ಸ್ನಾತಕೋತ್ತರ ಪದವಿ, ಐತಿಹಾಸಿಕ ಪ್ರಜ್ಞೆ ಹಾಗೂ ಬರೆಹಗಳ ವೈಧಾನಿಕತೆಯ ಬಗೆಗಿನ ಆಲೋಚನೆಗಳ ಕ್ರಿಯಾಶೀಲತೆ ಬಹಳ ಮುಖ್ಯವಾಗಿ ಕೆಲಸ ಮಾಡಿದೆ.

ಕನ್ನಡ ಸ್ನಾತಕೋತ್ತರ ಪದವಿಯ ಓದಿನ ಸಮಯದಲ್ಲೇ ರೆಡ್ಡಿಯವರು ಬಳ್ಳಿಗಾವೆಯ ಕೋಡಿ ಮಠ, ಕರ್ನಾಟಕದಲ್ಲಿ ಮಾಸ್ತಿ ಎಂಬ ಲೇಖನಗಳನ್ನು ಬರೆದು, ಬೇಗೂರಿನ ಶಾಸನದ ಕುರಿತು ಪಾಠವನ್ನು ಆಲಿಸುವಾಗ ವೀರಮಹೇಂದ್ರನ ಬಗ್ಗೆ ಬರೆಯುವ ಆಸಕ್ತಿ ಉಂಟಾಗಿ, ಬೇಗೂರು ಶಾಸನ ಒಂದು ವಿವೇಚನೆ ಎಂಬ ಲೇಖನವನ್ನು ಬರೆದರು. ಪ್ರಾರಂಭದ ದಿನಗಳಲ್ಲಿ ಹೀಗೆ ಶಾಸನ, ಹಸ್ತಪ್ರತಿ ಸಂಶೋಧನೆ, ದೇವಾಲಯಗಳ ಕಡೆಗೆ ವಾಲಿದ ಒಲಿದ ರೆಡ್ಡಿಯವರ ಮನಸ್ಸು ಈ ಕ್ಷೇತ್ರಗಳಲ್ಲಿ ಮಾಡಿದ ಕೆಲಸ ಧನ್ಯಮಾನ್ಯವಾದುದು. ಕರ್ನಾಟಕ ಇತಿಹಾಸ ಅಕಾಡೆಮಿ, ವಾಸ್ತುಶಿಲ್ಪದ, ಪ್ರಾಚೀನ ದೇವಾಲಯಗಳ ಕೂಲಂಕಷ ಅಧ್ಯಯನ ಪರಿವೀಕ್ಷಣೆಗಳನ್ನು ಎಚ್ಚರದ ಕಣ್ಮನಗಳಿಂದ ಪರಿಶೀಲಿಸಿ ಇವುಗಳಿಗೊಂದು ಶೈಕ್ಷಣಿಕ ಮಹತ್ತ್ವವನ್ನು ತಂದುಕೊಟ್ಟ ಸಾಧನೆ ರೆಡ್ಡಿಯವರದ್ದು. ಕರ್ನಾಟಕ ಗೆಜೆಟಿಯರ್‌ನಲ್ಲಿ ಕೆಲಸ ಮಾಡಿ ಸ್ಮಾರಕ ದೇವಾಲಯಗಳು ಲಿಪಿಗಳನ್ನು ಓದಿ ಅರ್ಥೈಸಿಕೊಳ್ಳುವ ವಿಧಾನ ಇವುಗಳ ಮೂಲಕ ರೆಡ್ಡಿಯವರದ್ದುಸಂಯುಕ್ತ ಸಾಧನೆಗಳು.

ಹಂಪಿ ಕನ್ನಡ ವಿಶ್ವವಿದ್ಯಾಲಯದಲ್ಲಿ ರೆಡ್ಡಿಯವರು ಮಾಡಿಸಿದ ಕ್ಷೇತ್ರಕಾರ್ಯ, ಶಾಸನಗಳ ವಾಚನ, ಪರಿಷ್ಕರಣೆಗಳ ಫಲವಾಗಿ ಕನ್ನಡ ವಿಶ್ವವಿದ್ಯಾಲಯ ಶಾಸನ ಸಂಪುಟ ಇವರ ಅಗಾಧವಾದ ವಿದ್ವತ್ಪೂರ್ಣ ಸಾಹಸ. ಬಳ್ಳಾರಿ, ಬಿಜಾಪುರ, ಬಾಗಲಕೋಟೆ, ರಾಯಚೂರು, ಕೊಪ್ಪಳ ಮೊದಲಾದ ಊರುಗಳಲ್ಲಿದ್ದ ನೂರಾರು ಶಾಸನಗಳು ಈ ಸಂಪುಟದ ಮೂಲಕ ಇತಿಹಾಸಾಸಕ್ತರ, ಜನಮನ ಸೆಳೆದಿದ್ದು ರೆಡ್ಡಿಯವರ ಮಹತ್ಸಾಧನೆ.

ತಲಕಾಡಿನ ಗಂಗರ ದೇವಾಲಯಗಳು ರೆಡ್ಡಿಯವರ ಪಿಎಚ್.ಡಿ. ಮಹಾಪ್ರಬಂಧ. ಈ ಮಹಾಪ್ರಬಂಧದಲ್ಲಿ ಗಂಗರ ಕಾಲದ ದೇವಾಲಯಗಳ ರಚನಾ ವಿನ್ಯಾಸ, ಶಿಲ್ಪದ ಶೈಲಿ, ಬಿಡಿಶಿಲ್ಪಗಳ ಲಭ್ಯತೆ, ಅವರ ಕಾಲದ ದೇವಾಲಯಗಳ ಲಕ್ಷಣಗಳು, ಮೂರ್ತಿ ಶಿಲ್ಪಗಳು ವಾಸ್ತುಶಿಲ್ಪಗಳ ವಿಸ್ತೃತ ಅಧ್ಯಯನವಿದೆ. ಡಾ. ದೇವರಕೊಂಡಾರೆಡ್ಡಿಯವರ ಲಿಪಿಯ ಹುಟ್ಟು ಮತ್ತು ಬೆಳವಣಿಗೆ ಕೃತಿಯು ನಿಸ್ಸಂಶಯವಾಗಿ ಕನ್ನಡ ಸಾಹಿತ್ಯಕ್ಕೆ ಭಾಷಾವಿಜ್ಞಾನದ ಜಗತ್ತಿಗೆ ಸಂದ ಮಹೋನ್ನತ ಕೃತಿ ಎನ್ನಲು ಅಡ್ಡಿಯಿಲ್ಲ.

ಚಿತ್ರಲಿಪಿ, ಭಾವಲಿಪಿ, ಮಧ್ಯಮಲಿಪಿ, ಧ್ವನಿರೂಪಕ ಲಿಪಿ, ಅರೆವರ್ಣ ಲಿಪಿಗಳ ಪ್ರಕಾರಗಳನ್ನು ಪ್ರಾದೇಶಿಕ ಸ್ಥಾನಿಕ ಸ್ವರೂಪದಲ್ಲಿ ವಿಂಗಡಿಸಿ ನೋಡಿರುವ ಕ್ರಮ ಬಹಳ ಪ್ರಭಾವಶಾಲಿಯಾಗಿದೆ. ಇದು ಭಾಷಾವಿಜ್ಞಾನ ಲೋಕದ ಅಪರೂಪದ ಆಕರ ಗ್ರಂಥವಾಗಿದೆ.

ಕರ್ನಾಟಕದ ರಾಜವಂಶಗಳ ಆಳ್ವಿಕೆಯ ವಿವಿಧ ಕಾಲಘಟ್ಟಗಳಲ್ಲಿ ಲಿಪಿಯ ಅವಸ್ಥಾಂತರಗಳನ್ನು ಈ ಕೃತಿಯು ವಿಶದೀಕರಿಸಿರುವ ವಿಧಾನ ವೈಜ್ಞಾನಿಕವಾಗಿ ಮತ್ತು ಕಾಲಾನುಬದ್ಧತೆಗೆ ತಕ್ಕಂತೆ ಬಹಳ ವೈಶಿಷ್ಟ್ಯಪೂರ್ಣವಾಗಿ ರೂಪುಗೊಂಡಿದೆ. ಲಿಪಿಗಳ ಮತ್ತು ಸಂಖ್ಯೆಗಳ ಹುಟ್ಟು ಬೆಳವಣಿಗೆಯನ್ನೂ ಒಳಗೊಂಡಿರುವ ಈ ಕೃತಿ ಹೀಗಾಗಿಯೇ ತನ್ನ ಘನತೆಯನ್ನು ಹೊಂದಿದೆ.

ಶ್ರವಣಬೆಳಗೊಳದ ಬಸದಿಗಳ ವಾಸ್ತುಶಿಲ್ಪ ಎಂಬ ರೆಡ್ಡಿಯವರ ಕೃತಿಯೂ ಬಹಳವಿಶೇಷವಾದುದು. ಬೆಳ್ಗೊಳ, ಕಳ್ವಪ್ಪು ಪದಗಳ ನಿಷ್ಪತ್ತಿ, ಅರ್ಥಗಳ ಜೊತೆಗೆ, ಚಂದ್ರಪ್ರಭ ಬಸದಿಯ ಹಿಂಭಾಗಕ್ಕೆ ಇರುವ ಶಿವಕುಮಾರ ಬಸದಿಯ ಶಾಸನ ಗಂಗರ ಕಾಲದ್ದೇ ಎಂದು ಸ್ಥಿರೀಕರಿಸಿದ್ದಾರೆ. ಜೊತೆಗೆ ಎರಡುಕಟ್ಟೆ ಬಸದಿಕಂಬದ ದುಗ್ಗಮಾರೋವಜ ಮಾಡಿದೋನ್ ಎಂಬ ಉಲ್ಲೇಖವನ್ನು ಶೋಧಿಸಿ ಶ್ರೀಪುರುಷರಾಜನ ಮಗ ಶಿಲ್ಪಿ ದುಗ್ಗಮಾರ ನಿರ್ಮಿತ ಎನ್ನುವ ರೆಡ್ಡಿಯವರು ಸವತಿ ಗಂಧಾವರಣ ಬಸದಿ ತೇರಿನ ಬಸದಿ, ಶಾಂತೀಶ್ವರ ಬಸದಿ, ಮಜಿಗಣ್ಣ ಬಸದಿಗಳ ವಾಸ್ತುಗಳ ಕಾಲವನ್ನು ಕುರಿತು ಆಳವಾಗಿ ಅಧ್ಯಯನ ಮಾಡಿದ್ದಾರೆ.

ರೆಡ್ಡಿಯವರ ಸಂಶೋಧನಾ ಗ್ರಹಿಕೆಯ ಸಾಮರ್ಥ್ಯದಷ್ಟೇ ಮುಖ್ಯ ಶಾಸನಗಳ ಸಂಗ್ರಹಣೆ ಮತ್ತು ಸಂರಕ್ಷಣೆ. ಶಾಸನಗಳ ಕೆಳಗೆ ವಿವರಣೆಯ ಟಿಪ್ಪಣಿಗಳನ್ನು ನೀಡಿ ಅರ್ಥೈಕೆಗೆ ಅನುಕೂಲ ಕಲ್ಪಿಸುವ ರೆಡ್ಡಿಯವರು ಶಾಸನಗಳ ಪಡಿಯಚ್ಚುಗಳು ಅಧ್ಯಯನಕ್ಕೆ ಬಹು ಸಹಕಾರಿ.

ಶಿವಪುರದ ಶಾಸನದ ಕಾಲ ಕ್ರಿ.ಶ. ೧೦೨೦ ಎಂದೂ ಬ್ಯಾಡಗಿ ತಾಲ್ಲೂಕಿನ ತಾಮ್ರಶಾಸನವನ್ನು ಚಿತ್ರಸಹಿತ ಲೇಖನವನ್ನಾಗಿ ಬರೆದು ಪ್ರಕಟಿಸಿದ ರೆಡ್ಡಿಯವರು ಶಿವಮೊಗ್ಗದ ಶಿವಳ್ಳಿ ಗ್ರಾಮದ ಪ್ರಭುದೇವರ ಗದ್ದುಗೆಯ ಸಂಸ್ಕೃತದ ತಾಮ್ರಪಟ ಶಾಸನಗಳ ಪಾಠಗಳನ್ನು ವಿಶ್ಲೇಷಿಸಿ ಛಾಯಾಚಿತ್ರಗಳನ್ನು ಬರೆದು ಆ ಶಾಸನಗಳ ಮಹತ್ತ್ವವನ್ನು ಹೆಚ್ಚಿಸಿದ್ದಾರೆ.

ಶಾಸನಗಳನ್ನು ಓದುವ ಆಸಕ್ತಿ ಚಿಕ್ಕವರಲ್ಲೂ ಮೂಡಬೇಕೆಂದು ರೆಡ್ಡಿಯವರು ಕಿರಿಯರಿಗಾಗಿ ಕರ್ನಾಟಕದ ಶಾಸನಗಳು ಎಂಬ ಕೃತಿಯನ್ನು ಬರೆದಿದ್ದಾರೆ. ಕೃಷ್ಣಾ ಮೇಲ್ದಂಡೆ ಯೋಜನೆಯಲ್ಲಿನ ಮುಳುಗಡೆಯಾದ ಗ್ರಾಮಗಳ ಶಾಸನಗಳ ಅಧ್ಯಯನ ಕರ್ನಾಟಕ ಶಾಸನಗಳಲ್ಲಿ ಶಾಪಾಶಯ, ಭಾರತೀಯ ವಾಸ್ತು ವಿದ್ಯೆ (ಗಡಿಯಾರಂ ರಾಮಕೃಷ್ಣ ಶರ್ಮ ಅವರ ತೆಲುಗು

ಅನುವಾದಿತ ಕೃತಿ) ದೇವರಕೊಂಡಾರೆಡ್ಡಿಯವರ ಐತಿಹಾಸಿಕ ಶಾಸನಗಳ ಮೇಲಿನ ಪ್ರಭುತ್ವಕ್ಕೆ ನಿದರ್ಶನ.

ಬೆಂಗಳೂರು ಕೆಂಪೇಗೌಡರ ವಂಶಸ್ಥರು, ಶ್ರೀ ಭೈರವಕ್ಷೇತ್ರದ ಸೀತಿಬೆಟ್ಟ ತುಳುನಾಡಿನ ಜೈನ ಶಾಸನಗಳು, ಕೆಳದಿ ಬಸವರಾಜೇಂದ್ರ ವಿರಚಿತ ಕಾಳಿ ಮತ್ತು ಶಿವಸ್ತೋತ್ರ ಹಂಪಿ-ಕಲೆ, ಕ್ರೀಡೆ, ಕೌಶಲ ಈ ಕೃತಿಗಳ ಸಹಸಂಪಾದನಾ ಕೆಲಸ ರೆಡ್ಡಿಯವರ ಬತ್ತದ ಉತ್ಸಾಹಕ್ಕೆ ಚಲನಶೀಲಗುಣಕ್ಕೆ ಸಾಕ್ಷಿ.

ಬದುಕಿನಲ್ಲಿ ಅನುಭವಿಸಿದ ನೂರೆಂಟು ಕಷ್ಟ ನಷ್ಟಗಳ. ಅಡ್ಡಿ ಆತಂಕಗಳ ನಡುವೆಯೂ ಪುರಾತತ್ತ್ವ ಶಾಸ್ತ್ರದ ಉದ್ಧಾರಕ್ಕೆ ಶಾಸ್ತ್ರಸಾಹಿತ್ಯ ಲಿಪಿಶಾಸ್ತ್ರಗಳಿಗೆ ಅಸ್ಖಲಿತ ಸೇವೆ ಸಲ್ಲಿಸಿರುವ ಡಾ. ದೇವರಕೊಂಡಾರೆಡ್ಡಿಯವರದ್ದು ಜ್ಞಾನದೆಡೆಗೆ ಮಾತ್ರ ಮನಸ್ಸು ನೀಡಿದ ನಿಷ್ಠಾವಂತ ಪಯಣ. ಈ ಹಾದಿಯಲ್ಲಿ ಸಾಗಿ ಮಾಗಿ ಪಕ್ವವಾಗುತ್ತಾ ಅರಿವಿನ ಪರಿಧಿಯನ್ನು ಹೆಚ್ಚಿಸಿಕೊಂಡ ಇವರಿಗೆ ಅಹಮಿಕೆ ಇಲ್ಲ. ಸಮಾಜೋಪಕಾರ ಮಾಡಿದ್ದೇನೆಂದು ಸಾಹಿತ್ಯದಲ್ಲಿ ಅಸಾಮಾನ್ಯವಾದುದನ್ನು ಮಾಡಿದ್ದೇನೆಂಬ ಹಪಹಪಿಕೆಯೂ ಇಲ್ಲ. ಅಧ್ಯಯನಗಳು ನೀಡುವ ಆತ್ಮತೃಪ್ತಿ, ಜ್ಞಾನದ ಸಂಚಯನ, ಹಂಚಿಕೆಯಷ್ಟೇ ತನ್ನ ಕೆಲಸ ಎಂಬ ಗಟ್ಟಿ ನಂಬಿಕೆ ಇವರ ಮೂಲ ಧ್ಯೇಯ.

ಪಂಜೆ ಮಂಗೇಶರಾಯರು ಬರೆದಂತೆ ಏರಿದವನು ಚಿಕ್ಕವನಿರಬೇಕು ಎಂಬಂತೆ ಎಲ್ಲರೊಡನೆ ಸಮಚಿತ್ತ ಸಮಾಧಾನ ಚಿತ್ತರಾಗಿ ಒಗ್ಗೂಡುವ ದೇವರಕೊಂಡಾ ರೆಡ್ಡಿಯವರ ನಿರಾಡಂಬರ ವ್ಯಕ್ತಿತ್ವ ಪ್ರಚಾರ ಸನ್ಮಾನಗಳಿಂದ ಗಾವುದ ದೂರ ಉಳಿದು ಕನ್ನಡ ಸಾಹಿತ್ಯದ ಸೇವೆಗಾಗಿ ಮಾತ್ರ ಸ್ಪಂದಿಸುವ ಮನಸ್ಸು. ತಾವು ಅಂದುಕೊಂಡಿದ್ದನ್ನು ಸಾಧಿಸಿ ಸ್ಥಾಪಿಸಿ ತಮ್ಮ ಅರಿವಿಗೆ ಬಂದದ್ದನ್ನು ಸಮಾನಾಸಕ್ತರಿಗೆ ಮಾರ್ಗದರ್ಶನ ನೀಡುವ ಇವರಿಗೆ ಸದಾ ಓದು ಬರೆಹ ಅಧ್ಯಯನ ಅಷ್ಟೇ ಗೀಳಾಗಿ ಕಾಡುವ ಹಸಿವು. ಈ ನಿಲ್ಲದ ಹಸಿವು ಅವರ ಬುದ್ಧಿವಂತ ಮನಸ್ಸಿಗೆ ಕಸುವನ್ನು ತುಂಬಿದೆ.

ಬೆಂಗಳೂರಿನಲ್ಲಿ ನಿವೃತ್ತ ಜೀವನವನ್ನು ಸಾಗಿಸುತ್ತಿರುವ ಡಾ. ದೇವರಕೊಂಡಾರೆಡ್ಡಿ ಈಗ ೭೫ ವರ್ಷ ಮುಗಿಸಿ ೭೬ಕ್ಕೆ ಪಾದಾರ್ಪಣೆ ಮಾಡಿದ್ದಾರೆ. ಜೀವನ್ಮುಖೀ ಬಾಳಿನ ಇವರು ನೂರುಕಾಲ ತಮ್ಮ ಅಪಾರ ಜ್ಞಾನದ ಹೊಳಹುಗಳನ್ನು ನೀಡುತ್ತಲೇ ಇರಲೆಂದು ಬಯಸಿ ಅವರಿಗೆ ಶುಭವನ್ನು ಕೋರೋಣ.

ಇವರ ಅಭಿನಂದನಾ ಗ್ರಂಥದ ಹೆಸರು 'ಗುಣಮಧುರ'. ಇವರ ಪುತ್ರಿ ಡಾ. ಸ್ಮಿತಾ ರೆಡ್ಡಿಯವರೂ ಸಹ ಪ್ರಾಧ್ಯಾಪಕಿ ಮತ್ತು ಶಾಸನತಜ್ಞೆಯಾಗಿದ್ದಾರೆ. ಪ್ರೊ. ಮಲ್ಲೇಪುರಂ ಜಿ. ವೆಂಕಟೇಶ್ ಡಾ. ದೇವರಕೊಂಡಾರೆಡ್ಡಿಯವರನ್ನು 'ಅಭಿನವ ಬಿ.ಎಲ್. ರೈಸ್' ಎಂದು ಕರೆದಿರುವುದು ಔಚಿತ್ಯಪೂರ್ಣವಾಗಿದೆ.

೮೫

ಕನ್ನಡದ 'ಚಾಲಕ' ಶಕ್ತಿ

ಧನಪಾಲ್

ಮಲೆಯಾಳಂ ಮಾತೃಭಾಷಿಕರಾಗಿ, ವೃತ್ತಿಯಲ್ಲಿ ಬಸ್ ಚಾಲಕರಾಗಿರುವ ವ್ಯಕ್ತಿ ಇತಿಹಾಸ, ಶಾಸನ, ಕನ್ನಡ ನೆಲ ಜಲಗಳ ಹೋರಾಟಕ್ಕೆ ತಮ್ಮ ಜೀವನವನ್ನು ಮುಡಿಪಾಗಿರಿಸಿದ್ದಾರೆ. ಪ್ರಸ್ತುತ ಬೆಂಗಳೂರಿನ ಯಲಹಂಕದಲ್ಲಿ ವಾಸವಾಗಿರುವ ಧನಪಾಲ್ ಅವರೇ ಈ ಹಲವು ಮಜಲುಗಳ ಸಾಧಕರು. ಗೌರಿಬಿದನೂರು ತಾಲ್ಲೂಕಿನ ಮಂಚೇನಹಳ್ಳಿ ಗ್ರಾಮದಲ್ಲಿ ೧೯೬೩ರ ಏಪ್ರಿಲ್ ೫ರಂದು ಹುಟ್ಟಿದ ಧನಪಾಲ್ ಅವರ ತಂದೆ ಗಂಗಾಧರ ನಾಯರ್, ತಾಯಿ ಶಾರದಮ್ಮ.

ಧನಪಾಲ್ ಅವರ ಶೈಕ್ಷಣಿಕ ಓದು ಹತ್ತನೆ ತರಗತಿ ಮತ್ತು ಶಾಸನಶಾಸ್ತ್ರದಲ್ಲಿ ಡಿಪ್ಲೊಮಾ ಪದವಿ. ೧೯೮೭ ರಿಂದ ಬೆಂಗಳೂರು ಮಹಾನಗರ ಸಾರಿಗೆಯ ಬಸ್ ಚಾಲಕ ವೃತ್ತಿ ಇವರ ಸಂಸಾರದ ಉದರಂ ಭರಣಕ್ಕೆ ಮೂಲ. ಆದರೆ ಇವರ ಪ್ರವೃತ್ತಿಯನ್ನು ಗಮನಿಸಿದರೆ ಉತ್ಸಾಹ, ಹೊಸತನದ ಹುಡುಕಾಟ ಹಾಗೂ ಅದರಲ್ಲಿ ಕಾಣುವ ಹುಮ್ಮಸ್ಸು ಬಹಳ ಸಂತೋಷವನ್ನು ಉಂಟು ಮಾಡುತ್ತದೆ.

ಸರೋಜಿನಿ ಮಹಿಷಿ ವರದಿ ಜಾರಿಗಾಗಿ ನಡೆದ ಹೋರಾಟವೇ ಆಗಲಿ, ದೂರದರ್ಶನದಲ್ಲಿ ಪ್ರತ್ಯೇಕ ಕನ್ನಡ ವಾಹಿನಿಗಾಗಿ ಆದ ಹೋರಾಟವೇ ಇರಲಿ ಮತ್ತು ಕಾವೇರಿ ನದಿಯ ಹೋರಾಟಗಳೇ ಇರಲಿ, ಎಲ್ಲೆಡೆಯೂ ಸಂದು ಬಂಧನಕ್ಕೂ ಒಳಗಾದವರು ಧನಪಾಲ್.

ಆದರೆ ಎಷ್ಟೇ ಕಷ್ಟ ಒತ್ತಡಗಳು ಎದುರಾದರೂ ಕನ್ನಡಕ್ಕೆ ಸಂಬಂಧಿಸಿದ ಯಾವುದೇ ಹೋರಾಟ-ಪ್ರತಿಭಟನೆಗಳಲ್ಲಿ ಧೈರ್ಯವಾಗಿ ಮುನ್ನುಗ್ಗಿ ಜಯಿಸಿದ ಇವರು ಹವ್ಯಾಸಿ ಛಾಯಾಗ್ರಹಕರೂ ಹೌದು. ಇತಿಹಾಸದ ಆಸಕ್ತರೂ ಹೌದು. ಇವರ ಬಹಳ ಅಚ್ಚುಮೆಚ್ಚಿನ ಇತಿಹಾಸದ ಅಧ್ಯಯನ ನಾಡಿಗೆ ಶಾಸನ ಕ್ಷೇತ್ರಕ್ಕೆ ಬಹಳ ಉಪಯುಕ್ತವಾಗಿದೆ.

ಬೆಂಗಳೂರು ದರ್ಶಿನಿ ಬಸ್ಸಿನಲ್ಲಿ ಪ್ರತಿದಿನವೂ ಕರ್ನಾಟಕದ ಇತಿಹಾಸದ ಬಗ್ಗೆ ಪ್ರಯಾಣಿಕರಿಗೆ ತಿಳಿವು ಮೂಡಿಸುವ ಇವರು ಶಾಸನಶಾಸ್ತ್ರದ ಬಗ್ಗೆ ಬೆಂಗಳೂರು ಸಾರಿಗೆ ಸಂಸ್ಥೆಯ ಕಲಾಕುಟೀರದಲ್ಲಿ ಕರ್ನಾಟಕ ಇತಿಹಾಸದ ಬಗ್ಗೆ, ಕನ್ನಡ ಸಾಹಿತ್ಯ ಪರಿಷತ್ತಿನಲ್ಲಿ ಶಾಸನಗಳ ಬಗ್ಗೆ ಉಪನ್ಯಾಸ ನೀಡಿದ್ದಾರೆ. ಸಂಶೋಧನೆಯ ಬಗ್ಗೆ ಅತೀವ ಆಸಕ್ತಿ ಹೊಂದಿರುವ ಧನಪಾಲ್ ಅವರು ಕಲ್ಕತ್ತದಲ್ಲಿ ಇದ್ದ ಚಾಮರಾಜ ಒಡೆಯರ್ ಅವರ ಸಮಾಧಿಯ ಕುರಿತು ಬರೆದ ಲೇಖನ ಡೆಕ್ಕನ್ ಹೆರಾಲ್ಡ್ ದಿನಪತ್ರಿಕೆಯಲ್ಲಿ ಪ್ರಕಟವಾಗಿತ್ತು.

ಚಾಲಕ ವೃತ್ತಿಯಲ್ಲೂ ಬಹಳ ದಕ್ಷತೆಯಿಂದ ಕಾರ್ಯ ನಿರ್ವಹಿಸುವ ಇವರಿಗೆ ಇದಕ್ಕಾಗಿ ಸ್ವರ್ಣ, ಬೆಳ್ಳಿ ಪದಕಗಳು ಸಂದಿವೆ. ಕನ್ನಡ ಕ್ರಿಯಾ ಸಮಿತಿಯ ವತಿಯಿಂದ ಸಾರಿಗೆ ರತ್ನ ಪ್ರಶಸ್ತಿಯೂ ದೊರಕಿದೆ. ಸಂಶೋಧನೆ, ಇತಿಹಾಸ, ಕನ್ನಡ ನಾಡು ನುಡಿಗಳ ಇವರ ಸೇವೆಗೆ ಕುವೆಂಪು ಕನ್ನಡ ರತ್ನ, ಕನ್ನಡ ಚಿರಂಜೀವಿ, ತಮಿಳು ಸಂಘದಿಂದಲೂ ಪ್ರಶಸ್ತಿ ಪುರಸ್ಕಾರಗಳು ಸಂದಿವೆ. ತಮ್ಮ ೬೦ನೇ ವಯಸ್ಸಿನಲ್ಲಿರುವ ಧನಪಾಲ್ ಅವರಿಗೆ ಶಾಸನಗಳ ಅನ್ವೇಷಣೆ, ಓದುವಿಕೆ, ಅಧ್ಯಯನಗಳ ಹಿಂದೆ ಯಾವುದೇ ವ್ಯಾವಹಾರಿಕ ಆಲೋಚನೆಗಳು ಸುಳಿದಿಲ್ಲ.

ಕನ್ನಡ ನಾಡಿನ ಪ್ರಾಗೈತಿಹಾಸಿಕ, ಸಾಂಸ್ಕೃತಿಕ, ಸಾಹಿತ್ತಿಕ ಹಾಗೂ ಪ್ರಜ್ಞೆ ಸಂಪತ್ತನ್ನು ಜನಸಾಮಾನ್ಯರೂ ಓದಬೇಕೆಂಬ ಗಟ್ಟಿ ಹಂಬಲ ಮತ್ತು ಆ ಮುಕ್ತ ಸಂತೋಷದ ಕಾರಣಕ್ಕಾಗಿ ಮಾತ್ರ ಧನಪಾಲ್ ಅವರು ಈ ಕೆಲಸಗಳಲ್ಲಿ ತೊಡಗಿಸಿಕೊಂಡಿದ್ದಾರೆ.

ಈ ಕೈಂಕರ್ಯ ಸೇವಾಭಾವ ಜಾಗೃತವಾಗಿ ಇಂದಿಗೂ ಮುನ್ನಡೆಯುತ್ತಿದೆ. ಧನಪಾಲ್ ಅವರ ಕನ್ನಡದ ನಾಡು ನುಡಿಯ ಬಗೆಗಿನ ತುಡಿತ ಒಲವುಗಳು ನಿಜಕ್ಕೂ ಆಸಕ್ತ ಹಾಗೂ ಶ್ರದ್ಧಾವಂತ ಮನಸ್ಸುಳ್ಳವರಿಗೆ ಮಾದರಿ.

ಮಲೆಯಾಳಂ ತಾಯಿಭಾಷೆಯ ಧನಪಾಲ್ ಅವರು ವೃತ್ತಿಯನ್ನು ಕಡೆಗಣಿಸದೆ ಅದರಲ್ಲೂ ಒಳ್ಳೆಯ ಹೆಸರನ್ನು ಸಂಪಾದಿಸಿ, ಕನ್ನಡ ನಾಡಿನ ಹಿತಾಸಕ್ತಿಗೆ ಧಕ್ಕೆಯಾದಾಗ ಕ್ಷಣಮಾತ್ರವೂ ಯೋಚಿಸದೆ ಹೋರಾಟಗಳಲ್ಲಿ ಭಾಗವಹಿಸಿ, ತಮ್ಮ ಕನ್ನಡ ಭಾಷಾಭಿಮಾನವನ್ನು ಶ್ರುತಪಡಿಸಿದ್ದಾರೆ.

ಕನ್ನಡದ ಸಂಪದವನ್ನು ಹೀಗೆ ಹಲವು ಆಯಾಮಗಳಲ್ಲಿ, ವಿಶಾಲವಾದ ಹರಹಿನಲ್ಲಿ ಹೊಮ್ಮಿಸಿರುವ ಧನಪಾಲ್ ಹೆಸರಿಗೆ ತಕ್ಕಂತೆ ಧನಾತ್ಮಕ, ಸಕಾರಾತ್ಮಕ ಆಲೋಚನೆ, ಯೋಜನೆಗಳನ್ನು ಹಮ್ಮಿ ಕೊಂಡು ಸಾಗುವ ಬಹಳ ಜವಾಬ್ದಾರಿಯುತ ವ್ಯಕ್ತಿ.

ಧನಪಾಲ್ ಅವರ ಮತ್ತೊಂದು ವಿಶಿಷ್ಟ ಅಭ್ಯಾಸವೆಂದರೆ ಸ್ನೇಹಿತರೆಲ್ಲ ಸೇರಿ ಪಿನಾಕಿನಿ ಹಳೆಯ ವಿದ್ಯಾರ್ಥಿಗಳ ಸಂಘದ ವತಿಯಿಂದ ಪ್ರತಿ ವರ್ಷ ಸೆಪ್ಟೆಂಬರ್ ೫ರ ಶಿಕ್ಷಕರ ದಿನಾಚರಣೆಯ ಅಂಗವಾಗಿ ತಮಗೆ ಪಾಠ ಹೇಳಿಕೊಟ್ಟ ಪ್ರಾಥಮಿಕ, ಪ್ರೌಢಶಾಲಾ ಶಿಕ್ಷಕರನ್ನು ಹುಡುಕಿಕೊಂಡು ಹೋಗಿ ಅವರ ಹರಕೆ, ಹಾರೈಕೆ ಆಶೀರ್ವಾದಗಳನ್ನು ಪಡೆದು ಬರುವ ಕಾಯಕವನ್ನೂ ಮತ್ತು ಆರ್ಥಿಕವಾಗಿ ಹಿಂದುಳಿದ ಬಡ ವಿದ್ಯಾರ್ಥಿಗಳಿಗೆ ಶಾಲಾ ಪಠ್ಯ ಸಂಬಂಧಿತ ಸಾಮಗ್ರಿಗಳನ್ನು ಒದಗಿಸುವ ನಿಸ್ವಾರ್ಥ ಸೇವೆ ಸಲ್ಲಿಸುತ್ತಿದ್ದಾರೆ.

ಇತ್ತೀಚೆಗೆ ಪ್ರಧಾನ ಮಂತ್ರಿ ಶ್ರೀ ನರೇಂದ್ರ ಮೋದಿಯವರು ತಮ್ಮ ಮನ್ ಕಿ ಬಾತ್ ಕಾರ್ಯಕ್ರಮದಲ್ಲಿ ಧನಪಾಲ್ ಅವರ ಶಾಸನಾಧ್ಯಯನ, ಸ್ಮಾರಕಗಳ ಉಳಿವಿಗಾಗಿ ಅವರ ಶ್ರಮವನ್ನು ಶ್ಲಾಘಿಸಿದ್ದು ಧನಪಾಲ್ ಅವರ ಅಪಾರ ಪ್ರಮಾಣದ ಸಂಶೋಧನಾತ್ಮಕ ಮನಸ್ಸಿಗೆ ತುಡಿತಗಳಿಗೆ ಸಂದ ಸಾರ್ಥಕ ಅಭಿನಂದನೆ ಮತ್ತು ಗೌರವ.

ಸರಳ ವಿನೀತ ಸ್ವಭಾವದ ಧನಪಾಲ್ ಅವರ ಕಾರ್ಯ, ನುಡಿಸೇವೆಗೆ ಬಹಳ ಉನ್ನತ ವಾದ ಗೌರವಾದರಗಳು ಸಿಗಲಿ. ಇಂಥ ಎಲೆಮರೆಯ ಕಾಯಿಗಳನ್ನು ಇನ್ನೂ ಹೆಚ್ಚಾಗಿ ಗುರುತಿಸುವ ಕೆಲಸಗಳು ಆಗಲಿ ಎಂದು ಬಯಸೋಣ.

೮೬

ಕನ್ನಡ ರಂಗಭೂಮಿ ಚಲನಚಿತ್ರರಂಗದ ಅಭಿಜಾತ ಕಲಾವಿದ

ಎಂ.ವಿ. ಸುಬ್ಬಯ್ಯ ನಾಯ್ಡು

ಕನ್ನಡದ ಮೊತ್ತಮೊದಲ ವಾಕ್ಚಿತ್ರ ಸತಿ ಸುಲೋಚನ ೧೯೩೪ರ ಮಾರ್ಚ್ ೩ರಂದು ತೆರೆ ಕಂಡಿತು. ಈ ಚಿತ್ರದಲ್ಲಿ ನಾಯಕನಾಗಿದ್ದವರು ಎಂ.ವಿ. ಸುಬ್ಬಯ್ಯನಾಯ್ಡು.

ಈ ಚಿತ್ರದಲ್ಲಿ ಇಂದ್ರಜಿತುವಿನ ಪಾತ್ರಧಾರಿಯಾಗಿ ಸುಬ್ಬಯ್ಯ ನಾಯ್ಡು ಅವರದ್ದು ಸೊಗಸಾದ ಅಭಿನಯ. ಸುಬ್ಬಯ್ಯ ನಾಯ್ಡು ಅವರು ನಟ, ನಿರ್ಮಾಪಕ, ಗಾಯಕ, ನಿರ್ದೇಶಕ ಎಲ್ಲವೂ ಆಗಿದ್ದ ಸವ್ಯಸಾಚಿ ಕಲಾವಿದರು.

ಮೈಸೂರು ವೆಂಕಟದಾಸಪ್ಪ ಸುಬ್ಬಯ್ಯ ನಾಯ್ಡು ಅವರ ಮನೆಯ ಮಾತು ತೆಲುಗು. ಮೈಸೂರು ಜಿಲ್ಲೆಯ ಮಾದಾಪುರದಲ್ಲಿ ೧೮೯೬ರಲ್ಲಿ ಹುಟ್ಟಿದ ನಾಯ್ಡು ಅವರದ್ದು ಆರ್ಥಿಕ ಸಂಕಷ್ಟಗಳ, ಕಡುಬಡತನದ ಬಾಲ್ಯವಾಗಿತ್ತು.

ದನಗಾಹಿಯಾಗಿ, ಚಿಕ್ಕ ಕಿರಾಣಿ ಅಂಗಡಿಗಳಲ್ಲಿ ಕೆಲಸ ಮಾಡುತ್ತಿದ್ದ ಇವರಿಗೆ ಬಣ್ಣದ ಗೀಳು ತುಡಿತವಾಗಿ ಕಾಡುತ್ತಿತ್ತು. ರಂಗಭೂಮಿಯಲ್ಲಿ ತಮ್ಮನ್ನು ತಾವು ಕಂಡುಕೊಳ್ಳುವ ಇರಾದೆ ಬಹಳ ಪ್ರಬಲವಾಗುತ್ತಾ ಹೋಯಿತು. ತತ್ಫಲವಾಗಿ ಗುಬ್ಬಿ

ವೀರಣ್ಣನವರ ನಾಟಕ ಕಂಪನಿ ಸೇರಿ ಅವರು ಅಲ್ಲಿ ವೈವಿಧ್ಯಮಯ ಪಾತ್ರಗಳಲ್ಲಿ ಮಿಂಚಿ ಪ್ರೇಕ್ಷಕರ ಮೆಚ್ಚುಗೆಗೆ ಭಾಜನರಾದರು.

ರಾಜಭಕ್ತಿ ನಾಟಕದ ವಿಕ್ರಾಂತನ ಪಾತ್ರ, ಕರ್ನಾಟಕ ಸಾಮ್ರಾಜ್ಯದ ತಿರುಮಲ ರಾಯ ಗುರುವಿನ ನಿಷ್ಠೆ ನಾಟಕದ ಶಿವಾಜಿ ಪಾತ್ರಗಳ ಮೂಲಕ ಇವರ ಜನಪ್ರಿಯತೆ ಹೆಚ್ಚಾಯಿತು.

ಈ ಸಂದರ್ಭದಲ್ಲಿ ಮುಂದೆ ಬಹಳ ಪ್ರಸಿದ್ಧರಾದ ಮತ್ತೊಬ್ಬ ರಂಗಭೂಮಿ-ಚಿತ್ರರಂಗದ ಕಲಾವಿದ ಆರ್. ನಾಗೇಂದ್ರ ರಾಯರು ಸುಬ್ಬಯ್ಯ ನಾಯ್ಡು ಅವರಿಗೆ ಆತ್ಮೀಯರಾದರು. ಸಮಾನವಯಸ್ಕ, ಸಮಾನ ಮನಸ್ಕರಾಗಿದ್ದ ಸುಬ್ಬಯ್ಯ ನಾಯ್ಡು-ಆರ್. ನಾಗೇಂದ್ರ ರಾವ್ ಕನ್ನಡ ಕಲಾಪ್ರಪಂಚದ ಬಹಳ ಮುಖ್ಯ ಜೋಡಿ. ಸಾಹಿತ್ಯ ಸಾಮ್ರಾಜ್ಯ ನಾಟಕ ಮಂಡಳಿ ಸ್ಥಾಪಿತವಾದ ಮೇಲೆ ಅನೇಕ ನಾಟಕಗಳು ಪ್ರದರ್ಶನವಾದವು. ಸುಬ್ಬಯ್ಯ ನಾಯ್ಡು ಮತ್ತು ಆರ್. ನಾಗೇಂದ್ರರಾವ್ ಇಬ್ಬರೂ ರಂಗಭೂಮಿಯಲ್ಲಿ ಹೆಣ್ಣು ಪಾತ್ರಗಳಿಗೆ ಪ್ರಸಿದ್ಧರಾಗಿ ದ್ದವರು. ಸುಬ್ಬಯ್ಯ ನಾಯ್ಡು ಅವರು ಸ್ಫುರದ್ರೂಪಿ ಹಾಗೂ ಸಲೀಸಾದ ಶಾರೀರವನ್ನೂ, ಸ್ಪಷ್ಟ ಭಾಷಾ ಉಚ್ಚಾರಣಾ ಶೈಲಿಗೆ ಹೆಸರಾಗಿದ್ದ ಕಲಾವಿದರು. ಜೊತೆಗೆ, ಬಾಲ್ಯದಲ್ಲೇ ತಂದೆಯನ್ನು ಕಳೆದುಕೊಂಡ ನೋವಿನಲ್ಲಿ ಸೋದರಮಾವನ ಮನೆಯಲ್ಲಿ ಬೆಳೆದ ಇವರು ಸುಂದರ ರೂಪ, ಸೊಗಸಾದ ಶಾರೀರವಷ್ಟೇ ಅಲ್ಲದೆ, ಗರಡಿ ಮನೆಯಲ್ಲಿ ಕುಸ್ತಿ ವ್ಯಾಯಾಮಗಳನ್ನು ಕಲಿತ ಅದ್ಭುತ ದೇಹದಾರ್ಢ್ಯವಿದ್ದ ಪಟುವೂ ಹೌದು.

ಕನ್ನಡದಲ್ಲಿ ಮೂಕಿ ಚಿತ್ರಗಳು ಬರುತ್ತಿದ್ದವು. ಹಿಸ್ ಲವ್ ಅಫೇರ್ ಹೀಗೆ ಬಂದ ಕನ್ನಡದ ಮೂಕಿ ಚಿತ್ರ. ಗುಬ್ಬಿ ವೀರಣ್ಣ ನವರ ಈ ಚಿತ್ರದಲ್ಲಿ ಸುಬ್ಬಯ್ಯ ನಾಯ್ಡು ಅವರೂ ಅಭಿನಯಿಸಿ ದ್ದರು.

ಇಂತಹ ಸಂದರ್ಭದಲ್ಲಿ ಭಕ್ತ ಧ್ರುವ ಎಂಬ ಕನ್ನಡ ವಾಕ್ಚಿತ್ರ ತನ್ನ ಚಿತ್ರೀಕರಣ ಆರಂಭಿಸಿತು. ಇತ್ತ ಬೆಳ್ಳಾವೆ ನರಹರಿ ಶಾಸ್ತ್ರಿ ಯವರ ಇಂದ್ರಜಿತ್ ವಧೆ ನಾಟಕವನ್ನು ಚಲನಚಿತ್ರವಾಗಿ ಸಲು ಪೂರ್ವಸಿದ್ಧತೆಗಳು ಆಗತೊಡಗಿದವು. ಸತಿ ಸುಲೋಚನಾ ಎಂಬ ಹೆಸರಿನಲ್ಲಿ ಚಿತ್ರವಾಗಿ ಸೆಟ್ಟೇರಲು ಕಾರ್ಯೋದ್ಯುಕ್ತ ರಾದ ತಂಡಕ್ಕೆ ಸಾಹಿತಿ ಬೆಳ್ಳಾವೆ ನರಹರಿಶಾಸ್ತ್ರಿಯವರು ಕನ್ನಡ ಚಲನಚಿತ್ರರಂಗಕ್ಕೆ ಪಾದಾರ್ಪಣೆ ಮಾಡಿದರು. ವೈ.ವಿ. ರಾವ್ (ನಟಿ ಲಕ್ಷ್ಮಿಯವರ ತಂದೆ) ಈ ಚಿತ್ರದಲ್ಲಿ ಲಕ್ಷ್ಮಣನ ಪಾತ್ರವಹಿಸಿ ನಿರ್ದೇಶನದ ಹೊಣೆಯನ್ನೂ ಹೊತ್ತುಕೊಂಡರು.

೧೯೩೪ರಷ್ಟು ಹಿಂದೆಯೇ ಸುಬ್ಬಯ್ಯ ನಾಯ್ಡು ಅವರು ಕಟ್ಟಿದ್ದ ಶ್ರೀ ಸಾಹಿತ್ಯ ಸಾಮ್ರಾಜ್ಯ ನಾಟಕ ಮಂಡಳಿಯ ಮೂಲಕ ಕನ್ನಡ ರಂಗಭೂಮಿ-ಚಲನ ಚಿತ್ರರಂಗಕ್ಕೆ ಸುಬ್ಬಯ್ಯ ನಾಯ್ಡು ಅವರ ಕೊಡುಗೆ ಅಸಾಧಾರಣವಾದುದು.

ವಸಂತಸೇನಾ ಚಿತ್ರವು ಸಂಸ್ಕೃತ ನಾಟಕ ಶೂದ್ರಕನ ಮೃಚ್ಛಕಟಿಕವನ್ನಾಧರಿಸಿದ ಚಿತ್ರ. ಇದರಲ್ಲಿ ಸುಬ್ಬಯ್ಯ ನಾಯ್ಡು ಅವರು ಚಾರುದತ್ತ ನಾಗಿಯೂ ನಾಗೇಂದ್ರರಾಯರು ಶಕಾರನ ಪಾತ್ರದಲ್ಲೂ ಸೊಗಸಾದ ಅಭಿನಯವನ್ನು ನೀಡಿದ್ದರು. ಸುಬ್ಬಯ್ಯ ನಾಯ್ಡು ಅವರ ತಾರಾಪತ್ನಿ ಲಕ್ಷ್ಮಿಬಾಯಿ ವಸಂತಸೇನೆಯ ಪಾತ್ರದಲ್ಲಿ ನಟಿಸಿದ್ದರು. ಭೂಕೈಲಾಸ ತೆಲುಗು ಚಿತ್ರದಲ್ಲಿ ಸುಬ್ಬಯ್ಯ ನಾಯ್ಡು ಅವರು ರಾವಣನಾಗಿ, ನಾಗೇಂದ್ರರಾಯರು ನಾರದ ನಾಗಿ ಅಭಿನಯಿಸಿದ್ದರು.

ಸತ್ಯ ಹರಿಶ್ಚಂದ್ರ ಆರ್. ನಾಗೇಂದ್ರರಾಯರು ಸಹ ನಿರ್ಮಿಸಿ, ನಿರ್ದೇಶಿಸಿದ ೧೯೪೩ರಲ್ಲಿ ತೆರೆಕಂಡ ಚಿತ್ರ. ಸುಬ್ಬಯ್ಯ ನಾಯ್ಡು ಅವರು ಹರಿಶ್ಚಂದ್ರ ನಾಗಿ, ನಾಗೇಂದ್ರ ರಾಯರು ವಿಶ್ವಾಮಿತ್ರನ ಪಾತ್ರದಲ್ಲಿ ಮನೋಜ್ಞವಾಗಿ ಅಭಿನಯಿಸಿದ್ದ ಈ ಚಿತ್ರ ತಮಿಳಿಗೂ ಡಬ್ ಆಗಿ, ಈ ಸಾಹಸ ಮಾಡಿದ ಪ್ರಪ್ರಥಮ ಕನ್ನಡ ಚಿತ್ರ ಎಂಬ ಹಿರಿಮೆಗೆ ಪಾತ್ರವಾಯಿತು. ಮಹಾತ್ಮ ಕಬೀರ್ ಸಹ ಇವರಿಬ್ಬರ ಜೋಡಿಯ ಬಹಳ ಉತ್ತಮ ಚಿತ್ರ.

ಭಕ್ತ ಪ್ರಹ್ಲಾದ (೧೯೫೮) ಸುಬ್ಬಯ್ಯ ನಾಯ್ಡು ಅವರ ಕೊನೆಯ ಚಿತ್ರ. ಈ ಚಿತ್ರದ ಚಿತ್ರೀಕರಣದ ಸಂದರ್ಭದಲ್ಲಿ ಆದ ದುರ್ಘಟನೆಯಲ್ಲಿ ಸುಬ್ಬಯ್ಯ ನಾಯ್ಡು ಅವರ ಕೈಬೆರಳುಗಳಿಗೆ ಹಾನಿ ಆಯಿತು. ಈ ಚಿತ್ರದಲ್ಲಿ ಹಿರಣ್ಯಕಶಿಪುವಿನ ಪಾತ್ರವನ್ನು ಸುಬ್ಬಯ್ಯ ನಾಯ್ಡು ಅವರು ವಹಿಸಿದ್ದರೆ ಮಗ ಪ್ರಹ್ಲಾದನಾಗಿ ನಾಯ್ಡು ಅವರ ಮಗ ಲೋಕೇಶ್ ನಿರ್ವಹಿಸಿದ್ದರು.

ಸುಬ್ಬಯ್ಯ ನಾಯ್ಡು ಅವರ ಕಂಪನಿ ಕನ್ನಡ ನಾಡಿಗೆ ನೀಡಿದ ಅಭೂತಪೂರ್ವ ಕಲಾವಿದ ಡಾ. ರಾಜಕುಮಾರ್ ಅವರು ಸುಬ್ಬಯ್ಯನಾಯ್ಡು ಅವರನ್ನು ಎತ್ತರದ ಗೌರವದ ಸ್ಥಾನದಲ್ಲಿ ಕಂಡವರು. ತಾವು ಭಕ್ತಪ್ರಹ್ಲಾದ ಚಿತ್ರದಲ್ಲಿ ಅಭಿನಯಿಸುವಾಗ ಸುಬ್ಬಯ್ಯ ನಾಯ್ಡು ಅವರ ಮಾದರಿಯನ್ನು ಅನುಸರಿಸಲು ಯತ್ನಿಸಿದೆ, ಆದರೂ ಅದು ಆಗಲಿಲ್ಲ ಎಂದು ರಾಜಕುಮಾರ್ ನುಡಿದಿದ್ದಾರೆ.

ಈ ಚಿತ್ರದ ನಂತರ ಸುಬ್ಬಯ್ಯ ನಾಯ್ಡು ಅವರು ತಮ್ಮ ನಾಟಕಗಳತ್ತ ಮುಖ ಮಾಡಿದರು. ೧೯೬೨ರ ಜುಲೈ ೨೧ರಂದು ದಿಢೀರ್ ಹೃದಯಾಘಾತದಿಂದ ನಾಯ್ಡು ಅವರು ನಿಧನರಾದರಾದಾಗ ಅವರಿಗೆ ೬೫ ವರ್ಷ ವಯಸ್ಸು.

ಮಂಡ್ಯದಲ್ಲಿ ತಮ್ಮ ಶ್ರೀ ಸಾಹಿತ್ಯ ಸಾಮ್ರಾಜ್ಯ ನಾಟಕ ಮಂಡಳಿಯ ಮೂಲಕ ಭಕ್ತ ಅಂಬರೀಶ ನಾಟಕದ ತಾಲೀಮಿನಲ್ಲಿ ನಿರತರಾಗಿ ದ್ದಾಗಲೇ ಹಠಾತ್ ಕಣ್ಮರೆಯಾದ ಸುಬ್ಬಯ್ಯ ನಾಯ್ಡು ಅವರು ತೀರಿಕೊಂಡ ದಿನವೇ ಅವರ ಪತ್ನಿ ಮುನಿವೆಂಕಟಮ್ಮನವರೂ ಕಣ್ಮುಚ್ಚಿದರು.

ಸಂಗೀತ ನಾಟಕ ಅಕಾಡೆಮಿ ಪ್ರಶಸ್ತಿಪುರಸ್ಕಾರಕ್ಕೆ ಭಾಜನ ರಾಗಿದ್ದ ಈ ಕಲಾವಿದರ ಕುಟುಂಬ ಇಂದಿಗೂ ಕಲಾಸೇವೆಯಲ್ಲಿ ತೊಡಗಿಕೊಂಡು ಸಕ್ರಿಯವಾಗಿದೆ. ಸುಬ್ಬಯ್ಯ ನಾಯ್ಡು ಅವರ ಪುತ್ರ ಲೋಕೇಶ್, ಇವರ ಪತ್ನಿ ಗಿರಿಜಾ ಲೋಕೇಶ್, ಮಕ್ಕಳಾದ ಸೃಜನ್ ಲೋಕೇಶ್, ಪೂಜಾ ಲೋಕೇಶ್ ಎಲ್ಲರೂ ಬಣ್ಣದ ಬದುಕಿನಲ್ಲಿ ತಮ್ಮ ಸೇವೆ ಸಲ್ಲಿಸುತ್ತಲೇ ಇದ್ದಾರೆ. ಕನ್ನಡ ರಂಗಭೂಮಿ-ಚಲನಚಿತ್ರ ರಂಗಗಳಿಗೆ ಸುಬ್ಬಯ್ಯ ನಾಯ್ಡು ಮತ್ತು ಅವರ ಕುಟುಂಬದ ಮುಂದುವರೆದ ಕಲಾಸೇವೆ ಎಂದೆಂದಿಗೂ ಗೌರವಾರ್ಹ ಮತ್ತು ಶಾಶ್ವತವಾಗಿ ಉಳಿಯುವಂಥದ್ದು.

೮೭

ಕನ್ನಡದ ಹರಿಕಥಾ ಲೋಕದವರ್ಚಸ್ವೀ ವಿದ್ವಾಂಸ

ಗುರುರಾಜುಲು ನಾಯ್ಡು

ಹರಿಕಥಾ ಸಂಕೀರ್ತನೆಗೆ ಬಹಳ ವರ್ಷಗಳ ಇತಿಹಾಸವಿದೆ. ಈ ಕೀರ್ತನ ಹರಿಕಥಾ ಪರಂಪರೆಯನ್ನು ಮುಂದುವರೆಸಿಕೊಂಡು ಬಂದ ಕರ್ನಾಟಕದ ಮೂಲೆ ಮೂಲೆಗಳಲ್ಲಿ ಹರಿಕಥಾ ಕಲಾ ಪ್ರಕಾರವನ್ನು ಯಶಸ್ವಿ ಯಾಗಿ ನಿರ್ವಹಿಸಿದವರಲ್ಲಿ ಉಜ್ವಲವಾದ ಹೆಸರು ಶ್ರೀ ಗುರುರಾಜುಲು ನಾಯ್ಡು ಅವರದ್ದು. ಮೂರು ದಶಕಗಳ ಕಾಲ ಗುರುರಾಜುಲು ನಾಯ್ಡು ಅವರು ತಮ್ಮ ಹರಿಕಥಾ ಕಾಲಕ್ಷೇಪದ ಮುಖಾಂತರ ಮಾಡಿದ ಮೋಡಿ ಜನಮಾನಸದಲ್ಲಿ ಇಂದಿಗೂ ಹಚ್ಚಹಸಿರಾಗಿ ಉಳಿದಿದೆ.

ಹರಿಕಥಾ ಪರಂಪರೆಯ ಮುಖ್ಯ ಪ್ರವರ್ತಕರಲ್ಲಿ ಒಬ್ಬರಾದ ಗುರುರಾಜುಲು ನಾಯ್ಡು ಅವರಿಗೆ ಈ ಕಲೆ ಅವರ ತಂದೆಯಿಂದ ರಕ್ತಗತವಾಗಿ ಬಂದಿತ್ತು. ರಾಮಸ್ವಾಮಿ ನಾಯ್ಡು ಅವರು ಆಗಿನ ಕಾಲಕ್ಕೇ ಸುಪ್ರಸಿದ್ಧ ಹರಿಕಥಾದಾಸರಾಗಿ ಹೆಸರು ಮಾಡಿದ್ದವರು. ತಂದೆಯ ಜೊತೆಗೆ ವೇದಿಕೆಗಳಲ್ಲಿ ಹರಿಕಥೆಗಳನ್ನು ನೀಡಲು ಶುರು ಮಾಡಿದಾಗ ಗುರುರಾಜುಲು

ನಾಯ್ಡು ಅವರು ಕೇವಲ ೫ ವರ್ಷದ ಪುಟ್ಟ ಬಾಲಕ. ಅಪ್ಪನ ಜೊತೆಗೆ ಗುರುರಾಜುಲು ನಾಯ್ಡುವಿಗೂ ಜನ ತುಂಬು ಅಭಿಮಾನ ತೋರಿ ಬಾಲ ಹರಿಕಥಾ ವಿದ್ವಾನ್ ಎಂದು ಪ್ರಶಂಸಿಸತೊಡಗಿದರು. ಇದು ಗುರುರಾಜುಲು ನಾಯ್ಡು ಅವರ ಹರಿಕಥಾ ಜಗತ್ತಿನ ಪ್ರವೇಶಕ್ಕೆ ಅಡಿಗಲ್ಲಾಯಿತು.

ಗುರುರಾಜುಲು ನಾಯ್ಡು ಅವರ ಶಾಲಾಶಿಕ್ಷಣ ಹೆಚ್ಚಿಲ್ಲ, ರಂಗ ಭೂಮಿಯ ಸೆಳೆತ, ಹರಿಕಥಾ ಜಗತ್ತಿನ ಆಕರ್ಷಣೆ ಈ ಬಾಲಕನನ್ನು ಕಲಾಪ್ರಪಂಚವು ತನ್ನ ತೆಕ್ಕೆಗೆ ಸೇರಿಸಿಕೊಂಡಿತು. ಅನೇಕ ರಂಗಭೂಮಿ ನಾಟಕಗಳಲ್ಲಿ ಅಭಿನಯಿಸಿದ ಗುರುರಾಜುಲು ನಾಯ್ಡು ಅವರು ಹರಿಕಥೆಗಳನ್ನು ಸತತವಾಗಿ ಮಾಡುತ್ತಾ ಬಂದರು.

ಒಮ್ಮೆ ಇವರು ಸ್ವಾಮಿ ವಿವೇಕಾನಂದ ನಾಟಕದಲ್ಲಿ ವಿವೇಕಾನಂದರ ಪಾತ್ರ ವಹಿಸಿ ನಟಿಸುತ್ತಿದ್ದಾಗ ಇದನ್ನು ವೀಕ್ಷಿಸಿದ ಖ್ಯಾತ ರಂಗಭೂಮಿ-ಸಿನಿಮಾ ಕಲಾವಿದರಾಗಿದ್ದ ಸುಬ್ಬಯ್ಯನಾಯ್ಡು ಅವರು ಗುರುರಾಜುಲು ನಾಯ್ಡು ಅವರ ಹರಿಕಥೆಯನ್ನು ಮೆಚ್ಚಿದರು. ಸುಬ್ಬಯ್ಯ ನಾಯ್ಡು ಅವರು ತಮ್ಮ ನಾಟಕ ಕಂಪೆನಿಯನ್ನು ಸೇರಲು ಗುರುರಾಜುಲು ನಾಯ್ಡು ಅವರಿಗೆ ಆಹ್ವಾನವಿತ್ತರು. ಇದರಿಂದ ಬಹಳ ಸಂತೋಷಗೊಂಡ ಗುರುರಾಜುಲು ನಾಯ್ಡು ಅವರು ಎಚ್ಚಮನಾಯಕ ಭೂಕೈಲಾಸ ನಾಟಕಗಳಲ್ಲಿ ಅದ್ಭುತವಾಗಿ ಅಭಿನಯಿಸಿ ಮನೆಮಾತಾದರು. ಸುಬ್ಬಯ್ಯನಾಯ್ಡು ತಮ್ಮ ಮಗಳು ಪ್ರೇಮಾ ನಾಯ್ಡು ಅವರನ್ನು ಗುರುರಾಜುಲು ನಾಯ್ಡು ಅವರೊಂದಿಗೆ ವಿವಾಹ ಮಾಡಿಕೊಟ್ಟರು.

ಗುರುರಾಜುಲು ನಾಯ್ಡು ಅವರಿಗೆ ಕನ್ನಡ ಚಿತ್ರರಂಗದ ಭೀಷ್ಮ ಎಂದೇ ಖ್ಯಾತರಾದ ಆರ್. ನಾಗೇಂದ್ರರಾಯರು ತಮ್ಮಚಿತ್ರ ಆನಂದಬಾಷ್ಪ ಚಿತ್ರದಲ್ಲಿ ಅವಕಾಶ ನೀಡಿದರು. ಗುರುರಾಜುಲು ನಾಯ್ಡು ಅವರಿಗೆ ನಾಗೇಂದ್ರರಾಯರೇ ಅರುಣ್ ಕುಮಾರ್ ಎಂಬ ಹೊಸ ಹೆಸರನ್ನು ನೀಡಿದರು.

ಮಧುಮಾಲತಿ, ನಕ್ಕರೆ ಅದೇ ಸ್ವರ್ಗ, (ಕನಸಿದೋ ನನಸಿದೋ... ಈ ಗೀತೆ ಎಸ್.ಪಿ. ಬಾಲಸುಬ್ರಹ್ಮಣ್ಯ ಅವರು ಸಹಗಾಯಕಿ ಪಿ. ಸುಶೀಲ ಅವರೊಂದಿಗೆ ಹಾಡಿದರು. ಇದು ಅವರ ಮೊದಲ ಕನ್ನಡ ಚಿತ್ರಗೀತೆಯಾಗಿದ್ದು, ಈ ಹಾಡಿಗೆ ಗುರುರಾಜುಲು ನಾಯ್ಡು ಜಯಂತಿ ಅವರೊಂದಿಗೆ ಅಭಿನಯಿಸಿದ್ದಾರೆ.) ಹಣ್ಣೆಲೆ ಚಿಗುರಿದಾಗ ಮಿಸ್ ಲೀಲಾವತಿ ಚಿತ್ರಗಳಲ್ಲಿ ಅಭಿನಯಿಸಿದರೂ ಮತ್ತೆ ಇವರು ತಮ್ಮ ಮೂಲ ಹೆಸರಿನಿಂದಲೇ ಹರಿಕಥಾ ಪ್ರಪಂಚಕ್ಕೆ ಮರಳಿದರು.

ಗುರುರಾಜುಲು ನಾಯ್ಡು ಅವರ ಹರಿಕಥಾವಾಚನ, ಸಂಕೀರ್ತನಗಳು ನಾಡಿನಾದ್ಯಂತ ಮೆಚ್ಚುಗೆ ಪಡೆಯಿತು. ಇಂದಿನ ಹಾಗೆ ಆಗ ಆಧುನಿಕ ತಾಂತ್ರಿಕ ಆವಿಷ್ಕಾರಗಳಿರದಿದ್ದ ಕಾಲಘಟ್ಟದಲ್ಲಿ ಅತ್ಯಂತ ದೊಡ್ಡ ಪ್ರಮಾಣದ ಹೆಸರಾದ ನಾಯ್ಡು ಅವರ ಹರಿಕಥೆಗಳಿಗೆ ಜನ ನೂರಾರು ಸಂಖ್ಯೆಯಲ್ಲಿ

ಜಮಾಯಿಸಿಬಿಡುತ್ತಿದ್ದರು. ಹಾಗೆ ಮುಗಿಬೀಳುತ್ತಿದ್ದ ತಮ್ಮ ಜನವೃಂದಕ್ಕೆ ಗುರುರಾಜುಲು ನಾಯ್ಡು ಅವರು ತ್ರಿಕರಣ ಶುದ್ಧಮನಸ್ಸಿನಿಂದ ನೀಡಿದ ಹರಿಕಥೆಗಳಕೀರ್ತನ, ಗಾಯನ ಬಹಳ ಬೇಗ ಜನಮನ ತಲುಪಲು ಹಲವಾರು ಕಾರಣಗಳಿದ್ದವು.

ಸುಸ್ಪಷ್ಟವಾದ ಕನ್ನಡ, ಹರಿಕಥೆಯನ್ನು ವೇಗ ಆದರೆ ಅಷ್ಟೇ ಸಮತೋಲಿತ ವಿಧಾನದಲ್ಲಿ ನಾಯ್ಡು ಅವರು ನುಡಿಯುತ್ತಿದ್ದ ವೈಖರಿ ರಂಜನೀಯವಾಗಿ ಇರುತ್ತಿತ್ತು. ಹರಿಕಥೆಗೆ ಬೇಕಾದ ಧ್ವನಿಯ ಏರಿಳಿತ, ಪ್ರಸಂಗಾವಧಾನತೆ, ಕಥಾ ಸಂದರ್ಭಗಳಿಗೆ ತಕ್ಕಂತೆ ಭಾವಗಳ ಪ್ರಸ್ತುತಿ, ಏರುಕಂಠ, ಅನುರಣಿಸುವ ಕಂಠದ ಗಟ್ಟಿತನ, ಭಾಷಾಶುದ್ಧಿ, ಗುರುರಾಜುಲು ನಾಯ್ಡು ಅವರ ಹರಿಕಥೆಗಳನ್ನು ಇನ್ನಿಲ್ಲದಂತೆ ಜನಪ್ರಿಯಗೊಳಿಸಿದವು. ಪ್ರಧಾನವಾದ ಹರಿಕಥೆಗಳಲ್ಲೂ ಸಮಯೋಚಿತವಾಗಿ ಆ ಕ್ಷಣದಲ್ಲೇ ಕಥೆ ಉಪಕಥೆಗಳನ್ನು ಸೇರಿಸಿಕೊಂಡು ಅವುಗಳನ್ನು ಜನಮಾನಸದಲ್ಲಿ ಉಳಿಯುವಂತೆ ಮಾಡಿದ್ದು ಗುರುರಾಜುಲು ನಾಯ್ಡು ಅವರ ಮಹತ್ತ್ವದ ಸಾಧನೆ.

ಹಬ್ಬ ಹರಿದಿನ, ಧಾರ್ಮಿಕ ವ್ರತಗಳು, ಪೂಜಾ ವಿಧಿ ವಿಧಾನಗಳಿಗೆ ಕನ್ನಡನಾಡಿನ ಜನರು ಗುರುರಾಜುಲು ನಾಯ್ಡು ಅವರ ಕ್ಯಾಸೆಟ್‌ಗಳನ್ನು ಸಹಸ್ರ ಸಹಸ್ರ ಸಂಖ್ಯೆಗಳಲ್ಲಿ ಖರೀದಿಸಿ ಹರಿಕಥೆಗಳ ಉತ್ತುಂಗ ಸ್ಥಿತಿಗೆ ಕಾರಣರಾದರು.

ಗಜಗೌರಿ ವ್ರತ, ವರಮಹಾಲಕ್ಷ್ಮಿ ವ್ರತ, ವರಸಿದ್ಧಿ ವಿನಾಯಕ ವ್ರತ, ಭಕ್ತ ಮಾರ್ಕಂಡೇಯ, ಭಕ್ತ ಪ್ರಹ್ಲಾದ, ನಳ ದಮಯಂತಿ, ಸತಿ ಸಕ್ಕೂಬಾಯಿ, ಹೇಮರೆಡ್ಡಿ ಮಲ್ಲಮ್ಮ, ರಾಮಾಯಣದ ಬಾಲಕಾಂಡ, ಭೂಕೈಲಾಸ, ಮಾಯಾಬಝಾರ್, ಶ್ರೀ ಕೃಷ್ಣ ಗಾರುಡಿ, ಅರ್ಜುನ ಬಬ್ರುವಾಹನ ಕಾಳಗ, ಲವ–ಕುಶ, ಕಿರಾತಾರ್ಜುನೀಯ, ಭಕ್ತ ಸುದಾಮ, ಮಹಿರಾವಣ, ಭೀಮ ಜರಾಸಂಧ, ಸತ್ಯ ಹರಿಶ್ಚಂದ್ರ, ಮೂರುವರೆ ವಜ್ರಗಳು, ಶನಿಪ್ರಭಾವ ಮೊದಲಾದ ಸಾಲು ಸಾಲು ಹರಿಕಥಾ ಪುರಾಣಗಳು ಕ್ಷಿಪ್ರ ಗತಿಯಲ್ಲಿ ಕರುನಾಡಿನ ಮನಮನೆಗಳಲ್ಲಿ ನಾಬಾ ಪ್ರದೇಶಗಳಲ್ಲಿ, ಪಸರಿಸಲು ಗುರುರಾಜುಲು ನಾಯ್ಡು ಅವರ ಧ್ವನಿಸಾಧನೆ, ಭಾಷಾಪ್ರಭುತ್ತ್ವ ಮುಖ್ಯ ಕಾರಣ.

ಕೆಲವು ಬಾರಿ ದಿನಕ್ಕೆ ಎರಡು ಮೂರು ಕಾರ್ಯಕ್ರಮಗಳನ್ನು ನೀಡುತ್ತಿದ್ದ ಗುರುರಾಜುಲು ನಾಯ್ಡು ಅವರಿಗಿದ್ದ ಬೇಡಿಕೆ ಅಗಾಧ, ಜ್ಞಾನಪ್ರಸರಣ, ಜನಗಳ ಅಭಿಮಾನಕ್ಕಾಗಿ ಮಾತ್ರ ಮೀಸಲಾಗಿರಿಸಿದ್ದ ಗುರುರಾಜುಲು ನಾಯ್ಡು ದೈಹಿಕ ಶ್ರಮ, ಬಳಲಿಕೆ ಸಕ್ಕರೆ ಕಾಯಿಲೆ, ಅಧಿಕ ರಕ್ತದೊತ್ತಡಗಳಿಂದ ದಣಿದರು. ಒಮ್ಮೆ ಲವಕುಶ ಹರಿಕಥಾ ಪ್ರಸಂಗ ಮಾಡುವಾಗ ಕುಸಿದ ಗುರುರಾಜುಲು ನಾಯ್ಡು ಅವರು ಮಿದುಳಿನ ಆಘಾತಕ್ಕೆ ಒಳಗಾಗಿ ೧೯೮೫ರಲ್ಲಿ ಹರಿಯ ಪಾದ

ಸೇರಿಬಿಟ್ಟರು. ತೆಲುಗು ಮನೆಮಾತಿನ ಗುರುರಾಜುಲು ನಾಯ್ಡು ತೀರಿಕೊಂಡು ೩೮ ವರ್ಷಗಳೇ ಆಗಿಹೋಗಿದ್ದರೂ

ಅವರು ಕನ್ನಡ ಹರಿಕಥಾ ಪ್ರಪಂಚದಲ್ಲಿ ಮೂಡಿಸಿದ ಕ್ರಾಂತಿಯ ಅಚ್ಚಳಿಯದೆ ಇರುತ್ತದೆ. ಇವರ ಮಕ್ಕಳಾದ ಶೋಭಾ ನಾಯ್ಡು(ಈಗ ದಿವಂಗತರು) ಶೀಲಾ ನಾಯ್ಡು ಅಲ್ಲದೆ ಗುರುರಾಜುಲು ನಾಯ್ಡು ಅವರ ಮೊಮ್ಮಕ್ಕಳಾದ ಶಿಲ್ಪಾ, ಅಮೃತಾ ನಾಯ್ಡು ಇವರುಗಳ ಮೂಲಕವೂ ಹರಿಕಥೆಗಳು ಉಳಿದಿರುವುದು ಬಹಳ ಸಂತಸದ ಸಂಗತಿ.

ಕನ್ನಡದ ಹರಿಕಥಾ ಸಂಕೀರ್ತನಾ ಪ್ರಪಂಚದಲ್ಲಿ ಇಡೀ ಜನಸ್ತೋಮವನ್ನು ಅಯಸ್ಕಾಂತದಂತೆ ಆಕರ್ಷಿಸುತ್ತಿದ್ದ ಗುರುರಾಜುಲು ನಾಯ್ಡು ಅವರ ವಿದ್ವತ್ತು, ಕೌಶಲಗಳನ್ನು ಇಂದಿನ ಜನಾಂಗಕ್ಕೆ ಸರಿಯಾದ ರೀತಿಯಲ್ಲಿ ಮುಟ್ಟಿಸಿದರೆ ಅದು ಗುರುರಾಜುಲು ನಾಯ್ಡು ಅವರಿಗೆ, ಅವರ ಪರಿಶ್ರಮಕ್ಕೆ ನೀಡುವ ಅರ್ಹ ಕಾಣಿಕೆ ಯಾಗಬಲ್ಲದು.

೮೮

ಅನುವಾದದ ಜಗತ್ತಿನ ಸಮರ್ಥ ಕೈದೀವಿಗೆ

ಕೆ.ಕೆ. ಗಂಗಾಧರನ್

ಕುತೂಹಲ ಮತ್ತು ಹೊಸತನ್ನು ಮನಸ್ಸಿನಲ್ಲಿ ಸೃಜಿಸಿಕೊಳ್ಳುವ ಮತ್ತು ಅದನ್ನು ಆಗುಮಾಡಿ ಕೊಳ್ಳುವ ಸ್ಪಷ್ಟ ಹಂಬಲ ನಿಶ್ಚಿತವಾಗಿ ಭಿನ್ನ ದಿಕ್ಕಿನ ಆಲೋಚನೆ-ಅಭಿವ್ಯಕ್ತಿಗಳಿಗೆ ಹಾದಿ ಮಾಡಿಕೊಡುತ್ತದೆ.

೭೦ರ ದಶಕದಿಂದ ಇಂದಿನ ವರೆಗೂ ನಿರಂತರವಾಗಿ ಮಲೆಯಾಳಂ-ಕನ್ನಡ ಭಾಷೆಗಳ ಕೃತಿಗಳನ್ನು ಸಮರ್ಥವಾಗಿ ಅನುವಾದಿಸಿ ಹೆಸರಾಗಿರುವ ಕೆ.ಕೆ. ಗಂಗಾಧರನ್ ಅವರ ಸಾಹಿತ್ಯದ ಸಂಸರ್ಗಕ್ಕೆ ಹೀಗಾಗಿಯೇ ಮೌಲ್ಯವಿದೆ. ಅನುವಾದ ಲೋಕಕ್ಕೆ ಮತ್ತು ಕನ್ನಡ ಮಲೆಯಾಳಂ ಭಾಷಾ ಸಾಹಿತ್ಯಗಳ ಬೆಸುಗೆಯಾದ ಗಂಗಾಧರನ್ ಅವರ ಸಾಹಿತ್ಯ ಸಾಮರಸ್ಯದ ಜೀವಾಳ ಅವರ ಸಾಹಿತ್ಯದ ಕುರಿತು ಅವರಿಗಿರುವ ಸಂಪ್ರೀತಿ.

ನೈಷ್ಠಿಕವಾದ ನಿಲುವುಗಳಿಂದ ಆವೃತವಾಗಿರುವ ಗಂಗಾಧರನ್ ಮಲೆಯಾಳಂ ಮಾತೃಭಾಷೆಯ ಕಾಸರಗೋಡಿನ ಪಾತ್ತನಡುಕ್ಕ ಎಂಬ ಹಳ್ಳಿಯಲ್ಲಿ ೧೯೪೯ರ ಮಾರ್ಚ್ ೧೦ರಂದು ಜನಿಸಿದರು.

ಚಿಕ್ಕ ವಯಸ್ಸಿನಿಂದಲೂ ಭಿನ್ನ ಆಲೋಚನೆಗಳನ್ನೂ, ಸಂಯಮದ ಮನಸ್ಥಿತಿಯನ್ನು ಹೊಂದಿದ್ದ ಗಂಗಾಧರನ್ ತಮ್ಮ ಪ್ರಾಥಮಿಕ ಶಾಲಾಭ್ಯಾಸದ ಸಮಯದಲ್ಲಿ ತಮ್ಮ ಹಳ್ಳಿಯ ಮನೆಯಿಂದ ಶಾಲೆಗೆ ಏಳು ಮೈಲಿ ದೂರ ಸೋಮವಾರ ಪೇಟೆಯಲ್ಲಿದ್ದ ಶಾಲೆಗೆ ಕ್ರಮಿಸಬೇಕಾಗಿತ್ತು ತಂದೆ ಇದಕ್ಕಾಗಿ ಪ್ರತಿದಿನ ೫೦ ಪೈಸೆ ಕೊಟ್ಟು ಬಸ್‌ನಲ್ಲಿ ಹೋಗಲು ಹೇಳಿದರೂ ಸಹ ಗಂಗಾಧರನ್ ಹಾಗೆ ಮಾಡದೆ ಪ್ರತಿದಿನದ ಕಾಸನ್ನು ಕೂಡಿಟ್ಟುಕೊಂಡು ಆ ಕಾಸುಗಳನ್ನು ಎಣಿಸುತ್ತಾ ಎಣಿಸುತ್ತಾ ಖುಷಿ ಪಡುತ್ತಾ ನಂತರ ನೋಟುಗಳನ್ನು ಮಾಡಿ ಇರಿಸಿಕೊಳ್ಳುತ್ತಿದ್ದರು.

ಗಂಗಾಧರನ್ ಅವರ ಮೊದಲ ಲೇಖನ ಪ್ರಕಟವಾಗಿದ್ದು ಸ್ಥಳೀಯ ಶಕ್ತಿ ಪತ್ರಿಕೆಯಲ್ಲಿ. ಮಾಜಿ ಸೈನಿಕನಾಗಿದ್ದ ಓರ್ವ ವ್ಯಕ್ತಿಯು ಕಬ್ಬಿಣಸೇತುವೆಯಲ್ಲಿ ಇರುವ ಪ್ರಸಿದ್ಧ ಮುತ್ತಪ್ಪ ದೇವಸ್ಥಾನದ ಹುಂಡಿಯ ಹಣವನ್ನು ದುರ್ಬಳಕೆ ಮಾಡಿ ಕೊಂಡ ಸಂಗತಿ ತಿಳಿದಿದ್ದ ಗಂಗಾಧರನ್ ಈ ಕುರಿತು ರಹಸ್ಯಹೆಸರಿನಲ್ಲಿ ಲೇಖನ ಬರೆದು ಕಳಿಸಿ ಅದು ಪ್ರಕಟವೂ ಆಗಿಬಿಟ್ಟಿತ್ತು. 'ಮುತ್ತಪ್ಪ ದೇವರಿಗೆ ಮಕ್ಮಲ್ ಟೋಪಿ' ಎಂಬ ಶಿರೋನಾಮೆ ಹೊತ್ತ ಈ ಲೇಖನವನ್ನು ಆ ಮಾಜಿ ಸೈನಿಕ ಓದಿ ಕೆಂಡಾಮಂಡಲವಾಗಿ, ಶಕ್ತಿ ಪತ್ರಿಕೆಯ ಕಚೇರಿಗೆ ಬಂದು ಲೇಖಕನಿಗೆ ಹುಡುಕಾಡಿದರೂ ಪ್ರಯೋಜನವಾಗಲಿಲ್ಲ. ಆ ಪತ್ರಿಕೆಯ ಸಂಪಾದಕರಿಗೇ ಈ ಗುಪ್ತನಾಮದ ಲೇಖಕ ಯಾರೆಂದು ತಿಳಿದಿರಲಿಲ್ಲ. ಇದಾದ ನಂತರ ಗತ್ಯಂತರ ವಿಲ್ಲದೆ ಆ ಸೈನಿಕ ವಾರ್ಷಿಕ ಸಾಮಾನ್ಯ ಸಭೆ ಕರೆದು, ದುರ್ಬಳಕೆ ಮಾಡಿಕೊಂಡಿದ್ದ ಹಣವನ್ನು ಆ ದೇವಸ್ಥಾನದ ಹುಂಡಿಗೆ ಹಾಕಿಬಿಟ್ಟ. ಇದು ಗಂಗಾಧರನ್ ಅವರಲ್ಲಿ ಹೊಸ ಹುರುಪನ್ನು ಮೂಡಿಸಿ, ಖಡ್ಗಕ್ಕಿಂತ ಲೇಖನಿ ಹರಿತ ಎಂಬುದು ಮನದಟ್ಟಾಯಿತು.

ಮಲೆಯಾಳಂ ಮಾತೃಭಾಷಿಕ ರಾಗಿಯೂ ಇವರು ಅದನ್ನು ಶೈಕ್ಷಣಿಕವಾಗಿ ಅಭ್ಯಾಸ ಮಾಡಿದವರಲ್ಲ. ವೃತ್ತಿಯಲ್ಲಿ ಅಂಚೆ ಇಲಾಖೆಯ ಹೆಚ್ಚುವರಿ ಸಿಬ್ಬಂದಿಯಾಗಿ ಅಲ್ಪಕಾಲ ಕೆಲಸ ಮಾಡಿ ನಂತರ ಹಾಸನದಲ್ಲಿ ಕೊಥಾರಿ ಕಾಫಿ ಕ್ಯೂರಿಂಗ್ ವರ್ಕ್ಸ್‌ನಲ್ಲಿ ೧೯೭೦ ರಿಂದ ೭೩ ರವರೆಗೆ ಕೆಲಸ ಮಾಡಿದರು. ತರುವಾಯ ರೈಲ್ವೆ ಮೈಲ್ ಸರ್ವಿಸ್‌ನಲ್ಲಿ ೧೯೭೪ ರಿಂದ ೨೦೦೯ ರವರೆಗೆ ದುಡಿದು ೩೬ ವರ್ಷಗಳ ಕಾಲ ಕೆಲಸ ಮಾಡಿ ನಿವೃತ್ತರಾದರು. ಅರಸಿಕರೆ, ತುಮಕೂರು, ಮಡಿಕೇರಿ ಈ ಊರುಗಳಲ್ಲಿ ಕೆಲಸ ಮಾಡಿ ಈಗ ಬೆಂಗಳೂರಿನ ನಿವಾಸಿಯಾಗಿರುವ ಗಂಗಾಧರನ್ ಅವರ ಸಾಹಿತ್ಯದ ಮೇಲಿನ ಒಲವು ಗಾಢವಾಗಲು ಕಾರಣರಾದವರು ಮಂಗಳೂರಿನ ವಿವೇಕಾನಂದ ಕಾಲೇಜಿನಲ್ಲಿ ಪ್ರೊಫೆಸರ್ ಆಗಿದ್ದ ಸಾಹಿತಿ ಅಮೃತ ಸೋಮೇಶ್ವರ ಅವರಿಂದ. ಇವರ ಮಾರ್ಗದರ್ಶನದಲ್ಲಿ ಗಂಗಾಧರನ್ ಅವರು ಕೆಲವು ಕವಿತೆ ಸಣ್ಣಕಥೆಗಳನ್ನು

ಬರೆಯುತ್ತಾ, ಮಲೆಯಾಳಂನ ಪ್ರಸಿದ್ಧ ಸಣ್ಣ ಕಥೆಗಳನ್ನು ಕನ್ನಡಕ್ಕೆ ಅನುವಾದ ಮಾಡುತ್ತಾ ಆ ಅನುಭವದಿಂದ ಅವರ ಕೈ ಕುದುರಿತು.

ಮೈಸೂರಿನಲ್ಲಿ ರೈಲ್ವೆ ಮೈಲ್ ಸರ್ವಿಸ್‌ನಲ್ಲಿ ಕೆಲಸ ಮಾಡುವಾಗ ಗಂಗಾಧರನ್ ಅವರಿಗೆ ಪ್ರೊ. ಗಂಗಾಧರ ಮೂರ್ತಿ ದಿ. ಎಸ್. ನಾರಾಯಣ್ ಅವರ ಸಖ್ಯ ದೊರೆಯಿತು. ನಾರಾಯಣ್ ಅವರ ಒಡನಾಡಿ ಮಾಸಪತ್ರಿಕೆಯಲ್ಲಿ ಗಂಗಾಧರನ್ ಪ್ರಖ್ಯಾತ ಮಲೆಯಾಳಿ ಸಾಹಿತಿಗಳ ಕೃತಿಗಳನ್ನು ಕನ್ನಡಕ್ಕೆ ಅನುವಾದಿಸಿದರು.

ಭಾರತೀಯ ಕಮ್ಯುನಿಸ್ಟ್ ಪಕ್ಷದ ಧುರೀಣ ಮತ್ತು ಕೇರಳದ ಪ್ರಪ್ರಥಮ ಮುಖ್ಯಮಂತ್ರಿ ಯಾಗಿದ್ದ ಇ.ಎಂ.ಎಸ್. ನಂಬೂದಿರಿಪಾದ್ ಅವರ ಪ್ರಬಂಧಗಳನ್ನು ಕನ್ನಡಕ್ಕೆ ಅನುವಾದಿಸಿ, ಅವುಗಳು ಒಡನಾಡಿ ಪತ್ರಿಕೆಯಲ್ಲಿ ಸರಣಿಗಳಾಗಿ ಪ್ರಕಟಗೊಂಡವು.

ಆದರೆ ಗಂಗಾಧರನ್ ಅವರ ಮೊತ್ತಮೊದಲ ಅನುವಾದಿತ ಕಥೆ ಮಲೆಯಾಳೀ ಕಾದಂಬರಿಕಾರರಾದ ಡಾ. ಪುನ್ನತ್ತಿಲ್ ಕುನ್ಞಬ್ದುಲ್ಲಾ ಅವರ ಕಥೆ. ಇದನ್ನು ಗಂಗಾಧರನ್ ಪಾಂಚಾಲಿಯ ಪ್ರಪಂಚ ಎಂದು ಅನುವಾದಿಸಿ ದರು. ಮಲ್ಲಿಗೆ ಮಾಸಪತ್ರಿಕೆಯಲ್ಲಿ ಈ ಕೃತಿ ಅಚ್ಚಾದಾಗ ಗಂಗಾಧರನ್ ಅವರಲ್ಲಿ ಖುಷಿ ಮತ್ತು ಜವಾಬ್ದಾರಿ ಎರಡೂ ಹೆಚ್ಚಾಯಿತು.

"ಮೂಲ ಕೃತಿಗಳ ಸಾರ ಸತ್ತ್ವವನ್ನು ಉಳಿಸಿಕೊಂಡೇ ಬೇರೆ ಭಾಷೆಯ ದೇಸಿಯತೆ, ಸೊಗಡನ್ನೂ ಆಕರ್ಷಕವಾಗಿ ಹೇಳುವ ವಿಧಾನದಲ್ಲಿ ಅನುವಾದಕರ ಸಾಮರ್ಥ್ಯ ಅಡಗಿರುತ್ತದೆ ' ಎನ್ನುವ ಇವರು

ಮಾಡಿರುವ ಅನುವಾದ ಕಾರ್ಯದ ಬಾಹುಳ್ಯ ಬಹಳ ವಿಸ್ತಾರವಾದುದು. ಮಲೆಯಾಳಂನ ಬಹಳ ಪ್ರಮುಖ ಬರೆಹಗಾರರಾದ ಕಮಲಾದಾಸ್, ಎಂ. ಟಿ. ವಾಸುದೇವನ್ ನಾಯರ್, ತಳಕ್ಕಳಿ ಶಿವಶಂಕರ ಪಿಳ್ಳೈ, ವೈಕಂ ಮೊಹಮ್ಮದ್ ಬಷೀರ್, ಮಲಯತ್ತೂರು ರಾಮಕೃಷ್ಣನ್, ಪೊಟ್ಟೆಕಾಡ್, ಮುಕುಂದನ್, ಬಾಲಕೃಷ್ಣನ್ ಮಂಗೋಡ್ ಇಂಥವರ ಮಲೆಯಾಳಂ ಕೃತಿಗಳನ್ನು ಕನ್ನಡಕ್ಕೆ ಅನುವಾದಿಸಿದ್ದಾರೆ. ಗಂಗಾಧರನ್ ಅವರ ಅನುವಾದಿತ ಕೃತಿಗಳು ಸುಧಾ, ಪ್ರಜಾವಾಣಿ, ಕನ್ನಡ ಪ್ರಭ, ಮಯೂರ ಪತ್ರಿಕೆಗಳಲ್ಲಿ ಪ್ರಕಟವಾಗಿವೆ. ಇದಲ್ಲದೆ ಅನೇಕ ಸಂದರ್ಶನ, ಲೇಖನ ವ್ಯಕ್ತಿಚಿತ್ರಗಳನ್ನು ಬರೆದಿರುವ ಇವರು ಸ್ಥಳೀಯ, ಪ್ರಾದೇಶಿಕ ದಿನಪತ್ರಿಕೆ, ಮಾಸಪತ್ರಿಕೆಗಳಲ್ಲಿ ಬರೆದಿದ್ದಾರೆ.

ಕೆ. ಕವಿತಾ ಅವರ ದಮಯಂತಿ ಕೃತಿಯನ್ನು ಅನುವಾದ ಮಾಡಿದಾಗ ಇದು ಸುಧಾ ವಾರಪತ್ರಿಕೆಯಲ್ಲಿ ಹಾಗೂ ಮಲೆಯಾಳಂನ ಮಾತೃಭೂಮಿ ಪತ್ರಿಕೆಯಲ್ಲಿ ಒಟ್ಟಿಗೇ ಪ್ರಕಟವಾದವು. ಈ ಕೃತಿಯು ೨೦೦೯ರಲ್ಲಿ ಕರ್ನಾಟಕದ ಮಾಜಿ ಮುಖ್ಯಮಂತ್ರಿ ಬಿ. ಎಸ್. ಯಡಿಯೂರಪ್ಪ ಅವರಿಂದ ಲೋಕಾರ್ಪಣೆ

ಆಯಿತು. ಕವಿತಾ ಅವರ ಕೃತಿಯ ಅನುವಾದವಾದ ಬಳಲಿದ ಬಾಳಿಗೆ ಬೆಳಕು ಮಲೆಯಾಳಂನ ಕುಂಕುಮಂ ಪ್ರಶಸ್ತಿಯನ್ನು ಗಳಿಸಿತು. ಪಾಲ್ ಜ಼ಕಾರಿಯಾ ಅವರ ಕೃತಿಯನ್ನು ಭಾಸ್ಕರ ಪತ್ತಲೇರು ಮತ್ತು ನನ್ನ ಬದುಕುಗಳು" ಎಂದು ಅನುವಾದಿಸಿರುವ ಗಂಗಾಧರನ್ ಅವರ ಈ ಕೃತಿ ಮತ್ತೆ ಕೊಡವ ಭಾಷೆಗೂ ಅನುವಾದಗೊಂಡಿತು.

ಇದಾದನಂತರ ಇವರು ೨೫೦ಕ್ಕೂ ಹೆಚ್ಚು ಕೃತಿಗಳನ್ನು ಅನುವಾದಿಸಿದ್ದಾರೆ. ಪತ್ನಿ ರಾಧಾ ತಮ್ಮ ಅನುವಾದ ಕೃತಿಗಳ ಮೊದಲ ವಿಮರ್ಶಕಿ ಎನ್ನುವ ಗಂಗಾಧರನ್ ಅವರು ಕಮಲಾದಾಸ್ ಅವರ ೨೩೫ ಕಥೆಗಳನ್ನು ಕನ್ನಡಕ್ಕೆ ಅನುವಾದ ಮಾಡಿರುವುದು ವಿಶಿಷ್ಟ ದಾಖಲೆ. ಈ ಬಗ್ಗೆ ಸ್ವತಃ ಕಮಲಾದಾಸ್ ಅವರಿಗೂ ಬಹಳ ಮೆಚ್ಚುಗೆ-ಅಭಿಮಾನ ಇತ್ತು.

ಕರಾವಳಿ ಸಾಹಿತ್ಯ ಪ್ರತಿಷ್ಠಾನ, ಕುವೆಂಪು ಭಾಷಾ ಭಾರತಿ ಪ್ರಾಧಿಕಾರದ ಪುಸ್ತಕ ಪ್ರಶಸ್ತಿ, ಗೌರವ ಪ್ರಶಸ್ತಿಗಳು, ಕೇರಳ ಸಮಾಜಂ ಪ್ಲಾಟಿನಂ ಜ್ಯುಬಿಲಿಯ ಸಂದರ್ಭದಲ್ಲಿ ರಾಜ್ಯಪಾಲರಿಂದ ಗೌರವ, ಬೆಂಗಳೂರಿನ ಸೆಂಟ್ರಲ್ ಲೈಬ್ರರಿ ಶತಮಾನೋತ್ಸವದ ಸಂದರ್ಭದಲ್ಲಿ ಕರ್ನಾಟಕದ ಸಚಿವರಿಂದ ಸನ್ಮಾನ. ಗಂಗಾಧರನ್ ಅವರು ಅನುವಾದಿಸಿದ ಮೂರು ಕಿರುಗತೆಗಳು ಬೆಂಗಳೂರು ವಿಶ್ವವಿದ್ಯಾಲಯ, ವಿಜಯಪುರ ಅಕ್ಕಮಹಾದೇವಿ ವಿಶ್ವವಿದ್ಯಾಲಯ ಮತ್ತು ಕೇರಳದ ಕನ್ನಡ ಮಾಧ್ಯಮ ೯ನೇ ತರಗತಿಯ ಪಠ್ಯವಾಗಿದೆ.

ಬೆಂಗಳೂರಿನ ಮಂಜುನಾಥನಗರದ ನಿವಾಸಿಯಾಗಿರುವ ಕೆ.ಕೆ. ಗಂಗಾಧರನ್ ಅವರದ್ದು ಪತ್ನಿ ರಾಧಾ, ಮಗ ಶರತ್ ಸೊಸೆ ರೇಣುಕಾ, ಮೊಮ್ಮಗ ಅಗಸ್ತ್ಯ ರನ್ನೊಳಗೊಂಡ ಸುಖೀ ಕುಟುಂಬ. ೭೫ ವರ್ಷದ ಈ ಹಿರಿಯ ಬರೆಹಗಾರರು ಸದಾ ಸುಖ ಶಾಂತಿ ನೆಮ್ಮದಿಯಿಂದ ಇರಲಿ ಎಂದು ಹಾರೈಸೋಣ.

೮೯

ಸಮರ್ಥ ಅನುವಾದಕ

ಜಯಪ್ರಕಾಶ್ ನಾರಾಯಣ್

ಕನ್ನಡ ಸಾಹಿತ್ಯದ ಕಾವ್ಯ, ಕಥೆ, ನಾಟಕ ಕಲೆ ಮೊದಲಾದ ಕ್ಷೇತ್ರಗಳಲ್ಲಿ ಸಾಧನೆ ಮಾಡಿ ಸೈ ಎನ್ನಿಸಿ, ಜನಪ್ರಿಯರಾಗಿರುವ ಹಲವಾರು ಸಾಧಕರಿದ್ದಾರೆ.

ಆದರೆ ಸದಾ ಚಿಂತನಶೀಲವೂ ಕ್ರಿಯಾಶೀಲವೂ ಆದ ಪತ್ರಕರ್ತನ ಮನಸ್ಸು ಹೊಸ ರೀತಿಯ ಆಲೋಚನೆ ಹೊಂದಿ ಮಾಡುವ ಸಾಧನೆಗೆ ಹೆಚ್ಚು ಬೆಲೆ ಇದೆ. ಕನ್ನಡ ಸಾಹಿತ್ಯಕ್ಕೆ ಅನುವಾದ ಜಗತ್ತಿನ ಕೊಡುಗೆ ಬಹಳ ದೊಡ್ಡದು. ಆದರೆ ಅನುವಾದ ಶಾಸ್ತ್ರಸೃಜನಶೀಲವೇ? ಎನ್ನುವುದರ ಬಗ್ಗೆ ಅನೇಕ ವೇಳೆ ಮತ್ತು ಈಗಲೂ ಚರ್ಚೆ ನಡೆಯುತ್ತಿದೆ. ಇಂತಹ ಸಂದರ್ಭದಲ್ಲಿ ಯಾವುದೇ ಅಪೇಕ್ಷೆ, ಪುರಸ್ಕಾರಗಳ ರಿವಾಜಿಗೆ ಒಳಪಡದೆ, ಅನುವಾದದ ಜಗತ್ತಿನ ವಿಸ್ತಾರ ಆಗಬೇಕು ಎನ್ನುವ ಮನೋಧರ್ಮದಿಂದ ಬರೆಯುತ್ತಿರುವವರ ಪೈಕಿ ಜಯಪ್ರಕಾಶ್ ನಾರಾಯಣ್ ಪ್ರಮುಖರು.

ಮೂಲತಃ ಹಾಸನ ಜಿಲ್ಲೆಯ ಚನ್ನರಾಯಪಟ್ಟಣ ತಾಲ್ಲೂಕಿನ ಬೆಳಗುಲಿ ಗ್ರಾಮದವರಾದ ಜಯಪ್ರಕಾಶ್

ನಾರಾಯಣ್ ಅವರ ಮನೆಮಾತು ತಮಿಳು. ತಾಯಿ ಲಕ್ಷ್ಮಿ ತಂದೆ ಶ್ರೀಪತಿ ಅಯ್ಯಂಗಾರ್. ಪ್ರಸ್ತುತ ಬೆಂಗಳೂರಿನ ಸಂಜಯನಗರದಲ್ಲಿ ನೆಲೆಸಿರುವ ಇವರ ಸಾಹಿತ್ಯಸಾಧನೆ ವಿಶಿಷ್ಟವಾಗಿ ಎರಕಹೊಯ್ದಿದೆ.

ಬರೆವಣಿಗೆಯ ಲೋಕಕ್ಕೆ ಅನುವಾದದ ಜೊತೆಗೆ ಲೇಖಕರಾಗಿ ಅನೇಕ ಕೃತಿಗಳನ್ನು ನೀಡುತ್ತಿರುವ ನಮ್ಮ ನಡುವಿನ ಜಯಪ್ರಕಾಶ್ ನಾರಾಯಣ್ ವೃತ್ತಿಯಲ್ಲಿ ಪತ್ರಕರ್ತರಾಗಿ ದಶಕಗಳ ಕಾಲ ಅನುಭವ ಹೊಂದಿದವರು. ಆದರೆ ಪ್ರವೃತ್ತಿಯ ಭಾಗವಾಗಿ ಇವರು ಕನ್ನಡದ ಓದುಗ ಬಾಂಧವರಿಗೆ ಕೊಡಮಾಡಿರುವ ಸಶಕ್ತ ಅನುವಾದದ ಕೃತಿಗಳ ಹಿಂದೆ ಆಸಕ್ತಿ–ಹೊಸತನದ ಹಂಬಲವಿದೆ, ಅನುವಾದ ಕೇವಲ ಅನುಸೃಷ್ಟಿಯಲ್ಲ, ಭಾಷೆಯಿಂದ ಭಾಷೆಗೆ ತರ್ಜುಮೆ ಮಾಡಿದಾಕ್ಷಣ ಅದು ಅನುವಾದವಲ್ಲ ಎನ್ನುವುದನ್ನು ಜಯಪ್ರಕಾಶ್ ನಾರಾಯಣ್ ಬಹಳ ಸಮರ್ಪಕವಾಗಿ ತಿಳಿದವರು. ಹೀಗಾಗಿಯೇ ಅನುವಾದ ಕ್ಷೇತ್ರದ ಬಗ್ಗೆ ಏನೇ ತಾತ್ಸಾರವಿದೆ. ಇಂದಿನ ಆಧುನಿಕ ಬದುಕಿನ ತಾಂತ್ರಿಕ ಜಗತ್ತಿನ ಆಕರ್ಷಣೆಗಳಿದ್ದಾಗ್ಯೂ ಇವರ ಅನುವಾದ ಸಾಹಿತ್ಯ ಕೃಷಿಗೆ ಅನುಭವ ಹಾಗೂ ತಾಜಾತನದ ಸೊಗಸಿದೆ.

ಕೃತಿಯ ಅಂತಃಸತ್ತ್ವ ಇಷ್ಟವಾಗಿ ಮನಸ್ಸಿಗೆ ಹಿಡಿಸಿದರಷ್ಟೇ ಅನುವಾದ ಮಾಡಲು ಸಾಧ್ಯ ಎನ್ನುವುದು ಜಯಪ್ರಕಾಶ್ ನಾರಾಯಣ್ ಅವರ ಬಲವಾದ ನಂಬಿಕೆ. ಈ ಗಟ್ಟಿ ನಂಬಿಕೆಯೇ ಇವರಿಂದ ಬಹಳ ಮೌಲಿಕ ಕೃತಿಗಳನ್ನು ಸಹಭಾಷೆಗಳಿಂದ ನಮ್ಮ ಭಾಷೆಗೆ ಅನುವಾದ ಗೊಳ್ಳುವಂತೆ ಮಾಡಿದೆ. ಈ ಸಾಹಿತ್ಯದ ಸ್ವೀಕರಣ, ಪ್ರಸಾರಣದ ಪಸರಿಸುವ ಸಾಧ್ಯತೆಗಳ ಕಾರಣದಿಂದಾಗಿ ಜಯಪ್ರಕಾಶ್ ನಾರಾಯಣ್ ಅವರ ಅನುವಾದದ ಕೃತಿಗಳ ಭಾವಪ್ರಪಂಚಕ್ಕೆ ಅನನ್ಯತೆ ಇದೆ.

ನಾನು ಮಲಾಲ ಇವರ ಅನುವಾದದ ಪ್ರಪ್ರಥಮ ಕೃತಿ. ಇಂಗ್ಲಿಷ್‌ನ I'm Malala ಎಂಬ ಕೃತಿಯ ಯುವತಿಯ ಸಾಹಸ, ಸೇವೆಯನ್ನು ಅಷ್ಟೇ ಸುಲಲಿತವಾಗಿ, ಆದರೆ ಪರಿಣಾಮಕಾರಿ ಯಾಗಿ ಜಯಪ್ರಕಾಶ್ ನಾರಾಯಣ್ ಕನ್ನಡಕ್ಕೆ ಅನುವಾದಿಸಿದ್ದಾರೆ. ಇದು ಅವರ ಅನುವಾದದ ಶಕ್ತಿ ಹಾಗೂ ಹೆಸರು ತಂದುಕೊಟ್ಟಿ ದ್ದಕ್ಕೆ ನಿದರ್ಶನವಾದ ಕೃತಿ.

ಜಯಪ್ರಕಾಶ್ ನಾರಾಯಣ್ ಅವರ ಎರಡನೇ ಅನುವಾದದ ಕೃತಿ Exodus of Kashmiri pandits ಎನ್ನುವುದರ ಕನ್ನಡ ರೂಪ ಕದಡಿದ ಕಣಿವೆ.

ಭಾರತದ ಪ್ರಖ್ಯಾತ ಸಂಗೀತ ಗಾರ್ತಿ ಭಾರತರತ್ನ ಎಂ.ಎಸ್. ಸುಬ್ಬುಲಕ್ಷ್ಮಿಯವರ ಕುರಿತು ಟಿ.ಜೆ.ಎಸ್. ಜಾರ್ಜ್ ಅವರು ಬರೆದ M.S.A. Life in Music ಕೃತಿಯನ್ನು ಸುಸ್ವರಲಕ್ಷ್ಮಿ ಸುಬ್ಬುಲಕ್ಷ್ಮಿ ಎಂದು ಬಹಳ ಸುಲಭ

ಸಂವಹನದ ಶೈಲಿಯಲ್ಲಿ ಕನ್ನಡಕ್ಕೆ ಅನುವಾದ ಮಾಡಿದ್ದಾರೆ. ವಿಜಯ ಮಲ್ಯ ಅವರ ವೃತ್ತಾಂತ ಸಹ ಜಯಪ್ರಕಾಶ್ ನಾರಾಯಣ್ ಅವರ ಅನುವಾದದ ಮತ್ತೊಂದು ಪ್ರಮುಖ ಕೃತಿ.

ಸ್ನೇಹಿತರ ವಲಯದಲ್ಲಿ ಜೆಪಿ ಎಂದೇ ಕರೆಯಲ್ಪಡುವ ಇವರು ಯಾವುದೇ ಒಂದು ನಿರ್ದಿಷ್ಟ ಲೇಖಕ, ಕೃತಿಗಳಿಗೆ ಜೋತು ಬಿದ್ದವರಲ್ಲ ಎನ್ನುವುದು ಬಹಳ ಮುಖ್ಯ ಮತ್ತು ಸಹನೀಯ ಸಂಗತಿ. ಅನಂತಮೂರ್ತಿಯವರ ಇಂಗ್ಲಿಷ್ ಕೃತಿಯನ್ನು ನನ್ನ ಸಾಹಿತ್ಯದ ಐದು ದಶಕಗಳು ಎಂದು ಕನ್ನಡದಲ್ಲಿ ಅನುವಾದಿಸಿರುವ ಜೆಪಿಯವರು ಸ್ಯಾಮ್ ಪಿತ್ರೋಡ ಅವರ Dreaming Big My journey to Connect India ಎಂಬ ಆತ್ಮಕಥನವನ್ನೂ ಕನ್ನಡಕ್ಕೆ ಭಾರತದ ಬೆಸುಗೆ ಎಂದೂ, ಓಂ ಸ್ವಾಮಿ ಅವರ ಇಂಗ್ಲಿಷ್ ಕೃತಿಯನ್ನು ಸಾಫ್ಟ್‌ವೇರ್ ನಿಂದ ಸಾಕ್ಷಾತ್ಕಾರದೆಡೆಗೆ ಎಂದು ಅನುವಾದಿಸಿದ್ದಾರೆ. ಕ್ಯಾಪಿಟಲಿಸಂ ಇಲ್ಲದೆ ಸೋಶಿಯಲಿಸಂ ಇಲ್ಲ, ಶಿಕ್ಷಣ ಕ್ರಾಂತಿಗೆ ಆಹ್ವಾನ ಇದು ಓಶೋ ಅವರ ಕೃತಿಗಳ ಅನುವಾದ ವಾದರೆ, ಕಾಲ ಅಲ್ಲಿರಲಿಲ್ಲ, ದೇಶ ಅಲ್ಲಿರಲಿಲ್ಲ ಕೃತಿಯು ಲಿಯೋ ಟಾಲ್ ಸ್ಟಾಯ್ ಅವರ ಕೃತಿಯ ಅನುವಾದವಾಗಿದೆ. ಉದ್ಯಮ ಲೋಕದ ದಂತಕತೆ–ಧೀರೂಭಾಯಿ ಅಂಬಾನಿ, ಪ್ರಾಣ ಉಳಿಸಿದ ಪುಣ್ಯಕೋಟಿ, ಪರ್ವಕಾಲದ ಪುರುಷೋತ್ತಮ–ಪಿ.ವಿ.ಎನ್. ಸಾವರ್ಕರ್ ಹಿಂದುತ್ವದ ಜನಕನ ನಿಜ ಕಥೆ, ಶ್ಯಾಮಪ್ರಸಾದ್ ಮುಖರ್ಜಿ ಯವರ ಸಮಗ್ರ ಜೀವನ ಚರಿತ್ರೆ, ಎದ್ದೇಳು ಹಿಂದೂಸ್ಥಾನ, ಗಂಡು ಜೀವ ಹೆಣ್ಣು ಭಾವ, ಕ್ಯಾಪ್ಟನ್ ಗೋಪಿನಾಥ್, ಕಿರಣ್ ಬೇಡಿ ಕನ್ನಡದ ಓದುಗರ ಮನಸ್ಸನ್ನು ಸೆಳೆಯುವಂಥ ಅನುವಾದದ ಕೃತಿಗಳು. ಜಯಶಂಕರ್ ಅವರ The India Wat: Strategies for an Uncertain World

ಬಲಿಷ್ಠ ಭಾರತ ನಮ್ಮ ಹಿತ ನಮ್ಮ ಪಥ, (ಇದು ಭಾರತದ ವಿದೇಶಾಂಗ ನೀತಿಯ ಬಗ್ಗೆ ಬಂದಿರುವ ಪೂರ್ಣಪ್ರಮಾಣದ ಕೃತಿಯ ಉತ್ತಮ ಅನುವಾದಿತ ಕೃತಿ)ಹಾಗೆಯೇ ಛತ್ರಪತಿ ಶಿವಾಜಿಯ ಕುರಿತ ವೈಭವ್ ಪುರಂಧರೆಯವರ ಇಂಗ್ಲಿಷ್ ಕೃತಿಯನ್ನು ಜೆಪಿ ಅವರು ಭಾರತದ ಅಪ್ರತಿಮ ಕ್ಷಾತ್ರ ಚೈತನ್ಯ ಎಂದು ಕನ್ನಡಕ್ಕೆ ಅನುವಾದ ಮಾಡಿದ್ದಾರೆ.

ಕುವೆಂಪು ಭಾಷಾ ಭಾರತಿ ಪ್ರಾಧಿಕಾರದಿಂದ ಎರಡು ಸಲ ಉತ್ತಮ ಅನುವಾದಕ ಪ್ರಶಸ್ತಿ, ಬಾಲುರಾವ್ ಸ್ಮಾರಕ ಪ್ರಶಸ್ತಿ ಪಡೆದಿರುವ ಜೆಪಿ ಅನುವಾದವನ್ನು ಹೊರತುಪಡಿಸಿ, ಹೃದಯದ ಸಹಜ ತರಂಗ, ಜೀವ ಜೀವದ ನಂಟು–೧–೨, ನನ್ನ ಬದುಕು ನನ್ನ ಫೋಟೋಗ್ರಫಿ ಎಂಬ ಕೆ.ಜಿ. ಸೋಮಶೇಖರ್ ಅವರ ಜೀವನಚರಿತ್ರೆಯನ್ನೂ ರಚಿಸಿದ್ದಾರೆ.

ಪತ್ರಕರ್ತರಾಗಿ ಕನ್ನಡಪ್ರಭ, ಪ್ರಜಾವಾಣಿ, ವಿಜಯ ಕರ್ನಾಟಕ ದಿನಪತ್ರಿಕೆಗಳಲ್ಲಿ ಎರಡು ದಶಕದ ಕಾಲ ಸೇವೆ ಸಲ್ಲಿಸಿರುವ ಜಯಪ್ರಕಾಶ್ ನಾರಾಯಣ್ ನಮ್ಮ ಈ ಸಮಕಾಲೀನ ಕನ್ನಡ ಜಗತ್ತಿನ ನಂಬಿಕೆಯ ಪಥಿಕ. ಇಂಥ ನಗುಮೊಗದ ಎಚ್ಚರದ ಮನಸ್ಥಿತಿಯ ಜಯಪ್ರಕಾಶ್ ನಾರಾಯಣ್ ಅವರಿಂದ ಕನ್ನಡ ಭಾಷೆ, ಸಾಹಿತ್ಯ ಮತ್ತಷ್ಟು ಶ್ರೀಮಂತವಾಗಲಿ ಎಂದು ಆಶಿಸೋಣ.

೬೦

ಬಹು ಕಲೆಗಳ ಸವ್ಯಸಾಚಿ

ಡಾ. ನಾ. ದಾಮೋದರ ಶೆಟ್ಟಿ

ಶಿಕ್ಷಣ, ಸಾಹಿತ್ಯ, ಸಂಸ್ಕೃತಿ, ರಂಗಭೂಮಿ, ಹೀಗೆ ಹತ್ತು ಹಲವು ಮಜಲುಗಳಲ್ಲಿ ತಮ್ಮ ಸೃಜನಶೀಲತೆಯ ಹರಹಿನ ಸಾಧನೆಗಳನ್ನು ಮಾಡಿರುವ ವರು ಡಾ. ನಾ. ದಾಮೋದರ ಶೆಟ್ಟಿ. ಪ್ರಾಧ್ಯಾಪಕ, ರಂಗ ಕಲಾವಿದ, ಯಕ್ಷಗಾನ ಪಟು, ಸಾಹಿತಿ, ನಾಟಕಕಾರ, ಕಾದಂಬರಿಕಾರ, ಅನುವಾದಕ, ನಟ, ಸಾಂಸ್ಕೃತಿಕ ಸತ್ತ್ವದ, ಸಾಹಿತ್ಯ ಕಲೆಗಳ ವಿಮರ್ಶಾ ಸಾರವನ್ನು ಹೀರಿ ಬೆಳೆದ ಮಹಾ ಚೈತನ್ಯಶೀಲರು ಡಾ. ನಾ. ದಾಮೋದರ ಶೆಟ್ಟಿ.

ವೃತ್ತಿಯಲ್ಲಿ ಪ್ರೊಫೆಸರ್ ಆಗಿ ಮಂಗಳೂರಿನ ಸಂತ ಅಲೋಶಿಯಸ್ ಕಾಲೇಜಿನಲ್ಲಿ ಕನ್ನಡ ವಿಭಾಗದಲ್ಲಿ ೩೬ ವರ್ಷಗಳ ಕಾಲ ಸೇವೆ ಸಲ್ಲಿಸಿ ಈಗ ಬೆಂಗಳೂರಿನಲ್ಲಿ ನೆಲೆಸಿರುವ ದಾಮೋದರ ಶೆಟ್ಟಿಯವರದ್ದು ಸರ್ವಾಂಗೀಣವಾಗಿ ತೆರೆದಿಟ್ಟ ಪ್ರತಿಭೆ.

ಆಡು ಮುಟ್ಟದ ಸೊಪ್ಪಿಲ್ಲ ಎನ್ನುವುದರ ಅನ್ವರ್ಥ ಸಾಧಕರಾದ ದಾಮೋದರ ಶೆಟ್ಟಿಯವರು ಮುದ್ದಣನ ಶಬ್ದ

ಪ್ರತಿಭೆ ಎಂಬ ಮಹಾಪ್ರಬಂಧಕ್ಕೆ ಪಿಎಚ್.ಡಿ. ಪದವಿಯನ್ನು ಪಡೆದರು. ಹೊಸಗನ್ನಡದ ಸಾಹಿತ್ಯದ ಅಭ್ಯಾಸಿಗಳಿಗೆ ಈ ಮಹಾಪ್ರಬಂಧ ಬಹಳ ಉಪಯುಕ್ತ ಹಾಗೂ ಮಹತ್ತ್ವದ ಆಕರ ಗ್ರಂಥವಾಗಿದೆ. ಮಲೆಯಾಳಂ ಮಾತೃಭಾಷೆಯ ಡಾ. ದಾಮೋದರ ಶೆಟ್ಟಿಯವರ ಸಾಧನೆ ವಿರಾಟ್ ಸ್ವರೂಪದ್ದು.

ಒಡೆದ ಮುತ್ತುಗಳು, ನಮ್ಮ ನಾಡು, ಇಂಗ್ಲೆಂಡ್ ಕವನಗಳು, ಹಾಡು ಮನವೇ ಹಾಡು ತಟ್ಟಿಯೊಳಗಿನ ಜೀವ ಎಂಬ ಕವನಸಂಕಲನಗಳ ಈ ಕವಿ ಸ್ವತಂತ್ರ ನಾಟಕಗಳನ್ನೂ ರಚಿಸಿದ್ದಾರೆ. ಅರ್ಪಣೆ, ಪ್ರಜೆ, ಸಿರಿ ಇವುಗಳು ನಾಟಕಗಳಾದರೆ, ಸುಳುವಿನೊಳಗೆ, ಸರದಿ, ಗೆರೆ ಇವರ ಕಾದಂಬರಿಗಳಾಗಿವೆ.

ಡಿ.ಕೆ ಚೌಟ ಅವರ ಮೂರು ಹೆಜ್ಜೆ ಮೂರು ಲೋಕ ಎಂಬ ನಾಟಕವನ್ನು ತುಳುವಿನಿಂದ ಕನ್ನಡಕ್ಕೆ ಅನುವಾದ ಮಾಡಿದ್ದ ಈ ನಾಟಕವು ಮಂಗಳೂರು ವಿಶ್ವವಿದ್ಯಾನಿಲಯದ ಬಿ.ಕಾಮ್. ಪದವಿ ವಿದ್ಯಾರ್ಥಿಗಳಿಗೆ ಪಠ್ಯವೂ ಆಗಿತ್ತು. ಮಲೆಯಾಳಂ ಭಾಷೆಯಿಂದ ಅನೇಕ ಕೃತಿಗಳನ್ನು ಕನ್ನಡಕ್ಕೆ ಅನುವಾದ ಮಾಡಿ ಈ ಎರಡೂ ಭಾಷೆಗಳ ಸಾಹಿತ್ಯದ ವಿನಿಮಯಕ್ಕೆ ಅವಕಾಶ ಒದಗಿಸಿದ ಮಹತ್ಸಾಧನೆ ದಾಮೋದರ ಶೆಟ್ಟಿಯವರದ್ದು.

ಭತ್ತದ ಕಾಳುಗಳು, ಕರಿಯ ದೇವರ ಹುಡುಕಿ, ಸಾಕ್ಷಾತ್ಕಾರ, ಭರತವಾಕ್ಯ ಎಂಬ ಮಲೆಯಾಳಂ ನಾಟಕಗಳನ್ನು ಕನ್ನಡಕ್ಕೆ ಅನುವಾದಿಸಿರುವ ದಾಮೋದರ ಶೆಟ್ಟಿಯವರು ಒಳ್ಳೆಯ ಕವಿಯೂ ಹೌದು. ನಮ್ಮ ನಾಡು, ನಿರ್ಮಾಪಕರು, ಜಾಗರೂಕ ರಾಗ, ಜನದನಿ, ಮನ ತೆರೆ, ನಾದಭಾವ ಎಂಬ ಸ್ವರಚಿತ ಹಾಡುಗಳ ಸಿ.ಡಿ.ಯನ್ನೂ ಹೊರತಂದಿದ್ದಾರೆ.

ಅಶ್ವತ್ಥಾಮ, ಬಾಲ್ಯದ ನೆನಪುಗಳು, ದೇವರ ವಿಕರಾಳಗಳು, ಮಹಾಕವಿ ಶಂಕರ ಕುರುಪ್ ಬದುಕು ಬರೆಹ, ಕೋಚರೆತ್ತಿ (ಕಾದಂಬರಿ) ಕಂಪನ ಮಾಪಕಗಳೇ ವಂದನೆ ಎಂಬ ಕಾದಂಬರಿ, ತ್ರಿಕೋಟ್ಟೂರ್ ನೀಳ್ಗತೆಗಳು, ಒ.ಎನ್.ವಿ. ಕುರುಪ್ ಅವರ ಕವನಸಂಕಲನ ಪುರಾತನ ಕಿನ್ನರಿ ಯನ್ನು ಅನುವಾದದ ಮೂಲಕ ಕನ್ನಡ ಮಲೆಯಾಳಂನ ಪೂರಕ ಬಾಂಧವ್ಯಕ್ಕೆ ದಾಮೋದರ ಶೆಟ್ಟಿಯವರು ಸೇತುವಾಗಿದ್ದಾರೆ.

ರಂಗ ನಿಮಿತ್ತ, ರಂಗ ಚಿತ್ರರಂಗ, ಮೇಲೋಗರ, ಸಿರಿನಿವಾಸ, ಸ್ವಾತಂತ್ರ್ಯದ ಸ್ವರ್ಣ ಹೆಜ್ಜೆ, ಕರಾವಳಿ ಕಮ್ಮೆನ, ಇವರ ಅನನ್ಯ ಸಾಹಿತ್ಯ ಕೃಷಿ ರಾಶಿಯ ಗುಣಾತ್ಮಕ ಕೃತಿಗಳಾಗಿವೆ. ಡಾ. ನಾ. ದಾಮೋದರ ಶೆಟ್ಟಿ ಯವರದ್ದು ಸಲೀಸಾಗಿ ಎಲ್ಲವನ್ನೂ ದಕ್ಕಿಸಿಕೊಂಡ, ಹದಗೊಂಡ ಪ್ರತಿಭಾಜನ್ಯತೆ. ಚಲನಶೀಲತೆ ಎನ್ನುವುದರ ಮೂರ್ತರೂಪವಾಗಿ ಇವರ ಕಾರ್ಯಬಾಹುಳ್ಯ ಸೀಮೋಲ್ಲಂಘನ ಮಾಡಿದೆ. ಇಂತಹ ಅಸಾಧಾರಣವಾದ ಸೃಷ್ಟಿಶೀಲ ಸಾಮರ್ಥ್ಯದ ಮೂಲಕ

ಕನ್ನಡದ ಬರೆಹದ ಜಗತ್ತನ್ನು ನೋಡುವ ಶೆಟ್ಟಿಯ ವರು ಉತ್ತಮ ಕಲಾವಿದರೂ ಹೌದು.

ರಾಷ್ಟ್ರಪ್ರಶಸ್ತಿ ವಿಜೇತ ಚಲನ ಚಿತ್ರಗಳಾದ ಮುನ್ನುಡಿ, ಹಸೀನಾ ಅಲ್ಲದೆ, ಸಾಗರದೀಪ, ಇಷ್ಟಕಾಮ್ಯ ಚಿತ್ರಗಳಲ್ಲೂ ನಟಿಸಿರುವ ಶೆಟ್ಟಿಯವರು ಆಡೂರು ಗೋಪಾಲಕೃಷ್ಣನ್ ಅವರ ವಿಧೇಯನ್ ಚಿತ್ರಕ್ಕೆ ಸಹಾಯಕ ನಿರ್ದೇಶಕರಾಗಿ ಕೆಲಸ ಮಾಡಿದ್ದಾರೆ. ಕನ್ನಡದ ಹಲವು ಚಲನಚಿತ್ರಗಳಿಗೆ ಸಾಹಿತ್ಯ, ಸಂಭಾಷಣೆ, ಹಾಡುಗಳನ್ನು ಬರೆದಿರುವ ದಾಮೋದರ ಶೆಟ್ಟಿಯವರು ನಾಡಿನ ಸಮಗ್ರ ಸಾಹಿತ್ಯ ಸೃಜನೆಯ ದ್ಯೋತಕ.

ಪೇಜಾವರ ಸದಾಶಿವರಾಯರು ನಾರಾಯಣ ಗುರು, ಕೆ.ಎನ್. ಟೇಲರ್, ಶಂಕರ ಕುರುಪ್, ಅಮೃತ ಸೋಮೇಶ್ವರ, ಮುದ್ದಣ, ಕೆ.ವಿ. ಸುಬ್ಬಣ್ಣ, ಇಂಥ ಮಹನೀಯರ ವ್ಯಕ್ತಿಚಿತ್ರಗಳನ್ನೂ ಬರೆದಿರುವ ಇವರು ಅನೇಕ ಸಲ ವಿದೇಶಗಳಿಗೆ ಹೋಗಿ ಅಲ್ಲಿನ ಅನುಭವಗಳ ಎಳೆಗಳ ಆಧಾರದಲ್ಲಿ ಅನೇಕ ಪ್ರವಾಸೀ ಕೃತಿಗಳನ್ನೂ ಕನ್ನಡದಲ್ಲಿ ರಚಿಸಿದ್ದಾರೆ.

ಮತ್ತದೇ ಇವರ ಸಣ್ಣ ಕಥಾಸಂಕಲನ. ಸಾಹಿತ್ಯ ಸಂಘಟನೆ, ರಂಗ ಶಿಬಿರಗಳನ್ನು ಏರ್ಪಾಟು, ಯಕ್ಷಗಾನದ ಅರಿವು ಮೂಡಿಸುವಲ್ಲಿ ನಲವತ್ತು ವರ್ಷಗಳ ಸುದೀರ್ಘ ಅನುಭವ ಹೊಂದಿರುವ ಶೆಟ್ಟಿಯವರು ಈ ನಾಡಿನ ಬಹುಮೂಲ್ಯ ಸಾಹಿತ್ಯ ಸಂಸ್ಕೃತಿಗಳ ಅಚ್ಚುಕಟ್ಟಾದ ಸಂಯಮದ ಶಕ್ತಿ.

ಸರಸಮ್ಮನ ಸಮಾಧಿ, ಜೀವನ್ಮುಖಿ, ನಿತ್ಯೋತ್ಸವ ಎಂಬ ಹಿರಿ ಧಾರಾವಾಹಿಗಳಲ್ಲಿ ಸಹ ಇವರು ಅಭಿನಯಿಸಿದ್ದಾರೆ.

ಅನೇಕ ಪಠ್ಯಪುಸ್ತಕ ಸಮಿತಿಗಳ ವಿವಿಧ ಸ್ಥಾನಮಾನಗಳಲ್ಲಿ ದಾಮೋದರ ಶೆಟ್ಟಿಯವರ ಪರಿಶ್ರಮವಿದೆ.

ವಿಶಾಲವಾದ, ವೈವಿಧ್ಯಮಯ ಸೇವೆಗೆ ಪ್ರತಿಷ್ಠಿತ ಪ್ರಶಸ್ತಿ ಪುರಸ್ಕಾರ, ಗೌರವಗಳು ಸಂದಿವೆ. ಕಾಸರಗೋಡಿನ ಜಿಲ್ಲಾ ಕನ್ನಡ ಸಾಹಿತ್ಯ ಸಮ್ಮೇಳನದ ಅಧ್ಯಕ್ಷತೆ, ಕೋಚರೆತ್ತಿ ಕಾದಂಬರಿಗೆ ಕೇಂದ್ರ ಸಾಹಿತ್ಯ ಅಕಾಡೆಮಿ ಪ್ರಶಸ್ತಿ, ದೇವರ ವಿಕರಾಳಗಳು ಅನುವಾದಿತ ಕೃತಿಗೆ ಕುವೆಂಪು ಭಾಷಾಭಾರತಿ,

ಭಾಷಾ ಸಮ್ಮಾನ್, ಕರ್ನಾಟಕ ಸಾಹಿತ್ಯ ಅಕಾಡೆಮಿ ಪ್ರಶಸ್ತಿ ಅಲ್ಲದೆ ಇವರ ಸಾಹಿತ್ಯದ ಹಲವು ಪ್ರಕಾರಗಳ ಸಾಧನೆಗೆ ಏರ್ಯಬೀಡು, ಬೆಳ್ಳೆ ಉಪಾಧ್ಯಾಯ ಪ್ರಶಸ್ತಿಗಳೂ ಸೇರಿದಂತೆ ಅನೇಕ ಗೌರವಗಳನ್ನು ದಾಮೋದರ ಶೆಟ್ಟಿಯವರು ಪಡೆದಿದ್ದಾರೆ.

ಮಲೆಯಾಳಂ ಮಾತೃಭಾಷಿಕ ಕುಟುಂಬದಲ್ಲಿ ಜನಿಸಿ ಕನ್ನಡಕ್ಕೆ, ಸಾಹಿತ್ಯ ಸಂಸ್ಕೃತಿಯ ಕ್ಷೇತ್ರಕ್ಕೆ ಡಾ. ದಾಮೋದರ ಶೆಟ್ಟಿಯವರು ನೀಡಿರುವ ಅಗಾಧ ಕೊಡುಗೆಗಳು ಅಸಂಖ್ಯ.

ನಮ್ಮ ನಾಡು ನಾಡಿನ ಜನರು ಇಂತಹ ಮಹನೀಯರ ಬಗ್ಗೆ ವ್ಯಾಪಕವಾಗಿ ಅರಿತು ಮುನ್ನಡೆಯ ಬೇಕಾಗಿದೆ.

ಭಾಷಿಕ ಪರಿಸರದ ಅನ್ಯೋನ್ಯ ಬಂಧಕ್ಕೆ, ಅನನ್ಯ ಸ್ಪಂದನಶೀಲ ಬರೆಹಗಳಿಗೆ ಹೊಸ ಶಕ್ತಿ ಸಂಚಯಿಸಿದ ದಾಮೋದರ ಶೆಟ್ಟಿಯವರ ಸರ್ವತ್ರ ಪ್ರತಿಭಾ ಸಂಪತ್ತಿಗೆ ನಮ್ಮೆಲ್ಲರಿಗೂ ಸದಾ ಹೆಮ್ಮೆ ಇರಲಿ.

೯೧

ಕನ್ನಡದ ತುಡಿತ ಮಿಡಿತಗಳ ಸಾರ್ಥಕ ಸಹೃದಯಿ

ಲಕ್ಷ್ಮೀಕಾಂತ್

ಹುಟ್ಟಿದ ಕುಟುಂಬದ ಭಾಷೆ ಬೇರೆ, ವೃತ್ತಿಬದುಕನ್ನು ಸಾಗಿಸುತ್ತಿದ್ದ ದೇಶ ಬೇರೆ ಆಗಿದ್ದರೂ ಪ್ರತಿ ದಿನ ಪ್ರತಿಕ್ಷಣ ಆಲೋಚಿಸಿದ್ದು ಕನ್ನಡದ ಬಗ್ಗೆ. ಇಂತಹ ಅಚ್ಚಗನ್ನಡದ ನುಡಿಸೇವಕ ಲಕ್ಷ್ಮಿಕಾಂತ್.

ಬೆಂಗಳೂರಿನಲ್ಲಿ ೧೯೭೧ರಲ್ಲಿ ಜನಿಸಿದ ಲಕ್ಷ್ಮೀಕಾಂತ್ ಅವರ ಕುಟುಂಬದ ಭಾಷೆ ತೆಲುಗು. ಆದರೆ ಬಾಲ್ಯದಿಂದಲೂ ಲಕ್ಷ್ಮೀಕಾಂತ್ ಕೈಗಳು ಕನ್ನಡದಲ್ಲಿ ಹಾಡುಗಳನ್ನು ಬರೆಯುತ್ತಾ ಮನಸ್ಸಿಗೆ ತೋಚಿದ ರಾಗ ಹಾಕಿ ಗುನುಗಿಕೊಳ್ಳುತ್ತಿದ್ದರು. ಈ ಬಗೆಯ ಕನ್ನಡತನದ ಒಲವು ಇವರ ತಾತ ಮುನಿಸ್ವಾಮಯ್ಯನವರು ಗುಬ್ಬಿ ಕಂಪನಿಯ ಕಲಾವಿದರಾಗಿ ಹಾರ್ಮೋನಿಯಂ ವಾದನದಲ್ಲಿ ಹೆಸರಾಗಿದ್ದವರು. ಲಕ್ಷ್ಮೀಕಾಂತ್ ಅವರು ಕನ್ನಡಾಭಿಮಾನಿ ಆಗಲು ಇದೂ ಸಹ ಪೂರಕ ಕಾರಣ ಎನ್ನಬಹುದು.

ಪ್ರೌಢಶಾಲಾ, ಕಾಲೇಜು ಶಿಕ್ಷಣ ಮುಗಿಸಿ ಇಂಜಿನಿಯರಿಂಗ್ ವ್ಯಾಸಂಗ ಮಾಡಿ ಕೆಲಕಾಲ ಬೆಂಗಳೂರಿನಲ್ಲಿ

ಕೆಲಸ ಮಾಡಿದ ಲಕ್ಷ್ಮೀಕಾಂತ್ ಅವರಿಗೆ ೧೯೯೮ರಲ್ಲಿ ಅಮೇರಿಕಕ್ಕೆ ಹೋಗುವ ಅವಕಾಶ ದೊರೆಯಿತು. ಅಮೆರಿಕದ ಪುಟ್ಟ ಊರೊಂದರಲ್ಲಿ ವಾಸ್ತವ್ಯ ಹೂಡಿದ್ದ ಇವರಿಗೆ ಅಲ್ಲಿದ್ದ ಕನ್ನಡಿಗರಿಗಾಗಿ ಮಹತ್ತ್ವದ ಕೊಡುಗೆ ನೀಡಬೇಕೆಂದು ಅನ್ನಿಸಿತ್ತು. ತತ್ಫಲವಾಗಿ ಲಕ್ಷ್ಮೀಕಾಂತ್ ಅಮೇರಿಕಾದ ಕನ್ನಡಿಗರಿಗಾಗಿ ಭಾರತದಿಂದ ಅಮೂಲ್ಯವಾದ ಕನ್ನಡ ಪುಸ್ತಕಗಳನ್ನು ಕೊಂಡು ಅವರಿಗೆ ತಲುಪಿಸುವ ಕೆಲಸ ಮಾಡಿದರು. ಆದರೂ ಅಲ್ಲಿಯ ಕನ್ನಡ ಪುಸ್ತಕಗಳ ಅಂಗಡಿಯಲ್ಲಿ ಕನ್ನಡದ ಓದುಗರ ಸಂಖ್ಯೆ ವಿರಳವಾದಾಗ ಯಾರೂ ಏನೂ ಮಾಡುತ್ತಿಲ್ಲ ಎಂದು ಸುಮ್ಮನೆ ಇರುವುದರ ಬದಲು ತಾವೇ ಏಕೆ ಹೊಸ ಯತ್ನಕ್ಕೆ ಕೈ ಹಾಕಬಾರದೆಂಬ ಇವರ ಆಲೋಚನೆ ೨೦೦೧ರಲ್ಲಿ ಟೋಟಲ್ ಕನ್ನಡ ಎಂಬ ಹೊಸ ಯೋಜನೆಗೆ ಚಾಲನೆ ದೊರಕಿತು. ೨೦೦೧ರ ನವೆಂಬರ್ ೧ರ ಕನ್ನಡ ರಾಜ್ಯೋತ್ಸವದಂದೇ ಇದು ಆರಂಭವಾಯಿತು. ಆದರೂ ಸದಾ ಕನ್ನಡಕ್ಕಾಗಿಯೇ ತುಡಿಯುತ್ತಿದ್ದ ಲಕ್ಷ್ಮೀಕಾಂತ್ ಅಮೆರಿಕಾದಲ್ಲಿ ತಮಗೆ ಕೈತುಂಬ ಸಿಗುತ್ತಿದ್ದ ಸಂಬಳವನ್ನೂ ಸಾಫ್ಟ್‌ವೇರ್ ಇಂಜಿನಿಯರ್ ಕೆಲಸವನ್ನೂ ಬಿಟ್ಟು ೨೦೦೬ರಲ್ಲಿ ಭಾರತಕ್ಕೆ ಮರಳಲು ನಿರ್ಧರಿಸಿದರು.

ವಿದೇಶದಲ್ಲಿ ಒಳ್ಳೆಯ ಕೆಲಸ, ಸಂಬಳ ಸವಲತ್ತುಗಳಿರುವಾಗ ಭಾರತಕ್ಕೆ ಬಂದು ಕನ್ನಡದ ಕೆಲಸಕ್ಕೆ ಮನಸ್ಸು ಮಾಡುವ ಇವರ ನಿರ್ಧಾರಕ್ಕೆ ಲಕ್ಷ್ಮೀಕಾಂತರ ತಾಯಿ ತಂದೆ ಪತ್ನಿಯಾದಿಯಾಗಿ ಚಕಾರ ಎತ್ತಿದುದು ಸಹಜವೇ ಆಗಿತ್ತು. ಆದರೆ ತಮ್ಮ ದೃಢ ನಿರ್ಧಾರದಿಂದ ಹಿಮ್ಮೆಟ್ಟಲು ಒಪ್ಪದ ಲಕ್ಷ್ಮೀಕಾಂತ್ ಹಣ ಸಿಗುತ್ತಿದ್ದ ಲಕ್ಷ್ಮಿಪ್ರಪಂಚಕ್ಕಿಂತ ಕನ್ನಡ, ಮತ್ತು ಪುಸ್ತಕಗಳ ಸರಸ್ವತೀ ಸೇವೆಗೆ ದೈಹಿಕವಾಗಿ ಮಾನಸಿಕವಾಗಿ ಸಿದ್ಧವಾಗಿ ಆಗಿತ್ತು. ಹಾಗಾಗಿ ಎಷ್ಟೇ ಅಭ್ಯಂತರಗಳು ಎದುರಾದರೂ ಪಟ್ಟು ಸಡಿಲಿಸದೆ ಅಭಿಯಂತರ ವೃತ್ತಿಯನ್ನು ತ್ಯಜಿಸಿ, ಭಾರತಕ್ಕೆ ಬಂದು ಬೆಂಗಳೂರಿನ ಜಯನಗರದ ೪ನೇ ಬ್ಲಾಕ್‌ನಲ್ಲಿ ೨೦೦೬ರ ವರ್ಷದಲ್ಲಿ ಟೋಟಲ್ ಕನ್ನಡ ಪುಸ್ತಕ ಮಳಿಗೆಯನ್ನು ಆರಂಭಿಸಿದ ಸಾಹಸಿ ಲಕ್ಷ್ಮೀಕಾಂತ್ ಪೂರ್ಣಪ್ರಮಾಣದ ಕನ್ನಡದ ನುಡಿಪ್ರೇಮಿ. ೨೦೦೭ರಲ್ಲಿ ಸಂಚಾರಿ ಮಳಿಗೆಯನ್ನು ಆರಂಭಿಸಿದ ಇವರು ಪುಸ್ತಕ ಖರೀದಿಸಲು ಬಯಸುವ ಗ್ರಾಹಕರಿಗೆ ಕೊಳ್ಳುವ ಪುಸ್ತಕಗಳ, ಕೃತಿಗಳ ಪರಿಚಯ ಮಹತ್ತ್ವವನ್ನೂ ಹೇಳುವ ಪರಿಣಾಮಕಾರೀ ಪರಿಚಾರಿಕೆಯನ್ನು ಲಕ್ಷ್ಮೀಕಾಂತ್ ಈಗಲೂ ಮಾಡುತ್ತಿದ್ದಾರೆ. ಆನ್ ಲೈನ್ ಮುಖೇನ ಕನ್ನಡ ಕೃತಿಗಳ ಮಾರಾಟವನ್ನು ತಮ್ಮ ಟೋಟಲ್ ಕನ್ನಡದ ಮೂಲಕ ಆರಂಭಿಸಿದ ಮೊದಲಿಗರಾದ ಲಕ್ಷ್ಮೀಕಾಂತ್ ಅವರಿಗೆ ಇವರ ಪುಸ್ತಕದ ಮಳಿಗೆಗೆ ಟೋಟಲ್ ಕನ್ನಡ ಎಂಬ ಹೆಸರೇಕೆ ಎಂಬ ಪ್ರಶ್ನೆಗಳೂ ಕೇಳಬಂದವು. ಆದರೆ ಇದಕ್ಕೆ

ಲಕ್ಷ್ಮೀಕಾಂತ್ ಅವರ ಬಳಿ ಸುಸ್ಪಷ್ಟ ಉತ್ತರವಿತ್ತು. ಕನ್ನಡದ ಕೃತಿಗಳನ್ನೂ, ಇತರ ಭಾಷೆಗಳ ಕೃತಿಗಳನ್ನೂ ರಾಜ್ಯದ, ದೇಶದ ಮೂಲೆಮೂಲೆಗಳಿಗೂ ರವಾನಿಸುವ ವಾಹಕದ ಸಂಕೇತವಾಗಿ ಪ್ರಜ್ಞಾಪೂರ್ವಕವಾಗಿಯೇ ಇವರು ಈ ಹೆಸರನ್ನು ಇರಿಸಿದ್ದನ್ನು ವಿವರಿಸಿದರು.

ಟೋಟಲ್ ಕನ್ನಡ ಪ್ರಕಾಶನ ಸಂಸ್ಥೆಯೂ ಆಗಿ ಅನೇಕ ಮೌಲಿಕ ಕೃತಿಗಳನ್ನು ಹೊರತಂದಿರುವುದು ಲಕ್ಷ್ಮೀಕಾಂತ್ ಅವರ ಮತ್ತೊಂದು ದಿಟ್ಟ ಹೆಜ್ಜೆ. ವಿದೇಶಿಯರಲ್ಲಿ ಇರುವ ಸ್ವಚ್ಛತಾ ಪ್ರಜ್ಞೆಯನ್ನು ಇಷ್ಟಪಟ್ಟ ಲಕ್ಷ್ಮೀಕಾಂತ್ ಅಟಜಚಿಟಿ ಖಟಿಜುಚಿ ಎಂಬ ಸಂಸ್ಥೆಯನ್ನೂ ಸ್ಥಾಪಿಸಿದರು. ಸಾವಿರಾರು ಭಕ್ತಿಗೀತೆ ಜನಪದ ಗೀತೆ, ಧಾರ್ಮಿಕ ವಿಜ್ಞಾನ, ಸಾಮಾಜಿಕ ಆರ್ಥಿಕ ಸಂಬಂಧಿತ ಮೌಲ್ಯಯುತ ಕೃತಿಗಳು ಟೋಟಲ್ ಕನ್ನಡ ಮಳಿಗೆಯಲ್ಲಿ ಲಭ್ಯ. ಶಂಕರನಾಗ್ ಅವರ ನಿಧನಾನಂತರ ಆ ನೋವಿನ ಫಲವಾಗಿ ಅನಂತನಾಗ್ ಅವರು ಬರೆದ ನನ್ನ ತಮ್ಮ ಶಂಕರ ಲಂಕೇಶ್ ಪತ್ರಿಕೆಯಲ್ಲಿ ಪ್ರಕಟವಾಗಿತ್ತು. ಆದರೆ ಬಹುವರ್ಷಗಳ ನಂತರ ಅದನ್ನು ಮರುಮುದ್ರಣ ಮಾಡಲು ಮುಂದಾದವರು ಲಕ್ಷ್ಮೀಕಾಂತ್.

ಟೋಟಲ್ ಕನ್ನಡ ವಾಹಿನಿಯ ಮತ್ತೊಂದು ಗಮನಾರ್ಹ ಕೆಲಸವೆಂದರೆ ಸಿನಿಮಾ ಸಾಹಿತ್ಯ ಕಲಾವಿದರ ಬಗೆಗಿನ ಆಸಕ್ತಿಕರ ಸಂಗತಿಗಳನ್ನು ಸಾಧನೆಗಳನ್ನು ವೀಕ್ಷಕರಿಗೆ ತಿಳಿಸಲು ಬಹಳ ವೈಶಿಷ್ಟ್ಯ ಪೂರ್ಣ ಸರಣಿ ಕಾರ್ಯಕ್ರಮಗಳನ್ನು ಮಾಡಿದ ಕ್ರಮ. ಡಾ. ರಾಜಕುಮಾರ್, ಕಲ್ಯಾಣ್ ಕುಮಾರ್, ಉದಯಕುಮಾರ್, ಕು.ರ.ಸೀ., ಸಂಗೀತಾಧಾರಿತ ಗಾಯಕ/ಕಿ ನಿರ್ಮಾಪಕ ನಿರ್ದೇಶಕರ ಕುರಿತಾದ ವಿಶೇಷ ಸಂಗತಿಗಳನ್ನು ಶ್ರೀ ಹರಿಹರಪುರ ಮಂಜುನಾಥ್, ಶ್ರೀ ಎನ್. ಎಸ್. ಶ್ರೀಧರಮೂರ್ತಿಯವರ ಮೂಲಕ ಮತ್ತು ಸಾಧಕರನ್ನು ಕರೆಸಿ ಸಂದರ್ಶಿಸುವ ಮನಸಾರೆ ಕಾರ್ಯಕ್ರಮಗಳನ್ನು ಮಾಡಿ ಲಕ್ಷ್ಮೀಕಾಂತ್ ಕನ್ನಡ ಸೇವೆ ಮನರಂಜನೆ ಎರಡನ್ನೂ ನೀಡುತ್ತಾ ಬಂದಿದ್ದಾರೆ. ಈ ಕೆಲಸದಲ್ಲಿ ಛಾಯಾಗ್ರಾಹಕ ಶ್ರೀ ಮೋಹನ್ ಕಾಮಾಕ್ಷಿ ಅವರ ಹೆಗಲೆಣೆಯ ಶ್ರಮವೂ ಬಹಳ ಇದೆ.

ಕನ್ನಡದ ಸಿಡಿಗಳನ್ನು ಆಸಕ್ತರಿಗೆ ತಲುಪಿಸುವುದಷ್ಟೇ ಅಲ್ಲದೆ ಪಂಪ ಎಂಬ ಅಚ್ಚಗನ್ನಡದ ಸದಭಿರುಚಿಯ ಎಲ್ಲರೂ ನೋಡುವ ಚಿತ್ರವನ್ನೂ ಲಕ್ಷ್ಮೀಕಾಂತ್ ತೆರೆಗೆ ತಂದರು.

ಲಾಭ ನಷ್ಟ, ಸ್ಪರ್ಧಾತ್ಮಕ ಮಾರುಕಟ್ಟೆಯ ಲೆಕ್ಕಾಚಾರಗಳಿಂದ ಹೊರತಾದ ಲಕ್ಷ್ಮೀಕಾಂತ್ ಅವರ ಕನ್ನಡತನದ ಅಭಿಮಾನ ತೋರಿಕೆಯಲ್ಲ, ಅದು ಹೃದಯಸ್ಥವಾಗಿ ಸಂಸ್ಥಾಪಿತ ಗೊಂಡಿರುವ ಹೃದಯ ಸಂಭ್ರಮದ ಸಂತೋಷದ ಜವಾಬ್ದಾರಿ, ಸಕಾರಾತ್ಮಕ ಮನೋಭಾವದ ಅದ್ಭುತ ಸೇವೆ.

ಬೆಂಗಳೂರಿನಲ್ಲಿ ಮಡದಿ ಇಬ್ಬರು ಮಕ್ಕಳೊಂದಿಗೆ ನೆಲೆಸಿರುವ ಇಂಥ ಕನ್ನಡ ಹೃದಯದ ಲಕ್ಷ್ಮೀಕಾಂತ್ ತೆಲುಗು ಭಾಷಿಕರಾಗಿ ಮಾಡುತ್ತಿರುವ ಕನ್ನಡ ಸೇವೆಗೆ ಆದರಪೂರ್ಣ ವಂದನೆಗಳು. ಇವರ ಈ ಸೇವೆಗೆ ಸಮಸ್ತ ಕನ್ನಡಿಗರು ಮತ್ತು ಕರ್ನಾಟಕ ಸದಾ ಆಭಾರಿಗಳಾಗಿರಬೇಕು.

ಎಲ್ಲರೊಳಗೊಂದಾಗು ಮಂಕುತಿಮ್ಮ ಎನ್ನುವಂತೆ ಕನ್ನಡವನ್ನು ತಮ್ಮ ಬದುಕಿನ ಅಂಗವಾಗಿ ಪ್ರೀತಿಸಿ ಸೇವೆ ಸಲ್ಲಿಸುತ್ತಿರುವ ಲಕ್ಷ್ಮೀಕಾಂತ್ ಅವರ ಸಾಧನೆಗಳಿಗೆ ಶ್ಲಾಘನೆ, ಪ್ರೋತ್ಸಾಹ ಸಿಗಲೇಬೇಕಿದೆ.

ನನ್ನ ತಮ್ಮ ಶಂಕರ, ಸಾಹಿತ್ಯಶಿಲ್ಪಿ ಚಿ. ಉದಯಶಂಕರ್, ಚೆಲುವಾಂತ ಚೆನ್ನಿಗ ಚೊಕ್ಕಣ್ಣನ ಕಥೆ, ಪದ್ಮಭೂಷಣ ಡಾ. ರಾಜಕುಮಾರ್–ಹೀಗೆ ಉತ್ತಮ ಕೃತಿಗಳನ್ನೂ ಇವರು ಪ್ರಕಾಶಿಸಿದ್ದಾರೆ.

೯೨

ಯೋಗ-ಧರ್ಮ ಪ್ರತಿಪಾದಕರು

ಅಜಿತ್ ಕುಮಾರ್ ಜೈನ್

"ಎಲ್ಲರಿಗೂ ಸೇರಿದವರಾಗಿ, ಆದರೆ, ಬಾಂಧವ್ಯದ ಬಂಧದಲ್ಲಿ ಅಲ್ಲದ, ಸೇವಾತತ್ಪರತೆಯ ಮೂಲಕ ಮೌಲ್ಯಗಳನ್ನು ಉಳಿಸಿಕೊಳ್ಳಿ" ಎಂಬ ಧ್ಯೇಯೋದ್ದೇಶ, ಘೋಷವಾಕ್ಯ ತತ್ತ್ವಗಳ ಆಧಾರದ ಮೇಲೆ ಧರ್ಮಪ್ರಜ್ಞೆಯನ್ನು ನೆಲೆಗೊಳಿಸಿದ ಅದ್ಭುತ ಸಂಘಟಕ, ಧರ್ಮನಿಷ್ಠರು ಅಜಿತ್ ಕುಮಾರ್ ಜೈನ್.

ಪುಟ್ಟತಾಯಮ್ಮ, ಬ್ರಹ್ಮಸೂರಯ್ಯದಂಪತಿಗಳ ಮಗನಾಗಿ ೧೯೩೪ರ ಆಗಸ್ಟ್ ೨೭ರಂದು ಅವಿಭಜಿತ ಕೋಲಾರ ಜಿಲ್ಲೆಯ ಗುಡಿಬಂಡೆಯಲ್ಲಿ ಜನಿಸಿದ ಅಜಿತ್ ಕುಮಾರ್ ಅವರು ಓದಿನಲ್ಲಿ ಸದಾ ವ್ಯಸ್ತರಾಗಿದ್ದ ಅಗಾಧ ಅರಿವಿದ್ದ ಮೇಧಾವಿ.

ವಿದ್ಯಾರ್ಜನೆಯ ಹಾದಿಯಲ್ಲಿ ಹಂತಹಂತವಾಗಿ ಉನ್ನತ ಶ್ರೇಣಿಗಳನ್ನು ಪಡೆದ ಇವರು ಶೈಕ್ಷಣಿಕವಾಗಿ

ಬುದ್ಧಿವಂತರೆನ್ನುವುದು ಎಷ್ಟು ನಿಜವೋ ಅಷ್ಟೇ ಸತ್ಯವಾದ ಸಂಗತಿ ಯೋಗದ ಬಗ್ಗೆ ಅವರಿಗಿದ್ದ ನೈಪುಣ್ಯ ಮತ್ತು ನಿಷ್ಣಾತತೆ.

ಯೋಗವೆಂದರೆ ಬರೀ ಶಾಸ್ತ್ರವಲ್ಲ, ಶಾರೀರಿಕ-ಮಾನಸಿಕ ಆರೋಗ್ಯದ ಸ್ವಸ್ಥ ಹೆಗ್ಗುರುತು, ಯೋಗವು ಅರ್ವಾಚೀನ, ಇದನ್ನು ಎಲ್ಲೆಡೆಗೂ ಪ್ರಚುರವಾಗಬೇಕು"

ಎಂದು ಹೇಳಿ ಯೋಗದ ಪಸರಿಸುವಿಕೆಗೆ ನಿರಂತರವಾಗಿ ಶ್ರಮಿಸಿದ ಅಜಿತ್ ಕುಮಾರ್ ಜೈನ್ ಅವರು ಸೇವೆಯೇ ಪರಮಧರ್ಮ ಎಂದು ನಂಬಿ ನಡೆದ ಸಾತ್ತ್ವಿಕ ವ್ಯಕ್ತಿತ್ತ್ವದ ಸತ್ವಯುತ ಜೀವಿ.

ವಿಶ್ವೇಶ್ವರಯ್ಯ ತಾಂತ್ರಿಕ ಶಿಕ್ಷಣ ಸಂಸ್ಥೆಯಲ್ಲಿ ವ್ಯಾಸಂಗ ಮಾಡಿದ ಇವರು ಎಲೆಕ್ಟ್ರಿಕಲ್ ಇಂಜಿನಿಯರಿಂಗ್ ಮತ್ತು ಮೆಕಾನಿಕಲ್ ಇಂಜಿನಿಯರಿಂಗ್ ಎರಡೂ ವಿಭಾಗಗಳಲ್ಲಿ ಸ್ವರ್ಣ ಪದಕಗಳನ್ನು ಪಡೆದ ಅಸಾಧಾರಣ ಪ್ರತಿಭಾಶಾಲಿ.

ಮನೋವಿಜ್ಞಾನ, ಮಾನವ ಶಾಸ್ತ್ರ, ಲೆಕ್ಕಶಾಸ್ತ್ರಗಳಲ್ಲೂ ನಿಪುಣತೆಯನ್ನು ಹೊಂದಿದ್ದ ಅಜಿತ್ ಕುಮಾರ್ ಅವರು ಡಾ. ಕೃಷ್ಣಮೂರ್ತಿ ಅವರ ಸಂಪರ್ಕಕ್ಕೆ ಬಂದು ಹೋಮಿ ಯೋಪತಿ ವೈದ್ಯಕೀಯ ಪದ್ಧತಿ ಯನ್ನೂ ಆಳವಾಗಿ ಅಧ್ಯಯನ ಮಾಡಿದ್ದರು.

ವಿಶ್ವದ ಅತ್ಯಂತ ಹಿರಿಯ ಯೋಗಗುರುಗಳಲ್ಲಿ ಒಬ್ಬರಾದ ಬಿ.ಕೆ.ಎಸ್. ಅಯ್ಯಂಗಾರ್ ಅವರ ಬಳಿ ಯೋಗವನ್ನು ಅದರ ಸೂಕ್ಷ್ಮ ಸಂಗತಿಗಳನ್ನು ಬಹಳ ಸಮರ್ಥವಾಗಿ ತಿಳಿದಿದ್ದ ಅಜಿತ್ ಕುಮಾರ್ ಜೈನ್ ಅವರು ಪಟ್ಟಾಭಿ ಜೋಯಿಸ್ ಅವರಿಂದಲೂ ಯೋಗದ ವಿಶಿಷ್ಟ ಲಕ್ಷಣಗಳನ್ನು ಅಭ್ಯಸಿಸಿದ್ದರು. ಇವರು ತಮ್ಮ ವಿದ್ಯಾರ್ಹತೆಯ ದೃಷ್ಟಿಯಿಂದ ಯೋಚಿಸಿದ್ದಲ್ಲಿ ವೈಯಕ್ತಿಕವಾಗಿ ತಮ್ಮ ಈ ಶೈಕ್ಷಣಿಕ ಅರ್ಹತೆಯ ಅನುಸಾರ ಸುನಾಯಾಸವಾಗಿ ಸಿಗುತ್ತಿದ್ದ ಒಳ್ಳೆಯ ಹುದ್ದೆ, ಪದವಿ, ಕೆಲಸಗಳತ್ತ ಮನಸ್ಸು ಮಾಡಿ ಖಾಸಗಿಯಾಗಿ ತಮ್ಮ ಬದುಕಿನಲ್ಲಿ ವೈಭವದ, ಆರಾಮವಾದ ಜೀವನವನ್ನು ನಡೆಸಬಹುದಿತ್ತು, ಆದರೆ ಈ ಎಲ್ಲ ಅವಕಾಶಗಳು ತಾನೇ ತಾನಾಗಿ ಇದ್ದರೂ ಇವರ ಮನಸ್ಸಿನ ಚಿಂತನ-ಮಂಥನಗಳು ತುಡಿದಿದ್ದು, ದುಡಿದಿದ್ದು ಮತ್ತು ಮಿಡಿದಿದ್ದು ಸೇವೆ, ಯೋಗ ಹಾಗೂ ಧರ್ಮ ಜಿಜ್ಞಾಸುತನದ ಕಡೆಗೆ. ಹೀಗಾಗಿ ಇದು ಅವರ ಮನಸ್ಸನ್ನು ಆವರಿಸಿಕೊಂಡಿದ್ದು ಕಿಂಚಿತ್ತೂ ಪ್ರಚಾರ ಬಯಸದ, ನಿರ್ಲಿಪ್ತವಾಗಿ ಸೇವೆ, ಧರ್ಮ ಯೋಗಗಳನ್ನು ಮಾನವ ಬದುಕಿನ ಸಾಮಾಜಿಕ ಪರಿಚಲನೆಯಲ್ಲಿ ಒಟ್ಟಾಗಿಸುವ ಹಂದರದಲ್ಲಿ ರೂಪು ತಾಳಿದ್ದೇ ಹಿಂದೂ ಸೇವಾ ಪ್ರತಿಷ್ಠಾನ.

ಬ್ರಹ್ಮಚಾರಿಯಾಗಿ ಬಾಳಿದ ಇವರ ಕನಸು ಸದೃಢ ಭಾರತವನ್ನು ಧರ್ಮದ ಅಡಿಪಾಯದಲ್ಲಿ ಬಲವಾಗಿಸಬೇಕೆಂದಿತ್ತು.

ಈ ನಿಟ್ಟಿನಲ್ಲಿ ಕಾರ್ಯಪ್ರವೃತ್ತರಾದ ಅಜಿತ್ ಕುಮಾರ್ ಅವರು ರಾಷ್ಟ್ರೀಯ ಸ್ವಯಂ ಸೇವಕ ಸಂಘದ ಪೂರ್ಣಪ್ರಮಾಣದ ಪ್ರಚಾರಕರಾಗಿ ಯೋಗಾಭ್ಯಾಸ, ವೈಚಾರಿಕ ಸಭೆಗಳು, ಹಿಂದೂ ಸೇವಾ ಪ್ರತಿಷ್ಠಾನದ ವತಿಯಿಂದ ಆಗಬೇಕಾದ ಕೈಂಕರ್ಯಗಳ ರೂಪುರೇಷೆಗಳನ್ನು ಸಿದ್ಧಗೊಳಿಸಿ, ಸಮಾನಮನಸ್ಕ ಸಂಘಟಿಸಿದರು.

ಲೋಕಹಿತಂ ಮಮಕಾರಣೀಯಂ ಎಂಬ ತತ್ತ್ವದಡಿಯಲ್ಲಿ ೧೯೮೦ರ ಡಿಸೆಂಬರ್ ತಿಂಗಳಲ್ಲಿ ಆರಂಭ ವಾದ ಹಿಂದೂ ಸೇವಾ ಪ್ರತಿಷ್ಠಾನವು ಸಮಾಜದ ಜಾಗೃತಿ, ದುರ್ವ್ಯಸನಗಳ ಕುರಿತು ಮನವರಿಕೆ, ವಿಶೇಷ ಚೇತನರಿಗೆ ಉಪಯುಕ್ತ ಕಾರ್ಯಕ್ರಮಗಳನ್ನು ಹಮ್ಮಿಕೊಂಡು ಸಾಗಿದೆ.

ಗ್ರಾಮೀಣ ಭಾಗದ ಜನರಿಗೆ ವಿವೇಕದ ಅರಿವು, ಸಮಾಜ ವಿರೋಧಿ ಚಟುವಟಿಕೆಗಳ ಬಗ್ಗೆ ಎಚ್ಚರವನ್ನು ಮೂಡಿಸುತ್ತಾ ಬಂದಿದೆ. ಹಿಂದೂ ಸೇವಾ ಸಮಾಜದ ಶಾಖೆಯಾಗಿ ಪ್ರಸನ್ನ ಸಮಾಲೋಚಕ ಕೇಂದ್ರವನ್ನು ಬೆಂಗಳೂರಿನ ಬಸವನಗುಡಿಯಲ್ಲಿ ಸ್ಥಾಪಿಸಲಾಗಿದ್ದು, ಇಲ್ಲಿ ಸಾವಿರಾರು ಜನರು ಬದುಕಿನ ಉದಾತ್ತ ಮೌಲ್ಯಾದರ್ಶಗಳನ್ನು ವಿಚಾರ ವಿನಿಮಯದ ಮೂಲಕ ಮೂಡಿಸಿಕೊಳ್ಳಲು ಸಾಧ್ಯವಾಗಿದೆ.

ಅಜಿತ್ ಕುಮಾರ್ ಅವರು ಕಂಡ ಹೊಂಗನಸು ಇಂದು ೫, ೦೦೦ ಸ್ವಯಂ ಸೇವಕರು, ೨೦೦ಕ್ಕೂ ಹೆಚ್ಚು ಸೇವಾವ್ರತಿಗಳನ್ನು ಹುಟ್ಟು ಹಾಕಿ ಮುಂದುವರೆದಿದೆ... ೧೨ಕ್ಕೂ ಹೆಚ್ಚು ಸಂಸ್ಥಾಕೇಂದ್ರಗಳಾಗಿ, ಹಿಂದೂ ಸೇವಾ ಪ್ರತಿಷ್ಠಾನ ಸದ್ದುಗದ್ದಲ ವಿರದೆ, ನಿಸ್ವಾರ್ಥವಾಗಿ ಸಮಾಜ ಉಪಕಾರಿ ಕಾರ್ಯಗಳನ್ನು ನಿರ್ವಹಿಸುತ್ತಾ ಬಂದಿದೆ. ಅಜಿತ್ ಕುಮಾರ್ ಜೈನ್ ತಮ್ಮ ಇಡೀ ಬಾಳ್ವೆಯನ್ನು ಮುಡಿಪಾಗಿಟ್ಟ ಹಿಂದೂ ಸೇವಾ ಪ್ರತಿಷ್ಠಾನದ ಘನವಾದ ಸೇವಾಪರ ಕಾರ್ಯಗಳು ಸಾರ್ಥಕವಾಗಿ ಮುನ್ನಡೆದಿದೆ.

ಶಿಶು ಶಿಕ್ಷಣ, ಮಾತೃಮಂಡಳಿ, ಯೋಗ ಶಿಕ್ಷಣ, ಪರಿಸರ ಸಂರಕ್ಷಣೆ, ಅನಾಥ ಮಕ್ಕಳ ಪುನರ್ವಸತಿ, ವೃತ್ತಿ ತರಬೇತಿ, ಆಪ್ತಸಲಹೆ, ವಿದ್ಯಾನಿಧಿ... ಹೀಗೆ ೮೦೦ಕ್ಕೂ ಹೆಚ್ಚು ವಿಭಿನ್ನ ಸೇವಾರೂಪೀ ಕಾರ್ಯಗಳನ್ನು ಯಶಸ್ವಿಯಾಗಿ ನಡೆಸಿಕೊಂಡು ಬಂದಿರುವ ಹೆಗ್ಗಳಿಕೆ ಹಿಂದೂ ಸೇವಾ ಪ್ರತಿಷ್ಠಾನಕ್ಕೆ ಇದೆ. ಇದರ ಹಿಂದಿನ ಶಕ್ತಿ ಅಜಿತ್ ಕುಮಾರ್ ಜೈನ್.

ಇಂಥ ಅಜಿತ್ ಕುಮಾರ್ ಜೈನ್ ಅವರ ಸೇವಾ ಕಾರ್ಯಗಳು ಇನ್ನಷ್ಟು ಕ್ಷಿಪ್ರಗತಿಯಲ್ಲಿ ಊರ್ಧ್ವಮುಖಿಯಾಗಿ ಸಾಗುವ ಎಲ್ಲಾ ಅವಕಾಶಗಳೂ ಇದ್ದವು. ಆದರೆ ಇವರು ಆಕಸ್ಮಿಕವಾಗಿ ಮರಣಿಸಿದರು. ೧೯೯೦ರಲ್ಲಿ ಸಂಭವಿಸಿದ ಭೀಕರ ಅಪಘಾತದಲ್ಲಿ ಅಸುನೀಗಿದ ಅಜಿತ್ ಕುಮಾರ್ ಜೈನ್ ತಮ್ಮ ೫೬ನೇ ವಯಸ್ಸಿನಲ್ಲೇ ಇಹಲೋಕವನ್ನು ತ್ಯಜಿಸಿದರು.

ಆದರೆ ಇಂದಿಗೂ ಚರೈವೇತಿ ಚರೈವೇತಿ ಎಂಬ ಸೇವಾಧರ್ಮದ ನಿರಾಪೇಕ್ಷ ಚಟುವಟಿಕೆಗಳನ್ನು ಹಿಂದೂ ಸೇವಾ ಪ್ರತಿಷ್ಠಾನ ಮಾಡಿ ಕೊಂಡು ಸಾವಿರಾರು ಜನರಿಗೆ ಉದ್ಯೋಗಾವಕಾಶ, ಸ್ವಾವಲಂಬಿ ಬದುಕನ್ನು ಕಟ್ಟಿಕೊಟ್ಟಿದೆ. ಅಜಿತ್ ಕುಮಾರ್ ಜೈನ್ ಅವರು ಇಲ್ಲವಾಗಿ ೩೩ ವರ್ಷಗಳಾ ದರೂ ಅವರು ಹಾಕಿಕೊಟ್ಟ ಹಾದಿಯಲ್ಲಿ ಆಗುತ್ತಿರುವ ಕೈಂಕರ್ಯಗಳು ಅಜಿತ್ ಕುಮಾರ್ ಜೈನ್ ಅವರನ್ನು ಜೀವಂತವಾಗಿರಿಸಿವೆ.

೬೩

ಗುರಿಯನ್ನೇ ಗುರು ಎಂದ ಸಾಧಕ ಶಿಕ್ಷಣತಜ್ಞರು

ಡಾ. ಚೆನ್‌ರಾಜ್ ಜೈನ್

"Don't watch the Clock: Do what it does. Keep going"—ಸಾಮ್ ಲೆವೆನ್ಸನ್ ಅವರ ಈ ಮಾತು ಬಹಳ ಅರ್ಥಪೂರ್ಣ. ಸಮಯದ ಕಾರ್ಯವಿಧಾನವನ್ನು ಅರಿತು ಪ್ರವೃತ್ತರಾಗುವ ಗುಣವನ್ನು ಹೊಂದಬೇಕಾದರೆ ಗುರಿಯ ದಾರಿಗಳನ್ನು ಸ್ವಯಂ ಗೋಚರಿಸಿಕೊಳ್ಳಬೇಕು, ಆಗ ಮಾತ್ರ ಛಲದ ಹಾದಿ ತನ್ನಿಂತಾನೇ ತೆರೆದುಕೊಂಡು ಹೊಸ ಪಯಣಕ್ಕೆ ಅನುವು ಮಾಡಿಕೊಡುತ್ತದೆ.

೧೪ರ ವಯಸ್ಸಿನಲ್ಲಿ ಹುಟ್ಟಿದ ಶೈಕ್ಷಣಿಕ ಹಂಬಲ ಮುಂದಿನ ೧೪ ವರ್ಷಗಳಾಗುವಷ್ಟರಲ್ಲಿ ಪುಟ್ಟ ವಿದ್ಯಾಸಂಸ್ಥೆಯಾಗಿ ಇಂದು ರಾಜ್ಯ, ರಾಷ್ಟ್ರ, ಅಂತಾರಾಷ್ಟ್ರೀಯ ಖ್ಯಾತಿ ಪಡೆದಿದೆ ಎಂದರೆ ಅದರ ಹಿಂದೆ ಇರುವ ಗಟ್ಟಿ ಛಲದ ವ್ಯಕ್ತಿತ್ತ್ವದ ಅಚಲ ಮನೋಧರ್ಮ ಮುಖ್ಯ. ಜೀವನವನ್ನು ಸಂಕೀರ್ಣಗೊಳಿಸಿಕೊಳ್ಳುವುದು ಬೇಡ, ಅದನ್ನು ಸರಳವಾಗಿಸಿಕೊಳ್ಳಿ ಎಂದು ಹೇಳಿ, ಇಂದು ಅನೇಕ ವಿದ್ಯಾಸಂಸ್ಥೆಗಳನ್ನು

ಕಟ್ಟಿರುವ ಧೀಮಂತರು ಡಾ. ಚೆನ್‌ರಾಜ್ ರಾಯಚಂದ್ ಜೈನ್ ಅವರದ್ದು ದೂರದರ್ಶಿತ್ತ್ವದ ದೃಷ್ಟಿಕೋನ.

ಇಂದು ರಾಜ್ಯದಲ್ಲೇ ಪ್ರತಿಷ್ಠಿತ ವಿದ್ಯಾಸಂಸ್ಥೆ ಎಂದು ಹೆಸರಾಗಿರುವ ಶ್ರೀ ಭಗವಾನ್ ಮಹಾವೀರ ಜೈನ್ ಕಾಲೇಜು, ವಿಶ್ವವಿದ್ಯಾಲಯಗಳು ಉದಿಸಿದ್ದು ದೊಡ್ಡ ಮಟ್ಟದ್ದಲ್ಲ.

೧೯೯೦ರಲ್ಲಿ ಚೆನ್‌ರಾಜ್ ಜೈನ್ ಅವರು ಚಿಕ್ಕ ವಿಸ್ತೀರ್ಣದಲ್ಲಿ ೩೬ ವಿದ್ಯಾರ್ಥಿಗಳ ೬ ಶಿಕ್ಷಕರ ಕಾಲೇಜನ್ನು ಬೆಂಗಳೂರಿನ ವಿಶ್ವೇಶ್ವರಪುರದ ಪುಟ್ಟ ಜಾಗದಲ್ಲಿ ಆರಂಭಿಸಿದರು. ಆಗ ಅವರಿಗೆ ಕೇವಲ ೨೮ ವರ್ಷ. ಸಾಧಿಸುವ ಗುರಿಯನ್ನೇ ಗುರುವನ್ನಾಗಿಸಿಕೊಂಡ ಸ್ವನಂಬಿಕೆಯ ಶಿಕ್ಷಣ ಶಿಲ್ಪಿ ಜೈನ್ ಅವರು ಈ ಪಥದಲ್ಲಿ ನಡೆದ ಹೆಜ್ಜೆಗಳನ್ನು ಅವಲೋಕಿಸಿದಾಗ ಅವರ ಸಾಧನೆಗಳ ಕ್ರಾಂತ ನಿಲುವುಗಳ ಅರಿವಾಗುತ್ತದೆ. ೧೯೭೫-೭೬ರಲ್ಲಿ ದೇಶದ ತುರ್ತುಪರಿಸ್ಥಿತಿಯ ಸಂದರ್ಭದಲ್ಲಿ ನಾಲ್ವರು ಪಾಲುದಾರರ ಸಹಯೋಗ ದೊಂದಿಗೆ ಬೆಂಗಳೂರಿನಲ್ಲಿ

ಸೂಪರ್ ಬಜಾರನ್ನು ಇವರ ತಂದೆ ಆರಂಭಿಸಿದರು. ಆಗ ಬಸವನಗುಡಿಯ ಡಿವಿಜಿ ರಸ್ತೆಯಲ್ಲಿ ಬಾಂಬೆ ಡೈಯಿಂಗ್ ಶೋರೂಂನಲ್ಲಿ ೬ ತಿಂಗಳು ಸೇಲ್ಸ್ ಮನ್ ಆಗಿ ವೃತ್ತಿ ಜೀವನಕ್ಕೆ ಕಾಲಿಟ್ಟರು. ನಂತರ ತಂದೆಯವರದ್ದೇ ಗ್ವಾಲಿಯರ್ ಸೂಟಿಂಗ್ಸ್‌ನ ಹಂಚಿಕೆಯ ಬಟ್ಟೆಯಂಗಡಿಯಲ್ಲಿ ಒಂದು ವರ್ಷ ತರಬೇತಿಯನ್ನು ಪಡೆದು ವೃತ್ತಿಯ ಒಳಹೊರಗುಗಳನ್ನು ತಿಳಿದುಕೊಂಡ ಜೈನ್ ಅವರಿಗೆ ಸ್ವಾಮಿ ವಿವೇಕಾನಂದ ಬಹು ದೊಡ್ಡ ಸ್ಫೂರ್ತಿ.

೧೯೮೬ರಲ್ಲಿ ಚೆನ್‌ರಾಜ್ ಜೈನ್ ಅವರ ತಾತ ತೀರಿಕೊಂಡಾಗ ಆಸ್ಪತ್ರೆಯ ಅಗತ್ಯ, ಆರೋಗ್ಯ ಸಮಾಜದ ಸೃಷ್ಟಿ ಚಿಗುರೊಡೆದು ಹುಟ್ಟಿದ್ದು ಶ್ರೀ ಭಗವಾನ್ ಮಹಾವೀರ ಆಸ್ಪತ್ರೆ.

ಟೀಕಾಕಾರರೇ ಸ್ಫೂರ್ತಿ-ಚೆನ್‌ರಾಜ್ ಜೈನ್ ಅವರು ಕಾಲೇಜು ಆರಂಭಿಸಿದಾಗ, ಶಾಲಾಜೀವನವನ್ನು ಮೊಟಕು ಗೊಳಿಸಿಕೊಂಡ ಈತ ಪದವಿ ಕಾಲೇಜು ಆರಂಭಿಸಿದ್ದಾರೆಂದು ಅಣಕಿಸಿದವರಿದ್ದರು. ಆದರೆ ಅಂತಹವರ ಮಾತುಗಳನ್ನೇ ಹುಮ್ಮಸ್ಸಿನಿಂದ ಸ್ವೀಕರಿಸಿ ಜೈನ್ ಕಾಲೇಜುಗಳು ವರ್ಧಿಸುತ್ತಾ ಸಾಗಿದ್ದು ಈಗ ಕಣ್ಣೆದುರಿಗಿರುವ ಇತಿಹಾಸ.

ರಾಜ್ಯದಲ್ಲಿ ಮಾತ್ರವಲ್ಲದೆ, ಹೈದರಾಬಾದ್ ಸಿಕಂದರಾ ಬಾದ್, ಕಾನ್ಪುರ... ಹೀಗೆ ನಾನಾ ಕಡೆ ಶಾಲೆಗಳನ್ನು ಹೊಂದಿರುವ ಜೈನ್ ಸಮೂಹ ಸಂಸ್ಥೆಯು ಉಚಿತ ವಸತಿ ಶಾಲೆಗಳನ್ನು ಆರಂಭಿಸಿದವು.

ವಿಶ್ವ ಚೈತನ್ಯ ಪರಿಕಲ್ಪನೆ ವಿದ್ಯಾರ್ಥಿಗಳ ಸರ್ವಾಂಗೀಣ ಪ್ರತಿಭಾ ಪ್ರದರ್ಶನಕ್ಕೆ ಪುರಕವಾದರೆ, ನೇತ್ರದಾನ ರಕ್ತದಾನ, ಪರಿಸರ ದಿನಾಚರಣೆಯ, ಸಂಸ್ಕೃತಿ

ಉತ್ಸವಗಳ ಮೂಲಕ ಸಂಪೂರ್ಣ ಸಾಕ್ಷರತೆ, ಆರ್ಥಿಕ ಸ್ವಾವಲಂಬನೆಗಳತ್ತ ಗುರಿ ನೆಟ್ಟ ಚೆನ್‌ರಾಜ್ ಜೈನ್ ಅದ್ಭುತ ಕನಸುಗಾರರು ಹಾಗೂ ಸವಾಲುಗಳನ್ನು ಎದುರಿಸಲು ಸಿದ್ಧ ಮನಸ್ಥಿತಿಯುಳ್ಳವರು.

ಕ್ರೀಡೆ ಹಾಗೂ ಪರಂಪರೆಯನ್ನು ಉಳಿಸಬೇಕೆಂಬ ಹಂಬಲದಿಂದ ಆ ಶಾಲೆಗಳನ್ನೂ ಸ್ಥಾಪಿಸಿರುವ ಇವರು ಶಾಲೆಯಿಂದ ಹೊರ ಬಿದ್ದವರೆಂದು ಅಣಕಿಸಿದವರ ಮುಂದೆ ಜೈನ್ ಡೀಮ್ಡ್ ವಿಶ್ವವಿದ್ಯಾಲಯದ ಸ್ಥಾಪಕರಾಗಿ ಇಟ್ಟಿರುವ ದಾಪುಗಾಲು ನಿಜಕ್ಕೂ ಅವಿರತವಾದ ಶ್ರಮ ಛಲದ ದೊಡ್ಡ ಛಾಪು.

ರಾಬಿನ್ ಉತ್ತಪ್ಪ, ಪಂಕಜ್ ಅಡ್ವಾಣಿ, ಶಿಖಾಟಂಡನ್, ಶ್ರೇಯಸ್ ಗೋಪಾಲ್, ರಂಥ ಕ್ರೀಡಾಪಟುಗಳನ್ನು ನಾಡಿಗೆ, ದೇಶಕ್ಕೆ ನೀಡಿದ ಜೈನ್ ವಿದ್ಯಾಸಂಸ್ಥೆಯ ಸಾಧನೆ ಕಳಶಪ್ರಾಯವಾದುದು.

ಚೆನ್‌ರಾಜ್ ಜೈನ್ ಅವರು ಹುಟ್ಟಿದ ಊರು ಕೆ. ಜಿ. ಎಫ್‌ನಲ್ಲಿ ೨೦೦೪ರಲ್ಲಿ ಜೈನ್ ಕಾಲೇಜು ಸ್ಥಾಪಿತವಾಗಿ ಇಂದಿಗೂ ಮುಂದುವರೆದಿದೆ. ಅಂತಾರಾಷ್ಟ್ರೀಯ ಸ್ನೂಕರ್ ಚಾಂಪಿಯನ್ ಕೀರ್ತನಾ ಪಾಂಡ್ಯನ್ ಈ ವಿದ್ಯಾಸಂಸ್ಥೆಯ ವಿದ್ಯಾರ್ಥಿನಿ.

ಔದ್ಯಮಿಕ ಜಗತ್ತಿನಲ್ಲಿ ಸಹ ಚೆನ್‌ರಾಜ್ ಜೈನ್ ಅವರ ಕ್ರಿಯಾಶೀಲತೆ ಹಾಸುಹೊಕ್ಕಾ ಗಿದೆ. ರಿಲಯನ್ಸ್ ಸಂಸ್ಥೆಯಲ್ಲಿ ಧೀರೂಭಾಯಿ ಅಂಬಾನಿ ಯವರ ಜೊತೆಗೆ ಕೆಲಸ ಮಾಡಿದ ಅನುಭವ ಹೊಂದಿರುವ ಇವರು ೧೯೮೨ರಲ್ಲಿ ೮೦೦ ಚಿಲ್ಲರೆ ಮಳಿಗೆಗ ಳನ್ನು ತೆರೆದರು. ಈಗ ಅದು ೩೦, ೦೦೦ ಮಳಿಗೆಗಳಾಗಿವೆ.

ಇತ್ತೀಚೆಗೆ ಅತ್ಯುತ್ತಮ ಕುಲಪತಿ ಗೌರವ ಪುರಸ್ಕಾರ ಕ್ಕೆಭಾಜನ ರಾಗಿರುವ ಡಾ. ಚೆನ್ ರಾಜ ಜೈನ್ ಅವರದ್ದು ಸಕ್ರಿಯ ನಂಬಿಕೆಯ ಆತ್ಮವಿಶ್ವಾಸದ ಭರವಸೆಯ ನಡಿಗೆ. ಇಂಥ ಚೆನ್‌ರಾಜ್ ಜೈನ್ ಅವರು ನಾಡಿಗೆ ದೇಶಕ್ಕೆ ಶಿಕ್ಷಣ ಕ್ಷೇತ್ರದಲ್ಲಿ ಸಲ್ಲಿಸಿರುವ ಸೇವೆ, ಶೈಕ್ಷಣಿಕ ಸಮೃದ್ಧ ವಿದ್ಯಾರ್ಥಿ ಜಗತ್ತನ್ನು ಶ್ರೀಮಂತಗೊಳಿಸಿದೆ.

೫೦೦೦೦ ವಿದ್ಯಾರ್ಥಿ ಸಮೂಹಕ್ಕೆ ಶೈಕ್ಷಣಿಕ ಅರಿವನ್ನು ಅಧ್ಯಯನದ ತಳಪಾಯವನ್ನು ಹಾಕಿಕೊಟ್ಟ ಹಿರಿಮೆಯ ಸಾರ್ಥಕತೆ ಇವರದ್ದು. ಇವರ ಈ ಸಾಧನೆ, ಛಲ ಮುಂದಿನ ಪೀಳಿಗೆಗೆ ಸದಾ ಸಬಲೀಕೃತ ಇಚ್ಛಾಶಕ್ತಿಯನ್ನು ನೀಡಲಿ ಎನ್ನುವುದು ಎಲ್ಲರ ಆಂಬೋಣ ಮತ್ತು ಅಭಿಲಾಷೆ.

೯೪

ಭಾರತ ದರ್ಶನದ ಪ್ರಚಂಡ ವಾಗ್ಮಿ

ಬಿ.ವಿ. ವಿದ್ಯಾನಂದ ಶೆಣೈ

ಜನನೀ ಜನ್ಮಭೂಮಿ ಸ್ವರ್ಗಾದಪೀ ಗರೀಯಸಿ ಎಂದು ಶ್ರೀರಾಮ ಹೇಳಿದ ಮಾತು ಜನಜನಿತ. ತಾಯಿ ಮತ್ತು ತಾಯಿನಾಡು ಸ್ವರ್ಗಕ್ಕಿಂತಲೂ ಮಿಗಿಲು ಎನ್ನುವುದರ ಈ ಸಾರವನ್ನು ತಮ್ಮ ಜೀವನದ ಕಣಕಣದಲ್ಲೂ ಹೊಮ್ಮಿಸಿದವರು ಕೀರ್ತಿಶೇಷ ಬಿ.ವಿ. ವಿದ್ಯಾನಂದ ಶೆಣೈ. ಪೀಳಿಗೆಗೆ ನಾವು ಕೊಡಬಲ್ಲ ಅತ್ಯುತ್ತಮ ಕೊಡುಗೆ ಎನ್ನುವ ಮನೋಭಿಲಾಷೆ ಶೆಣೈ ಅವರದ್ದು.

ಸುಲಿದ ಬಾಳೆಯ ಹಣ್ಣಿನಂದದಿ
ಕಳೆದ ಸಿಗುರಿನ ಕಬ್ಬಿನಂದದಿ

ಅಳಿದ ಉಷ್ಣದ ಹಾಲಿನಂದದಿ ಸುಲಭವಾಗಿರ್ಪ ಲಲಿತವಹ ಕನ್ನಡದ ನುಡಿಯಲಿ ತಿಳಿದು ತನ್ನೊಳು ತನ್ನ ಮೋಕ್ಷವಗಳಿಸಿಕೊಂಡೊಡೆ ಸಾಲದೇ ಎಂದು ಮಹಾಲಿಂಗ ರಂಗ ತನ್ನ ಅನುಭವಾಮೃತ ಕೃತಿಯಲ್ಲಿ ಹೇಳಿದಂತೆ ಸುಲಲಿತ ಸುಸ್ಪಷ್ಟ ಉಚ್ಚಾರಗಳ ಖಚಿತ ವಿವರಣೆ, ವಿಶ್ಲೇಷಣೆಗಳ

ಮೂಲಕ ಭಾರತೀಯರಲ್ಲಿ ರಾಷ್ಟ್ರಪ್ರೇಮವನ್ನು ಉದ್ದೀಪಿಸುವಲ್ಲಿ ಶೆಣೈ ಅವರ ಕಾರ್ಯ ಕಾಣಿಕೆ ಬಹಳ ಹಿರಿದು.

ಸುಲಿದ ಬಾಳೆಯ ಹಣ್ಣಿನಂದದಿ ಕನ್ನಡ, ಪುರಾಣ, ಮಹಾಕಾವ್ಯಗಳ ಇತಿಹಾಸವನ್ನು ಪ್ರಸರಣ, ಮಾಡಿದ ವಿದ್ಯಾನಂದ ಶೆಣೈ ಹುಟ್ಟಿದ್ದು ಬಾಳೆಯ ಹಣ್ಣಿನ ವ್ಯಾಪಾರ ವನ್ನೇ ಜೀವನಾಧಾರ ಮಾಡಿಕೊಂಡಿದ್ದ ಬಡ ಕುಟುಂಬದಲ್ಲಿ.

ಶಾರದೆಯ ಆವಾಸಸ್ಥಾನವಾದ ಶೃಂಗೇರಿಯಲ್ಲಿ ಜನಿಸಿದ ವಿದ್ಯಾನಂದ ಶೆಣೈ ಅವರ ಮನೆಯ ಭಾಷೆ ಕೊಂಕಣಿ. ೧೩ ಮಕ್ಕಳ ಪೈಕಿ ಕಿರಿಯರಾದ ಶೆಣೈ ಅವರು ಬಹಳ ಚಿಕ್ಕ ವಯಸ್ಸಿನಲ್ಲೇ ಇಡೀ ಕುಟುಂಬದ ನಿರ್ವಹಣೆಯ ಜವಾಬ್ದಾರಿಯನ್ನು ಹೊರಬೇಕಾದ ಸಂದರ್ಭ ಎದುರಾಯಿತು. ಇದಕ್ಕೆ ಕಾರಣವೂ ಇತ್ತು. ಅಣ್ಣ ಉಪೇಂದ್ರ ಶೆಣೈ ಶೃಂಗೇರಿ ಯಲ್ಲೇ ಬಹಳ ಪ್ರಖ್ಯಾತ ವೈದ್ಯರಾಗಿದ್ದರು. ಇದರಿಂದ ಶೆಣೈ ಅವರ ಕುಟುಂಬ ಆರ್ಥಿಕವಾಗಿ ಸಬಲರಾಗುವ ಹೊತ್ತಿನಲ್ಲಿ ಉಪೇಂದ್ರ ಶೆಣೈ ಅವರು ರಾಷ್ಟ್ರೀಯ ಸ್ವಯಂ ಸೇವಕ ಸಂಘದತ್ತ ಚಿತ್ತ ನೆಟ್ಟು ಪೂರ್ಣಾವಧಿ ಪ್ರಚಾರಕರಾಗಿ ತೆರಳಿದಾಗ ವಿದ್ಯಾನಂದ ಶೆಣೈ ಅವರು ಕುಟುಂಬದ ಹೊಣೆ ಹೊತ್ತುಕೊಂಡರು.

ಓದಿನಲ್ಲಿ ಕುಶಾಗ್ರಮತಿ ಯಾಗಿದ್ದ ಇವರು ಬಿ. ಕಾಮ್ ಪದವಿಯನ್ನು ಪಡೆದರು. ಮನೆಪಾಠವನ್ನು ಹೇಳುತ್ತಿದ್ದ ಶೆಣೈ ಅವರದ್ದು ಜ್ಞಾನಮಸ್ತಕ. ಪುಸ್ತಕಗಳಲ್ಲಿದ್ದ ಸುಜ್ಞಾನ ರಾಶಿ, ಅರಿವಿನ ವಿಸ್ತಾರದ ದಿಗಂತವನ್ನು ಭಾರತ ದೇಶದ ಸ್ವಾತಂತ್ರ್ಯ ಪೂರ್ವ, ಸ್ವಾತಂತ್ರ್ಯಾನಂತರದ ದಿನಗಳ ಚರಿತ್ರೆ ಇವರನ್ನು ಗಾಢವಾಗಿ ಕಾಡಿ ಪ್ರಭಾವಿಸಿತ್ತು.

ಶೆಣೈ ಅವರು ೨೪-೨೫ ವರ್ಷದ ಯುವಕರಾಗಿದ್ದಾಗ ಭಾರತ ದೇಶವು ತುರ್ತು ಪರಿಸ್ಥಿತಿಗೆ ಒಳಗಾದುದನ್ನು ಕಂಡು ನೊಂದರು. ಇದರ ಪರಿಣಾಮವಾಗಿ ತಮ್ಮ ಮುಂದಿನ ಉನ್ನತ ವ್ಯಾಸಂಗದ ಕಡೆಗೆ ಹೋಗದೆ ತಮ್ಮ ಸನ್ಮಿತ್ರರ ಸಲಹೆ-ಬೆಂಬಲ ಸಹಕಾರಗಳನ್ನು ಪಡೆದು, ವ್ಯಾಪಕವಾಗಿ ತುರ್ತುಪರಿಸ್ಥಿತಿಯ ವಿರುದ್ಧ ಹೋರಾಟ, ಜಾಥಾಗಳನ್ನು ಸಂಘಟಿಸಿ, ಇದರ ಅಪಾಯಗಳನ್ನು ಕುರಿತು ದೇಶಾದ್ಯಂತ ಪ್ರತಿಭಟನೆಗಳಲ್ಲಿ ಧೈರ್ಯವಾಗಿ ಪಾಲ್ಗೊಳ್ಳುತ್ತಾರೆ.

ಶೆಣೈ ಅವರು ನಡೆಸಿದ ಈ ಹೋರಾಟ ಒಂದೂವರೆ ವರ್ಷಗಳ ಸೆರೆಮನೆವಾಸಕ್ಕೂ ಕಾರಣ ಆಗಿಬಿಡುತ್ತದೆ. ಆದರೆ ಇದರಿಂದ ಕೊಂಚವೂ ವಿಚಲಿತರಾಗದ, ಅಧೀರರಾಗದ ಇವರ ಮನೋಬಲ ಇನ್ನಷ್ಟು ಗಟ್ಟಿಯಾಗುತ್ತದೆ.

ರಾಷ್ಟ್ರೋತ್ಥನ ಪರಿಷತ್ತಿನಲ್ಲಿ ಸಂಘದ ಹಿರಿಯ ಪ್ರಚಾರಕ ರಾಗಿದ್ದ ಕೃಷ್ಣಪ್ಪನವರ ವ್ಯಕ್ತಿತ್ವ ಅವರ ವಾಗ್ಝರಿ ಶೆಣೈ ಅವರ ಮೇಲೆ ಬಹಳ ಪರಿಣಾಮವನ್ನು ಬೀರುತ್ತದೆ.

ಹಾಗಾಗಿ, ಪರಿಷತ್ತಿನಲ್ಲಿ ಭಾರತದ ಇತಿಹಾಸ ದಾಸ್ಯ, ಬ್ರಿಟೀಷರ ಅತಿಕ್ರಮಣ, ಅವರ ತೆಕ್ಕೆಗೆ ಬಿದ್ದ ಭಾರತದ ರಾಜ್ಯ, ಪ್ರಾಂತ್ಯಗಳ ಬಗ್ಗೆ ನಿಶ್ಚಿತವಾದ ಓದಿನ ಮೂಲಕ ಶೆಣೈ ಅವರು ಯುವ ಸಮೂಹವನ್ನು ಬೋಧೆಯಿಂದ ಸೆಳೆಯುತ್ತಾರೆ.

ಭಾರತದ ಭೌಗೋಳಿಕ ಪ್ರದೇಶಗಳು, ಐತಿಹಾಸಿಕ ಸ್ಥಳ ಹಿನ್ನೆಲೆಗಳು, ಸ್ಥಳನಾಮಗಳು, ಸ್ಥಾಲಿತ್ಯಗಳನ್ನು ಬೋಧಿಸುತ್ತಿದ್ದ ಶೆಣೈ ಅವರ ಪ್ರಗಲ್ಭ ಪಾಂಡಿತ್ಯ ಬಹುಬೇಗ ನಾಡಿನಾದ್ಯಂತ ಹರಡುತ್ತದೆ. ಭಾರತದ ಸಮುದ್ರತೀರ ಪ್ರದೇಶಗಳು, ಕರಾವಳಿ, ಅಸ್ಸಾಮ್, ಅಲಹಾಬಾದ್, ಬಿಹಾರ, ಬಂಗಾಳ, ಹೀಗೆ ದೇಶದ ನಾನಾ ಮೂಲೆಗಳ ಮೂಲಗಳನ್ನು ಅಧ್ಯಯನ ಮಾಡಿ ಶೆಣೈ ಅವರು ಮಾಡಿದ ಬೋಧನೆಗಳೇ ಮುಂದೆ ಭಾರತ ದರ್ಶನ ಸಂಪುಟಗಳಾಗಿ ಹೊರಬಂದವು. ಭಾರತ ದೇಶದ ರಾಜ್ಯಗಳ, ಕವಿ ಕಾವ್ಯಗಳ, ನದ ನದಿ, ಸಾಗರ, ರಾಜ ಮಹಾರಾಜರ ಭವ್ಯಪರಂಪರೆಯ ಘಟ್ಟಗಳನ್ನು ಕಣ್ಣೆದುರಿಗೆ ಕಾಣುವಂತೆ ವರ್ಣಿಸಿ ವಿಶ್ಲೇಷಿಸುತ್ತಿದ್ದ ಶೆಣೈ ಅವರ ಮಂತ್ರಮುಗ್ಧ ಹಾಗೂ ಐಂದ್ರಜಾಲಿಕ ವಿದ್ವತ್ ವಾಗ್ವೈಖರಿ ಅನನ್ಯವಾಗಿತ್ತು.

ಆದರೆ ತಮ್ಮ ಈ ಬೋಧನೆ, ಭಾಷಣ ಉಪನ್ಯಾಸಗಳು ಭಾರತ ದರ್ಶನ ಎಂಬ ಹೆಸರಿನ ಕೃತಿಯಾಗಿ ಸಂಪುಟಗಳಾಗಿ ಹೊರಬರುತ್ತದೆ ಎಂಬ ಕಿಂಚಿತ್ತೂ ಕಲ್ಪನೆ ಶೆಣೈ ಅವರಿಗಿರಲಿಲ್ಲ. ಆದರೆ ಇವರ ವರ್ಚಸ್ವೀ ಉಪನ್ಯಾಸಗಳಿಗಿದ್ದ ಆಯಸ್ಕಾಂತೀಯ ಶಕ್ತಿ ಹಾಗೂ ವಿಚಾರಧಾರೆಯ ಪ್ರಸ್ತುತಿ ಹಾಗೂ ಓಘ ಭಾರತ ದರ್ಶನದ ಕೃತಿಯು ಹೊರಬರಲು ಕಾರಣವಾಯಿತು.

ಅವಕುಂಠಿತವಾಗುತ್ತಿರುವ ಚಾರಿತ್ರಿಕ ಪ್ರಜ್ಞೆ, ಐತಿಹಾಸಿಕ ಮಹತ್ತ್ವ, ರಾಷ್ಟ್ರೀಯ ಐಕ್ಯಮತದ ಸದ್ಭಾವನೆಗಳನ್ನು ಭಾರತ ದರ್ಶನ ಕೃತಿ ಇನ್ನಿಲ್ಲದಂತೆ ಸಾರುತ್ತದೆ. ಈ ಕೃತಿಯಲ್ಲಿ ದೇಶಾಭಿಮಾನವು ವೀರಾವೇಶದ ಉದ್ರೇಕಿತ ಕಂಠಸ್ವರಗಳ ಘೋಷಗಳಲ್ಲ, ಬದಲಾಗಿ ಪ್ರೌಢವಾಗಿ, ಪ್ರಬುದ್ಧವಾಗಿ ನಮ್ಮ ದೇಶದ ಹಿಂದಿನ ಮತ್ತು ಇಂದಿನ ಇತಿಹಾಸವನ್ನು ಅವಲೋಕನ ಅಧ್ಯಯನ ಮಾಡಲು ಒಂದು ತಂತುವಾಗಿ ಈ ಕೃತಿ ಇಂದಿಗೂ ನಮ್ಮ ನಡುವೆ ಇದೆ.

ಶೆಣೈ ಅವರ ಭಾಷಣ, ಉಪನ್ಯಾಸಗಳಲ್ಲಿ ಜ್ಞಾನಭಾರತ, ಕಲೆ ಸಂಸ್ಕೃತಿಗಳ ಭಾರತ, ಸಾಹಿತ್ಯ, ಶಿಲ್ಪ ವಾಸ್ತುಶಿಲ್ಪಗಳ ಭಾರತ ಹೀಗೆ ಎಲ್ಲವೂ ಒಗ್ಗೂಡಿ ಆಗಿರುವ ಮಹೋನ್ನತ ಕೃತಿರತ್ನ. ಭಾರತ ದೇಶದ ಭವ್ಯೇತಿಹಾಸಕ್ಕೆ ಭಾರತದರ್ಶನ ನೀಡಿದ ಕಾಣ್ಕೆ ಚಿರಸ್ಥಾಯಿಯಾಗಿ ಉಳಿಯುವಂಥದ್ದು. ಧಾರ್ಮಿಕ, ರಾಜಕೀಯ, ಸಾಹಿತ್ಯ ಸಂಸ್ಕೃತಿಗಳ ಭಾರತದ ಒಟ್ಟು ಸತ್ತ್ವವನ್ನು ಶೆಣೈ ಅವರ ಈ ಕೃತಿ ಬಹಳ ವಿಸ್ತಾರವಾದ ಅರಿವಿನ ಸಂಚಯನದ ಮೂಲಕ ದೇಶದೇಶಗಳಲ್ಲೂ ಹೆಸರು ಮಾಡಿದೆ.

ಭಾರತದ ಕೀರ್ತಿಪತಾಕೆಯನ್ನು ದೇಶದ ಉದ್ದಗಲಕ್ಕೂ ವ್ಯಾಪಿಸಿದ ಶೆಣೈ ಅವರ ವೈಚಾರಿಕ ಚಿಂತನ ಮಂಥನ ಬೌದ್ಧಿಕ ಮಾತ್ರ ಅಲ್ಲ, ಅದು ಇಡೀ ಜನಸ್ತೋಮ, ಕೇಳುಗ ವಲಯಗಳನ್ನು ಆವರಿಸಿಕೊಳ್ಳುತ್ತಲೇ ಜನಸಾಮಾನ್ಯರನ್ನೂ ಹಿಡಿದಿಟ್ಟುಕೊಳ್ಳುವಸಾಮರ್ಥ್ಯ ಹೊಂದಿತ್ತು.

ಕನ್ನಡದ ವರನಟ ಡಾ. ರಾಜಕುಮಾರ್ ಅವರು ವಿದ್ಯಾನಂದ ಶೆಣೈ ಅವರ ಅದ್ಭುತ ವಾಗ್ಮಿತೆಗೆ ಮನ ಸೋತಿದ್ದರು. ಶೆಣೈ ಅವರನ್ನು ಕಂಡು 'ಅಬ್ಬಾ ಎಂಥ ಜ್ಞಾನವಂತರಪ್ಪ ನೀವು, ಎಷ್ಟು ವಿಷಯಗಳನ್ನು ತಿಳಿದುಕೊಂಡಿದ್ದೀರಿ, ನಿಮ್ಮ ಭಾಷೆ, ಪ್ರೌಢಿಮೆ ಅಗಾಧ, ನಿಮ್ಮ ಮಾತುಗಳನ್ನು ಸದಾ ಕೇಳುತ್ತಲೇ ಇರಬೇಕು ಎಂದನ್ನಿ ಸುತ್ತದೆ" ಎಂದು ಡಾ. ರಾಜ ಕುಮಾರ್ ಶೆಣೈ ಅವರನ್ನು ಮನಸಾರೆ ಶ್ಲಾಘಿಸಿದ್ದರು.

ಡಾ. ವಿಷ್ಣುವರ್ಧನ್ ಅವರೂ ಕೂಡ ವಿದ್ಯಾನಂದ ಶೆಣೈ ಅವರಿಗೂ ಅವರ ಭಾರತ ದರ್ಶನ ಕೃತಿಯ ಆರಾಧಕ ರಾಗಿದ್ದವರು. ಭಾರತ ದರ್ಶನದ ಸಾವಿರಕ್ಕೂ ಹೆಚ್ಚು ಉಪನ್ಯಾಸಗಳನ್ನು ನೀಡಿದ ಶೆಣೈ ಅವರ ಈ ಉಪನ್ಯಾಸ ಮಾಲಿಕೆಯ ಲಕ್ಷಾಂತರ ಧ್ವನಿಮುದ್ರಿಕೆ, ಅಡಕಮುದ್ರಿಕೆಗಳ ಮೂಲಕ ಅನೇಕಾನೇಕ ಶ್ರೋತೃಗಳ ಹೃದಯಗಳನ್ನು ಮುಟ್ಟಿದೆ.

ರತ್ನಗರ್ಭ ವಸುಂಧರೆಯಾದ ಭಾರತ ದೇಶದ ಹಿರಿಮೆ ಗರಿಮೆಗಳನ್ನು, ವಂದೇ ಮಾತರಂ ಗೀತೆಯ ಹುಟ್ಟು, ಅದರ ವಿಶಿಷ್ಟತೆ, ದೇಶದ ಗಿರಿಶೃಂಗಗಳ ಸಂಕಥನಗಳನ್ನು ಶೆಣೈ ಅವರ ರೀತಿಯಲ್ಲಿ ಅಚ್ಚೊತ್ತಿಸುವವರು ಬಹಳ ಅಪರೂಪ.

ಬ್ರಹ್ಮಚರ್ಯ, ರಾಷ್ಟ್ರಧರ್ಮ, ಐತಿಹಾಸಿಕ ಚಿಂತನೆ ಬೋಧನೆಗಳ ಮೂಲಕ ೫೬ ವರ್ಷ ಬಾಳಿದ ವಿದ್ಯಾನಂದ ಶೆಣೈ ಅವರು ತಮ್ಮ ಹೆಸರಿಗೆ ಅನ್ವರ್ಥವಾಗಿ ನಮ್ಮ ಭಾರತದ ದೇಶವಾಸಿಗಳಿಗೆ ವಿದ್ಯೆ ಮತ್ತು ಆನಂದದ ಅನುಭವ, ಅನುಭೂತಿಗಳನ್ನು ನೀಡುವ ಕಾಯಕದಲ್ಲಿ ನಿರತರಾಗಿದ್ದರು.

ಮೃದು ಮಾತಿನ ಆದರೆ ಅಧಿಕೃತ ಚಾರಿತ್ರಿಕ ಪ್ರಜ್ಞೆಯ ಶೆಣೈ ಅವರು ಆರೋಗ್ಯದ ದೃಷ್ಟಿಯಲ್ಲಿ ಅದೃಷ್ಟವಂತರಾಗಿ ಇರದಿದ್ದದ್ದು ನಮ್ಮ ಭಾರತೀಯರ ದುರ್ದೈವ. ಆಗಾಗ ಬಾಧಿಸುತ್ತಿದ್ದ ವಿಪರೀತ ವಾದ ತಲೆಶೂಲೆ ಬರುಬರುತ್ತಾ ಅಧಿಕವಾದಾಗ ವೈದ್ಯಕೀಯ ತಪಾಸಣೆಯನ್ನು ನಡೆಸಲಾಗಿ, ಆಗ ಮಿದುಳಿನಲ್ಲಿ ಗಡ್ಡೆಇರುವುದು ಗೊತ್ತಾಗುತ್ತದೆ. ಹಲವು ಸಲ ಶಸ್ತ್ರಚಿಕಿತ್ಸೆಯ ಮುಖಾಂತರ ಗಡ್ಡೆಯನ್ನು ತೆಗೆದರೂ ಮತ್ತೆ ಮತ್ತೆ ಕಾಣಿಸಿಕೊಳ್ಳುವ ಗಡ್ಡೆ ಶೆಣೈ ಅವರ ಮಾರಣಾಂತಿಕ

ಅಂತ್ಯಕ್ಕೆ ಕಾರಣವಾಗಿ ಕೇವಲ ೫೬ ವರ್ಷಕ್ಕೇ ಏಪ್ರಿಲ್ ೨೬ ೨೦೦೭ ಬುಧವಾರ ವಿದ್ಯಾನಂದ ಶೆಣೈ ಅವರು ಅಸುನೀಗುತ್ತಾರೆ. ರಾಷ್ಟ್ರಭಕ್ತಿ,

ಸ್ವದೇಶಪ್ರೇಮ ಹಾಗೂ ಭಾರತೀಯರ ಸಮಗ್ರ ಇತಿಹಾಸದ ಅರಿವಿಗೆ ಅಹರ್ನಿಶಿ ದುಡಿದ ಮಹಾ ಚೇತನ ವಿದ್ಯಾನಂದ ಶೆಣ್ಯೈ ಭಾರತ ಹಾಗೂ ಕರ್ನಾಟಕದ ಅನರ್ಘ್ಯ ರತ್ನ.

ವಿದ್ಯಾನಂದ ಶೆಣ್ಯೈ ಅವರು ಭೌಗೋಳಿಕವಾಗಿ ನಮ್ಮನ್ನು ಅಗಲಿ ೧೬ ವರ್ಷಗಳೇ ಆಗಿಹೋಗಿಯೂ ಅವರು ತಮ್ಮ ಉಪನ್ಯಾಸ, ಭಾಷಣ, ಹಾಗೂ ಅದ್ವಿತೀಯ ಪಾಂಡಿತ್ಯ ಶಕ್ತಿಯಿಂದ ಜನಮಾನಸದಲ್ಲಿ ಸದಾ ಉಳಿದಿರುತ್ತಾರೆ ಎನ್ನುವುದು ಉತ್ಪ್ರೇಕ್ಷೆಯಲ್ಲ.

೯೫

ಕರ್ನಾಟಕ ಸಂಗೀತ ಲೋಕದ ಧ್ರುವತಾರೆ

ಟೈಗರ್ ವರದಾಚಾರ್

ಕರ್ನಾಟಕದ ಸಂಗೀತ ಜಗತ್ತಿನ ಚಿರಂಜೀವ ಹೆಸರು ಟೈಗರ್ ವರದಾಚಾರ್. ಹುಟ್ಟಿದ ಊರು ತಮಿಳುನಾಡು, ಮನೆಯ ಮಾತು ತಮಿಳು, ಆದರೆ ಇವರು ಕನ್ನಡದ ನೆಲದಲ್ಲಿ ಮಾಡಿದ ಸಾಧನೆ, ಸಂಗೀತ ಸಿದ್ಧಿ ಅನಂತವಾದುದು.

ಆಗಸ್ಟ್ ೧, ೧೮೭೬ರಂದು ತಮಿಳುನಾಡಿನ ತಿರುವಟ್ಟಿ ಯಾರ್‌ನ ಸಮೀಪದ ಕಲಡಿಪೇಟ್‌ನಲ್ಲಿ ಹುಟ್ಟಿದ ವರದಾಚಾರ್ಯರ ತಂದೆ ರಾಮಾನುಜಾಚಾರ್ಯ, ತಾಯಿ ಕಲ್ಯಾಣಿ ಅಮ್ಮಾಳ್.

ಎಫ್.ಎ. ಪರೀಕ್ಷೆ ಪಾಸಾದ ನಂತರ ಇವರು ಗುರುಕುಲ ಪದ್ಧತಿಯಲ್ಲಿ ಸಂಗೀತಾಭ್ಯಾಸವನ್ನು ಪ್ರಸಿದ್ಧ ಸಂಗೀತ ವಿದ್ವಾಂಸರಾಗಿದ್ದ ಪಟ್ಣಂ ಸುಬ್ರಹ್ಮಣ್ಯ ಅಯ್ಯರ್ ಅವರಲ್ಲಿ ಮೂರು ವರ್ಷ ತಿರುವಯ್ಯಾರಿನಲ್ಲಿ ಶಿಷ್ಯವೃತ್ತಿ ಮಾಡಿ, ನಂತರ ಜೀವನೋಪಾಯಕ್ಕಾಗಿ ಕೇರಳದ ಕಲ್ಲಿಕೋಟೆಯಲ್ಲಿ ಸರ್ವೇ ಇಲಾಖೆಯಲ್ಲಿ ಕೆಲಸಕ್ಕೆ ಸೇರಿಕೊಂಡರು. ಆದರೆ ವರದಾಚಾರ್ಯರ ಆಸಕ್ತಿ ಮತ್ತು

ಗುರಿ ಸಂಗೀತದೆಡೆಗೇ ಇದ್ದು, ಇದರಲ್ಲೇ ಹೆಚ್ಚಿನ ಸಾಧನೆ ಮಾಡುವ ತುಡಿತ ತೀವ್ರವಾಗಿ ಕಾಡುತ್ತಿತ್ತು.

ಸಂಗೀತಕ್ಕೆ ಬೇಕಾದ ಶಾಸ್ತ್ರೀಯ ಅಭ್ಯಾಸ ಹಾಗೂ ಸುಶ್ರಾವ್ಯ ಕಂಠವನ್ನು ದೈವದತ್ತವಾಗಿ ಪಡೆದಿದ್ದ ವರದಾಚಾರ್ಯರು ಸಂಗೀತದ ಜಗತ್ತಿನಲ್ಲಿ ಹೆಚ್ಚಿನದನ್ನು ಸಾಧಿಸಲು ಪೂರಕ ವೇದಿಕೆ, ವಾತಾವರಣಕ್ಕಾಗಿ ಹಂಬಲಿಸುತ್ತಿದ್ದರು. ಇವರ ನಿರೀಕ್ಷೆ–ಅಭಿಲಾಷೆಗಳು ನೆರವೇರುವ ಸಮಯವೂ ಒದಗಿ ಬಂತು.

ಕರ್ನಾಟಕದಲ್ಲಿ ಮೈಸೂರು ಸಂಗೀತ ಕ್ಷೇತ್ರದಲ್ಲಿ ಅದ್ಭುತ ಸಾಧಕರ ತವರು. ಸಂಗೀತ ಕಲೆ ಸಾಹಿತ್ಯಗಳಲ್ಲಿ ಮೈಸೂರು ಹೆಸರುವಾಸಿಯಾಗಿದೆ.

ಸಂಗೀತದಲ್ಲಿ ಔನ್ನತ್ಯವನ್ನು ಸಾಧಿಸಲು ಇವರು ಮೈಸೂರಿಗೆ ಆಗಮಿಸಿದರು. ೧೯೧೬ರಲ್ಲಿ ತಮ್ಮ ೪೦ನೇ ವರ್ಷದ ಆಸುಪಾಸಿನಲ್ಲಿ ಮೈಸೂರಿಗೆ ಬಂದರು. ಆಗ ಮೈಸೂರು ಅರಸರಾಗಿದ್ದ ನಾಲ್ವಡಿ ಕೃಷ್ಣರಾಜ ಒಡೆಯರ್ ಅವರ ಪ್ರೀತ್ಯಾದರಕ್ಕೆ ಪಾತ್ರರಾದ ವರದಾಚಾರ್ಯರ ಸಂಗೀತವನ್ನು ಆಲಿಸಿ, ಬಹುವಾಗಿ ಮೆಚ್ಚಿದ ಕೃಷ್ಣರಾಜ ಒಡೆಯರ್ ಅವರು ವರದಾಚಾರ್ ಅವರನ್ನು ಸಂಗೀತದ ಹುಲಿ ಎಂದು ಅಭಿದಾನ ನೀಡಿ ಅಭಿನಂದಿಸಿದರು. ಇಲ್ಲಿಂದ ಮುಂದೆ, ವರದಾಚಾರ್ಯರು ಟೈಗರ್ ವರದಾಚಾರ್ಯರು ಎಂದೇ ಜನಜನಿತರಾದರು. ಮೈಸೂರು ವಾಸುದೇವಾ ಚಾರ್ಯರ ಬಗ್ಗೆ ಬಹಳ ಗೌರವ ಹೊಂದಿದ್ದ ವರದಾಚಾರ್ಯರಿಗೆ ವೀಣೆ ವೆಂಕಟಗಿರಿಯಪ್ಪನವರ ಬಗ್ಗೆಯೂ ಅಪಾರ ವಿಶ್ವಾಸ ವಿತ್ತು.

ವರದಾಚಾರ್ಯರು ಸಂಗೀತ ವಿದ್ವಾಂಸರಷ್ಟೇ ಅಲ್ಲದೆ, ಅದರ ಅರಿವನ್ನು ಮೂಡಿಸುವ ಬಗ್ಗೆ ಯೂ ಅದ್ಭುತ ಯೋಚನೆಗಳನ್ನು ಹೊಂದಿದ್ದರು.

ಕಲ್ಯಾಣಿ, ದರ್ಬಾರ್ ರಾಗಗಳ ವರ್ಣಗಳನ್ನು ಮೂರೂ ಕಾಲಗಳಲ್ಲಿ ಹಾಡುತ್ತಿದ್ದ ಇವರು ೧೯೪೪ರಲ್ಲಿ ಖ್ಯಾತ ನೃತ್ಯಗಾರ್ತಿ ಶ್ರೀಮತಿ ರುಕ್ಮಿಣಿ ದೇವಿ ಅರುಂಡೇಲ್ ಅವರ ಆಹ್ವಾನದ ಮೇರೆಗೆ, ಆಡ್ಯಾರ್ ಕಲಾಕ್ಷೇತ್ರಕ್ಕೆ ತೆರಳಿ ಸಂಗೀತ ಶಿರೋಮಣಿ ತರಗತಿಗಳನ್ನು ಪ್ರಾರಂಭಿಸಿ ಅಲ್ಲಿ ಪ್ರಾಂಶುಪಾಲ ರಾಗಿ ಸೇವೆ ಸಲ್ಲಿಸಿದರು.

ರುಕ್ಮಿಣಿ ದೇವಿ ಅವರು ಕಾಳಿದಾಸನ ಜಗತ್ಪ್ರಸಿದ್ಧ ನಾಟಕ ಕುಮಾರ ಸಂಭವಂನ್ನು ನೃತ್ಯರೂಪಕವನ್ನಾಗಿಸಿ, ಪ್ರದರ್ಶಿಸಲು ಇಚ್ಛಿಸಿದಾಗ ಅದಕ್ಕೆ ಸಂಪೂರ್ಣ ಬೆಂಬಲ ನೀಡಿ, ಬೇಗಡೆ, ಹಿಂದೋಳ, ತೋಡಿ, ಬಿಲಹರಿ, ಆರಭಿ ಮಣಿರಂಗು, ಜನರಂಜನಿ ಅಭೋಗಿ, ವಾಚಸ್ಪತಿ, ಕೇದಾರ ಶ್ರೀರಂಜನಿ, ಸಾವೇರಿ, ಬಹುಧಾರಿ, ಯದುಕುಲ ಕಾಂಬೋಧಿ ರಾಗಗಳ ವಿನ್ಯಾಸ ವೈವಿಧ್ಯವನ್ನು ಅಳವಡಿಸಿ, ತಾಳವರ್ಣಗಳಿಗೆ ದೃಶ್ಯ ಗೀತ ಸಮ್ಮೇಳದ ಬಲವನ್ನು ತುಂಬಿದರು.

ಸಂಗೀತ–ನೃತ್ಯದ ಸಾಮರಸ್ಯ, ಸಹಭಾಗಿತ್ವವನ್ನು ಎತ್ತಿ ಹಿಡಿದ ಮಹನೀಯರಾದ ಟೈಗರ್ ವರದಾಚಾರ್ಯರು ಅನೇಕ ಕೀರ್ತನೆಗಳನ್ನು ಸ್ವಯಂ ರಚಿಸಿ ಸಂಗೀತ ಸಂಯೋಜಿಸಿ ಹಾಡಿರುವ ವಾಗ್ಗೇಯಕಾರರೂ ಹೌದು.

ವರದಾಚಾರ್ಯರಿಗೆ ಸಂಗೀತ ಕಛೇರಿಗಳನ್ನು ನೀಡುವಾಗ ಇದ್ದ ಬದ್ಧತೆಯೊಂದಿಗೇ ಸಂಗೀತಕ್ಕೆ ಇರುವ ಬೋಧಪ್ರದ ಸಂಗತಿಗಳ ಬಗ್ಗೆಯೂ ಸ್ಪಷ್ಟ ಕನಸುಗಳಿದ್ದವು. ಗಟ್ಟಿ ಕಂಠದ ಇವರು ಖರಹರಪ್ರಿಯ, ಕಲ್ಯಾಣಿ, ಕೋಕಿಲಪ್ರಿಯ ಕಾನಡ, ಪೂರ್ಣಚಂದ್ರಿಕಾ ಯದುಕುಲ ಕಾಂಬೋಧಿ ಸೇರಿದಂತೆ ಉಳಿದ ರಾಗಗಳ ಸ್ವರೂಪ ಗುಣ ಲಕ್ಷಣಗಳನ್ನು ಬಹಳ ಪ್ರಮಾಣ ಬದ್ಧವಾಗಿ ಬೋಧಿಸು ತ್ತಿದ್ದರು. ಸಂಗೀತ ಕೇವಲ ಶಾಸ್ತ್ರ ವಿದ್ಯೆಯಲ್ಲ, ಶೈಕ್ಷಣಿಕವಾಗಿ ಸಂಗೀತದ ಆಮೂಲಾಗ್ರ ಅಧ್ಯಯನ ಸಾಧಿತವಾಗ ಬೇಕೆಂಬ ದೃಢವಾದ ದೃಷ್ಟಿಯಿಂದ ಸಂಗೀತದ ಗೇಯತೆ, ಪಾರಂಪರಿಕ ಶಾಸ್ತ್ರೀಯತೆಗಳು ಜನರಂಜನೆ ಮತ್ತು ಜ್ಞಾನ ರಂಜನೆ ಎಂಬ ಬೌದ್ಧಿಕ ನೆಲೆಗಳಲ್ಲಿ ಕಂಡ ವರದಾಚಾರ್ಯರು ಸಂಗೀತದ ವಿಸ್ತಾರ, ಬಹು ಉಪಯುಕ್ತತೆಗಳನ್ನು ಕುರಿತು ಅನೇಕ ಲೇಖನಗಳನ್ನೂ ಬರೆದಿದ್ದಾರೆ.

ಕರ್ನಾಟಕ ಶಾಸ್ತ್ರೀಯ ಸಂಗೀತದ ತ್ರಿರತ್ನರೆನ್ನಿಸಿದ ತ್ಯಾಗರಾಜರು ಮುತ್ತುಸ್ವಾಮಿ ದೀಕ್ಷಿತರು, ಶ್ಯಾಮಾಶಾಸ್ತ್ರಿಗಳ ಕೀರ್ತನೆಗಳನ್ನು ಪುನರುತ್ಥಾನ ಗೊಳಿಸಿದವರಲ್ಲಿ ಮುಖ್ಯರು. ಕನಕದಾಸರ ಭಜಿಸಿ ಬದುಕೆಲೊ ಲೋ ಮಾನವ ಬಹಳ ಇಷ್ಟದ ಕೀರ್ತನೆಯಾಗಿತ್ತು.

ಮನೆಯ ಭಾಷೆ ತಮಿಳಿನ ಜೊತೆಗೆ ಕನ್ನಡ, ತೆಲುಗು, ಸಂಸ್ಕೃತ, ಇಂಗ್ಲಿಷ್ ಭಾಷೆಗಳಲ್ಲಿ ಪರಿಣತಿಯನ್ನು ಪಡೆದಿದ್ದ ಇವರು ಕೃಷ್ಣಗಿರಿಯಲ್ಲೂ ನೆಲೆಸಿದ್ದರು. ಕರ್ನಾಟಕದ ತಿರುಮಕೂಡಲು ನರಸೀಪುರ ದಲ್ಲೂ ಇದ್ದ ವರದಾಚಾರ್ಯರು ದೇವದಾಸಿ ಮಹಿಳೆಯೊಬ್ಬರಿಗೆ ಸಂಗೀತವನ್ನು ಕಲಿಸಿಕೊಟ್ಟರು.

ಮೈಸೂರು ವಾಸುದೇವಾ ಚಾರ್ಯ–ವರದಾಚಾರ್ಯರ ಜಂಟಿ ಆತ್ಮೀಯತೆ ಮನಃಪೂರ್ವಕವಾದ ಅಂತಃಕರಣದ ನಿರ್ವ್ಯಾಜ ಪ್ರೀತಿಯದ್ದು. ಏಕದೇಹ ನ್ಯಾಯದಂತೆ ಬಾಳಿದ ಈ ಈರ್ವರ ಜೋಡಿಯು ಹೆಣೆದ ಭಾವಸಂಬಂಧದ, ಸುಸ್ಥಿರ ಗೆಳೆತನದ ಸುಭದ್ರ ಕುರುಹು. ಮೈಸೂರು ವಾಸುದೇವಾಚಾರ್ಯರು ಜಯಚಾಮರಾಜೇಂದ್ರ ಒಡೆಯರ್ ಅವರ ಬಳಿ ಬಿನ್ನವಿಸಿ, ಟೈಗರ್ ವರದಾಚಾರ್ಯರನ್ನು ಮೈಸೂರು ಅರಮನೆಗೆ ಕರೆಸಿದರು. ವರದಾಚಾರ್ಯರ ಸಂಗೀತ ಒಡೆಯರ್ ಅವರ ಹೃನ್ಮನವನ್ನು ಸೂರೆಗೊಂಡಿತು.

ನಾಲ್ವಡಿ ಕೃಷ್ಣರಾಜ ಒಡೆಯರ್ ಅವರು ವರದಾಚಾರ್ಯರಿಗೆ ಟೈಗರ್ ಬಿರುದು, ಚಿನ್ನದ ತೋಡ ನೀಡಿ ಗೌರವಿಸಿದ್ದಂತೆ, ಜಯಚಾಮರಾಜೇಂದ್ರ

ಒಡೆಯರ್ ಅವರೂ ಸಹ ವರದಾಚಾರ್ಯರನ್ನು ಆಸ್ಥಾನ ವಿದ್ವಾನರಾಗಿ ನೇಮಿಸಿದರು.

ಚಕ್ರವರ್ತಿ ರಾಜಗೋಪಾಲಾ ಚಾರಿಯವರು ತಮಿಳುನಾಡಿನ ಆಡ್ಯಾರ್ ಕಲಾಕ್ಷೇತ್ರಕ್ಕೆ ಭೇಟಿಯಿತ್ತಾಗ ವರದಾಚಾರ್ಯ ರೇ ರಚಿಸಿ ದರ್ಬಾರ್ ರಾಗದಲ್ಲಿ ಹಾಡಿದ ನೀದೇ ಸುದಿನಮು... ಕೀರ್ತನೆಯನ್ನು ರಾಜಾಜಿ ಬಹುವಾಗಿ ಮೆಚ್ಚಿ ಇವರನ್ನು ಪ್ರಶಂಸಿಸಿದ್ದರು.

ಹಾಗೆ ನೋಡಿದರೆ ವರದಾಚಾರ್ಯರ ಕುಟುಂಬ ಸಂಗೀತ ಕ್ಷೇತ್ರಕ್ಕೆ ತಮ್ಮದೇ ಆದ ವಿಶಿಷ್ಟ ಕೊಡುಗೆಗಳನ್ನು ನೀಡಿದ್ದಾರೆ. ವರದಾಚಾರ್ಯರ ದೊಡ್ಡ ಅಣ್ಣ ಶ್ರೀನಿವಾಸ ಅಯ್ಯಂಗಾರ್ ಗಾನಭಾಸ್ಕರ, ತ್ಯಾಗರಾಜ ಹೃದಯ, ಸಂಗೀತ ರಸಾರ್ಣವ ಕೃತಿಗಳನ್ನು ರಚಿಸಿ ನೃತ್ಯಕಲಾವಿದರಾಗಿ, ಸಂಗೀತ ಶಾಲೆಯನ್ನು ನಡೆಸುತ್ತಿದ್ದ ಸಂಗೀತಜ್ಞರು.

ವರದಾಚಾರ್ಯರ ತಮ್ಮ ಕೃಷ್ಣಮಾಚಾರ್ಯರು ವೀಣಾ ವಿದ್ವಾಂಸ, ವಾಗ್ಗೇಯಕಾರರಾಗಿ ಪ್ರಸಿದ್ಧರಾದವರು.

ಮದ್ರಾಸಿನ ಮ್ಯೂಸಿಕ್ ಅಕಾಡೆಮಿಯ ಸಂಗೀತ ಸಮ್ಮೇಳನದ ಅಧ್ಯಕ್ಷತೆ, ಸಂಗೀತ ಕಲಾನಿಧಿ, ಸಂಗೀತ ಶಾಸ್ತ್ರ ವಿಶಾರದ ಹೀಗೆ ಹಲವಾರು ಪ್ರಮುಖ ಪ್ರಶಸ್ತಿ ಗೌರವಗಳಿಗೆ ಭಾಜನರಾಗಿದ್ದ ಟೈಗರ್ ವರದಾಚಾರ್ಯರು ೧೯೫೦ರ ಜನವರಿ ೧ರ ಭಾನುವಾರ ತಮ್ಮ ಪ್ರಿಯ ಶಿಷ್ಯ ಎಂ. ಡಿ. ರಾಮನಾಥನ್ ಅವರಿಗೆ ಕೀರ್ತನೆಯನ್ನು ಹಾಡಲು ಹೇಳಿ ಹಾಗೇ ಶಾಶ್ವತವಾಗಿ ಕಣ್ಣು ಮುಚ್ಚಿ ಸಂಗೀತ ಸರಸ್ವತಿಯಲ್ಲಿ ಲೀನವಾಗಲು ಇಹದ ಬದುಕಿಗೆ ಪೂರ್ಣ ರಜೆ ಹಾಕಿ ನಿರ್ಗಮಿಸಿ ದಾಗ ಅವರಿಗೆ ೭೩ ವರ್ಷ.

ಕರ್ನಾಟಕ ಸಂಗೀತಕ್ಕೆ ಗೇಯತೆಗೆ ಅಡಿಗಲ್ಲು ಹಾಕಿದ ಗಣ್ಯರಲ್ಲಿ ಪ್ರಮುಖರೆನ್ನಿಸಿದ ವರದಾಚಾರ್ಯರು ಇಂದಿಗೂ ತಮ್ಮ ಸಂಗೀತ ಸುಧೆ ಹಾಗೂ ಗಟ್ಟಿ ಗಂಡು ಧ್ವನಿಯಿಂದ ಅನುರಣಿಸುತ್ತಲೇ ಇರುತ್ತಾರೆ.

ಕನ್ನಡ ರಂಗಭೂಮಿಯ 'ನಾಟಕ ಶಿರೋಮಣಿ"–ಎ.ವಿ. ವರದಾಚಾರ್ಯ. ಅನಕೃ ಕನ್ನಡದ ಜನಪ್ರಿಯ ಕಾದಂಬರಿ ಸಾರ್ವಭೌಮ ಎಂದೇ ಹೆಸರಾದವರು. ಆದರೆ ಅವರ ಸಾಹಿತ್ಯ ರಚನೆ ಆರಂಭವಾದುದು ನಾಟಕದ ಮೂಲಕ. ೧೯೨೪ರಲ್ಲಿ ಅನಕೃ ಅವರಿಗಿನ್ನೂ ೧೬ ವರ್ಷ. ಅನಕೃ ಅವರ ತಂದೆ ನರಸಿಂಗರಾಯರಿಗೆ ಆಪ್ತರಾಗಿದ್ದ ಎ.ವಿ. ವರದಾ ಚಾರ್ಯರೊಂದಿಗೆ ಅನಕೃ ಅವರು ನಾಟಕಗಳ ಬಗ್ಗೆ ತಮ್ಮ ಅಭಿಪ್ರಾಯವನ್ನು ವ್ಯಕ್ತಪಡಿಸು ತ್ತಿದ್ದಾಗ, ವರದಾಚಾರ್ಯರು ಯುವಕ ಅನಕೃ ಅವರಿಗೆ 'ನೋಡಯ್ಯ ಮಾತನಾಡು ವುದು ಬಹಳ ಸುಲಭ, ಒಂದು ಸಾಮಾಜಿಕ ನಾಟಕವನ್ನು ಬರೆದು ತೋರಿಸು ನೋಡೋಣ!? ' ಎಂದು ಸವಾಲೊಡ್ಡಿದಾಗ ಅನಕೃ ಒಂದೇ ರಾತ್ರಿಯಲ್ಲಿ

ಬರೆದ ಅವರ ಮೊದಲ ರಚನೆಯೇ ಮದುವೆಯೋ ಮನೆಹಾಳೋ (ಮುಪ್ಪಿನ ಮೋಹ) ಎಂಬ ಪ್ರಹಸನದ ನಾಟಕ. ಹೀಗೆ ನಾಟಕದ ಮೂಲಕ ಸಾಹಿತ್ಯ ರಚನೆಯನ್ನು ಆರಂಭಿಸಿ ಮುಂದೆ ಕಾದಂಬರಿಕಾರರಾಗಿ ಹೆಸರು ಮಾಡಿದ ಅನಕೃ ಅವರೊಳಗಿದ್ದ ಬರೆಹಗಾರನನ್ನು ಹೊರಬರಲು ಕಾರಣ ಆದವರು ಎ.ವಿ. ವರದಾ ಚಾರ್ಯರು. ಕನ್ನಡ ವೃತ್ತಿ ರಂಗಭೂಮಿಯಲ್ಲಿ

ಹಲವು ದಶಕಗಳ ಕಾಲ ರಂಗಭೂಮಿಯ ಉತ್ತಮ ಕಲಾವಿದರಾಗಿ ವಿಜೃಂಭಿಸಿದ ವರದಾಚಾರ್ಯರು ನಾಟಕಗಳ ಕುರಿತು ವಿಶೇಷ ಅಧ್ಯಯನ ವನ್ನೇನೂ ಮಾಡಿರದೆ ಮುಂದೆ ಆ್ಯನಿಬೆಸೆಂಟ್ ಅವರಿಂದ ನಾಟಕ ಶಿರೋಮಣಿ ಎಂಬ ಬಿರುದಿಗೆ ಪಾತ್ರರಾಗಿದ್ದು, ನಾಟಕವನ್ನು ಸ್ವಲ್ಪ ಹೊತ್ತು ಮಾತ್ರ ನೋಡಿ ಹೊರಡುವೆನೆಂದು ಹೇಳಿದ ರವೀಂದ್ರನಾಥ್ ಠಾಕೂರ್ ಅವರು ತದೇಕಚಿತ್ತರಾಗಿ, ಕುಳಿತಲ್ಲಿಂದ ಚೂರೂ ಕದಲದೆ, ಇಡೀ ನಾಟಕವನ್ನು ಸಂಪೂರ್ಣವಾಗಿ ವೀಕ್ಷಿಸಿ, ವರದಾಚಾರ್ಯರನ್ನು ಅಭಿನಂದಿಸಿದ್ದು ಇವರ ತಾಕತ್ತಿಗೆ ಸಾಕ್ಷಿ.

ನಾಟಕರಂಗದ ಕ್ರೆಸ್ಟ್ ಜ್ಯುವೆಲ್ ಎಂದು ಕರೆಸಿಕೊಂಡ ಇವರು ಕನ್ನಡ ರಂಗಭೂಮಿಗೆ ಸಲ್ಲಿಸಿದ ಸೇವೆ, ಹೊಸ ಮನ್ವಂತರವನ್ನೇ ಉಂಟು ಮಾಡಿದ ಅನನ್ಯತೆ ಬಹಳ ನಿರ್ಣಾಯಕವಾದುದು.

ವರದಾಚಾರ್ಯರು ಜನಿಸಿದ್ದು ಚಿತ್ರದುರ್ಗ ಜಿಲ್ಲೆಯಲ್ಲಿ. ತಂದೆ ರಂಗಸ್ವಾಮಿ ಅಯ್ಯಂಗಾರ್ ಅವರು ಶಿರಸ್ತೇದಾರ್ ಹುದ್ದೆಯಲ್ಲಿದ್ದವರು. ಸಂಗೀತದ ಬಗ್ಗೆ ಅಭಿಮಾನ ಹೊಂದಿದ್ದ ತಂದೆಯವರು ಮಗನಿಗೆ ಶಿಕ್ಷಣ ಮತ್ತು ಸಂಗೀತಾಭ್ಯಾಸ ಮಾಡಿಸಿದರು. ಸ್ಪುರದ್ರೂಪಿ, ಉತ್ತಮ ದೇಹಸೌಷ್ಠವದ ಜೊತೆಗೆ ಉತ್ತಮವಾಗಿ ಹಾಡುತ್ತಿದ್ದ ಬಾಲಕ ವರದಾಚಾರ್ಯರು ಮನೆಯ ಸುತ್ತಮುತ್ತಲಿನ ಧಾರ್ಮಿಕ ಕಾರ್ಯಕ್ರಮಗಳಲ್ಲಿ, ದೇವಸ್ಥಾನ, ಭಜನಾಮಂದಿರಗಳಲ್ಲಿ ಸೊಗಸಾಗಿ ಇಂಪಾಗಿ ಹಾಡಿ ಜನರ ಮೆಚ್ಚುಗೆ, ಕರತಾಡನಗಳಿಗೆ ಪಾತ್ರರಾಗು ತ್ತಿದ್ದರು. ಸೆಂಟ್ರಲ್ ಕಾಲೇಜಿನಲ್ಲಿ ವ್ಯಾಸಂಗ ಮಾಡಿ ಎಫ್. ಎ ಪರೀಕ್ಷೆಯಲ್ಲಿ ಉತ್ತೀರ್ಣರಾದ ಮೇಲೆ ಬೆಂಗಳೂರಿನಲ್ಲೇ ನೆಲೆ ನಿಂತರು. ರೆಸಿಡೆನ್ಸಿ ರಸ್ತೆಯಲ್ಲಿದ್ದ ಕಚೇರಿಯಲ್ಲಿ ಸರ್ಕಾರೀ ಹುದ್ದೆಯೂ ದೊರಕಿತು. ಆದರೆ ವರದಾಚಾರ್ಯರ ಚಿತ್ತ ಸದಾ ರಂಗಭೂಮಿಯ ಕಡೆಗೇ ಸೆಳೆಯುತ್ತಿತ್ತು.

ಬೆಂಗಳೂರಿನ ಹವ್ಯಾಸಿ ರಂಗಭೂಮಿ ಸಂಸ್ಥೆಯವರ ನಾಟಕಗಳ ಸಣ್ಣ ಪುಟ್ಟ ಪಾತ್ರಗಳಲ್ಲಿ ಕಾಣಿಸಿಕೊಂಡರೂ ಸಹ ಇವರಿಗೆ ಇದರಿಂದ ಹೆಚ್ಚೇನೂ ಪ್ರಯೋಜನ ವಾಗಲಿಲ್ಲ. ಇಲ್ಲಿ ಇವರಿಗೆ ಹೇಳಿಕೊಳ್ಳುವಂತಹ ಗಮನಾರ್ಹ ಪಾತ್ರಗಳೇನೂ ಸಿಗದೆ ನಟನಾಗಿ ಗುರುತಿಸಿ ಕೊಳ್ಳಲು ಇದರಿಂದ ಆಗಲಿಲ್ಲ.

ಮಿಲಿಟರಿ ಅಧಿಕಾರಿಯಾಗಿದ್ದ ಬುಳ್ಳಪ್ಪ ಎಂಬುವವರ ವೃತ್ತಿ ರಂಗಭೂಮಿ ನಾಟಕಗಳಲ್ಲಿ ಅಭಿನಯಿಸಿದ್ದರು. ಇದನ್ನು ಪ್ರಖ್ಯಾತ ನಾಟಕ ಕಂಪನಿಯ ಮಾಲಿಕ ಗಮಕಿ, ಸಂಗೀತ ವಿದ್ವಾಂಸ, ಮೈಸೂರು ಅರಮನೆಯಲ್ಲಿ ಸಂಗೀತ ಕಾರ್ಯಕ್ರಮಗಳನ್ನು ನೀಡಿ ಹೆಸರಾಗಿದ್ದ ಗೌರೀ ನರಸಿಂಹಯ್ಯನವರು ಗಮನಿಸಿ ವರದಾಚಾರ್ಯರ ಅಭಿನಯವನ್ನು ಮೆಚ್ಚಿಕೊಂಡಿದ್ದರು.

ಗೌರಿನರಸಿಂಹಯ್ಯನವರ ಒಡೆತನದ ಶ್ರೀ ಸರಸ್ವತೀ ವಿಲಾಸ ರತ್ನಾವಳಿ ನಾಟಕ ಸಭಾ ಮಂಡಳಿಯಲ್ಲಿ ಕವಿ ಕಾಳಿದಾಸನ ವಿಕ್ರಮೋರ್ವಶೀಯ ನಾಟಕ ಪ್ರದರ್ಶನದ ಸಿದ್ಧತೆಗಳನ್ನು ಮಾಡಿಕೊಳ್ಳುವ ಸಂದರ್ಭದಲ್ಲಿ ಪುರೂರವನ ಪಾತ್ರಕ್ಕೆ ವರದಾಚಾರ್ಯರೇ ಸರಿ ಎಂದು ನಿಶ್ಚಯಿಸಿ, ವರದಾಚಾರ್ಯರಿಗೆ ಈ ವಿಷಯವನ್ನು ತಿಳಿಸಿದಾಗ ಮೊದಲಿಗೆ ವರದಾಚಾರ್ಯರು ಇದಕ್ಕೆ ಒಪ್ಪಲಿಲ್ಲ. ಏಕೆಂದರೆ ಸರ್ಕಾರಿ ವೃತ್ತಿಯನ್ನು ಬಿಟ್ಟು, ಅಭದ್ರತೆಯ ರಂಗಭೂಮಿಯ ಕಡೆಗೆ ಬರಲು ಸಹಜವಾಗಿ ವರದಾಚಾರ್ಯರು ಮನಸ್ಸು ಮಾಡಲಿಲ್ಲ. ಆದರೆ ಗೌರಿ ನರಸಿಂಹಯ್ಯನವರು ಹಿಡಿದ ಪಟ್ಟು ಸಡಿಲಿಸಲಿಲ್ಲ, ಅಂತಿಮವಾಗಿ ಇವರ ಮಾತಿಗೆ ಒಪ್ಪಿ ಸರ್ಕಾರಿ ಹುದ್ದೆಗೆ ರಾಜೀನಾಮೆ ನೀಡಿ ಬಂದ ವರದಾಚಾರ್ಯರು ಪುರೂರವನ ಪಾತ್ರದಲ್ಲಿ ಅದ್ಭುತವಾಗಿ ಅಭಿನಯಿಸಿದ ಮೇಲೆ ಹಿಂಜರಿಯುವ ಪ್ರಶ್ನೆಯೇ ಉದ್ಭವಿಸಲಿಲ್ಲ.

ಹಲವಾರು ನಾಟಕಗಳಲ್ಲಿ ಭಿನ್ನ ವಿಭಿನ್ನ ಪಾತ್ರಗಳಲ್ಲಿ ಮನೋಜ್ಞವಾಗಿ ಅಭಿನಯಿಸಿ, ರಂಗ, ಸೀಸ ಪದ್ಯಗಳನ್ನು ಸಲೀಸಾಗಿ ಹಾಡಿ ಶರೀರ ಶಾರೀರದ ಸದೃಢತೆಯಿಂದಲೂ ಗಮನಸೆಳೆದ ವರದಾಚಾರ್ಯರಿಗೆ ಮೈಸೂರಿನಲ್ಲಿ ಒಳ್ಳೆಯ ಪಾತ್ರಗಳೂ ನೆಮ್ಮದಿಯೂ ದೊರಕಿತ್ತು. ಬೆಂಗಳೂರಿನ ರಂಗ ಸಂಸ್ಥೆಗಳಲ್ಲಿನಟಿಸುವಾಗ, ಇವರನ್ನು ತುಳಿಯುವ, ಅವರ ಮನಸ್ಸನ್ನು ಘಾಸಿ ಮಾಡುವ ಘಟನೆಗಳೂ ನಡೆದವು. ಇದು ನಿಲ್ಲದೆ ಸಾಗಿದಾಗ ಬಹಳ ನೊಂದುಕೊಂಡು ವರದಾ ಚಾರ್ಯರು ನಾಟಕ ರಂಗದ ಸಹವಾಸ ಸಾಕು ಎಂಬ ನಿರ್ಧಾರಕ್ಕೂ ಬಂದಿದ್ದರು. ಆದರೆ ಮೈಸೂರಿನಲ್ಲಿ ಇವರಿಗೆ ಇಂಥ ಸಂಕಷ್ಟಗಳು ಸಂಗತಿಗಳು ಘಟಿಸಲಿಲ್ಲ. ಶೂದ್ರಕನ ಮೃಚ್ಛಕಟಿಕಾ ನಾಟಕದಲ್ಲಿ ಇವರ ಪಾತ್ರ ಬಹಳ ಹೆಸರು ತಂದುಕೊಟ್ಟಿತು. ಚಂದ್ರಾವಳಿ ನಾಟಕವೂ ವರದಾಚಾರ್ಯರ ಕಲಾಪ್ರಪೂರ್ಣತೆಗೆ ನಿದರ್ಶನ ವಾಯಿತು.

ಇದ್ದಕ್ಕಿದ್ದಂತೆ ಗೌರಿನರಸಿಂಹಯ್ಯನವರು ತೀರಿಕೊಂಡಾಗ ಕಂಪೆನಿಯ ಸೂತ್ರಧಾರತ್ವವನ್ನು ಯಾರು ವಹಿಸಿಕೊಳ್ಳಬೇಕೆಂಬ ಪ್ರಶ್ನೆ ಎದುರಾಯಿತು. ೧೯ನೇ ಶತಮಾನದಲ್ಲಿ ದೊಡ್ಡ ಪಿಡುಗಾಗಿ ಕಾಡಿದ್ದ ಪ್ಲೇಗು ರೋಗ ವ್ಯಾಪಕವಾಗಿ ಹಬ್ಬಿಕೊಂಡಿತು. ಒಂದೆಡೆ ಗೌರಿ ನರಸಿಂಹಯ್ಯನವರ ಅಕಾಲಿಕ ಮರಣ, ಮತ್ತೊಂದೆಡೆ ಕಂಪೆನಿಯು ಸ್ಥಗಿತಗೊಳ್ಳುವ ಆತಂಕಗಳಿಂದ

ಚಿಂತಾಕ್ರಾಂತ ರಾದ ವರದಾಚಾರ್ಯರಿಗೆ ಇಷ್ಟು ಸಾಲದೆಂಬಂತೆ ಪ್ಲೇಗ್ ರೋಗ ಅವರ ಹೆಂಡತಿ, ಪುತ್ರನನ್ನು ಬಲಿ ತೆಗೆದುಕೊಂಡಿತು.

ಇದರಿಂದ ಕಂಗೆಟ್ಟು, ವಿಷಣ್ಣ ರಾದ ವರದಾಚಾರ್ಯರು ಜುಗುಪ್ಸೆ ಹೊಂದಿದ್ದಾಗ ಇವರಿಗೆ ಸಾಂತ್ವನ-ಸಮಾಧಾನಗಳನ್ನು ಹೇಳಿದ ಗೆಳೆಯರು ಕಂಪೆನಿಯ ಮಾಲಿಕತ್ವದ ಹೊಣೆ ಹೊರೆಸಿ ಅವರ ದುಃಖವನ್ನು ಶಮನ ಗೊಳಿಸಲು ಪ್ರಯತ್ನಿಸಿದರು.

ಸರಸ್ವತೀ ವಿಲಾಸ ರತ್ನಾವಳೀ ನಾಟಕ ಸಭಾ ಕಂಪೆನಿಯ ಹೆಸರನ್ನು ಶ್ರೀ ರತ್ನಾವಳೀ ನಾಟಕ ಮಂಡಳಿ ಎಂದು ಹೊಸ ಹೆಸರಿನೊಂದಿಗೆ ಆರಂಭಿಸಲು ಬಹಳ ಯಶಸ್ವೀ ಪ್ರದರ್ಶನಗಳನ್ನು ಕಂಡಿದ್ದ ರತ್ನಾವಳಿ ನಾಟಕ ಪ್ರಮುಖ ಕಾರಣವಾಗಿತ್ತು.

೧೯ನೇ ಶತಮಾನದ ಆರಂಭದಲ್ಲಿಮರುಸ್ಥಾಪಿತವಾದ ಈ ನಾಟಕ ಕಂಪೆನಿಯ ನಾಟಕಗಳು ಮೈಸೂರು, ಆಂಧ್ರ, ತಮಿಳುನಾಡಿನಲ್ಲೂ ಬಹಳ ಜನಪ್ರಿಯತೆ ಗಳಿಸಿದವು.

ಇಂದಿರಾನಂದ ಮತ್ತು ವಿಮಲಾ ವಿಜಯ ಎಂಬ ನಾಟಕಗಳನ್ನು ಸ್ವಯಂರಚಿಸಿ ಪ್ರಧಾನ ಪಾತ್ರಗಳಲ್ಲಿ ಮಿಂಚಿದ ವರದಾಚಾರ್ಯರ ಪರಿಶ್ರಮಕ್ಕೆ ತಕ್ಕ ಪ್ರತಿಫಲ ದೊರೆಯಿತು. ಇದಲ್ಲದೆ, ಶಾಕುಂತಲ ನಾಟಕದ ದುಷ್ಯಂತ, ಭಕ್ತ ಪ್ರಹ್ಲಾದದ ಹಿರಣ್ಯಕಶಿಪು, ರಾಮವರ್ಮ-ಲೀಲಾವತಿ ನಾಟಕದಲ್ಲಿ ಸಂತಾಪಕ, ಪಾತ್ರಗಳಲ್ಲಿ ವರದಾಚಾರ್ಯರ ಅಮೋಘ ಅಭಿನಯ ಎಲ್ಲ ಪ್ರೇಕ್ಷಕರ ಮನಗೆದ್ದಿತ್ತು. ಸದಾರಮೆ, ಮನ್ಮಥ ವಿಜಯ, ಗುಲೇಬಕಾವಲಿ ನಿರುಪಮಾ, ಈ ನಾಟಕಗಳನ್ನು ಹೊಸ ವಿಧಾನಗಳಲ್ಲಿ, ವಿಶಿಷ್ಟ ಬೆಳಕಿನ ವಿನ್ಯಾಸದಲ್ಲಿ ಮೂಡಿಸಿದರು. ಈ ನಾಟಕಗಳು ಜಯಭೇರಿ ಬಾರಿಸಿದವು. ಅತಿಯಾದ ಮೇಕಪ್ ಇರದ, ಸಂಗೀತ-ನಾಟಕದ ಸಂಭಾಷಣೆಯ ಪರಿಭಾಷೆಯ ಮೂಲಕ ನಾಟಕ ರಂಗ. ಸಂಗೀತದ ಸಹಸ್ಪರ್ಶದ ನಾವೀನ್ಯತೆಯನ್ನು ತಂದ ವರದಾಚಾರ್ಯರ ವಿಭಿನ್ನ ಪ್ರಯೋಗಗಳಿಗೆ ಜನಸ್ಪಂದನೆ ಯೂ ಬಹಳ ಸಕಾರಾತ್ಮಕವಾಗಿ ಪ್ರಾಪ್ತವಾಗಿತ್ತು. ಜಟಿಲವಾದ, ಉದ್ದುದ್ದ ಸಂಭಾಷಣೆಗಳನ್ನು ಬಿಟ್ಟು ಸುಲಭ ರೀತಿಯಲ್ಲಿ ಸಂವಹನವಾಗಬಲ್ಲ ಮಾತುಗಳನ್ನು ಸೇರಿಸಿದ್ದೂ ಈ ನಾಟಕಗಳ ಯಶಸ್ಸಿಗೆ ಕಾರಣವಾಯಿತು.

ಆಂಗ್ಲ ನಾಟಕಗಳನ್ನು ಕನ್ನಡದ ರಂಗಾಸಕ್ತರ ಅಭಿರುಚಿಗೆ ತಕ್ಕಂತೆ ಮರು ರೂಪಿಸಿ ಕನ್ನಡಕ್ಕೆ ಅನುವಾದ ಮಾಡಿದ ವಿಲಿಯಂ ಶೇಕ್ಸ್ಪಿಯರ್‌ನ ರೋಮಿಯೋ ಜೂಲಿಯೆಟ್ ನಾಟಕವನ್ನು ರಾಮವರ್ಮ-ಲೀಲಾವತಿ ನಾಟಕವಾಗಿ ರೂಪಾಂತರಿಸಿದಾಗ ಈ ನಾಟಕವನ್ನು ನೋಡಿ ಮೆಚ್ಚಿ ಆ್ಯನಿ ಬೆಸೆಂಟ್ ವರದಾಚಾರ್ಯರಿಗೆ ನಾಟಕ ಶಿರೋಮಣಿ ಬಿರುದು ನೀಡಿದರು.

ಭಕ್ತ ಪ್ರಹ್ಲಾದ ನಾಟಕವನ್ನು ವೀಕ್ಷಿಸಿದ ರವೀಂದ್ರನಾಥ್ ಠಾಕೂರ್ ಅವರು ವರದಾಚಾರ್ಯರ ಅಭಿನಯ, ರಂಗತಯಾರಿಕಾ ನೈಪುಣ್ಯತೆಯನ್ನು ಮನಸಾರೆ ಹೊಗಳಿ ತೆರಳಿದರು.

೧೯೨೬ರ ಏಪ್ರಿಲ್ ೪ರ ೫೭ ವರ್ಷಕ್ಕೆ ಹಠಾತ್ ಕಣ್ಮರೆಯಾದ ವರದಾಚಾರ್ಯರ ಸ್ಮರಣೆಗಾಗಿ ಭಕ್ತ ಧ್ರುವ ಎಂಬ ವಾಕ್ಚಿತ್ರ ನಿರ್ಮಾಣವನ್ನು ಅವರ ಬಂಧುಬಳಗದವರೇ ವಹಿಸಿಕೊಂಡರು. ಆದರೆ ಹಲವು ಆರ್ಥಿಕ ಅಡಚಣೆಗಳಿಂದ ಕುಂಟುತ್ತಾ ಸಾಗಿದ ಈ ಚಿತ್ರವು ಕನ್ನಡದ ಪ್ರಪ್ರಥಮ ವಾಕ್ಚಿತ್ರವಾಗುವ ಅವಕಾಶದಿಂದ ವಂಚಿತವಾಗಿ ಆ ದಾಖಲೆ ಸತಿ ಸುಲೋಚನಾ ಚಿತ್ರಕ್ಕೆ ಸಂದಿತು.

ಕನ್ನಡ ರಂಗಭೂಮಿಯ ಇತಿಹಾಸದಲ್ಲಿ ಈ ಕ್ಷೇತ್ರಕ್ಕೆ ವರದಾಚಾರ್ಯರು ಸಲ್ಲಿಸಿದ ಸೇವೆ ಆಚಂದ್ರಾರ್ಕವಾದುದು. ಕನ್ನಡ ನಾಟಕ ರಂಗಕ್ಕೆ ಇವರ ಸೇವೆ, ಪ್ರಯೋಗಗಳು ಇಂದಿಗೂ ಮುಂದಿನ ಪೀಳಿಗೆಗೆ ಮಾರ್ಗದರ್ಶಕ ಎನ್ನುವುದು ನಿಸ್ಸಂಶಯ ಸತ್ಯ.

೯೬

ಬಹುಕ್ಷೇತ್ರಜ್ಞಾನಿ ಡಾ. ಚಿಂತಲಪಲ್ಲಿ

ಶ್ರೀಕಾಂತಂ ನಾಗೇಂದ್ರಶಾಸ್ತ್ರಿ

ಕರ್ನಾಟಕದ ಪ್ರಸಿದ್ಧ ರಾಜವಂಶಗಳಾದ ಗಂಗರು, ಹೊಯ್ಸಳರು, ಬಹಮನಿ, ಮೈಸೂರು ಸಾಮ್ರಾಜ್ಯಗಳಲ್ಲಿ ಆಸ್ಥಾನ ವಿದ್ವಾಂಸರಾಗಿ, ರಾರಾಜಿಸಿದ ಚಿಂತಲಪಲ್ಲಿ ಸಂಗೀತದ ಕುಟುಂಬವು ೮೦೦ ವರ್ಷಗಳಿಂದ ಸತತವಾಗಿ ಮುಂದುವರೆಯುತ್ತಾ ಬಂದಿರುವ ವಿಶ್ವದ ಏಕೈಕ ಸಂಗೀತ ಕುಟುಂಬ. ಇಂತಹ ಸುಸಂಸ್ಕೃತ ಮನೆತನದಲ್ಲಿ ಜನಿಸಿದ ಡಾ. ಶ್ರೀಕಾಂತಂ ನಾಗೇಂದ್ರ ಶಾಸ್ತ್ರಿಯವರು ಬಹುಶ್ರುತ ಮೇಧಾವಿ. ಸಂಗೀತ, ಭಾಷೆ, ವಿಮರ್ಶೆ... ಹೀಗೆ ಹಲವು ಮಜಲುಗಳಲ್ಲಿ ತಮ್ಮ ವಿದ್ವತ್ಪೂರ್ಣ ಸಂಪದವನ್ನು ಹರಿಸಿರುವ ಇವರು ನಮ್ಮ ನಡುವಿರುವ ಬಹುಕ್ಷೇತ್ರಗಳ ಪ್ರವೀಣರು.

೧೯೭೭ರಲ್ಲಿ ಜನಿಸಿದ ನಾಗೇಂದ್ರಶಾಸ್ತ್ರಿಯವರ ತಾಯಿಯ ಮನೆಮಾತು ಕನ್ನಡವಾದರೆ, ತಂದೆ ಶ್ರೀಕಾಂತಂ ವೈದಿಕ ಮನೆತನದ ತೆಲುಗು ಮಾತೃಭಾಷಿಕರು.

ತಾಯಿ ಚಿಂತಲಪಲ್ಲಿ ಸಂಗೀತ ಕುಟುಂಬದ ಸುಶೀಲ ಅವರಾದರೆ, ಚತುರ್ವೇದ ಪಾರಂಗತರಾದ ಶ್ರೀಕಾಂತಂ

ದತ್ತಾತ್ರೇಯ ಶಾಸ್ತ್ರಿಯವರು ಖ್ಯಾತ ಸಂಗೀತಗಾರರು, ಖ್ಯಾತ ಗಾಯಕ ಘಂಟಸಾಲ ಅವರ ಶಿಷ್ಯರು. ಇಂತಹ ವಿದ್ವತ್ ಪರಂಪರೆಯನ್ನು ಹೊಂದಿದ ಕುಟುಂಬದ ಕುಡಿ ನಾಗೇಂದ್ರ ಶಾಸ್ತ್ರಿ ತಾತ ಚಿಂತಲಪಲ್ಲಿ ರಾಮಚಂದ್ರರಾವ್, ಸೋದರ ಮಾವ ಸೂರ್ಯ ನಾರಾಯಣ ರಾವ್, ಅಂಬಿಭಾಗವತರ್, ಡಾ. ರಾ. ಸತ್ಯನಾರಾಯಣ, ಮಲ್ಲಿಕಾರ್ಜುನ ಶರ್ಮ ಎಂ.ಎಸ್. ರಾಮಯ್ಯ ಮೊದಲಾದವರಲ್ಲಿ ಸಂಗೀತಾ ಭ್ಯಾಸ ಮಾಡಿದರು. ಈಗ ಮಹಾರಾಣಿ ಕಲಾ ಕಾಲೇಜು ಬೆಂಗಳೂರು ಇಲ್ಲಿ ನಾಗೇಂದ್ರ ಶಾಸ್ತ್ರಿಯವರು ಕನ್ನಡ ಪ್ರಾಧ್ಯಾಪಕರಾಗಿ ಸೇವೆ ಸಲ್ಲಿಸುತ್ತಿದ್ದಾರೆ.

ತೆಲುಗು-ಕನ್ನಡ ದ್ವಿಭಾಷಾ ಪರಿಸರದ ನಾಗೇಂದ್ರ ಶಾಸ್ತ್ರಿ ಯವರ ಸಂಗೀತದ ವ್ಯಾಪ್ತಿ ಬಹಳ ಅಗಾಧ. ಗಾಯಕ, ಬೋಧಕ, ಲೇಖಕ, ವಾಗ್ಮಿ, ಸಂಗೀತ ಶಾಸ್ತ್ರಜ್ಞ, ಕನ್ನಡ ಭಾಷಾ ಶಾಸ್ತ್ರಜ್ಞ ಆಯೋಜಕ ಹೀಗೆ ವಿಶಿಷ್ಟ ಮಜಲುಗಳಲ್ಲಿ ಹಾದು ಬಂದಿರುವ ಶಾಸ್ತ್ರಿಯ ವರ ಸಾಧನೆಗಳ ಶೃಂಗ ಬಹು ಎತ್ತರದ್ದು ಮತ್ತು ಉನ್ನತ ವಾದುದು.

ಶ್ರೀ ತ್ಯಾಗರಾಜರ, ಮೈಸೂರು ಸದಾಶಿವರಾಯರ ನೇರ ಶಿಷ್ಯ ಪರಂಪರೆಗೆ ಸೇರಿದ ಶಾಸ್ತ್ರಿಯವರು ಬೆಂಗಳೂರು ವಿಶ್ವವಿದ್ಯಾಲಯದಲ್ಲಿ ಸ್ವರ್ಣ ಪದಕವನ್ನು ಪಡೆದು ಪ್ರಥಮ ರಾಂಕ್ ಗಳಿಸಿದವರು.

ಕರ್ನಾಟಕ ಸಂಗೀತ-ನೃತ್ಯ ಅಕಾಡೆಮಿಯ ಫೆಲೋಶಿಪ್, ಕೇಂದ್ರ ಮಾನವ ಸಂಪನ್ಮೂಲ ಇಲಾಖೆಯ ಗೌರವ ಪಡೆದಿರುವ ಇವರು ಪಲ್ಲವಿ, ಷಟ್ಕಾಲ, ಪಲ್ಲವಿಗಳನ್ನು (ಷೋಡಶ ಕಲೆ) ಹಾಡಿರುವ ಏಕೈಕ ಗಾಯಕ ಶಾಸ್ತ್ರಿಯವರು.

೫೦೦೦ ಪುಟಗಳಿಗೂ ಮೀರಿದ ಸಂಗೀತ ಸಂಬಂಧಿತ ಲೇಖನಗಳನ್ನು ಬರೆದಿರುವ ಶಾಸ್ತ್ರಿಯವರು ಪ್ರಾಚೀನ ಕನ್ನಡ ಕಾವ್ಯಗಳಲ್ಲಿ ಸಂಗೀತ ಎಂಬ ವಿಷಯವನ್ನು ಕುರಿತು ಮಹಾಪ್ರಬಂಧವನ್ನು ಬರೆದು, ಡಾಕ್ಟರೇಟ್ ಪದವಿ ಪಡೆದ ಇವರು ಕನ್ನಡ ಸಾಹಿತ್ಯ, ಸಂಸ್ಕೃತ, ಶ್ರೀವಿದ್ಯಾ, ಆಯುರ್ವೇದ ತಂತ್ರ, ವೇದ, ವೇದಾಂತಗಳಲ್ಲಿ ಪರಿಣಿತ ರಾಗಿರುವ ಶಾಸ್ತ್ರಿಯವರ ಸಂಗೀತಸಿದ್ಧಿ ವಿಶಾಲವಾದುದು.

ಸಂಗೀತ ಸಾಧನೆ-ಒಂಬತ್ತನೇ ವಯಸ್ಸಿಗೇಸಂಗೀತ ಕಛೇರಿಗಳನ್ನು ನೀಡಲು ಆರಂಭಿಸಿದ ನಾಗೇಂದ್ರ ಶಾಸ್ತ್ರಿಯವರು ಮಹಾನ್ ಸಂಗೀತ ಗಾರರಾದ ಆರ್.ಆರ್. ಕೇಶವ ಮೂರ್ತಿ, ಆನೂರು ರಾಮಕೃಷ್ಣ, ಟಿ.ಎ.ಎಸ್. ಮಣಿ, ಸೋಸಲೆ ಶೇಷಗಿರಿ ದಾಸ್ ಮೊದಲಾದ ವಿದ್ವನ್ಮಣಿಗಳೊಂದಿಗೆ ಸಂಗೀತ ಕಛೇರಿಗಳನ್ನು ನೀಡಿದ್ದಾರೆ.

ಐನೂರಕ್ಕೂ ಹೆಚ್ಚು ಜಾವಳಿಗಳನ್ನು ಸಂಗ್ರಹಿಸಿ, ಮದ್ರಾಸ್ ಸಂಗೀತ ಅಕಾಡೆಮಿಯಲ್ಲಿ ಜಾವಳಿ ಕಛೇರಿ ನೀಡಿ ಡಾ. ಪಪ್ಪುವೇಣುಗೋಪಾಲ ರಾವ್,

ಎಂ.ಎಸ್. ಗೋಪಾಲ ಕೃಷ್ಣನ್ ಮೊದಲಾದ ಗಣ್ಯರ ಪ್ರಶಂಸೆಗೆ ಶಾಸ್ತ್ರಿಯವರು ಪಾತ್ರರಾಗಿದ್ದಾರೆ. ಪ್ರಖ್ಯಾತ ವಿಮರ್ಶಕರಾದ ಎಸ್.ಎನ್. ಚಂದ್ರಶೇಖರ, ಬಿ.ವಿ.ಕೆ. ಶಾಸ್ತ್ರಿಯವರು ನಾಗೇಂದ್ರ ಶಾಸ್ತ್ರಿಯವರನ್ನು ಜಾವಳಿಯ ವಿಶ್ವಕೋಶ ಎಂದಿದ್ದಾರೆ.

ಜಾವಳಿಗಳನ್ನು ಮುನ್ನೆಲೆಗೆ ತರುವಲ್ಲಿ ಮುಖ್ಯ ಪಾತ್ರ ವಹಿಸಿರುವ ನಾಗೇಂದ್ರ ಶಾಸ್ತ್ರಿಯವರು ಅನೇಕ ನಾಟ್ಯ ಕಲಾವಿದರಿಗೆ, ವಿದ್ವಾಂಸರಿಗೆ ಜಾವಳಿಗಳನ್ನು ಕಲಿಸಿದ್ದಾರೆ.

ಕರ್ನಾಟಕ ಗಾನಕಲಾ ಪರಿಷತ್, ಬೆಂಗಳೂರು ಗಾಯನ ಸಮಾಜಗಳಷ್ಟೇ ಅಲ್ಲದೆ, ರಾಜ್ಯದ ನಾನಾ ಭಾಗಗಳಲ್ಲಿ ಮತ್ತು ಮೈಸೂರು ಅರಮನೆ, ಜಗನ್ಮೋಹನ ಅರಮನೆ, ಮದ್ರಾಸ್, ಕೇರಳ, ಹೈದರಾಬಾದ್, ಮುಂಬೈಗಳಲ್ಲೂ ನೂರಾರು ಸಂಗೀತ ಕಛೇರಿಗಳನ್ನು ನೀಡಿರುವ ಹೆಗ್ಗಳಿಕೆ ಇವರದ್ದು. ಸೋಸಲೆ ವ್ಯಾಸರಾಜಮಠದ ಅಯ್ಯಾ ಶಾಸ್ತ್ರಿಗಳು ಶ್ರೀಮಠದ ಆಸ್ಥಾನವಿದ್ವಾಂಸರಾಗಿ ಇವರನ್ನು ಗೌರವಿಸಿದ್ದಾರೆ.

ಸಂಗೀತದ ಮೂಲಕ ಸಮಾಜ ಸೇವಾಕಾರ್ಯಗಳು. ಡಾ. ನಾಗೇಂದ್ರ ಶಾಸ್ತ್ರಿಯವರು ಸಂಗೀತ ವಿದ್ಯೆಯನ್ನು ಸಮದೃಷ್ಟಿ-ಸಮಚಿತ್ತದ ಸಮಸೌಹಾರ್ದ ಭಾವದಲ್ಲಿ ಕಂಡು ಬಾಳುತ್ತಿರುವ ಅಪ್ಪಟ ಸಮಾಜಮುಖೀ ಸಾಧಕರು.

೨೦೦೬ರಲ್ಲಿ ಚಿಂತಲಪಲ್ಲಿ ಸಂಗೀತ ಪರಂಪರಾ ಟ್ರಸ್ಟ್ ಸ್ಥಾಪಿಸಿದ ನಾಗೇಂದ್ರ ಶಾಸ್ತ್ರಿಯವರು ಉಚಿತ ಗುರುಕುಲ, ಪ್ರಾಚೀನ ವಿದ್ವಾಂಸರ ಸ್ಮಾರಕ ಸಂಗ್ರಹಾಲಯ, ಗ್ರಾಮೀಣ ಜನತೆಗೆ ಉಚಿತ ಕಂಪ್ಯೂಟರ್ ತರಬೇತಿ, ಸ್ತ್ರೀಯರಿಗೆ ಹೊಲಿಗೆ ಯಂತ್ರ ವಿತರಣೆ, ಕಲಿಕೆ, ಎಲ್ಲ ವರ್ಗದ ಜನರಿಗೆ ಉಚಿತವಾಗಿ ಗುರುಕುಲದ ಮುಖೇನ ಸಂಗೀತದ ಉಚಿತ ಕಲಿಕೆ, ಉಚಿತ ಸಾಮೂಹಿಕ ವಿವಾಹ, ಉಚಿತ ನೇತ್ರ-ದಂತ ತಪಾಸಣಾ ಶಿಬಿರ, ಶಸ್ತ್ರಚಿಕಿತ್ಸಾ ಕಾರ್ಯ ಕ್ರಮಗಳು ಬಡವರಿಗೆ ಸಂಜೀವಿನಿಯಾಗಿವೆ.

ಪ್ರಾಚ್ಯ ವಸ್ತು ಸಂಗ್ರಹಕಾರರಾಗಿ ನಾಗೇಂದ್ರಶಾಸ್ತ್ರಿಯವರ ಕೊಡುಗೆ- ಕನ್ನಡ ಪ್ರಾಚೀನ ವಸ್ತು ಸಂಗ್ರಹಕ್ಕೆ ಇವರ ಕೊಡುಗೆ ಅಪಾರ. ಪ್ರಾಚೀನ ತಾಳೆಗರಿ ಓಲೆಗಳು, ಗ್ರಾಮಾಫೋನ್ ೩೦೦೦ಕ್ಕೂ ಹೆಚ್ಚು ವಿರಳಾತಿವಿರಳ ಶಾಸ್ತ್ರ ಗ್ರಂಥಗಳ ಸಂಗ್ರಹಣೆ, ಉಚಿತ ವಾಚನಾಲಯ ಸ್ಥಾಪಿಸಿರುವ ಶ್ರೀಯುತರು ನಿಜಗುಣ ಶಿವಯೋಗಿಗಳ ಕೈವಾರ ತಾತಯ್ಯ, ತಿಪ್ಪಣ್ಣಾರ್ಯರ ಅಪೂರ್ವ ವಾಗ್ಗೇಯಕಾರರ ಕೃತಿಗಳನ್ನು ಸಂಗೀತಕ್ಕೆ ಅಳವಡಿಸಿ, ನಾಡಿನ ಮುಖ್ಯ ವಾಹಿನಿಗೆ ತರಲು ಕಾರ್ಯ ಪ್ರವೃತ್ತರಾಗಿದ್ದಾರೆ.

ಪ್ರಸಿದ್ಧ ಗಾಯಕ ಡಾ. ಎಸ್.ಪಿ. ಬಾಲಸುಬ್ರಹ್ಮಣ್ಯ ಅವರು ನಡೆಸಿಕೊಡುತ್ತಿದ್ದ ಎದೆ ತುಂಬಿ ಹಾಡುವೆನು ಕಾರ್ಯಕ್ರಮದಲ್ಲಿ ತೀರ್ಪುಗಾರರಾಗಿದ್ದ ಶಾಸ್ತ್ರಿ

ಯವರ ವಿದ್ವತ್ತನ್ನು ಎಸ್.ಪಿ. ಬಾಲಸುಬ್ರಹ್ಮಣ್ಯ ಮನಸಾರೆ ಮುಕ್ತವಾಗಿ ಹೊಗಳಿದ್ದಾರೆ.

ಇಂಡಿಯಾ ಟುಡೆ, ಔಟ್ ಲುಕ್ ಮೊದಲಾದ ಪ್ರತಿಷ್ಠಿತ ಪತ್ರಿಕೆಗಳಿಗೆ ಸಂದರ್ಶನಗಳನ್ನು ನೀಡಿ ಅಲ್ಲೂ ಅಪಾರ ಮನ್ನಣೆಯನ್ನು ಪಡೆದಿದ್ದಾರೆ.

ಬೆಂಗಳೂರು ದೂರದರ್ಶನದಲ್ಲಿ ಕುಮಾರವ್ಯಾಸ ಭಾರತವನ್ನು ಗಮಕದಲ್ಲಿ ಹಾಡಿ, ಪ್ರವಚನ, ರಾಮಾಯಣದ ಬಗ್ಗೆ ಸುದೀರ್ಘ ಸರಣಿ ಉಪನ್ಯಾಸಗಳನ್ನೂ ನೀಡಿದ್ದಾರೆ. ಭಾಗವತ ಮಹಾತ್ಮೆ ಎಂಬ ಭಾಮಿನೀ ಷಟ್ಪದಿಯ ಖಂಡಕಾವ್ಯವನ್ನು ರಚಿಸಿರುವ ನಾಗೇಂದ್ರಶಾಸ್ತ್ರಿಯವರು ಚಿಂತಲಪಲ್ಲಿ ಸಂಗೀತ ಮನೆತನ ಸಾಕ್ಷ್ಯಚಿತ್ರ ನಿರ್ಮಾಣ, ನಿರ್ದೇಶನ, ವಿಶೇಷನಾರಸಿಂಹ, ಎಂಬ ಸಿ. ಡಿ ಧ್ವನಿಸುರುಳಿ, ಸುಳಾದಿಗಳ ಸಿ. ಡಿ. ರಸರಾಜ ವೈಭವ, ಅಪೂರ್ವ ಶ್ರೀವಿದ್ಯಾ ಶ್ರೀ ಜಯಚಾಮರಾಜೇಂದ್ರ ಒಡೆಯರ್ ಕೃತಿಗಳು, ಪತಂಜಲಿ ಕಲಯೇ ಕ್ಯಾಸೆಟ್, ಶ್ರೀ ಲಲಿತಾ ಸಂಗೀತ ಲಹರಿ ಸತ್ಯ ಪ್ರಕಾಶಿನಿ ಪಲ್ಲವ ಪಲ್ಲವಿ, ಗಾಯನ ಕಛೇರಿ ಸಿ. ಡಿ. ಆದಿಭಟ್ಲ ನಾರಾಯಣ ದಾಸು, ದಶವಿಧ ರಾಗ ನವತಿ, ಕುಸುಮಮಂಜರಿ, ಮಾಯಾ ಮಾಳವಗೌಳದ ರಾಗರತ್ನಗಳು ಕೃತಿಗಳನ್ನು ಲೋಕಾರ್ಪಣೆ ಮಾಡಿದ್ದಾರೆ.

ಬಿರುದು, ಸನ್ಮಾನ, ಪುರಸ್ಕಾರಗಳು

ಡಾ. ನಾಗೇಂದ್ರಶಾಸ್ತ್ರಿಯವರದ್ದು ಪರ್ವತ ಸದೃಶ ಸಾಧನೆಯಾದರೂ ವಿನೀತ ಭಾವದ ಸದ್ವಿನಯದ ಸಜ್ಜನ ನಡವಳಿಕೆಯ ವ್ಯಕ್ತಿತ್ವ. ಸಂಸ್ಕಾರಯುತ ಹಾಗೂ ಸಂಪದ್ಭರಿತ ಜೀವನದ ಡಾ. ನಾಗೇಂದ್ರಶಾಸ್ತ್ರಿಯವರು ಸಂಯಮ ಹಾಗೂ ಘನತೆ ಗಾಂಭೀರ್ಯಗಳಿಂದ, ಕೃತಕತೆಯ ಸೋಗಿಲ್ಲದೆ ಕೃತಕೃತ್ಯ ಭಾವದಿಂದ ಬಾಳುವೆ ನಡೆಸುತ್ತಿದ್ದಾರೆ. ತೆಲುಗು, ಕನ್ನಡ, ಸಂಸ್ಕೃತಗಳಲ್ಲಿ ಅನೇಕ ಕೀರ್ತನೆಗಳನ್ನು ರಚಿಸಿರುವ ಶ್ರೀಯುತರು ನವತಿ ಮೇಳ ತಾಳ ಮಾಲಿಕಾ ಎಂಬ ಗ್ರಂಥದಲ್ಲಿ ೭೨ ಮೇಳಗಳಿಗೆ ಹೊಸದಾಗಿ ೧೮ ಮೇಳಕರ್ತ ರಾಗಗಳನ್ನು ಸೇರ್ಪಡೆ ಗೊಳಿಸಿ ೯೦ ಮೇಳಗಳು ಹಾಗೂ ತಾಳಗಳನ್ನು ರಚಿಸಿದ್ದಾರೆ. ಪಂಚಮುಖಿ, ಷಣ್ಮುಖಿ ಅವಧಾನಗಳನ್ನು ಮಾಡಿರುವ ಏಕೈಕ ವ್ಯಕ್ತಿ ಎಂಬ ಅಪರೂಪದ ಹೆಗ್ಗಳಿಕೆ ಡಾ. ನಾಗೇಂದ್ರ ಶಾಸ್ತ್ರಿ ಯವರದ್ದು. ಇವರ ೫೦ ನೆಯ ಜನ್ಮದಿನದ ಅಂಗವಾಗಿ

"ಶಾಸ್ತ್ರೀಯ ಸುವರ್ಣ ಸೌರಭ" ಎಂಬ ಅಭಿನಂದನಾ ಗ್ರಂಥವನ್ನು ಸಾಂಸ್ಕೃತಿಕ ಲೋಕ ಪ್ರಕಟಿಸಿದೆ.

ಶ್ರೀ ನಾದಜ್ಯೋತಿ ತ್ಯಾಗರಾಜ ಭಜನಾ ಸಭಾದ ನಾದಜ್ಯೋತಿ, ಕಂಚಿಕಾಮಕೋಟಿ ಆಸ್ಥಾನ ವಿದ್ವಾನ್ ಗೌರವಗಳಿಗೆ ಭಾಜನ ರಾಗಿರುವ

ಡಾ. ನಾಗೇಂದ್ರ ಶಾಸ್ತ್ರಿಯವರುಸುಗುಣಾದರ್ಶ, ಗಾನಸಾಹಿತ್ಯ ಶಿರೋಮಣಿ, ರಾಜಯೋಗೀಂದ್ರ, ಸಂಗೀತ ಕಲಾಭೂಷಣ, ದಾಸಿಮಯ್ಯ ಪ್ರಶಸ್ತಿ, ಕಲಾವತಂಸ, ನಾದ ವಿದ್ಯಾನಿಧಿ ಭಾರತೀಯ ಕಲಾಚಾರ್ಯ ಹೀಗೆ ನೂರಾರು ಪ್ರಶಸ್ತಿ ಪುರಸ್ಕಾರಗಳಿಗೆ ಭಾಜನರಾಗಿರುವ ಡಾ. ನಾಗೇಂದ್ರ ಶಾಸ್ತ್ರಿಯವರು ನಮ್ಮ ನಾಡಿನ ಸಾರಸ್ವತ ಲೋಕದ ಹೆಮ್ಮೆಯ ಸಂಪತ್ತು. ಸಂಗೀತ, ಕಲೆ, ಬೋಧನೆ, ಬರೆಹಗಳ ಮೂಲಕ ಸರಸ್ವತೀ ಪ್ರಪಂಚಕ್ಕೆ ತೆಲುಗು-ಕನ್ನಡ ದ್ವಿಭಾಷಾ ಜಗತ್ತಿಗೆ ನಾದವಿದ್ಯೆಯನ್ನು ನಿನದಿಸುತ್ತಿರುವ ಸಂಗೀತದ ಪಾರಂಪರಿಕ ಕುಟುಂಬದ ಡಾ. ನಾಗೇಂದ್ರ ಶಾಸ್ತ್ರಿಯವರ ಹೆಬ್ಬಾಳಿನ ಸಾಧನೆ ಅವಿಚ್ಛಿನ್ನವಾಗಿ ಸಾಗುತ್ತಿರಲಿ.

೯೭

ಅವಧಾನ ಕಲೆಯ ನಿಷ್ಣಾತ ಶತಾವಧಾನಿ

ಡಾ. ಆರ್. ಗಣೇಶ್

ಅವಧಾನ ಕಲೆಗೆ ಇರುವ ಅಂತಾರಾಷ್ಟ್ರೀಯ ಮನ್ನಣೆಯನ್ನು ಹೆಚ್ಚಿಸಿದ ಖ್ಯಾತಿ ಡಾ. ಗಣೇಶ್ ಅವರದ್ದು. ಬಹುಕ್ಷೇತ್ರ ವಿಷಯಗಳ ಪ್ರಕಾಂಡ ಜ್ಞಾನಿಯಾದ ಗಣೇಶ್ ಅವರು ತಮ್ಮ ಮಾತೃಭಾಷೆ ತಮಿಳಾದರೂ, ತೆಲುಗು, ಕನ್ನಡ ಸಂಸ್ಕೃತ, ಇಂಗ್ಲಿಷ್, ಹಿಂದಿ, ಗ್ರೀಕ್, ಲ್ಯಾಟಿನ್, ಪ್ರಾಕೃತ, ಮಾಗಧಿ, ಅರ್ಧಮಾಗಧಿ, ಇಟಾಲಿಯನ್, ಝಂಡಾ ಅವೆಸ್ತ, ಹೀಗೆ ೧೮ ಭಾಷೆಗಳ ಪರಿಣಿತರು. ಅವಧಾನ ಕಲೆಯಲ್ಲದೆ, ಸಂಗೀತ, ವರ್ಣಚಿತ್ರ, ರಸಾಯನಶಾಸ್ತ್ರ, ಜೀವವಿಜ್ಞಾನ... ಇಷ್ಟೆಲ್ಲ ಕ್ಷೇತ್ರಗಳಲ್ಲಿ ನೈಪುಣ್ಯ ಹೊಂದಿರುವ ಗಣೇಶ್ ಬಹುಮುಖೀ ಪ್ರತಿಭಾವಂತ ಎನ್ನುವುದಕ್ಕೆ ಅನ್ವರ್ಥ. ೧೯೬೨ರಲ್ಲಿ ಕೋಲಾರದಲ್ಲಿ ಹುಟ್ಟಿದ ಗಣೇಶ್ ಅವರು ತಂದೆ ಶಂಕರನಾರಾಯಣ ಅಯ್ಯರ್, ಅವರು ಹತ್ತಿಸಿದ ರಾಮಾಯಣ, ಕುಮಾರವ್ಯಾಸ ಭಾರತದ ಓದಿನ ಅಭಿರುಚಿ, ತಾಯಿ ಅಲಮೇಲಮ್ಮನವರ ಪ್ರೋತ್ಸಾಹ ಬೌದ್ಧಿಕ ಜಗತ್ತಿನ ಪ್ರವೇಶಕ್ಕೆ ಮೊದಲು ಮಾಡಿತು.

ಹುಟ್ಟಿದ ಊರಾದ ಕೋಲಾರದಲ್ಲಿ ೧೯೮೧ರಲ್ಲಿ ಸಂಸ್ಕೃತ ಅವಧಾನವನ್ನು ಆಲಿಸಿದ ಗಣೇಶ್ ಅವರು ಮರುದಿನವೇ ಕನ್ನಡ ಅಷ್ಟಾವಧಾನವನ್ನು ಮಾಡಿ ಸೈ ಎನ್ನಿಸಿಕೊಂಡರು. ಇವರ ಶತಕ, ದ್ವಿಶತಕದ ಅವಧಾನ ಕಾರ್ಯಕ್ರಮಗಳೂ ಕೋಲಾರದಲ್ಲೇ ಆಗಿತ್ತು. ಧಾರಣಪೂರಣ, ರಂಜನೆ, ಸ್ಮರಣಶಕ್ತಿ ಅವಧಾನಕಲೆಗೆ ಮೂಲ. ಪೃಚ್ಛಕ ಎಂಬ ಪ್ರಶ್ನಾರ್ಥಿಯು ಅವಧಾನಿಗೆ ಪ್ರಶ್ನೆಗಳನ್ನು ಕೇಳುವಾಗ, ಉತ್ತರಿಸುವವನೇ ಅವಧಾನಿ. ಇದರಲ್ಲಿ ಅಷ್ಟಾವಧಾನ, ಶತಾವಧಾನ, ಸಹಸ್ರಾವಧಾನಗಳಿವೆ. ಕಲೆ, ಸಾಹಿತ್ಯ, ಸಂಗೀತ, ಚಿತ್ರಕಲೆ, ಯಕ್ಷಗಾನ, ಕಾವ್ಯ, ವ್ಯಾಕರಣ, ಇವುಗಳಜೊತೆಗೆ ಹಾಸ್ಯ ಸಂಬಂಧಿತ ಪ್ರಶ್ನೋತ್ತರಗಳೂ ಇರುತ್ತವೆ.

ಗಣೇಶ್ ಬಹುಪ್ರಾಜ್ಞರು. ಪ್ರಶ್ನಾರ್ಥಿಗಳ ೧೦೦ ಪ್ರಶ್ನೆಗಳಿಗೆ ಸಮರ್ಥವಾಗಿ ಏಕಕಾಲಕ್ಕೆ ೧೦೦ ಪ್ರಶ್ನೆಗಳಿಗೂ ಉತ್ತರಿಸುವ ಮೇಧಾವಿ. ಇವರು ಚಿತ್ರಕವಿತ್ವ, ಆಶುಕವಿತ್ವಗಳನ್ನು ಅವಧಾನದಲ್ಲಿ ಸೇರಿಸುವ ಕ್ರಮ ಬಹಳ ಜ್ಞಾನಾನಂದವನ್ನು ಉಂಟು ಮಾಡುತ್ತದೆ. ಹೀಗೆ ಮಾಡಬಲ್ಲ ಕರ್ನಾಟಕದ ಏಕೈಕ ಅವಧಾನಿ ಗಣೇಶ್. ಇವರು ಇಡೀ ದಿನ ಸತತವಾಗಿ ಕವನಗಳನ್ನು ರಚಿಸಿ, ೨೦೧೨ರ ನವೆಂಬರ್ ೩೦ ರಿಂದ ಡಿಸೆಂಬರ್ ೨, ೨೦೧೨ರ ತನಕ ಸತತವಾಗಿ ಕನ್ನಡದಲ್ಲೇ ಶತಾವಧಾನ ಮಾಡಿದ ಸಾಹಸಿ.

ಯುರೋಪಿಯನ್, ಅಮೇರಿಕಾ ದೇಶಗಳಲ್ಲೂ ಅವಧಾನಕಲೆಯ ಪ್ರದರ್ಶನ ನೀಡಿರುವ ಗಣೇಶ್ ೨೦೦೦ಕ್ಕೂ ಹೆಚ್ಚು ಕಾರ್ಯ ಕ್ರಮಗಳನ್ನು ನೀಡಿರುವ ಇವರು ಪದ್ಯವಿಧಾನ, ಕಾವ್ಯ ಕಲೆ, ಛಂದಸ್ಸು, ಮೀಮಾಂಸೆಗಳಲ್ಲಿ ನುರಿತವರು.

ವಿನೀತ ಭಾವದ ಸಜ್ಜನ ಗಣೇಶ್ ಅವರು ಕನ್ನಡದಲ್ಲಿ ಅವಧಾನ ಕಲೆ ಎಂಬ ತಮ್ಮ ಪ್ರೌಢಪ್ರಬಂಧಕ್ಕೆ ಪಿಎಚ್.ಡಿ. ಪದವಿ ಪಡೆದಿದ್ದಾರೆ. ರಾಜ್ಯೋತ್ಸವ ಪ್ರಶಸ್ತಿ, ರಾಷ್ಟ್ರೀಯ ಯುವ ಪ್ರತಿಭಾ ಪುರಸ್ಕಾರ, ಕಾವ್ಯಕಾಂತ, ಬಾದರಾಯಣ ಪ್ರಶಸ್ತಿ, ಸೇಡಿಯಾಪು ಕೃಷ್ಣ ಭಟ್ಟರು ಪ್ರಶಸ್ತಿ, ಚಿದ್ವ್ಯಾಸ ಪ್ರಶಸ್ತಿಗಳಲ್ಲದೆ, ೨೦೧೦ರಲ್ಲಿ ತುಮಕೂರು ವಿ. ವಿಯ ಗೌರವ ಡಾಕ್ಟರೇಟ್ ಪದವಿಯನ್ನು ಪಡೆದಿರುವ ಶತಾವಧಾನಿ ಡಾ. ಗಣೇಶ್ ಅವರ ಸಿದ್ಧಿ ಅಗಣಿತ. ಸರಸ್ವತಿ ಪುತ್ರ ರಾದ ಡಾ. ಗಣೇಶ್ ಕರುನಾಡು ಹಾಗೂ ಅಂತಾರಾಷ್ಟ್ರೀಯ ಅವಧಾನಿ ಎನ್ನಿಸಿದ್ದಾರೆ. ೬೩ ವರ್ಷದ ಗಣೇಶ್ ಇಂದಿಗೂ ಸರಳ ಹಸನ್ಮುಖ ಜೀವನ ನಡೆಸುತ್ತಿದ್ದಾರೆ. ಸುಮನಸ್ಸಿನ ಅಪ್ರತಿಮ ಜ್ಞಾನಿ ಗಣೇಶ್ ಅವರು ನೂರಾರು ವರ್ಷ ಸುಖವಾಗಿ ಬಾಳಲಿ.

೯೮

ಹರಿತ ವಾಗ್ಮಿ ಪತ್ರಕರ್ತ, ಸ್ವಾತಂತ್ರ್ಯ ಹೋರಾಟಗಾರ

ಖಾದ್ರಿ ಶಾಮಣ್ಣ

ದೇಶಭಕ್ತಿ, ಧೈರ್ಯ ಸಾಹಸ ಮತ್ತು ಮೊನಚಾದ ಬರೆವಣಿಗೆಯ ಸಂಗಮವಾಗಿದ್ದವರು ಖಾದ್ರಿ ಶಾಮಣ್ಣ. ಪತ್ರಕರ್ತರಾಗಿ ವರ್ಚಸ್ವೀ ಹೆಸರು ಮಾಡಿದ್ದ ಖಾದ್ರಿ ಶಾಮಣ್ಣ ಅವರು ಮೂಲತಃ ಸ್ವಾತಂತ್ರ್ಯ ಹೋರಾಟಗಾರರು ಮತ್ತು ಅಪ್ಪಟ ಕನ್ನಡಾಭಿಮಾನಿ.

ಹೀಗಾಗಿಯೇ ಖಾದ್ರಿ ಶಾಮಣ್ಣನವರು ಸ್ವಾತಂತ್ರ್ಯ ಸಂಗ್ರಾಮಿಯೂ ಹೌದು, ಸಿದ್ಧವನಹಳ್ಳಿ ಕೃಷ್ಣಶರ್ಮರಂಥ ಕೆಚ್ಚೆದೆಯ ಪತ್ರಕರ್ತರ ಗರಡಿಯಲ್ಲಿ ಪಳಗಿದ ದಿಟ್ಟ ಪತ್ರಕರ್ತರೂ, ಕನ್ನಡದ ಶ್ರೇಷ್ಠತೆಯನ್ನೇ ಧ್ಯಾನಿಸಿ ಅವಿಶ್ರಾಂತವಾಗಿ ದುಡಿದ ಛಲ ಹೊತ್ತ ಕನ್ನಡ ನಾಡು ನುಡಿಯ ಪ್ರೇಮಿಯೂ ಹೌದು.

೧೯೨೫ರ ಜೂನ್ ೬ರಂದು ಮಂಡ್ಯ ಜಿಲ್ಲೆಯ ಮೇಲುಕೋಟೆ ಸಮೀಪದ ಪಾಂಡವಪುರದಲ್ಲಿ ಖಾದ್ರಿ ಶ್ರೀನಿವಾಸ ದೇಶಿಕಾಚಾರ್ ಮತ್ತು ಲಕ್ಷ್ಮಮ್ಮನವರಿಗೆ ಜನಿಸಿದ ಶಾಮಣ್ಣ ಅವರ ಮನೆಮಾತು ತಮಿಳು. ಮೇಲುಕೋಟೆ, ಲಕ್ಷ್ಮೀಪುರದಲ್ಲಿ ಆರಂಭಿಕ ಶಾಲಾ ಶಿಕ್ಷಣವನ್ನು ಮುಗಿಸಿದ

ಶಾಮಣ್ಣನವರಿಗೆ ಸಂಸ್ಕೃತ ಭಾಷೆಯ ಮೇಲೆ ಅಗಾಧವಾದ ಪ್ರೌಢಿಮೆ ಇತ್ತು. ಆದರೆ ಅವರು ಆಪ್ಯಾಯಮಾನವಾಗಿ ಪ್ರೀತಿಸಿದ ಬದುಕಿದ ಭಾಷೆ ಕನ್ನಡ. ದಾಸ್ಯದ ಫಲವಾಗಿ ಬಂದ ಆಂಗ್ಲ ಭಾಷೆಯಿಂದ ಕನ್ನಡನಾಡಿನಲ್ಲಿ ಕನ್ನಡ ಮೂಲೆಗುಂಪಾಗುವುದರ ವಿರುದ್ಧ ಸಿಡಿದ ಶಾಮಣ್ಣ ನವರಿಗೆ ಇಂಗ್ಲಿಷ್ ಭಾಷೆಯ ಮೇಲಿದ್ದದ್ದು ವೈಯಕ್ತಿಕ ಆವೇಶವಲ್ಲ, ಅಥವಾ ಆ ಭಾಷೆ ಬಾರದು ಎನ್ನುವುದಕ್ಕೂ ಅಲ್ಲ, ಏಕೆಂದರೆ ಶಾಮಣ್ಣನವರಿಗೆ ಇಂಗ್ಲಿಷ್ ಸೊಗಸಾಗಿ ಬರುತ್ತಿತ್ತು. ಆದ್ದರಿಂದ ಆಂಗ್ಲ ಭಾಷೆಯ ಮೋಹ ಕನ್ನಡ ಭಾಷೆಗೆ ಕಂಟಕವಾದೀತೆಂಬ ಅವರ ಅಭಿಮತ ಈ ಕಾರಣದಿಂದ ಬಹಳ ವಿಶೇಷ. ಕರ್ನಾಟಕದಲ್ಲಿ ಕನ್ನಡವೇ ಆಡಳಿತ ಭಾಷೆಯಾಗಬೇಕೆಂದು ನೂರಾರು ಹೋರಾಟಗಳಲ್ಲಿ ಭಾಗವಹಿಸಿದ ಮಹಾನ್ ಕನ್ನಡ ಪ್ರೇಮಿ ಖಾದ್ರಿ ಶಾಮಣ್ಣನವರಿಗೆಕನ್ನಡ-ಕನ್ನಡಿಗ-ಕರ್ನಾಟಕದ ಉನ್ನತೀಕರಣವಷ್ಟೇ ಮುಖ್ಯವಾಗಿತ್ತು.

ಗಾಂಧೀವಾದಕ್ಕೆ ಮನಸೋತಿದ್ದ ಶಾಮಣ್ಣನವರು ೧೭ ವರ್ಷದ ತರುಣನಾಗಿದ್ದಾಗಲೇ ಬ್ರಿಟಿಷರೇ ಭಾರತವನ್ನು ಬಿಟ್ಟು ತೊಲಗಿ ೧೯೪೨ರ ಚಳವಳಿಯಲ್ಲಿ ಭಾಗವಹಿಸಿದ್ದೂ ಅಲ್ಲದೆ, ೧೫-೯-೧೯೪೨ರಂದು ಮಹಾರಾಜ ಸಂಕೀರ್ಣದ ಆವರಣದಲ್ಲಿ ಬಾಂಬರ್ ಕಾಳಯ್ಯನ ಜೊತೆ ಸೇರಿ ಬ್ರಿಟಿಷ್ ಸರ್ಕಾರದ ವಿರುದ್ಧ ಕೈ ಬಾಂಬ್ ಸ್ಫೋಟಿಸಿ ಆರು ತಿಂಗಳ ಜೈಲು ಸಜೆ ಅನುಭವಿಸಿದರು.

ಪತ್ರಿಕಾರಂಗದಲ್ಲೂ ಅದಮ್ಯ ಉತ್ಸಾಹ ಹೊಂದಿದ್ದ ಖಾದ್ರಿ ಶಾಮಣ್ಣ ಅವರು ಜನವಾಣಿ, ಜಾಗೃತಿ ಪತ್ರಿಕೆಗಳ ಸಂಪಾದಕರಾಗಿದ್ದರು.

ರಾಜಕೀಯದ ಬಗ್ಗೆ ಅತ್ಯಂತ ಆಸಕ್ತಿ ಹೊಂದಿದ್ದು ಕರ್ನಾಟಕದಲ್ಲಿ ಸಮಾಜವಾದಿ ಪಕ್ಷವನ್ನು ಸಂಸ್ಥಾಪಿಸಿದ ಶಾಮಣ್ಣನವರಿಗೆ ಸ್ವಾತಂತ್ರ್ಯ, ರಾಜಕೀಯ ಸಾಮಾಜಿಕ ಚಿಂತನೆಗಳು ಬೇರೆ ಬೇರೆ ಆಗಿರಲಿಲ್ಲ. ಪಶ್ಚಿಮ ಜರ್ಮನಿ, ಇರಾನ್ ದೇಶಗಳಲ್ಲಿ ಉಪನ್ಯಾಸಗಳನ್ನು ನೀಡಿ ರಾಜಕೀಯ ಪ್ರಜ್ಞೆಯ ಮಹತ್ತ್ವ ಸ್ವಾತಂತ್ರ್ಯದ ಘನತೆಗಳ ಕುರಿತು ವಿದ್ವತ್ಪೂರ್ಣ ಭಾಷಣಗಳನ್ನು ಮಾಡಿದರು.

ರಾಮಮನೋಹರ ಲೋಹಿಯ, ವಿನೋಬಾ ಭಾವೆ, ಜಯ ಪ್ರಕಾಶ್ ನಾರಾಯಣ್ ಅವರ ಕೃತಿಗಳ ಅನುವಾದಕರಾಗಿ ಸರ್ವೋದಯ ಪಕ್ಷದ ಸದಸ್ಯ ರಾಗಿದ್ದ ಶಾಮಣ್ಣ ಅವರದ್ದು ವರ್ಣರಂಜಿತವಾದ ಬಹು ವ್ಯಾಪಕವಾದ ಚಲನಶೀಲತೆ ಯಾಗಿತ್ತು.

ಪತ್ರಿಕಾರಂಗದಲ್ಲಿ ಖಾದ್ರಿ ಶಾಮಣ್ಣ ಅವರದ್ದು ಎಂದಿಗೂ ಅಜರಾಮರವಾದ ಹೆಸರು. ಪ್ರಜಾವಾಣಿ ದಿನಪತ್ರಿಕೆಯ ಸಂಪಾದಕರಾಗಿ, ನಂತರ ಸಂಯುಕ್ತ

ಕರ್ನಾಟಕದ ಸಂಪಾದಕರಾಗಿ ಕೆಲಸ ಮಾಡಿದ ಶಾಮಣ್ಣನವರ ಕಾರ್ಯವೈಖರಿ, ಪಾದರಸ ದಂಥ ಕ್ರಿಯಾಶೀಲ ಶಕ್ತಿ ಅಸಾಧಾರಣವಾದುದು.

ಅಪಾರ ಜ್ಞಾನ ಸಂಚಯನ, ಸಂಚಲನಾತ್ಮಕ ಸಂಪಾದಕೀಯ ಗಳಿಂದ ಸಂಯುಕ್ತ ಕರ್ನಾಟಕ ಕರ್ನಾಟಕದಾದ್ಯಂತ ಪ್ರಸರಣವನ್ನು ಹೊಂದಿದ್ದು ಖಾದ್ರಿ ಶಾಮಣ್ಣನವರ ಕ್ರತುಶಕ್ತಿಯ ದ್ಯೋತಕ. ಕನ್ನಡ ಪ್ರಭ ದಿನಪತ್ರಿಕೆಯಲ್ಲಿ ಅವರು ಸಂಪಾದಕರಾಗಿದ್ದಾಗ ಬರೆಯುತ್ತಿದ್ದ ಸಂಪಾದಕೀಯ ಅಂಕಣಗಳನ್ನು ಓದಲೆಂದೇ ಓದುಗರು ಮುಗಿಬಿದ್ದು ಕನ್ನಡ ಪ್ರಭ ಪತ್ರಿಕೆಯನ್ನು ಕೊಂಡು ಓದುತ್ತಿದ್ದರು. ಖಾದ್ರಿ ಶಾಮಣ್ಣ ಅವರ ಸಹಿ ಸಹಿತ ಆ ಸಂಪಾದಕೀಯ ಬರೆಹಗಳಲ್ಲಿ ವೈಯುಕ್ತಿಕ ಓಲೈಸುವಿಕೆಯ ಯಾವ ಅಂಶಗಳೂ ಇರದೆ, ನೇರ, ವಾಸ್ತವಿಕ ಹಾಗೂ ನಿರ್ಭಿಡೆಯ ವಸ್ತುನಿಷ್ಠತೆಯ ಸಮಾಚಾರಗಳನ್ನು ವರ್ತಮಾನದ ಪ್ರಸ್ತುತತೆಯನ್ನು ಒಳಗೊಂಡಿರುತ್ತಿತ್ತು.

೧೯೯೦ರಲ್ಲಿ ಕಣ್ಮರೆಯಾದ ಖಾದ್ರಿ ಶಾಮಣ್ಣ ಅವರ ಹೆಸರಿನಲ್ಲಿ ಪತ್ರಕರ್ತರಿಗೆ ಪ್ರಶಸ್ತಿ ನೀಡುತ್ತಿರುವುದು ಅವರಿಗೆ ಸಂದಾಯವಾಗುತ್ತಿರುವ ಸಾರ್ಥಕವಾದ ಗೌರವ. ಮೊಹರೆ ಹನುಮಂತರಾಯರು, ತಿ.ತಾ. ಶರ್ಮ, ಸಿದ್ಧವನಹಳ್ಳಿ ಕೃಷ್ಣಶರ್ಮರ ಪರಂಪರೆಯನ್ನು ಬಹಳ ಸದೃಢವಾಗಿ ಮುಂದುವರೆಸಿದ ಖಾದ್ರಿ ಶಾಮಣ್ಣನವರ ಸರ್ವಾಂಗೀಣ ವ್ಯಕ್ತಿತ್ವ ಅಭಿವ್ಯಕ್ತಿಯ ಕ್ರಮ ದಶಕದಶಕಗಳೇ ಆದರೂ ಮಾಸುವುದಿಲ್ಲ ಎನ್ನುವುದು ನಿಚ್ಚಳ ಸತ್ಯ.

೯೯

ಮಕ್ಕಳ ಸಾಹಿತ್ಯದ ಸುಲಲಿತ ಸಾಹಿತಿ

ಡಾ. ಸಿ.ಎಂ. ಗೋವಿಂದ ರೆಡ್ಡಿ

ಕೋಲಾರ ಜಿಲ್ಲೆ ಕನ್ನಡ ಸಾಹಿತ್ಯ ಕ್ಷೇತ್ರಕ್ಕೆ ನೂರಾರು ಪ್ರತಿಭಾವಂತ ಸಾಹಿತಿಗಳನ್ನು ನೀಡಿದೆ. ಸಾಹಿತ್ಯದ ಬೇರೆ ಬೇರೆ ಪ್ರಕಾರಗಳಲ್ಲಿ ಕೋಲಾರ ಜಿಲ್ಲೆಯ ಸಾಹಿತಿಗಳು ಕನ್ನಡಕ್ಕೆ ಅನನ್ಯ ಕೊಡುಗೆಯನ್ನು ನೀಡುತ್ತಲೇ ಬಂದಿದ್ದಾರೆ.

ಇಂಥವರ ಪೈಕಿ ಕೋಲಾರ ಜಿಲ್ಲೆಯ ಮಾಲೂರು ತಾಲ್ಲೂಕಿನ ಡಾ. ಸಿ.ಎಂ. ಗೋವಿಂದರೆಡ್ಡಿಯವರ ಸಾಹಿತ್ಯಸೃಷ್ಟಿ ಅದರಲ್ಲೂ ವಿಶೇಷವಾಗಿ ಮಕ್ಕಳ ಸಾಹಿತ್ಯಕ್ಕೆ ಇವರು ನೀಡಿರುವ ಮಹತ್ತರ ವಾದ ಕೃತಿಗಳು ಬಹಳ ಉತ್ಕೃಷ್ಟವಾದುದು.

ಮಕ್ಕಳ ಸಾಹಿತ್ಯ ಕ್ಷೇತ್ರದಲ್ಲಿ ಗಂಗಾಧರ ಮಡಿವಾಳೇಶ್ವರ ತುರುಮುರಿ, ವೆಂಕಟರಂಗೋ ಕಟ್ಟಿ, ಚ. ವಾಸುದೇವಯ್ಯ, ಎಲ್. ಗುಂಡಪ್ಪ, ಕರ್ಕಿಸೂರಿ ವೆಂಕಟರಮಣಶಾಸ್ತ್ರಿ, ಎಂ.ಎಸ್. ಪುಟ್ಟಣ್ಣ, ಶಾಂತಕವಿ, ಪಂಜೆ ಮಂಗೇಶರಾಯರು, ಹರ್ಡೇಕರ ಮಂಜಪ್ಪ, ಆರ್. ಕಲ್ಯಾಣಮ್ಮ, ಕೊರಡ್ಕಲ್ ಶ್ರೀನಿವಾಸ ರಾವ್, ಎಚ್.ವೈ. ಸರಸ್ವತಮ್ಮ, ಎನ್.ಎಸ್. ಕುಲಕರ್ಣಿ, ಪಾಂಡುರಂಗ ರಾವ್, ಎಚ್. ಶ್ರೀನಿವಾಸಮೂರ್ತಿ, ಪಳಕಳ ಸೀತಾರಾಮಭಟ್ಟ,

ಜಿ.ಪಿ. ರಾಜರತ್ನಂ, ಸಿಸು ಸಂಗಮೇಶ, ಹೀಗೆ ಅನೇಕರು ಶಿಶು ಸಾಹಿತ್ಯ ಪ್ರಕಾರದಲ್ಲಿ ಅಪಾರ ಕೃಷಿ ಮಾಡಿದ್ದಾರೆ. ಪ್ರಸ್ತುತ ಈ ಪರಂಪರೆಯನ್ನು ಬಹಳ ಜವಾಬ್ದಾರಿಯುತವಾಗಿ ಮುಂದಿನ ಪೀಳಿಗೆಗೆ ರವಾನಿಸುತ್ತಿರುವವರಲ್ಲಿ ಡಾ. ಸಿ.ಎಂ. ಗೋವಿಂದ ರೆಡ್ಡಿಯವರ ಸೇವೆ ಮತ್ತು ಸಾಧನೆ ಬಹುಮಾನ್ಯವಾದುದು.

ಕೋಲಾರ ಜಿಲ್ಲೆಯ ಮಾಲೂರು ತಾಲ್ಲೂಕಿನ ಚೆನ್ನಿಗರಾಯಪುರ ಗ್ರಾಮದ ಲಕ್ಕೂರು ಹೋಬಳಿಯ ಮುನಿಸ್ವಾಮಿ ರೆಡ್ಡಿ–ಸುಬ್ಬಮ್ಮ ದಂಪತಿಗಳ ಮಗನಾಗಿ ೧೧–೮–೧೯೫೮ರಲ್ಲಿ ಜನಿಸಿದ ಗೋವಿಂದ ರೆಡ್ಡಿಯವರು ಮಕ್ಕಳ ಸಾಹಿತ್ಯದೆಡೆಗೆ ತಮ್ಮ ಅಭಿರುಚಿಯನ್ನು ಹೊಂದಲು ಸಕಾರಣಗಳಿವೆ. ಸಾಂಪ್ರದಾಯಿಕ ಮತ್ತು ಸಾಂಸ್ಕೃತಿಕ ಮನೋಧರ್ಮಗಳನ್ನು ಸಾಹಿತ್ಯದ ಮೂಲಕ ಅಭಿವ್ಯಕ್ತಿಸಿದವರು. ವೃತ್ತಿಯಲ್ಲಿ ಕಾಲೇಜು ಶಿಕ್ಷಣ ಇಲಾಖೆಯ ಕನ್ನಡದ ಸಹಪ್ರಾಧ್ಯಾಪಕರಾಗಿ

ಕರ್ತವ್ಯ ನಿರ್ವಹಿಸಿ ನಿವೃತ್ತರಾಗಿರುವ ರೆಡ್ಡಿಯವರು ವೃತ್ತಿಯಲ್ಲಿ ಪ್ರತಿದಿನವೂ ಸಾವಿರಾರು ಮಕ್ಕಳ, ವಿದ್ಯಾರ್ಥಿಗಳೊಂದಿಗೆ ಬೆರೆತು ಅವರ ಮನಸ್ಸುಗಳನ್ನು ಅರಿತು ವೃತ್ತಿ ಪ್ರವೃತ್ತಿ ಎರಡಕ್ಕೂ ಮಕ್ಕಳಬದುಕು, ಅವರ ಮನಸ್ಥಿತಿಗಳನ್ನು ಸತತವಾಗಿ ಕಂಡ ಸಾಹಚರ್ಯ ಇವರ ಮಕ್ಕಳ ಸಾಹಿತ್ಯ ಕ್ಷೇತ್ರದ ಪ್ರವೇಶಿಕೆಗೆ ಇಂಬಾಯಿತು. ಮಕ್ಕಳ ಸಾಹಿತ್ಯವೆಂದರೆ ನಿರ್ಲಕ್ಷಿಸುವ ಮತ್ತು ಆ ಸಾಹಿತ್ಯ ಸೃಷ್ಟಿ ಬಹಳ ಸರಳ ಎಂದು ತಪ್ಪಾಗಿ ಅಂದಾಜಿಸು ವವರಿಗೆ ರೆಡ್ಡಿ ಯವರ ಮಕ್ಕಳ ಸಾಹಿತ್ಯದ ಕೃಷಿ ಹಲವು ರೀತಿಯಲ್ಲಿ ಉತ್ತರ ನೀಡಿದೆ.

ಮಕ್ಕಳ ಸಾಹಿತ್ಯ ರಚನೆ ಬಹಳ ಸುಲಭ ಎನ್ನುವುದೇ ಸರಿಯಲ್ಲದ ಗ್ರಹಿಕೆ. ಏಕೆಂದರೆ ಅನೇಕ ಸಲ ಉದ್ಗ್ರಂಥಗಳನ್ನು, ಉದ್ಧಾಮ ಪಂಡಿತರು ಮಕ್ಕಳ ಸಾಹಿತ್ಯದ ಲಕ್ಷಣಗಳನ್ನು ಅರ್ಥಮಾಡಿ ಕೊಳ್ಳಲು ತಿಣುಕಾಡಿ ಸೋತಿರುವ ನಿದರ್ಶನಗಳಿವೆ. ಆದರೆ ರೆಡ್ಡಿಯವರು ಸರಳವಾಗಿ ಬರೆಯುವುದು ಸರಳ ಅಲ್ಲ, ಮಕ್ಕಳ ಭಾವಜಗತ್ತು, ಮುಗ್ಧತೆ, ತುಂಟಾಟಗಳು, ನಿಷ್ಕಪಟ ಸ್ವಭಾವಗಳ ಲಹರಿಗಳನ್ನು ಮನದಾಳದಲ್ಲಿ ಇರಿಸಿಕೊಂಡೇ ಆ ಲೋಕವನ್ನು ಕಟ್ಟಿಕೊಡ ಬೇಕಾದುದರ ಹಿಂದೆಸಂಕೀರ್ಣ ವಾದ ಬಾಧ್ಯತೆ–ಸವಾಲುಗಳನ್ನು ದಾಟಿ ಬೆಳೆದವರು.

ಗೋವಿಂದ ರೆಡ್ಡಿಯವರದ್ದು ಕೋಲಾರ ಜಿಲ್ಲೆಯ ಸ್ಥಳೀಯತೆಗೆ, ಸ್ಥಳೀಯ ಆಚರಣೆ, ಕ್ರಿಯಾವಿಧಿ ಗಳಿಗೆ ಹೆಚ್ಚು ಒಪ್ಪಿತವಾದ ಮನಸ್ಸು. ಈ ಸ್ಥಳೀಯತೆಯು ಅವರ ಅಂತರಂಗದ ದೇಸೀತನವಾಗಿ, ಅಂತರ್ಗತವಾಗಿ ಹೊಕ್ಕಿದೆ.

೨೦೦೬ರಲ್ಲಿ ಕೋಲಾರ ಜಿಲ್ಲೆಯ ಜಾತ್ರೆಗಳು ಒಂದು ಅಧ್ಯಯನ ಎನ್ನುವುದನ್ನು ಮಹಾಪ್ರಬಂಧದ ವಿಷಯವನ್ನು ಆರಿಸಿಕೊಂಡು ಮೈಸೂರು ವಿಶ್ವವಿದ್ಯಾನಿಲಯ ದಿಂದ ಡಾಕ್ಟರೇಟ್ ಪದವಿಯನ ಯನ್ನು ಪಡೆದ ಡಾ.

ಗೋವಿಂದ ರೆಡ್ಡಿಯವರ ಬದುಕಿನಲ್ಲಿ ಕೋಲಾರ ಜಿಲ್ಲೆಯ ಸಮಸ್ತ ಹಳ್ಳಿ, ಹೋಬಳಿ, ಗ್ರಾಮಗಳು ಪ್ರಭಾವ ಬೀರಿವೆ. ಇಲ್ಲಿನ ಜನಜೀವನ, ನಂಬಿಕೆ, ಆಗುಹೋಗುಗಳು, ಧಾರ್ಮಿಕ, ಸಾಮಾಜಿಕ ಸ್ಥಿತ್ಯಂತರಗಳನ್ನೂ ಅವಲೋಕಿಸಿದೆ. ಹೀಗೆ ಇವರ ಮನಸ್ಸು ಮುಂದೆ ಮಕ್ಕಳ ಪ್ರಪಂಚದತ್ತ ಕೇಂದ್ರೀಕೃತವಾಗಿದ್ದು ಮಕ್ಕಳ ಸಾಹಿತ್ಯ ಮತ್ತು ಅವರ ಮೆದುಮನಗಳ ಆಲೋಚನೆ, ಸಕ್ರಿಯತೆಗಳನ್ನೂ ಹಿಡಿದಿಡುವ ಸಫಲ ಪ್ರಯತ್ನವನ್ನು ಮಾಡಿದೆ.

೧೯೯೯ರಲ್ಲಿ ಗೋವಿಂದ ರೆಡ್ಡಿಯವರ ಬಣ್ಣದ ಚಿಟ್ಟೆ ಮಕ್ಕಳ ಕವನಸಂಕಲನ ಹೊರಬಂತು. ಮಕ್ಕಳ ಬಾಲ್ಯದ ಆಟಪಾಟ ತುಂಟತನ ಸಹಜ ಸಂತೋಷಗಳನ್ನು ಒಳಗೊಂಡಿರುವ ಈ ಕವನಸಂಕಲನದ ನಂತರ, ಇವರು ನಿರಂತರವಾಗಿ ಮಕ್ಕಳ ಕವನಸಂಕಲನಗಳನ್ನು ರಚಿಸಿ ಪ್ರಕಟಿಸಿರುವುದು ಇವರು ಮಕ್ಕಳ ಜಗತ್ತಿಗೆ ನೀಡಿದ ಪ್ರಾಶಸ್ತ್ಯ ಹಾಗೂ ಕಾಳಜಿಯುಕ್ತ ಸಂವೇದನಾ ಶೀಲತೆಯನ್ನು ಶ್ರುತಪಡಿಸುತ್ತದೆ.

ಜಂಗಮ ಜೋಗಿ, ಕಂದನ ಕವಿತೆ, ಬಕಾಸುರನ ಹೊಟ್ಟೆ, ಕತ್ತಲೊಡಲ ಬದುಕು, ಪದ್ಯ ಹೇಳುವ ಮರ ಒಂದು ತೇವದ ಗೀತೆ, ಚಿಣ್ಣರ ಲೋಕದ ಬಣ್ಣದ ಹಾಡು, ಚಿಣ್ಣರ ಪಯಣ, ಬಾರೆಲೆ ಹಕ್ಕಿ ಬಣ್ಣದ ಹಕ್ಕಿ, ಬಣ್ಣದ ತಗಡಿನ ತುತ್ತೂರಿ, ಗೀಜಗನ ಗೂಡು (ಮಕ್ಕಳಿಗಾಗಿ ಬರೆದ ನೀಳ್ಗವಿತೆಗಳು) ಭೀಮನ ಮದುವೆ, ಚಿಣ್ಣರ ಚಿಲಿಪಿಲಿ ಎಂಬ ಕವನ ಸಂಕಲನಗಳ ಕವಿ ಡಾ. ಗೋವಿಂದರೆಡ್ಡಿಯವರು ಇಲ್ಲಿ ಏಕತಾನತೆಗೆ ಈಡಾಗಿಲ್ಲ, ಏಕೆಂದರೆ ಕೇವಲ ಮಕ್ಕಳ ಕವನಸಂಕಲನಗಳ ಮೂಲಕ ವಷ್ಟೇ ಇವರು ತಮ್ಮ ಸೃಷ್ಟಿಶೀಲ ಸಾಮರ್ಥ್ಯವನ್ನು ಮಿತಿಗೊಳಿಸಿ ಕೊಂಡಿಲ್ಲ.

ಬಲಿ, ಸಿರಿಧಾನ್ಯ ಎಂಬ ಮಕ್ಕಳ ನಾಟಕಗಳ ಜೊತೆಗೆ ಆನಂದ ಎಂಬ ಅನುವಾದಿತ ಕಥಾಸಂಕಲನ ಮತ್ತು ಸವುಡಿ ಎಂಬ ಕಥಾಸಂಕಲನಗಳನ್ನೂ ಬರೆದಿದ್ದಾರೆ. ಈ ಮೂಲಕ ಕನ್ನಡ ಸಾಹಿತ್ಯದ ಬೇರೆ ಬೇರೆ ಮಗ್ಗುಲುಗಳಲ್ಲಿ ಮಕ್ಕಳ ಪ್ರಪಂಚವನ್ನು ಮನಗಾಣಿಸಿ ದ್ದಾರೆ. ಮಕ್ಕಳಲೋಕಕ್ಕೆ ಸೂಕ್ಷ್ಮವಾದ ನವಿರು ಭಾವಸಂಬಂಧಗಳಿಗೆ ನಯವಾದ ಗಾಂಭೀರ್ಯ ವಿದೆ ಎನ್ನುವುದು ಇವರ ಪ್ರಬಲ ನಂಬಿಕೆ ಮತ್ತು ಭರವಸೆ.

ಮಕ್ಕಳ ಜಗತ್ತಿನ ಆತಂಕ ಅಳುಕುಗಳನ್ನು ಮತ್ತು ಭರಾಟೆಯ ಅತೀವ ಸ್ಪರ್ಧಾತ್ಮಕತೆಯಿಂದ ಅವರ ದೈಹಿಕ ಮಾನಸಿಕ-ಆರೋಗ್ಯದ ಮೇಲಾಗುವ ದುಷ್ಪರಿಣಾಮಗಳ ಬಗ್ಗೆ ಇವರ ಕೃಷಿ ಬಹಳ ವಿಶಿಷ್ಟ. ಇಂಥ ಅಡ್ಡಿಗಳನ್ನೂ ಸಹ ಬಹಳ ತೀಕ್ಷ್ಣವಾಗಿ ಒರಟು ಭಾಷೆಯಲ್ಲಿ ಹೇಳದೆ, ಪ್ರಕ್ಷುಬ್ಧ ಮೌನದ ಭಾಷೆಯಲ್ಲಿ ಅಭಿವ್ಯಕ್ತಿಸಿರುವ ಕ್ರಮ ಹೀಗಾಗಿ ಮನಸ್ಸಿಗೆ ಆರ್ದ್ರವಾಗಿ ತಾಕುತ್ತದೆ.

ಗೋವಿಂದ ಗೀತೆ ಬಹಳ ಧ್ವನಿಪೂರ್ಣವಾದ ಗೀತಕೃತಿ. ಎಳೆಯ ಮಕ್ಕಳಿಗಾಗಿ ಬರೆದ ಈ ಭಗವದ್ಗೀತೆ ಕವಿಯ ಹೆಸರಿನ ಗೋವಿಂದನೂ ಹೌದು, ಭಗವದ್ಗೀತೆಯನ್ನು ಅರ್ಜುನನಿಗೆ ಬೋಧಿಸಿದ ಗೋವಿಂದನ ಗೀತೆಯೂ ಹೌದು.

ಡಾ. ಗೋವಿಂದ ರೆಡ್ಡಿಯವರ ಅತ್ಯುತ್ತಮ ಸಾಹಿತ್ಯಸೃಜನೆ ಎಂದರೆ ಅವರು ಬರೆದಿರುವ ಮತ್ತೊಂದು ಮಹಾಭಾರತ. ಈ ಕೃತಿ ಇವರ ಸ್ವೋಪಜ್ಞ ಹಾಗೂ ಹೊಸ ಬಗೆಯ ಚಿಂತನೆಗಳಿಗೆ ಸಾಕ್ಷಿಯಾಗಿದೆ. ಮಕ್ಕಳಿಗಾಗಿ ಮತ್ತು ಮಕ್ಕಳ ಸಾಹಿತ್ಯವನ್ನೇ ಉಪೇಕ್ಷೆಯಿಂದ ನಗಣ್ಯವಾಗಿಸಿ ನೋಡುವ ಮನಸ್ಥಿತಿಗಳ ನಡುವೆ ಮತ್ತೊಂದು ಮಹಾಭಾರತ ಕೃತಿಯು ಮಕ್ಕಳಿಗಾಗಿ ಮಹಾಕಾವ್ಯ ಎಂಬ ನಿಟ್ಟಿನಲ್ಲಿ ಬಹಳ ಪ್ರಶಂಸನೀಯ ಕೆಲಸ. ಜೊತೆಗೆ, ಹಸ್ತಿನಾವತಿ, ಪರ್ವತಾರಣ್ಯ ಕುರುಕ್ಷೇತ್ರ, ಮಹಾಪ್ರಸ್ಥಾನ ಎಂಬ ನಾಲ್ಕು ಆವೃತ್ತಿಗಳಲ್ಲಿ ಬಂದ ಈ ಮಹಾಕಾವ್ಯದಲ್ಲಿ ಲಯಗಾರಿಕೆ, ಛಂದಸ್ಸು, ಗೇಯಗುಣ ಹಾಗೂ ಸಂವಹನದ ಸುಲಭತೆ ಮೆಚ್ಚಲೇಬೇಕಾದ ಸಂಗತಿ.

ಶೂದ್ರದೀವಿಗೆ, ಹುತ್ತಯ್ಯ, ಸ್ಮಶಾನ ಕುರುಕ್ಷೇತ್ರದಲ್ಲಿ ಕುರುಕುಲ ಸೂರ್ಯ, ಎಂಬ ನಾಟಕಗಳಲ್ಲಿ ಪೌರಾಣಿಕತೆಯ ಗಾಢತೆ ಮತ್ತು ಸಾಮಾಜಿಕತೆಯ ಪರಿವೀಕ್ಷಣೆಯನ್ನು ಮೇಳೈಸಿರುವ ಭಾನುಮತಿ ಎಂಬ ಖಂಡಕಾವ್ಯ ಅಪರೂಪದ ಕಾವ್ಯ ಕೃತಿ. ಯೋಗಿ ವೇಮನರ ಜೀವನಚರಿತ್ರೆ ರಚಿಸಿರುವ ಇವರಿಗೆ ಅನೇಕ ಪ್ರಶಸ್ತಿ, ಪುರಸ್ಕಾರಗಳು ಸಂದಿವೆ.

ಕರ್ನಾಟಕ ಸಾಹಿತ್ಯ ಅಕಾಡೆಮಿ ಮಕ್ಕಳ ಸಾಹಿತ್ಯ ಪ್ರಶಸ್ತಿ, ಪ್ರಜಾವಾಣಿ ದೀಪಾವಳಿ ಶಿಶು ಕಾವ್ಯ ಸ್ಪರ್ಧೆಯಲ್ಲಿ ೧೯೯೨, ೯೬, ೯೭, ೯೮, ೯೯, ೨೦೦೬ಆರುಸಲ ಬಹುಮಾನ, ಪೆರ್ಲಕಾವ್ಯ ಪ್ರಶಸ್ತಿ, ವಸುದೇವ ಭೂಪಾಲಂ ಪ್ರಶಸ್ತಿ, ಕನ್ನಡ ಸಾಹಿತ್ಯಪರಿಷತ್‌ನ ಸಿಸು ಸಂಗಮೇಶ ಪ್ರಶಸ್ತಿ, ನಾ. ಡಿಸೋಜ಼ ಮಕ್ಕಳ ಸಾಹಿತ್ಯ ಪ್ರಶಸ್ತಿ, ಸಾಂಬಶಿವಪ್ಪ ಸ್ಮಾರಕ ಸಾಹಿತ್ಯ ಪ್ರಶಸ್ತಿ, ಚಿಣ್ಣರ ಚಂದಿರ ಪುಸ್ತಕ ಪ್ರಶಸ್ತಿ, ಕಾವ್ಯಾನಂದ ಪುರಸ್ಕಾರ, ಹರ್ಡೇಕರ ಮಂಜಪ್ಪ ಸಾಹಿತ್ಯ ಪ್ರಶಸ್ತಿಗಳನ್ನು ಪಡೆದಿರುವ ಡಾ. ಗೋವಿಂದರೆಡ್ಡಿಯವರು ೨೦೨೦ರಲ್ಲಿ ಕೋಲಾರದಲ್ಲಿ ನಡೆದ ಜಿಲ್ಲಾ ಕನ್ನಡ ಸಾಹಿತ್ಯ ಸಮ್ಮೇಳನದ ಅಧ್ಯಕ್ಷರಾಗಿದ್ದರು.

ಸಿ.ಬಿ.ಎಸ್.ಸಿ, ಐ.ಸಿ.ಎಸ್.ಸಿ. ಪಠ್ಯಕ್ರಮಗಳ ದ್ವಿತೀಯ ಭಾಷಾ ಪಠ್ಯದಲ್ಲಿ ೨, ೩, ೪, ೭ನೇ ತರಗತಿಗಳಿಗೆ ಕ್ರಮವಾಗಿ ಜಾಣ ಇರುವೆ, ನಾನು ಸಿಪಾಯಿಯಾಗು ವೆನು, ಕಂಪ್ಯೂಟರ್ ಮತ್ತು ನಾನು, ಬೇಂದ್ರೆ ತಾತ ಎಂಬ ಇವರ ಪದ್ಯಗಳು ಪಠ್ಯವಾಗಿದೆ. ಸಾರ್ವಜನಿಕ ಶಿಕ್ಷಣ ಇಲಾಖೆಯ ೬ನೇ ತರಗತಿಯ ಕನ್ನಡಭಾಷಾ ಪಠ್ಯದಲ್ಲಿ ಇವರ "ಮಂಗಳ ಗ್ರಹದಲ್ಲಿ ಪುಟ್ಟಿ," ಎಂಬ ಪದ್ಯ ಪಠ್ಯವಾಗಿದೆ.

ತೆಲುಗು ಮಾತೃಭಾಷಿಕ ಕುಟುಂಬದಲ್ಲಿ ಮತ್ತು ಬಹುಭಾಷಾ ಪರಿಸರದಲ್ಲಿ ಹುಟ್ಟಿ ಬೆಳೆದು, ಈಗಲೂ ಮಕ್ಕಳ ಸಾಹಿತ್ಯರಚನೆಯಲ್ಲಿ ತೊಡಗಿ ರುವ ಡಾ. ಗೋವಿಂದ ರೆಡ್ಡಿಯವರು ನಮ್ಮ ನಾಡಿನ ವಿಶಿಷ್ಟ ಸಾಹಿತಿ ಎನ್ನುವುದು ನಿಸ್ಸಂಶಯ. ಮಾಸ್ತಿ ವೆಂಕಟೇಶ ಅಯ್ಯಂಗಾರ್ ಅವರು ಹುಟ್ಟಿದ ಮಾಲೂರಿನಲ್ಲಿ ಜನಿಸಿ ಮಕ್ಕಳಿಗಾಗಿ ಮಾಲೆಮಾಲೆಯಾಗಿ ಸಾಹಿತ್ಯ ರಚನೆ ಮಾಡುತ್ತಿರುವ ಇವರ ನುಡಿ ಸಂಪದ ಶಕ್ತಿ ಮತ್ತಷ್ಟು ವರ್ಧಿಸಿ ಕನ್ನಡದ ಶಕ್ತಿಯನ್ನೂ ಹೆಚ್ಚಿಸಲಿ ಎನ್ನುವ ಹೆಬ್ಬಯಕೆ ನಮ್ಮೆಲ್ಲರದ್ದಾಗಲಿ.

೧೦೦

ಸಾರಂಗಿ–ಗಾನ ಪ್ರಪೂರ್ಣ

ಫಯಾಜ಼್ ಖಾನ್

ಭಾರತೀಯ ಸಂಗೀತ ಪರಂಪರೆಯು ಬಹಳ ವಿಶಿಷ್ಟ ಮತ್ತು ಪ್ರಾಚೀನವಾದುದು. ಕರ್ನಾಟಕ ಸಂಗೀತ, ಹಿಂದೂಸ್ಥಾನೀ ಸಂಗೀತ ಎಂಬ ಬೇರೆ ಕವಲುಗಳಲ್ಲಿ ಮೂಡಿರುವ ಸಂಗೀತ ಪದ್ಧತಿಯನ್ನು ಅನುಸರಿಸಿ ಸಾವಿರಾರು ಸಂಗೀತಗಾರರು ಸಂಗೀತ, ಲಯ, ನಾದ ಲೋಕವನ್ನು ಶ್ರೀಮಂತಗೊಳಿಸುತ್ತಿದ್ದಾರೆ. ಅಂಥ ಶ್ರೇಷ್ಠ ಸಂಗೀತದ ಕುಟುಂಬದ ಕುಡಿ ಉಸ್ತಾದ್ ಫಯಾಜ಼್ ಖಾನ್. ಸಾರಂಗಿ, ತಬಲ, ಗಾಯನ ಹೀಗೆ ಸಂಗೀತಕ್ಕೇ ಮುಡಿಪಾಗಿಟ್ಟ ಧನ್ಯ ಅಪ್ರತಿಮ ಸಂಗೀತಗಾರ ಫಯಾಜ಼್ ಖಾನ್ ಅವರು ಹುಟ್ಟಿದಾಗಿನಿಂದಲೂ ಅದ್ಭುತ ಪ್ರತಿಭಾವಂತತನವನ್ನು ರುಜುವಾತು ಪಡಿಸುತ್ತಲೇ ಬೆಳೆದವರು.

ಸಾರಂಗಿ ಕುಟುಂಬ ಎಂದೇ ಹೆಸರಾದ ಇವರ ಮನೆಯ ಮಾತು ಉರ್ದು. ಮುತ್ತಾತ ತಾತ, ಮತ್ತು ಫಯಾಜ಼್ ಖಾನ್ ಅವರ ತಾಯಿ ಸಾರಂಗಿಯನ್ನು ನುಡಿಸುವುದರಲ್ಲಿ ನಿಷ್ಣಾತರಾಗಿದ್ದರು. ಅನೇಕ ಸಾಮಾಜಿಕ ಕಟ್ಟಳೆ, ನಿರ್ಬಂಧಗಳ

ನಡುವೆಯೂ ಫಯಾಝ್ ಖಾನ್ ಅವರ ತಾಯಿ ಚೆನ್ನಾಗಿ ಹಾಡುತ್ತಾ, ಸೊಗಸಾಗಿ ಸಾರಂಗಿ ವಾದ್ಯವನ್ನು ನುಡಿಸುತ್ತಿದ್ದವರು. ಫಯಾಝ್ ಖಾನ್ ಅವರ ಚಿಕ್ಕಪ್ಪ ದೊಡ್ಡಪ್ಪ ಮಾವ, ಚಿಕ್ಕಮ್ಮ ಎಲ್ಲರೂ ನಿಪುಣ ಸಂಗೀತಗಾರರಾಗಿದ್ದ ಕಾರಣ ಸಂಗೀತಮಯ ಕುಟುಂಬದ ಫಯಾಝ್ ಖಾನ್ ಅವರ ಕೈಬೆರಳುಗಳು ತಬಲದತ್ತ ಸಹಜವಾಗಿಯೇ ಒಲಿದವು. ತಬಲಾವಾದನದ ಶಾಸ್ತ್ರೀಯ ಪಾಠಗಳನ್ನು ಕಲಿತು ಫಯಾಝ್ ಖಾನ್ ಅವರು ಈ ವಾದನದಲ್ಲಿ ಮತ್ತಷ್ಟು ಸಾಣೆ ಹಿಡಿದ ಚಿನ್ನವಾದರು.

ಸಾರಂಗಿ ವಾದನವು ಇವರ ವಂಶಪಾರಂಪರ್ಯದ ಬಳವಳಿಯಾಗಿ ಬಂದಿದ್ದರಿಂದ ಫಯಾಝ್ ಖಾನ್ ಅವರು ವಾದಕರಾಗಲು ಹೆಚ್ಚು ಸಮಯ ಬೇಕಾಗಲಿಲ್ಲ. ಆದರೆ ಹಾಗೆ ಬಂದ ಅವಕಾಶ ಗುರು ಮುಖೇನ ಸಾಧ್ಯವಾಗಬೇಕಿತ್ತು. ಅದಕ್ಕಾಗಿ ಮುಂಬಯಿ ನಗರದ ಪ್ರಮುಖ ಬೀದಿಗಳಲ್ಲಿ ಪ್ರತಿನಿತ್ಯ ಸುತ್ತಾಡಿದ ಫಯಾಝ್ ಖಾನ್ ಅವರು ತಮ್ಮ ಗುರುವಿನ ಅನ್ವೇಷಣೆಯಲ್ಲಿ ಸಫಲರಾಗು ವಷ್ಟರಲ್ಲಿ ಬಸವಳಿದು ಹೋಗಿ ಹಸಿವು, ನಿದ್ರಾರಹಿತ ಸ್ಥಿತಿಗಳನ್ನು ತಲುಪಿ, ರೈಲು ನಿಲ್ದಾಣಗಳಲ್ಲಿ ಮಲಗಿ, ಸಿಕ್ಕ ಜಾಗಗಳಲ್ಲಿ ನಿದ್ರಿಸಿ ಸಿಕ್ಕಷ್ಟನ್ನೇ ತಿಂದು ಹೊಟ್ಟೆ ತುಂಬಿಸಿಕೊಂಡವರು.

ಮುಂದೆ ಅವರಿಗೆ ಗುರು ದೊರೆತು ಸಾರಂಗಿ ವಾದಕರಾಗಿ ಹಿಡಿತ ಸಾಧಿಸಿದರು. ೧೯೯೨ರ ಬಾಬ್ರಿ ಮಸೀದಿ ದುರಂತಸ್ಥಿತಿಗೆ ಮುಂಬಯಿ ಸಹ ತುತ್ತಾದಾಗ ಕಡುನೊಂದು ಧಾರವಾಡ ಸೇರಿದ ಫಯಾಝ್ ಖಾನ್ ಅವರ ಸಿದ್ಧಿ ಸಾಧನೆಗೆ ಹೊಸ ರಹದಾರಿ ದೊರೆಯಿತು. ಜನರು ಫಯಾಝ್ ಖಾನ್ ಅವರ ಸಾರಂಗಿ ವಾದನ, ಗಾಯನಕ್ಕೆ ಛೋಟಾ ಖಯಾಲ್, ಬಂದಿಶ್‌ಗಳ ನಿಯಂತ್ರಿತ ಮಾಧುರ್ಯಕ್ಕೆ ಮನಸೋತರು. ಫಯಾಝ್ ಅವರು ಕರ್ನಾಟಕ ರಾಜ್ಯದ ಮೂಲೆಮೂಲೆಗಳಲ್ಲಿ ಪ್ರಸಿದ್ಧಿ ಪಡೆದ ವಾದಕ ಮತ್ತು ಗಾಯಕರಾದರು. ವಿದೇಶಗಳಿಂದ ಬಂದ ಆಹ್ವಾನವನ್ನು ಸ್ವೀಕರಿಸಿ ಅಲ್ಲೂ ಸೈ ಎನ್ನಿಸಿಕೊಂಡ ಫಯಾಝ್ ಖಾನ್ ಅವರು ಹಂತ ಹಂತವಾಗಿ ಮೇಲೇರಿ ಬಂದರು.

೨೦೧೨ರಲ್ಲಿ ಕಾರಿನಲ್ಲಿ ಕುಟುಂಬ ಸಮೇತ ಪಯಣಿಸುತ್ತಿದ್ದಾಗ ಆದ ಭೀಕರ ಅಪಘಾತ ಫಯಾಝ್ ಖಾನ್ ಅವರ ಪ್ರೀತಿಯ ಪತ್ನಿ ಪರ್ವೀನಾ ಬೇಗಂ ಅವರ ಪ್ರಾಣ ಕಸಿಯಿತು, ಫಯಾಝ್ ಖಾನ್ ಅವರೂ ತೀವ್ರ ಸ್ವರೂಪದ ಗಾಯಗಳಿಂದ ಜರ್ಜರಿತರಾಗಿ ಆಸ್ಪತ್ರೆಯಲ್ಲಿ ಚಿಕಿತ್ಸೆ ಪಡೆಯುವಾಗ ಸ್ವಲ್ಪ ಹುಷಾರಾಗುತ್ತಿದ್ದಂತೆ ಸಾರಂಗಿ ವಾದನವನ್ನು ಆರಂಭಿಸಿ, ತಮ್ಮ ಗಂಟಲಿನ ಗಾನವನ್ನೂ ಪರೀಕ್ಷಿಸಿ ಕೊಂಡರು. ಸಾರಂಗಿ ವಾದನ-ಗಾಯನ ಎರಡಕ್ಕೂ ಅಡೆತಡೆ ಆಗಲಿಲ್ಲ.

ಆದರೆ ಗತಿಸಿ ಹೋದ ತಾಯಿಯಂಥ ಪತ್ನಿ ಪರ್ವೀನಾ ಬೇಗಂ ಅವರ ಸ್ಮರಣಾರ್ಥ ಪರ್ವೀನಾ ಬೇಗಂ ಸಂಗೀತದ ಟ್ರಸ್ಟ್ ಸ್ಥಾಪಿಸಿ ಸಂಗೀತದ ಮೂಲಕ ಸಮಾಜಸೇವೆಗೆ ಮುಂದಾದ ಫಯಾಜ್ ಖಾನ್ ಅವರು ಈ ನಿಟ್ಟಿನಲ್ಲಿ ಅದ್ಭುತ ಸೇವೆ ಮತ್ತು ಹುಮ್ಮಸ್ಸಿನಿಂದ ಕಾರ್ಯತತ್ಪರರಾದರು.

ಉದಯೋನ್ಮುಖ ಗಾಯಕಿಯರಿಗೆ ಶಾಸ್ತ್ರೀಯ ಸಂಗೀತದ ತರಬೇತಿಯನ್ನು ನೀಡುವ ಮೂಲಕ ತಮ್ಮ ಪತ್ನಿಯ ಹೆಸರನ್ನು ಉಳಿಸುವ ಕಾರ್ಯದಲ್ಲಿ ಫಯಾಜ್ ಖಾನ್ ಅವರ ಗರಡಿಯಲ್ಲಿ ಪಳಗಿದ ಹೊಸ ಪ್ರತಿಭೆಗಳು ಸಾವಿರಾರು.

ಕನ್ನಡದ ದಾಸ ಪರಂಪರೆಯನ್ನು ವಚನ ಸಾಹಿತ್ಯವನ್ನು ದೇಶ ವಿದೇಶಗಳಲ್ಲೂ ತಮ್ಮ ಕಛೇರಿಗಳ ಮೂಲಕ ಪಸರಿಸಿದ ಫಯಾಜ್ ಖಾನ್ ಅವರು ಕಲಿಯುಗದಲಿ ಹರಿ ನಾಮವ ನೆನೆದರೆ, ನೀನ್ಯಾಕೋ ನಿನ ಹಂಗ್ಯಾಕೋ, ನಾರಾಯಣ ನಿನ್ನ ನಾಮದ, ಪವಮಾನ ಪವಮಾನ ಜಗದ ಪ್ರಾಣ, ಇಷ್ಟು ದಿನ ಈ ವೈಕುಂಠ, ದಾಸನಾಗು ವಿಶೇಷನಾಗು, ಈಶ ನಿನ್ನ ಚರಣ ಭಜನೆ, ತೊರೆದು ಜೀವಿಸಬಹುದೇ ಮೊದಲಾದ ದಾಸ ಕೀರ್ತನೆಗಳನ್ನು ಸುಮಧುರವಾಗಿ ಹಾಡಿ ಅಜರಾಮರಗೊಳಿಸಿದ ಮಹಾಪುರುಷರು. ಎತ್ತಣ ಮಾಮರ ಎತ್ತಣ ಕೋಗಿಲೆ, ಬತ್ತೀಸ ರಾಗವ ಹಾಡಯ್ಯ, ವಚನದಲ್ಲಿ ನಾಮಾಮೃತ ತುಂಬಿ. ಹೀಗೆ ನೂರಾರು ವಚನಗಳನ್ನು ಹಾಡಿದ್ದೂ ಅಲ್ಲದೆ, ಅನೇಕ ವಚನಗಳಿಗೆ ಇಂಪಾದ ರಾಗಗಳನ್ನು ಸಂಯೋಜಿಸಿ ದಾಸ ಸಾಹಿತ್ಯ ವಚನ ಸಾಹಿತ್ಯದ ಸಂಗೀತದ ಶಕ್ತಿಯನ್ನು ವಿಸ್ತಾರಗೊಳಿಸಿದ ಮಹತ್ಸಾಧಕರು ಫಯಾಜ್ ಖಾನ್.

ಚಲನಚಿತ್ರ ಗೀತೆಗಳನ್ನೂ ಕಿರುತೆರೆ ಧಾರಾವಾಹಿಗಳಲ್ಲೂ ಹಾಡಿರುವ ಫಯಾಜ್ ಖಾನ್ ಅವರ ಕಂಠ ಬಹಳ ಸಲೀಸು. ಎದೆ ತುಂಬಿ ಹಾಡುವೆನು ಜನಪ್ರಿಯ ಕಾರ್ಯಕ್ರಮಕ್ಕೆ ತೀರ್ಪುಗಾರರಾಗಿದ್ದ ಫಯಾಜ್ ಖಾನ್ ಅವರು ಕಲಿಯುಗದಲಿ... ಹಾಡನ್ನು ಹಾಡಿದಾಗ ದೇಶದ ಪ್ರಖ್ಯಾತ ಗಾಯಕ ಎಸ್.ಪಿ. ಬಾಲಸುಬ್ರಹ್ಮಣ್ಯ ಫಯಾಜ್ ಖಾನ್ ಅವರ ಕಾಲಿಗೆ ನಮಸ್ಕರಿಸಿ ತಾವು ಸರಸ್ವತಿ ಎಂದು ಅಭಿಮಾನದಿಂದ ಕೊಂಡಾಡಿದ್ದರು. ಈಗ ಸಂಗೀತ ನಾಟಕ ಅಕಾಡೆಮಿಯ ಅಧ್ಯಕ್ಷರಾಗಿರುವ ಫಯಾಜ್ ಖಾನ್ ಅವರು ತಮ್ಮ ಹೊಸ ಹೊಸ ಯೋಜನೆಗಳನ್ನು ರೂಪಿಸಲು ಕಾತುರರಾಗಿದ್ದಾರೆ.

ಇಂಥ ಅಗಣಿತ ಪ್ರತಿಭಾ ಸಂಪನ್ನರೂ, ಸುಸಂಸ್ಕೃತ ವ್ಯಕ್ತಿತ್ವದ ಫಯಾಜ್ ಖಾನ್ ಅವರ ಎಲ್ಲ ಕಾರ್ಯಗಳೂ ಕೈಗೂಡಲಿ ಎಂದು ಹಾರೈಸೋಣ.

೧೦೧

ಮೋಡಿ ಮಾಡಿದ ನೃತ್ಯ ಜೋಡಿ

ಕೃಷ್ಣರಾವ್-ಚಂದ್ರಭಾಗಾದೇವಿ

ಭಾರತೀಯ ನೃತ್ಯ ಪರಂಪರೆಗೆ ತನ್ನದೇ ಆದ ಸ್ವೋಪಜ್ಞ ಇತಿಹಾಸವಿದೆ. ಇಂಥ ಸುದೀರ್ಘ ಮತ್ತು ಅರ್ವಾಚೀನ ಕಲೆಯಾದ ನೃತ್ಯದ ಕೀರ್ತಿಯನ್ನು ವಿಶ್ವವ್ಯಾಪಿ ಹಬ್ಬಿಸಿದ ಅದ್ಭುತ ದಂಪತಿಗಳು ಯು.ಎಸ್. ಕೃಷ್ಣರಾವ್ ಹಾಗೂ ಚಂದ್ರಭಾಗಾದೇವಿ.

ಉತ್ತರ ಕನ್ನಡ ಜಿಲ್ಲೆಯ ಮಲ್ಲಾಪುರದ ಕೊಂಕಣಿ ಮಾತೃಭಾಷಾ ಕುಟುಂಬದ ಕುಡಿಯಾಗಿ ಜನಿಸಿದ ಕೃಷ್ಣರಾವ್ ರಸಾಯನ ಶಾಸ್ತ್ರದಲ್ಲಿ ಪ್ರಥಮ ರಾಂಕ್ ಮೂಲಕ ಸ್ನಾತಕೋತ್ತರ ಪದವಿ ಚಿನ್ನದ ಪದಕವನ್ನು ಗಳಿಸಿದರು.

ಕ್ರಿಕೆಟ್ ಕೃಷ್ಣರಾವ್ ಅವರ ನೆಚ್ಚಿನ ಕ್ರೀಡೆ, ಇದರ ಜೊತೆಗೆ ತಬಲ, ಹಾರ್ಮೋನಿಯಂ, ಕೊಳಲು ಎಲ್ಲ ವಾದ್ಯಗಳ ಪರಿಚಯವೂ ಇದ್ದಂಥ ಕೃಷ್ಣರಾವ್ ಅವರು ಉಪನ್ಯಾಸಕರಾಗಿ ಬೋಧನಾವೃತ್ತಿಯಲ್ಲಿದ್ದರೂ ಅವರ ತುಡಿತ ಮತ್ತು ಅಭಿಲಾಷೆ ಬೇರೆಡೆಗೆ ಸೆಳೆಯುತ್ತಿತ್ತು. ಹೀಗೆ ಅವರು ನಾಟ್ಯದ ಜಗತ್ತಿನ ಕದ ತೆರೆದರು.

ಕೋಲಾರದ ಪುಟ್ಟಪ್ಪನವರ ಹತ್ತಿರ ಭರತನಾಟ್ಯ, ಕುಂಜು ಕುರುಪ್ ಅವರ ಬಳಿ ಕಥಕ್ಕಳಿಯನ್ನು ಅಭ್ಯಾಸ ಮಾಡಿದ ಕೃಷ್ಣರಾವ್ ಅವರು ಸತತ ಪರಿಶ್ರಮ ಶ್ರದ್ಧೆ ಆಸಕ್ತಿಗಳಿಂದ ನೃತ್ಯದತ್ತ ಸಂಪೂರ್ಣವಾಗಿ ತಮ್ಮ ಮನಸ್ಸನ್ನು ಕೇಂದ್ರೀಕರಿಸಿ ಕೊಂಡರು. ನೃತ್ಯ ಪ್ರಪಂಚದಲ್ಲಿ ಒಳ್ಳೆಯ ಹೆಸರು, ಸಾಧನೆ ಮಾಡಬೇಕೆನ್ನುವುದಕ್ಕಿಂತ ಕೃಷ್ಣರಾವ್ ಅವರಿಗೆ ನೃತ್ಯಪ್ರಕಾರವನ್ನು ವಿಶಿಷ್ಟ ರೀತಿಯಲ್ಲಿ ಎತ್ತರಕ್ಕೆ ಕೊಂಡೊಯ್ಯಬೇಕೆಂಬ ಮಹದಾಸೆ ಗಾಢವಾಗಿ ಕಾಡತೊಡಗಿತ್ತು. ನೃತ್ಯದ ನಾನಾ ರೀತಿಯ ಅಧ್ಯಯನಗಳ ಮೂಲಕ ಅದರ ಕುರಿತಾದ ವಿಸ್ತಾರವನ್ನು ಹೆಚ್ಚಿಸಿಕೊಂಡ ಕೃಷ್ಣರಾವ್ ಅವರಿಗೆ ಈ ಕ್ಷೇತ್ರದಲ್ಲಿ ಹೊಸ ಹೊಸ ಸಾಧ್ಯತೆಗಳನ್ನು ಅನ್ವೇಷಿಸುವ, ಅದನ್ನು ಪ್ರಯೋಗಕ್ಕೆ ಒಡ್ಡುವ ಮನಸ್ಸಾಯಿತು.

ಸೆಂಟ್ರಲ್ ಕಾಲೇಜಿನಲ್ಲಿ ವೃತ್ತಿಯಲ್ಲಿದ್ದ ಕೃಷ್ಣರಾವ್ ಅಲ್ಲಿಗೆ ಸೇರಿದ ಚಂದ್ರಭಾಗಾದೇವಿ ಅವರಲ್ಲಿದ್ದ ಕಲಾಸಕ್ತಿಯನ್ನು ಕಂಡುಕೊಳ್ಳಲು ತಡವಾಗಲಿಲ್ಲ. ಶಿವರಾಮ ಕಾರಂತರ ಬಳಿ ನೃತ್ಯಾಭ್ಯಾಸ ಮಾಡಿದ್ದ ಚಂದ್ರಭಾಗಾದೇವಿ ಅವರು ತಮ್ಮ ಸಂಗಾತಿಯಾದರೆ ತಾವಿಬ್ಬರೂ ನೃತ್ಯಕ್ಷೇತ್ರಕ್ಕೆ ವಿಭಿನ್ನವಾದ ಕೊಡುಗೆ ಕೊಡ ಬಹುದೆಂದು ದೃಢವಾಗಿ ನಿರ್ಧಾರ ತಳೆದ ಕೃಷ್ಣರಾವ್ ಮತ್ತು ಸಮಾನಾಭಿರುಚಿ ಹೊಂದಿದ್ದ ಚಂದ್ರಭಾಗಾದೇವಿ ಪರಸ್ಪರ ಇಷ್ಟಪಟ್ಟು ಬಾಳಸಂಗಾತಿಗಳಾದರು.

ಸ್ವಾತಂತ್ರ್ಯ ಪೂರ್ವದ ಕಾಲಘಟ್ಟದಲ್ಲಿ ನೃತ್ಯಪ್ರಪಂಚಕ್ಕೆ ಹೇಳಿಕೊಳ್ಳುವಂಥ ಪ್ರೋತ್ಸಾಹ ಇರಲಿಲ್ಲ, ಸಂಪ್ರದಾಯಸ್ಥ ಕುಟುಂಬದ ಇಬ್ಬರು ವೇದಿಕೆಯ ಮೇಲೆ ಗೆಜ್ಜೆಕಟ್ಟಿ ಕುಣಿಯಲು ಪ್ರಬಲವಾದ ಆಕ್ಷೇಪಣೆ–ವಿರೋಧಗಳು ಬಹಳ ಕಾಲ ಇಬ್ಬರನ್ನೂ ಬಾಧಿಸಿದ್ದೂ ಉಂಟು. ಇಂತಹ ಕ್ಲಿಷ್ಟ ಸಂದರ್ಭದಲ್ಲಿ ನೃತ್ಯವನ್ನು ಕೈಬಿಡದೆ, ಸಮಾಜ ಏನೇ ಅಂದರೂ ಅದಕ್ಕೆ ಸೊಪ್ಪು ಹಾಕದೆ, ತಮ್ಮ ಹೆಜ್ಜೆ ಗೆಜ್ಜೆಗಳ ಪ್ರಪಂಚದಲ್ಲೇ ಉಳಿದು ಸಾಧನೆ ಮಾಡುವ ಪೂರಕ ಮತ್ತು ಸದೃಢ ನಿರ್ಣಯ ಮಾಡಿದ್ದು ಆ ಕಾಲದಲ್ಲಿ ಕ್ರಾಂತಿಕಾರಕವೇ ಆಗಿತ್ತು. ಯಾವುದೇ ವ್ಯಂಗ್ಯ, ಟೀಕೆ ಅಣಕಗಳಿಗೆ ಬೆದರದೆ, ಕುಗ್ಗದೆ, ಜಗ್ಗದೆ ಸಂಕಲ್ಪಿಸಿಕೊಂಡ ಗುರಿಯನ್ನು ಸಾಧಿಸಲು ಸ್ಥಿರವಾದ ಮನಸ್ಸಿನಿಂದ ಮುನ್ನಡೆದರು.

ಪ್ರಸಿದ್ಧ ನೃತ್ಯಗುರು ತಂಜಾವೂರು ಮೀನಾಕ್ಷಿ ಪಿಳ್ಳೈ ಅವರ ಬಳಿ ಪಂಡನಲ್ಲೂರು ನೃತ್ಯಾಭ್ಯಾಸದಲ್ಲಿ ನುರಿತ ಈ ದಂಪತಿಗಳಿಗೆ ಅರಂಗೇಟ್ರಂ ಸೌಭಾಗ್ಯವೂ ಲಭಿಸಿತು. ಸ್ವಾತಂತ್ರ್ಯ ಬರುವ ೪ ವರ್ಷ ಮುನ್ನ ೧೯೪೩ರಲ್ಲಿ ದಂಪತಿಗಳು ತಂಜಾವೂರಿನ ಅರಮನೆಯ ಸಭಾವೇದಿಕೆಯಲ್ಲಿ ನರ್ತನ ಆರಂಭಿಸಿದರು. ಪ್ರೇಕ್ಷಕರಾಗಿ ಅಲ್ಲಿ ಸೇರಿದ್ದವರೆಲ್ಲ ನೃತ್ಯ ಕಾರ್ಯಕ್ರಮ ಮುಗಿಯುವಷ್ಟರಲ್ಲಿ ಇವರಿಬ್ಬರ ಅಭಿಮಾನೀ ವೃಂದವಾಗಿಹೋಗಿದ್ದರು. ಅಲ್ಲಿಂದ ಆರಂಭವಾದ ಈ ಜೋಡಿಯ ನೃತ್ಯದ ಮೋಡಿ ಮುಂದೆ ಇತಿಹಾಸ ಸೃಷ್ಟಿಸಿತು.

ಕಲಾಜಗತ್ತಿನಲ್ಲಿ ಇಷ್ಟೆಲ್ಲ ಖ್ಯಾತಿ, ಹೆಸರು ಕೀರ್ತಿಗಳನ್ನು ಸಂಪಾದಿಸಿದ ನಂತರವೂ ಕೃಷ್ಣರಾವ್-ಚಂದ್ರಭಾಗಾದೇವಿ ಸುಮ್ಮನೆ ಕುಳಿತುಕೊಳ್ಳಲಿಲ್ಲ. ನೃತ್ಯಕ್ಕೆ ನಾವೀನ್ಯತೆಯ ಸ್ಪರ್ಶ ಹಾಗೂ ಇದನ್ನು ಹೆಚ್ಚು ಜನರಿಗೆ ತಲುಪಿಸುವ ಉದ್ದೇಶದಿಂದ ಇಬ್ಬರೂ ಸೇರಿ ಭರತ ಬಾಹುಬಲಿ, ನಾಟ್ಯರಾಣಿ ಶಾಂತಲೆ, ಬುದ್ಧನ ಜೀವನ ಎಲ್ಲವನ್ನೂ ನೃತ್ಯರೂಪಕಗಳನ್ನಾಗಿಸಿ, ಸಂಯೋಜನೆ ಮಾಡಿ ರಂಗಪ್ರದರ್ಶನ ಮಾಡಿದಾಗ ಇಡೀ ದೇಶವೇ ಕೃಷ್ಣರಾವ್-ಚಂದ್ರಭಾಗಾದೇವಿ ಅವರ ಈ ಸಾಹಸದ ಸಾಧನೆ ಯನ್ನು ಮುಕ್ತ ಕಂಠದಿಂದ ಶ್ಲಾಘಿಸಿತು. ಮಾಧ್ಯಮಗಳೂ ಇವರೀರ್ವರ ಅದ್ಭುತ ಯಶಸ್ಸನ್ನುಸಮರ್ಥವಾಗಿ ದಾಖಲಿಸಿದವು. ಈ ಜೋಡಿಯ ಕೀರ್ತಿಪತಾಕೆ ಕರ್ನಾಟಕದ ಮನೆಮಾತಾಯಿತು.

೧೯೬೫ರಲ್ಲಿ ಈ ಪ್ರತಿಭಾ ಪೂರ್ಣನೃತ್ಯ ಜೋಡಿಗೆ ಲಂಡನ್‌ಗೆ ತೆರಳಿ ಅಲ್ಲಿ ಭಾರತೀಯ-ಕರ್ನಾಟಕದ ನೃತ್ಯಪ್ರಕಾರಗಳನ್ನು ಪ್ರದರ್ಶಿಸುವ ಸದವಕಾಶವನ್ನು ಮೈಸೂರು ಸರ್ಕಾರ ನೀಡಿತು. ಆಗ ಮುಖ್ಯಮಂತ್ರಿ ಯಾಗಿದ್ದ ಎಸ್. ನಿಜಲಿಂಗಪ್ಪ ಈ ದಂಪತಿಗಳಿಗೆ ಸಕಲ ಸವಲತ್ತುಗಳನ್ನು ನೀಡಿ ಇಂಗ್ಲೆಂಡ್‌ಗೆ ಕಳಿಸಿಕೊಟ್ಟರು. ದಂಪತಿಗಳು ಲಂಡನ್ ನಲ್ಲೂ ಜನ ಅಪಾರ ಜನಪ್ರಿಯತೆ ಗಳಿಸಿದರು. ಎರಡು ವರ್ಷದ ನಂತರ ಈ ದಂಪತಿಗಳಿಗೆ ಅಮೆರಿಕ, ಹಾಂಗ್ ಕಾಂಗ್ ಸಿಂಗಪುರ್ ಬ್ಯಾಂಕಾಕ್, ಕೌಲಾಲಂಪುರ್, ಕೊಲಂಬೊ ರಾಷ್ಟ್ರಗಳಲ್ಲಿ ಈ ದಂಪತಿಗಳು ನೃತ್ಯಕ್ಕೆ ಇರುವ ಶೈಕ್ಷಣಿಕ ಮಹತ್ತ್ವವನ್ನು ತಿಳಿಸಿಕೊಟ್ಟರು.

ಇದು ಕೃಷ್ಣರಾವ್-ಚಂದ್ರಭಾಗಾದೇವಿ ದಂಪತಿಗಳಿಗೆ ನೃತ್ಯದ ಮೇಲಿದ್ದ ಆಮೂಲಾಗ್ರ ಅಧ್ಯಯನದ ಹಸಿವು ಮತ್ತು ಕಾಳಜಿಯನ್ನು ಬಿಂಬಿಸಿತ್ತು.

ಬೆಂಗಳೂರಿಗೆ ಬಂದು ಮಹಾಮಾಯಾ ಎಂಬ ನೃತ್ಯಕೇಂದ್ರವನ್ನು ಕೃಷ್ಣರಾವ್-ಚಂದ್ರಭಾಗಾದೇವಿ ಅವರು ಸ್ಥಾಪಿಸಿದ್ದು ಇವರಿಬ್ಬರ ದಣಿವರಿಯದ ಕಲಾಪ್ರೀತಿಗೆ ಸಾಕ್ಷಿ. ೫೦ ವರ್ಷಕ್ಕೂ ಹೆಚ್ಚು ಕಾಲ ನಾಟ್ಯಪ್ರಿಯರನ್ನು ರಂಜಿಸಿ, ಈ ಕಲೆಗೆ ಶೈಕ್ಷಣಿಕ ಸ್ವರೂಪವನ್ನು ಗಟ್ಟಿಗೊಳಿಸಿದ ಅದ್ಭುತ ಜೋಡಿ ಇವರಿಬ್ಬರದ್ದು. ೧೯೯೦ರಲ್ಲಿ ಚಂದ್ರಭಾಗಾದೇವಿ ಕ್ಯಾನ್ಸರ್ ನಿಂದ ನಿಧನರಾದಾಗ ಕೃಷ್ಣರಾವ್ ಬಹಳ ನೊಂದು ಕೊಂಡರೂ ಹೆಜ್ಜೆ-ಗೆಜ್ಜೆಗಳ ಪ್ರಪಂಚದ ಸಾಹಚರ್ಯ ವನ್ನೂ, ಬೋಧನೆಯನ್ನೂ ಬಿಡಲಿಲ್ಲ. ೨೦೦೫ರಲ್ಲಿ ಕೃಷ್ಣರಾವ್ ಅವರ ೯೨ ವರ್ಷಗಳ ತುಂಬು ಬಾಳು ಚಿರ ಮೌನಕ್ಕೆ ಜಾರಿತು.

ಕನ್ನಡದ ನೃತ್ಯಪ್ರಪಂಚವನ್ನು ವಿಸ್ತರಿಸಿ ಅದಕ್ಕೆ ಸುಭದ್ರವಾದ ಅಡಿಪಾಯವನ್ನು ಒದಗಿಸಿದ ಕೃಷ್ಣರಾವ್-ಚಂದ್ರಭಾಗಾದೇವಿ ಅವರ ಹೆಸರು ಕನ್ನಡ ಮತ್ತು ಭಾರತೀಯ ಕಲಾಪ್ರಪಂಚದಲ್ಲಿ ನಿತ್ಯನೂತನ.

ಆಕರ ಗ್ರಂಥಗಳು

೧. ಸಾಲು ದೀಪಗಳು–ಸಂಪಾದಕರು: ಪ್ರೊ. ಜಿ.ಎಸ್. ಸಿದ್ದಲಿಂಗಯ್ಯ, ಪ್ರೊ. ಎಂ.ಎಚ್. ಕೃಷ್ಣಯ್ಯ; ಪ್ರಕಟಣೆ: ಕರ್ನಾಟಕ ಸಾಹಿತ್ಯ ಅಕಾಡೆಮಿ–೨೦೨೧, ಬೆಂಗಳೂರು.

೨. ಮಿಷನರಿಗಳ ಕನ್ನಡ ವೃತ್ತಾಂತವು–ಪ್ರೊ. ಎ.ವಿ. ನಾವಡ; ಪ್ರಕಟಣೆ: ಶೋಧನ ಪ್ರಕಾಶನ–೨೦೧೭, ಮಂಗಳೂರು.

೩. ವಾರ್ತಾ ಮತ್ತು ಸಾರ್ವಜನಿಕ ಸಂಪರ್ಕ ಇಲಾಖೆ, ಬೆಂಗಳೂರು

೪. ಟೋಟಲ್ ಕನ್ನಡ ಯೂಟ್ಯೂಬ್ ವಾಹಿನಿ.

ವೀರಲೋಕದ ಪ್ರಕಟಣೆಗಳು

1. ಕೈ ಹಿಡಿದು ನೀ ನಡೆಸು ತಂದೆ–ವಿಶ್ವೇಶ್ವರ ಭಟ್ 250/-
2. ಶ್ವಸುಂದರಿ–ಕುಂ. ವೀರಭದ್ರಪ್ಪ 160/-
3. ನಿಮಗೆಷ್ಟು ಹಣ ಬೇಕು?–ಅನಂತ ಹುದೆಂಗಜೆ 250/-
4. ಆರ್ಟ್ ಆಫ್ ಸಕ್ಸಸ್–ರಮೇಶ್ ಅರವಿಂದ್ 120/-
5. ಮನಿ ಮನಿ ಎಕಾನಮಿ–ರಂಗಸ್ವಾಮಿ ಮೂಕನಹಳ್ಳಿ 160/-
6. ಇವರು ಅವರು ದೇವರು–ಜೋಗಿ 200/-
7. ಲಾಸ್ಟ್ ಡೇಸ್ ಆಫ್ ಲೆಜೆಂಡ್ಸ್–ಗಣೇಶ್ ಕಾಸರಗೋಡು 225/-
8. ಒಳ್ಳೆಯ ಬದುಕಿನ ಸೂತ್ರಗಳು–ರವಿ ಕೃಷ್ಣಾರೆಡ್ಡಿ 150/-
9. ಸೋಲೆಂಬ ಗೆಲುವು–ದೀಪಾ ಹಿರೇಗುತ್ತಿ 150/-
10. ಬೆಳ್ಳಿತೆರೆಯ ಬಂಗಾರದ ಗೆರೆ–ಗಣೇಶ್ ಕಾಸರಗೋಡು 150/-
11. ನಟನ ಕಥೆ–ಮಂಡ್ಯ ರಮೇಶ್–ಎನ್. ಧನಂಜಯ 250/-
12. ತ್ಯಾಗಕ್ಕಿಲ್ಲ ನೂಕುನುಗ್ಗಲು–ಡಾ. ಗವಿಸ್ವಾಮಿ ಎನ್. 140/-
13. ಬದುಕೇ ಭಗವಂತ–ಡಾ. ಡಿ.ಎಸ್. ಶ್ರೀನಿವಾಸ ಪ್ರಸಾದ್ 170/-
14. ಮಾದಕ ದೊರೆ–ಸಂತೋಷಕುಮಾರ ಮೆಹೆಂದಳೆ 375/-
15. ದ್ವೈತ–ರಾಘವ್ 140/-
16. ಹೃದಯದ ಮಾತು ಕೇಳಿ–ಮಂಜುನಾಥ್ ಚಾಂದ್ 150/-
17. ಹಿಂದಿನ ನಿಲ್ದಾಣ–ಶುಭಶ್ರೀ ಭಟ್ಟ 120/-
18. ಪ್ರೀತ್‌ಸು–ರಾಜೀವ ನಾರಾಯಣ ನಾಯಕ 170/-
19. ಕೃಷಿ ಯಾಕೆ ಖುಷಿ?–ನರೇಂದ್ರ ರೈ ದೇರ್ಲ 140/-
20. ಕ್ಷಯ–ಡಾ. ವಾಸುದೇವ ಶೆಟ್ಟಿ 120/-
21. ಅರ್ಧ ಬಿಸಿಲು ಅರ್ಧ ಮಳೆ...–ಸದಾಶಿವ ಸೊರಟೂರು 120/-
22. ಯಾರೂ ಹೇಳದ ಕಥೆಗಳು–(ಸಂ.) ಸುದರ್ಶನ ಚೆನ್ನಂಗಿಹಳ್ಳಿ 150/-
23. ಕಥಾ ಸಾಗರಿ–ನಾಗವೇಣಿ ವೆಂ. ಹೆಗಡೆ ಹೆಗ್ಗರ್ಸಿಮನೆ 120/-
24. ಮೆಮರೀಸ್ ಆಫ್ ಬಾಸರ್–ರಂಗಸ್ವಾಮಿ ಮೂಕನಹಳ್ಳಿ 160/-
25. ಮೇರುನಟ–ಡಾ. ಶರಣು ಹುಲ್ಲೂರು 120/-
26. ನಾ ಸೆರೆಹಿಡಿದ ಕನ್ಯಾಸ್ತ್ರೀ–ಶಶಿಧರ ಹಾಲಾಡಿ 200/-
27. ಟ್ರಾಯ್–ಗಾಯಿತ್ರಿ ರಾಜ್ 200/-
28. ಫಾರೆಸ್ಟರ್ ಪೊನ್ನಪ್ಪ–ನೌಶಾದ್ ಜನ್ನತ್ 300/-
29. ವಿಶ್ವಯಾನಕ್ಕೆ ಗಣಿತವಾಹನ–ಎಸ್.ವಿ. ಶ್ರೀನಿವಾಸಮೂರ್ತಿ 200/-
30. ಲೆಟ್ಸ್ ಮೇಕ್ ಎ ಶಾರ್ಟ್ ಫಿಲಂ–ಜಯರಾಮಾಚಾರಿ 120/-
31. ಕುಣಿಗಲ್ ಟು ಕಂದಹಾರ್–ಮಂಜುನಾಥ್ ಕುಣಿಗಲ್ 260/-
32. ಗದಾಯುದ್ಧಂ–ಡಾ. ಎಂ.ಎ. ಜಯರಾಮ್ ರಾವ್ 350/-
33. ಫೀನಿಕ್ಸ್–ದೀಪಾ ಹಿರೇಗುತ್ತಿ 120/-
34. ಹಿಟ್ಲರ್ ಲವ್ ಪಾಲಿಟಿಕ್ಸ್–ಸತೀಶ ಬಳೆಗಾರ 170/-
35. ಭಾನುಮತಿಯ ಪರಿವಾರ–ಕುಮಾರಸ್ವಾಮಿ ತೆಕ್ಕುಂಜ 140/-

36. ನೀ ದೂರ ಹೋದಾಗ–ಫೌಝಿಯ ಸಲೀಂ 220/-
37. ವ್ಯಗ್ರ ಮತ್ತು ಇತರ ಕಾದಂಬರಿಗಳು–ಕುಮಾರ ಬೇಂದ್ರೆ..180/-
38. ಸತ್ಯದ ಅನಾವರಣ–ಕೆ.ಎಸ್. ರಮಾಸುಂದರಿ..100/-
39. ಅಂತಾರಾಷ್ಟ್ರೀಯ ಕುಂಬಳಕಾಯಿ ಮತ್ತು ಇತರ ಕಥೆಗಳು–ಅಬ್ದುಲ್ ರಶೀದ್.120/-
40. ಅನಾಥ ಪ್ರೀತಿಯ ಅನುಬಂಧ–ಬಿ. ಮಂಜುನಾಥ್ ಕಾಮತ್ ಹಾಲಾಡಿ..........140/-
41. ಹಕ್ಕಿ ಮತ್ತು ಹುಡುಗಿ (ಕವನ ಸಂಕಲನ)–(ಸಂ.) ಪ್ರಜಾವಾಣಿ ಬಳಗ..............150/-
42. ಹಾವಿನ ಮನೆ–ಅನು: ಬೆಳ್ಳೆ (ರಾಘವೇಂದ್ರ ಬಿ. ರಾವ್).. 250/-
43. ಈಗಲ್ಸ್ ಲೈನ್–ರಾಜೇಶ್ ಕುಮಾರ್ ಕಲ್ಯಾ.. 220/-
44. ನಂಬಿಕೆಯೆಂಬ ಗಾಳಿಕೊಡೆ–ಡಾ. ಪ್ರೇಮಲತ ಬಿ...180/-
45. 10 ಕುಟುಂಬ 18 ಗೋತ್ರದ ಗೌಡ ಪರಂಪರೆ–
ಪುತ್ತೂರು ಅನಂತರಾಜ ಗೌಡ.. 300/-
46. ಗಿಳಿಯು ಬಾರದೆ ಇರದು (ಕಥಾಸಂಕಲನ)–ಪಿ.ಎಸ್. ಶ್ರೀಧರನ್ ಪಿಳ್ಳ
(ಅನುವಾದ: ಮೇರಿ ಜೋಸೆಫ್)..85/-
47. ಒಂದು ಆದಿಮ ಪ್ರೇಮ (ಕವನ ಸಂಕಲನ)–ನಂದಿನಿ ಹೆದ್ದುರ್ಗ..150/-
48. ಮಣ್ಣೇ ಮೊದಲು... (ಕವನ ಸಂಕಲನ)–ಪಾಮುಗುರು 120/-
49. ಬಿಂಜಿಮುಳ್ಳು (ಕವನ ಸಂಕಲನ)–ಫಾಲ್ಗುಣ ಗೌಡ ಅಚವೆ 120/-
50. ಅಮೋಘವರ್ಷ–ಡಾ. ಲಕ್ಷ್ಮಣ ಕೌಂಟೆ 420/-
51. ಗಾಯಗೊಂಡ ಸಾಲುಗಳು (ಕವನ ಸಂಕಲನ)–ಸದಾಶಿವ ಸೊರಟೂರು 110/-
52. ನಿನ್ನ ಧ್ಯಾನದ ನೂರೊಂದು ಹಣತೆ (ಕವನ ಸಂಕಲನ)–ವಾಸುದೇವ ನಾಡಿಗ್ 170/-
53. ಕ್ರಿಕೆಟಾಯಣ–ಎಚ್. ಪ್ರೇಮಾನಂದ ಕಾಮತ್.. 230/-
54. ಹೂವಿನಕೊಲ್ಲಿ–ಅಬ್ದುಲ್ ರಶೀದ್.. 270/-
55. ಕನಸುಗಳ ಶ್ರಾದ್ಧ–(ಅನುವಾದ) ಡಾ. ಗೀತಾ ಸುನಿಲ್ ಕಶ್ಯಪ್ 200/-
56. ವೀರ ಸಿಂಧೂರ ಲಕ್ಷ್ಮಣ–ಕೌಂಡಿನ್ಯ..190/-
57. ಸಹಭಾಷಿಕರ ಕನ್ನಡ ಪ್ರೇಮ–ಡಾ. ಡಿ.ಎಸ್. ಶ್ರೀನಿವಾಸ ಪ್ರಸಾದ್ 400/-
58. ಚಿತ್ರ–ವಿಚಿತ್ರ–ರವೀಂದ್ರ ವೆಂಶಿ 220/-
60. ಹಂಸಾಕ್ಷರ–ಜಯರಾಮಾಚಾರಿ..160/-
61. ನದಿಯೊಂದು ಕಡಲ ಹುಡುಕುತ್ತಾ–ಸಂತೆಬೆನ್ನೂರು ಫೈಜ್ನಟ್ರಾಜ್..180/-
62. ನೀಲಿ ಮತ್ತು ಸೇಬು–ಸುಧಾ ಆಡುಕಳ..180/-
63. ಕಾಗೆ ಮೇಷ್ಟ್ರು–ವಿಕ್ರಮ ಹತ್ವಾರ 110/-

www.ingramcontent.com/pod-product-compliance
Lightning Source LLC
LaVergne TN
LVHW101350051026
849519LV00005BC/1492
* 9 7 8 9 3 9 4 9 4 2 7 3 8 *